எனது வாழ்க்கையும் போராட்டங்களும்

சுயசரிதை

எஸ். மோகன்தாஸ்

பாரதி
புத்தகாலயம்

Enatha Vazhkaiyum Poratangalum Suyasarithai (In Tamil)
S. Mohandoss
First Published : June, 2023

Published by

BHARATHI PUTHAKALAYAM
7, Elango Salai, Teynampet, Chennai - 600 018
Email: bharathiputhakalayam@gmail.com | www.thamizhbooks.com

எனது வாழ்க்கையும் போராட்டங்களும் சுயசரிதை

எஸ். மோகன்தாஸ்

முதல் பதிப்பு : ஜுன், 2023

வெளியீடு

பாரதி புத்தகாலயம்

7, இளங்கோ சாலை, தேனாம்பேட்டை, சென்னை - 600 018.
தொலைபேசி : 044 24330024, 24330024 | விற்பனை: 24332924.

விற்பனை நிலையங்கள்

அருப்புக்கோட்டை: *கதவுஎண் 49 A/4 மெயின் ரோடு, தெற்கு தெரு - 9994173551*
ஈரோடு: *39: 39 ஸ்டேட் பாங்க் சாலை - 9245448353*
கரூர்: *நாரத கானசபா அருகில் (TNGEA OFFICE)- 9442706676*
காரைக்குடி : *12, 2 வது தெரு, கம்பன் மணிமண்டபம் பின்புறம் - 9443406150*
கும்பகோணம்: *352, ரயில் நிலையம் எதிரில் - 9443995061*
கோவை: *77, மசக்காளிபாளையம் ரோடு, பீளமேடு - 8903707294*
சிதம்பரம்: *22A / 18B தேரடி கடைத் தெரு, கீழவீதி அருகில் - 9994399347*
செங்கல்பட்டு: *1 D ஜி.எஸ்.டி சாலை - 044 27426964*
சேலம்: *15, வித்யாலயா சாலை சாலை*
தஞ்சாவூர்: *காந்திஜி வணிக வளாகம் காந்திஜி சாலை - 9655542400*
திண்டுக்கல்: *பேருந்து நிலையம் - 9942331105, 9976053719*
திருச்சி: *வெண்மணி இல்லம், கரூர் புறவழிச்சாலை - 9994289492*
திருநெல்வேலி: *25A, ராஜேந்திரநகர் - 9442149981*
திருப்பூர்: *447, அவினாசி சாலை - 9486105018*
திருவண்ணாமலை: *முத்தம்மாள் நகர்*
திருவல்லிக்கேணி: *48, தேரடி தெரு - 9444428358*
திருவாரூர்: *35, நேதாஜி சாலை - 9442540543*
நாகர்கோவில்: *699 கே.பி.ரோடு R.V.புரம் - 9443450111*
நெய்வேலி: *பேருந்து நிலையம் அருகில், - 9443659147*
பழனி: *பேருந்து நிலையம் அருகில் - 7010760693*
பாண்டிச்சேரி : *கிழக்கு கடற்கரைச்சாலை, இலாசுப்பேட்டை, 9486102777*
பெரம்பூர்: *52, கூக்ஸ் ரோடு - 9444373716*
மதுரை: *37A, பெரியார் பேருந்து நிலையம் - 045 22324674 & சர்வோதயா மெயின்ரோடு*
வடபழனி: *பேருந்து நிலையம் எதிரில் அடையார் ஆனந்தபவன் மாடியில் - 9444476967*
விருதுநகர்: *131, கச்சேரி சாலை - 0456 2245300*
வேலூர்: *பேஸ் III, சத்துவாச்சாரி - 9442553893*

நினைத்த நூல்கள்... நினைத்த நேரத்தில்... BharathiTV | www.bookday.in

thamizhbooks.com 8778073949

ரூ.400/-

அச்சு: பிரிண்டெக், சென்னை - 5.

உள்ளே...

முன்னுரை

அன்புத் தோழர்கள் அனைவருக்கும் வணக்கம்.

தோழர் சுகுமோல் சென்னுடைய இந்திய தொழிற்சங்க வரலாறு நூலை நான் படித்திருக்கிறேன். அந்தப் பெரிய புத்தகத்தின் சாராம்சத்தை உள்ளடக்கி வகுப்புகள் எடுப்பதற்கான ஒரு குறிப்பு தயார் செய்யப்பட்டிருந்தது. அந்தக் குறிப்பைப் பயன்படுத்தி நிறைய வகுப்புகளை நடத்தியிருக்கிறேன்.

தபால் தந்தி இயக்க வரலாறு சம்பந்தமான தோழர் என்.ஜே. ஐயருடைய நூலைப் படித்திருக்கிறேன். தபால் தந்தி தொழிற்சங்க இயக்க முன்னோடிகள் (The Pioneers of the P&T Trade union movement) நூலைப் படித்திருக்கிறேன். முதல் முழக்கம் என்ற பெயரில் வெளிவந்த தோழர் பாபு தாரபாதாவின் எழுச்சி மிகு லாகூர் மாநாட்டு தலைமை உரையைப் படித்திருக்கிறேன்.

தபால் தந்தி இயக்க வரலாறு சம்பந்தமான தோழர் சி.எஸ். பி.யின் வகுப்புகளை கேட்டிருக்கிறேன்.

தபால் தந்தி இயக்க வரலாறு சம்பந்தமான ஒரு விரிவான குறிப்பை நானே தயார் செய்து தமிழ்நாடு முழுவதும் வகுப்புகள் எடுத்திருக்கிறேன்.

சமீபத்தில் அருமைத் தோழர் நம்பூதிரி எழுதிய My Life, Struggles புத்தகத்தைக் படித்திருக்கிறேன்,

சிஐடியுவோடு நெருக்கமான தொடர்பில் இருப்பதாலும் அதில் பணிபுரிந்து வருவதாலும் சிஐடியு தலைவர்களின் புத்தகங்களையும் சிஐடியு அறிக்கைகளையும் படித்திருக்கிறேன்.

இவை அனைத்தும் இந்திய தொழிலாளி வர்க்கத்தின் பெருமைமிகு வரலாறுகளை, அந்த வர்க்கத்தின் பிரிக்க முடியாத பகுதியாக விளங்கும் தபால் தந்தி இயக்க வரலாறுகளை ஒரு அரிய பொக்கிஷமாக நமக்கு வழங்குகின்றன.

இந்த வரலாறுகளோடு தமிழ்நாடு இயக்கத்தின் அனுபவங்களை இணைத்து எழுதப்பட்ட நூல்கள் எதுவும் எனக்குத் தெரிந்து இதுவரை வெளிவந்திருக்கவில்லை. இந்த அகில இந்திய தபால் தந்தி இயக்க வரலாறுகளோடு என்னுடைய 55 ஆண்டு கால தொழிற்சங்க அனுபவங்களை மிகக் குறிப்பாக தமிழ்நாட்டின் அனுபவங்களை இணைத்து ஒரு நூல் வந்தால் எப்படி இருக்கும் என்று நினைத்துப் பார்த்தேன். அப்படி ஒரு நூல் எழுத வேண்டும் என்று எனக்குள்

ஒரு கருத்து தோன்றி வளர்ந்தது. ஆனால் அதற்கான துணிச்சல் என்னிடம் இல்லாததாலும், என்னுடைய இயல்பான கூச்ச சுபாவம் காரணமாகவும் அந்தக் கருத்து செயல்வடிவம் பெறாமல் தள்ளிப் போய்க்கொண்டே இருந்தது. ஆனாலும் சும்மா இருக்க முடியவில்லை.

என்னுடைய கருத்துக்களை அவ்வப்போது துண்டுதுக்காணிகளாக முகநூலில் வெளியிட்டு வந்தேன். பல தோழர்கள் அவற்றைப் படித்து விட்டு என்னுடைய அனுபவங்களை எல்லாம் தொகுத்து ஒரு புத்தகமாக வெளியிட வேண்டும் என்று அன்புக் கட்டளை இட்டார்கள். எனக்குள் சிறிது துணிச்சல் வர ஆரம்பித்தது. என்னுடைய தொழிற்சங்க அனுபவங்களை மட்டும் தனியே பிரித்து எழுதாமல் என்னுடைய வாழ்க்கை வரலாற்றின் ஒரு பிரிக்க முடியாத பகுதியாக அவற்றை எழுத வேண்டும் என்று தோன்றியது. எனவே இந்த வாழ்க்கை வரலாற்று நூலை எழுதியிருக்கிறேன்.அதன்படி என்னுடைய தொழிற்சங்க இயக்க வரலாறு நான் தபால் தந்தி இலாக்காவில் வேலைக்குச் சேர்ந்த 1968ஆம் வருடத்தில் இருந்து துவங்குகிறது.

சிறிய சிறிய பதிவுகளாக 86 பதிவுகளை வெளியிட்டு இந்த நூலைப் பூர்த்தி செய்திருக்கிறேன். இந்தப் பதிவுகளை ஒவ்வொன்றாக வெளியிட வெளியிட எப்பேர்ப்பட்ட பிரம்மாண்டமான ஒரு இயக்கத்தில், எவ்வளவு பெருமைக்குரிய ஒரு இயக்கத்தில் நான் உறுப்பினராகவும் பல்வேறு பொறுப்புகளை வகித்தும் பணி புரிந்திருக்கிறேன் என்று நினைத்து நினைத்து பூரிப்படைந்திருக்கிறேன். புல்லரித்துப் போயிருக்கிறேன்.

ஒவ்வொரு பதிவையும் படித்த தோழர்கள் பாராட்டியிருக்கிறார்கள். குற்றம் குறைகளைச் சுட்டிக் காட்டி சரி செய்து கொள்ள உதவியிருக்கிறார்கள். அவர்களுக்கு என்னுடைய நன்றியைத் தெரிவித்துக் கொள்கிறேன்.

முதலிலேயே ஒரு விசயத்தைச் சொல்லி விட வேண்டும். உண்மையின் பேரொளியைக் கண்டு பிடிக்க தத்துவ ஞானத்தைப் பயன் படுத்துகிறோம். இயற்கையின் மடியில் புதைந்து கிடக்கும் ரகசியங்களை, உண்மைகளைக் கண்டறிய உதவும் தத்துவ ஞானம் நடுநிலையானதல்ல. அது வர்க்கச் சார்புடையது. இந்த என்னுடைய வரலாற்று நூலும் முழுக்க முழுக்க உண்மைச் சம்பவங்களை ஆதாரமாகக் கொண்டு எழுதப் பட்டிருந்தாலும் இதுவும் நடுநிலையான தல்ல. வர்க்கச் சார்புடையதுதான். இதை மனதில் இருத்திக் கொண்டு தோழர்கள் இந்த நூலைப் படிக்க வேண்டும்.

நான் இலாக்காப் பணியில் சேர்ந்த 1968 லிருந்து நமது தபால் தந்தி துறையில் உழைப்புச் சுரண்டலுக்கு எதிரான போராட்டத்தை

மட்டுமல்ல, 1960களில் திருத்தல்வாதப் பாதையில் வெகு தூரம் சென்று விட்ட தலைமைக்கு எதிரான போராட்டத்தையும் இணைத்து நடத்த வேண்டியிருந்தது. திருத்தல் வாத நிலைபாட்டுக்கு உதாரணமாக *modernisation without tears, bonus for all means bonus for none, no cost basis* உடன்பாடுகள், *matching savings* கொடுத்து உடன்பாடுகள், கேடுகெட்ட உள்நாட்டு அவசர நிலையை ஆதரித்தது போன்ற சிலவற்றை குறிப்பிடலாம். அரசின் கொள்கை முடிவுகளை எதிர்க்கக் முடியாது என்ற நிலைபாடு.

தமிழ் நாட்டில் இந்தப் போராட்டங்களை முன்னெடுத்துச் செல்வதற்கு ஒன்றாக இருந்த என்எப்பிடிஇ சம்மேளனத்துக்குள் ஒரு வலுவான கே.ஜி.போஸ் அணியைக் கட்ட வேண்டிய பணி முன்னால் இருந்தது. பொட்டல் காடாய் இருந்த தமிழ்நாட்டில் வேர்விட்டு முளைவிட்டு அங்குலம் அங்குலமாக முன்னேற வேண்டிய மிகக் கடினமான பணி காத்திருந்தது. தோழர் ராஜுவும் நானும் வட்டிக்கு கடன் வாங்கிக் கொண்டு தமிழ்நாடு முழுவதும் சுற்றி அலைந்ததில் கே.ஜி. போஸ் அணி சேர்ந்த 36 தோழர்களை அடையாளம் கண்டோம்.

இந்தத் தோழர்களின் அணிதான் பின்னர் ஒரு வலுவான கே.ஜி. போஸ் அணியாக பரிணமித்தது. தமிழ்நாட்டு கே.ஜி.போஸ் அணி முதன் முதலில் உழைப்புச் சுரண்டலுக்கு எதிரான போராட்டத்தை கையிலெடுப்பது என்று தீர்மானித்தது.

ஆர்.டி.பி. ஊழியர்கள், கேசுவல் தொழிலாளிகள், பகுதி நேர ஊழியர்கள், ஈ.டி. ஊழியர்கள், ஒப்பந்த ஊழியர்கள் என்று கடும் சுரண்டலுக்கு உள்ளாக்கப்பட்ட தொழிலாளர் பகுதியை அது அணி திரட்டிப் போராடியது. அதில் வெற்றியும் கண்டது. இவற்றைப் பற்றி எழுதியிருக்கிறேன்.

தனியார் மயத்துக்கு எதிரான மிகக் கடுமையான போராட்டங்களை நாம் நடத்தினோம். தோழர் ஆதிநாராயணா, திரு வைக்கோ, தோழர் பி.எஸ். ராமன்குட்டி ஆகியோர் கலந்து கொண்ட திருச்சி தனியார் மய எதிர்ப்பு கருத்தரங்கம் இதில் முக்கியமானது. குறிப்பாக வளம் கொழிக்கும் நம்முடைய தர்மபுரி, சேலம், ஈரோடு, கோவை ஆகிய நான்கு மாவட்டங்களை பைலட் புராஜெக்ட் என்ற பெயரில் *US WEST* கம்பெனிக்குத் தாரை வார்ப்பதை எதிர்த்து தன்னந்தனியாக போராடி அதை முறியடித்துக் காட்டினோம்.

திருத்தல் வாதம் குறிப்பாக இரண்டு விதத் தீமைகளைக் கொண்டது. தொழிலாளி வர்க்க நலன்களில் அது அரசாங்கத்தோடு, சரியாகச் சொல்வதென்றால் ஆளும் வர்க்கங்களோடு, சமரசம் செய்து கொள்கிறது. இதைப் பற்றி ஏற்கனவே குறிப்பிட்டிருந்தோம்.

இந்தப் போக்கை எதிர்த்து தங்கள் நலன்களைப் பாதுகாத்துக் கொள்வதற்கு தொழிலாளிகள் கிளர்ந்தெழுவார்கள் என்பதால் திருத்தல்வாதத் தலைமை தொழிற்சங்க ஜனநாயகத்தை குழி தோண்டிப் புதைக்கிறது. எனவே தொழிலாளிகளின் நலன் காக்கிற கோரிக்கைகளுக்காகவும் தொழிற்சங்க ஜனநாயகத்தை நிலைநாட்டுவதற்கு மான போராட்டங்களை நடத்த வேண்டியிருந்தது. இந்த வகையில் நாம் நடத்திய போராட்டங்களை இந்த நூலில் விவரித்திருக்கிறேன்.

தேசப் பிதாவின் மோகன்தாஸ் கரம்சந்த் காந்தி என்ற பெயரைக் கொண்டிருக்கிற நான், ஒரு சரியான அரசியல் பாதைக்காக தத்தளித்துக் தடுமாறிப் போராடியதையும், மார்க்சிசம் லெனினிசத்துக்கு வெளியில் தொழிலாளி வர்க்கத்தின் விடுதலை சாத்தியமில்லை என்று புரிந்து கொண்டு, மார்க்சிஸ்ட் கம்யூனிஸ்டு கட்சியில் உறுப்பினராக சேர்ந்ததையும் பற்றி எழுதியிருக்கிறேன்.

என்னுடைய முதல் போராட்டம் இந்தி மொழித் திணிப்புக்கு எதிரான போராட்டமாக இருந்தது. அந்தப் போராட்டங்களைப் பற்றியும், மொழி வழி மாநிலங்கள் அமைவதற்காக நடந்த போராட்டங்கள், நமது மாநிலத்துக்கு தமிழ்நாடு என்ற பெயர் வருவதற்காக நடந்த போராட்டங்கள் - இவை பற்றியெல்லாம் எழுதியிருக்கிறேன்.

நமது தோழர்கள் அனைவரும் இந்த நூலைப் படிக்க வேண்டும் என்பது எனது விருப்பம்.

இந்த நூலை எழுதுவதற்கு எனக்கு ஆக்கமும் ஊக்கமும் அளித்ததோடு அணிந்துரையும் எழுதித்தர சம்மதித்துள்ள அருமைத் தோழர் தமுஎகச வின் தலைவர் தமிழ்ச்செல்வனுக்கு எனது நெஞ்சார்ந்த நன்றிகள்.

இன்னொரு அணிந்துரை எழுதித் தர சம்மதித்துள்ள அகில இந்திய பிஎஸ்என்எல் டிஓடி ஓய்வூதியர் சங்கத்தின் தமிழ்நாடு மாநிலச் செயலாளர் தோழர் ஆர். ராஜசேகர் அவர்களுக்கு மனமார்ந்த நன்றிகள்.

இந்த நூலை நல்ல முறையில் அச்சிட்டு வெளியிட சம்மதித்து அந்த வேலைகளில் ஈடுபட்டுள்ள பாரதி புத்தகாலயம் தோழர்களுக்கும் எனது நன்றிகள்.

என்னை வளர்த்து ஆளாக்கிய தபால் தந்தி ஊழியர் தொழிற்சங்க இயக்கத்துக்கு இந்த நூலை அர்ப்பணம் செய்கிறேன்.

நன்றி.

வணக்கம்

கோவில்பட்டி **எஸ். மோகன்தாஸ்**

20-04-2013

அணிந்துரை–1

என்னையும் என் வாழ்க்கையையும் செதுக்கிய ஆளுமைகளில் ஒருவர் தோழர் மோகன் தாஸ்.1978இல் நான் ராணுவத்திலிருந்து திரும்பி கோவில்பட்டி அஞ்சலகத்தில் பணியாற்றத்துவங்கிய அந்த நாட்களிலேயே என்னோடு பணியற்றிய தோழர் வி.எஸ்.கணபதி அவர்களின் தம்பி என்று அறிமுகம்.பின்னர் அவரே கோவில்பட்டிக்கு மாற்றலாகி வந்து ஜோதியில் ஐக்கியமானார்.தோழர் கணபதியைவிட இவரே நெருக்கமானவராகப் பின்னர் ஆனார்.

சில சின்னச் சின்னத் துடுப்பசைவுகள் மூலம் என் வாழ்க்கைப்பயணத்தின் திசையை மாற்றிய தோழமைகள் என தோழர் மோகன் தாசையும் தோழர் பால்வண்ணத்தையும் எப்போதும் குறிப்பிடுவேன்.எங்களை இணைத்தது மார்க்சியம்.

அதிர்ந்து பேசத்தெரியாத தோழர் மோகன் தன்னுடைய வகுப்புகள் மூலம் பெரிய அதிர்வலைகளை எங்கள் உள்ளங்களில் ஏற்படுத்தினார்,எங்கள் வாழ்க்கையை பாபு தாரபாதா, ஹென்றி பார்ட்டன்,கே.ஜி.போஸ் போன்ற எஞ்ஜின்களுடன் இணைத்துக் கோர்த்துவிட்டது அவர்தான்.தபால்-தந்தித்துறையின் தொழிற்சங்க வரலாற்றோடு பின்னிப்பிணைந்தது அவரது வாழ்க்கை.கூடவே மார்க்சிய இயக்கத்தினோடும். குன்னூரில் தொலைபேசி ஊழியராகப் பணியாற்றியகாலத்திலேயே தீக்கதிர் முகவராகப் பணியாற்றியிருக்கிறார்.

அவருடைய வாழ்க்கை விளாத்திகுளம் நாட்கள்,விருதுநகர் பாலிடெக்னிக் வாழ்க்கை,கோவை,குன்னூர் வாழ்க்கை,ஈரோடு வாழ்க்கை,கோவில்பட்ட்டி நாட்கள்,நெல்லை நாட்கள் எனப் பல அத்தியாயங்களாக இந்நூலில் விரிந்திருக்கிறது.

தன்னலம் கருதாத,இயக்கமே மூச்சென வாழும் ஓர் வாழ்க்கையை அவர் வாழ்ந்து கொண்டிருக்கிறார். இயக்கம் என்ன வேலை கொடுத்தாலும் “கிடந்து” வேலை பார்க்கும் அவருடைய அர்ப்பணிப்பு போற்றத்தக்கது.பொறாமை கொள்ள வைப்பது.

பல தேர்தல் பணிகளில் வேறு வேறு நிலப்பரப்புகளில் பூத்களுக்குப் பொறுப்பேற்று அரிவாள் சுத்தியல் என்கிற சின்னமே

அறிமுகம் ஆகியிருக்காத கிராமப்புறங்களிலெல்லாம் சென்று தங்கியிருந்து மாதக்கணக்கில் அவர் பணியாற்றியதை நான் உடனிருந்து கவனித்திருக்கிறேன்.அசாத்தியமான நம்பிக்கையுடன் அவர் அக்கிராம மக்களோடு புகுந்து வருவார்.அவர் ஒரு சூட்கேஸ் வைத்திருப்பார்.அதைத்தூக்கிக்கொண்டு எந்த ஊருக்கும் வந்து விடுவார்,

மார்க்சிய இயக்கத்துக்குக் கிடைத்த மாபெரும் பொக்கிஷம் அவர் என்று சொல்ல வேண்டும்.சர்வதேசப்பார்வையுடன் இந்திய அளவிலும் தமிழக அளவிலும் செயல்பட்டவர் அவர். இப்போதும் ஒய்வூதியர் சங்கத்தின் அகில இந்தியப்பொறுப்பாளர்களில் ஒருவராக இயங்கிக்கொண்டே இருக்கிறார்.கோவில்பட்டி வட்டாரத்தில் அடித்தட்டு மக்களின் தோழனாக தான் மட்டுமின்றி தன் பிள்ளைகள் மருமகள்களையும் முழுநேர ஊழியர்களாக்கியிருக்கிறா.அதில் பெருமிதம் கொள்பவராக இருக்கிறார்.

விளாத்திகுளத்தில் என் தாய்மாமன்மாருடன் இளவயதில் பழகியவர் என அறிந்தபோது இன்னும் என் மனதுக்கு நெருக்கமானவராக ஆனார்.ஜாடிக்கு மூடிபோல அவரது இணையர் தனித்த ஆளுமையாக மாதர் சங்கத்தில் தீவிரமகப் பணியாற்றுவது குறிப்பிட்டுச் சொல்ல வேண்டியது.ஒரு மகனை அகாலத்தில் இழந்தார்.இயற்கை இவ்வளவு நால்ல மனிதரிடம் இன்னும் சற்றுக் கருணையோடு நடந்திருக்கலாம்.

இன்றைக்கும் எனக்கும் இன்னும் எண்ணற தோழர்களுக்கும் முன்னுதரணமான ஆளுமையாக எங்களுக்கு முன்னால் கம்பீரமாக நடந்து சென்றுகொண்டிருக்கிறார்.ஈரடி பின்னால் நாங்கள் தொடர்ந்துகொண்டிருக்கிறோம்.அவருடைய வாழ்க்கை இன்னும் வெற்றிகரமாகத் தொடர வாழ்த்துகிறேன்.

தோழமையுடன்,
ச.தமிழ்ச்செல்வன்

சிவகாசி-626124
05-05-2023

அணிந்துரை–2

தோழர் S.மோகன்தாஸ் அவர்கள் தனது வாழ்க்கை பயணத்தை ஒரு புத்தகமாக – ஆவணமாக வெளியிடுவது வரவேற்கதக்க விஷயம்.

முகநூலில் 86 பதிவுகளாக நவம்பர் 2021 முதல் ஏப்ரல் 2023 வரை வெளியிடப்பட்ட அவரது அனுபவங்கள் புத்தக வடிவில் வருவது மிகவும் பயனுள்ளதாக இருக்கும்.

இருபது வயதில் தபால்-தந்தி இலாகாவில் பணிக்கு வந்த அவர் 40 ஆண்டு காலம் சிறந்த இலாகா சேவையோடு, தொழிற்சங்க பணிகளோடு தனது இடதுசாரி அரசியல் பணியையும் தீவிரமாக செய்துள்ளார். ஓய்வு பெற்ற பிறகும் ஓய்வூதியர் சங்கத்தின் இயக்கத்தையும், CITU சங்கத்தில் தன்னை முழுமையாக இணைத்துக் கொண்டும் செயலாற்றி வருகிறார்.

குழந்தை பருவ அனுபவங்களை அழகாக விளக்கியுள்ளார். சேட்டைக் காரனாக இருந்ததால் 'சித்திரை சுழியன்' என்று பெயர் இருந்ததையும், தன்னுடைய பிறந்த தேதியே ஒரு விவாதமாக இருந்ததையும் குறிப்பிட்டு இறுதியாக 05.05.1947 என்று தீர்மானிக்கப்பட்டதையும், மே 5 கார்ல் மார்க்சின் பிறந்த தினம் என்று தெரியாமல் வைத்து விட்டார்கள்; எனவே தான் மார்க்ஸ் எனக்குள் புகுந்து என்னை கெட்டியாக பிடித்துக் கொண்டார் என்று அவர் நையாண்டியாக சொன்னாலும் மார்க்சியம் அவரை எந்த அளவு கவ்வி பிடித்து இருந்தது என்பதை நாம் உணர்வோம்.

இவரது தந்தை சுதந்திர போராட்டங்களில் தீவிரமாக ஈர்க்கப்பட்டு இருந்ததும், அவருக்கு சொந்தமாக 'ஆனந்த பவன்' என்கிற ஜவுளிக்கடை பில்களில் காந்தி, நேரு படங்களை அச்சடித்து இருந்ததும், இவருக்கு 'மோகன் தாஸ்' என்கிற காந்தியின் பெயர் வைக்கப்பட்டதை காரணமாக குறிப்பிடுகிறார்.

ஆரம்ப பள்ளி நாட்கள், பள்ளி நாட்கள், பாலிடெக்னிக் நாட்கள் என தனது கல்வி நாட்களை பிரித்து அருமையாக எழுதியுள்ளார். நடந்த சம்பவங்களையும், பழகிய நண்பர்களையும் நினைவுபடுத்தி எழுதியுள்ளது அற்புதமானது.

பள்ளி நாட்களில் ரீசஸ் இடைவேளையின் போது ஓடிப்போய் டீ குடித்துவிட்டு வந்ததையும் ஒரு முறை பாடகர் TMS பாட்டை கேட்டுவிட்டு லேட்டாக வந்து பெஞ்சின் மீது ஏறி நின்ற அனுபவங்களையும் சுவாரசியமாக குறிப்பிட்டுள்ளார்.

பாலிடெக்னிக்கில் மெக்கானிக்கல் டிப்ளமோ படிக்கும் போது, சீன தூதரகத்திற்கு கடிதம் எழுதி மாவோவின் புத்தகங்களையும், People daily பத்திரிக்கையையும் வாங்கி படித்த அனுபவத்தை சொல்லும் போது படிக்கும் போதே கம்யூனிச சிந்தனை தன்னுள் புகுந்து விட்டதை வெளிப்படுத்துகிறார்.

1968 மார்ச்-ல் அன்றைய P&T இலாகாவில் டெலிகாம் பகுதியில் பணிக்கு சேர்ந்த இவர் கோவை, குன்னூர், ஈரோடு, தூத்துக்குடி என பல பகுதிகளில் பணியாற்றி, அந்த பகுதிகளில் தொழிற்சங்க இயக்கங்களை வலுப்படுத்துவதிலும், குறிப்பாக K.G.போஸ் இயக்கத்தை கட்டுவதிலும் முன்னணி பாத்திரம் வகித்துள்ளார்.

1983- குன்னூர் போராட்டம், நிர்வாகத்தின் அடக்கு முறையை எதிர்த்து துவங்கிய போராட்டம் K.G.போஸ் இயக்கம் தமிழகத்தில் வளர அடித்தளமிட்டதை விவரிக்கிறார். FR17A, Rule16, Transfers, Charge Sheets, வேலை நீக்க நோட்டீஸ், இறுதியாக ராணுவத்தை வைத்து அச்சுறுத்தல் இவற்றையெல்லாம் கண்டு அஞ்சாமல் நடைபெற்ற போராட்டம் திருத்தல்வாத மாநில தலைமை இப்போராட்டத்தை புறக்கணித்தாலும் குன்னூர் தோழர்களின் நெஞ்சுரம் போராட்டத்தின் வீச்சை மேம்படுத்தி வெற்றி பெற வைத்தது என்ற நிகழ்வுகள் கண் முன் நிற்கின்றது.

1997-ல் E-III சங்கம் இரண்டாக பிரிந்து, E3 (Namboodiri) சங்கமாக K.G.போஸ் அணியினர் உருவான பிறகு, 1998 மாநில மாநாட்டில் தோழர் S.மோகன் தாஸ் மாநில தலைவராகவும், தோழர் S.செல்லப்பா மாநில செயலராகவும் தேர்வு செய்யப்பட்டது ஒரு வரலாற்று நிகழ்வு.

உடனடியாக 1999-ல் அச்சங்கத்தின் அகில இந்திய மாநாட்டை ஈரோடு மாவட்டத்தில் நடத்த பொறுப்பை ஏற்றுக்கொண்டு, இவரும் தோழர் S.செல்லப்பாவும் ஒரு மாத காலம் ஈரோட்டிலேயே தங்கி இருந்து பணி செய்ததும் மாநாட்டு நிகழ்வுகளை கண் முன் நிறுத்தியுள்ளார். மாநாடு நடத்தி மீதமான நிதியை பயன்படுத்தி சென்னை பழவந்தாங்கலில் இன்றும் செயல்பட்டு வரும் சங்க அலுவலகத்தை வாங்கியதை குறிப்பிட்டுள்ளது தமிழகத்தில் K.G.போஸ் அணியின் வளர்ச்சியின் எடுத்துக்காட்டுகள்.

மத்திய அரசின் தவறான பொருளாதார கொள்கைகளின் விளைவாக டெலிகாம் சேவைகளை, தனியார் மயமாக்கும் நோக்கத்தோடு, கோவை, ஈரோடு, சேலம், தர்மபுரி ஆகிய மாவட்டங்களில் தொலைத்தொடர்பு சேவைகளை Pilot project என்கிற அடிப்படையில் அமெரிக்காவின் U.S.West கம்பெனிக்கு தாரை வார்க்க முடிவெடுத்ததை எதிர்த்து E3, ITEU தோழர்கள் துவங்கிய சைக்கிள் பேரணி, 50 பேருடன் ஆரம்பித்து பொதுமக்கள், வர்த்தகர்கள் ஆதரவுடன் 500 பேராக எழுச்சியுடன் முடிவடைந்தது. ஊழியர்களின் கடும் எதிர்ப்பை கண்டு US West நிறுவனம் தனது Pilot project திட்டத்தை தானாக வாபஸ் பெற்றுக் கொண்டதும் K.G.போஸ் அணியின் பலத்தை மேன்மேலும் உயர்த்தியதை விவரித்துள்ளார்.

டெலிகாம் தனியார் மயத்திற்கு எதிரான Door Sanchar Sangarsh Samiti நடத்திய இயக்கங்களையும், டெலிகாம் இலாகாவை கார்ப்பரேஷனாக மாற்ற எடுக்கப்பட்ட அரசின் முடிவுகளையும், அதற்கு ஆதரவான NFTE திருத்தல்வாத தலைமையின் போக்குகளையும் விவரித்துள்ளார். ஒரு ரூபாய்க்கு சாப்பாடு, 10 பைசா டீ, 5 பைசா வடை என்று ஊழியர்களுக்கு ஆசை காட்டிய ஏமாற்று வித்தைகளையும், கார்ப்பரேஷன் மயமாக்கல் என்பது தனியார் மயத்தின் முதல் படி என்று ஊழியர்களிடம் விளக்கி, இறுதி வரை வலுவான போராட்டங்களை நடத்திய K.G.போஸ் அணியின் நிலைபாட்டையும் வேறுபடுத்தி காட்டியுள்ளார்.

சுரண்டப்படும் கேசுவல் ஊழியர்களின் நிரந்தரத்திற்காகவும், மணி நேர வேலைக்கு சம்பளம் என்று அத்து கூலிகளாக பணியாற்றிய Short duty/ RTP ஊழியர்களின் பணி நிரந்தரத்திற்காகவும் நடைபெற்ற இயக்கங்களை K.G.போஸ் அணியினர் முன்னெடுத்ததையும், அவற்றில் தோழரின் பங்களிப்பையும் சுட்டிக்காட்டியுள்ளார்.

தமிழகத்தில் NFTE-E IV லைன் ஸ்டாப் சங்க தலைமை ஜனநாயக உரிமைகளை காலில் போட்டு மிதித்து, வன்முறை கலாச்சாரத்தை ஏவி விட்ட போது ஜனநாயக உரிமைகளை உயர்த்தி பிடிக்க தொழிற்சங்க ஜனநாயக உரிமை பாதுகாப்பு குழு' உருவாக்கப்பட்டதையும் பின்னர் அது ITEU சங்கமாக உருவான வரலாற்றையும் பதிவு செய்துள்ளார்.

தமிழகத்தில் காண்ட்ராக்ட் ஊழியர் சங்கம் உருவான விதம், திண்டுக்கலில் 07.02.1999 (260TMI) TNTCWU சங்கம்

தோழர் M.முருகையா அவர்களை மாநில செயலராக கொண்டு துவங்கப்பட்டதையும், அதன் பிறகு அகில இந்திய அளவில் BSNL CCWF உருவாக்கப்பட்டது எல்லாம் ஒரு வரலாற்று நிகழ்வாக பதிவிட்டுள்ளார்.

2005 பம்பாய் CITU அகில இந்திய மாநாட்டில் தோழர் BTR அவர்கள் பெண்களை அணி திரட்டுவது குறித்து பேசிய வலுவான கருத்துகளை பகிர்ந்துள்ளார். பெண் தொழிலாளர்களை திரட்டாத சங்கம் ஒற்றை காலில் நொண்டியடிக்கும் இயக்கமாக இருக்கும் என்று கூறி பெண் தொழிலாளர்களை அணி திரட்ட வேண்டிய அவசியத்தை தோழர் மோகன்தாஸ் வலியுறுத்தியுள்ளார்.

தொழிற்சங்க இயக்கத்தில் ஐக்கிய முன்னணி தந்திரத்தின் அவசியத்தை விளக்கும் போது 2004 டிசம்பரில் நடைபெற்ற BSNL ஊழியர்களின் இரண்டாவது சரிபார்ப்பு தேர்தலில் BSNL ஊழியர் சங்கம் (BSNLEU) தோழமை சங்கங்களுடன் கூட்டணி உருவாக்கி தேர்தலில் அங்கீகரிக்கப்பட்ட முதன்மை சங்கமாக வெற்றி பெற்றது. அது தான் இன்று வரை எட்டாவது முறையாக தொடர் வெற்றி பெற அடிகோலியது என்பதனை விவரித்துள்ளார்.

BSNLEU மாநில சங்கத்தின் 2005 நாகர்கோவில் மாநில மாநாடு, இவர் மாநில சங்க பொறுப்பில் நீடிக்க வேண்டும் என்று தோழர்கள் விரும்பினர். இவர் 2007- ல் ஓய்வு பெற இருந்ததாலும் இளைஞர்களுக்கு வழி விட்டு எந்த பொறுப்பும் ஏற்காமல் இருந்தது இவரது சிறப்பம்சம்.

ஓய்வு பெற்ற பிறகு ஓய்வூதியர் சங்கத்தை தமிழ்நாட்டிலும் அகில இந்திய அளவிலும் உருவாக்குவதில் இவரது பங்களிப்பு மகத்தானது. K.G. போஸ் அணியில் சங்க பணியாற்றிய பலர் ஓய்வு பெற்ற பின் மாற்று ஓய்வூதியர் சங்கத்திற்கு சென்றாலும், மனம் தளராது AIBDPA மாநில சங்கத்தை உருவாக்கி, ஊர் ஊராக பயணித்து சங்கத்தை கட்டி வலுப்படுத்தியதையும் விவரித்துள்ளார். அச்சங்கத்தின் மாநில தலைவராகவும், தற்போது மாநில துணை தலைவராகவும் தொடர்ந்து மத்திய சங்க துணை தலைவராகவும் செயல்பட்டு வருகிறார். தேசிய ஓய்வூதியர் சங்கங்களின் கூட்டமைப்பான (NCCPA) வில் அகில இந்திய துணை பொதுச் செயலாளராகவும் செயல்பட்டு வருகிறார்.

AIBDPA சங்கத்தின் அகில இந்திய துவக்க மாநாட்டில் (21/10/2009) CITU அகில இந்திய தலைவர் தோழர் MK பாந்தே

அவர்கள் Pensioners are part and parcel of the Indian working class என்று குறிப்பிட்டது எவ்வளவு சரியானது என்று மேற்கோள் காட்டி இன்று நடைபெறும் இயக்கங்களில் ஓய்வூதியர்களின் பங்களிப்பை முன்னிலைப்படுத்தியுள்ளார்.

ஓய்வூதியர்களின் பிரச்சனைகள் தொடர்பான இவரது கட்டுரைகள் விழிப்புணர்வை ஏற்படுத்தியுள்ளது.

டெல்லியில் நடைபெற்ற விவசாயிகள் போராட்டத்திற்கு AIB-DPA அகில இந்திய சங்கம் 5 லட்சம் ரூபாய் நன்கொடை கொடுத்ததையும் பெருந்தொற்று கொரானா காலத்தில் ஊதியம் இல்லாமல் கஷ்டப்பட்ட காண்ட்ராக்ட் ஊழியர்களுக்கான ஏழரை லட்சம் ரூபாய் தமிழ்நாடு AIBDPA சங்கம் வசூலித்து மளிகை பொருட்கள் உட்பட நிதியுதவி செய்ததையும் குறிப்பிட்டுள்ளார். இது ஓய்வூதியர்களின் வர்க்க உணர்விற்கு ஒரு எடுத்துக்காட்டு.

இலாகாவில் பணியாற்றும் போதே CITU சங்கத்துடன் நெருங்கிய தொடர்பு தீப்பெட்டி தொழிலாளர்களை சங்கப்படுத்துவதில் இவரது பங்களிப்பு, பின்னர் அவர்களின் சங்கத் தலைவராக CITU சங்கத்தின் தூத்துக்குடி மாவட்டத்தின் முன்னணி தோழராக வளர்ந்ததும், கோவில்பட்டி - தூத்துக்குடி CITU நிகழ்ச்சிகள் இவரின்றி இல்லை என்பதும் எதார்த்தம்.

இந்தி எதிர்ப்பு போராட்டங்களையும், 1968 பொதுத் தேர்தலில் காங்கிரஸ் கட்சி பலவீனப்பட்டத்தையும் துல்லியமாக குறிப்பிட்டுள்ளார். 25.12.1968-ல் நடைபெற்ற வெண்மணி கோர சம்பவத்தையும் கண் முன் நிறுத்தியுள்ளார்.

1975- ல் எமர்ஜென்சியை பற்றி குறிப்பிடும் போது அதன் தாக்கம் தபால் - தந்தி தொழிற்சங்கத்தில் இருந்ததையும், NFPTE இயக்கம் இரண்டாக பிளவு பட்டதையும் குறிப்பிட்டுள்ளார்.

வியட்நாம் - அமெரிக்க யுத்தத்தில் வியட்நாம் வெற்றி பெற்ற (30.04.1975) தினத்தை அந்த ஆண்டு உலக தொழிலாளர்களுக்கான மே தின பரிசாக கொண்டாடியதை நினைவு கூர்ந்துள்ளார்.

தோழர் மோகன்தாஸ் தனது திருமண நிகழ்வுகளையும், தனது இணையர் மீது இவர் கொண்டுள்ள தீரா காதலையும், அவரை மார்க்சிய அரசியலுக்குள் கொண்டு வந்ததையும் நயமாக எடுத்துரைத்துள்ளார். இவரது வெற்றிக்கு காரணங்களில் முக்கியமான ஒன்று, இவர் தனது குடும்பத்தினரை

அரசியல்படுத்தியது, மனைவி, மருமகள் என்று அனைவரையும் மார்க்சிய பாதையில் பயணிக்க வைத்தது இவர்கள் CPM கட்சியிலும், CITU சங்கத்திலும் முக்கிய பொறுப்பில் உள்ளார்கள் என்பது பெருமையான விஷயம்.

கம்யூனிச மார்க்சிய தத்துவத்தில் பற்று கொண்ட இவர் CPM கட்சி, CITU சங்கத்தில் தன்னை இணைத்துக் கொண்டு, தொலைத்தொடர்பு அரங்கில் K.G. போஸ் அணியின் தலைவராக செயலாற்றினார். இலாகாவில் சேரும் போது E III (NFPTE) சங்கத்தின் அடிப்படை உறுப்பினரான இவர், தான் ஏற்றுக் கொண்ட கொள்கையின் காரணமாக E III (N), BSNLEU, AIBDPA, NCCPA அமைப்புகளில் தலைமை பாத்திரம் வகித்துள்ளார் என்பது இவரது பணிக்கு அங்கீகாரம்.

நிறைவாக,

தபால் தந்தி இயக்க வரலாறு பற்றி பல புத்தகங்கள் வந்துள்ளன. அவையெல்லாம் அகில இந்திய அளவில் நடைபெற்ற இயக்கங்கள் தொடர்பானவை. தமிழக தொலைத்தொடர்பு தொழிற்சங்க வரலாறு, அதில் K.G. போஸ் இயக்கத்தின் பங்களிப்பு முன்னிலைப் படுத்திய புத்தகம் இல்லை என்ற குறைபாடு இருந்தது. அந்த இடைவெளியை தோழர் S.மோகன்தாஸின் வாழ்க்கை பயணம் புத்தகம் சரி செய்யும்.

எனவே, இந்த புத்தகத்தை, ஊழியர்கள், ஓய்வூதியர்கள், காண்ட்ராக்ட் ஊழியர்கள் என அனைவரும் வாங்கி படித்து, வரலாற்றை புரிந்து கொள்ள வேண்டும்.

தோழமை வாழ்த்துக்களுடன்

20.04.2023 **R. ராஜசேகர்**

Halifax, Canada மாநில செயலர்

ஆரம்பப் பள்ளி நாட்கள்

விளாத்திகுளம் திரு.பே.சுப்பையா பிள்ளை திருமதி. செல்லம்மாள் தம்பதியின் இனிய இல்லற வாழ்க்கையில் திருமதி செல்லம்மாவுக்கு 17 முறை மகப்பேறு ஏற்பட்டது. 13வது மகப்பேற்றின்போது நான் பிறந்தேன். மகப்பேற்றின்போது இறந்து போன குழந்தைகள் போக 11 பேர் வளர்ந்து பெரியவர்களானார்கள். ஆறு பெண்கள். ஐந்து ஆண்கள். ஆண்களில் 4 பேர் எனது அண்ணன்மார்கள். நான் கடைக்குட்டி. பெண்களில் 4 பேர் தமக்கைமார்கள். 2 பேர் தங்கைமார்கள். ஆக மொத்தம் 11 செல்வங்களில் நான் 9வது செல்வம்.

அதனால்தானோ என்னவோ எனக்கு ஜாதகம் கிடையாது. ராசி என்னவென்று தெரியாது. கோவிலுக்குப் போய் மொட்டையடித்து காது குத்துகிற விழா எதுவும் கிடையாது. வழக்கமாக எங்கள் வீட்டிற்கு முடி வெட்டவும் சவரம் செய்யவும் வரும் ஆதிலிங்கம் ஒரு நாளைக்கு வந்து எனக்கு மொட்டையடித்து அந்த மொட்டையடிப்பு விழாவை இனிதே முடித்து வைத்தார். தீபாவளி மற்றும் பொங்கல் விழாக்களின்போது வேட்டி, சட்டை, துண்டு ஆகியவையும் அறுவடையின்போது தானியங்களும் ஆதிலிங்கத்தின் ஆண்டுச் சம்பளமாக இருந்தது. ஏமாற்ற நினைப்பவர்களிடம் எனக்கு ஏற்கெனவே காது குத்தியாச்சு என்று நீங்களெல்லாம் சொல்வீர்களே, அது மாதிரி என்னால் சொல்ல முடியாது. இதுநாள் வரை அந்த காதுகுத்து விழா எனக்கு நடைபெறவே இல்லை.

மூத்த தமக்கைகள் இருவரும் திருமணமாகிச் சென்றுவிட... மற்ற 4 சகோதரிகள் வீட்டில் இருந்தார்கள். எனது மூன்றாவது சகோதரி தனலட்சுமி அக்காவுக்கு என்மேல் கொள்ளைப் பிரியம். வீட்டு வேலைகள் செய்துகொண்டே என்னை அருகில் உட்கார வைத்து பாடம் சொல்லித் தருவாள். ஆறாவது வயதுவரை தனலட்சுமி அக்காவிடம் வீட்டிலேயே பாடம் கற்றுக்கொண்டேன். படிப்பில் மிகுந்த ஆர்வமுள்ளவனாக இருந்தேன். பள்ளியில் நான்

முதல் மாணவனாகத் திகழ்ந்ததற்கு இந்தப் படிப்புதான் காரணமாக இருந்தது.

அப்போது எங்களுக்கு நிறைய வயல்களும், காடுகரைகளும், வீடுகளும் இருந்தன. தொழுவத்தில் இருபதுக்கும் மேற்பட்ட மாடுகள் இருந்தன. விவசாய வேலைகளுக்குப் பயன்படக்கூடிய இரட்டை மாட்டு கட்டை வண்டி ஒன்று இருந்தது. வண்டியை ஓட்டிச் செல்லும் குடியானவரின் குடும்பம் மாட்டுத் தொழுவத்தை அடுத்திருந்த குடிசை வீட்டில் குடியிருந்தது. அது ஒரு பசுமை நிறைந்த காலம்.

எங்கள் தந்தையை நாங்கள் ஐயா என்று கூப்பிடுவதுதான் வழக்கம். எங்கள் ஐயா ஒரு முற்போக்கு சிந்தனையாளராக இருந்தார். நான் பிறக்கும்போதும் அதற்கு சில ஆண்டுகள் முன்னதாகவும் இந்தியாவில் விடுதலைப் போராட்டம் அதன் உச்ச கட்டத்தில் இருந்தது. போராட்டங்களினால் நாடு முழுவதும் கொந்தளித்துக் கொண்டிருந்தது. வெள்ளையனே வெளியேறு இயக்கமும், கப்பற்படை எழுச்சியும், **1946** ஜூலை **11**ல் துவங்கிய தபால் தந்தி ஊழியர்களின் காலவரையற்ற வேலை நிறுத்தப் போராட்டமும் நாடெங்கும் கிளர்ந்தெழுந்த தொழிலாளி வர்க்கத்தின் வீரஞ்செறிந்த போராட்டங்களும் வெள்ளை ஏகாதிபத்தியத்தை குலைநடுங்க வைத்தன.

எங்களது ஐயா விடுதலைப் போராட்டத்தினால் மிகவும் ஈர்க்கப்பட்டு அதில் தீவிர ஈடுபாடு கொண்டவராயிருந்தார். மிகப் பெரிய ஜவுளிக்கடை எங்களுக்கு இருந்தது. ஆனந்த பவன். ஜவுளிக்கடை பில்களில் மகாத்மா காந்தி, ஜவஹர்லால் நேரு போன்ற தலைவர்களின் படங்கள் பொறிக்கப்பட்டிருந்தன. அந்த நேரம் பிறந்த எனக்கு மோகன்தாஸ் கரம்சந்த் காந்தி என்று தேசத் தந்தையின் பெயரையே சூட்டினார்கள்.

என்னுடைய ஆறாவது வயதில் விளாத்திகுளம் ஆரம்பப் பள்ளியில் என்னைச் சேர்த்தார்கள். என்னுடைய பள்ளி வாழ்க்கை ஆரம்பமானது.

ஆரம்பப் பள்ளி நாட்கள் - 2

விளாத்திகுளத்தில் ஒன்றாம் வகுப்பு முதல் ஐந்தாம் வகுப்பு வரை மட்டும் உள்ள ஆரம்ப பாடசாலைகள் இரண்டு இருந்தன. ஒன்று, பையன்கள் மட்டுமே படிக்கக்கூடியது. இன்னொன்று

பெண் பிள்ளைகளுக்கு மட்டுமானது. அரசு உயர்நிலைப் பள்ளி ஒன்றே ஒன்று மட்டும் இருந்தது. எனவே அது இருபாலர் பள்ளியாக இருந்தது. இதுபோக எட்டாம் வகுப்பு வரை இருந்த TDTA மிஷன் பள்ளி ஒன்றும் இருந்தது.

ஒன்றாம் வகுப்பில் என்னைச் சேர்ப்பதற்கான ஏற்பாடுகள் நடந்தன. ஏற்கெனவே 3ஆம் வகுப்பு வரை பள்ளிக்கூடத்தில் என்ன சொல்லித் தருவார்களோ, அவை அனைத்தையும் வீட்டில் வைத்து தனக்காவிடம் முழுமையாக கற்றுத் தேர்ந்திருந்தேன். எனவே, பள்ளிக்கூடம் செல்வதற்கான எந்தத் தயக்கமும் கூச்சமும் எனக்கு ஏற்படவில்லை.

எனது ஐயாவுக்குத்தான் சிறிது சிரமம் ஏற்பட்டது. பள்ளிக் கூடத்தில் சேர்ப்பதற்கு என்னுடைய பிறந்த தேதி வேண்டும். வீட்டில் யாருக்கும் அது தெரிந்திருக்கவில்லை. வீட்டில் ஒருவருக்கொருவர் விசாரித்ததில் மகாத்மா காந்தி படுகொலை செய்யப்பட்ட சமயம் நான் எனது தாயின் வயிற்றில் 5 மாதக் கருவாக இருந்ததாக அவர்கள் மூலம் தெரிய வந்தது. அப்படிப் பார்த்தால் நான் 1948 மே மாதம் பிறந்திருக்க வேண்டும். நான் பயங்கர சேட்டைக்காரனாக இருந்ததால் எனக்கு சித்திரைச் சுழியன் என்று பெயர்.

எனது தமக்கைமார்கள் நான் சித்திரை மாதம் அதாவது, மே மாதம் பிறந்ததாக உறுதியாகச் சொன்னார்கள். தேதி மட்டும் கடைசி வரை தெரியவேயில்லை. என்னுடைய ஐயா 5ஆம் தேதி என்று முடிவு கட்டி தேதிப் பிரச்னைக்கு ஒரு முற்றுப்புள்ளி வைத்தார். ஆக, என்னுடைய பிறந்த தேதி 5-5-1948 என்று ஏகமனதாக முடிவானது.

ஆனால் பள்ளியில் சேர்க்கும்போது சிறிது தவறு நடந்து என்னுடைய பிறந்த தேதி 5-5-1947 என்று பதிவாகி விட்டது. எனக்கு வயதாகமலேயே ஒரு வயது கூடிவிட்டது. என்னுடைய ஐயா கண்டுபிடித்த அந்தத் தேதியே பள்ளிச் சான்றுகளின் படி இன்றுவரை என்னுடைய அதிகாரப்பூர்வ பிறந்த தேதியாக இருந்து வருகிறது.

மே 5ஆம் தேதி மாமேதை காரல் மார்க்சின் பிறந்த தேதி என்பது அப்போது எங்கள் யாருக்கும் தெரிந்திருக்கவில்லை. எங்களை அறியாமல் அதே தேதியை என்னுடைய பிறந்த தேதியாக பதிந்துகொண்டு விட்டோம். அறியாமல் செய்த பிழை.

எனவே, அனைவரும் பெரிய மனது பண்ணி பொறுத்துக்கொள்ள வேண்டும். அவருடைய பிறந்த தேதியை வைத்துக்கொண்டதாலோ என்னவோ, காரல் மார்க்ஸ் அதைச் சாக்காக வைத்து எனக்குள்ளே புகுந்து என்னைக் கெட்டியாகப் பிடித்துக்கொண்டு விட்டார்.

ஒன்றாம் வகுப்பு டீச்சரம்மாவை நினைவில் கொண்டு வரப்பார்க்கிறேன். முடியவில்லை. ஏதோ ஒரு நிழல் மாதிரிதான் அவருடைய முகமும் தோற்றமும் தோன்றுகிறது. நிறம் மட்டும் சிவப்பும் இல்லாத கறுப்பும் இல்லாத மாநிறம். நிச்சயமாக சடை போட்டிருக்கவில்லை. கொண்டை போட்டிருந்தார்கள். கம்பீரமான தோற்றம். கண்ணாடி அணிந்திருந்தார்கள். கனிவானவர்கள் தான். டீச்சரை அம்மா அவர்கள் என்று மரியாதையாக அழைக்கவேண்டும். நாங்கள் அதைத் தமிழ்ப்படுத்தி **அம்மாங்க** என்று அழைத்தோம்.

வருகைப் பதிவேட்டில் மோகன்தாஸ் கரம்சந்த் காந்தி என்ற என்னுடைய நீளமான பெயர் அடங்க மறுத்தது. எனவே, கரம்சந்த் காந்தியை வெட்டி விட்டு மோகன்தாஸ் என்று அம்மாங்க என்னுடைய பெயரைப் பதிவு செய்தார்கள். மகாத்மா காந்தியிடமிருந்து கொள்கை ரீதியில் நான் பிரிவதற்கு **10, 12** வருடங்களுக்கு முன்பே அம்மாங்க எங்கள் இருவரையும் பிரித்து விட்டார்கள். குடும்பத்தினரும் நண்பர்களும் மோகன்தாஸில் உள்ள தாஸை வெட்டிமோகன் என்றும் இன்னும் செல்லமாக மோகு என்றும் என்னுடைய பெயரை இன்னும் சுருக்கி விட்டார்கள்.

எங்களது அந்த ஆரம்பப் பாடசாலையிலும் வீட்டிலுமாக ஒன்றாம் வகுப்பு முதல் மூன்றாம் வகுப்பு வரை வெற்றிகரமாக படித்து முடித்தேன்.

ஆரம்பப் பள்ளி நாட்கள் - 3

நான்காம் வகுப்பு, ஐந்தாம் வகுப்பு படிக்கும்போது பள்ளிக் கூடக் கூச்சம் அறவே மறைந்து போனது. பள்ளிக்கூடம் செல்வது மகிழ்ச்சியானதாகவும் உற்சாகமானதாகவும் மாறிப் போனது. பள்ளிக்கூடம் பழகிப்போன இடமாகிவிட்டது. ஆசிரியர்கள் அன்பாக இருந்தார்கள். சற்று பெரியவனாக நான் வளரந்திருந்தேன். நெருக்கமான நண்பர்கள் குழாம் உருவாகியிருந்தது.

நடுவில் பள்ளிக்கூடமும் அதைச்சுற்றி நாலாபுறமும் மிகப் பெரிய மைதானம் போன்ற இடைவெளியும் அதை அடுத்து

நாற்புறமும் நீளமான காம்பவுண்டு சுவரும் இருந்தன. பள்ளிக்கூடம் முடிந்ததும் மெயின் கேட்டில் தொத்தி ஏறி காம்பவுண்டு சுவரின் மேல் பல ரவுண்டுகள் வேகமாக ஓடுவோம். பள்ளிக்கூட ஜன்னலில் தாவி ஏறி ஜன்னல் குரங்கு விளையாட்டு விளையாடுவோம். காம்பவுண்டு சுவரில் ஏறி ஓட பயப்படுகிறவர்களும் ஜன்னலில் தாவி ஏற முடியாதவர்களும் கொக்கோ, வாலிபால், கால்பந்து போன்ற விளையாட்டுகளை விளையாடுவது உண்டு.

விளையாட்டெல்லாம் முடிந்து வீட்டிற்குச் சென்றவுடன் பைக்கூட்டை தொப்பென்று ஒரு மூலையில் போட்டுவிட்டு கை கால், முகம் கழுவி சாப்பிட உட்காருவேன். அம்மா பாசத்தோடு தட்டு நிறைய சோறு வைத்து தருவார்கள். அம்மா வைக்கிற சாம்பாருக்கு எங்கிருந்துதான் அப்படி ஒரு மணம் வருமோ தெர்யாது. அந்த மணமும் ருசியும் இப்போது நினைத்தாலும் ஏக்கமாக இருக்கிறது. அது வெறும் சாம்பார் சாதம் அல்ல. அம்மாவின் அத்தனை அன்பும் பாசமும் அதில் கலந்திருந்தது. அம்மாவின் அந்த சாம்பார் சாதம் இனி என்றைக்கு எனக்குக் கிடைக்கும் என்று நினைத்துப் பார்க்கிறேன்.

அது ஒரு சாயங்காலச் சாப்பாடு. அதுபோக வழக்கம்போல இரவு உணவாக இட்லி தோசையும் உண்டு. அப்போதெல்லாம் காலை, மதியம், சாயங்காலம், இரவு என்று நாலு வேளை சாப்பாடு உண்டு. லீவு நாட்களில் ஐந்து வேளை சாப்பாடும் உண்டு. ஒரு நாளைக்கு மூன்று வேளைதான் சாப்பிட வேண்டும் என்று எனக்கு நீண்ட நாளைக்குப் பிறகுதான் தெரியும்.

ஊருக்கு வடக்கே சாலையமும் அதற்கும் அப்பால் கம்மாயும் இருந்தன. சாலையத்துக்கு சற்று முன்பாகவே ஆத்திமுத்து டாக்டர் வீட்டிற்கு மேற்கில் குரூஸ் பிள்ளை தோட்டமும் வீடும் இருந்தன. திருவாளர் குரூஸ் ஓய்வு பெற்ற சப்கலெக்டர். இலங்கையைச் சேர்ந்தவர். ஆங்கிலத்தில் புலமை வாய்ந்த எங்கள் ஊர் சேஷகிரி ஐயரும் சப்- கலெக்டர் குரூஸும் நண்பர்கள். இருவரும் ஆங்கிலப் பிரியர்கள். அடிக்கடி சந்தித்து அளவளாவிக் கொண்டிருப்பார்கள். அப்படி என்னதான் பேசுவார்களோ? சேஷகிரி ஐயர் மகன் கிரிஜா மோகனும் குரூஸ் மகன் ஜெட்ரிக் பெரீசும் எனது நண்பர்கள். ஜெட்ரிக் பெரீசுக்கு என்மீது அலாதியான பாசமும் நட்பும் இருந்தன. இலங்கையிலிருந்து வந்த ஒருவிதமான சுவையான சாக்லேட் நிறைய வைத்திருப்பான். எனக்குத் தருவான்.

ஒரு நாள் பேசிக் கொண்டிருக்கும்போது நான் விளையாட்டாக ஏதோ சொல்லப்போக... அவனுக்கு கடுமையான கோபம் வந்து விட்டது. அவனது விரலை பலவந்தமாக என்னுடைய வாய்க்குள் திணித்து உள்ளேயிருந்த சாக்லேட்டை கோபமாகப் பிடுங்கி வெளியே வீசி எறிந்தான். நான் திகைத்துப்போய் நின்று விட்டேன். வேகமாகப் போனவன், சிறிது நேரம் கழித்து திரும்ப வந்தான். எனது கைகளைப் பிடித்துக் கொண்டான். கண்களிலும் முகத்திலும் மன்னிப்புக் கேட்கும் பாவனை இருந்தது. மளமளவென்று கண்ணீர் பெருகி வழிந்தது. நான் அப்படியே அவனைக் கட்டியணைத்து சமாதானப்படுத்தினேன். எனது கண்களிலும் கண்ணீர் பெருக்கெடுத்தது. ஒரு வருடம் மட்டும் தான் என்னுடன் படித்தான். இப்போது எங்கிருக்கிறான், என்ன செய்கிறான் என்று தெரியவில்லை.

அன்று நடந்த அந்த நெகிழ்ச்சியான சம்பவம் எனது நினைவை விட்டு நீங்க மறுக்கிறது. எங்கள் பள்ளிக்கூடம் ஒரு பல்கலைக்கழகம் மாதிரி. சுற்றுவட்டாரக் கிராமங்களில் இருந்து இங்குதான் மாணவர்கள் படிக்க வருவார்கள். ஊருக்கு வடக்கே கரிசல்குளம், அயன்பொம்மையபுரம், கிழக்கே கத்தாளம்பட்டி, மேற்கே கம்மாப்பட்டி, பிள்ளையார் நத்தம், தெற்கே வைப்பாற்றைத் தாண்டி துளசிப்பட்டி, வெள்ளையம்மாள்புரம், மந்திக்குளம் செங்கப்படை, கமலாபுரம் அனைத்து கிராமங்களிலிருந்தும் எங்கள் பள்ளிக்கு வந்துதான் படித்தார்கள். அத்தனை கிராமங்களுக்கும் நண்பர்கள் வீடுகளுக்கும் நான் சென்றிருக்கிறேன்.

அந்த நாட்களில் நாங்கள் மிக விரும்பிச் சாப்பிடுகிற ஒரு பழம் இருந்தது. புளியம்பழம். வைப்பாற்றுப் பாலத்தின் தென்கோடி முனையில் இடதுபுறமாக இருந்த அந்தப் புளியமரத்தின் பழம் இருக்கிறதே, அதன் ருசி மிக மிக அற்புதமாக இருக்கும். பழத்தைவிட ஓதப்பழம் மிகுந்த சுவையாக இருக்கும்.

புளிப்பும் இனிப்பும் கலந்த அந்தச் சுவைக்கு ஈடு இணையே கிடையாது. அந்தப் பழத்துக்காகவே நாங்கள் வைப்பாற்றுப் பாலத்தின் தென் கோடிக்கு மெனக்கெட்டு நடந்து செல்வதுண்டு. அப்புறம் ஆற்று நீரில் துளைந்து விளையாடிவிட்டு வீட்டுக்குத் திரும்பி வந்து சேர்வதுண்டு.

SSLC படித்து முடிக்கிறவரை நாங்கள் அனைவரும் செருப்பு அணிகிற பழக்கம் இல்லை. வெறும் காலோடேயே வந்து போய்க்

கொண்டிருப்போம். 2 கி.மீ., 3 கி.மீ., 4 கி.மீ. அத்தனை தூரமும் நடைதான். விளையாடிக்கொண்டும் பேசிச் சிரித்துக் கொண்டும் நடந்தே சென்ற காலங்கள் அவை. எந்த வித்தியாசமும் வேறுபாடுகளும் இன்றி நட்பு ஒன்றே பிரதானமாக நாங்கள் வாழ்ந்த பொன்னான நாட்கள் அவை. காலச் சக்கரம் என்று சொல்கிறார்களே, அப்படி ஒரு சக்கரம் வந்து அந்தப் பள்ளிப் பருவத்துக்கு மீண்டும் எங்களைக் கொண்டுசெல்லுமா?.

ஆரம்பப் பள்ளி நாட்கள் - 4

பள்ளி நாட்களில் நண்பர்களுடன் கழித்த நேரம் போக, மீதி நேரம் முழுவதும் புத்தகமும் கையுமாகவே இருப்பேன். என்னை ஒரு புத்தகப்புழு என்று சொல்வார்கள். விளாத்திகுளம் பஞ்சாயத்து அலுவலகம் கிழக்குப்புற வாசலோடு புதூர் மெயின் ரோட்டில் பிள்ளையார் கோயிலுக்கும் வெள்ளைக்காரன் காலத்து லாந்தர் விளக்கு கல்தூண் கம்பத்துக்கும் சற்று வலது புறம் அமைந்திருந்தது. பஞ்சாயத்து அலுவலகத்துக்குப் பின்புறம் சிறிய பூங்கா மாதிரியான இடமும் மேற்குப்புற காம்பவுண்டு சுவரை ஒட்டி நூலகமும் இருந்தன.

கதர் ஸ்டோர் இருந்த ரோட்டில் அதற்கு எதிர்ப்புறம் கம்பி அளி போட்ட வீடு எங்கள் வீடு. நூலகமும் எங்கள் வீடும் மிகவும் அருகிலேயே இருந்தன. தடுக்கி விழுந்தால் ஒரு இடத்திலிருந்து இன்னொரு இடத்திற்குப் போய்விடலாம். பெரும்பாலும் அந்த நூலகத்தில்தான் நான் இருப்பேன். என்னைத் தவிர வினையே என்று அந்த நூலகரும் இருப்பார். நான் இல்லையென்றால் ஜாலியாகப் பூட்டிவிட்டுப் போய்விடலாம். வேறு யாரும் நூலகத்துக்கு வந்து நான் பார்த்ததில்லை.

திடீரென்று ஒரு நாள் ‘எல்லா புத்தகங்களையும் நீ படித்து விட்டாய். இனி படிப்பதற்கு புத்தகம் ஒன்றும் இல்லை’ என்று நூலகர் ஒரு குண்டைத் தூக்கிப் போட்டார். இவ்வளவு புத்தகங்களையும் கரையானுக்குப் போட்டால் பத்து வருசம் சாப்பிடும். நீ ஒரு பெரிய புத்தகப் புழு. பத்து மாதத்தில் சாப்பிட்டு விட்டாய் என்று புகழாரம் வேறு.போதுமான புத்தகங்களை நூலகத்துக்கு வாங்கிப் போடாதது என்னுடைய தவறா என்ன?

என்ன செய்வது என்று திகைத்துப்போன சமயம் அயன்பொம்மையாபுரம் சீனிவாசன் உதவிக்கு வந்தான்.

விளாத்திகுளத்திலிருந்து வடக்குத் திசையில் **3, 4** கி. மீ. தூரத்தில் கம்மாயையும் பண்டார ஊருணியையும் தாண்டி அயன்பொம்மையாபுரம் இருந்தது.

தலை நிறைய அடர்த்தியான சடை முடியும் நீளமான வெள்ளை நிற தாடியும் நெற்றியில் ஒற்றை நாமமுமாக முனிவர் மாதிரி காட்சி தரும் திருமிகு. லட்சுமணசுவாமி ஐயாதான் நண்பன் சீனிவாசனுடைய தகப்பனார். சீனியும் நாமம் போட்டிருப்பான். ஆனால், லட்சுமணசுவாமி ஐயாவின் கம்பீரம் அவனிடம் இல்லை. இவ்வளவு தூரம் லட்சுமணசுவாமி ஐயாவை அறிமுகம் செய்து வைக்க வேண்டிய காரணம் அவர் ரெகுலராக 'கல்கி' புத்தகம் வாங்குபவர் என்பதுதான். அதுமட்டுமல்ல.. 'கல்கி'யில் வருகிற கதைகளை தனியே பிரித்தெடுத்து தைத்து கதைப் புத்தகங்களாக பாதுகாத்து வைத்திருந்தார்.

லட்சுமணசுவாமி ஐயாவை நயந்து பணிந்து நல்ல பையன் என்று பெயர் வாங்கி அந்தப் புத்தகங்களை இரவல் வாங்கிப் படிக்க நேர்ந்தது. ஒவ்வொரு விடுமுறை நாளிலும் அயன்பொம்மையாபுரத்துக்கு நடையாய் நடந்து அடுத்த ஞாயிற்றுக்கிழமை வரை படிப்பதற்கான சில புத்தகங்களை வாங்கி வருவேன். நான் பள்ளி இறுதிப் படிப்பு படிக்கிறவரை எங்கள் வீட்டிற்கு மின் இணைப்பு கிடையாது. அரிக்கேன் விளக்கில்தான் நாங்கள் படித்தோம். அரிக்கேன் விளக்கைச் சுற்றி உட்கார்ந்து கொண்டு நானும் சகோதரிமார்களும் படித்தோம்.

லட்சுமணசுவாமி ஐயாவின் புத்தக இருப்பும் படித்துப் படித்து ஒரு நாள் காலியாகிவிட்டது. மேற்கொண்டு என்ன செய்வது என்று நானும் சகோதரிமார்களும் ஆலோசனை செய்தோம். இறுதியில் எங்களுடைய சொந்த ஐயாவையே அணுகுவது என்று முடிவானது. ஐயா 'கல்கி'யும் 'கலைமகளும்' வாங்கிக்கொள்ள சம்மதித்தார்.

அப்போது விளாத்திகுளம் பத்திரிகை ஏஜெண்டாக பாலசுப்பிரமணிய பிள்ளை இருந்தார். அவரிடம் பதிவாக புத்தகங்கள் வாங்கினோம். பாடப் புத்தகங்கள் படித்துவிட்டு கதைப் புத்தகங்களும் படித்தோம். சிறிது காலம் கழித்து 'கலைமகளை' நிறுத்தி விட்டு 'ஆனந்த விகடன்' வாங்கினோம். அப்புறம் 'குமுதம்' புத்தகத்தையும் கூடுதலாக வாங்கினோம்.

லட்சுமணசுவாமி ஐயா பொன்னியின் செல்வனின் ஐந்து பாகங்களையும் தனித்தனியே தைத்து வைத்திருந்தார். வாரம் ஒரு

பாகம் வீதம் அரிக்கேன் விளக்கு வெளிச்சத்தில் ஐந்து பாகங்களையும் படித்து முடித்தேன். அந்தச் சிறு வயதில் கல்கி என்னை மிகவும் ஈர்த்து ஆக்கிரமித்துக் கொண்டார். அப்போது வெளிவந்த கல்கியின் அனைத்துக் கதைகளையும் விடாமல் படித்து முடித்தேன். என்னைக் கேட்டால் எழுத்துலகில் அவருக்கு நிகர் அவரேதான்.

ஆரம்பப் பள்ளி நாட்கள் - 5

எங்களது மதுரை மாமா திரு. மு. பாலசுப்பிரமணிய பிள்ளை நெடிதுயர்ந்த உருவமும் கம்பீரமான தோற்றமும் கொண்டவர். மீசையை முறுக்கி விட்டிருப்பார். நெஞ்சுறுதி மிக்கவர். துணிச்சல்காரரர். ஜவுளித் தொழிலில் கொடிகட்டிப் பறந்தவர். பம்பாய் சேட்டுகளிடம் மொத்தமாக கொள்முதல் செய்து தென் மாவட்டங்கள் முழுவதும் வினியோகம் செய்யும் உரிமை பெற்றவர். பம்பாய் வல்லபதாஸ் சேட்டோடு தொழில்ரீதியான உறவு மட்டுமல்ல, தனிப்பட்ட நட்பும்கொண்டு தன்னுடைய கம்பீரமான மதுரை மாளிகைக்கு 'வல்லப விலாஸ்' என்று பெயரும் இட்டிருந்தார்.

என்னுடைய மூத்த சகோதரி பார்வதி அக்காவை மதுரை மாமாவின் மூத்த மகன் ரத்தினவேலுப் பிள்ளைக்கு மணம் முடித்துக் கொடுத்திருந்தோம்.

மாமாவின் மகள் சுப்புலட்சுமி அண்ணியை எனது அண்ணன் V.S. கணபதிக்கு மணம் முடித்திருந்தது. இப்படி வலுவான குடும்ப உறவோடு மதுரை மாமாவின் தொழில் வெற்றியை முழுக்க சார்ந்து நின்று எங்களது விளாத்திகுளம் ஆனந்த பவன் ஜவுளிக் கடையும் சிறப்பாக செயல்பட்டு வந்தது. மதுரை மாமாவை நாங்கள் அண்ணன், தம்பிமார்களுக்குள் மூனா, பானா என்று மரியாதையாக சொல்லிக்கொள்வதுண்டு.

'போகம் வேண்டிப் பொதுச்சொற் பொறாது
இடஞ்சிறி தென்னும் ஊக்கம் துரப்ப'

என்று கபிலர் பாடியதைப்போல இப்பூவுலகம் அனைவருக்கும் பொது என்பதை ஏற்றுக் கொள்ளாமல் தன்னுடைய இடம் சிறியது என்ற எண்ணத்தில் அடுத்தவர்களது இடத்தைக் கவர நினைத்து அந்தக் கால நிலப்பிரபுத்துவ மன்னர்கள் இடையறாத போர்களில் இறங்கினார்கள்.

நிலப்பிரபுத்துவத்தைக் காட்டிலும் முற்போக்கானதென்று கருதப் படக்கூடிய முதலாளித்துவம் அடுத்த நாட்டைப் பிடித்து அடிமையாக்குகிற நிலப்பிரபுத்துவத்தின் அந்தக் குணத்தை மட்டும் கொஞ்சம்கூட விட்டுவிடவேயில்லை. உலகத்தை தங்களுக்கிடையே பங்கு போட்டுக்கொண்டு தங்களது சந்தையை விரிவாக்கிக்கொள்ளும் வெறித்தனமான நோக்கத்தோடு **2** உலகப் போர்களை முதலாளித்துவ நாடுகள் நடத்தின.

1939ல் துவங்கி **1945** வரை நீடித்த இரண்டாம் உலகப் போர் சொல்லொணாத நாசத்தை ஏற்படுத்தியது. **5** கோடி மக்கள் கொல்லப்பட்டனர். கோடிக்கணக்கானவர்கள் வீடு வாசல்களை இழந்தனர். கிட்டத்தட்ட அனைத்து நாடுகளின் பொருளாதாரமும் கடுமையாகப் பாதிக்கப்பட்டது. **70%** அளவுக்கான தொழில்களும் கட்டமைப்பு ஏற்பாடுகளும் சேதமாகின.

சில நல்ல விளைவுகளும் ஏற்பட்டன. பாசிசம் முறியடிக்கப்பட்டது. அதை முறியடித்ததில் சோவியத் செஞ்சேனையின் பாத்திரம் சரித்திரத்தில் பொன்னெழுத்துக்களால் பொறிக்கப்பட்டுள்ளது. உலகின் மூன்றின் ஒரு பகுதியில் ஒரு புதிய சோசலிச முகாம் மலர்ந்து மணம் பரப்பியது. காலனியாதிக்கம் தகர்ந்து அடிமைப்பட்டிருந்த நாடுகள் விடுதலை அடைந்தன. நமது இந்திய தாய்த்திரு நாடும் **1947** ஆகஸ்டு **15**ல் விடுதலை அடைந்தது. கூட்டுசேரா நாடுகளின் அணி உருவானது. மூன்றாம் உலகப்போரை தவிர்க்கும் நோக்கத்தில் ஐக்கிய நாடுகள் சபை உருவாக்கப்பட்டது.

ஆனால், உலகப்போரின் பின்விளைவாக ஏற்பட்ட பொருளாதார நெருக்கடி **1948**ஆம் ஆண்டைத் தொடர்ந்து தொடர்பாதிப்புகளை ஏற்படுத்தியது. மதுரையில் மாமா மூனா, பானாவின் ஜவுளித் தொழில் கடும் நெருக்கடிக்கு உள்ளானது. அதைச் சார்ந்திருந்த நாங்களும் எங்களது விளாத்திகுளம் ஜவுளிக்கடையை ஏறக்கட்ட வேண்டிய நிலை ஏற்பட்டது.

குடும்பத்தைப் பராமரிப்பதற்காக ஊருக்குள் சொந்தமக இருந்த அனைத்து வீடுகளையும் விற்க வேண்டி வந்தது. ஊருக்குத் தள்ளி மாட்டுத் தொழுவம் இருந்த இடத்தில் ஒரு மண் வீட்டைக் கட்டிக்கொண்டு குடியேறினோம். ஒன்றிரண்டு மாடுகளை மட்டும் வைத்துக்கொண்டு மீதி மாடுகளை விற்று விட்டோம். சோளத் தட்டை வைத்து அடுக்கி அதன்மேல் ஓலைக் கூரை வேய்ந்த மண்சுவர் வீட்டில் என்னுடைய சிறு வயதில் குடியேறினோம்.

நாங்கள் விற்பனை செய்த லட்சுமி என்கிற பசு மட்டும் ஒரு வாரம் கழித்து நான்கைந்து மைல்கள் நடந்து எப்படியோ மோப்பம் பிடித்து எங்கள் வீட்டிற்கு வந்து பெரிய குரலெடுத்து ''ம்ம்மா'' என்று கூப்பிட்டது. என்னுடைய அம்மா, லட்சுமியைக் கட்டிக் கொண்டு கண்ணீர் விட்டார்கள். சில மணிநேரம் கழித்து லட்சுமியின் சொந்தக்காரர் அதைத் தேடி வந்து மீண்டும் அழைத்துக்கொண்டு போனார்.

லட்சுமி எத்தனை நாள் எங்களையே நினைத்துக் கொண்டிருந்ததோ தெரியாது. நானும் அம்மாவும் நீண்ட நாட்கள் லட்சுமியின் நினைவால் ஏங்கிக்கொண்டிருந்தோம்.

ஆரம்பப் பள்ளி நாட்கள் - 6

வீடுகளை எல்லாம் விற்றது போக... வயல்களும் புஞ்சைகளும் மிச்சம் இருந்தன. பருத்தியும கம்மம்புல்லும் மிளகாய்வத்தலும் நிறைய விளைகிற கரிசல் பூமி எங்கள் விளாத்திகுளம். சுற்று வட்டாரத்தில் பருத்தி அதிகம் விளைந்ததால் பருத்தியிலிருந்து பஞ்சையும் கொட்டையையும் தனியே பிரித்தெடுக்கும் பெரிய ஜின்னிங பேக்டரி எங்கள் ஊரில் அமைந்திருந்தது. எங்களது பருத்தி காட்டுக்கு அம்மாவுடன் நானும் செல்வதுண்டு. ஐந்து தொழிலாளிகள் பருத்தி எடுத்தால் ஆறாவதாக அம்மாவும் ஏழாவதாக நானும் பருத்தி எடுப்போம். எங்கள் உழைப்பும் எங்கள் புஞ்சையில் இருக்கும். இரண்டு பேருக்கான கூலியும் மிச்சம். மதிய வேளையில் ஏதாவது மர நிழலில் உட்கார்ந்து நல்ல மோரில் கரைத்த கம்மங்கூழும் கடித்துக் கொள்ள பச்சை மிளகாயும் வைத்து மதிய உணவு சாப்பிடுவோம்.

அந்த உணவுக்கு இணை அது மட்டுமேதான். சாயங்காலம் வீட்டிற்கு வருவோம். பருத்தியை வீட்டிற்கு வெளியே தனியானதொரு அறையில் அம்பாரமாக குவித்து வைத்திருப்போம். கொஞ்சம் பருத்தியை எடுத்துக்கொண்டு போய் சேவோ வறுவலோ மிக்சரோ வாங்கிக்கொள்ளலாம். என்னுடைய பள்ளி நாட்களில் இத்தகைய பண்டமாற்று முறை எங்கள் ஊரில் பழக்கத்தில் இருந்தது.

எங்களது புதிய வீடு விளாத்திகுளம் - எட்டையபுரம் ரோட்டில் பால் பண்ணைக்கும் ஜின்னிங் பேக்டரிக்கும் மேற்கில் ஒரு பர்லாங்கு தூரத்தில் இருந்தது. வீட்டிற்குப் பின்புறம் தெற்கில் சற்று கிழக்கே சாய்ந்து டூரிங் சினிமா கொட்டகை இருந்தது.

டூரிங் கொட்டகையில் சாயங்காலம் ஆறரை மணிக்கு, நினைத்தபோது நீ வர வேண்டும்'' என்று TMS பாடினால் முதல் ஆட்டத்துக்கு டிக்கெட் கொடுக்க ஆரம்பித்து விடுவார்கள்.

தொடர்ந்து பாடல்களைப் போட்டுக்கொண்டேயிருப்பார்கள். பாடல்களை நிறுத்தி விட்டால் ஒண்ணாம் பிளே ஆரம்பித்து எழுத்து போடப்போகிறார்கள் என்று அர்த்தம். முதல் ஆட்டம் முடிந்தவுடன் 'உள்ளம் உருகுதையா' பாடலைப் போடுவார்கள். 'நீ அல்லால் தெய்வமில்லை' என்று சீர்காழி பாடினால் இரண்டாம் பிளே ஆரம்பமாகும். இரண்டாம் பிளே முடியும்போது நான் தூங்கிக் கொண்டிருப்பேன்.

எங்களது புதிய வீடு முதலில் ஒரு சிறிய படுக்கை அறையும் அடுத்து பெரிய ஹாலும் அதை அடுத்து அரங்கு வீடு என்று நாங்கள் சொல்லுகிற அம்மாவின் பூசை அறையும் கொண்டதாக இருந்தது. இந்த மூன்று அறைகளும் அகலவாக்கில் கிழமேலாக அமைந்திருந்தது. மூன்று அறைகளுக்கும் பொதுவாக தென்பக்கம் நீளமான தார்சா இருந்தது. தார்சாவுக்கும் தெற்கில் வானவெளியும் மண்ணால் கட்டி எழுப்பிய காம்பவுண்டு சுவரும் இருந்தன.

முதல் அறை ஐயாவுக்கான அறை. ஐயா முழுக்கவனம் செலுத்தி அக்கறை எடுத்துச் செய்த தேக்கு மரக்கட்டில் அந்த அறையில் இருந்தது. இப்போது அந்தக் கட்டில் ஐயா ஞாபகார்த்தமாக என்னிடம் உள்ளது. ஏழெட்டு பேர் சேர்ந்துதான் அதை அசைக்க முடியும். அந்தக் கட்டிலை பகுதி பகுதியாக கழட்டி மாட்டும் ஏற்பாடு இருந்தது. அதற்கான சாவி இருந்தது. ஐயா வேலை முடிந்து இரவில் படுக்க வரும்வரை அந்த அறையை நாங்களும் பயன்படுத்திக் கொள்வதுண்டு.

அடுத்திருந்த ஹாலில்தான் குடும்பத்தினர் அனைவரும் படுத்திருப்போம். அண்ணன்மார்கள் தார்சாவிலும் வானவெளியிலும் படுத்துக்கொள்வதுண்டு. தார்சாவில் அரிக்கேன் விளக்கு வெளிச்சத்தில் எங்கள் படிப்பு நடக்கும்.

வயலிலிருந்து அறுவடையாகி வரும் நெல்லை, மூட்டைகளில் அடுக்கி வைத்திருப்போம். தினமும் பெரிய கொப்பரையில் அந்த நெல்லை கொஞ்சம் கொஞ்சமாக அவித்துக் காய வைப்போம். அம்மாவும் அக்காவும் நெல் அவிப்பார்கள். காய்ந்த நெல்லை சகோதரிமார்கள் உரலிலிட்டு உலக்கையால் குத்தி

அரிசியாக்குவார்கள். நீண்ட நாட்கள் எங்களுக்கு சிவப்பு நிற கைக்குத்தல் அரிசி சாப்பாடுதான். ஒருமுறை உலக்கை கை தவறி விழுந்து காயம் ஏற்படவே... ஐயா ரைஸ் மில்லுக்குப் போகச் சொல்லி விட்டார்கள்.

அரங்கு வீட்டில் வடக்குப்புற சுவரில் அமைந்துள்ள 3 அடுக்கு ஷெல்பில் (அலமாரி) அம்மா குலதெய்வமாக வணங்கும் சீலைக்காரியும் (ஐயாவின் குலதெய்வம் மதுரை வீரன்) வேறு தெய்வங்களும் வீற்றிருப்பார்கள். அந்த அறையின் நடுவில் ஆறு அடி உயரத்தில் பெரிய குலுக்கை இருந்தது.

குலுக்கையின் கீழ்ப்புறமும் மேலேயுள்ள வாய்ப்பகுதியும் வட்டவடிவில் மூன்றடி விட்டம் கொண்டவையாக இருந்தன. வயிற்றுப் பகுதி சற்று உப்பி நாலு அடி விட்டம் கொண்டதாக இருந்தது. புஞ்சை வெள்ளாமையில் கிடைக்கும் கம்புத் தவசத்தை அதில் கொட்டி வைத்திருப்போம். நான்தான் ஸ்டூல் போட்டு ஏறி... குலுக்கைக்குள் இறங்கி தானியத்தை அள்ளிக் கொடுக்க வேண்டும். கையில் வெண்ணெயாய் வழுக்கும் கம்மஞ்சோறும் வத்தலும் பூடும் காயமும் சேர்த்து அரைத்த சிவப்பு சட்னியும் எனக்கு மிகவும் பிடிக்கும். கம்மஞ்சோறைக் கரைத்து சாப்பிடுவதாயிருந்தால் தொடுகறியாக சீனியவரை வத்தல் வேண்டும். கருப்பட்டி கடித்துக்கொண்டு கம்மஞ்சோறு சாப்பிடுவது எனக்கு விருப்பமில்லாதது. இன்னொரு சிறிய குலுக்கையில் மிளகாய்வத்தல் போட்டு வைத்திருப்போம்.

சீலைக்காரியிடம் அம்மா மிகுந்த பக்தி உள்ளவர்களாயிருந்தார்கள். சில சமயம் சீலைக்காரியோடு பேசிக்கொண்டிருப்பார்கள். இயற்கைக்கு அப்பாற்பட்ட சக்தி எதுவும் இல்லை என்று பின்னாளில் தெரிந்துகொண்டவன் நான். பொருள்முதல் வாத தத்துவத்தில் முழு நம்பிக்கை கொண்டு அதை ஏற்றுக் கொண்டவன். கிட்டத்தட்ட ஐம்பது ஆண்டுகள் பொருள்முதல்வாத வகுப்பு எடுத்து வருபவன். ஆனால், அந்தச் சிறு வயதில் அம்மாவின் நம்பிக்கையை ஏற்றுக்கொண்டவனாகவே இருந்தேன். நானும் சீலைக்காரியை வணங்கினேன். இப்போது நினைத்துப் பார்க்கிறேன். அம்மாவின் வார்த்தைகள், செயல்கள், வழிபாடு நம்பிக்கை இவை எதுவும் பொய்யானவை அல்ல. இது ஒரு உளவியல் சம்பந்தமான பிரச்சனை என்றுதான் புரிந்துகொள்ள வேண்டியுள்ளது.

என்னுடைய பள்ளி நாட்களில் அம்மாவைவிட வயதில் மூத்த விவசாயத் தொழிலாளிகளை நான் பெயர் சொல்லியும் ஒருமையிலும் அழைத்திருக்கிறேன். அதையெல்லாம் நினைக்கும்போது வருத்தமாக இருக்கிறது. சமுதாயம் சிறு வயது முதலே இத்தகைய நச்சுப் பழக்கத்தையும் கருத்தாக்கத்தையும் ஏற்படுத்தி வருவதற்கு எதிரான வலுவான போராட்டத்தை முன்னெடுக்க வேண்டியுள்ளது. இது பற்றி பின்னர் என்னுடைய சொந்த அனுபவங்கள் அடிப்படையில் பேசலாம்.

ஆரம்பப் பள்ளி நாட்கள் - 7

பொன்னார் மேனியனே புலித்
தோலை அரைக்கசைத்து
மின்னார் செஞ்சடை மேல் மிளிர்
கொன்றை அணிந்தவனே
மன்னே மாமணியே மழ
பாடியுள் மாணிக்கமே

அன்னே உன்னை அல்லால் இனி யாரை நினைக்கேனே சுந்தரரின் இந்த தேவாரப் பாடலை தன்னுடைய கணீரென்ற குரலில் ஐந்தாம் வகுப்பு ஆசிரியர் பாட, நாங்கள் தொடர்ந்து கோரசாக பின்னால் பாடுவோம். இனிமையான பாடல்தான். ஆனால், ஆசிரியர் இனிமையாகப் பாடினார் என்று சொல்ல முடியாது. என்றாலும் மனம் உருகிப் பாடினார் என்பது என்னவோ உண்மைதான்.

பாடல் முடிந்ததும் ஒரு உயரமான பையன் ஆசிரியரின் மேசை மேல் ஏறி அந்தப் பெரிய சுவர்க்கடிகாரத்தை மெதுவாக இறக்கி மேசை மேலேயே வைத்து விடுவான். ஆசிரியர் என்னைப் பார்த்து சைகை செய்தவுடன் நான் ஓட ஆரம்பிப்பேன். பஸ் நிலையம் தாண்டி நேரே ஓடினால் போலீஸ் ஸ்டேசனும் கச்சேரியும் வரும். போலீஸ் ஸ்டேசனை ஒட்டி நேர் கிழக்கே வேம்பார் ரோடு. நேர் தெற்கே ஆஸ்பத்திரி ரோடு. அதற்கு சற்று மேற்கே போஸ்ட் ஆபீஸ் இருக்கும். போஸ்ட் ஆபீஸ் வாசலில் நின்று உள்ளே மாட்டியிருக்கும் சுவர்க்கடிகாரத்தில் மணி பார்ப்பேன். திரும்ப பள்ளிக்கூடத்துக்கு வேக வேகமாக ஓடுவேன். அதற்குள் ஆசிரியர் கடிகாரத்துக்கு சாவி குடுத்து வைத்திருப்பார்.

நான் மணி சொன்னதும் திரும்பி வருவதற்கு எனக்கு ஆன நேரத்தைக் கணக்குப் பண்ணி கடிகாரத்தில் டைம் செட்

பண்ணுவார். அந்த உயரமான பையன் இப்போது அந்த சுவர்க் கடிகாரத்தை அதன் இடத்தில் மாட்டி வைப்பான்.

அந்தக் கடிகாரம் பள்ளிக்கூடம் முடிகிறவரை ஓடி... இரவில் நின்று போய் விடும். மறுநாள் காலையில் நான் ஓடிப் போய் போஸ்ட் ஆபீஸில் மணி பார்த்து வருவேன். தினம் தினம் நான் ஓட, தினம் தினம் கடிகாரமும் ஓடும். எனக்கும் அந்தக் கடிகாரத்துக்கும் அப்படி ஒரு பந்தம் ஏற்பட்டு நான் ஐந்தாம் வகுப்பு படிக்கும் வரை நீடித்தது.

கடிகாரத்தில் மணி பார்க்கத் தெரிந்த ஒரே ஒரு புத்திசாலி மாணவன் நான்தான் என்பதை நினைத்து மனதுக்குள் ஒரு பெருமையான உணர்வு பொங்கி வருவதை தன்னடக்கத்துடன் சொல்லிக்கொள்ள வேண்டியுள்ளது.

மாடுகளுக்கு வேண்டிய தட்டையையும் வைக்கோலையும் பெரிய வைக்கோல் போராக வீட்டிற்குத் தென்புறம் உள்ள காலி மனையில் அடுக்கி வைத்திருப்போம்.

'நீடுகதிர்க் கழனிச்
சூடுதடு மாறும்
வன்கைவினைஞர்
புன்றலைச் சிறார்
குறைக்கண் நெடும் போர்
ஏறி விசைத்தெழுந்து
செழுங்கோட் பெண்ணைப் பழந்தொட முயலும். . . .'

என்ற புறநானூற்றுப் பாடல் வரிகளுக்கேற்ப அந்த வைக்கோல் படப்பின் மீது ஏறி துள்ளிக்குதித்து விளையாடுவோம். வைக்கோல் போரின்மீது ஏறி விளையாடுவதைப்போன்ற ஒரு சுகத்துக்கு ஈடு இணை வேறு எதுவும் இல்லை. பள்ளிக்கூட நேரம் போக காலையிலும் மாலையிலும் மாடுகளுக்கு வைக்கோல் போடுவதும் தொழுவத்தை சுத்தம் செய்வதும் என்னுடைய வேலையாக இருந்தது. இருந்த ஒன்றிரண்டு மாடுகளையும் விற்றுவிட்டதைத் தொடர்ந்து மூத்த அண்ணன் V. S. உலகநாதன் நான்கைந்து ஆடுகளை வாங்கி வைத்தார். ஆடுகளைப் பராமரிக்கும் பொறுப்பு என்னுடையதானது. எங்களுக்குச் சொநதமாயிருந்த **25** சென்ட் நிலத்தில் வீடு இருந்த சிறிய இடம் போக... மீதி இருந்த இடங்களில் ஆறு ஏழு வேப்ப மரங்கள் இருந்தன.

வேப்ப மரத்தில் ஏறி குழை ஒடித்து ஆடுகளுக்குப் போடுவேன். குழை ஒடிப்பதற்கான துரட்டிக்கம்பும் இருந்தது. குட்டி ஆடுகளுக்கு குழை ஊட்டி விடுவேன்.

ஒரு முறை மரத்தில் மாட்டி தொங்கவிட்டிருந்த துரட்டி நழுவி விழுந்து எனது இடது கண்ணுக்கு கீழ்ப்பகுதியில் காயம் ஏற்பட்டது. நல்ல வேளையாக கண் தப்பிப் பிழைத்தது. அந்தக் காயத்தின் தழும்பு இன்றைக்கும் என் முகத்தில் இருக்கிறது. ஆடுகளை வெளியில் கொண்டு சென்று மேய்த்து வருவதும் உண்டு. அப்போது படிக்க வேண்டிய புத்தகங்களை கையோடு கொண்டு போவேன். பாடங்களைப் படித்துக்கொண்டே ஆடு மேய்ப்பேன். மேய்த்துக் கொண்டே படித்தேனா, படித்துக் கொண்டே மேய்த்தேனா என்று சரியாக சொல்லத் தெரியவில்லை. உங்கள் முடிவுக்கே விட்டுவிடுகிறேன். எப்படியோ, வகுப்பில் முதல் மாணவன் என்ற பதவியைத் தக்கவைத்துக் கொண்டேன்.

அரசு மருத்துவமனையில் செவிலியராக இருந்த அந்தோணியக்கா எங்களுக்கு பழக்கமானவர். அவருடைய உறவினர் பசாங்கியர் ஒரு நாள் எங்கள் வீட்டிற்கு வந்தார். கொஞ்சம் விதைகளைக் கொடுத்து ‘இது ஒரு அற்புதமான மரத்தின் விதை;. அந்த மரத்தை வளர்ப்பதற்கு சிரமப்பட வேண்டாம்;. தன்னாலேயே வளரும், வீட்டைச் சுற்றி வேலி போட வேண்டாம், இந்த முள் மரமே ஒரு வேலியாக இருக்கும், இதன் காய் ஆட்டுக்கு உணவாகும், இந்த மரத்தை வெட்டி, விறகாகப் பயன்படுத்தலாம்’ என்று அதன் பயன்களை நீண்ட பட்டியலிட்டார்.

அந்த விதைகளை வாங்கி, காலி மனையின் நான்கு எல்லைகளிலும் ஊன்றி வைத்தோம். விரைவிலேயே அந்த சீமைக்கருவேலமரம் வளர்ந்து எங்கள் நிலத்திற்கு இயற்கை வேலியாக அமைந்தது. அதனுடைய காய், எங்கள் ஆடுகளுக்கு உணவானது.

அன்று எங்கள் ஊருக்குள் நுழைந்த வேலிக்கருவை அல்லது சீமைக்கருவை **60, 65** ஆண்டுகளாக போகவே மாட்டேன் என்கிறது. தமிழகம் முழுவதும், இந்திய நாடு முழுவதும் பரவி, மொத்த நிலங்களில் **25** சதவீத நிலங்களை ஆக்கிரமித்துக் கொண்டுவிட்டது. எப்படித்தான் பரவியது என்றே தெரியவில்லை. நிலங்களைப் பூராவும் நாசக்காடாகி விட்டது.

ஆரம்பப் பள்ளி நாட்கள் - 8

குருநாதன் மெடிக்கல் ஸ்டோர் தாண்டி புதூர் ரோட்டுக்குத் திரும்பும்போது வலது புறத்தில் பத்திரிகை ஏஜெண்ட் பாலசுப்புபிள்ளை கடை இருந்தது. கடைக்கு அடுத்தாற்போல் தெற்குப் பக்கம் பள்ளத்தில் பவுண்டும் அதற்கு முன்புறம் கழிவு நீர் ஓடையும் இருந்தன. அடுத்தவர்களின் நஞ்சை, புஞ்சையில் அத்துமீறி நுழைந்து அழிச்சாட்டியம் பண்ணும் மாடுகளை அடைத்து வைப்பதற்காக வெள்ளைக்காரன் காலத்தில் ஏற்படுத்தப் பட்டதுதான் பவுண்டு. தப்பு செய்கிற மனிதர்களை அடைத்து வைப்பதற்கு சிறைச்சாலை இருப்பதுபோல் தப்பு செய்கிற மாடுகளை அடைத்து வைப்பதற்கான சிறையாக பவுண்டு இருந்தது. பவுண்டை மாடுகளின் சிறைச்சாலை என்று சொல்லலாம்.

அந்தக் காலத்தில் எல்லோரும் சம்சாரிகளாக இருந்தார்கள். விவசாயத்தோடு கூடவே கால்நடை வளர்ப்பையும் ஒரு உப தொழிலாக வைத்திருந்தார்கள். எல்லோர் வீடுகளிலும் மாடுகளும் தொழுவங்களும் இருந்தன. எந்த நேரமும் தொழுவத்தில் கட்டிப்போட்டு முன்னால் இருக்கும் காடியில் போட்டு வைத்திருக்கும் கூளத்தையும் வைக்கோலையும் தின்றுவிட்டு தினமும் கழனியைக் குடித்துக்கொண்டிருந்தால் மாடுகளுக்கு போரடிக்காதா என்ன! சிறிது நேரமாவது அவிழ்த்துவிட வேண்டும். மேய விடவேண்டும். எல்லாம் சரிதான். அது ஏன் என்று தெரியவில்லை. இந்த மாடுகளுக்கு அடுத்த வீட்டுப் புஞ்சையில் மேய்வது ஒரு அலாதியான பிரியமாக இருந்தது.

அடுத்த வீட்டு மாடு தங்கள் புஞ்சையில் மேய்ந்தால் உடனே புஞ்சையின் சொந்தக்காரரர் கிராம முன்சீப்பிடம் புகார் செய்யவேண்டும். கிராம முன்சீப்புக்கு ஆபீசும் வீடும் ஒன்றுதான். வீட்டின் ஒரு பகுதியே ஆபிசாக இருக்கும். எனவே, எந்தச் சமயத்திலும் அவரைச் சந்திப்பதும் புகார் செய்வதும் சிரமமானதாக இருக்கவில்லை. அன்றைய கிராம முன்சீப்பினுடைய மகன் மோகனும் நானும் ஒன்றாக ஒரே வகுப்பில் படித்தோம்.

புகார் கிடைத்ததும் கிராம முன்சீப், தலையாரியை அழைத்து பவுண்டு சாவியை அவரிடம் கொடுப்பார். தலையாரி முதலில் உதவியாளர்களோடு சென்று மாட்டைப் பிடித்துக்கொண்டு போய் பவுண்டில் அடைப்பார். பின்னர், ஊர் நாட்டாமையோடு போய்

நிலத்திற்கு மாட்டினால் ஏற்பட்ட சேதாரத்தை மதிப்பீடு செய்வார்கள். அந்த மதிப்பீட்டை ஒட்டி ஒரு தண்டனைக் தொகை நிர்ணயிக்கப்படும். பவுண்டில் மாட்டிற்கு வைக்கோல் தீவனம் போடுவதற்கான காடியும் தண்ணீர் ஊற்றி வைப்பதற்கன கல் தொட்டியும் வைத்திருப்பார்கள். தப்பு செய்த மாடாக இருந்தாலும் பட்டினியாக இருக்கக் கூடாதல்லவா!. எனவே, அதை ஒரு பவுண்டுத் தொழு என்றும் சொல்வார்கள்... தண்டத் தொகை போக மாட்டிற்கு ஆகும் செலவினங்களுக்காக ஒரு அபராதத் தொகையும் வசூலிக்கப்படும். தண்டத்தொகை சம்சாரிக்கும் அபராதத்தொகை அரசாங்கத்திற்கும் கிராம முன்சீப் மூலம் போய்ச்சேரும்.

எங்களிடம் மாடுகள் இருந்தபோது எங்களது மாடுகளிலும் ஒன்றிரண்டு பவுண்டுக்குப் போய் தண்டத்தொகையும் அபராதத் தொகையும் கட்டிய பிறகு வீட்டிற்கு வந்து சேர்ந்திருக்கிறது. ஒரு முறை எங்கள் லட்சுமியின் மீது புகார் செய்யப்பட்டு தலையாரியும் சிலரும் லட்சுமியைப் பிடித்து பவுண்டில் அடைப்பதற்கு கொண்டு போனார்கள். பவுண்டுவரை அவர்களோடு நல்ல பிள்ளையாக சென்ற லட்சுமி தலையை பயங்கரமாகச் சிலுப்பி அவர்களுக்கு பயங்காட்டிவிட்டு ஒரே ஓட்டமாக வீட்டிற்கு ஓடி வந்து விட்டது. லட்சுமி கத்திய குரலைக் கேட்டு நாங்கள் வீட்டிற்கு வெளியே ஓடிவந்தோம். பவுண்டில் சிறைப்பட வேண்டிய லட்சுமி வீட்டிற்கு வந்தது மகிழ்ச்சியாக இருந்தது. கேட்டைத் திறந்து லட்சுமியை உள்ளே விட்டோம்.

பின்னாலேயே தலையாரியும் உதவியாளர்களும் ஓடி வந்தார்கள். ‘பவுண்டில் அடைக்க முடியவில்லை அம்மா’ என்று அம்மாவிடம் சொன்னார்கள். கொண்டு போய் அடைத்து வையுங்கள் என்று அம்மா அவர்களிடம் சொன்னார்கள். ஆனால், அவர்களால் லட்சுமியை நெருங்கவே முடியவில்லை. கடைசியில் தலையாரி வேண்டாம் அம்மா. ‘இதை ஒன்றும் செய்ய முடியாது. நாங்கள் போகிறோம்’ என்று சொன்னார்.

அப்போது அம்மா, ‘புகார் கொடுத்தவரை நீங்கள் சமாளிக்க வேண்டுமல்லவா?, எனவே அவருக்கு கட்ட வேண்டிய தண்டத்தொகை எவ்வளவு என்று சொன்னால் நாங்கள் கட்டி விடுகிறோம் என்றார்கள். அரசாங்கத்துக்குச் செலுத்த வேண்டிய அபராதத் தொகையையும் கட்டி விடுகிறோம்’ என்றார்கள். தலையாரி, முன்சீப்பிடம் விவரம் சொல்லிவிட்டு நாட்டாமையோடு

போய் சேதாரத்தை மதிப்பீடு செய்து வந்தார். அந்த தண்டத்தொகையைக் கட்டி விட்டோம். பவுண்டில் அடைக்காததால் அரசாங்கத்துக்கு எதுவும் செலுத்த வேண்டியதில்லை என்று சொல்லி விட்டார்கள்.

பவுண்டுக்குச் செல்லாமல் சாதனை செய்து லட்சுமி தன்னுடைய கௌரவத்தை காப்பாற்றிக்கொண்டது. 'இனிமேலாவது அடுத்தவர்களின் புஞ்சையில் மேயாதேடி!' என்று அம்மா லட்சுமியிடம் சொல்லி வைத்தார்கள்.

பவுண்டிற்கு முன்புறம் செல்கிற கழிவு நீர் ஓடை, ஓடைத்தெரு வழியாக ஓடி வைப்பாற்றில் கலக்கிறது. பவுண்டிற்கு அடுத்தாற் போல் போலீஸ் ஸ்டேஷன் போகும் ரோடு, ஓடைமீது கட்டப்பட்டுள்ள பாலத்தின் வழியாகச் செல்லும். ஓடைப் பாலத்தைத் தாண்டி சிறிது தூரம் சென்றால் இடதுபுறம் பழைய பஸ் நிலையம் வரும். அப்போது இருந்த பஸ்களுக்கு மூக்கு இருக்கும். மூக்கில்தான் எஞ்சின் இருக்கும். எஞ்சினை ஸ்டார்ட் செய்வதற்கு L வடிவத்தில் ஒரு இரும்பு ராடு இருக்கும். அதை பஸ்ஸின் மூக்கில் சொருகி, வேகமாகச் சுற்றினால் பஸ் ஸ்டார்ட் ஆகி விடும்.

போக்குவரத்து இல்லாமல் இருந்த எங்கள் ஊரில் முதன் முதலாக இந்த மூக்கு வைத்த பஸ் வந்தபோது அதன் பின்னாலேயே நாங்கள் ஓடுவோம். மகிழ்ச்சியில் கத்திக்கொண்டே ஒரு பர்லாங்கு தூரம் வரைகூட ஓடுவோம். அந்த சிறு வயது செய்கைகளை நினைத்தால் இப்போது சிரிப்புதான் வருகிறது.

ஆரம்பப் பள்ளி நாட்கள் - 9

'**ஊருணி நீர் நிறைந்தற்றே உலகவாம்**' பேரறிவாளன் திரு. திருவள்ளுவரின் காலம் கி.மு.300க்கும் கி.பி.100க்கும் இடைப்பட்டது என்று சொல்கிறார்கள். கடைச்சங்க காலம் என்றும் சங்கப் பலகை விரிவடைந்து திருக்குறளுக்கு இடம் கொடுத்தது என்றும் சொல்கிறார்கள். ஏசு கிறிஸ்து பிறந்த அதே சமயம் திருவள்ளுவர் பிறந்ததாகவும் சொல்கிறார்கள். நாமும் அப்படியே வைத்துக் கோள்ளலாம். அப்படியானால் திருவள்ளுவர் பிறந்து 2000, 2020 ஆண்டுகள் ஆகின்றன. அவர் எப்போது பிறந்தார் என்பதில் சற்று குழப்பம் இருந்தாலும், இந்தப் பாடலில் அவர் சொல்லியுள்ள கருத்தில் எந்தக் குழப்பமும் இல்லை.

தன்னுடைய தனி உழைப்பினால் மட்டுமல்ல, அனைவரின் கூட்டு உழைப்பினாலும் பங்களிப்பினாலும் தன்னிடம் செல்வம் சேர்ந்துள்ளது என்று புரிந்துவைத்திருக்கிற, உலகை நேசிக்கிற, ஒரு பெரிய அறிவாளியின் செல்வம், ஊருக்கெல்லாம் பொதுவாக பயன்படும் ஊருணியில் நீர் நிறைந்திருப்பதற்கு சமம் என்று திருவள்ளுவர் சொல்கிறார்.

மகாத்மா காந்தி 1869 அக். 2ல் பிறந்தார். திருவள்ளுவர் பிறந்து கிட்டத்தட்ட 1850 ஆண்டுகளுக்குப் பிறகு பிறந்தார் என்பதாக வைத்துக்கொள்ளலாம். அதே கருத்தை மகாத்மா காந்தி வேறு வார்த்தைகளில் சொன்னார். ‘செல்வந்தர்கள் தங்களிடம் இருக்கும் சொத்துக்கு தாங்களே சொந்தக்காரர்கள் என்று நினைக்கக்கூடாது. அது எல்லா மக்களுக்கும் பொதுவான செல்வம். அதை நிர்வகிக்கும் தர்மகர்த்தாக்கள்தான் நாம் என்று அவர்கள் நினைத்துக்கொள்ள வேண்டும்’ என்றார் காந்தி.

‘இந்தக் கருத்துக்கள் முற்றிலும் தவறானவை. இந்தக் கருத்துக்களோடு நம்மால் ஒரு கடுகளவுகூட ஒத்துப்போக முடியாது. காட்டில் இருக்கும் சிங்கமும் புலியும், தங்களுடைய உடல் வலிமை தங்களுடைய சொத்து அல்ல;. அது தங்களுக்குத் கிடைத்திருக்கும் கொடை; அந்த உடல் வலிமையை காட்டிலுள்ள அப்பாவி பிராணிகளைப் பாதுகாக்க பயன்படுத்த வேண்டும் என்று அவை நினைத்துக்கொள்ள வேண்டும்’ என்று திருவள்ளுவரும் காந்தியும் சொல்கிறார்கள். சிங்கமும் புலியும் கை கட்டி நின்று கேட்குமா என்ன?

கடினமான இந்தப் பொருளாதார சர்ச்சைக்குள் நாம் இப்போது நுழையாமல் திருவள்ளுவர் குறிப்பிட்ட ஊருணி சமாசாரத்துக்கு வருவோம். குளிப்பதற்கு பயன்படும் நீர் நிலையை குளம் என்று சொல்வதைப் போல, உணவுக்கும் குடிப்பதற்கும் பயன்படும் நீர் நிலை ஊருணி என்று அழைக்கப்பட்டது. ஆக, 2000 ஆண்டுகளுக்கும் மேலாக தமிழக மக்களால் குடிநீருக்கும் சமையலுக்கும் ஊருணி பயன்பட்டு வந்திருக்கிறது. என்னுடைய ஆரம்பப் பள்ளி நாட்களில் எங்கள் விளாத்திகுளத்திலும் ஊருணி இருந்தது.

உணவுக்கும் குடிநீருக்கும் கொஞ்சமும் பயன்படாத மோசமான நிலையில் இருந்தது. உண்மையைச் சொல்லவேண்டுமென்றால் அது ஒரு பொதுக் கழிப்பிடமாக மாறிப் போயிருந்தது. 2000 வருடங்களுக்கு முன் இந்தக் குறளை எழுதும் போது ஊருணி

இப்படி மக்களுக்குப் பயன்படாமல் போகும் என்று திருவள்ளுவருக்குத் தெரிந்திருக்க நியாயமில்லை. ஊருணியைப்போலவே பேரறிவாளன் திருவும் மக்களுக்குப் பயன்படாது என்றும் அவருக்குத் தெரிந்திருக்கவில்லை. திருவள்ளுவர் ஒரு மகான் என்றாலும் அவரது கருத்துக்களோடு நம்மால் முரண்படாமல் இருக்க முடியவில்லை.

அந்த சிறு வயதில் ஊருணிக்கு நானும் அடிக்கடி போயிருக்கிறேன். அதன் கரையோரம் நெத்தக் கத்திரிச் செடிகள் முளைத்திருக்கும். அவற்றை வேரோடு கவனமாக பிடுங்கி எடுத்து எங்கள் வீட்டு கொல்லைப்புறத்தில் ஊன்றி வைப்பேன். திடீரென்று ஒரு நாள் பெரிய பெரிய லாரிகளில் மண் கொண்டு வந்து ஊருணியில் கொட்ட ஆரம்பித்தார்கள். ஊருணியை மேடாக்கி பஸ் நிலையம் வரப்போவதாகச் சொன்னார்கள்.

எங்கள் ஊருக்கு புதிய பஸ் நிலையம் வரப்போவது பற்றிய மகிழ்ச்சியும் நெத்தக் கத்திரிச் செடிகள் கிடைக்காமல் போய் விடுமே என்ற வருத்தமும் ஒரு சேர ஏற்பட்டன. தினமும் லாரிகள் வருவதையும் மண்ணைக் கொட்டி ஊருணி மறைந்து வருவதையும் வேடிக்கை பார்க்கப் போவேன். ஒரு நாளைக்கு ஊருணி இருந்த இடம் அது இருந்த சுவடே இல்லாமல் மறைந்து போனது. பஸ் நிலையம் கட்டத் துவங்கினார்கள் இப்போது இருக்கும் விளாத்திகுளம் பஸ் நிலையம் ஊருணி மீது கட்டப்பட்டுள்ளது. திருநெல்வேலியில். வேய்ந்தான் குளத்திலும் நாகர்கோவில் மீனாட்சிபுரத்தில் குளத்தின் மேலும் பஸ் நிலையம் கட்டப்பட்டுள்ளது. பஸ் நிலையங்களுக்கும் குளங்களுக்கும் அப்படி என்ன பந்தம் என்று தெரியவில்லை.

பள்ளிக்கூடத்தில் ஒரு நாள் கால்பந்து விளையாடும்போது பந்தை எசகுபிசகாக ஷாட் அடிக்கப்போய் வலது பாதத்தின் மேல் பகுதியில் நட்ட நடுவில் பந்தின் மவுத் பலமாக மோதி கால் ஆமைக்குட்டி சைசுக்கு நன்றாக வீங்கி விட்டது. வைத்தியரிடம் காண்பித்து தடவி விடவேண்டும் என்றார்கள். அதனால் உண்டாகும் வலிக்குப் பயந்துபோய், முடியவே முடியாது? என்று ஒரே சாதனையாக சாதித்து விட்டேன். வீட்டிலேயே ஒத்தடம் கொடுத்து பத்து போட்டுவிட்டார்கள். நரம்புகள் சுருண்டு அந்த வீக்கம் அப்படியே நின்று விட்டது. இப்போதும் இருக்கிறது. அந்த சமயம்தான் எங்கள் ஊருக்கு தார் ரோடு வந்தது. எங்கள்

வீடு அமைந்திருந்த எட்டையபுரம் ரோடும் தார் ரோடாக ஆனது. எனக்கு அளவு கடந்த மகிழ்ச்சி. வீங்கின காலோடு அந்தத் தார் ரோட்டில் நொண்டி நொண்டி நடந்து, அளவில்லாத மகிழ்ச்சி அடைந்தேன். என்னுடைய ஆரம்பப் பள்ளி நாட்களில் எங்கள் ஊருக்கு பஸ் ஸ்டாண்ட் வந்து விட்டது. தார் ரோடு வந்து விட்டது. வேறு என்ன வேண்டும்!

ஆரம்பப் பள்ளி நாட்கள் - 10

விளாத்திகுளம் உயர் நிலைப் பள்ளியின் மேற்குப் பகுதியில் உள்ள பள்ளிவாசலுக்குச் சொந்தமான காலி இடத்தில் எங்கள் மூத்த அண்ணன் *V.S.*உலகநாதன் ஒரு விறகுக்கடை ஆரம்பித்தார். மலைப்பகுதிகளில் உள்ள கடைகளில் அவர் விறகு புக் செய்து விட்டு வருவார். விறகு லாரியில் வந்து சேரும். விறகு லாரிக் கடைக்கு நேரே ரோட்டின் மேல் நின்று ஒரு லோடு விறகையும் ரோட்டோர பள்ளத்தில் இறக்கி போட்டுவிட்டுப் போய்விடும். ஒரு லோடு விறகு என்பது சாதாரணமாக 7டன், 8 டன் இருக்கும். ரோட்டோரப் பள்ளத்தில் கிடக்கும் விறகை கடைக்குள் கொண்டு சென்று அடுக்கிவைக்க வேண்டும். சாயங்காலம் பள்ளிக் கூடம் முடிந்ததும் வீட்டிற்குப் போய் சாப்பிட்டுவிட்டு படிக்க வேண்டிய புத்தகங்களை எடுத்துக்கொண்டு விறகுக்கடைக்கு வருவேன்.

அவ்வளவும் நல்ல காய்ந்த மலங்காட்டு விறகுகள். அந்த விறகுகளை சுமந்து சென்று கடைக்குள் அடுக்கி வைப்பது என்னுடைய வேலை. இரண்டு மூன்று வகையான விறகுகள் வந்திருக்கும். சில விறகுகளின் பெயர்கள் எனக்குத் தெரியும். பல விறகுகளின் பெயர்கள் தெரியாது. சில விறகுகள் கோடரியால் பிளக்கவேண்டிய அவசியமில்லாத உருட்டுக் குச்சி விறகுகள். சில விறகுகள் கோடரியால் பிளக்க வேண்டிய சற்று பருமனான விறகுகள். இன்னும் சில ஆப்பு வைத்து பிளக்க வேண்டிய பெரிய பெரிய தடிகள். அனைத்தையும் தனி ஆளாக சுமந்து சென்று கடைக்குள் வரிசையாக அடுக்கி வைக்க வேண்டும்.

விறகு உடைப்பவர் வந்து கோடரி, ஆப்பு முதலியவற்றைப் பயன்படுத்தி உடைத்துப்போடும் விறகுகளை தராசில் வைத்து நிறுத்து அடுக்கிவைக்க வேண்டும். ஒரு அந்தர் விறகு உடைக்க எவ்வளவு கூலி என்று கணக்குப் போட்டு அவருக்கு கூலி கொடுக்க வேண்டும். விறகு வாங்க வருபவர்களுக்கு அவர்களுக்குத் தேவையான விறகை தராசில் வைத்து நிறுத்து கட்டிக்கொடுக்க

வேண்டும். பெரும்பாலும் ஓட்டல் கடைக்காரர்கள் அனைவரும் எங்கள் கடையில்தான் விறகு வாங்குவார்கள். இரவில் கலெக்சனுக்கு போகவேண்டும். இடையில் பாடங்களைப் படிக்க வேண்டும். வீட்டுப் பாடங்களை எழுதி முடிக்க வேண்டும்.

விறகு உடைக்கும்போது விறகின் சிறாய்கள் சிதறி விழும். விறகின் பட்டைகள் உரிந்து விழும். இவற்றை எல்லாம் சேகரித்து ஒரு கடகாப்பெட்டியில் வைத்து வீட்டிற்கு கொண்டு போக வேண்டும். அப்போதெல்லாம் விறகு அடுப்புதான்.

மத்தியானம் பள்ளிக்கூடம் விட்டதும் அருகில் இருக்கும் எங்கள் விறகுக்கடைக்கு வந்து கடகாப்பெட்டியை எடுத்துக் கொண்டு பள்ளிக்கூடத்துக்கு சற்று தூரத்தில் இருக்கும் பதநீரும் பனைநுங்கும் விற்கும் கடைக்குப் போவேன். பனை நுங்கு எடுத்தது போக, மீதம் விழும் பனங்கூந்நலை ஒரு விலை போட்டு வாங்கிக்கொண்டு வீட்டில் கொண்டுபோய் வைப்பேன். மதிய சாப்பாடு சாப்பிட்டு விட்டு திரும்பவும் பள்ளிக்கூடம் போவேன். பள்ளிக்கூடம் முடிந்ததும் வீடு, பனங்கூந்தலை நறுக்கி ஆடுகளுக்குப் போடுவது, விறகுக் கடைக்குப் போவது என்று வழக்கமான சக்கரம் சுற்றிக்கொண்டே இருக்கும்.

என்னுடைய சிறு வயதில் நான் ஒரு உழைப்பாளியாக இருந்தேன். அந்த உழைப்புதான் இப்போதும் நான் சற்று தெம்பாக இருப்பதற்கு காரணம் என்று நினைக்கிறேன்.

எங்களது வீட்டிலிருந்து எட்டையபுரம் ரோட்டைத் தாண்டி அந்தப் பக்க சரிவில் இறங்கி ஏறினால் ஒரு ஒத்தையடிப்பாதை வரும். அதில் நடந்து சென்றால் ஒரு பர்லாங்கு தூரத்தில் என்னுடைய நண்பர்கள் பாலசுப்பு, குருசாமி, பிரகாசம் இவர்களது வீடுகள் இருக்கும் குடியிருப்புப் பகுதி வரும். அவர்கள் அனைவரும் எண்ணெய் வியாபாரம் செய்து வந்தார்கள். நண்பன் பாலசுப்பு எனக்கு நெருக்கமானவன். பிரகாசத்துக்கு மட்டும் கடைவீதியில் ஒரு பலசரக்கு கடை இருந்தது. குருசாமியின் தந்தை ஒரு கூலித்தொழிலாளி. பள்ளிப் படிப்பு முடிந்ததும் குருசாமி என்னுடன் பாலிடெக்னிக்கில் படித்தான்.

பாலசுப்புவின் வீட்டுக்குள் நுழைந்தால் வேர்க்கடலை மூட்டைகளை வரிசையாக அடுக்கி வைத்திருப்பார்கள். இன்னொரு புறம் கடலை எண்ணெய் டின்கள் அடுக்கி வைக்கப்பட்டிருக்கும். வீட்டுக்குள் நுழைந்தவுடனேயே வேர்க்கடலை வாசமும் கடலை

எண்ணெய் வாசமும் மூக்கைத் துளைக்கும். பாலசுப்புவின் தங்கை என்னைக் கண்டதும் வீட்டுக்குள் ஓடி, கதவுக்குப்பின்னால் ஒளிந்து கொண்டு எட்டிப் பார்ப்பாள். முகத்தின் பதினாறில் ஒரு பங்கு தான் தெரியும்.

பாலசுப்புவின் வீட்டிற்குப் பின்புறம் ஒரு பெரிய காலியிடம் இருந்தது. அதன் நடுவில் எண்ணெய் ஆட்டுகிற கல் செக்கு இருந்தது. செக்கில் வேர்க்கடலப் பருப்பைக் கொட்டுவார்கள். செக்கு மாடுகள் சுற்றி வரும்போது செக்குக்கும் செக்கின் உலக்கைக்கும் நடுவில் வேர்க்கடலைப் பருப்பு நசுங்கி நசுங்கி எண்ணெய் வர ஆரம்பிக்கும். கடலைப் பருப்பு நன்றாக நசுங்க வேண்டும் என்பதற்காக செக்குமாடு இழுத்துச் செல்லும் பலகையில் பெரிய பாறாங்கற்களை ஏற்றி வைப்பார்கள். சில சமயம் பாறாங்கற்களுக்குப் பதில் நானும் பாலசுப்புவும் பலகையில் ஏறி உட்கார்ந்துகொண்டு செக்கைச்சுற்றி வருவோம். அந்த வயதில் அது ஒரு சுகமான அனுபவமும் பொழுதுபோக்குமாக இருந்தது.

செக்கைச் சுற்றியுள்ள காலியிடத்தில் நான்கைந்து பூவரச மரங்கள் இருந்தன. எங்கள் ஊரிலேயே பூவரச மரங்கள் அங்குதான் இருந்தன. அந்த மஞ்சள் நிற பூவரசம் பூக்கள் மரம் முழுவதும் பூத்துக் குலுங்கும் காட்சி அற்புதமானதாக இருக்கும். பூவரச மரத்தில் கிளிகள் கூட்டம் கூட்டமாக வந்து குதூகலமாக எழுப்பும் குரல் ஓசை கேட்பதற்கு இனிமையாக இருக்கும். செக்கில் எண்ணெய் சேர சேர.. அதை ஒரு தகர டின்னில் வடித்து வைப்பார்கள். கடைசியாகும்போது துணியில் நனைத்துப் பிழிந்து எடுப்பார்கள். கடலைப்புண்ணாக்கு தனியாக செக்கோடு ஒட்டிக் கொண்டிருக்கும். அது மாடுகளுக்கு நல்ல உணவு. நாமும் கொஞ்சம் சாப்பிடலாம். கடலைப்புண்ணாக்கு ருசியாக இருக்கும்.

கடலை எண்ணெயில் செய்யும் சமையலுக்கு நல்ல ருசி உண்டு. கடலை எண்ணெயில் செய்த பலகாரங்கள் அற்புதமான சுவையோடு இருக்கும். ஒரு கட்டத்தில் செக்கு ஆட்டுவது நின்று போனது. செக்குகள் காணாமல் போயின. விதம் விதமான சமையல் எண்ணெய்கள் வரத்துவங்கின. நீண்ட நாட்களுக்குப் பிறகு மீண்டும் செக்கு எண்ணெய் வரத்துவங்கியிருக்கிறது. எத்தனை மாற்றங்கள் வந்தாலும் நண்பன் பாலசுப்புவோடு செக்கில் சுற்றிய அந்த பழைய நாட்கள் இன்னும் பசுமையாக நினைவில் இருக்கிறது.

ஆரம்பப் பள்ளி நாட்கள் – 11

நான் பிறந்து வளர்ந்த விளாத்திகுளம் கிராமத்தில் ஆறாம் வகுப்பு படித்துக்கொண்டிருந்தேன். வகுப்பில் எனக்கு நிறைய நண்பர்கள் இருந்தார்கள். குறிப்பாக, வகுப்பில் இருந்த ஆறு மாணவிகளும் என்மேல் அளப்பரிய பாசமும் நட்பும் கொண்டிருந்தார்கள். என்றும் மறக்க முடியாத என்னுடைய இளம் வயதுத் தோழிகள் அவர்கள்.

ஆறாம் வகுப்பு முதல் பள்ளி இறுதி வரை அனைத்து வகுப்புகளிலும் நான் முதல் மாணவனாகவும் Class Leader ஆகவும் இருந்தேன். ஆசிரியர்கள் என்மேல் மிகுந்த அன்போடு இருந்தார்கள். அந்தக் காலத்தில் எங்கள் பள்ளியில் ஆசிரியர்கள் பயன்படுத்தும் செக்கொலக்கை, போத்து, பண்டாரம், பரதேசி போன்ற வார்த்தைகளை என் மீது யாரும் பயன்படுத்தியதில்லை. பிரம்படி, பெஞ்சுமேல் ஏறி நிற்பது போன்ற தண்டனைகளையும் நான் அனுபவித்ததில்லை.

வகுப்பில் நானும் கத்தாளம்பட்டி சீனியும் இணைபிரியாமல் அருகருகே உட்கார்ந்திருப்போம். விளாத்திகுளம் கம்மாய்க் கரையில் கிழக்கே ஒன்றரை கி.மீ. நடந்து சென்றால் கத்தாளம்பட்டி கிராமத்தை அடைந்துவிடலாம். உயரமான கம்மாய்க் கரையின் இரு மருங்கிலும் புதர்கள் மண்டிக் கிடக்கும். மரங்கள் அடர்த்தியாய் வளர்ந்திருக்கும்.

பெரும்பாலும் மஞ்சனத்தியும் வேலிக்கருவையும். மஞ்சனத்திப் பழத்தின் சுவையே அலாதியானதுதான்.கம்மாயின் இடது புறம் கத்தாளம்பட்டி வரையிலும் வெள்ளை வெளேரென்று கம்மாய்த் தண்ணீர் கண்ணுக்கெட்டிய தூரம் வரை விரிந்து பரந்திருக்கும்.

கம்மாய்த் தண்ணீருக்குள்ளே திட்டுத் திட்டாய் கருவேல மரங்கள் வளர்ந்து காட்சியளிக்கும். கம்மாயின் வலது புறம் பச்சைப் பசேலென்று நெல் வயல்கள் பரவியிருக்கும். காற்றில் அலை அலையாய் ஆடி நிற்கும் நெற்பயிர்கள் மனதைக் கொள்ளை கொள்ளும். கரைமீது நடந்து செல்லும்போது அவ்வப்போது பாம்புகள் குறுக்கிடுவதும் உண்டு. எத்தனையோ முறை நானும் சீனியும் அந்தக் கரைமீது நடந்து அவனது வீட்டிற்கு சென்றிருக்கிறோம்.

ரீசஸ் இடைவேளையில் நானும் சீனியும் வேக வேகமாக நடந்து விளாத்திகுளம் பஸ் நிலையம் அருகில் இடதுபுறம் புதூர் ரோட்டில் திரும்பினால் இருக்கும் ரசூல் பாய் கடையில் டீ குடிப்பது வழக்கம். முதல் கடை என்னுடைய மாப்பிள்ளை அப்துல்லாவின் பெட்டிக்கடை. இரண்டாவது கடை ரசூல் பாயின் டீக்கடை. ஒருசில சமயம் ரசூல் பாய் கடையில் வடை அல்லது வெடி கேக் ஏதாவது சாப்பிடுவோம். நான் என்றைக்கும் கையில் காசு வைத்திருப்பதில்லை. சீனிதான் பாக்கெட் மணி வைத்திருப்பான். அவனே செலவுகள் செய்வான்.

ஒருநாள் டீ குடித்துக்கொண்டிருக்கும்போது, 'சீக்கிரம் போய் விட வேண்டும், அடுத்த வகுப்பு தமிழையா ரத்தினசாமி ரெட்டியார் வகுப்பு' என்று சீனி நினைவு படுத்தினான். அந்த நேரம் பார்த்தா டீக்கடை ரேடியோவில் நான் பெற்ற செல்வம் படத்திலிருந்து, வாழ்ந்தாலும் ஏசும் பாட்டை TMS பாடவேண்டும்.

எனக்கு மிகவும் பிடித்த பாட்டு. TMS குரல் அன்றைக்குப் பார்த்து ரொம்ப இனிமையாக வேறு இருந்தது. பாட்டு முடியும் வரை கேட்டுவிட்டு இருவரும் பள்ளிக்கூடத்துக்கு வேக வேகமாக ஓடினோம். ஆனாலும் பிரயோசனம் இல்லை. ஏற்கெனவே பெல் அடித்து வகுப்பு துவங்கி விட்டது. வகுப்பறையின் வாசலில் மூச்சிறைக்க போய் நின்றோம்.

தமிழையா ரத்தினசாமி ரெட்டியார் கையில் பிரம்போடு நின்று கொண்டிருந்தவர், எங்கள் இருவரையும் ஏறிட்டுப் பார்த்தார். கையில் கமண்டலத்தோடு துர்வாச முனிவர் நிற்பது மாதிரியே எனக்குத் தோன்றியது. நான் எதிர்பார்த்த அந்தக் கேள்வியையும் அவர் கேட்டே விட்டார். 'ஏண்டா லேட்?' சீனி பேந்தப் பேந்த விழித்துக் கொண்டிருந்தான். அவனால் பிரயோசனம் இல்லை என்று தெரிந்துகொண்டு நானே களம் இறங்கினேன். உண்மையைச் சொல்வதைத்தவிர வேறு வழியில்லை. உண்மையைச் சொன்னேன். 'பெரிய இசை ரசிகனோ நீ?' பெஞ்சுமேல் ஏறுடா என்றார். வாழ்க்கையில் முதல்முறையாக (கடைசி முறையாகவும் தான்) பெஞ்சுமேல் ஏறி நின்றேன். அவர் சொல்லாமலேயே சீனியும் பெஞ்சுமேல் ஏறி நின்றான்.

சில நிமிடங்கள் கழிந்தன. ரெட்டியார் சாருக்கு ஏதோ செய்யக் கூடாததைச் செய்துவிட்டதைப்போல மனதுக்குள் ஒரு குறுகுறுப்பு ஏற்பட்டிருக்க வேண்டும். என்னை அவருக்கு மிகவும் பிடிக்கும்.

தமிழ்க் கட்டுரைகளில் என்னுடைய தமிழ் நடை, வர்ணனைகள், தமிழ் இலக்கணத்தில் எனக்கிருந்த அறிவு எல்லாமும் சேர்ந்து என்மேல் அவருக்கு ஒரு அலாதியான பிரியம் இருந்தது. தமிழ் இலக்கணத்தில் இருந்து ஒரு கேள்வி கேட்டார்.

என்னைத் தவிர வேறு யாரும் அந்தக் கேள்விக்கு பதில் சொல்ல முடியாது என்று அவருக்குத் தெரியும். ஒருவரும் சரியான பதில் சொல்லமுடியவில்லை. 'எல்லோரும் பெஞ்சுமேல் ஏறுங்கடா!' என்று கம்பீரமாக கட்டளையிட்டார். ஒட்டு மொத்த வகுப்பும் பெஞ்சுமேல் ஏறி நின்றது. ரெட்டியார் சார் என்னைப் பார்த்தார். 'பதிலைச் சொல்லிவிட்டு கீழே இறங்கு' என்றார். பதிலைச் சொன்னேன். 'நீயும் கீழே இறங்கு' என்று சீனியைப் பார்த்துச் சொன்னார். இருவரும் கீழே இறங்கி அருகருகே உட்கார்ந்தோம். ரெட்டியார் சார் அடுத்த அதிரடி உத்தரவைப் பிறப்பித்தார். சீனியை கடைசி பெஞ்சுக்கு போகச் சொன்னார்.

'நீங்கள் ரெண்டு பேரும் இனி சேர்ந்தே இருக்கக் கூடாது' என்றார். எல்லா வகுப்பிலும் அருகருகே உட்கார்ந்தும் ரெட்டியார் சார் வகுப்பில் தனித்தனியே உட்கார்ந்தும் எங்கள் நட்பு தொடர்ந்தது.

SSLC படித்து முடித்ததும் நான் விருதுநகர் *S*. வெள்ளைச்சாமி நாடார் பாலிடெக்னிக்கிலும், சீனி சிவகாசி-ஸ்ரீவில்லிபுத்தூர் ரோட்டிலுள்ள அய்யநாடார்-ஜானகியம்மாள் கல்லூரியிலும் படிப்பைத் தொடர்ந்தோம்.

படித்து முடித்ததும் வேலைக்காகக் காத்திருந்தோம். அப்போது கம்யூனிச இயக்கத்தின் மேல் ஈடுபாடு கொண்டோம். நான் மார்க்சிய நூல்களைப் படிக்க ஆரம்பித்தேன். கார்ல் மார்க்சின் இயக்க இயல் பொருள் முதல்வாதம் என்னை மிகவும் கவர்ந்தது. அது பற்றிய நூல்களைப் படித்தேன். குறிப்புகள் தயார் செய்தேன். வகுப்புகள் எடுக்கவும் ஆரம்பித்தேன்.

கட்சியில் ஈடுபாடுகொண்ட ஒரு நண்பர்கள் குழாம் விளாத்திகுளத்தில் உருவானது. நான், கத்தாளம்பட்டி சீனி, கமலாபுரம் கனகராஜ், மார்க்சிஸ்ட் கம்யூனிஸ்டு கட்சியின் மூத்த தோழர் டெய்லர் மகாலிங்கத்தின் தம்பி வென்னிமலை இப்படி ஒரு செட் உருவானது.

கத்தாளம்பட்டியில் சீனி ஏற்பாடு செய்துவைத்திருக்கும் விவசாயிகள் மத்தியில் நான் பொருள் முதல்வாத வகுப்பு எடுக்க

வேண்டும் என்று முடிவானது. இப்படி முடிவு வருவதற்கு தோழன் கனகராஜ் முக்கிய தூண்டுகோலாக இருந்தான். சாயங்காலம் நாங்கள் கம்மாய்க் கரை வழியே நடந்து கத்தாளம்பட்டி சென்று சேர்வோம். வேலை முடிந்து மக்கள் வந்து சேர்ந்தவுடன் வகுப்பு நடக்கும். வகுப்பு முடிந்ததும் பழைய சைக்கிள் டயரின் ஒரு முனையில் நெருப்பு பற்ற வைத்து, அந்த சைக்கிள் டயர் சுளுந்து வெளிச்சத்தில் கம்மாய்க் கரை வழியே நடந்து நாங்கள் விளாத்திகுளம் வந்து சேர்வோம். மறக்க முடியாத நாட்கள் அவை.

நண்பன் சீனி இப்போது இல்லை. இயற்கை அவனை என்னிடமிருந்து பிரித்து விட்டது. அவனது நினைவுகள் எனக்குள் என்றைக்கும் பசுமையாய் நிறைந்திருக்கும். அந்த நினைவுகளைப் பகிர்ந்துகொள்ள வேண்டும் என்று தோன்றிக்கொண்டே இருந்தது. பகிர்ந்து கொண்டு விட்டேன். நன்றி.

ஆரம்பப் பள்ளி நாட்கள் - 12

மேலைத் திசையில் சூரியன் மறையும் நேரம். அந்தி வெயில் இதமாக பரவியிருந்தது. நான் புனலூர் பஸ் நிலையத்தில் செங்கோட்டை வழியாக திருநெல்வேலி திரும்புவதற்காக நின்று கொண்டிருந்தேன். மலையாளத்தில் எழுதப்பட்டிருந்த அறிக்கைப் பலகையில் செங்கோட்டை செல்லும் பஸ் எத்தனை மணிக்கு இருக்கிறது என்று பார்த்துக்கொண்டிருந்தேன். எனக்கு மலையாளம் பேசத் தெரியாது. ஆனால், எழுத்துக் கூட்டி தட்டுத் தடுமாறி மெதுமெதுவாக படிக்கத் தெரியும். தெற்கோட்டு, வடக்கோட்டு கிழக்கோட்டு என்று அந்த மூன்று திசைகளிலும் செல்லும் பஸ் விவரங்கள் எழுதப்பட்டிருந்தன.

எனக்கு கிழக்குத் திசையில் செங்கோட்டை செல்லும் பஸ் கிடைக்க வேண்டும். அந்த விவரம் எழுதியிருந்தது. ஆனால் மேற்கோட்டு என்று எழுதுவதற்குப் பதில் மேற்குத் திசையைக் குறிக்கும் ஒரு நீளமான வார்த்தை எழுதப்பட்டிருந்தது. அந்த வார்த்தையை எழுத்துக் கூட்டி படிக்க ஆரம்பித்தேன். மிகுந்த சிரமத்துக்குப்பின் ஒரு வழியாக படித்தே விட்டேன். படுஞாயிறோட்டு என்பதுதான் அது. மேற்குத் திசையை மலையாளத்தில் படுஞாயிறு என்று புழங்கும் சொல்லாக அவர்கள் வைத்திருப்பது என்னை மிகவும் ஆச்சரியத்தில் ஆழ்த்தியது. என்ன இனிமையான தமிழ்ச் சொல்.

அன்றைக்கும் விளாத்திகுளத்தில் அந்தி வெயிலைப் பரப்பியவாறு சூரியன் படுஞாயிறு திசையில் வேகமாக இறங்கிக்கொண்டிருந்தான். காற்று மெள்ள மெள்ளக் குளிர்ந்து அதன் பட்டுப் போன்ற தழுவலோடு இதமாக வீசத் தொடங்கியது. தயங்கித் தயங்கி இருள் கவியத் துவங்கியது. சூரியன் முற்றிலும் மறைந்து கீழ்வானில் முழு வட்ட நிலவு மேலேறி வரத் துவங்கியது.

நாங்கள் நால்வரும் விளாத்திகுளம் வைப்பாற்றின் மணற்பரப்பில் உட்கார்ந்திருந்தோம். நான், வென்னிமலை, சந்திரபோஸ், சண்முக வேலு. 1967ஆம் வருடம். நான் மூன்று வருட பாலிடெக்னிக் படிப்பை முடித்துவிட்டு வேலைக்கு விண்ணப்பங்களை அனுப்பி விட்டு நண்பர்களோடு பொழுது போக்கிக்கொண்டிருந்த நேரம் அது. முந்தின நாள் இரவில், மே. வங்க இடது முன்னணி அரசு கவிழ்க்கப்பட்டதைக் கண்டித்து விளாத்திகுளத்தில் மார்க்சிஸ்ட் கம்யூனிஸ்டு கட்சி நடத்திய ஆவேசமான தீப்பந்த ஊர்வலத்தைப் பற்றி பேசிக்கொண்டிருந்தோம்.

அந்த ஊர்வலத்தில் கலந்துகொள்ள வேண்டும் என்று நான் எவ்வளவோ மன்றாடியும், கட்சி செயலாளர் தோழர் சந்தனமாரியப்பனும் ஊர்வலத்தில் ஆவேச முழக்கமிட்டு வந்த எனது சிறிய அண்ணன் முருகனும் என்னைத் தடுத்து நிறுத்தி விட்டனர். அந்த ஊர்வலத்தில் நான் கலந்துகொண்டால் எனக்கு வேலை கிடைக்காமல் போய்விடும் என்ற எச்சரிக்கை உணர்வு அவர்களுக்கு இருந்தது.

மே. வங்க அரசு கவிழ்க்கப்பட்டதன் பின்னணியையும், அதற்கு முன்பு 1957ல் அமைந்த கேரள கம்யூனிஸ்டு அரசு கவிழ்க்கப்பட்டதன் பின்னணியையும், இந்த இரண்டு கவிழ்ப்பு வேலைகளிலும் காங்கிரஸ் கட்சி மேற்கொண்ட கேவலமான ஜனநாயக படுகொலையையும் பற்றி நண்பர்களிடம் நான் விளக்கி பேசிக்கொண்டிருந்தேன். நீண்ட நேரம் அரசியல் விஷயங்களை பேசிக்கொண்டிருந்தோம்.

பேசி முடித்தபின் எங்கள் மத்தியில் ஒருவித அமைதி நிலவியது. நாங்கள் சிறிது நேரம் மௌனமாக அமர்ந்திருந்தோம். அருகில் ஒரு ஓலைக்கொட்டானில் வேல்சாமித் தேவர் கடை கருப்பட்டி மிட்டாயும் இன்னொரு கொட்டானில் உரப்புச் சேவும் இருந்தன. வைப்பாறின் வடக்கு கரையோரம் நாங்கள் உட்கார்ந்திருந்தோம். தெற்கே வெகுதூரத்துக்கு வெகுதூரம் வைப்பாற்றின் வெண் மணல்

பரந்து விரிந்து கிடந்தது. முழு நிலவு வெளிச்சத்தில் அந்த வெண்மணற்பரப்பு அற்புதமான தோற்றத்தை அளித்தது.

ஆற்றின் தெற்கு கரையோரம் ஒரு முப்பது நாற்பது அடி அகலத்துக்கு முழங்கால் அளவு தெள்ளிய பளிங்கு போன்ற ஆற்று நீர் சலசலப்பு இல்லாமல் அமைதியாக ஓடிக்கொண்டிருந்தது. நாங்கள் தெற்குக் கரையை நோக்கி நடந்து சென்றோம். குளிர்ந்த ஆற்று நீரில் முகம், கை, கால் கழுவிக் கொண்டோம். திரும்பவும் வடக்குக் கரையை நோக்கி நடந்து வந்தோம். பழைய இடத்தில் மீண்டும் அமர்ந்து கொண்டோம். ஆற்று நீரும், அதற்குள்ளே கரையோரமாய்த் துள்ளி விளையாடிய மீன்களும் அந்த வெண் மணற்பரப்பும் என் மனதில் விவரிக்க இயலாத மனக் கிளர்ச்சியை உண்டு பண்ணியது. குழந்தை பெற்றெடுக்கும்போது பெண்கள் அனுபவிப்பது போன்ற வலியை நான் அனுபவித்தேன். அதற்கு மேல் தாங்க முடியவில்லை. அருகில் இருந்த நோட்டுப் புத்தகத்தை எடுத்தேன். பேனாவினால் கீழ்க்கண்ட வரிகளை எழுதினேன்.

‘துள்ளும் கெண்டை விழியுடையாள் நெஞ்சை
அள்ளும் கொள்ளை எழிலுடையாள்
மெள்ளக்
கைப்பற்றும் கணவன்
கடல் தன்னை நாடும்
வைப்பாற்றுக் கன்னி யவள்’

எழுதி முடித்ததும் வலி நின்றுபோய் ஒருவித அமைதியும் மனநிறைவும் ஏற்பட்டது.

மீண்டும் பேசத் துவங்கினோம். கருப்பட்டி மிட்டாயும் காரச் சேவும் சீக்கிரமே தீர்ந்து போயிற்று. வென்னிமலை ஒரு தொப்பி சிகரெட்டும் நான் சிசர்ஸ் சிகரெட்டும் பற்ற வைத்துக் கொண்டோம். விடிய விடிய பேசிக்கொண்டே இருந்தோம்.

ஆரம்பப் பள்ளி நாட்கள் - 13

என்னுடைய சிறு வயதில் விளாத்திகுளத்திலும் சுத்துப்பட்டி கிராமங்களிலும் கம்யூனிச இயக்கம் மிகவும் செல்வாக்கான இயக்கமாக இருந்தது. இந்திய கம்யூனிஸ்டு கட்சி மிக பலமான கட்சியாக இருந்தது. அப்போது நான் ஆரம்பப் பள்ளி மாணவனாக சிறுவனாக இருந்தேன். கட்சி நடத்திய இயக்கங்களை

ஆச்சரியத்தோடு வேடிக்கை பார்த்திருக்கிறேன். ஆனால், அவை பற்றி எழுதுவதற்கான முழு விவரமும் எனக்குத் தெரிந்திருக்கவில்லை. விவரம் சொல்வதற்கான யாரும் இப்போது உயிருடனும் இல்லை. நல்லவேளையாக தோழர் டெயிலர் சுப்பையா இப்போது தனது **84**வது வயதில் நாகர்கோவிலில் இருக்கிறார்.

தோழர் மாப்பிள்ளைச்சாமியின் தம்பி தோழர் பால்ராஜா சிவகாசியில் இருக்கிறார். தோழர் பால்ராஜாவைப்பற்றி, களப் பணியில் கம்யூனிஸ்டுகள் என்ற தொடரில் அரசியல் தலைமைக் குழு உறுப்பினர் தோழர் G.R. எழுதியதைப் படித்திருப்பீர்கள். விளாத்திகுளம் தாலுகா செயலாளராகவும் புதூர் ஒன்றியச் செயலாளராகவும் இருந்த தோழர் பஞ்சகல்யாணி இப்போது புதூரில் இருந்து வருகிறார். இவர்களை சந்தித்து சேகரித்த விவரங்கள் அடிப்படையில் கீழ்க்கண்ட விஷயங்களை எழுதியிருக்கிறேன். விவரங்களை சேகரிப்பது ஒன்றும் அவ்வளவு சுலபமானதாக இல்லை. அவர்களிடம் குறிப்புகள் எதுவும் இல்லை. மறதி அதிகமாக இருந்தது. கூரைமுகட்டை அண்ணாந்து பார்ப்பார்கள். நெற்றியைப் பிசைந்து கொள்வார்கள். விஷயங்களை நினைவுக்குக் கொண்டுவந்து என்னிடம் சொல்லுவார்கள். சில சமயம் எவ்வளவு நேரம் மோட்டுவளையைப் பார்த்தாலும் கதை ஒன்றும் நடக்காது. இந்தத் தோழர்கள் வயது முதிர்ந்த காலத்தில் எனக்காக நேரம் ஒதுக்கி அவர்களால் முடிந்த விவரங்களை அளித்தமைக்கு நம் அனைவரின் சார்பிலும் நன்றியைத் தெரிவித்துக் கொள்கிறேன்.

விளாத்திகுளம் இந்திய கம்யூனிஸ்டு கட்சி பெரும்பாலும் டெய்லர்களின் கட்சியாகவே இருந்தது. அவர்கள்தான் கட்சியை உருவாக்கினார்கள். சுத்துப்பட்டி கிராமங்களில் கட்சி செல்வாக்குப் பெறுவதற்கும் வளர்வதற்கும் காரணமாக இருந்தார்கள். தோழர்கள் மகாலிங்கம், சுப்பையா, மாரியப்பன், நாகராஜன், ராஜாராம், சந்தானகிருஷ்ணன், மகாராஜன், வென்னிமலை ஆகியோரைச் சொல்லலாம். சுத்துப்பட்டி கிராமங்களுக்கு நகரமாக விளாத்திகுளம் விளங்கியது.

விளாத்திகுளத்தில் துணிமணிகள் எடுத்துவிட்டு அங்கேயே தைக்கப்போடுவார்கள். நமது டெய்லர் தோழர்கள் அவர்களோடு உள்ள தொடர்பைப் பயன்படுத்தி அரசியல் விஷயங்களை

பேசுவார்கள். உங்கள் ஊரில் கட்சி ஆரம்பிக்க வேண்டும்; கட்சி கொடி ஏற்ற வேண்டும் என்று பேசுவார்கள். காரியம் வெற்றியானவுடன் ஒரு ஞாயிற்றுக்கிழமை அந்த ஊருக்குச் சென்று கூட்டம் நடத்தி, கொடியை ஏற்றிவிட்டு வருவார்கள். விளாத்திகுளத்தில் ஒரு நிகழ்ச்சி என்றால், சுத்துப்பட்டி கிராம மக்கள் திரண்டு வந்து விடுவார்கள். டெய்லர் தோழர்கள், தவிர கட்சியில் கீழ்க்கண்ட தோழர்கள் இருந்தார்கள். அனைவரும் கட்சியை உயிருக்குயிராய் நேசித்தார்கள். என்னுடைய மூத்த அண்ணன் *V.S.*உலகநாதன்,தோழர் மாப்பிள்ளைச்சாமியின் தம்பி தோழர் பால்ராஜா, அரசகுமார், கொத்தனார் தோழர்கள் நவநீதன், சின்னான், ஓட்டல் கிருஷ்ணசாமி நாயக்கர், கறிக்கடை பொன்னு, லோடுமேன் பச்சைப் பெருமாள், கொல்லுப்பட்டறை பிச்சாண்டி, லாரி டிரைவர் கருப்பசாமி, கருப்பட்டி பொன்னுசாமி, சக்கனாபுரம் பால்சாமி, கம்மாப்பட்டி துரைராஜ், சண்முகா புரம் பால்சாமி ஆகியோர். மார்த்தாண்டம்பட்டி கட்சியின் கோட்டையாக இருந்தது. மார்த்தாண்டம்பட்டி தோழர் *V. S.*கிருஷ்ணன் கட்சியின் செயலாளராக இருந்தார்.

தலைமறைவு காலத்தில் தோழர்கள் பாலதண்டாயுதம், மணலி கந்தசாமி ஆகியோரை பலநாள் வரையும் விளாத்திகுளம் ஏரியா கம்யூனிச இயக்கம் பாதுகாத்தது. **1952** முதல் பொதுத் தேர்தலில் கம்யூனிஸ்டு கட்சி இந்தியா முழுவதும் பெருமை மிகுந்த வெற்றியைப் பெற்றது. நாடாளுமன்றத்தில் ஆளும் காங்கிரஸ் கட்சிக்கு அடுத்த இரண்டாவது பிரதான கட்சியாக கம்யூனிஸ்டு கட்சி இருந்தது. அன்றைய சென்னை மாகாணத்தில் அமைச்சரவை அமைக்கும் வாய்ப்போடு கூடிய மகத்தான வெற்றியைப் பெற்றிருந்தது. ஆனால், இராஜாஜியின் குள்ளநரித் தந்திரத்தினால் மாணிக்கவேலரின் இன்னர் வீல் பார்ட்டி அந்தப் பக்கம் தாவியதால் கம்யூனிஸ்டு கட்சியால் ஆட்சி அமைக்க முடியாமல் போனது. இந்திய கம்யூனிஸ்டு கட்சி **1948**லிருந்து தடை செய்யப்பட்டிருந்தது. அருமைத் தோழர் *P. R.* சிறையில் அடைக்கப்பட்டிருந்தார். **1952** பொதுத் தேர்தலில் சிறையிலிருந்தே போட்டியிட்டு மகத்தான வெற்றி பெற்றார்

இந்த நிகழ்வுகள் ஒரு மிகப் பெரிய தாக்கத்தை நாடு முழுவதும் ஏற்படுத்தின. விளாத்திகுளம் மக்களும் விதிவிலக்கல்லவே?.

பொதுத் தேர்தலைத் தொடர்ந்து நடந்த உள்ளாட்சித் தேர்தல்களில் விளாத்திகுளம் கம்யூனிஸ்டு கட்சி சிறப்பான வெற்றியைப் பெற்றது. நாம் ஆதரித்த நடராஜ நாடார் பஞ்சாயத்து போர்டு பிரசிடெண்ட் ஆகவும், கட்சித் தோழர் V. S. உலகநாதன் வைஸ் பிரசிடெண்ட் ஆகவும் வெற்றி பெற்றனர். வார்டு உறுப்பினர்களாக தோழர்கள் சுப்பையா, சந்தனமாரியப்பன், கணேசன் ஆகியோர் வெற்றி பெற்றனர்

மே தினம் உழைக்கும் மக்களின் திருவிழா என்றார் தோழர் ஸ்டாலின். முதன்முதலில் 1923ஆம் ஆண்டு சென்னை கடற்கரையில் உயர்நீதி மன்றத்திற்கருகில் அருமைத் தோழர் சிங்காரவேலரால் மே தினம் கொண்டாடப்பட்டது. விளாத்திகுளத்தில் மே தினம் மிகப் பெரிய திருவிழாவாகக் கொண்டாடப்பட்டது. சுற்று வட்டாரக் கிராம மக்கள் முழுவதும் மே தின விழாக் கொண்டாட்டத்துக்கு விளாத்திகுளத்தில் வந்து குவிந்து விடுவார்கள். மக்கள் வெள்ளத்தால் விளாத்திகுளம் அன்றைக்குத் திணறும்.

மே தின ஊர்வலம் கம்மாய் அருகே சாலையத்தில் ஆரம்பமாகும். ஓர் சைக்கிளைச் சுற்றிலும் மூங்கில் தட்டிகளால் ஆகாய விமானம் மாதிரி ஒரு உருவ ஏற்பாட்டை ச் செய்திருப்பார்கள். நல்ல வெள்ளைத் துணியால் அந்த மூங்கில் விமானத்தை மூடி கவர் செய்திருப்பார்கள். பார்ப்பதற்கு ஒரு நிஜ வெள்ளை ஆகாய விமானம் மாதிரியே அது காட்சியளிக்கும். விமானத்தின் முன் பக்கம் மிகப் பெரிய லெனின் படத்தையும் ஸ்டாலின் படத்தையும் வைத்திருப்பார்கள். விமானம் முழுவதும் கட்சியின் செங்கொடி பறந்துகொண்டிருக்கும். விமானத்திற்குள் ஒரு தோழர் சைக்கிளை உருட்ட... விமானம் நகர ஆரம்பிக்கும்.

விமான ஊர்வலம் நேரே சென்று பஸ் ஸ்டாண்ட் அருகில் எட்டையபுரம் ரோட்டைப் பிடித்து இடதுபுறம் திரும்பும். பின்பு புதூர் ரோட்டில் திரும்பி நேரே கம்மாய் வரை சென்று மீனாட்சி அம்மன் கோயில் வடக்குப் புற காம்பவுண்டுச் சுவர் வழியாகச் செல்லும். அங்கிருந்து கடைத் தெரு வழியாக போலீஸ் ஸ்டேஷன் அங்கிருந்து மீண்டும் புதூர் ரோடு வந்து பிள்ளையார் கோயில் முன்பு மாபெரும் பொதுக்கூட்டம் நடைபெறும். பொதுக் கூட்டங்களுக்கு பல முறை தோழர் P. R. வந்திருக்கிறார்.

ஊர்வலம் செல்லும் வழியில் பல்வேறு இடங்களில் பல்வேறு கலை நிகழ்ச்சிகள் நடைபெறும். இளம் வயது சிறுவனான நான் ஒவ்வொரு நிகழ்ச்சியையும் பார்ப்பதற்கு ஒவ்வொரு இடமாக ஓடிக்கொண்டே இருப்பேன். ஓர் இடத்தில் ஒயிலாட்டம் நடைபெறும். இன்னொரு இடத்தில் சிலம்பாட்டம் நடைபெறும். இன்னொரு இடத்தில் நறிக்குறவர் ஆட்டம் நடைபெறும். பொதுக் கூட்ட மேடையில் சாத்தூர் பிச்சைக்குட்டியின் வில்லுப்பாட்டு நிகழ்ச்சி நடைபெறும்.

அனைத்துமே பார்ப்பவர் மனதைக் கொள்ளை கொள்ளும். அப்படி மக்கள் ஒரு திருவிழாவாக கொண்டாடும் ஒரு மே தினத்தை நான் வேறு எங்கும் பார்த்ததே இல்லை.

ஊர்வலம் முடிந்து பொதுக்கூட்டம் நிறைவடைவதோடு முதல் நாள் நிகழ்ச்சிகள் முடிவடையும். மறுநாள் மாட்டுவண்டி ரேஸ் நடக்கும் ரோட்டில் ஒரு நல்ல மரத்தின்மேல் ஏறி நாங்கள் வகையாக உட்கார்ந்து கொள்ளுவோம். இந்த மே தின மாட்டு வண்டிப் போட்டிக்கென்றே மாட்டுவண்டிகளை பிரத்யேகமாக தயார் செய்து வைத்திருப்பார்கள். மாடுகளை பல மாதங்கள் பழக்கி வைத்திருப்பார்கள். காளைகள் சீறிப்பாய்ந்து செல்லும் அந்தக் காட்சி கண் கொள்ளாக் காட்சியாக இருக்கும். அந்த மாட்டுவண்டி ரேசை மறக்கவே முடியாது. சினிமாவில் குதிரை ரேஸ், கார் ரேஸ் எல்லாம் பார்த்திருக்கிறேன். ஆனால், எங்கள் ஊர் மே தின மாட்டுவண்டி ரேசுக்கு முன்னால் அவை எல்லாம் எம்மாத்திரம்.

சுத்துப்பட்டி கிராமம் முழுவதும் மக்கள் கம்யூனிஸ்டு கட்சியை நேசித்தார்கள். கட்சிக் கிளைகளும் இருந்தன. ஆனால் கட்சிக் கல்வி கற்று கொண்டு, கொள்கைகளை ஏற்றுக்கொண்டு அவர்கள் கட்சிக்குள் வந்தார்கள் என்று சொல்ல முடியாது. அவர்களுக்குப் பிடித்தவர்கள், முக்கியமானவர்கள், மதிப்பு மிக்கவர்கள் கட்சியில் இருந்ததால் அவர்களும் இருந்தார்கள். விளாத்திகுளத்தில் ஒன்றிரண்டு தெருக்களில் மட்டுமே தி.மு.க. இருந்தது. காங்கிரஸ் ஒன்றிரண்டு தெருக்களில் இருந்தது. 1952 சட்ட மன்றத் தேர்தலில் விளாத்திகுளம் தொகுதியில் நாம் ஆதரித்த சுயேச்சை வேட்பாளர் வெறும், 2500 ஓட்டுகள் வித்தியாசத்தில் தோற்றுப் போனார்.

செங்கொடியும் கம்யூனிஸ்டு கட்சியும் மகாத்மா காந்தியின் பெயரைக்கொண்டிருந்த என்னை மெல்ல மெல்ல இழுக்கத் தொடங்கின. காரல் மார்க்சும் ஏங்கெல்சும் லெனினும் ஸ்டாலினும்

மாவோவும் ஹோ சி மின்னும் எனக்குத் தெரியாமலேயே எனக்குள் ஒரு நெருப்பைப் மற்ற வைத்துவிட்டார்கள்.

ஆரம்பப் பள்ளி நாட்கள் - 14

மேற்குத் தொடர்ச்சி மலையில் உற்பத்தியாகி விருதுநகர் மாவட்டம் வழியாக வருகிற கீழ்க்கண்ட 12 சிற்றாறுகள் ஒன்று சேர்ந்து சங்கமித்து வெம்பக்கோட்டையைத் தாண்டி, வைப்பாறு என்ற பெயரோடு சாத்தூர் வழியாக விளாத்திகுளம் வருகிறது.

1. சிங்கோட்டையாறு, 2. கௌசிகா நதி, 3, அர்ஜுனா நதி, 4. சிந்தலப்பள்ளி ஓடை, 5. காயல்குடியாறு, 6. செவல பெரியாறு, 7. நகரியாறு, 8. தேவியாறு, 9. கலிங்ககலாறு, 10. நிசாபாநதி 11.வல்லம்பட்டி ஓடை, 12.உப்பத்தூறாறு.

விளாத்திகுளம் தாண்டி, சிப்பிக்குளம் வழி சென்று... வைப்பார் என்னுமிடத்தில் தூத்துக்குடிக்கு வடக்கே 40 கி.மீ. தூரத்தில் மன்னார் வளைகுடாவில் கலக்கிறது. வண்ண வண்ண மலர்களை ஒன்று சேர்த்துக்கட்டிய நேர்த்தியான மாலைபோல வைப்பாறு நதி விளாத்திகுளத்தில் அழகாக நடந்து செல்கிறது.

மேற்குத் தொடர்ச்சி மலையில் இந்த துணை நதிகளின் நீர்ப்பிடிப்புப் பகுதியில் மழை பெய்தால் வைப்பாற்றில நீர் வரத்து இருந்துகொண்டே இருக்கும். பள்ளி நாட்களில் நண்பர்களோடு பெரும்பாலும் ஆற்றில் குளிப்பதுதான் வழக்கம். ஒரு சில நாட்களில் கம்மாயிலும் குளிப்பது உண்டு. ஆற்றைக் கடந்து செல்வதற்கும் பஸ், லாரி போக்குவரத்துக்கும் சிமெண்டு கான்கிரீட் பாலம் ஒன்று உண்டு. தென்வடலாக சுமார் 2 கி.மீ. நீளம் இருக்கும். வடக்குப் புறம் மணல் மேவி, பாலம் ஆற்றுப் படுகையைவிட இரண்டடி மூன்றடி உயரத்தில்தான் இருக்கும். எப்போதும் நீரோட்டம் இருக்கும் தென்பகுதியில் பாலத்தின் அடியில் ஓர் ஆள் நடந்து செல்கிற அளவுக்கு கண்கள் இருக்கும். அங்குதான் நாங்கள் குதித்து விளையாடி கும்மாளமிடுவது வழக்கம்.

பொங்கல் பண்டிகைக்கு மறுநாள் கரிநாளன்று குடும்பம் குடும்பமாக சோறு கட்டிக்கொண்டு விளாத்திகுளம் ஊரே ஆற்றின் தென்பகுதியில் திரண்டிருக்கும். ஆட்டமும் பாட்டமும் விளையாட்டுமாக அன்றையப் பொழுது ஆற்றங்கரையில் ஆனந்தமாகக் கழியும். சிறுவர்களும் பெண்களும் ஆண்களும்

பெரியவர்களும் ஒரு கதம்பமாக முகத்தில் மகிழ்ச்சி பொங்க திரண்டிருக்கும் அந்த மக்கள் கூட்டம் பார்ப்பதற்கே கண் கொள்ளாக் காட்சியாக இருக்கும். பறவைகளுக்கென்று இலையில் தனியாக சிறிது உணவு வைப்பதால்... காக்கைகளும் குருவிகளும் மைனாக்களும் கூட்டம் கூட்டமாக அங்குமிங்கும் பறந்து கொண்டிருக்கும்.

மழைக்காலங்களில் வைப்பாற்றில் வெள்ளம் கரைபுரண்டு ஓ வென்ற இரைச்சலுடன் ஓடிக்கொண்டிருக்கும். வெள்ளத்தை வேடிக்கை பார்ப்பதற்கும் விளாத்திகுளம் மக்கள் வடதுபுறக் கரையில் கூடிவிடுவார்கள். பாலத்தின் இடது புறமும் வலது புறமும் சுவர் எழுப்புவதற்குப் பதிலாக 6 அடி உயரத்திற்கு கான்கிரீட் தூண்களை நிறுவியிருப்பார்கள். வலது புறக்கரையிலிருந்து சிறிது தூரம் வரை பாலம் கண்ணுக்குத் தெரியும். சற்று தூரத்தில் பாலத்தின்மேல் வெள்ளம் போய்க்கொண்டிருக்கும். போகப் போக கான்கிரீட் தூண்களின் உச்சி மட்டுமே தெரியும். பாலம் முழுவதும் வெள்ள நீரில் மூழ்கிப் போயிருக்கும். தெற்குப் புறக் கரையிலும் இதே நிலைதான் இருக்கும்.

விளாத்திகுளத்திலிருந்து தென் திசையில் செல்லவேண்டிய பஸ்கள் வெள்ளம் காரணமாக செல்ல முடியாத நிலை ஏற்படும். தெற்குத் திசையில் செல்லவேண்டிய பஸ்கள் தென்கரையிலேயே ஆட்களை இறக்கி விட்டுவிட்டு நின்றுவிடும். விளாத்திகுளத்திலிருந்து தெற்கு திசையில் செல்ல வேண்டியவர்களை நல்ல பலசாலியான உழைப்பாளிகள் ஒரு மாட்டுவண்டியில் உட்கார வைத்து அக்கரைக்கு கடத்துவார்கள். பாலத்தின் மையப் பகுதியை வண்டி நெருங்கும்போது அநேகமாக வண்டியின் மேல் பாகம்வரை வெள்ளம் வந்து விடும். வண்டியையும் உட்கார்ந்திருப்பவர்களையும் தள்ளிக்கொண்டு போகிறவர்களையும் ஒரு சேர இழுக்கும் அளவுக்கு வெள்ளத்தின் வேகம் இருக்கும்.

அந்த வேகத்தை சமாளித்து ஆட்களை பத்திரமாக அக்கரைக்கு கடத்த வேண்டும். அக்கரையில் இவர்களை இறக்கி விட்டுவிட்டு அங்கே உள்ளவர்களை விளாத்திகுளம் கொண்டுவருவதற்கு வண்டியில் வைத்து கடத்திக்கொண்டு வரவேண்டும்.

வெள்ளம் முற்றிலும் வடிந்து... ஆற்றுப் பாலம் பஸ் போக்குவரத்துக்குத் தயாராகும் வரை இக்கரையிலிருந்து அக்கரைக்கும், அக்கரையிலிருந்து இக்கரைக்கும் ஆட்களை வண்டியில் வைத்துக் கடத்துவது நடக்கும்.

வெள்ளம் பயங்கரமானதாக இருக்கும். வருகிற வழி நெடுக கரையோரமாக இருக்கிற பயிர்களையெல்லாம் வெள்ளம் அடித்துக்கொண்டு வரும். ஒருசில சமயம் பனைமரங்கள் கூட வெள்ளத்தில் அடித்துக் கொண்டு வரப்படுவதுண்டு. வெகு காலத்துக்கு முன்பு வந்த வெள்ளத்தில் ஒரு தங்கத் தேரும், வெள்ளித் தேரும், மரத்திலாலான தேரும் அடித்துவரப்பட்டதாகவும் தங்கத் தேரும் வெள்ளிக் தேரும் அரசு ஆஸ்பத்திரியில் இருந்து துளசிப்பட்டி கிராமத்துக்குச் செல்லும் வழியில் ஆற்றில் இருக்கும் பப்பரக்குழி மேட்டில் புதைந்து போனதாகவும், மிதந்து கொண்டிருந்த மரத்தேரை மக்கள் மீனாட்சி சுந்தரேஸ்வரர் கோயிலில் சேர்த்துவிட்டதாகவும் ஒரு கதை நிலவுகிறது. அந்தப் பப்பரக்குழி மேடும் அதில் புதைந்து கிடப்பதாகச் சொல்லப்பட்ட தங்கத் தேரும் வெள்ளித் தேரும் என்னவாயின என்று தெரியவில்லை. எல்லாம் கட்டுக்கதைகள்.

இப்போது வைப்பாறு பொலிவிழந்து போய்விட்டது. அதன் துணை நதிகளில் **1972**ல் துவங்கி அணைகள் கட்டப்படும் நிலை ஏற்பட்டது. அர்ஜுனா நதியில் கோவிலார் அணை, பெரியார் அணை, ஆனைக்குட்டம் அணை ஆகியவையும், கௌசிகா நதியில் குல்லூர்சந்தை அணையும், இந்த இரு நதிகளின் அணைகளைக் தாண்டி உபரி நீர் ஆறாக வருகிற இடத்தில் கோல்வார்பட்டி அணையும், நகரியாறு ஆற்றில் சாஸ்தா கோயில் அணையும், காயல்குடி ஆறும் செவல பெரியாறு ஆறும் நகரியாறும் தேவியாறும் கலிங்கலாறும் நிசாபாநதியும் சங்கமிக்கும் இடத்தில் வெம்பக்கோட்டை அணையும், சாத்தூரைத் தாண்டி கடைசியாக இருக்கன்குடி அணையும் கட்டப்பட்டு விட்டன. இத்தனை அணைகளும் நிரம்பி வழிந்து உபரி நீர் வந்தால் அதுதான் வைப்பாறு நதிக்கு வரும் நிலை.

எனவே, எப்போதும் நீர்வரத்து இருந்துகொண்டிருக்கும் வைப்பாறு, மழைக்காலத்தில் ஆற்றுப் பாலம் மூழ்கி போக்குவரத்து நின்று போகச்செய்யும் வைப்பாறு இப்போது அதன் பொலிவை இழந்துபோய் விட்டது.

என்னுடைய பள்ளி நாட்களில் எத்தனை மாலை நேரங்களை நண்பர்களுடன் மகிழ்ச்சியாக அந்த ஆற்றங்கரையில் கழித்திருப்போம். நிலவு காயும் எத்தனை இரவுகளில் நடுராத்திரி வரை பேசிக்கொண்டே அந்த ஆற்றங்கரை மணலில் கழித்திருப்போம். எத்தனை முறை வைப்பாற்றின் அழகில் மயங்கி

மனதைப் பறிகொடுத்திருப்போம். இப்போது அத்தனையும் நினைவில் மட்டுமே நிழலாடும் விஷயங்களாய்ப் போய்விட்டன.

மாற்றங்கள் தேவைதான். இப்போது மிக உயரமான பாலம் கட்டியிருக்கிறார்கள். வெள்ளம் வருவதற்கு அநேகமாக வாய்ப்பு இல்லை. அப்படி வந்தாலும் போக்குவரத்து நின்று போகாது. ஆட்களை வண்டியில் வைத்துக் கடத்துகிற ஏற்பாடு தேவையில்லை. அணைகள் கட்டி, கடலில் வீணாகக் கலக்கும் ஆற்று நீரைச் சேமித்து பயன் படுத்துவதும் தேவைதான். வளர்ச்சியை நோக்கிப் பயணிப்பதற்கு சில பழைமைகளை விட்டுக் கொடுத்து புதிய மாற்றங்களுக்கு பழகிக்கொள்ள வேண்டும் என்பதும் தேவைதான். என்னதான் அறிவுப்பூர்வமாக ஏற்றுக் கொண்டாலும் வளர்ச்சிக்கான இந்த அணைகள் வைப்பாறு என்ற அழகிய நதியை பொலிவிழக்கச் செய்தேவிட்டதே என்பதை நினைக்கும்போது ஒரு வலி உண்டாவதை மட்டும் தவிர்க்க முடியவில்லை.

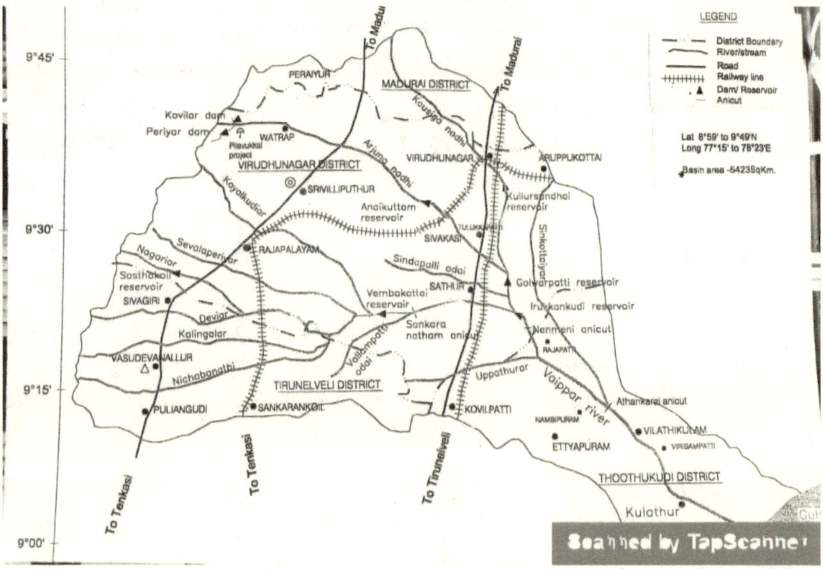

ஆரம்ப பள்ளி நாட்கள் - 15

எங்கள் விளாத்திகுளம் அரசு உயர்நிலைப் பள்ளிக் கட்டிடம் எட்டையபுரம் ரோட்டில் அமைந்திருந்தது. கிழக்கே பஸ் நிலையத்தில் ஆரம்பித்து மேற்கே பள்ளிவாசலுக்குச் சொந்தமான

காலி இடம் வரை 2 பர்லாங்கு தூரத்துக்கு நீண்டிருந்தது. மாணவர்கள் பாதுகாப்பு கருதி கிழக்கிலிருந்து மேற்கு வரை 2 பர்லாங்கு தூரத்துக்கு ரோட்டுப்பக்கம் வாசல் எதுவும் வைக்கவில்லை. பள்ளிக்கூடத்தின் பின்பக்கச் சுவர் பஸ் ஸ்டாண்டை ஒட்டி அமைந்திருந்தது. பின்பக்கச் சுவரிலிருந்த சிறிய கேட் எப்பொழுதும் பூட்டியே இருக்கும். மாணவர்கள் அதன் வழியே பஸ் ஸ்டாண்டிற்குள் வந்துவிடக்கூடாதல்லவா?. எங்களைப் போன்ற முக்கியஸ்தர்களுக்கு மட்டும் வாட்ச்மேன் திறந்து விடுவார். அவரை சரிக்கட்டி வைத்திருந்தோம். மெயின் கேட் மேலக்கடைசியில் இருந்தது. பஸ் ஸ்டாண்ட் துவங்கி ஆற்றுப் பாலம் வரை 3 கி.மீ. தூரத்துக்கு எட்டையபுரம் ரோட்டின் இரு மருங்கிலும் பள்ளமாகவும் ஓடையாகவும் இருக்கும். பள்ளி மெயின் கேட்டில் மட்டும் ரோடு மட்டத்துக்கு ஓடைமேல் பாலம் கட்டி, பாதை அமைத்திருந்தார்கள்.

எங்கள் உயர்நிலைப் பள்ளியின் அப்போதைய பாடத்திட்டம் மிகவும் பயனுள்ளதாகவும் மனதுக்குப் பிடித்ததாகவும் இருந்தது. டிராயிங் பீரியடும் டிராயிங் மாஸ்டரும் இருந்தார்கள். கைத்தொழில் பீரியடு (crafts period) இருந்தது. அதற்குத் தனி வாத்தியார் உண்டு

பள்ளிக்கூடத்தில் இரண்டு மூன்று கைத்தறிகள் இருந்தன. நெசவு செய்வதற்கு எங்களுக்கு சொல்லிக்கொடுத்தார்கள். கைத்தொழில் வாத்தியார் சில சமயம் கதைகள் சொல்லுவார். நாங்கள் ஆர்வத்துடன் கேட்டுக் கொண்டிருப்போம். இரண்டு நாளைக்கு ஒரு முறை குடிமைப் பயிற்சி பீரியடு உண்டு.

(C.T. Citizenship Training) அதில் ஒரு கயிற்றில் எப்படி முடிச்சுகள் போடுவது, தேசியக் கொடியை எப்படி ஏற்றுவது, தேள் கடி, பாம்புக்கடி போன்ற விஷக்கடிகளுக்கு எப்படி முதலுதவி செய்வது, சாலை விதிகள் என்னென்ன இன்னும் இவை போன்ற குடிமக்களுக்குத் தேவையான அனைத்து விஷயங்களையும் சொல்லித் தருவார்கள். எனவே, எங்கள் பள்ளியில் படித்தவர்கள் சங்கிககளை மாதிரி தேசியக் கொடியை தலைகீழாக ஏற்ற மாட்டார்கள். எங்கள் பள்ளியில் டிரில் பீரியடும் டிரில் மாஸ்டரும் உண்டு. மெட்ரிக் பள்ளியில் ஒன்பது படிக்கும் என் பேரனிடம் கேட்டேன். அவர்கள் பள்ளியில் இவை எதுவும் கிடையாதாம்.

எங்கள் பள்ளியிலிருந்து எட்டையபுரம் ரோட்டில் நடந்து வடக்குப் புறமாக கீழே இறங்கி சற்று தூரம் நடந்தால் பள்ளி

விளையாட்டு மைதானம் இருந்தது. ஆண்டுவிழா நிகழ்ச்சிகள் அங்குதான் நடக்கும். விளையாட்டு மைதானத்தை அடுத்து மிகப்பெரிய மூடியிட்ட கிணறும் பள்ளிக்குச் சொந்தமான விவசாய நிலமும் இருந்தன. எங்களுக்கு அங்கே விவசாய வகுப்பு நடக்கும். விதைப்பது, உரம் போடுவது, தண்ணீர் பாய்ச்சுவது, களை எடுப்பது எல்லாம் சொல்லித் தருவார்கள். குறைந்த பட்சம் பயிர் வகைகளை நாங்கள் தெரிந்து வைத்திருந்தோம். என்னுடைய பேரனுக்கு நெல், செடியில் காய்க்குமா? மரத்தில் காய்க்குமா என்று தெரியாது.

என்னுடைய அண்ணன் மதுரை வீர தியாகராஜன் அங்கே டிரில் மாஸ்டராக இருந்தார். ஆனால் நான் விளையாட்டுப் போட்டிகள் எதிலும் சேர்வதில்லை. கட்டுரைப் போட்டிகளிலும் பேச்சுப் போட்டிகளிலும் கலந்துகொள்வேன். பரிசுகளும் வாங்கியிருக்கிறேன்.

பள்ளிக்கூடத்தில் படித்துக் கொண்டிருந்த போது அனைத்து வகுப்புகளிலும் நான் லீடராக இருந்திருக்கிறேன். வலது பக்க வரிசை பெஞ்சுகளில் பையன்களும் இடது வரிசையில் முதல் இரண்டு வரிசையில் பெண்களும் அடுத்து பையன்களுமாக உட்காரும் ஏற்பாடு இருந்து வலது பக்க முதல் பெஞ்சில் லீடராகிய நானும் இடது புறம் பெண்களும் அமரந்திருப்போம். அனைவரும் என்னுடைய இளம் வயதுத் தோழிகள். பெண்கள் காலையில் பள்ளி வகுப்பறையில் நுழைந்தால்... மாலையில் பள்ளிக்கூடம் விட்டதும் வீட்டுக்குப் போவார்கள்.

இடையில் காம்பவுண்டுக்கு வெளியே போகிற வேலையே கிடையாது. இடைவேளையில் கேர்ள்ஸ் ரூமுக்கு போவார்கள். பாக்கெட் மணி வைத்துக்கொள்ள மாட்டார்கள். எனவே வீட்டிலிருந்து பண்டபலகாரங்களைக் கொண்டுவந்து விடுவார்கள். அருகில் இருக்கும் என்னோடு பகிர்ந்து கொள்வார்கள். வாத்தியார் அந்தப் பக்கம் திரும்பி கரும்பலகையில் எழுதும்போது பலகார டப்பாக்கள் மெதுவாக நகர்ந்து என்னிடம் வரும். நான் எடுத்துக் கொண்டு திருப்பி அனுப்புவேன். இதுதான் பலகாரம் பரிமாறும் முறை. என்னுடைய தோழிகளுக்குத் திருமணமாகி பேரன், பேத்திகள் எடுத்திருப்பார்கள். எப்போதாவது சந்தித்துக் கொண்டால் நலம் விசாரித்துக்கொள்வோம். நாகரீகம் கருதி அவர்கள் பெயர்களை நான் குறிப்பிடவில்லை.

திடீரென்று பத்தாம் வகுப்பு வாத்தியார் ஆறாம் வகுப்பில் இருக்கும் என்னைக் கூப்பிட்டு விடுவார். என்னுடைய ஆசிரியரிடம் சொல்லிவிட்டு நான் அங்கு போவேன். உலக வரைபடம் ஒன்றை சுவரில் மாட்டி வைத்திருப்பார்கள்.

பத்தாம் வகுப்பு வாத்தியார் ஒரு பிரம்பை என் கையில் கொடுத்து, இஸ்தான்புல் எங்கே இருக்கிறது? என்று காட்டச் சொல்வார். நான் காட்டுவேன், அதன் பழைய பெயர் என்ன? என்று கேட்பார். கான்ஸ்டாண்டிநோபிள். என்ற சரியான பதிலை நான் சொல்வேன். நான் திரும்பி சென்றபின் பத்தாம் வகுப்பு அண்ணன்மார்கள் அனைவரும் வசவு வாங்குவார்கள். ‘ஆறாம் வகுப்பு பையனுக்கு தெரிந்தது உங்களுக்குத் தெரியவில்லை. தடிமாடுகள்’ என்று வாத்தியார் திட்டுவார். இப்படி சம்பவம் அடிக்கடி நடக்கும். என்னுடைய சிறிய அண்ணன் முருகனும் அக்கா சந்திராவும் அதே ஸ்கூலில் படித்ததாலும் பெரிய அண்ணன் மதுரை வீர தியாகராஜன் டிரில் மாஸ்டராக இருந்ததாலும் பெரிய வகுப்பு மாணவர்கள் என்னால் வசவு வாங்கினாலும் என்னைக் கோபித்துக் கொள்ள மாட்டார்கள்.

பள்ளிக்கூடத்து மெயின் கேட்டுக்கு **30, 40** அடி தொலைவில் மேற்குப் பக்கச் சுவர் தென் வடலாக அமைந்திருந்தது. வட பகுதியில் மெயின் ரோடு சரிவாக இறங்கி ஒரு பள்ளமான ஓடை போன்ற பகுதி இருந்தது. சுவரின் தெற்குக் கோடியில் சற்று மேற்கே தள்ளி பள்ளிவாசல் இருந்தது. பள்ளிக்கூடத்தின் மேற்குச் சுவருக்கு மேற்கில் பள்ளிவாசலுக்குச் சொந்தமான காலி இடம் இருந்தது. எங்கள் மூத்த அண்ணன் *V.S.* உலகநாதன் அந்த இடத்தில் ஒரு விறகுக்கடை ஆரம்பித்தார்.

பள்ளிவாசல் சாவி எங்களிடம் இருந்தது. நான் தினமும் சாயங்காலம் பள்ளிவாசலைத் திறந்து... பெருக்கிச் சுத்தம் செய்து விளக்கும் போடவேண்டும். அதற்கான விளக்குமாறு ஒரு மூலையில் சாத்தி வைக்கப் பட்டிருக்கும். பள்ளிவாசலைத் தினமும் சுத்தம் செய்து, விளக்குப் போடுவதுதான் எங்கள் விறகுக்கடைக்கான வாடகை. இன்னொரு மூலையில் ஒரு உடைவாள் சாத்தி வைக்கப்பட்டிருக்கும். எம்.ஜி.ஆரிடமும், **P. S.** வீரப்பா விடமும் பார்த்த அந்த வாளை நிஜத்தில் பார்க்கும் போது மிகவும் சந்தோஷமாக இருந்தது. அந்த வாளை எடுத்து சுழற்ற ஆரம்பிப்பேன். சிறிது நேரத்தில் எம்.ஜி.ஆராகவே மாறி விடுவேன்.

எதிரே *P. S.* வீரப்பா இருப்பதாக பாவனை செய்துகொண்டு விரட்டி விரட்டி அடிப்பேன். வாளை மூலையில் வைத்து விட்டு சிறிது நேரம் மூச்சு வாங்குவேன். பொதுவாக அந்தப் பள்ளி வாசலுக்கு யாருமே வருவதில்லை. மாதம் ஒருமுறை ஒரு சென்ட் வியாபாரி மட்டும் அங்கு வருவார். சென்ட் வியாபாரம் முடிந்த பின்னர் அங்கு தங்குவார். என்னிடம் சாவி வாங்கிக்கொண்டு என்னையும் அழைத்துக்கொண்டு போவார். பள்ளிவாசலில் உட்கார்ந்து என்னோடு பேசிக் கொண்டிருப்பார்.

பள்ளிவாசலைச் சுத்தம் செய்வது புனிதமான சேவை என்றும் அல்லாவின் அருள் எனக்கு எப்போதும் கிடைத்துக்கொண்டிருக்கும் என்றும் சொல்லுவார். பலரும் இப்படிச் சொல்லியிருக்கிறார்கள். நான் *NFPTE*யில் இருந்தபோதும், *Telecom*ல்இருந்தபோதும், *BSN-LEU* வில் இருந்தபோதும், இப்போது *CITU*விலும் *AIBDPA*விலும் இருக்கும்போதும் நமக்குப் போட்டியான சங்கங்களில் இருக்கிறவர்களுக்கு உதவிகள் செய்திருக்கிறேன்.

மிக அரிய உதவிகள். அவர்கள் என்னை வாழ்த்தியிருக்கிறார்கள். 'உங்களுக்கு கோடி புண்ணியம் கிடைக்கும்' என்று மனதார சொல்லியிருக்கிறார்கள். இப்படிச் செய்கிற உதவிகளாலும் அல்லாவின் அருளாலும் எனக்கு ஏதேனும் நல்லது நடந்ததா என்று நான் கணக்குப் போட்டுப் பார்ப்பதில்லை. அந்த நல்லதை எதிர்பார்த்தும் காரியங்கள் செய்வதில்லை. செங்கொடி இயக்கம் சொல்லித் தருகிற காரியங்களை செய்துகொண்டே இருக்கிறேன்.

ஆரம்பப் பள்ளி நாட்கள் - 16

என்னுடைய ஆரம்பப் பள்ளி நாட்களில் கல்கியை நான் மனம் நிறைய நேசித்தேன். கல்கியின் அத்தனை கதைகளையும் அரிக்கேன் விளக்கு வெளிச்சத்தில் ஒன்று விடாமல் படித்து முடித்தேன். தொடர்ந்து அகிலனும், நா. பாராத்தசாரதியும் என்னை மிகவும் கவர்ந்தார்கள். உயர்நிலைப் பள்ளி சென்றபோது அண்ணன்மார்களின் தொடர்பினால் புதுமைப்பித்தனையும், விந்தனையும், ஜெயகாந்தனையும் படிக்க ஆரம்பித்தேன். ஷேக்ஸ்பியர் நாடகங்களின் மூலப் புத்தகம் எங்களிடம் இருந்தது.

அண்ணன் *S.* மதுரை வீர தியாகராஜன் ஏதோ ஒரு நண்பரிடமோ அல்லது நூலகத்திலோ சுட்டது. மிக அரிய புத்தகம். அரிய பொக்கிஷம். இப்போது எங்களிடம் இல்லை. வல்லவனுக்கு வல்லவன் வையகத்தில் உண்டல்லவா? எங்களிடமிருந்து யாரோ

சுட்டுவிட்டார்கள். ஷேக்ஸ்பியர் நாடகங்களைப் படித்தேன். உமர்கய்யாம் பாடல்களின் ஆங்கில மொழிபெயர்ப்பையும், திரு. வி.க.வின் தமிழ் மொழிபெயர்ப்பையும் படித்தேன். புறநானூற்றையும், சிலப்பதிகாரத்தையும், கம்பனையும் படித்தேன். நீங்கள் கேட்கவே வேண்டாம். பாரதியையும் பாரதிதாசனையும் படித்தேன். அப்புறம் சோவியத் புத்தகங்களைப் படிக்க ஆரம்பித்தேன். மாக்சிம் கார்க்கியின் 'தாய்' நாவலும், டால்ஸ்டாயின் போரும் அமைதியும், 'அன்னா கரீனாவும்' என்னை மிகவும் கவர்ந்தன. 'வீரம் விளைந்தது' நாவலைப் படித்தேன். பாவலோடும் அடர்ந்து வளர்ந்த அவனுடைய அடங்கா முடியோடும் ஒன்றிப் போனேன்.

இந்த வரிசையில்தான் சிங்கிஸ் ஐத்மாத்தவ்வின் ஜமீலாவையும் படித்தேன். அந்தப் புத்தகத்தைப் படிப்பதற்கு நீண்ட நெடுங்காலத்துக்கு முன்பே ஜமீலாவை எனக்கு மிகவும் நன்றாகத் தெரியும் என்றும் ஜமீலாவோடு ஒரு மிக நெருங்கிய பந்தம் எனக்கு இருந்தது என்றும் எனக்குத் தோன்றிக்கொண்டே இருந்தது. அந்த ஸ்டெப்பி புல்வெளிகளில் நானும் பலநூறு முறை நடந்து திரிந்ததாக எனக்கு ஓர் உணர்வு ஏற்பட்டது. சோகம் நிறைந்த குரலில் தானியார் பாடிய அந்தப் பாடலை பலமுறை கேட்டு அனுபவித்த உணர்வு எனக்கு ஏற்பட்டது.

ஜமீலாவும் தானியாரும் தோளில் பையைப் போட்டுக்கொண்டு ஒருவரோடொருவர் கைகோர்த்துக்கொண்டு, அந்த ஊரைவிட்டு கிளம்பிப் போய்விட முடிவு செய்து, ரயில் நிலையம் நோக்கி அந்தப் புல்வெளியில் சந்தோஷமாக நடந்துசெனறதை நினைத்து என் இதயத்தில் விண்விண் என்று வலி எடுக்க ஆரம்பித்தது. குப்புறப் படுத்துக்கொண்டு கிச்சினேபாலா அழுததைப்போல எனக்கும் அழத்தோன்றியது. தான் ஜமீலாவைக் காதலித்தோம் என்கிற உண்மை அவள் தானியாரோடு கிளம்பிச் சென்றபோதுதான் கிச்சினேபாலாவுக்குத் தெரிந்தது. காலம் கடந்து அந்த உண்மை கிச்சினேபாலாவுக்குத் தெரிந்தது.

ஜமீலாவின்மேல் எனக்கு ஏற்பட்டதுகூட காதல் உணர்வு தான் என்று பெரிய பத்து படித்துக்கொண்டிருந்த எனக்கும் அப்போதுதான் புரிந்தது. ஜமீலா என்று ஒரு பெண் உண்மையில் கிடையாது. ஒரு கதையில் வருகிற கற்பனையான பாத்திரம் தான் என்பதை ஏற்றுக்கொள்ள அறிவு மறுத்தது. ஆக, ஒரு கதையில் வருகிற கற்பனையான ஒரு நாயகியின் மீது எனது முதல் காதல் ஏற்பட்டது.

நான் பெரிய பத்து படித்துக்கொண்டிருக்கும்போது இப்படி ஏற்பட்டது.

போலீஸ் ஸ்டேஷனை ஒட்டி கிழக்கே செல்லும் வேம்பார் ரோட்டில் சென்றால் சிறிது தூரத்தில் தலித் மக்களின் குடியிருப்பு வரும். பெரும்பாலும் குடிசை வீடுகள். ஒன்றிரண்டு ஓட்டு வீடுகளும் உண்டு. அனைத்து வீடுகளிலும் பன்றி வளர்த்தார்கள். பன்றிகளுக்கு உணவு வைப்பதற்காக எல்லா வீடுகளிலும் தொட்டி வைத்திருப்பார்கள். தொட்டியை நிறைத்துவிட்டு பன்றிகளை சாப்பிடக் கூப்பிடுவார்கள். சாப்பாட்டுக்குக் கூப்பிடுகிற அந்த மொழி பன்றிகளுக்குத் தெரியும். ஊட்டி, ஊட்டி என்று கூப்பிடுவார்கள். அந்த அழைப்புக்குரல் கேட்டவுடன் அவை உணவருந்த வேகமாக ஓடி வரும். சில பன்றிகளை மட்டும் சோலையப்பசாமிக்கு நேர்ந்துவிட்டிருப்பார்கள். அந்தப் பன்றிக்கு சோலையப்பன் என்று பெயர் விட்டிருப்பார்கள்.

என்னுடைய அன்பு நண்பன் சண்முகவேலு அங்குதான் இருந்தான். மனதில் கஷ்டங்கள் ஏற்பட்டால் நான் அவனோடு பகிர்ந்துகொள்வது வழக்கம். எனவே, அவனை நாடி அங்கு சென்றேன். நான் சிறு வயதில் அங்கு செல்லும்போது அங்கேயுள்ள பெரியவர்கள், நீ பெரிய இடத்துப் பிள்ளை, அதனால் அங்கேயெல்லாம் வரக்கூடாது, என்றும் சொல்வார்கள். ‘நான் வரத்தான் செய்வேன். அதனால், உங்களுக்கு கஷ்டம் ஒன்றும் வராது’ என்று நான் அவர்களுக்கு தைரியம் சொல்வேன். ஒரு கஷ்டமும் வரவில்லை என்று தெரிந்ததற்குப் பிறகு அவர்கள் மகிழ்ச்சி அடைந்தார்கள். என்னிடம் அன்போடும் நெருக்கத்தோடும் பழகினார்கள்.

அன்றைக்கு சண்முகவேலுவை சந்தித்த பிறகு நானும் அவனும் ஆஸ்பத்திரி ரோடு வழியாக நடந்து, வைப்பாற்றங்கரையை அடைந்தோம். ஒரு நல்ல மணற்பாங்கான இடத்தில் அமர்ந்து கொண்டோம். ஜமீலாவைப் பற்றி அவனிடம் சொன்னேன். நீண்ட நேரம் கலகலவென்று வாய்விட்டுச் சிரித்தான். ‘உலகத்திலேயே இல்லாத ஒரு பெண்ணை, கதையில் மட்டுமே வரும் ஒரு கற்பனையான பெண்ணைக் காதலிக்கிறாயே?’ என்றான். நானும் சிரித்தேன். மனசு லேசான மாதிரி இருந்தது.

சண்முகவேலு நன்றாகப் பாடுவான். நல்ல வளமான குரல். ராகம் நன்றாக வரும். A.நாகேஸ்வரராவும், P.பானுமதியும் நடித்த, ‘லைலா மஜ்னு’ படத்திலிருந்து ஒரு பாடல் பாடினான்.

'எனது உயிர் உருகும் நிலை

சொல்லுவாய் நீ வான்மதி'

என்று அந்தக் காலத்தில் புகழ் வாய்ந்த ஒரு பாடல். 'தேவதாஸ்' ஹிட் ஆன அளவுக்கு 'லைலா மஜ்னு' ஹிட் ஆகவில்லை. ஆனால், 'லைலா மஜ்னு'வில் வரும் இந்தப் பாடல் எனது மன உணர்வுகளை அப்படியே பிரதிபலிப்பதாக அமைந்தது. பாடல் முடியும் வரை கேட்டுக்கொண்டிருந்தேன். லேசான மாதிரி ஆன மனது மறுபடி கனக்க ஆரம்பித்தது.

மாலை நேர மஞ்சள் வெயில் மனதைக் கவர்ந்தது. நீண்ட தூரத்தில் வைப்பாறு அடங்கி ஒடுங்கி ஓர் இள வயதுப் பெண்ணைப்போல மெதுவாக அசைந்து அசைந்து நடந்து போய்க் கொண்டிருந்தது. அக்கரையில் இருந்த மரக்கூட்டங்களின் மேல் பறவைகள் கூட்டம் கூட்டமாக பறந்து சென்றன. வழக்கம்போல் நோட்டுப் புத்தகத்தையும் பேனாவையும் எடுத்தேன். கீழ்க்கண்டவாறு எழுதினேன்:

'வாழ்க்கைப் படகோட்ட
துணை வருவாய்
என் றிருந்தேன்
வண்ண வண்ணக்
கனவுகளில் வக்கணையாய்
மிதந்திருந்தேன்
வழி நடுவில்
பேரலையில்
பெருங்காற்றில்
தனியே எனைவிடுத்து நீ
எங்கோ சென்று விட்டாய்
இலவு காத்த
கிளியானேன்
இனியென்று
உன்னைக் காண்பேன்
வழிகாட்டும்
ஒளி விளக்கே
ஓடி வா
மென் கரங்கள்
நீட்டி வா
மெய்யணைக்க
விரைந்து வா'

எழுதி முடித்தவுடன் மனது மிகவும் லேசாகி விட்டது. பின்னாள்களில் கட்சி இயக்கங்களிலும் தொழிற்சங்க

இயக்கங்களிலும் ஈடுபாடு கொண்டபோது ஜமீலாவை நான் நேசித்ததை நினைத்துக்கொள்வேன். அந்த வயதில் வருகிற ஒரு வித உணர்ச்சிமயமான அனுபவம் என்று வெட்கத்தோடு நினைத்துக் கொள்வேன்.

ஆரம்பப் பள்ளி நாட்கள் - 17

பள்ளி இறுதி வகுப்பு படிக்கும்போது நடந்த பசுமையான நினைவில் இருக்கும் ஒரு சம்பவத்தைப் பற்றி இப்போது எழுதுகிறேன்:

'மங்கிய தோர் நிலவினிலே
கனவிலிது கண்டேன்
வயது பதினாறிருக்கும்
இளவயது மங்கை
பொங்கி வரும் பெருநிலவு
போன்ற ஒளி முகமும்
புன்னகையின் புதுநிலவும்
போற்ற வருந்தோற்றம்
துங்கமணி மின் போலும்
வடிவத்தாள் வந்து
தூங்காதே எழுந்தென்னைப்
பாரென்று சொன்னாள்
அங்கதனிற் கண்விழித்தேன்
அடாடாவோ அடடா
அழகென்னுந் தெய்வத்தான்
அது வென்றே யறிந்தேன்.'

பாரதியை எனக்கு மிகவும் பிடிக்கும். அதிலும் இந்தப் பாட்டை மிக மிகப் பிடிக்கும். ஏனென்றால், பாரதிக்கு நேர்ந்த இதே அனுபவம் எனக்கும் நேர்ந்தது.

பள்ளி இறுதி வகுப்பு அதாவது, பெரிய பத்தாம் வகுப்பு படித்துக்கொண்டிருந்த சமயம். ஒரு நாள் இரவு நான் அயர்ந்து தூங்கிக்கொண்டிருக்கும்போது பாரதி வர்ணித்த அனைத்து அம்சங்களையும் கொண்டிருந்த ஓர் இளம் பெண் என்னுடைய கனவில் வந்தாள்.

என்னைத் தொட்டு எழுப்பினாள். 'தூங்காதே... எழுந்தென்னைப் பார்' என்று சொன்னாள். அந்த அழகு தெய்வத்தைத்கண்டு மலைத்துப்போய் பேந்தப் பேந்த அசடு வழிந்த என்னைக் கண்டு அவளுக்கு சிரிப்பு வந்திருக்க வேண்டும். கலகலவென்று சிரித்தாள்.

என்னுடைய தூக்கம் கலைந்து விட்டது. எழுத்து உட்கார்ந்தேன். அந்தப் பெண்ணின் துலங்கிய முகமும் அந்தச் சிரிப்பும் என் மனதைவிட்டு அகலவே இல்லை. எழுந்து, அடுக்களைக் குச் சென்று இரண்டு டம்ளர் தண்ணீர் குடித்தேன். படுத்துக் கொண்டேன். தூக்கம் பிடிக்கவில்லை. எழுந்து யாருடைய உறக்கத்தையும் கலைத்துவிடாமல் ஓசையின்றி மெதுவாக நடந்து சென்றேன்.

ஒரு மூலையில் இருந்த அரிக்கேன் விளக்கை எடுத்துக் கொண்டு வந்தேன். நன்றாக வெளிச்சம் வரும்படி தூண்டி விட்டேன். மீண்டும் சென்று என்னுடைய நோட்டுப் புத்தகத்தையும் பேனாவையும் எடுத்து வந்தேன். நோட்டுப் புத்தகத்தில் கீழ்க்கண்டவாறு எழுதினேன்.

‘அதோ, அவள் சிரிக்கிறாள்
அவளின் அந்தச் சிரிப்பில்
நட்சத்திரங்கள் ஒரு கணம்
ஒளி மங்கிப் போகின்றன
அவள் சிரிக்கிறாள்
இயக்கத்தை மறந்து உலகம்
அசைவற்று நிற்கிறது
அவள் மீண்டும் சிரிக்கிறாள்
மின்னற் கீற்றிருண்ட
வானைக் கிழித்தாற் போல
முல்லைப் பல் வரிசை
ஒளி வெள்ளம் பாய்ச்சுகிறது
அதோ அவள் சிரிக்கிறாள்
எத்தனை கோடி மலர்களை
உடன் சேர்த்து முகர்ந்தால்
அந்தச் சிரிப்பின்
மணம் பெறும்?
அவள் மீண்டும் சிரிக்கிறாள்
இப்படிச் சிரிக்க இவள்
எங்கு கற்றுக் கொண்டாள்?’

இந்த வரிகளை எழுதி முடித்தவுடன் அரிக்கேன் விளக்கை அதனுடைய இடத்தில் கொண்டுபோய் வைத்து, மங்கலாக எரிய விட்டேன். திரும்ப வந்து படுத்துக்கொண்டேன். தூக்கம் பிடிக்கவில்லை. செண்பக பாண்டியனுக்கு வந்ததுபோன்ற சந்தேகங்கள் எனக்குள்ளும் வந்தது. சிரிப்புக்கு ஒளி உண்டா?. சிரிப்புக்கு மணம் உண்டா? அறிஞர்கள் என்ன தீர்ப்பு சொல்வார்கள் என்று தெரியவில்லை. ஆனால், ஒன்று மட்டும் நிச்சயம். கனவில்

ஒரு கணம் தோன்றி மறைந்த அந்தப் பெண்ணின் சிரிப்பில் ஒளி இருந்தது. அவளது சிரிப்பு மணம் கமழ்ந்தது.

ஆரம்பப் பள்ளி நாட்கள் - 18

1962-63ஆம் கல்வியாண்டில் நான் விளாத்திகுளம் உயர்நிலைப் பள்ளியில் பத்தாம் வகுப்பு படித்துக்கொண்டிருந்தேன். தமிழக எழுத்தாளர்களுடைய புத்தகங்களைப் படித்ததுபோக, ரஷ்ய நாவல்கள் படித்ததுபோக, அண்ணன் மார்கள் பேசுகிற அரசியல் விஷயங்களை அசை போட்டுக்கொண்டே அரசியல் புத்தகங்களையும் சிறிது சிறிதாக படிக்க ஆரம்பித்தேன். அரசியல் விஷயங்களை, அரசியல் நிகழ்வுகளை அண்ணன்மார்கள் என்னுடன் பேசிக்கொண்டே இருந்தார்கள். அண்ணன் தம்பி என்று இல்லாமல் நாங்கள் நண்பர்கள்போலவே இருந்தோம். ரஷ்யாவைப் பற்றியும் சீனாவைப் பற்றியும் மிகவும் பெருமையாகச் சொல்லிக் கொண்டிருப்பார்கள். நான் ஆவலோடு அவற்றையெல்லாம் கேட்டுக்கொண்டிருப்பேன். அந்த விஷயங்கள் என் இளம் வயது மனதில் பதிய ஆரம்பித்தன.

எல்லாத் தலைவர்களையும் விட தோழர் மாவோ என்னை மிகவும் கவர்ந்தார். அவருடைய எழுத்துநடை, விஷயங்களை விளக்குவதற்கான உதாரணங்கள், கட்சியை வழிநடத்திச் சென்ற விதம் அனைத்தும் எனக்கு மிகவும் பிடித்திருந்தது. என்னுடைய இளம் வயதில் நான் ஒரு மாவோ ரசிகன் மாதிரி இருந்தேன். ஜவஹர்லால் நேரு தலைமையிலான இந்திய நாடு சோசலிச நாடுகளோடு நெருக்கமான உறவுகளைக் கொண்டிருந்தது.

‘இந்தி-ரஸ்ஸி பாயி பாயி, இந்தி-சீனி பாயி பாயி’ போன்ற முழக்கங்கள் நாடு முழுவதும் பரவியிருந்ததன. அப்போதுதான் 1954ல் பாண்டுங் மாநாடு நடந்தது. இந்தியாவும் சீனாவும் ஒரு பஞ்சசீலக் கொள்கையை வகுத்தன. 29 ஆசிய ஆப்பிரிக்க நாடுகள் கலந்துகொண்ட 1955 பாண்டுங் மாநாட்டுக்கு இது வழிவகுத்தது. கூட்டுச்சேரா நாடுகள் என்ற மூன்றாவது அணி உருவானது. இத்தகையதொரு வளர்ச்சிப் போக்கு ஏகாதிபத்திய சக்திகளுக்கும் இந்திய நாட்டுக்குள்ளேயே இருந்த வலதுசாரிகள் பிற்போக்காளர்களுக்கும் கொஞ்சமும் பிடிக்கவில்லை.

இந்திய-சீன உறவுகளில் விரிசல் ஏற்படவேண்டும் என்று அவர்கள் விரும்பினார்கள். நேருவின்மீது நிர்ப்பந்தங்கள் வர ஆரம்பித்தன. திபெத் மக்கள் சீனத்தின் ஒரு பகுதி என்று

ஏற்கெனவே இந்திய அரசு ஒரு தெளிவான நிலையை எடுத்திருந்தது. ஆனால், **1959**ல் திபெத்தில் தலாய் லாமாவும் அவரது ஆதரவாளர்களும் மக்கள் சீனத்துக்கு எதிரான கிளர்ச்சியில் ஈடுபட்டு, சீன அரசு அந்த உள்நாட்டுக் கலவரத்துக்கு எதிராக எடுத்த நடவடிக்கை காரணமாக திபெத்திலிருந்து அவர்கள் ஓடி வந்தபோது நேரு அரசாங்கம் அவர்களுக்கு அடைக்கலம் கொடுத்தது.

தன்னுடைய நெருங்கிய நட்பு நாட்டின் ஒரு பிரிக்க முடியாத பகுதி என்று, தான் அங்கீகரித்திருந்த பகுதியில் கலவரத்தில் ஈடுபட்டு ஓடி வந்தவர்களுக்கு இந்திய நாடு பாதுகாப்பும் அடைக்கலமும் கொடுத்த அந்த விஷயம் இருநாட்டு உறவுகளிலும் விரிசல் ஏற்படக் காரணமாக அமைந்துவிட்டது என்று சொல்லலாம்.

இந்திய-சீன எல்லையில் ஆங்காங்கே சிறு சிறு மோதல் சம்பவங்கள் நடக்க ஆரம்பித்தன. **1962** அக்டோபர், நவம்பர் மாதங்களில் இந்திய-சீன எல்லை மோதல் ஒரு நேரடிப் போராகவே உருவெடுத்தது. எங்கள் பள்ளியில் சீன ராணுவத்தின் ஆக்கிரமிப்பு நடவடிக்கையைக் கண்டித்து பள்ளி நிர்வாகம் மாணவர்களின் ஒரு கண்டன ஊர்வலத்தை நடத்தியது. அதில் நான் கலந்துகொண்டு சீனாவுக்கு எதிராக ஆவேசமாக முழக்கமிட்டு வந்தேன். ஆனால், மனதில் குழப்பமும் வேதனையும் அதிகரித்துக்கொண்டே இருந்தன.

கடைசியாக பள்ளி விடுமுறையன்று கோவில்பட்டி சென்று அண்ணன் V.S. கணபதியையும் அண்ணன் ராஜுவையும் சந்திப்பது என்று முடிவு செய்தேன். அண்ணன் V. S. கணபதி கோவில்பட்டியில் அஞ்சல் பணியில் இருந்தார். அண்ணன் ராஜு (சித்தப்பா மகன்) கோவில்பட்டி புதுரோடு இறக்கத்தில் அரியப்பத்தேவர் லாரி ஷெட்டில் லாரி புரோக்கராக தொழில் புரிந்து வந்தார். கட்சியின் கோவில்பட்டி தாலுகா கமிட்டி உறுப்பினராகவும் இருந்தார்.

ஒரு சனிக்கிழமை சாயங்காலம் பஸ் ஏறி, கோவில்பட்டி போய்ச் சேர்ந்தேன். அரியப்பத்தேவர் லாரி ஷெட்டில் சந்தித்து அண்ணன்மார்களிடம் என்னுடைய பிரச்சனையைச் சொன்னேன். 'உன்னுடைய பிரச்சனையைத் தீர்ப்பதற்கு மாப்பிள்ளைச்சாமி தான் சரியான தோழர்' என்று சொல்லி அவரை வரவழைத்தார்கள். தோழர் மாப்பிள்ளைச்சாமி அப்போது கட்சியின் கோவில்பட்டி தாலுகா செயலாளராக இருந்தார். எனக்கும் எங்கள் குடும்பத்துக்கும் நெருக்கமானவர்.

அன்று இரவு நெடுநேரம் வரை என்னுடைய குழப்பங்களைத் தீர்க்கும் விதமாக பல அரிய தகவல்களைச் சொன்னார். மதுரையைப் போலவே கோவில்பட்டியும் ஒரு தூங்கா நகரமாக இருந்தது. இரவுக் கடைகள் இருந்துகொண்டே இருக்கும். இரவு 2 மணிக்குக் கூட டீ கிடைக்கும். இட்லி, தோசை, புரோட்டா எல்லாம் கிடைக்கும். தோழர் மாப்பிள்ளைச்சாமி மூலம் தெரிந்து கொண்ட விஷயங்களையும் நானாகத் தெரிந்து வைத்திருந்த விஷயங்களையும் நான் உங்களோடு பகிர்ந்துகொள்கிறேன்.

ஆரம்பப் பள்ளி நாட்கள் - 19

தோழர் மாப்பிள்ளைச்சாமியுடன் அன்று இரவு முழுவதும் பேசிய பிறகு, இந்திய- சீன எல்லை சம்பந்தமான நூல்கள் மற்றும் செய்திகளை படித்து தெரிந்துகொண்ட பிறகு எனக்கு ஏற்பட்ட கருத்துக்களை இப்போது உங்களோடு பகிர்ந்துகொள்கிறேன்.

இந்திய விடுதலை இயக்கம் தொழிலாளி வர்க்கம் மற்றும் விவசாயி வர்க்கங்களின் வீரஞ்செறிந்த போராட்டங்களினால் ஒரு மாபெரும் மக்கள் எழுச்சியாக மாறத் துவங்கியிருப்பதை பிரிட்டிஷ் ஏகாதிபத்தியமும் இந்திய நாட்டு ஆளும் வர்க்கங்களும் கவலையோடு பார்க்கத் துவங்கின. எங்கே விடுதலை இயக்கத்தின் தலைமை, தொழிலாளி வர்க்கத்தின் கைகளுக்கு அதாவது கம்யூனிஸ்டுகளின் கைகளுக்குப் போய்விடுமோ என்று அவர்கள் அஞ்சினார்கள். இந்த அச்சத்தின் அடிப்படையில் அவர்கள் தங்களுக்குள் ஒரு புரிந்துணர்வுக்கு வந்தார்கள். நாடு இந்தியாவாகவும் பாகிஸ்தானாகவும் பிரிவினை செய்யப்பட்டு. சுதந்திரம் வழங்கப்பட்டது.

முதலாளி வர்க்கத்தின் பிரதிநிதிகளான காங்கிரஸ் கட்சியும் முஸ்லிம் லீக் கட்சியும் ஆட்சிப் பொறுப்புக்கு வந்தன. தொழிலாளி வர்க்கத்தினுடைய கட்சி ஓரங்கட்டப்பட்டது.

விடுதலை அடைந்தபோது இந்திய நாடு முழுமையான நாடாக இல்லை. பிரிட்டிஷ் ஏகாதிபத்தியத்தின் ஆளுகையில் இருந்த பிரிட்டிஷ் இந்தியாவாகவும் அதுபோக 562 சுதேசி சமஸ்தானங்கள் கொண்டதாகவும் இருந்தது. இந்த சுதேசி சமஸ்தானங்கள் அவற்றின் விருப்பப்படி இந்தியாவோடோ, பாகிஸ்தானோடோ இணைந்துகொள்ளலாம் அல்லது எந்த நாட்டுடனும் இணையாமல் சுதேசி சமஸ்தானமாகவே நீடித்துக்கொள்ளலாம் என்று வெள்ளை ஏகாதிபத்தியம் ஓர் உடன்படிக்கையை ஏற்படுத்தியது.

பெரும்பாலான சமஸ்தானங்கள் இந்தியாவோடு இணைந்து கொண்டன. இணைய மறுத்த சமஸ்தானங்களை உள்துறை அமைச்சர் சர்தார் வல்லபாய் பட்டேல் ராணுவ வல்லமையைக் காட்டி இணைத்து வைத்தார். எனவே, இந்தியாவின் கரிபால்டி என்று அழைக்கப்பட்டார். சுதேசி சமஸ்தான மன்னர்களின் ராஜியங்கள் எடுத்துக்கொள்ளப்பட்டதால் கோடி கோடியாய் ஆண்டு தோறும் அவர்களுக்கு மன்னர் மானியம் வழங்கப்பட்டது. அவர்களது ராஜ் வாழ்க்கை எந்தவிதக் குறையுமில்லாமல் நீடிக்க வேண்டுமல்லவா?.

இந்திய நாட்டின் கிழக்கு, மேற்கு, தெற்கு எல்லைகள் கடலால் சூழப்பட்டுள்ளதால் அங்கு எந்தப் பிரச்சனையும் இல்லை. ஆனால், வடக்கில் சீனாவோடு இந்திய நாட்டுக்கு **3338** கி.மீ. நீளமான எல்லை இருக்கிறது. **1947**ல் இந்திய நாடு சுதந்திரமடைந்து சுதேசி சமஸ்தானங்கள் எல்லாம் இணைந்து முழுமையான நாடாகியது. அதற்கு **2** ஆண்டுகள் கழித்து **1949**ல் சீனா விடுதலையடைந்து கம்யூனிஸ்டு கட்சி தலைமையில் மக்கள் சீனக் குடியரசு உருவானது.

புதிதாக விடுதலை அடைந்த இரு நாடுகளும் பேச்சுவார்த்தை நடத்தி தங்களது எல்லையை வரையறை செய்துகொள்வதற்கு முன்பே வெள்ளைக்கார என்ஜினியர் மக்மோகன் வரைந்த ஒரு கற்பனையான கோடுதான் இரண்டு நாடுகளுக்குமான எல்லைக்கோடு என்கிற நிலை இருந்தது. மக்மோகன் கோடு என்பது விடுதலை அடைந்த இரண்டு நாடுகளும் பேச்சுவார்த்தை நடத்தி பரஸ்பரம் ஒப்புக்கொண்ட எல்லைக்கோடு இல்லை என்பதால் அந்த எல்லைக்கோட்டின் சில பகுதிகளில் பிரச்சனைகள் எழுந்தன.

400, 500 ஆண்டுகளுக்கு முன்பு ஒரு குறிப்பிட்ட பகுதி சீனாவின் ஒரு குறிப்பிட்ட வம்சத்தைச் சேர்ந்த அரசரின் ஆளுகையின்கீழ் இருந்ததாகவும் எனவே அது தங்களுக்குச் சொந்தம் என்று சீனத் தரப்பில் சொல்லப்பட, அதே பகுதி வேறு ஒரு காலகட்டத்தில் இந்திய மன்னர் ஒருவர் ஆட்சியின் கீழ்இருந்தது. எனவே, அது தங்களுக்குச் சொந்தம் என்று இந்தியத் தரப்பு சொல்ல, எல்லையில் சில பகுதிகள் சர்ச்சைக்குரிய பகுதிகளாக மாறிப் போயின.

மோடி அரசாங்கத்தினால் ஜம்மு காஷ்மீர் மாநிலம் மூன்றாக உடைக்கப்பட்டதில், இப்போது இருக்கும் லடாக் ஒன்றியப் பகுதியில் உள்ள லே மாவட்டத்தின் கிழக்குப் பகுதியில் **15,000**

சதுர மைல் பரப்பளவுள்ள அக்சாய் சின் இருக்கிறது. இது இப்போது சீனாவின் வசம் உள்ளது. சீனாவுக்குச் சொந்தமான திபெத்தின் தெற்குப் பகுதியாக அக்சாய் சின் இருக்கிறது. சீனா அக்சாய் சின் பகுதியில் சாலைகள் அமைத்திருக்கிறது. இன்னொரு சர்ச்சைக்குரிய பகுதி அருணாசலப்பிரதேச மாநிலத்தையொட்டி இருக்கிறது. அது ஒரு 90,000 சதுர கி.மீ. பரப்பளவு கொண்டது.

சர்ச்சைக்குரிய பகுதிகள் சம்பந்தமாக இரண்டு அரசாங்கங்களும் பேச்சுவார்த்தை நடத்தின. முதலில் அதிகாரிகள் மட்டத்திலும் பின்னர் உயர் மட்டத்திலும் பேச்சுவார்த்தைகள் நடந்தன. கடைசியாக சீனப் பிரதமர் தோழர் சூ என் லாய் 1961ல் இந்தியா வந்து இந்தியப் பிரதமர் ஜவஹர்லால் நேருவைச் சந்தித்தார். சீனத் தரப்பில் சில ஆலோசனைகள் முன்வைக்கப்பட்டன. இந்தியாவுக்கும் சீனாவுக்கும் இடையில் **3338** கி.மீ. நீளமான எல்லைப் பகுதி இருக்கிறது. அதில் அக்சாய் சின் மற்றும் அருணாசலப்பிரதேசப் பகுதிகளின் பரப்பளவுக்குச் சமமான சீனாவுக்குச் சொந்தமான ஏதாவது ஒரு பகுதியை தந்து விடுகிறோம்.

இந்தியாவே தனக்கு விருப்பமான ஒரு பகுதியை தேர்ந்தெடுத்துக் கொள்ளலாம் என்று சீனத்தரப்பில் சொல்லப் பட்டது. இந்தியத் தரப்பு இதை ஏற்றுக்கொள்ளவில்லை. மாற்று ஆலோசனைகளும் வைக்கவில்லை. மாறாக, இந்தியாவுக்குள் சில சக்திகள் ‘இந்தியாவின் ஒரு பிடி மண்ணைக்கூட விட்டுத் தரமாட்டோம், சீன ஆக்கிரமிப்பாளர்களைத் துரத்தியடிப்போம்’ போன்ற உணர்ச்சிகளைத் தூண்டும் முழக்கங்களை எழுப்பலானார்கள். ஜவஹர்லால் நேருவின் மீது கடுமையான நிர்ப்பந்தங்கள் கொண்டு வரப்பட்டன. உலக நாடுகளில் இந்தியாவை ஆதரித்த நாடுகள் இருந்தன. சீன நிலையை ஆதரித்த நாடுகளும் இருந்தன. பொதுவாக அனைத்து நாடுகளும் உலகின் பெரிய நாடுகளான இந்தியாவும் சீனாவும் எல்லைப் பிரச்சனையைப் பேசி சுமுகமாக தீர்த்துக் கொள்ள வேண்டுமென்று வேண்டுகோள் விடுத்தன.

ஆனால், ஆங்காங்கே மோதல் போக்குகள் நடக்க ஆரம்பித்தன. **1962** அக்டோபர், நவம்பர் மாதங்களில் நேரடியான போர் நடந்தது. இந்திய வீரர்கள் தங்கள் நாட்டு எல்லைக்குள் அத்து மீறி நுழைந்ததாகக் கூறி சீன ராணுவம் இந்திய எல்லைக்குள் ஊடுருவி வந்தது. மளமளவென்று பல மைல் தூரம் ஊடுருவி வந்து விட்டது. நமது ராணுவம் அவர்களைத் தடுத்து நிறுத்த

கடுமையாகப் போராடியது. திடீரென்று ஒரு நாள் சீன ராணுவம் போர் நிறுத்தம் என்று அறிவித்து மளமளவென்று அதுவாகவே பின்வாங்கிச் சென்றது. தாவாவுக்குரிய பகுதிகளை மட்டும் தனது வசத்தில் வைத்துக்கொண்டு இந்திய எல்லையைவிட்டு விலகி தனது எல்லைக்குள் சென்றுவிட்டது. இன்றளவும் தாவாவுக்குரிய பகுதிகள் சீனாவின் வசமே உள்ளன.

கம்யூனிஸ்டு கட்சிக்குள் ஒரு பகுதித் தலைவர்கள் எல்லைப் பிரச்சனை பேசித் தீர்க்கப்பட வேண்டும். யுத்தம் தீர்வல்ல என்று சொன்னார்கள். போர் எப்போதும் சாதாரண மக்கள் வாழ்க்கையை கடுமையாகப் பாதிக்கும். பெரிய முதலாளிகளும் பதுக்கல் பேர்வழிகளும் கள்ள மார்க்கெட் காரர்களும ஏகாதிபத்திய ஆயுத வியாபாரிகளும்தான் போரை விரும்புவார்கள்.

கட்சிக்குள் இப்படி கருத்துச் சொன்னவர்கள் சீன ஏஜெண்டுகள், சீனாவின் கைக்கூலிகள் என்று முத்திரை குத்தப்பட்டார்கள். கட்சிக்கு உள்ளே நடந்த விவாதங்களில் இப்படி கருத்து சொன்னவர்கள் பட்டியலை கட்சித் தலைமை அரசாங்கத்திடம் கொடுத்து தன்னுடைய கட்சியின் சொந்தத் தலைவர்களும் ஊழியர்களும் கைது செய்யப்பட்டு சிறையில் அடைக்கப்பட காரணமாக இருந்தது. இப்படி ஒரு பச்சைத் துரோகத்தை வரலாறு பதிவு செய்திருக்கிறது.

தோழர் மாப்பிள்ளைச்சாமியும் கைது செய்யப்பட்டு கடலூர் சிறையில் அடைக்கப்பட்டார். தோழர்கள் P. R., V. P. C. உமாநாத், அனந்தன் நம்பியார், அன்றைய நெல்லை மாவட்டச் செயலாளர் தோழர் பாலவிநாயகம் ஆகிய தலைவர்களோடு தோழர் மாப்பிள்ளைச்சாமியும் கடலூர் சிறையில் இருந்தார்.

சீன ஏஜெண்டுகள் என்று முத்திரை குத்தப்பட்டவர்கள் சொன்ன கருத்து மிகச் சரியானது என்பதை வரலாறு நிரூபித்தது. இந்திய அரசாங்கம் பின்னர் இதை ஒப்புக்கொண்டது. எல்லைப்பிரச்சனைக்குப் போர் தீர்வல்ல என்பது அனைவராலும் ஒப்புக்கொள்ளப்பட்டுள்ளது. சீனாவோடு உறவுகள் வழக்கம் போல நீடிக்கின்றன. பேச்சுவார்த்தைகள் நடந்து கொண்டிருக்கின்றன. இந்தியப் பிரதமர்கள் சீனாவுக்கு அரசு முறைப் பயணம் செய்கிறார்கள்.

என்னுடைய பள்ளிப் பருவ குழப்பங்களைத் தீர்த்து வைப்பதில் தோழர் மாப்பிள்ளைச்சாமி உதவி செய்தார். கட்சிக்குள் எது சரியான பாதை என்று தேர்ந்தெடுக்கவும் பின்னர் உருவான CPI(M)

கட்சியில் இணைந்துகொள்ளவும் இந்திய-சீன எல்லைப் பிரச்சனை பற்றிய புரிதலும் ஓரளவுக்கு காரணமாக அமைந்தது.

ஆரம்பப் பள்ளி நாட்கள் - 20

விளாத்திகுளத்தின் மீனாட்சி சுந்தரேஸ்வரர் கோயில் மிகவும் தொன்மையானது. 600 ஆண்டுகளுக்கு முன்பே கட்டப்பட்டது. முன் மண்டபம், கொடி மரம், மகாமண்டபம் போன்றவை பாண்டிய மன்னர்களால் கட்டப்பட்டது. இதற்கு ஆதாரமாக மீன் சின்னம் உள்ளது. எனவே, கோயிலும் பாண்டிய மன்னர்களால் கட்டப்பட்டது என்று அனுமானித்துக் கொள்ளலாம். மதுரை மீனாட்சியம்மன் கோயிலில் நடைபெறுவதுபோலவே இங்கும் விழாக்கள் நடைபெறுகின்றன. சித்திரைத் திருவிழாவும் கொடியேற்றமும் பத்து நாட்கள் திருவிழாவும் அதே தேதிகளில் இங்கும் நடைபெறுகின்றன. தேரோட்டமும் மதுரையை அடியொற்றியே நடைபெறுகிறது. மற்ற அனைத்து விழாக்களும் மதுரை மீனாட்சி அம்மன் கோயிலில் நடைபெறுவதுபோலவே இங்கும் நடைபெறுகின்றன.

மீனாட்சி சுந்தரேஸ்வரர் கோயில் கட்டப்படுவதற்கும் வெகு காலத்துக்கு முன்பே விளாத்திகுளம் என்ற ஊர் உருவாகியிருக்க வேண்டும். அந்தத் தொன்மையான காலத்தில் திம்மராஜபுரம் என்ற பெயரில் அந்த ஊர் அழைக்கப்பட்டது. கோயில் அமைந்திருக்கிற குளத்தின் இரு கரைகளிலும் விளா மரமும் அத்தி மரமும் இருந்ததால் விளா + அத்தி + குளம் என்ற காரணப் பெயர் ஏற்பட்டு கோயில் கட்டப்பட்ட 600 ஆண்டுகளுக்கு முன்பிருந்தே விளாத்திகுளம் என்ற பெயர் நிலைத்துவிட்டது. விளாத்திகுளத்தைச் சேர்ந்த பலரும் ஊரின் பெயரை விளதை என்று சுருக்கி தங்கள் பெயருக்கு முன்னால் போட்டுக்கொள்ளும் வழக்கம் இப்போது பரவலாக இருக்கிறது.

இசையைப் போற்றி ரசிக்கிற மக்களும் இசை ஞானம் உள்ளவர்களும் நிறைந்த ஊர் விளாத்திகுளம். நாதஸ்வர இசை மேதை நல்லப்ப சுவாமிகளால் பெருமை தேடிக்கொண்ட ஊர் விளாத்திகுளம். அந்த மாபெரும் இசை மேதைக்கு இசையைக் கற்றுக் கொடுத்த குரு என்று யாரும் கிடையாது. குளத்தங்கரையிலும் ஆற்றங்கரையிலும் அமர்ந்து அங்கு கிடைக்கும் ஓசைகளை வைத்தே சுயமாக இசையைக் கற்றுக்கொண்டவர் நல்லப்ப சுவாமிகள். செம்மொழித் தமிழின் சிறப்பம்சமே அது இயல், இசை, நாடகம் என முத்தமிழாக இருப்பதுதான்.

முத்தமிழிலும் இசைக்கு ஒரு தனி முக்கியத்துவம் இருப்பதில் இரு வேறு கருத்துகள் இருக்க முடியாது. ஆனாலும் என்னவோ தெரியவில்லை, தமிழகத்தின் திறமை மிகுந்த இசைக் கலைஞர்கள் வெளி உலகுக்குத் தெரியாமல் குடத்திலிட்ட விளக்கு போலவே இருந்து கொண்டிருக்கிறார்கள். நம்முடைய நல்லப்ப சுவாமிகளைப் பற்றியும் வெளி உலகம் பெரிய அளவுக்கு அறிந்துகொள்ளவில்லை.

விளாத்திகுளத்துக்கு அருகில் உள்ள காடல்குடியிலிருந்து குடிபெயர்ந்து வந்தவர் நல்லப்ப சுவாமிகள். பாரதிக்கு மிக நெருக்கமானவர். 'பாடு, பாண்டியா பாடு' என்று சொல்லி நல்லப்ப சுவாமிகளின் இசையைக் கேட்டு ரசிப்பாராம் பாரதி. எட்டையபுரம் சென்றால் மன்னனைக் காணச் செல்லாமல் மும்மூர்த்திகளில் ஒருவரான முத்துசாமி தீட்சிதர் நினைவிடம் சென்று சிறிது நேரம் இசைத்து மகிழ்ந்து விட்டு வருவாராம் நல்லப்ப சுவாமிகள். ஒரு முறை பரமக்குடியில் நாடகம் முடித்துவிட்டு காரில் வந்து கொண்டிருந்த எம். கே. தியாகராஜ பாகவதர் விளாத்திகுளம் வழியாக திரும்பி வந்துகொண்டிருந்தபோது விளாத்திகுளம் எல்லையில் காரை நிறுத்திவிட்டு நடந்தே வந்தாராம். நல்லப்ப சுவாமிகளின் ஊரில் பாதம் பதிய. நடந்துசெல்வதே பாக்கியம் என்று சொன்னாராம் தியாகராஜ பாகவதர்.

ஒரு முறை மைசூர் மகாராஜாவின் அழைப்பின்பேரில் மைசூர் அரண்மனைக்கு நல்லப்ப சுவாமிகள் சென்றார். அங்கே ஓர் இசை மேதை ஒரு ராகத்தை தொடர்ந்து மூன்று நாட்கள் ஆலாபனை செய்து சாதனை நிகழ்த்தினாராம். மன்னர் மகிழ்ந்து பணமுடிப்பும் வைரக்கல் பதித்த தங்கமோதிரமும் பரிசாக அளித்தாராம். பரிசைப் பெற்றுக்கொண்ட அந்த வித்வான், அவரது சாதனையை யாராவது செய்து காட்டினால் அந்தப் பரிசை அவருக்கே தந்து விடுவதாக சொன்னாராம். நம்முடைய நல்லப்ப சுவாமிகள் இதை ஏற்றுக்கொண்டு கரகரப்பிரியா ராகத்தை ஐந்து நாட்கள் தொடர்ச்சியாக ஆலாபனை செய்தாராம். சவால் விட்ட வித்வான் நல்லப்ப சுவாமிகளின் காலில் விழுந்து வணங்கினாராம். மன்னர் அரியணையில் இருந்து இறங்கிவந்து நல்லப்ப சுவாமிகளை கட்டி அணைத்துக்கொண்டாராம்.

மழை, மின்னல், இடி போன்றவற்றின் ஓசையும் பறவைகளின் ஒலியும் தவளைகளின் சப்தமும் இயற்கையின் அனைத்து ஓசைகளும்தான் சுவாமிகள் இசையைக் கற்றுக்கொள்ள காரணமாக

இருந்த குருக்கள். இயற்கைதான் அவரின் குருபீடம். கோவில்பட்டிக்கும் விளாத்திகுளத்துக்கும் இடையில் எந்தவித இரைச்சலும் இல்லாத அந்தக் காலத்தில் கோவில்பட்டி பஞ்சாலைச் சங்கின் ஒலி விளாத்திகுளத்துக்குக் கேட்கும். நானே பலமுறை அதைக் கேட்டிருக்கிறேன். சங்கின் ஒலி மெள்ள மெள்ள உயர்ந்து உச்சஸ்தாயியை அடைந்து அங்கேயே ஒரு சில விநாடிகள் நின்று பின் மெள்ள மெள்ள கீழே இறங்கும். பின்னர் நின்று விடும். அந்த அதிகாலையில் நல்லப்ப சுவாமிகள் வைப்பாற்றின் மணலில் நின்று அந்தச் சங்கின் ஒலிக்கேற்ப நாதஸ்வரத்தில் பயிற்சி எடுத்துக் கொள்வாராம்.

கே. பி. சுந்தராம்பாளும், எல்.ஜி. கிட்டப்பாவும், காருறிருச்சி அருணாசலமும், மதுரகவி பாஸ்கரதாசும் அவர் முன்னால் அமர்ந்து அவருடைய இசையை ரசித்து சொக்கிப் போனார்கள் என்றால் சுயமாக அவர் கற்றுக்கொண்ட அந்த அற்புதமான இசைதான் காரணம்.

முத்தமிழில் ஒன்றான இசைத் தமிழை செப்பனிட்டு வளர்த்த அந்த மேதையின் நினைவைப் போற்றுவோம்.

எழுத்தாளர் பா. செயப்பிரகாசம் எழுதிய பதிவின் அடிப்படையில் இந்த விவரங்களைக் கொடுத்திருக்கிறேன். அந்த எழுத்தாள நண்பருக்கு நெஞ்சார்ந்த நன்றி.

ஆரம்பப் பள்ளி நாட்கள் - 21

என்னுடைய ஆரம்பப் பள்ளி நாட்களில் நான் பழகிக்கொள்ள வேண்டிய இரண்டு முக்கிய விஷயங்கள் இருந்தன. ஒன்று, சைக்கிள் விடுவது. இரண்டாவது, நீச்சலடிப்பது. சைக்கிள் பழக வேண்டிய அவசியமே அப்போது இல்லாமல் இருந்தது. எங்கள் வீட்டில் சைக்கிள் கிடையாது. அனைவருமே நடந்து நடந்து சென்று வருவதை வழக்கமாகக் கொண்டிருந்தோம்.. என்னுடைய குழந்தைப் பருவத்தில் நான் நடை பழகுவதற்கான நடைவண்டிகூடக் கிடையாது. நானாகவே குப்புற விழுந்தேன். நானாகவே உட்கார்ந்தேன். நானாகவே தத்தித் தத்தி நடந்தேன். நன்றாக நடந்தேன். ஓடத்துவங்கினேன். பள்ளியில் சேர்ந்தபின் பள்ளியின் காம்பவுண்டுச் சுவரின் மேல் ஏறி ஓடினேன். ஆனால், சைக்கிள் மட்டும் பழகவில்லை. அருமை நண்பன் பாலசுப்பு சைக்கிள் வைத்திருந்தான்.எங்கள் வீட்டுக்கு சைக்கிளில்தான் வருவான். ‘சைக்கிள் பழகு சைக்கிள் பழகு’ என்று என் உயிரை எடுத்தான்.

அவனுடைய இம்சை தாங்க முடியாமல் சைக்கிள் பழக ஆரம்பித்தேன். அவனுடைய சைக்கிளில்தான். சைக்கிள் பழகுவதற்குள் நான்கைந்து முறையாவது கீழே விழுந்து எழுந்திருந்திருப்பேன். கை, கால்களில் சிறாய்ப்புக் காயங்கள் ஏற்படும். கீழே விழுவதோ, காயம் படுவதோகூடப் பிரச்சனை இல்லை. கீழே விழுந்ததை யாராவது பார்த்துவிட்டார்களா என்பதுதான் மிகவும் முக்கியம். நல்லவேளையாக நான் கீழே விழுந்த அத்தனை முறையும் என்னை யாரும் பார்க்கவில்லை. மகிழ்ச்சியோடு கம்பீரமாக எழுந்திருந்து முயற்சியைத் தொடருவேன். பாலசுப்பு சைக்கிளைப் பிடித்துக்கொண்டு பின்னாலேயே ஓடி வருவான்.

பின்னாள்களில் தத்துவார்த்த வகுப்புகளில் கலந்துகொண்டு விஞ்ஞானி பாவ்லோவைப் பற்றிப் படிக்கும்போது நான் சைக்கிள் பழகியது நினைவுக்கு வரும். **தங்களுக்குத் தேவையற்ற, அபாயம் விளைவிக்கக்கூடியது போன்ற வெளிப்புற அம்சங்களை ஒதுக்கி வைத்துவிட்டு தங்களுக்கு அத்தியாவசியத் தேவை என்கிற விஷயத்தில் மட்டும் முழுக்கவனம் செலுத்துகிற ஒரு குணம் பிராணிகளிடமும் மனிதர்களிடமும் உண்டு என்று முதன்முதலில் கண்டுபிடித்து அதை நிலைநிறுத்தியவர் விஞ்ஞானி பாவ்லோவ். Orientation Reflex என்ற இந்த குணம் பிராணிகள் மற்றும் மனித இனத்தின் உள்ளார்ந்த குணமாகும். மனித இனத்தைப் பொறுத்தவரை அதன் மூளையின் முழுக்கவனமும் எந்தப் பிரச்னை அத்தியாவசியமானதோ கூர்மையாக அந்தப் பிரச்சனையில் மட்டுமே இருக்கும். அப்போது மூளையில் ஒரு தற்காலிகப் பதிவு (Temporary connection) ஏற்படுகிறது. இந்த தற்காலிக பதிவுகள் தேவை கருதி திரும்பத் திரும்ப நிகழும்போது அதுவே ஒரு நிரந்தரப் பதிவாகி விடுகிறது. ஒரு unconditioned reflex உருவாகிவிடுகிறது.**

இதன் விளைவாக எந்த ஒரு பிரச்சனையில் மூளையின் முழுக் கவனத்தையும் செலுத்தினோமோ அது இப்போது மூளையின் கவனம் தேவைப்படாத ஓர் அனிச்சைச் செயலாக மாறிவிடுகிறது. இப்போது சைக்கிள் ஓட்டுவதற்கு மூளையின் கவனம் கொஞ்சம் கூடத் தேவையில்லை. பாட்டுப் பாடிக்கொண்டே சைக்கிள் ஓட்டலாம். பழைய சுவையான நிகழ்ச்சிகளை நினைத்து மகிழ்ச்சியுடன் சிரித்துக்கொண்டே சைக்கிள் ஓட்டலாம். எதிர் காலத்திட்டம் ஒன்றை யோசித்துக்கொண்டே சைக்கிள் ஓட்டலாம். சைக்கிள் ஓட்டுவது மூளையின் முழுக்கவனம் தேவையில்லாத

ஓர் அனிச்சைச் செயலாக மாறிவிட்டது. நண்பன் பாலசுப்புவின் விடாப்பிடியான உதவியோடு சைக்கிள்விடப் பழகிய பின்பு எனக்கும் அது ஒரு சர்வசாதாரணமான விஷயமாக மாறிவிட்டது.

ஆனால், நீச்சல் விஷயத்தில் மட்டும் என்னால் ஒன்றும் செய்ய முடியவில்லை. எங்கள் ஊரில் ஆறு இருந்தது. குளம் இருந்தது. ஆனால், நான் ஏனோ நீச்சல் பழகிக் கொள்ளவில்லை. என்னுடைய ஐயா, அம்மா, அண்ணன்மார்கள் அனைவரும் நன்றாக நீச்சலடிப்பார்கள். எனக்கு நீச்சல் தெரியாது என்பது இன்றுவரை என்னுடைய குறையாகவே இருந்துகொண்டிருக்கிறது.

1964 மார்ச் மாதம் *SSLC (11*ஆம் வகுப்பு) தேர்வு எழுதினேன். பள்ளியின் முதல் மாணவனாக தேர்ச்சி பெற்றேன். Proficiency First. என்னை எப்படியும் முந்திவிட வேண்டும் என்று கடுமையாக முயற்சி செய்த என்னுடைய அருமைத் தோழி இந்த முறையும் எனக்கு அடுத்து இரண்டாவது இடத்துக்கு வந்தாள். ஒரு புறம் முதல் இடம் கிடைக்கவில்லையே என்ற வருத்தமும் மறுபுறம் அவளுடைய அருமை நண்பனான நான் முதலிடம் பெற்றதில் ஏற்பட்ட மகிழ்ச்சியுமாக அவள் தத்தளித்துக் கொண்டிருந்தாள். பள்ளிப் படிப்பு முடிந்து எப்போதாவது சந்தித்துக்கொள்ளுவோம். 'எப்படி இருக்கிறாய் லீடர்?' என்று நலம் விசாரிப்பாள்.

பள்ளிக்கூடத்தில் தான் நான் கிளாஸ் லீடர். இப்போதுமா?' என்று நான் கேட்பேன். 'எப்போதுமே நீ லீடர்தான்' என்று அவள் சொல்லும்போது மகிழ்ச்சியாக இருக்கும். இந்த மகிழ்ச்சி நீண்ட நாட்கள் நிலைத்திருக்க வில்லை. *SSLC* படிப்பு முடிந்து மேல் படிப்புக்காக நான் விளாத்திகுளத்தைவிட்டு செல்ல வேண்டிய நேரம் வந்து விட்டது.

ஆரம்பப் பள்ளி நாட்கள் - 22

SSLC முடித்துவிட்டு கலைக் கல்லூரியில் சேர்ந்து படிக்க வேண்டுமென்று மிக விரும்பினேன். ஆனால், எங்கள் ஐயா நான் பாலிடெக்னிக்கில் சேர்ந்து படிக்கவேண்டுமென்று விரும்பினார். நான் எப்போதுமே ஐயாவுக்கு மாறாகப் பேசியது இல்லை. எனவே, பாலிடெக்னிக் படிப்புக்கு சம்மதித்தேன்.

விருதுநகர் *S.* வெள்ளைச்சாமி நாடார் பாலிடெக்னிக்குக்கு விண்ணப்பித்தோம். என்னுடைய மார்க்கு விவரம் மற்ற சான்றிதழ் களைப் பார்த்துவிட்டு என்னுடைய விண்ணப்பத்தை அனுமதித்து ஒரு குறிப்பிட்ட தேதியில் ஒரிஜினல் சான்றிதழ்களுடன் வந்து

பணம் கட்டுமாறு தபால் அனுப்பியிருந்தார்கள். அவர்களுடைய Prospectus- ஐ அனுப்பியிருந்தார்கள். நான் பதினொன்றாம் வகுப்பு முடித்திருந்ததால் முதலில் PTCயும் (Pre-technical course) அடுத்து இரண்டு வருடங்களும் மொத்தம் மூன்று வருடங்கள் டிப்ளமோ படிப்பு படிக்க வேண்டும்.

Prospectus பயங்கரமாக இருந்தது. கண்டிப்பாக பேண்ட் அணிய வேண்டும். செருப்பு அணிய வேண்டும். பூட்சும் கேன்வாஸ் ஷூவும் வேண்டும். ஒர்க்ஷாப்புக்காக வெள்ளை முண்டா பனியனும் காக்கி அரை டவுசரும் வேண்டும்.

மற்ற விஷயங்களைப் பற்றி பிரச்சனைகள் ஒன்றும் இல்லை. ஆனால், செருப்பும் ஷூவும் எனக்குப் பழக்கமில்லாதது. எனவே செருப்பு வாங்கி மாட்டிக்கொண்டு விளாத்திகுளம் வீதிகளில் நடந்து பழகினேன். செருப்பு முதலில் வலது கால் பெருவிரலைக் கடித்தது. அப்புறம் காலின் மத்தியப் பகுதியைக் கடித்தது. நடக்க நடக்க வெவ்வேறு இடங்களில் கடித்துக்கொண்டே இருந்தது. 'தேங்காய் எண்ணெயை காலிலும் செருப்பிலும் தடவிக்கொள்ள வேண்டும்' என்றார்கள். தடவிக்கொண்டேன். ஆனாலும் கடித்தது. 'பல்லைக் கடித்துக்கொண்டு நடந்தால் பழகிப் போய்விடும்' என்றார்கள்.

அது என்னைக் கடிக்க, நான் பல்லைக் கடிக்க... கடைசியில் கால்கள் இரண்டும் வீங்கி விட்டன. வீக்கம் வற்றிய பிறகு மீண்டும் நடந்தேன். வேறு வழியில்லை. எப்படியும் பாலிடெக்னிக் படிக்க வேண்டுமே! பாலிடெக்னிக் படிப்பு இவ்வளவு கடினமாக இருக்கும் என்று நான் கொஞ்சமும் எதிர்பார்க்கவில்லை. செருப்பை மாற்றினால் என்ன என்று தோன்றியது.

புதிதாக வேறு ஒரு செருப்பு வாங்கினேன். அப்புறம் இன்னொன்று வாங்கினேன். காலைக் கடிக்காத செருப்பு வேண்டும் என்று கேட்டு வாங்கினேன். கடைசியில் செருப்புக் காலோடு நடக்கப் பழகிவிட்டேன். செருப்பு இல்லாமல் இனி நடக்க முடியாது என்கிற அளவுக்கு எனக்கும் செருப்புக்கும் அப்படி ஒரு நெருக்கம் உண்டாகிவிட்டது. இப்போது பாலிடெக்னிக் செல்வதற்கு நான் முழுக்க முழுக்கத் தயார்.

பணம் கட்டிவிட்டு விடுதியில் தங்கி படிக்கிற ஏற்பாடுகளோடு ஐயாவுடன் விருதுநகருக்குப் பயணமானேன். குதித்து விளையாடி கும்மாளமிட்ட கம்மாயைவிட்டு, விடிய விடிய கதை பேசிக் களித்த வைப்பாற்றின் வெண்மணற்பரப்பைவிட்டு, சிறுவயது

முதல் இணைபிரியாமல் பழகித் திரிந்த நண்பர்களைவிட்டு, அருமைத் தோழிகளைவிட்டு, அம்மாவை விட்டு, அம்மாவின் சாம்பார் சாதத்தைவிட்டு, நான் பிறந்து வளர்ந்த என் சொந்த ஊரைவிட்டு, அந்த விளாதை மண்ணைவிட்டு முதல்முறையாக பிரிந்து சென்றேன். மனசுக்குள் வலித்தது. பதினாறு வயதுப் பையனல்லவா?.

விளாத்திகுளம் உயர்நிலைப் பள்ளிக்கு எதிரே எட்டையபுரம் ரோட்டுக்கு அப்பாலுள்ள சரிவில் கட்சியின் ஓலைக் குடிசை அலுவலகம் இருந்தது. ரீசஸ் பீரியடில் ஒரு சில சமயம் அந்த அலுவலகத்துக்குப் பின்புறம் ஒன்றுக்குப் போவோம். எப்போதாவது அலுவலகம் திறந்திருக்கும். சாயங்காலம் பள்ளிக்கூடம் விட்டதும் அலுவலகத்தில் கட்சியின் செயலாளர் தோழர் சந்தனமாரியப்பன் இருந்தால், அவருடன் சிறிது நேரம் பேசிக்கொண்டிருப்பேன். நான் பள்ளியில் இறுதி வகுப்பு படித்துக்கொண்டிருந்தபோது என் மனதை மிகவும் வேதனைக்குள்ளாக்கிய அரசியல் சம்பவங்கள் நடந்துகொண்டிருந்தன. அண்ணன்மார்கள் V. S. கணபதி, S. M. தியாகராஜன், கட்சியின் கோவில்பட்டி தாலுகா செயலாளர் தோழர் மாப்பிள்ளைச்சாமி, விளாத்திகுளம் தாலுகா செயலாளர் தோழர் சந்தனமாரியப்பன் ஆகிய அனைவரிடமும் இது சம்பந்தமாக நாட்கணக்கில் பேசியிருக்கிறேன்.

1948ல் நடந்த கட்சியின் 2வது அகில இந்திய மாநாட்டைத் தொடர்ந்து இந்தியப் புரட்சியின் பாதை என்ன என்பது பற்றி கூர்மையான விவாதங்கள் கட்சிக்குள் நடந்துகொண்டிருந்தன. கட்சியின் அகில இந்திய மாநாடுகள் இந்த ஆவேசமான வாதப்பிரதிவாதங்களால் போர்க்களங்கள்போல் காட்சியளித்தன. போதாக்குறைக்கு 1962ல் இந்திய-சீன எல்லைத் தாவா ஒரு ராணுவ மோதலாக வெடித்தது. கட்சிக்கு உள்ளே, எல்லைப் பிரச்சனையைப் பேசித் தீர்த்துக்கொள்ள வேண்டும், ராணுவ மோதல் தீர்வாக முடியாது என்று கருத்துச் சொன்னவர்கள் சீன ஏஜெண்டுகள் என்று முத்திரை குத்தப்பட்டார்கள். அப்படி கருத்துச் சொன்ன தலைவர்கள் மற்றும் ஊழியர்கள் பட்டியலை அன்றைக்கிருந்த கட்சியின் திருத்தல்வாத தலைமை அரசாங்கத்திடம் சமர்ப்பித்து தன்னுடைய சொந்த கட்சித் தோழர்களையே காட்டிக்கொடுத்த அவலம் அரங்கேறியது. ஏற்கெனவே புரட்சிக்கான சரியான பாதைக்காக நடந்துகொண்டிருந்த போராட்டத்தோடு இந்தப் புதிய விவகாரமும் சேர்ந்து கொள்ளவே... கட்சி ஒரு தவிர்க்க முடியாத பிளவை நோக்கிச் சென்றுகொண்டிருந்தது.

இந்தப் பின்னணியில் தான் கட்சியின் திருத்தல் வாத தலைமைக்கு எதிராக போராடிக்கொண்டிருந்தவர்கள் **1963** ஏப்ரலில் ஆந்திர மாநிலம் தெனாலியில் ஓர் அகில இந்திய கன்வென்சனை கூட்டினார்கள். கட்சியில் ஒற்றுமை ஏற்படுத்துவதற்காக முன்வைக்கப்பட்ட ஆலோசனைகளை கட்சியின் திருத்தல்வாதத் தலைமை நிராகரித்துவிட்டபடியால், இனி ஒரு தனிக் கட்சியாகவே செயல்படுவது என்று கன்வென்சன் முடிவு செய்தது. இந்தியப் புரட்சியைக் காப்பாற்றி முன்னெடுத்துச் செல்வதற்கு இது தவிர்க்க முடியாததாகிவிட்டது. அப்போதிலிருந்தே அனைத்து மட்டங்களிலும் கட்சி இரண்டாகப் பிரிந்து செயல்பட ஆரம்பித்தது. கோவையிலிருந்து தோழர்கள் அப்புவும் கீதாக்குட்டியும் நமது பத்திரிகையான 'தீக்கதிரை' வெளியிட ஆரம்பித்தார்கள். **பின்னர் 1964ஆம் வருடம் நவம்பர் 7ல் CPI(M) கட்சி உருவாவதற்கு முன்பே நான் அதன் ஆதரவாளராக மாறியிருந்தேன்.**

விளத்தையைவிட்டு விருதுநகர் சென்றாலும் என்னுடைய அரசியல் தொடர்புகள் விட்டுப்போய்விடக் கூடாதல்லவா?. எனவே, தோழர் மாப்பிள்ளச்சாமியிடம் கட்சியின் விருதுநகர் தாலுகா செயலாளர் தோழர் சீனிவாசனுக்கு ஓர் அறிமுகக் கடிதம் வாங்கிக்கொண்டுதான் விருதுநகர் சென்றேன். 1964-65 ஆம் கல்வியாண்டில் விருதுநகர் S. வெள்ளைச்சாமி நாடார் பாலிடெக்னிக் முதலாமாண்டு மாணவனாக என்னுடைய வாழ்க்கையின் அடுத்த கட்டத்துக்கு நான் சென்று கொண்டிருந்தேன்.

பாலிடெக்னிக் நாட்கள்

விருதுநகரின் நகர எல்லைக்கு அப்பால் வள்ளிக்குளம் கிராமத்துக்கு அருகில் அருப்புக்கோட்டை ரோட்டுக்கு மிக சமீபத்தில் செந்திக்குமார நாடார் கல்லூரி அமைந்திருந்தது. அதற்கும் சற்று உட்பக்கம் தள்ளி S. வெள்ளைச்சாமி நாடார் பாலிடெக்னிக் அமைந்திருந்தது. நான் இப்போது பாலிடெக்னிக் முதலாமாண்டு மாணவன். என்னுடைய வகுப்பில் இருந்த மாணவர்களிலேயே SSLCயில் அதிக மதிப்பெண் பெற்றவன் என்ற முறையில் வகுப்பின் சீனியராக நான் நியமிக்கப்பட்டேன்.

பள்ளியில் லீடர். பாலிடெக்னிக்கில் சீனியர். பெயரில் சிறிய மாற்றத்தோடு என்னுடைய பதவி நீடித்தது. மாணவர் சேர்க்கை முடிந்த பின்பு தலித் பகுதி மாணவர்கள் ஸ்காலர்ஷிப் விண்ணப்பம் கொடுக்குமாறு அறிவுறுத்தப்பட்டார்கள். சான்றிதழ்களின்படி நான் OC பிரிவைச் சேர்ந்தவன். எனவே, எனக்கு ஸ்காலர்ஷிப் கிடைக்கும் வாய்ப்பு இல்லை. ஆனால், ஒரு நாள் அலுவலக அறைக்கு வருமாறு என்னை அழைத்தார்கள்.

நான் SSL யில் அதிக மதிப்பெண்கள் பெற்றிருந்ததால் எனக்கு மெரிட் ஸ்காலர்ஷிப் உண்டு என்றும் அதற்கு விண்ணப்பிக்குமாறும் சொன்னார்கள். எனக்கு மிகுந்த மகிழ்ச்சி. விண்ணப்பம் செய்தேன். என்னுடைய விடுதிக் கட்டணம், மெஸ் பீஸ் அனைத்தையும் ஸ்காலர்ஷிப் பார்த்துக்கொண்டது. இதர செலவுகள் மட்டும்தான் வீட்டுக்கு அதாவது, எனது ஐயாவுக்கு.

ஆசிரியர்களை நினைவுக்குக் கொண்டுவரப்பார்க்கிறேன். ஆங்கிலத்துக்கு அப்பனசாமி சார், பிசிக்ஸுக்கு ப்ரைட் சார், எலக்ட்ரிக்கலுக்கு மாத்யூஸ் இவர்கள் மட்டுமே நினைவுக்கு வருகிறார்கள். மாத்யூஸ் சார் ஒரு மலையாளி. அவரே விடுதி வார்டனாகவும் இருந்தார். இன்ஸ்ட்ரக்டர்களைப் பொறுத்தவரை பாய்லர் மற்றும் என்ஜின் செக் ஷன் நம்பிராஜன், பவுண்டரி மற்றும் கேஸ்டிங் செக்சன் பார்த்திபன் ஆகியோரை நினைவிருக்கிறது. மறக்கவே முடியாதவர் முதல்வர் ஜேசுவடியான்.

இராணுவத்திலிருந்து ரிடையராகி வந்தவர். அந்த இராணுவ மிடுக்கையும் சிம்மக் குரலையும் மறக்கவே முடியாது. அவர்களுடைய இராணுவக் கட்டுப்பாடுகளை எங்கள் தலையில் திணிக்கும் நபராகவும் இருந்தார். மாணவர்கள் பெரும்பாலும் உள்ளூர். K.V. சாலாவிலிருந்தும் அருகிலுள்ள கிராமங்களிலிருந்தும். வந்தவர்கள். நீண்ட தூரத்திலிருந்து வந்தவர்களும் இருந்தார்கள். பாடங்கள் ஆங்கிலத்திலேயே நடக்கும். எனவே, அனைவரும் சிரமப்பட்டார்கள்.

எங்களுடைய மூன்றாமாண்டு, இரண்டாமாண்டு சீனியர் மாணவர்கள் புதியவர்களான எங்களை ஏற்றுக்கொண்ட பிறகு அவர்களோடு பழகும் வாய்ப்பு கிடைத்தது. நிறையப் பேர் திராவிட இயக்கத்தில் பற்று கொண்டவர்கள். கொஞ்சப் பேர் காங்கிரஸ்மேல் பற்று கொண்டவர்கள். எதையும் சாராமல் அரசியலே இல்லாமலும் ஒரு பகுதி மாணவர்கள் இருந்தார்கள். இந்த மாணவர்கள் மத்தியில் எப்படி நுழைவது என்று தெரியவில்லை.

நான் மெக்கானிக்கல் என்ஜினீயரிங் மாணவனாக இருந்தேன். மெஷின்ஷாப் டெக்னாலஜியை எலெக்டிவ் சப்ஜெக்டாக எடுத்திருந்தேன். பவுண்டரி இன்ஸ்ட்ரக்டர் பார்த்திபன் இடதுசாரிப் பார்வை உள்ளவராக இருந்தார். எனக்கு உதவியாக இருப்பார் என்று நினைத்தேன். ஆனால், அவரோ தீவிர இடதுசாரியாக இருந்தார். எனக்கு முன்பு இருந்த களம் இப்படியாக கந்தர் கோலமாக இருந்தது.

கட்சியின் தாலுகா செயலாளர் தோழர் சீனிவாசனை சந்திக்க முடிவு செய்தேன். பாலிடெக்னிக்குக்கு எப்போதாவது வந்து போகும் டவுன்பஸ்ஸை பெரும்பாலும் நாங்கள் எதிர்பார்த்துக் காத்திருப்பதில்லை. ஒத்தையடி குறுக்குப் பாதையில் நடந்து விடுவோம். விருதுநகர் பழைய பஸ் ஸ்டாண்டிலிருந்து பஸ்கள் உள்ளே நுழையும் பாதை வழியாக வெளியே வந்தால் மதுரை ரோடு ஒரு புறமும், அதற்கு சற்று தள்ளி ரயில்வே ஸ்டேஷன் ரோடு இன்னொரு புறமும் பிரிந்து செல்லும். ரோடுகள் பிரிகிற இடத்தில் ஒரு சிறிய ஜங்ஷன் இருக்கும். அந்த ஜங்ஷனில் தோழர் சீனிவாசன் ஒரு தள்ளுவண்டியில் டீ வியாபாரம் செய்து வந்தார். மிக மிக எளிமையான தோழர். அவரை யாரும் பெயர் சொல்லி அடையாளப்படுத்துவதில்லை. தோழர் என்ற ஒரு சொல் அவரை அடையாளப்படுத்தப் போதுமானது.

வகுப்புகள் முடிந்து ஒரு நாள் சாயங்காலம் குறுக்குப் பாதையில் நடந்துபோய் தோழரை முதல் முறையாக சந்தித்தேன். தோழர் மாப்பிள்ளைச்சாமி கொடுத்தனுப்பிய அறிமுகக் கடிதத்தைக் கொடுத்தேன். நேரிலும் அறிமுகம் செய்து கொண்டேன். தோழருக்கு அளவிட முடியாத மகிழ்ச்சி. ஒரு வடை சாப்பிடச் சொன்னார். டீ போட்டுக் கொடுத்தார். சிறிது நேரம் பேசிக்கொண்டிருந்தோம். வீட்டைப் பிரிந்ததில் தனியாக உணர்ந்த எனக்கு ஒரு நல்ல துணையாக தோழர் கிடைத்தார்.

என்னுடைய அறையில் என்னுடன் மற்றும் இருவர் தங்கியிருந்தனர். ஓர் அறைக்கு மூன்று பேர். சுத்தமான கிராமத்து நண்பர்கள். மாரியப்பனும் சக்கணனும். வேறு நண்பர்களும் கிடைத்தார்கள். சண்முகவேலு, சந்திரசேகர், காமராஜ், ராமசாமி, சங்கரலிங்கம், குருசாமி, முருகேசன் ஆகியோர் விருதுநகர் முத்து தியேட்டரில் அடிக்கடி சினிமா பார்ப்பார்கள். வேறு வழியில்லாமல் நானும்கூடச் செல்வேன்.

‘ஆண்டவன் கட்டளை’, ‘வெண்ணிற ஆடை’, ‘ஆயிரத்தில் ஒருவன்’ எல்லாம் பார்த்தோம். ஒரு நாள் ‘காதலிக்க நேரமில்லை’ ரிலீசான முதல் நாளே முண்டியடித்து முதல் காட்சி பார்த்தோம். படம் முடிந்து வெளியே வந்து அப்படியே க்யூவில் நின்று இரண்டாம் காட்சியும் பார்த்தோம். அந்தப் படம் அந்த அளவு ஈர்த்தது. நண்பர்களோடு இணைந்து நிற்பதைத்தவிர வேறு வழியில்லை. அந்த வயதில் அப்படி ஒரு ரசனை அவர்களுக்கு.

தமிழ் சினிமா இசை அவ்வளவு தூக்கலாக இல்லாத ஒரு காலம். எனவே, உணவு விடுதியில் இந்தி சினிமாப் பாடல்கள் தமிழ்ப் பாடல்களைவிட கூடுதலாக ஒலித்துக்கொண்டிருக்கும். கேட்பதற்கு இனிமையான பாடல்கள். பெரும்பாலும் லதா மங்கேஷ்கர், முகமது ரபி, கிஷோர் குமார் ஆகியோரின் பாடல்கள். மாணவர்கள் பெரிதும் ரசித்துக் கேட்பது, *Come September* படத்தின் அந்த இனிமையான மியூசிக்தான். அதற்குப் பாடல் வரிகள் கிடையாது. மொழி எதுவும் கிடையாது. மனதை மயக்கும் இசை மட்டும்தான். அந்த இசையை தினம் தினம் கேட்டுக் கொண்டே உணவு விடுதியில் சாப்பாடு நடக்கும். செவி வழியே புகுந்து மனதை பட்டுப்போல் தடவிக்கொடுக்கும் அற்புதமான இசை.

அந்த இசையோடு கூடவே அந்தப் படத்தில் நடித்த ஜினா லோலா பிரிகிடாவும் (*Gina Lollobrigida*) நமது மனங்களில் நிழலாடுவார். ஜினா இத்தாலிய திரைப்படத் துறையின் அடையாளம். **1950**களிலும் **1960**களிலும் கொடி கட்டிப் பறந்தவர். உலகத்தின் நம்பர் ஒன் அழகு நடிகை என்றெல்லாம் சொல்கிறார்கள். மர்லின் மன்றோவும், சோபியா லாரனும், எலிசபெத் டெய்லரும் ஜினாவுக்கு அடுத்தாற்போல்தான் என்றும் சொல்கிறார்கள். ஜினாவின் அழகைப் பாராட்டி இத்தாலியில் சேர்ந்தாற்போல் இருக்கும் இரண்டு மலைகளுக்கு ஜினா லோலா பிரிகிடம் என்று பெயர் சூட்டியிருக்கிறார்கள் என்றும் கேள்விப்பட்டிருக்கிறேன். ஜினா நடித்த இன்னொரு புகழ்பெற்ற திரைப்படம் 'நாட்டர் டாம் கூனன்' (*Hunchback of Notre Dame*). விக்டர் ஹ்யூகோவினுடைய புகழ் வாய்ந்த நாவல்தான் நாட்டர் டாம் கூனன். அதில் வருகிற *Esmeralda* கதாபாத்திரத்தில்தான் ஜினா நடித்திருப்பார்.

ஜினாவின் புகைப்படத்தை நான் பார்த்திருக்கிறேன். உண்மையிலேயே அழகு நிறைந்தவர்தான். ஜினாவின் மார்பழகைப் பாராட்டி மலைகளுக்கு அவரது பெயரைச் சூட்டினார்கள். ஆனால், ஜினாவின் சிறப்பம்சம் அவரின் அந்தக் கண்கள்தான். நமது புலவர் பெருமக்கள் கண்களைப் பற்றி வர்ணித்த அந்த வர்ணனைகளுக்கெல்லாம் அப்பாற்பட்டவை ஜினாவின் கண்கள். ஒருவேளை பாரதியின் பாடல் வரிகள் ஜினாவின் கண்களுக்குப் பொருத்தமானவை என்று நினைக்கிறேன். நிலவூறித் ததும்பும் விழிகள் என்பான் பாரதி. என்ன ஒரு அற்புதமான ரசனை பாரதிக்கு! ஓர் இளம் பெண்ணின் கண்களில் இருந்து நிலவின் தண்ணொளி ஊறித் ததும்பி வழிந்தால் எப்படி இருக்கும்! ஜினாவின் பார்வையில் நிலவு ஊறித் ததும்பியது. ஜினா **16-01-2023**ல் தனது **95**வது வயதில் காலமானார். அவருக்கு நாமும் விடை கொடுப்போம்.

இப்போதுகூட சோர்வு ஏற்படும் நேரத்தில் அந்த *Come September* இசையை யூட்யூபில் நான் கேட்பதுண்டு. மனது லேசாகி விடும். சில சமயங்களில் 'பாதாள பைரவி'யின் அமைதி இல்லாதென் மனமே பாடலையும் ஸ்ரீ **420** யின் ராமய்யா வஸ்தாவய்யா பாடலையும் கேட்டு மகிழ்வதுண்டு. இயக்கப் பணிகளுக்கிடையே இப்படியான சிறு சிறு இளைப்பாறுதல்கள் தேவைப்படுகிறது. வாய்ப்பும் கிடைக்கிறது. *Motion is absolute and eternal. But in the endless course of motion there are points* *of euilibrium, points of rest* என்று இயக்கவியல் சொல்வது போலத்தான் இதுவும்.

அப்போதெல்லாம் நான் வயிறுமுட்டச் சாப்பிடுவேன். ஆனால், சைவம்தான். அசைவத்துக்கு எதிராக ஒரு கொள்கை முடிவு எடுத்திருந்தேன். அது ஒரு காலம். அது ஒரு வயது. அப்போது சாப்பிட்டதில் கால்வாசிகூட இப்போது சாப்பிட முடிவதில்லை. சனிக்கிழமை சாயங்காலம் அழுக்குத் துணிகளை ஒரு பேக்கில் எடுத்துக்கொண்டு அருகில் உள்ள ரோசல்பட்டி கிராமத்துக்கு சென்று சலவை செய்ய கொடுத்து விட்டு வருவோம். அடுத்த சனிக்கிழமை சலவை செய்த துணிகளை வாங்கிக் கொண்டு புதிதாகச் சேர்ந்த அழுக்குத் துணிகளை சலவைக்கு கொடுத்துவிட்டு வருவோம். நடந்து போய்விட்டு வருவதற்கு ரோசல்பட்டி கிராமம் அருகில் இருந்தது. போய் வர ஒத்தையடிப்பாதை இருந்தது. அன்பான சலவைத் தொழிலாளி இருந்தார்.

சாயங்காலம் பாலிடெக்னிக் முதல்வர், விடுதிகளுக்கு ரோந்து வருவார். சாயங்கால வேளையில் விடுதிக்குள் யாரும் இருக்கக்கூடாது. விளையாட்டு மைதானம் சென்று விளையாடிக் கொண்டிருக்க வேண்டும் அல்லது விளையாட்டு மைதானத்தை புல் வெட்டி சுத்தம் செய்தல் வேண்டும். *'When you are alone, you should not be idle; when you are idle, you should not be alone.'* என்று அடிக்கடி சொல்வார். எனக்கு விளையாட்டில் அவ்வளவாய் ஆர்வமில்லாததால் பெரும்பாலும் புல் செதுக்குகிற வேலைதான். இரவு உணவு முடிந்து மெஸ் மூடிய பிறகு வார்டன் ரோந்து வருவார். அறையில் அனைவரும் விளக்கைப் போட்டுக் கொண்டு படித்துக்கொண்டிருக்க வேண்டும். அவரவர் அறையில் அவரவர் இருக்க வேண்டும். இந்த இரண்டு ரோந்து நடவடிக்கைகளின்போதும் மாட்டிக்கொள்ளாமல் இருக்க வேண்டும். வார்டன் எங்களது விடுதியிலேயே ஓர் அறையில் தங்கியிருந்தார். அவரது குடும்பம் கேரளாவில் இருந்தது.

விருதுநகர் எப்போதுமே வெப்பம் நிறைந்த ஊர். விருதுநகர் வெய்யிலின் கொடுமை சற்று விசேஷமானது. போதாக்குறைக்கு நாங்கள் தங்கியிருந்த விடுதி சுண்ணாம்புச் சத்து நிறைந்த ஒரு நிலப்பகுதியில் இருந்தது. தொட்டியில் தண்ணீரைத் திறந்து விட்டால், வெள்ளை வெளேர் என்ற கலரில் தண்ணீர் வரும். தண்ணீரை நிறுத்தி ஐந்து நிமிடங்கள் கழித்து, நீர் தெளிந்து,

தொட்டியின் அடிப்பாகத்தில் வெள்ளை நிறத்தில் ஒரு பவுடர் டெபாசிட் ஆகியிருக்கும். அந்தத் தண்ணீரைக் குடித்து அதில் குளித்து மாணவர்கள் அனைவருக்கும் சூடு பிடித்துக்கொள்ளும். அடி வயிறு வலிக்கும். ஒன்றுக்குப் போனால் மிகவும் கடுக்கும். இரவு நேரங்களில் அறைகளின் உள்ளே படுக்க முடியாது. விடுதி வராண்டாவில் தண்ணீரைத் தெளித்து அனைவரும் பாயை விரித்து படுத்திருப்பார்கள். எலுமிச்சம்பழம்தான் ஓரளவு நிவாரணம் தரும். பலரும் எலுமிச்சம்பழத்தைக் கடித்து மென்று கொண்டிருப்பார்கள். சிலர் அதில் ஓட்டை போட்டு கால் பெருவிரலில் மாட்டிக்கொள்வார்கள். பாலிடெக்னிக் வாழ்க்கை இத்தனை பிரச்சனைகளோடு துவங்கியது.

'சொர்க்கமே என்றாலும் அது நம்மூரு போல வருமா' என்று பிற்காலத்தில் இளையராஜா குரலில் வரும் பாடலின் கருத்து பல வருடங்களுக்கு முன்பே என் மனதில் அடிக்கடி தோன்றியது.

பாலிடெக்னிக் நாட்கள் - 2

இந்தி திணிப்பும் அதற்கு எதிரான போராட்டங்களும் நீண்ட வரலாறு கொண்டவை. 1937ஆம் ஆண்டு சென்னை மாகாணத்தில் காங்கிரஸ் கட்சி வெற்றி பெற்று ராஜாஜி தலைமையில் ஆட்சி அமைத்தது. அந்த ஆட்சி சென்னை மாகாணப் பள்ளிகளில் இந்தியை கட்டாயப் பாடமாக்கி ஆணையிட்டது. இதற்கு எதிராக எதிர்க்கட்சியான நீதிக்கட்சியும், ஈ.வே.ரா. பெரியாரும் போராட்டங்களில் ஈடுபட்டனர். போராட்டம் மூன்று ஆண்டுகளுக்கு நீடித்தது. உண்ணாவிரதம், ஊர்வலங்கள், மாநாடுகள், மறியல்கள் என்று போராட்டங்கள் தொடர்ந்தன. காவல்துறை நடவடிக்கை காரணமாக இரண்டு பேர் கொல்லப்பட்டனர். 1,198 பேர் கைது செய்யப்பட்டனர். ராஜாஜி அரசாங்கம் பிடிவாதமாக இருந்தது. 1939ல் டெல்லியில் காங்கிரஸ் அரசு பதவி விலகியதைத் தொடர்ந்து ராஜாஜி அரசாங்கமும் பதவி விலகியது. அதைத் தொடர்ந்து ஆட்சி அதிகாரத்தை கையில் எடுத்துக்கொண்ட சென்னை மாகாண ஆளுநர் எர்ஸ்கின்சன் கட்டாய இந்திப் பாட ஆணையை ரத்து செய்தார். இந்தித் திணிப்பை ஆரம்பித்து வைத்த புண்ணியவான்கள் காங்கிரஸ்காரர்கள்தான்.

1947 ஆகஸ்டு 15ல் இந்தியா விடுதலை அடைந்ததற்குப் பிறகு இந்தியா தனக்கான அரசியல் சாசனத்தை உருவாக்கும் முயற்சிகளில் மும்முரமாக ஈடுபட்டிருந்தது. அரசியல் சாசனத்தில் சேர்க்கப்பட

வேண்டிய அம்சங்களில் ஆட்சி மொழியும் (Official Language) முக்கியமானதாக இருந்தது. கூர்மையான விவாதங்களுக்குப் பிறகு அரசியல் சாசனத்தின் XVII பிரிவில் இன்னும் 15 ஆண்டுகளுக்கு இந்தி இந்திய யூனியனின் ஆட்சி மொழியாகவும் ஆங்கிலம் அதன் இணை மொழியாகவும் இருக்கும் எனவும் சேர்க்கப்பட்டது. 15 ஆண்டுகளுக்குப் பிறகு ஆங்கிலம் அகற்றப்பட்டு இந்தி மட்டுமே ஆட்சி மொழியாக நீடிக்கும். இந்தியா 1950 ஜனவரி 26 ல் அரசியல் சாசனத்தை ஏற்றுக்கொண்டு, தான் ஒரு குடியரசு நாடு என பிரகடனம் செய்தது. எனவே, 1965 ஜனவரி 26 முதல் இந்தி மட்டுமே ஆட்சி மொழியாக நீடிக்கும்.

இந்தி மட்டுமே நீடிக்கும் என்ற நாள் நெருங்க நெருங்க... இந்தி பேசாத மாநிலங்களில் எதிர்ப்பு வர ஆரம்பித்தது. குறிப்பாக, தென் மாநிலங்களில் இந்த எதிர்ப்பு வலுவாக இருந்தது. எனவே, பிரதமர் நேரு 1963 ஜனவரி 21ல் ஒரு ஆட்சி மொழி மசோதாவை கொண்டு வந்தார். அந்த மசோதாவை தி.மு.க. கடுமையாக எதிர்த்தது. இந்தி பேசாத மாநிலங்கள் விரும்பும் வரை 1965க்குப் பின்னரும் ஆங்கிலமும் நீடிக்கும் என்ற நேருவின் வாக்குறுதியை நம்புவதற்கில்லை. ஏனெனில் மசோதாவில் English may continue என்று இருந்தது. எனவே, அதை எப்படி வேண்டுமானாலும் வியாக்கியானம் செய்ய முடியும். அது English shall continue என்று இருக்க வேண்டும். நேரு ஏற்றுக்கொள்ளாமல் சப்பைக்கட்டு கட்டினார். மசோதா திருத்தப்படாமலேயே 1963 ஏப்ரல் 27ல் சட்டமாகிவிட்டது.

ஆங்கிலம் நீக்கப்பட்டு இந்தி மட்டுமே நீடிக்கும் என்று சொல்லுகிற 1965 ஜனவரி 26 நெருங்க நெருங்க... இந்தி பேசாத மாநிலங்களிலிருந்து குறிப்பாக, தென் மாநிலங்களிலிருந்து அதிலும் குறிப்பாக தமிழகத்திலிருந்து கடுமையான எதிர்ப்பு நடவடிக்கைகள் வர ஆரம்பித்தன. 1965 ஜனவரியில் சென்னையில் அனைத்து மாணவர் அமைப்புகளும் சேர்ந்த இந்தி திணிப்பு எதிர்ப்பு போராட்ட கவுன்சில் உருவானது. அதன் நிர்வாகிகளாக தமிழகம் முழுவதிலுமிருந்து மாணவர் தலைவர்கள் இருந்தார்கள். குறிப்பாக P.சீனிவாசன், K.காளிமுத்து, நா.காமராசன், துரைமுருகன், K.ராஜா முகமது, L.கணேசன் ஆகியோர் இருந்தனர். பல இந்தி எதிர்ப்பு மாநாடுகள் நடந்தன. நேப்பியர் பூங்காவிலிருந்து சென்னை கல்லூரிகளைச் சேர்ந்த 50,000 மாணவர்கள் தலைமைச் செயலகத்துக்கு ஊர்வலமாகச் சென்று முதல்வர் பக்தவத்சலம் அவர்களிடம் மனு கொடுக்க முயன்று தோல்வியடைந்தனர்.

ஜனவரி 17ல் திருச்சியில் இந்தி திணிப்பு எதிர்ப்பு மாநாடு நடத்தப்பட்டது. அதில் சென்னை, மகாராஷ்டிரா, கேரளா மற்றும் மைசூரிலிருந்து 700 மாணவப் பிரதிநிதிகள் கலந்து கொண்டனர். இந்தித் திணிப்பைக் கைவிட வேண்டுமென்ற மாநாட்டின் கோரிக்கையை யூனியன் அரசு கண்டுகொள்ளவில்லை.

அதுபோதாதென்று, உள்துறை அமைச்சர் நந்தாவும் தகவல் தொடர்பு மற்றும் ஒலிபரப்பு அமைச்சர் இந்திரா காந்தியும் ஜனவரி 26லிருந்து இந்தியை மட்டுமே பயன்படுத்தவேண்டுமென்று சுற்றறிக்கைகள் அனுப்பினர்.

எதிர்க் கட்சித் தலைவர் C.N.அண்ணாதுரை அவர்கள் ஜனவரி 26 குடியரசு தினம் துக்க தினமாக அனுசரிக்கப்படும் என்று அறிவித்தார். குடியரசு தினத்தின் மாண்புக்கு களங்கம் ஏற்படக் கூடாதென்றும் மாணவர்கள் அரசியலில் ஈடுபடக்கூடாதென்றும் முதல்வர் பக்தவத்சலம் எச்சரிக்கை விடுத்தார். குடியரசு தினத்தன்று அறிவிக்கப்பட்ட துக்க தினம் ஒரு நாள் முன்னதாக ஜனவரி 25ஆம் தேதி அனுசரிக்கப்படும் என மாற்றி அமைக்கப்பட்டது. அன்றைய தினம் மதுரையில் போராட்டத்தில் இருந்த மாணவர்களுக்கும் காங்கிரஸ்காரர்களுக்கும் இடையில் ஏற்பட்ட சிறு கைகலப்பு மிகப்பெரிய கலவரமாக வெடித்தது. இரண்டு மாதங்கள் தமிழகம் முழுவதும் கட்டுப்பாடில்லாத வன்முறைக் கலவரங்கள் மூண்டன. கல்லெறிதலும் தீவைப்பும் உடைத்து நொறுக்குதலும் நடந்தன. பக்தவத்சலம் அரசாங்கம் பாரா மிலிட்டரியை வரவழைத்தது. பாரா மிலிட்டரி நடவடிக்கையில் இறங்கியபோது ஆண்களும் பெண்களும் சிறுவர்களுமாக 70 பேர் கொல்லப்பட்டனர் (அரசுத் தரப்பு தகவல் படி) அந்த எண்ணிக்கை 500 இருக்கும் என்று போராட்டக்காரர்கள் தரப்பில் சொல்லப்பட்டது.

ஜனவரி 25 அன்று வெள்ளைச்சாமி நாடார் பாலிடெக்னிக் மாணவர்களும் செந்திக்குமார நாடார் கல்லூரி மாணவர்களும் திரண்டு... அருகிலிருந்த அருப்புக்கோட்டை ரோட்டுக்கு சென்றோம். வருகிற பஸ்களை வழிமறித்து நிறுத்தி... பயணிகளை இறக்கிவிட்டு விட்டு கல்லெறியில் ஈடுபட்டோம். ஆக, மாணவப் பருவத்தில் நான் கலந்துகொண்ட முதல் போராட்டம் மொழிப்போராட்டமாகவும் கல்லெறியும் போராட்டமாகவும் அமைந்தது. என்னால் என்றுமே மறக்க முடியாத போராட்டம்.

பாலிடெக்னிக் நாட்கள் - 3

ஜனவரி 25 இந்தி திணிப்பு எதிர்ப்புப் போராட்டம் வன்முறைப் போராட்டமாக மாறி, தமிழகம் முழுவதும் பரவவே... அனைத்து கல்வி நிலையங்களுக்கும் லீவு விடப்பட்டது. மாணவர்கள் ஒன்று சேர்வதைத் தடுப்பதற்காக விடுதிகள் மூடப்பட்டன. மாணவர்கள் சொந்த ஊர்களுக்குத் திரும்ப வேண்டிய நிலை ஏற்பட்டது. நானும் விளதைக்குத் திரும்பினேன். அப்போது பிரதமராக இருந்த லால் பகதூர் சாஸ்திரி இந்தி பேசாத மாநிலங்கள் விரும்பும் வரை ஆங்கிலமும் இந்தியும் சேர்ந்து ஆட்சி மொழியாக நீடிக்கும் என்று 1965ல் உத்தரவாதம் அளித்தார். அந்த அடிப்படையில் போராட்டம் வேகம் குறைந்து படிப்படியாக விலக்கிக் கொள்ளப்பட்டது. பின்னர் 1967ல் இந்திரா காந்தி பிரதமராக வந்த பின்னர் இந்தியும் ஆங்கிலமும் காலவரம்பின்றி ஆட்சி மொழிகளாக நீடிக்கும் என்று பாராளுமன்றத்தில் சட்டம் கொண்டு வந்து நிறைவேற்றினார்.

நிலைமைகள் சீரான பின்பு எனது தந்தைக்கு பாலிடெக்னிக்கிலிருந்து தபால் வந்தது. என்னை அழைத்துக் கொண்டு நேரில் முதல்வரை சந்திக்க வேண்டும் என்று அறிவுறுத்தப்பட்டது. போய் சந்தித்தோம். படிப்பில் மட்டுமே கவனம் செலுத்த வேண்டும் என்றும் அரசியல் கலவரங்களில் ஈடுபடக்கூடாதென்றும் இனி அப்படி நடந்தால் கடுமையான நடவடிக்கை எடுக்கப்படும் என்றும் எனக்கும் தந்தைக்கும் எச்சரிக்கை செய்யப்பட்டது. ‘உங்கள் மகனை கண்டித்து வைக்க வேண்டியது உங்கள் பொறுப்பு’ என்று தந்தையிடம் சொல்லப் பட்டது. என்னை பாலிடெக்னிக்கில் விட்டு விட்டு தந்தை ஊர் திரும்பினார். ‘உன் மனசாட்சி படி. எது சரி என்று தோன்றுகிறதோ அப்படி நடந்து கொள். அவர்கள் சொன்னது எதையும் நான் பொருட்படுத்தவில்லை’ என்றார் தந்தை.

இந்த இந்தி எதிர்ப்புப் போராட்டம் மிக மிக ஆழமான மிக நீண்ட காலப் பாதிப்பு உண்டாக்குகிற அரசியல் மாற்றங்களை ஏற்படுத்தியது. ‘தமிழக மக்கள் விரும்பவில்லை என்றால் இந்தியை கட்டாயமாக ஏன் திணிக்க வேண்டும்?’ என்று காமராஜர் சொன்னதை மொரார்ஜி தேசாய் கேட்கவில்லை என்று சொல்லப் பட்டது. இந்தி திணிப்பை எதிர்த்து தமிழகத்தைச் சேர்ந்த மத்திய அமைச்சர்கள் C. சுப்பிரமணியம், O. V. அழகேசன் ஆகியோர் தங்கள் அமைச்சர் பதவிகளை ராஜினாமா செய்தனர்.

இந்த ராஜினாமாவை ஏற்றுக்கொள்ள வேண்டும் என்று பிரதமர் வலியுறுத்தினாலும் குடியரசுத் தலைவர் சர்வ பள்ளி ராதாகிருஷ்ணன் அதை ஏற்றுக்கொள்ளவில்லை.

என்னுடைய இறுதி வருடப் படிப்பின்போது **1967**ல் நான்காவது பொதுத் தேர்தல்கள் வந்தன. தமிழகம் முழுவதும் பல்லாயிரக்கணக்கான மாணவர்கள் இந்தி திணிப்பு எதிர்ப்பை முன்னின்று நடத்திய திமுகவுக்கு ஆதரவாக களமிறங்கினார்கள். காங்கிரஸுக்கு எதிரான வலுவான பிரச்சாரத்தை மேற்கொண்டனர். மாணவர்களின் ஆவேசமும் உணர்ச்சிக் கொந்தளிப்பும் மிகுந்த பிரச்சாரம் திமுகவுக்குப் பெரும் தேர்தல் வெற்றியைத் தந்தது. திமுக ஆட்சிக்கு வந்தது.

விருதுநகர் சட்டமன்றத் தொகுதியில் காங்கிரசின் மிகப் பெரும் தலைவர் காமராஜர் போட்டியிட்டார். அவருக்கு எதிராக மாணவர் தலைவர் **P.** சீனிவாசன் போட்டியிட்டார். வெளிமாநிலங்களில் இருந்து நிறைய மாணவர்கள் சீனிவாசனுக்கு ஆதரவாக பிரச்சாரம் செய்தனர். அவருகாக தேர்தல் பணியாற்றிய மாணவர்களில் நானும் ஒருவன். என்னுடைய முதல் தேர்தல் பணி பெருந்தலைவர் காமராஜருக்கு எதிராகவும் ஒரு மாணவர் தலைவருக்கு ஆதரவாகவும் அமைந்தது. நான் யாருக்காகப் பணியாற்றினேனோ அவர் மாபெரும் வெற்றி பெற்றார் என்பது பெரிய விஷயம். ஒரு மிகப் பெரிய தலைவரை அவரது சொந்தக் தொகுதியிலேயே தோல்வியுறச் செய்தோம்.

1967 தேர்தல் இந்தியாவின் அரசியல் வரலாற்றில் மிகவும் முக்கியத்துவம் வாய்ந்த தேர்தலாக அமைந்தது. தமிழகத்தைப் பொறுத்தவரை அதற்கு ஒரு தனிப்பட்ட சிறப்பும் உண்டு. அந்த தேர்தலில் ஆட்சிப் பொறுப்பிலிருந்து தூக்கி எறியப்பட்ட காங்கிரஸ் கட்சி இன்று வரை **50** ஆண்டுகளுக்கும்மேல் தமிழகத்தில் தலலயெடுக்கவே முடியவில்லை. இனியும் அதற்கான வாய்ப்பு அடிவானத்திற்கப்பாலும் கண்ணுக்குத் தெரியவில்லை. திராவிடக் கட்சிகள் குறிப்பாக, திமுகவும், அதிமுகவும் மாறி மாறி ஆட்சிக்கு வந்து கொண்டிருக்கின்றன. இந்திய அரசியலைப் பொறுத்தவரை தமிழகம் உட்பட **9** மாநிலங்களில் காங்கிரஸ் அல்லாத அரசுகள் ஏற்பட்டன. காங்கிரஸ் கடைப்பிடித்த மக்கள் விரோதக் கொள்கைகளுக்கு எதிரான மக்களின் மகத்தான தீர்ப்பாக அது அமைந்தது. மேற்கு வங்கத்திலும் கேரளத்திலும் மார்க்சிஸ்ட் கம்யூனிஸ்டு கட்சி பங்குகொண்ட கூட்டணி ஆட்சிகள் ஏற்பட்டன.

மத்தியிலும் காங்கிரஸ், மாநிலத்திலும் காங்கிரஸ் என்பது 1967 தேர்தலோடு பழங்கதையாக மாறிப்போனது. அந்தக் கட்சி தேர்தல் சின்னங்களை மாற்றிப் பார்த்தது. இரட்டை காளை மாட்டுச் சின்னம், பசுவும் கன்றும் சின்னம், கைச்சின்னம்.

ஊகூம் ஒன்றும் பலனளிக்கவில்லை. **கம்யூனிஸ்டு கட்சிகளும் திமுகவும் தங்கள் சின்னங்களை மாற்றிக் கொள்ளவில்லை.**

1967 தேர்தலில் இன்னொரு முக்கிய அம்சம் அது, காங்கிரஸ் கட்சியை இரண்டாக உடைத்தது. **1967** தேர்தல் தோல்வி காங்கிரசுக்குள் அது கடைப்பிடித்த பாதை சம்பந்தமான கடுமையான விவாதங்களை ஏற்படுத்தியது. ஒரு பிரிவு முற்போக்கான கட்சி என்று காட்டிக்கொள்ள வேண்டும்; அதற்கான சில நடவடிக்கைகளை எடுக்கவேண்டும் என்று சொன்னது. அது இண்டிகேட் என்று சொல்லப்பட்டது. இன்னொரு பிரிவு முற்போக்கு முகமூடி தேவையில்லை; ஒரிஜினல் முகத்தோடேயே தொடரலாம் என்றது. அது சிண்டிகேட் என்று சொல்லப்பட்டது. முன்னதில் இந்திரா காந்தியும் பின்னதில் மொரார்ஜி தேசாயும் காமராஜரும் இருந்தனர்.

அரசமரத்தைப் பிடித்த சனி புஷ்கரணியையும் பிடித்த மாதிரி இந்தப் பிளவு CPI கட்சியை கடுமையாகப் பாதித்தது. காங்கிரஸ் கட்சியில் ஏற்பட்டது நடைமுறைத் தந்திரம் சம்பந்தமான பிளவு அல்ல.

அது கொள்கைரீதியான பிளவு. இண்டிகேட் காங்கிரஸ் உண்மையிலேயே முற்போக்கானது. எனவே, கம்யூனிஸ்டுகளின் பணி சிண்டிகேட் காங்கிரஸ், சிபிஎம் போன்ற கட்சிகள் இண்டிகேட் காங்கிரசை பிற்போக்குத் திசையில் இழுக்காமல் பார்த்துக்கொள்வதுதான். அதற்கு சிபிஐ, இண்டிகேட் கட்சியுடன் நெருக்கமான உறவு வைத்துக்கொள்ள வேண்டும். வலுவான கூட்டணி ஏற்படுத்திக்கொள்ள வேண்டும். சிபிஎம் எதிர்ப்பு நிலை எடுக்க வேண்டும். இதையெல்லாம் சிபிஐ செய்தது.

இந்திரா காங்கிரசோடு அதாவது, இண்டிகேட் காங்கிரசோடு அது கிட்டத்தட்ட இணைந்துவிட்டது போலவே ஆகிவிட்டது. இப்போது பிரச்சனை மிகவும் சுலபமாகிவிட்டது. இண்டிகேட்டை வலுவாக ஆதரித்து அதை மெல்ல மெல்ல இடதுசாரிப் பாதையில் திருப்பி தேசிய ஜனநாயகப் புரட்சியை கொண்டுவந்து விடலாம்.

இதற்காக இந்திராகாங்கிரசோடு கைகோர்த்துக்கொண்டு மே. வங்க, கேரள மார்க்சிஸ்ட் கட்சியின் கூட்டணி அரசுகளைக் கவிழ்த்தது. இறுதியாண்டு பாலிடெக்னிக் படிப்பின்போது நடந்த இந்த அரசியல் நிகழ்வுகளை நான் கூர்மையாக கவனித்து வந்தேன்.

பாலிடெக்னிக் நாட்கள் - 4

கட்சியின் விருதுநகர் தாலுகா செயலாளர் தோழர் சீனிவாசனை சந்தித்து நாளாயிற்று. அவரைச் சந்திப்பதற்காகச் சென்றேன். டீ குடித்துவிட்டு பேசிக்கொண்டிருந்தோம். டெல்லியிலுள்ள சீனத் தூதராலயத்துக்கு கடிதங்கள் எழுதினால் புத்தகங்கள் அனுப்புவார்கள் என்று தெரிந்துவைத்திருந்தேன். ஆனால், எப்படி வாங்குவது என்று தெரியவில்லை. தோழரிடம் இந்தப் பிரச்சனையைப் சொன்னேன். ‘புத்தகங்களை என்னுடைய விலாசத்துக்கு அனுப்பச் சொல்லி கடிதம் எழுதுங்கள். நான் வாங்கி உங்களிடம் தருகிறேன் என்றார் தோழர். அருமையான யோசனை. சீனத் தூதராலயத்துக்கு கடிதம் எழுதினேன். மாவோவின் புத்தகங்களை அனுப்பி வைத்தார்கள். அருமையான புத்தகங்கள். அவை சுலபமாகக் கிடைக்காது. தேடி அலைந்தாலும் கிடைப்பது சிரமம்.

என்னுடைய மாணவப் பருவத்தில் அவ்வளவு பணம் செலவழிப்பதும் கொஞ்சம்கூட சாத்தியமே இல்லை. அனைத்தும் ஓசியில் கிடைத்தன. ‘பீப்பிள்ஸ் டெய்லி’ பத்திரிகையும் கிடைத்தது. அனுப்ப வேண்டிய அனைத்தையும் அனுப்பிய பிறகு நிறுத்திவிட்டார்கள். தோழரிடமிருந்து ஒவ்வொரு புத்தகமாக ரகசியமாக வாங்கிவந்து படித்தேன். வார்டன் கண்ணில்பட்டு விடக்கூடாது.

தோழரிடம் பாலிடெக்னிக்கில் நடைபெறும் சில தவறான நடவடிக்கைகள் பற்றி சொன்னேன். அவற்றை அம்பலப்படுத்தி, திருத்திக்கொள்ள வேண்டும் என்று கேட்டு தட்டி போர்டுகள் வைக்கலாம் என்று தோழர் சொன்னார். தட்டி போர்டுகளுக்கான செய்திகளை எழுதிக் கொடுத்தேன். இரண்டு மூன்று நாளில் நகரின் மையமான இடத்தில் கட்சி சார்பில் தட்டி போர்டு வைக்கப்பட்டது. மறுநாள் பாலிடெக்னிக் அல்லோலகல்லோலப்பட்டது.

அவ்வப்போது இந்த முயற்சிகளைத் தொடர்ந்தோம். இதன் பயனாக ஒரு சில விஷயங்களில் முன்னேற்றம் ஏற்பட்டது. விடுதி மாணவர்கள் பெரும்பாலும் கிராமத்தைச் சேர்ந்தவர்கள், நான் உட்பட. யார் வீட்டிலும் கழிவறை கிடையாது. ஆறு, குளம், ஓடை இவற்றை நோக்கி காலைக் கடன் கழிக்கப் போகவேண்டும். திறந்தவெளி கழிப்பிடம்தான். எனவே, விடுதியில் கழிவறையைப் பயன்படுத்துவது அவர்களுக்கு அருவருப்பான விஷயமாக இருந்தது. எனவே அதிகாலையில் ஒரு குரூப் காலைக் கடன் கழிக்க நீண்ட தூரம் போய்விட்டு வருவதுண்டு.

மற்ற பயன்படுத்துகிற குரூப் கழிவறையை சரியாக பயன்படுத்துவதில்லை. சரியாக சுத்தம் செய்யாமல் மூக்கைப் பிடித்துக்கொண்டு வந்து விடுவார்கள். கழிவறைக்குள் நுழைய முடியாமல் நான் மிகவும் சிரமப்பட்டேன். தொட்டியிலிருந்து மூன்று நான்கு வாளித் தண்ணீர் ஊற்றி கழிவறையை நன்றாக சுத்தம் செய்துவிட்டு அப்புறம்தான் உள்ளே நுழைய முடியும். முதலில் நான் போகும் கழிவறையை மட்டும் சுத்தம் செய்தேன்.

அப்புறம் ஒரு யோசனை தோன்றியது. அனைத்துக் கழிவறைகளையும் தண்ணீர் ஊற்றி சுத்தம் செய்ய ஆரம்பித்தேன். சக மாணவர்கள் இரண்டு நாளைக்கு வேடிக்கை பார்த்தார்கள்.

மூன்றாவது என்னோடு இன்னும் இருவர் சேர்ந்துகொண்டனர். நாளடைவில் கழிவறை சுத்தம் செய்யும் ஒரு பெரிய டீம் உருவாகிவிட்டது. வார்டன் கவனித்தார். கழிவறை சுத்தம் செய்யும் தொழிலாளியை அழைத்து தேவையான சாதனங்களை வாங்கிக் கொடுத்தார். தினமும் ஒழுங்காக சுத்தம் செய்ய அறிவுறுத்தினார். கழிவறை பிரச்சனை ஒரு மாதிரி முடிவுக்கு வந்தது.

வழக்கமாக வாழை இலை போட்டுத்தான் விடுதியில் சாப்பாடு பரிமாறுவார்கள். தினமும் இலை வாங்கும் செலவைக் குறைக்க நிர்வாகம் முடிவு செய்ததுபோலும். ஒவ்வொரு விடுதி மாணவருக்கும் ஒரு பெரிய எவர்சில்வர் தட்டும் தொடுகறிக்கான ஒரு சிறிய தட்டும் ஒரு டம்ளரும் கொடுத்தார்கள்.

ஒவ்வொன்றிலும் அவரவருக்கான ரோல் நம்பரை பொறித்துக் கொடுத்தார்கள். ஒவ்வொருவருக்கும் தனியாக தட்டு கிடைத்ததில் மிக்க மகிழ்ச்சி. என்னுடைய ரோல் நம்பர் 891. பொறிக்கப்பட்ட தட்டுகளும் டம்ளரும் இப்போதும் எங்கள் வீட்டில் இருக்கின்றன. நல்ல ஏற்பாடு என நினைத்தோம். அடுத்த மாதம்தான் தெரிந்தது.

இவற்றுக்கான பணத்தை எங்களிடமிருந்தே பிடித்துக்கொண்டார்கள். மதியம் சாப்பிட்டவுடன் ஒரு குட்டித் தூக்கம் போடுவது எனது வழக்கம். எனவே, பெல் அடித்தவுடன் ஓடி வந்து பிளேட்டையும் டம்ளரையும் எடுத்துக்கொண்டு மெஸ்ஸில் முதல் ஆளாக சாப்பிட உட்காருவேன். சாப்பிட்டு முடித்தபின் ரூமுக்கு சென்று **15** நிமிடங்கள் படுத்திருந்துவிட்டு மதிய வகுப்புக்குச் செல்வேன். மதியம் முழுவதும் பாட வகுப்புகள் கிடையாது. செய்முறை வகுப்புகள்தான்.

திடீரென்று அரிசித் தட்டுப்பாடு என்று சொல்லி காலையிலும் இரவிலும் ப்ரெட் கொடுக்க ஆரம்பித்தார்கள். இட்லி, தோசை இல்லாமல், ப்ரெட் சாப்பிட்டு எப்படி உயிர் வாழ்வது?. எனவே, சொல்லாமல் கொள்ளாமல் போராட்டம் வெடித்தது. ப்ரெட் சாப்பிடாமல் உண்ணாவிரதம் இருந்தோம்.

மெஸ் பிரதிநிதிகள் வார்டனோடு பேச்சுவார்த்தை நடத்தினார்கள். அவர் நிர்வாகத்தின் கவனத்திற்கு கொண்டு சென்று அந்தப் பிரச்சனையும் ஒரு மாதிரி முடிவுக்கு வந்தது.

இந்தி எதிர்ப்புப் போராட்டம் தீவிரமாக நடந்து கொண்டிருந்தபோது வேலைநிறுத்தத்தில் ஈடுபட்டு விடுதியில் தங்கியிருந்த மாணவர்களோடு பேசுவதற்கு முதல்வர் ஜேசுவடியான் வந்தார். மாணவர்கள் அவர் என்ன சொல்ல வருகிறார் என்று கவனிக்காமல் ‘மாமா’, ‘அங்கிள்’ என்றெல்லாம் கூப்பிட்டு கலாட்டா செய்தார்கள். ஒரு நாள் குடும்பத்தைவிட்டுப் பிரிந்து எங்கள் விடுதியிலேயே தங்கியிருந்த வார்டன் மாத்யூசை அவர் அறைக்குள் இருந்தபோது உள்ளே வைத்து வெளிப்புறமாக பூட்டிவிட்டார்கள்.

ஒரு விழாவுக்காக காமராஜர் பாலிடெக்னிக் வந்தபோது வழியில் நின்று கத்தி கலாட்டா செய்தார்கள். இவையெல்லாம் தேவையில்லை என்று எனக்குத் தோன்றியது. போராட்டம் திசை திரும்பி விடும். எந்த நோக்கத்திற்காக போராட்டமோ அந்த நோக்கம் சிதைந்து விடும். ஆனால், அந்த வயதில் எந்தவித, வழிகாட்டுதலும் சரியான தலைமையுமின்றி நடந்த போராட்டம் என்பதால் இத்தகைய இளம் வயது சில்மிஷங்களும் கூடவே நடந்தன.

இந்தி எதிர்ப்புப் போராட்டம் முடிந்து இயல்பு நிலைமைகள் திரும்பின. ஓரங்கட்டி வைக்கப்பட்டிருந்த இந்தி சினிமா பாடல்

ரிக்கார்டுகள் வெளியே வரத் துவங்கின. விடுதியில் மீண்டும் இனிய இந்திப் பாடல்கள் ஒலிக்கத் துவங்கின. ஆம். நாம் **எதிர்த்தது இந்தியை அல்ல, இந்தி திணிப்பைத்தான். இப்போதும் சொலகிறோம். எம்மீது இந்தியைத் திணிக்கும் அனைத்து இழி முயற்சிகளையும் வேரோடு கிள்ளி எறிவோம்.**

பாலிடெக்னிக் நாட்கள் - 5

அன்றைக்கு வகுப்பில் நடந்த பாடங்களில் கவனம் செலுத்த முடியவில்லை. காலையிலிருந்தே மனதுக்குள் ஒரே குழப்பம். பிரைட் சார்கூட என்ன சீனியர்?' உன் கவனம் வகுப்பில் இல்லையே, என்ன விஷயம் என்று கேட்டார். ஒருவாறு சமாளித்து வகுப்புகள் முடியும்வரை உட்கார்ந்து கொண்டிருந்தேன். சாயங்காலம் வகுப்புகள் முடிந்து, மெஸ்ஸில் டீ குடித்துவிட்டு சிவனூரணிக்குச் சென்றேன்.

ஒரு பெரிய மரத்தின் வேரில் வாகாக சாய்ந்து உட்கார்ந்து கொண்டேன். தெளிந்த ஊருணித் தண்ணீர் நிறைந்து பரவியிருந்தது. அடுத்த கரையிலிருந்த மரக்கூட்டங்களிலிருந்து பறவைகள் கிளம்பி, வானத்தில் கும்பலாக பறந்து சென்றன. பறவைகளின் பாட்டொலியும் வண்டுகளின் பண்ணிசையும் செவிக்குள் நுழைந்து மனதுக்கு இதமளித்தன.

ஆனால், அந்தக் கேள்வி திரும்பத் திரும்ப மனதில் எழுந்து கொண்டிருந்தது. 'நான் என்ன செய்யப் போகிறேன். என் எதிர்கால வாழ்க்கையின் பாதை என்ன? இந்தக் கேள்விகளுக்குப் பின்னால் என்னுடைய ஐயாவின் முகம் எழுந்து நின்றது. ஐயாவின் முகம் வரவரப் பெரிதாயிற்று. ஐயா இன்னும் உயிருடன் இருந்தார்; உழைத்துக்கொண்டிருந்தார்.

நெடிதுயர்ந்த கம்பீரமான தோற்றம். விளதையின் முதல் பெரும் ஜவுளிக்கடைக்கு சொந்தக்காரர். அனைத்தையும் இழந்து சம்பாதித்த சொத்துக்களை விற்று விற்று மிகப் பெரிய குடும்பத்தைக் காப்பாற்றினார். விற்பதற்கு ஒன்றும் இல்லாதபோது அதே ஊரில் இன்னொருவருடைய ஜவுளிக்கடையில் கணக்குப்பிள்ளையாக சம்பளத்துக்கு வேலை பார்த்தார். அந்த வேலையும் இல்லாமல் போய்... கரிமூட்டைகளை வாங்கி லாரியில் ஏற்றிக்கொண்டு டிரைவர் பக்கத்தில் உட்கார்ந்துகொண்டு சென்னை கொண்டு சென்று, கரி வியாபாரம் செய்தார். இதையெல்லாம் நினைத்து என் இதயத்தில் ரத்தம் கசிந்தது.

நான் பெரிய படிப்பு படிக்க வேண்டும். குறைந்தபட்சம் BE க்குச் சமமான AMIE படிக்க வேண்டும். பெரிய உத்தியோகம் பார்க்க வேண்டும். நிறைய சம்பாதித்து ஐயாவை பழைய கம்பீரமான நிலைமைக்கு கொண்டுவரவேண்டும் என்று தோன்றியது. என்னைப் பற்றிக் கவலையில்லை. என்னுடைய காலம் முடியப் போகிறது. அனைவரையும் கரை சேர்த்து விட்டேன். சுமக்க வேண்டிய குடும்ப பாரம் எதையும் உனக்கு நான் வைக்கவில்லை. உன்னுடைய வாழ்க்கையைப் பொறுத்தவரை நீ சுதந்திரமானவன். உனக்கு எது சரி என்று தோன்றுகிறதோ அதைச் செய் என்று ஐயா சொன்ன மாதிரி இருந்தது. அடுத்த நிமிடம் ஐயாவின் முகம் மறைந்துவிட்டது. மரத்தின் வேரில் சாய்ந்திருந்தவன் கனவு கலைந்து திடீரென்று விழித்துக் கொண்டேன். நடந்தவைகளை நினைத்துப் பார்த்தேன். கனவுதான் என்றாலும் எனக்கான பாதையை அது சுட்டிக்காட்டுகிற மாதிரி உணர்ந்தேன்.

எனது மூத்த அண்ணன் V.S.உலகநாதன் முதன்முதலில் விளாதையில் கம்யூனிஸ்டு கட்சியை ஆரம்பித்த முன்னோடிகளில் ஒருவர். குடும்பத்தின் மூத்த மகன் அவர்தான். பிறக்கும்போதே முதுகு கூன் விழுந்து வளைந்திருக்கும். நெஞ்சு, கூடு விழுந்திருக்கும். ஆனால், வீட்டில் யாரும் அவர் முன்னால் இரைந்துகூடப் பேச மாட்டோம். அவர் மேல் அவ்வளவு பயம் கலந்த மரியாதை. ஆஸ்துமாவினால் கடுமையாக அவதிப்பட்டார். அவரைக் குணப்படுத்துவதற்கு வைத்தியர்கள் செய்யாத வைத்தியம் இல்லை. கொடுக்காத மருந்து இல்லை.

அண்ணன் குடிக்காத மிருகங்களின் ரத்தம் இல்லை. சாப்பிடாத மிருகங்களின் மாமிசம் இல்லை. மருந்து என்று சொல்லி, மருத்துவர்கள் எல்லாவற்றையும் கொடுத்தார்கள். எதிலும் குணமாகவில்லை. ஆஸ்துமாவின் ஆதிக்கம் அதிகமானால் நாட்டுச் சாராயம் சற்று நிவாரணம் தரும். ஆஸ்துமாவும் நிற்கவில்லை. சாராயமும் நிற்கவில்லை. அண்ணனுடைய அவஸ்தையைப் பார்க்கவே மிகவும் கஷ்டமாக இருக்கும். ஆஸ்துமாவும் இளைப்பும் வந்துவிட்டால் படுக்க முடியாது. உட்கார்ந்திருக்க முடியாது.

சம்மணம் போட்டு உட்கார்ந்துக் கொண்டு முன் பக்கம் தலையை கவிழ்ந்து வைத்துக்கொண்டு குனிந்துக் கொண்டே

உட்கார்ந்திருக்க வேண்டும். சளியைக் காறித் துப்பிக்கொண்டே இருக்க வேண்டும். பெண் பார்க்கும் முயற்சியை தடுத்து நிறுத்தி விட்டார். ‘ஒரு பெண்ணின் வாழ்க்கையைக் கெடுத்து விடவேண்டாம்’ என்று சொன்னார். எங்கள் குடும்பத்தின் வீரம் மிகுந்த நபர். ஊருக்குள் அவரது கோபமும் வீரமும் பிரசித்தி பெற்றவை.

ஒரு நாள் ரசூல் பாய் டீக்கடையில் ஒரு கலாட்டா. ரசூல் பாய் உரத்த குரலில் கூப்பாடு போட்டார். ‘எடுங்கடா உலகையா பிள்ளை கடை விறகை!.’ உலகையாபிள்ளை கடை விறகு என்றவுடன் தகராறு செய்தவன் வாலைச் சுருட்டிக் கொண்டு போய்விட்டான். உலகையாபிள்ளை கடை விறகு அவன் கண்ணுக்கு பிரம்மாஸ்திரம் மாதிரி தோன்றியிருக்க வேண்டும். விறகுக்கு அவ்வளவு வீரம். அந்த உடம்போடு வீட்டிற்கு உதவியாக விறகுக்கடை நடத்தினார். சினிமா கொட்டகைக்கு வெளிப்புறம் டீ, வடை கடை போட்டிருந்தார். பத்திர எழுத்தராக செட் போட்டு உட்கார்ந்து வேலை பார்த்தார். சிவனூருணியில் உட்கார்ந்துகொண்டு இவற்றை எல்லாம் யோசித்தேன்.

கம்யூனிஸ்டுகளைப் படிப்பதற்குமுன் அம்மாவையும் ஐயாவையும் அண்ணனையும் படித்தேன். அவர்களது தியாகம் அளவிட முடியாதது. என்னுடைய மனதில் மிகப் பெரிய தாக்கத்தை ஏற்படுத்தியது.

ஆனால், அந்தத் தியாகம் முழுவதும் ஒரே ஒரு குடும்பத்துக்கானது. சிறிய வட்டத்துக்குள் அடங்கிப் போனது. அப்புறம் கௌதம புத்தரைப் படித்தேன். உலகத்திலுள்ள அனைத்து மக்களின் பிரச்னைகளுக்கும் தீர்வு காண்பதற்காக அவர் கிளம்பினார். நடுநிசியில் அரண்மனையைத் துறந்து, அழகிய இளம் மனைவியைத் துறந்து, ஒரு வயதுப் பாலகனைத் துறந்து வெளியேறினார். தீர்வைத் தேடி அவர் பயணம் செய்தார். அதற்கிணையான தியாகத்தை நம்மில் யாரும் கண்டும் இருக்க முடியாது. கேட்டும் இருக்க முடியாது. பின்னர்தான் நான் கம்யூனிஸ்டு களைப் படித்தேன்.

உண்மையில் புல்லரித்துப் போனேன். தியாகம் செய்வதற்கு அவர்களிடம் அரண்மனை இல்லை. ஆனால், அனைத்து செல்வங்களுக்கும் மேலான செல்வமான உயிர் அவர்களிடம் இருந்தது. உலக மக்களின் நன்மைக்காக கம்யூனிஸ்டுகள்

உயிரையும் தியாகம் செய்தார்கள். மண்ணின் மீது ரத்தம் சிந்தி அதைச் சிவப்பாக்கினார்கள்.

என்னுடைய பாதை இப்போது தெளிவாகிவிட்டது. ஆனால் இந்தப் பாதையை காண்பித்து வழிநடத்துகிற கட்சி எது? என்னுடைய முதலாமாண்டு படிப்பின்போது என் வாழ்க்கைப் பாதையை மாற்றி அமைக்கிற முக்கிய நிகழ்வுகள் நடந்தன. **1964** ஆம் ஆண்டு அக்டோபர் **31** முதல் நவம்பர் **7** வரை கல்கத்தாவில் இந்திய கம்யூனிஸ்டு கட்சியின் **7**வது அகில இந்திய மாநாடு நடைபெற்றது. மாநாட்டின் முடிவில் இந்திய கம்யூனிஸ்டு கட்சி (மார்க்சிஸ்ட்) உருவானது.

சர்வதேச அளவிலும் உள் நாட்டிலும திருத்தல்வாதத்தையும் புரட்சியை மழுங்கடிக்கச் செய்யும் சமரசவாதப் போக்கையும் எதிர்த்து நடந்த நீண்ட நெடிய போராட்டத்தில் மார்க்சிஸ்ட் கம்யூனிஸ்டு கட்சி உருவானது. ரஷ்யப் பாதை அல்ல; சீனப் பாதையும் அல்ல. மார்க்சிய லெனினிய தத்துவ ஞானத்தின் அடிப்படையில் அந்த தத்துவத்தை இந்தியாவின் உண்மைச் சூழ்நிலைகளுக்கேற்ப மிகச் சரியான முறையில் பொருத்தி இந்தியப் பாதையில் இந்தியப் புரட்சி நடக்கும்.

1920ல் துவங்கிய இந்திய கம்யூனிஸ்டு கட்சியின் புரட்சிகரக் கோட்பாடுகளை உள்வாங்கி, பாதுகாத்து, உயர்த்திப் பிடித்துக் கொண்டு மார்க்சிஸ்ட் கம்யூனிஸ்டு கட்சி அவற்றை முன்னெடுத்துச் செல்லும்.

இந்திய கம்யூனிஸ்டு கட்சித் தலைமையின் திருத்தல்வாதப் போக்கினால் முனை மழுங்கி தேய்ந்து போய்க்கொண்டிருக்கும் இந்தியப் புரட்சியைப் பாதுகாக்க மார்க்சிய லெனினிய அடிப்படையிலான ஓர் உண்மையான கம்யூனிஸ்டு கட்சி தேவை என்ற அடிப்படையில், ஒரு வரலாற்றுரீதியான தேவை என்ற அடிப்படையில் மார்க்சிஸ்ட் கம்யூனிஸ்டு கட்சி தோன்றியது.

இந்தியப் புரட்சி இயக்கம் பாதுகாக்கப்பட்டது. கட்சிக்கான அமைப்புச் சட்டம் உருவாக்கப்பட்டது. இந்தியப் புரட்சியின் லட்சியம், கட்டம் இவற்றை விளக்கிச் சொல்லும் கட்சித் திட்டம் உருவாக்கப்பட்டது. இந்தியாவில் சோசலிசப் புரட்சிக்கு முன்பு உடனடியாக மக்கள் ஜனநாயகப் புரட்சி நடைபெறும். மக்கள் ஜனநாயக புரட்சிக்கு உட்பட்டு இடது ஜனநாயக முன்னணியைக் கட்டுவது நீண்ட கால நடைமுறைக் கொள்கையாக இருக்கும்

இவ்வளவு விஷயங்களும் அப்போது எனக்கு விளங்கவில்லை. கட்சித் தோழர்களிடம் திரும்பத் திரும்பக் கேட்டேன். நூல்களையும் கட்டுரைகளையும் திரும்பத் திரும்பப் படித்தேன். புரிந்த மாதிரி இருந்தது. புரியாத மாதிரியும் இருந்தது. ஆனால், என்னுடைய கட்சி மார்க்சிஸ்ட் கம்யூனிஸ்டு கட்சிதான் என்பது மட்டும் தெளிவாகப் புரிந்தது. என் மனதில் ஒரு வெளிச்சம் தோன்றியது. அது ஒரு நெருப்பாகப் பற்றி எரிய ஆரம்பித்தது. அன்றைக்கு பற்றிக் கொண்ட நெருப்பு இன்றும் கொழுந்துவிட்டு எரிந்துகொண்டிருக்கிறது. என்னுடைய பாதை என்ன என்பது தெளிவாகத் தெரிந்துவிட்டது.

பாலிடெக்னிக் நாட்கள் - 6

பாலிடெக்னிக் இரண்டாம் ஆண்டு படிக்கும்போது நடந்த ஒரு சுவையான சம்பவத்தை இப்போது நினைத்தாலும் வாய் விட்டுச் சிரிக்க வேண்டும்போல் தோன்றுகிறது. மிகப் பெரிய விளையாட்டு மைதானத்துக்கு வடக்குப் பகுதியில் பாலிடெக்னிக் வகுப்பறைக் கட்டிடங்களும் தெற்குப் பகுதியில் தங்கும் விடுதிகளும் அமைந்திருந்தன. மேற்குப் பகுதியில் ஒர்க் ஷாப் மற்றும் லேபரேட்டரி கட்டிடங்கள் அமைந்திருந்தன. அவற்றுக்கும் மேற்கில் பவுண்டரி மற்றும் கேஸ்டிங் பிரிவுகள் இருந்தன. கிழக்குப் பகுதியில் ஒன்றுமில்லாமல் திறந்த வெளியாக இருந்தது. வகுப்பறைக் கட்டிடங்களுக்கும் விடுதிக் கட்டிடங்களுக்கும் இடையில் விளையாட்டு மைதானம் இரண்டு பர்லாங் தூரத்துக்கு விரிந்து கிடந்தது.

வகுப்பறையின் தெற்குப்புற ஜன்னலோரம் அமர்ந்திருப்பவர்களால் விடுதிக் கட்டிடங்களைப் பார்க்க முடியும். ஒரு நாள் காலை இரண்டாவது பீரியடு என்று நினைக்கிறேன். முதல்வர் திரு. ஜேசுவடியான் வகுப்பு நடத்திக்கொண்டிருந்தார். தெற்குப் புறம் இருந்த முதல் ஜன்னலோரம் நான் உட்கார்ந்திருந்தேன். எனக்குப் பின்புறம் மூன்றாவது வரிசையில் இருந்த ஜன்னலோரம் ராமசாமி உட்கார்ந்திருந்தான். வகுப்பை எல்லோரும் உன்னிப்பாக கவனித்துக்கொண்டிருந்தோம்.

தற்செயலாக ஜன்னல் வழியாக விடுதிப் பக்கம் பார்த்தேன். கடுமையாக அதிர்ச்சியடைந்தேன். ஒரு சந்தேகப்படத்தக்க பேர்வழி விடுதி அறைகள் பக்கம் பதுங்கிப் பதுங்கி சென்று கொண்டிருந்தான். நிச்சயம் அவன் ஒரு திருடனாக இருக்க

வேண்டும் என்பதில் எந்த சந்தேகமும் இல்லை. முதல்வரின் வகுப்பு நடந்துகொண்டிருந்தது. அவருடைய கவனத்துக்கு விஷயத்தை உடனடியாக கொணடுசெல்ல வேண்டும். திருடன் தப்பி ஓடிவிடக் கூடாது. ஆனால், முதல்வரைப் பற்றி எனக்கு நன்றாகத் தெரியும். வகுப்பைக் கவனிக்காமல் ஜன்னல் வழியாக பார்த்துக்கொண்டிருந்ததை முதல்வர் எப்படி எடுத்துக்கொள்வார் என்கிற பயமும் இருந்தது. பின்னால் திரும்பிப் பார்த்தேன். ராமசாமியும் இந்த சம்பவத்தை பார்த்துக்கொண்டிருந்தான் என்பது தெரிந்தது.

ராமசாமி எதையும் யோசிக்கவில்லை. சீட்டிலிருந்து வேகமாக எழுந்து முதல்வரை நோக்கி கிட்டத்தட்ட ஓடினான் என்றே சொல்ல வேண்டும். முதல்வர் என்ன என்ற கேள்வி முகத்தில் தோன்ற அவனைப் பார்த்தார். ஜன்னல் வழியே கையை நீட்டிக் காண்பித்து, 'ஹாஸ்டலுக்குள் ஒரு திருடன் வந்துவிட்டான் சார்! என்று படபடப்பாகச் சொன்னான். முதல்வர் கண்ணை இடுக்கிக் கொண்டு கூர்மையாகப் பார்த்தார். அவன் திருடன்தான் என்பது அவருக்குத் தெளிவாகிவிட்டது. ராணுவ அதிகாரி அல்லவா?. உடனே கட்டளை பிறந்தது.' அனைவரும் அந்த திருடனைப் பாருங்கள். இரண்டு பிரிவாகப் பிரிந்து கிரவுண்டின் இரண்டு புறமும் ஓடிச் சென்று அவனை வளைத்துப்பிடிக்க வேண்டும்.

அவனிடம் ஆயுதம் எதுவும் இருக்கலாம். ஜாக்கிரதை. எப்படியும் அவனை தப்பவிடக்கூடாது என்று ராணுவப் பாணியில் கட்டளையிட்டார். மாணவர்படை மின்னல் வேகத்தில் செயல்பட்டது. திருடனை மடக்கிப் பிடித்தோம். முதல்வரும் அலுவலகப் பணியாளர்களும் வந்து சேர்ந்தார்கள். திருடனை விசாரித்துவிட்டு போலீசுக்கு தகவல் கொடுத்தோம். அவனைப் போலீசில் ஒப்படைத்தபிறகு அனைவரும் வகுப்பறைக்குச்செல்ல முதல்வர் உத்தரவிட்டார்.

மீண்டும் வகுப்பறையை நோக்கி ஓர் ஓட்டம். அவரவர் இருக்கையில் உட்கார்ந்துகொண்டோம். எல்லோரும் ராமசாமியைப் பாராட்டி புகழ்ந்து தள்ளினோம். சிறிது நேரம் கழித்து முதல்வர் வகுப்பறைக்கு வந்தார். 'திருடனை போலீசில் ஒப்படைத்தாகி விட்டது. உங்களைப் பாராட்டுகிறேன்' என்றார். எங்களுக்கு ஒரே மகிழ்ச்சி. ராமசாமியை அருகில் வருமாறு அழைத்தார். ராமசாமிக்கு பெருமை தாங்கமுடியவில்லை. எல்லோர் முன்னிலையிலும் முதல்வர் பாராட்டப் போகிறார் என்றால் சும்மாவா?.

அருகில் வந்த ராமசாமியிடம் ‘உன் பெயர் என்ன?’ என்று கேட்டார். கேட்டதற்குப் பிறகு, நேரே ஆபீஸ் ரூமுக்குப்போய் உன் பெயர், நீ எந்த வகுப்பு என்ற விவரம் சொல்லி, பிரின்சிபால் வகுப்பில் பாடத்தைக் கவனிக்காமல் ஜன்னல் வழியே வேடிக்கை பார்த்துக்கொண்டிருந்தேன். எனவே, 10 ரூபாய் ஃபைன் போட்டு சர்குலர் போட வேண்டும் என்று சொல்லிவிட்டு வா’ என்றார். ராமசாமியைப் பார்க்க பரிதாபமாக இருந்தது. ஆபீஸ் ரூமுக்குப் போய்... பிரின்சிபால் உத்தரவைச் சொல்லிவிட்டு வந்தான். ஒரு மணி நேரத்தில் எல்லா வகுப்பறைகளுக்கும் சர்குலர் வந்தது. நோட்டீஸ் போர்டிலும் ஒட்டியிருந்தார்கள். திருடனைப் பிடித்துக் கொடுத்த ராமசாமிக்கு வகுப்பைக் கவனிக்காத குற்றத்திற்காக 10 ரூபாய் அபராதம் என்ற அந்தத் தீர்ப்பை நீண்ட நாளைக்கு மறக்கவே முடியவில்லை. இப்போது நினைத்தாலும் சிரிப்பு வருகிறது.

என்னுடைய அண்ணன் S. M. தியாகராஜன் ஒரு மிகச் சிறந்த விளையாட்டு வீரர். குறிப்பாக ‘ஓட்டத்தில் மிகவும் கெட்டி. அழகப்பா கல்லூரியில் சேர்ந்து படித்து எங்கள் விளதை உயர் நிலைப் பள்ளியில் டிரில் மாஸ்டராக வேலை பார்த்தவர். நான் விளையாட்டை ரசித்துப் பார்ப்பேன். விளையாடுவதில்லை. ஆனால், பேச்சுப் போட்டிகள், கட்டுரைப் போட்டிகளில் கலந்து கொண்டு பரிசுகள் வாங்கியிருக்கிறேன். குறிப்பாக, இந்தி பேச்சுப் போட்டியில் கலந்துகொண்டு வீரேசலிங்கம் பந்துலு பற்றிய என்னுடைய பேச்சு மிகுந்த பாராட்டுதல்களைப் பெற்றது. சர்வபள்ளி ராதாகிருஷ்ணன், ஜவஹர்லால் நேரு ஆகியோரைப் பற்றிய என்னுடைய கட்டுரைகளும் பாராட்டுகளையும் பரிசுகளையும் பெற்றுத் தந்தன.

இரண்டாம் ஆண்டு படிக்கும்போது விருதுநகர் மாவட்ட அளவிலான ஒரு கட்டுரைப் போட்டி நடந்தது. அனைத்துக் கல்வி நிறுவனங்களும் கலந்துகொண்டன. எங்கள் வெள்ளைச்சாமி நாடார் பாலிடெக்னிக்கில் இருந்து நானும் இன்னும் இரண்டு மாணவர்களும் கலந்துகொண்டோம். நல்ல தலைப்பு. ‘உலக சமாதானம் சாத்தியமே’

‘இரண்டு உலகப் போர்களை முதலாளித்துவ நாடுகள் நடத்தின. சமூக அக்கறை எதுவுமின்றி லாபத்தை மட்டுமே குறிக்கோளாகக் கொண்டு செயலாற்றி வரும் முதலாளித்துவம் உலகம் அமைதியாக இருப்பதை விரும்புவதே இல்லை. அவர்கள்

உற்பத்தி செய்வதும் வியாபாரம் செய்வதும் ராணுவத் தளவாடங்களைத் தான். இந்த வியாபாரம் செழிப்பாக இருக்கவேண்டுமென்றால் உலகில் எங்காவது போர் நடந்துகொண்டே இருக்க வேண்டும். போர் சாதாரண மக்களின் வாழ்க்கையை கடுமையாகப் பாதிக்கும். செயற்கையான பொருள் தட்டுப்பாடு, விலைவாசி உயர்வு எல்லாம் சாதாரணக் காலத்தைவிட பல மடங்கு அதிகமாகிவிடும்.

இரண்டாம் உலகப் போருக்குப்பின் உலகின் மூன்றில் ஒரு பகுதி சோசலிச உலகமாக மாறிவிட்டது. ராணுவ வல்லமையில் சம பலம் நிலவிய ஒரு காலம் வந்துவிட்டது. வில்லனைத் தட்டிக் கேட்கிற கதாநாயகன் வந்துவிட்டான்.மூன்றாம் உலகப் போர் நடக்க முடியவில்லை. ஐக்கிய நாடுகள் சபை தோன்றிவிட்டது. ஆனாலும் பாகுபாடுகள் நீடித்தன.

வீட்டோ அதிகாரம் படைத்த ஐந்து வல்லரசு நாடுகளில் ரஷ்யா இடம் பெற்றிருந்தது. ஆனால் உலகின் மிகப்பெரும் மக்கள் தொகை கொண்ட மக்கள் சீனம் இடம்பெறவில்லை. சீன நாடு என்ற பெயரில் தைவான் இடம் பெற்றிருந்தது. இத்தகைய பாகுபாடுகள் களையப்பட வேண்டும். மக்கள் சீனத்தை ஐ.நா. சபை அங்கீகரித்து அதற்கு வீட்டோ அதிகாரம் அளிக்க வேண்டும். அப்போதுதான் சம பலம் ஏற்படும். சம பலம்தான் சமாதானத்தை நிலைநிறுத்தும். எனவே, சோசலிசம் இன்னும் பலம் பெற வேண்டும். சோசலிசம்தான் சமாதானத்தின் பாதுகாவலன். இன்றைக்கு சகல துறைகளிலும் சோசலிசம் பலம் பெற்று வருவதால் சமாதானம் சாத்தியமே என்று அன்றைக்கு எனக்கு இருந்த புரிதலின் அடிப்படையில் ஒரு விரிவான கட்டுரையை எழுதினேன். பரிசு கிடைக்கவில்லை என்பது மட்டுமல்ல; தேர்வாளர்களிடம் இருந்து கடுமையான விமர்சனமும் வந்தது.

இந்தக் காலத்தில் நிறைய நண்பர்கள் கிடைத்தார்கள். மிக மிக நெருக்கமாகப் பழகினார்கள். என்னுடைய நடவடிக்கைகள், கருத்துக்கள் அனைத்தும் அவர்களுக்குப் பிடித்திருந்தன. பாடங்கள் ஆங்கிலத்தில் இருந்ததாலும் எல்லாமே புதிய விஷயங்களாக இருந்ததாலும் என்னிடம் வந்து விளக்கம் கேட்பார்கள். நாளடைவில் என்னுடைய அறை ஒரு டியூசன் சென்டர் மாதிரி மாறி விட்டது. ஒரு நாள் விடுதி வார்டன் எங்கள் கூட்டத்தைப் பார்த்துவிட்டு கோபமாக சத்தம் போட்டார். அவருக்கு விளக்கிச் சொல்லி புரியவைப்பதற்கு சற்று நேரமாயிற்று. அது

ஒன்றும் வேறு விதமான கூட்டம் இல்லை. அரசியல் கட்சிக் கூட்டம் இல்லை.

பாடம் புரியாதவர்களுக்கு நான் புரியும்படி சொல்லித் தருகிறேன் என்றேன். '*Good job. Carry on*' என்று சொல்லி வார்டன் சென்று விட்டார்.

ஆனால், ஒரு மாணவர் சங்கம் உருவாக்க வேண்டும் என்ற எனது முயற்சி மட்டும் பலிக்கவில்லை. மாணவர்கள் பிரச்சனைகளை மையப்படுத்தி அவர்களை அணுகாமல் அரசியல் ரீதியாக நேரடியாக அணுகிய என்னுடைய நடைமுறைதான் என்னுடைய தோல்விக்குக் காரணம் என்று பிற்பாடு தெரிந்து கொண்டேன்.

***One should learn from his past mistakes* என்று அன்புத் தோழர் மாவோ சொன்னதை நான் புரிந்துகொண்டு என்னுடைய தொழிற்சங்க வாழ்க்கையில் நான் சற்று முன்னேற முடிந்தது.**

பாலிடெக்னிக் நாட்கள் - 7

விருதுநகர் இரண்டு பெரும் நபர்களால் பெருமை பெற்றது. ஒருவர், காங்கிரஸின் புகழ் வாய்ந்த தலைவர் காமராஜர். அவரை இந்த நாட்டுக்கு தந்த ஊர் விருதுநகர். தங்கள் ஊரில் பிறந்து தங்கள் ஊருக்குப் பெருமை சேர்த்த அந்தத் தலைவரை இந்தி மொழித் திணிப்புக் கொள்கை காரணமாக தேர்தலில் தோல்வியுறச் செய்த மக்கள் அந்த மக்கள். அவர்கள் பாராட்டுதலுக்கும் போற்றுதலுக்கும் உரியவர்கள். இன்னொருவர், மொழிப்போர் தியாகி கண்டன் சங்கரலிங்கனார்.

நாடு விடுதலை அடைந்ததற்குப் பிறகு **1956,** நவம்பர் **1** அன்று மொழிவழி மாநிலங்கள் உருவாக்கப்பட்டன. மொழிவழி மாநிலங்கள் சாதாரணமாக உருவாகிவிடவில்லை. நீண்ட நெடிய போராட்டங்களுக்குப் பிறகே மொழிவழி மாநிலங்கள் உருவாக்கப்பட்டன.

1947ல் நாடு விடுதலை அடைந்ததைத் தொடர்ந்து அதுவரை இருந்து வந்த சுதேசி மன்னர்களது சமஸ்தானங்கள் இந்திய யூனியனோடு இணைந்தன அல்லது இணைக்கப்பட்டன. சில சமஸ்தானங்கள அருகில் உள்ள மாநிலங்களோடும் வேறு சில தனி மாநிலங்களாகவும் இந்திய யூனியனோடு இணைந்தன.

வளர்ச்சியில் ஏற்றத்தாழ்வுகள் நிறைந்த அவியலான ஓர் இந்தியா இவ்வாறு உருவானது. ஏற்றத்தாழ்வுகள் ஒற்றுமையை வளர்ப்பதற்குப் பதிலாக, வேற்றுமை உணர்வுகளையே வளர்த்தன. தங்கள் பகுதி கவனிக்கப்படவில்லை என்ற ஆதங்கமும், தங்கள் பகுதி புறக்கணிக்கப்படுகிறது என்ற தாபமும் மேலோங்கி வர ஆரம்பித்தன. தங்கள் மொழியும் கலாச்சாரமும் பாதுகாக்கப் படவேண்டும் என்ற உணர்வும் மேலோங்கி வந்தன.

எனவே, இந்திய ஒன்றியத்தின் மாநில எல்லைகளை மறு வரையறை செய்து மொழிவழி மாநிலங்களாக உருவாக்க வேண்டும் என்ற இயல்பான தேவையும் அதை முன்வைத்து கோரிக்கைகளும் எழுந்தன.

இந்த மிக நியாயமான ஜனநாயகபூர்வக் கோரிக்கைகளை இந்திய கம்யூனிஸ்டு கட்சி முன்னெடுத்து வலுவான பிரச்சாரத்தை கட்டவிழ்த்துவிட்டது. மொழிவழி மாநிலங்களுக்கான இயக்கங்களை ஒருங்கிணைத்தது. மொழிவாரியாக பிரிக்கப்பட்ட மாநிலங்கள் இணைந்து ஒற்றுமையாக வாழும் இந்திய யூனியன் வேண்டும். அப்போதுதான் மக்கள் அமைதியாக மகிழ்ச்சியாக ஒற்றுமையாக இருக்கமுடியும். நாடு முழுவதும் நடந்த மொழிவாரி மாநிலங்களுக்கான போராட்டங்களில் நேரில் சென்று கலந்துகொண்டு கம்யூனிஸ்டு கட்சித் தலைவர் தோழர் A.K. கோபாலன் தலைமை தாங்கினார்.

இந்திய யூனியன் அரசாங்கம் **1948**ல் இந்தப் பிரச்சனை சம்பந்தமாக ஆராய்ந்து அறிக்கை சமர்ப்பிக்க S. K. தார் கமிஷனை நியமித்தது. காங்கிரஸ் கட்சி தன் பங்குக்கு இந்தப் பிரச்சனைக்காக ஒரு JVP கமிட்டியை நியமித்தது (ஜவஹர்லால் நேரு, வல்லபாய் படேல், பட்டாபி சீத்தாராமையா ஆகிய மூவர் அடங்கிய JVP கமிட்டி). இரண்டு கமிட்டிகளுமே மொழிவாரி மாநிலம் அமைப்பது நாட்டின் ஒற்றுமைக்கு ஊறு விளைவிக்கும் என்ற தவறான முடிவுக்கு வந்து, மொழிவாரி மாநிலங்கள் கோரிக்கையை நிராகரித்தன. இதன் விளைவாக ஐக்கிய கேரளம், சம்யுக்த மகாராஷ்டிரம், விசாலாந்திரா போன்ற கோரிக்கைகள் ஆவேசமாக எழுந்தன.

விடுதலைக்கு முன்பே **1857**ஆம் ஆண்டிலேயே பீகார்-ஒடிசா ஐக்கிய மாகாணத்திலிருந்து ஒரிய மொழி பேசும் மக்கள் அடங்கிய ஒடிசா மாநிலத்தை உருவாக்க வேண்டும் என்ற போராட்டம்

வெடித்துக் கிளம்பியது. போராட்டம் நீண்ட நாட்கள் நடந்தன. ஒடிசா தேசிய இயக்கத்தின் தந்தை என்று சொல்லப் படும் மதுசூதன் தாஸ் எடுத்துக்கொண்ட கடும் முயற்சிகள் காரணமாக 1936ஆம் ஆண்டிலேயே ஒடிசா மாநிலம் உருவாக்கப்பட்டது.

விடுதலைக்கு முன்பே மொழிவழி அடிப்படையில் உருவான முதல் மாநிலமாக ஒடிசா சாதனை படைத்தது.

வீரஞ்செறிந்த தெலங்கானா போராட்டம் (1950-1946)

நிலப்பிரபுக்களுக்கும் ரசாக்கர்களுக்கும் எதிராக பல்லாயிரக்கணக்கான கிராமங்களில் ஆயுதம் தாங்கிய போராட்டமாக நடைபெற்றது. அந்தப் போராட்டம் நிலவிநியோகத்தை மட்டுமல்ல, தனியான ஆந்திர மாநிலம் வேண்டும் என்ற கோரிக்கையையும் முன்னெடுத்தது.

1952 ஜூலை 16ல் பாராளுமன்றத்தில் தோழர் P.சுந்தரையா தனி ஆந்திர மாநிலக் கோரிக்கையை வலியுறுத்தி ஒரு தனி நபர் மசோதாவை கொண்டுவந்தார். நாட்டின் ஒற்றுமைக்குத் தனி மாநிலக் கோரிக்கை ஊறு விளைவிக்கும் என்ற ஜவஹர்லால் நேருவின் பயத்தைப் போக்கும் விதத்தில் அது ஒற்றுமைக்கே வழி வகுக்கும் என்று தோழர் சுந்தரையா மிக விளக்கமாகப் பதில் அளித்தார். ஆனால், நேரு அந்தக் கோரிக்கையை ஏற்க மறுத்து விட்டார்.

இதையெல்லாம் கண்டு மனம் நொந்து காங்கிரசின் தீவிரப் பற்றாளரான பொட்டி சிறீ ராமுலு தனி ஆந்திர மாநில கோரிக்கைக்காக உண்ணாவிரதப் போராட்டம் துவங்கி 58 நாட்கள் முடிவில் உயிர் நீத்தார். பொட்டி சிறீ ராமுலுவின் உயிர்த் தியாகம் ஆந்திரா முழுவதும் மிகப் பெரும் கொந்தளிப்பை ஏற்படுத்தியது. 1952 பொதுத் தேர்தலில் காங்கிரசுக்கு மக்கள் மரண அடி கொடுத்தனர். வேறு வழியில்லாமல் 1953 செப்டம்பர் 2ல் நேரு அரசாங்கம் தெலுங்கு பேசும் 14 மாவட்டங்களைக் கொண்ட ஆந்திர ராஷ்ட்ரம் அமைப்பதற்கான மசோதாவை பாராளுமன்றத்தில் கொண்டு வந்தது.

அந்த மசோதாவில் மொழிவாரி அடிப்படையில் என்பதைச் சேர்க்க நேரு அரசாங்கம் மறுத்தது. தோழர் சுந்தரையா இதைக் கடுமையாக விமர்சனம் செய்து, பாராளுமன்றத்தில் உரையாற்றினார். இறுதியில் 1953 அக்டோபர் 1ல் மதராஸ் மாகாணத்தில் இருந்து பிரிக்கப்பட்டு தனி ஆந்திர மாநிலம் உருவானது.

விடுதலைக்குப் பிறகு இந்திய ஒன்றியத்தில் உருவான முதல் மொழிவாரி மாநிலமாக ஆந்திர ராஷ்ட்ரம் அமைந்தது. இதில் கூட ஹைதராபாத் பகுதியைச் சேர்ந்த அதாவது, தெலங்கானா பகுதியைச் சேர்ந்த மாவட்டங்கள் இணைக்கப் படவில்லை. எனவே, விசாலாந்திராவுக்கான போராட்டமும் மொழிவாரி மாநிலங்களுக்கான போராட்டமும் நாடு முழுவதும் நடக்கஆரம்பித்தன.

எனவே, அரசாங்கம் இந்தப் பிரச்சனையில் முடிவெடுக்க 1956ல் ஒரு 'மாநிலங்கள் புனரமைப்புக் கமிட்டி'யை நியமித்தது (States Reorganisation Committee). இது பாஷல் அலி (Fazl Ali) கமிட்டி என்றும் அழைக்கப்பட்டது. இந்தக் கமிட்டியின் அறிக்கையைப் பெற்று, அதில் சில மாற்றங்கள் செய்து, நேரு அரசாங்கம் 1956ல் 14 மொழிவாரி மாநிலங்களையும் 6 யூனியன் பிரதேசங்களையும் அமைத்தது.

2019ல் ஜம்மு காஷ்மீர் மாநிலம் பிரிக்கப்பட்டதைத் தொடர்ந்து இந்தியாவில் இப்போது 28 மாநிலங்களும் 9 யூனியன் பிரதேசங்களும் இருக்கின்றன.

பாலிடெக்னிக் நாட்கள் - 8

கண்டன் சங்கரலிங்கனார்

நமது மாநிலம் தமிழ்நாடு என்று பெயர் பெற்றிருப்பதற்கு அடித்தளமாக அமைந்தது கண்டன் சங்கரலிங்கனாரின் உயிர்த் தியாகம்தான். 1895ஆம் ஆண்டு சங்கரலிங்கனார் விருதுநகர் அருகிலுள்ள மண்மலைமேடு கிராமத்தில் பிறந்தார். விருதுநகர் ஏனாதிநாத நாயனார் வித்யாலயத்தில் கல்வி பயின்றார். அவர் ஒரு காந்தியவாதியாக இருந்தார். கதர்த் துணிகள் வியாபாரத்தில் ஈடுபட்டிருந்தார்.

1917ல் இந்திய தேசிய காங்கிரசில் இணைந்தார். விடுதலை இயக்கம் அவரை ஈர்த்தது. கதர்த் துணி வியாபாரத்தைவிட்டு விட்டு திருச்செங்கோடு காந்தி ஆசிரமத்தில் சில காலம் சேர்ந்திருந்தார். 1930ல் உப்பு சத்தியாக்கிரகத்தில் சேர்ந்து கொண்டு மகாத்மா காந்தியுடன் தண்டி யாத்திரையில் கலந்துகொண்டார்.

விடுதலை இயக்கத்தில் பங்கு கொண்டதற்காக திருச்சியில் 6 மாதங்கள் சிறைத் தண்டனை அனுபவித்தார். 1933ஆம் ஆண்டில் மகாத்மா காந்தி விருதுநகர் வந்தபோது அவருடன் கூடஇருந்தார்.

1952ல். தன்னுடைய இரண்டு வீடுகளை பெண்கள் பள்ளிக்காக தானமாகக் கொடுத்தார். தன்னுடைய செல்வத்திலிருந்து ஒரு பெரும் பகுதியை பள்ளிப் பிள்ளைகளின் செலவுக்காக டெபாசிட் செய்தார்.

பொட்டி சிறீ ராமுலுவின் உண்ணாவிரதமும் உயிர்த் தியாகமும் சங்கரலிங்கனாரை பெரிதும் பாதித்தன. 1956ல் இந்திய ஒன்றியம் மொழிவழி அடிப்படையில் 14 மாநிலங்களாகவும் 6 யூனியன் பிரதேசங்களாகவும் பிரிக்கப்பட்டது. தெலுங்கு மொழி பேசும் மக்கள் ஆந்திர மாநிலமாகவும் கன்னட மொழி பேசும் மக்கள் கர்நாடக மாநிலமாகவும் மலையாள மொழி பேசும் மக்கள் கேர்ள் மாநிலமாகவும் பிரிந்து போனபிறகு தமிழ் பேசும் நமது பகுதி மெட்ராஸ் ஸ்டேட் என்று ஆனது.

'செந்தமிழ் நாடென்னும் போதினிலே இன்பத் தேன் வந்து பாயுது காதினிலே' என்றான் பாரதி. அதை விடுத்து, மெட்ராஸ் ஸ்டேட் என்னும் போதினில் கூரிய வேல் வந்து பாய்வது போலல்லவா இருக்கிறது? இந்தப் பெயரை எப்படிக் கண்டு பிடித்தார்கள்? நமது மாநிலத்துக்கு இந்தப் பெயரை ஏன் வைத்தார்கள்? சரி, தொலையட்டும். இந்தப் பெயரை மாற்ற வேண்டும் என்று சொன்னால் மாற்றவே மாட்டேன் என்று ஏன் வறட்டுப் பிடிவாதம் பிடித்தார்கள்? நீண்ட நெடிய போராட்டம் நடத்துவதற்கு ஏன் தூண்டினார்கள்? எல்லாம் காங்கிரஸ் தலைவர்களுக்கே வெளிச்சம்!

தொல்காப்பியத்திலும் சங்க இலக்கியங்களிலும் சிலப்பதிகாரத்திலும் எவ்வளவு அற்புதமான பெயர்களால் தமிழகம் அழைக்கப்பட்டிருக்கிறது! 'புகழ் மண்டிக் கிடக்கும் தமிழ்நாடு' என்றாரே பாரதி. தமிழ் நாடு என்று பெயர் வைத்தால் என்ன? சங்கரலிங்கனாரின் மனதில் இத்தகைய கேள்விகள் எழுந்து சுழன்றன.

இந்த பெயர் மாற்ற பிரச்சனைக்கு உண்ணாவிரதம் இருப்பது என்று அவர் முடிவு செய்தார். குடும்பத்தை பம்பாயில் விட்டு விட்டு சூலக்கரையில் ஓர் ஆசிரமம் அமைத்து அவர் தங்கியிருந்தார். கம்யூனிஸ்டு கட்சித் தோழர்கள் விருதுநகர் தேசபந்து மைதானத்தில் உண்ணாவிரதம் இருந்தால் அது மக்களைச் சென்று சேரும் என்று சொன்ன யோசனையை ஏற்றுக் கொண்டு தேசபந்து மைதானத்தில் 1956-7-27ல் உண்ணாவிரதத்தை துவக்கினார். மாநிலத்தின் பெயரை தமிழ்நாடு என்று மாற்ற வேண்டும் என்ற முக்கிய கோரிக்கையோடு

தேர்தல் விதிமுறைகளில் சீர்திருத்தம் வேண்டும்; பூரண மது விலக்கு வேண்டும் போன்றவை அடங்கிய 12 அம்சக் கோரிக்கை சாசனத்தை முன்வைத்திருந்தார்.

உண்ணாவிரதம் 76 நாட்கள் நீடித்தது. முதலமைச்சர் காமராஜர் உண்ணாவிரதத்தைக் கைவிட வேண்டுகோள் விடுத்தார். C.N. அண்ணாதுரை, ம.பொ. சிவஞானம், ஜீவா ஆகியோர் நேரில் சென்று உண்ணாவிரதத்தைக் கைவிட வேண்டுகோள் வைத்தனர். அவர் இறந்த பின் ஓர் இரங்கல் கூட்டத்தில் பேசிய முதலமைச்சர் காமராஜர், சங்கரலிங்கனார் முன் வைத்த 12 கோரிக்கைகளில் 10 கோரிக்கைகள் வரை ஏற்றுக்கொள்ள மத்திய அரசு தயாராக இருந்ததாகக் குறிப்பிட்டார். ஆனால், முதன்மைக் கோரிக்கையான தமிழ்நாடு என்று பெயர் மாற்றும் கோரிக்கை ஏற்றுக்கொள்ளப் படவில்லை. எனவே, உண்ணாவிரதம் நீடித்தது.

பத்திரிகைகள் உண்ணாவிரதம் பற்றிய செய்திகளை தினந்தோறும் வெளியிட்டன. குறிப்பாக, கம்யூனிஸ்டு கட்சியின் பத்திரிகையான, ‘ஜனசக்தி’ உண்ணாவிரதம் பற்றிய செய்திகளை முக்கியத்துவம் கொடுத்து வெளியிட்டது. விருதுநகர் கம்யூனிஸ்டு கட்சியின் தலைவர் தோழர் உலகநாதன் அவ்வப்போது உண்ணாவிரதப் பந்தலுக்குச் சென்று பார்த்துக்கொண்டார். சங்கரலிங்கனாரின் உடல்நிலை மோசமடையவே... மதுரை மருத்துவ மனையில் சேர்க்கப்பட்டார். 13-10-1956 அன்று அவரது உயிர் பிரிந்தது.

ஆனால், அவரது கோரிக்கை உயிருடன் இருந்தது. அதற்கு வலுவும் கூடியது. அவர் இறந்த அன்று மதுரை டவுண்ஹாலில் நடந்த கட்சி மகாசபைக் கூட்டத்திலும் பின்னர் நடந்த 50,000 பேர் கலந்துகொண்ட பொதுக்கூட்டத்திலும் தோழர் A. K. கோபாலன் பேசும்போது கூட்டம் துவங்குவதற்குமுன் வீரத்தியாகி சங்கரலிங்கனாருக்கு 2 நிமிடங்கள் எழுந்து நின்று மௌன அஞ்சலி செலுத்தப்பட்டது. தமிழகத்தின் அனைத்து ஊர்களிலும் கம்யூனிஸ்டு கட்சியும் சர்வ கட்சியினரும் ஹர்த்தாலும் மௌன ஊர்வலமும் நடத்தினார்கள். மாணவர்கள், தொழிலாளிகள் வியாபாரிகள் என அனைத்து தரப்பினரும் கலந்துகொண்டனர். தமிழகம் முழுவதுமே துக்கம் அனுசரித்தது.

1957ஆம் ஆண்டிலும் 1963ஆம் ஆண்டிலும் தமிழக சட்டமன்றத்தில் தமிழ்நாடு என்று பெயர் மாற்றத்துக்காக தி.மு.க. கொண்டு வந்த தீர்மானங்களை காங்கிரஸ் கட்சி தோல்வியடையச் செய்தது. 1961ல்

சோசலிஸ்டு கட்சி கொண்டுவந்த தீர்மானமும் தோற்கடிக்கப்பட்டது. 1962ல் பாராளுமன்றத்தில் கம்யூனிஸ்டு கட்சியின் தலைவர் தோழர் பூபேஷ்குப்தா தமிழ்நாடு என்று பெயர் மாற்றத்துக்காகக் கொண்டு வந்த தனிநபர் மசோதா காங்கிரசுக்கு இருந்த பெரும்பான்மை காரணமாக தோற்கடிக்கப்பட்டது.

தோழர் பூபேஷ்குப்தாவுக்கு இடையிலேயே உடல் நலக்குறைவு ஏற்பட்டதால் தோழர். P. ராமமூர்த்தி அந்த விவாதத்தை தொடர்ந்து நடத்தினார்.

தமிழ்நாடு என்று பெயர் மாற்றுவதற்கு ஆட்சியே மாறினால்தான் முடியும் என்ற நிலை ஏற்பட்டது. 1967 தேர்தலில் தி.மு.க. மாபெரும் வெற்றி பெற்று C.N.அண்ணாதுரை தலைமையில் ஆட்சி அமைத்தது. சட்டமன்றத்தில் பெயர் மாற்றத்துக்கான தீர்மானம் நிறைவேறியது. 1968ல் பாராளுமன்றத்தில் The Madras State (Alteration of Name act) நிறைவேற்றப்பட்டது. அதைத் தொடர்ந்து 1969 ஜனவரி மாதம் 14ஆம் தேதி நமது மாநிலம் தமிழ்நாடு மாநிலமாக மாறியது. 2015ஆம் ஆண்டில் அன்றைய தமிழக அரசு சங்கரலிங்கனாருக்கு விருதுநகரில் ஒரு நினைவு மணிமண்டபம் எழுப்பியது.

சற்று நீளமாயிருந்தாலும் பரவாயில்லை. சங்கரலிங்கனார் காங்கிரசுக்கு விடுத்த இறுதி எச்சரிக்கையை அப்படியே கீழே கொடுத்திருக்கிறேன்.

‘அம்மா, தமிழ்த்தாயே, இந்திய மாதாவே, இன்றைய நிலை கண்டு மனம் நொந்து வாடுகிறது. உணவுப் பஞ்சம் மட்டுமல்ல, திரு.ஜவஹர்லால் நேரு, திரு. கோபால் ரெட்டியார், திரு.காமராஜர் போன்ற முதல் மந்திரிகளின் அறிவுப் பஞ்சமும் ஏற்பட்டு வருகிறது.

மகாத்மாஜி அண்ணலின் லட்சியக் கொள்கைகளுக்கும் பொது ஜனங்களின் விருப்பங்களுக்கும் மாறாக தவறான வழியில் கண்மூடித்தனமாகப் போய்க்கொண்டிருக்கும் காங்கிரஸ் ஆட்சி அழிந்தே தீரும். அறிவுத் திறன் இருந்தால் திருத்திக் கொள்ளட்டும்.’

இறந்தபின் தனது உடலை கம்யூனிஸ்டுகளிடம் (தோழர் ஐ. மாயாண்டி பாரதியிடம்) ஒப்படைக்கும்படி அவர் எழுதி வைத்திருந்தார். கம்யூனிஸ்டுகள் அவருடைய இறுதிக் காரியங்களைச் செய்து முடித்தனர். தமிழ் வாழும் காலம்வரை வீரத்தியாகி சங்கரலிங்கனாரின் பெயரும் வாழ்ந்துகொண்டேயிருக்கும்.

பாலிடெக்னிக் நாட்கள் - 9

விருதுநகர் மாவட்டத்தில் தமிழ்நாடு முழுவதும் தமிழகத்துக்கு வெளியேயும் புகழ் வாய்ந்த இருக்கன்குடி மாரியம்மன் கோயில் இருக்கிறது. மிகப் பெரிய இடவசதியுள்ள கோயில். வைப்பாற்று நதியின் கரையில் இருக்கிறது. ஒரே சமயத்தில் ஆயிரக் கணக்கானோர் பொங்கல் இடுவதற்கான இடவசதி கொண்டது. வருடம் முழுவதும் மக்கள் வந்து கொண்டேயிருக்கிற ஒரு புகழ்பெற்ற கோயில். ஆனால், விருதுநகர் கடைவீதியில் அமைந்திருக்கும் மாரியம்மன் கோயில் பங்குனி மாதம் நடைபெறும் பொங்கல் விழாவின்போது மிகச் சிறப்பு வாய்ந்ததாக மாறிவிடுகிறது. 100 பேர் கூடுவதற்குகூட இடவசதி இல்லாத, மிகவும் நெரிசலான கடைவீதியில் அமைந்துள்ள ஒரு கோயில். ஆனால், இரண்டே நாட்களில் லட்சத்துக்கும் மேற்பட்ட அக்யினி சட்டிகள் வந்து சேரும் கண்கொள்ளாக் காட்சியைக் காணலாம். பொங்கல் விழா 21 நாட்கள் நடைபெறும்.

கீழ்க்கண்ட வரிசையில் நிகழ்ச்சிகள் இருக்கும்.

1. சாட்டுதல்
2. கொடியேற்றம்
3. கயிறு குத்து மற்றும் அக்கினிச் சட்டி
4. தேரோட்டம்
5. தேர் தடம் பார்த்தல்
6. மஞ்சள் நீராட்டம் மற்றும் கொடியிறக்கம்
7. திருவிழா நிறைவு.

நான் பாலிடெக்னிக்கில் படித்த 3 வருடங்களிலும் பொங்கல் விழா நிகழ்ச்சிகளைக் காண, நண்பர்களுடன் வந்து விடுவேன். பொங்கல் விழாவையொட்டி வழக்கமாக KVS பள்ளியில் பொருட்காட்சி நடைபெறுவது உண்டு. பள்ளி, கல்லூரி மாணவ-மாணவியரின் பாடல், நடனம் மற்றும் கலை நிகழ்ச்சிகள் நடைபெறும். வழக்கமாக, பொருட்காட்சிகளில் இடம்பெறும் அனைத்தும் இங்கும் இடம்பெறும். பங்குனிப் பொங்கலை யொட்டி அனைவரும் தெப்பக்குளத்தில் நீராடி மகிழ்வது வழக்கம்.

எனக்குத்தான் நீச்சல் தெரியாதே... எனவே, நீராடி மகிழும் நண்பர்களின் துணிமணிகளையும் கைக்கடிகாரத்தையும் தெப்பக்கரையில் உட்கார்ந்து பாதுகாக்கும் வாட்ச்மேன் வேலை என்னுடையது.

50 ஆண்டுகளுக்குமுன் நான் விருதுநகர் பாலிடெக்னிக்கில் படித்துக்கொண்டிருந்தபொழுது, பொங்கல் நிகழ்ச்சிக்கு வேறு எங்கும் இல்லாத ஒரு சிறப்பம்சம் இருந்தது. இப்போதும் இருக்கிறதா என்று தெரியவில்லை. அப்போதெல்லாம் இளம் பெண்கள் இந்தக் காலம் மாதிரி தாராளமாக வீட்டைவிட்டு வெளியே வருவது கிடையாது. ஆனால், இந்தப் பங்குனிப் பொங்கல் விழாவின்போது அவர்கள் தங்கள் குடும்பத்தினரோடு பொங்கல் நிகழ்ச்சிகளைப் பார்க்கவும் பொருட்காட்சி பார்க்கவும் கூட்டம் கூட்டமாக வருவதுண்டு.

வாலிபப் பையன்களும் குடும்பத்தாரோடு வருவதுண்டு. ஏதாவது குடும்பத்திலுள்ள பெண் பிடித்துவிட்டால் இவர் தன் குடும்பத்தாரிடம் விஷயத்தைச் சொல்லுவார். அவர்கள் சம்பந்தப்பட்ட குடும்பத்தாரோடு பேசுவார்கள். இப்படி ஒரு வரன் பார்க்கும், வரன் தகையும் நிகழ்வும் இந்தப் பொங்கல் திருவிழாவில் நடைபெறுவதுண்டு. இந்தப் பொங்கலையொட்டி நிறைய அளவில் திருமணங்கள் நிச்சயமாவது நடக்கும். விருதுநகர் பங்குனிப் பொங்கலின் ஒரு சிறப்பம்சமாக இது நான் படிக்கும் காலத்தில் இருந்தது.

நான் மூன்றாமாண்டு படிக்கும்போது கடைசித் தேர்வுக்கு முன்பு ஒரு Educational Tour ஏற்பாடு செய்தார்கள். அதற்குமுன் அவ்வப்போது அருகிலுள்ள சூலக்கரை மேட்டிலுள்ள தொழிற்சாலைகளுக்கு அழைத்து சென்று காண்பிப்பார்கள். ஆனால், இந்த சுற்று பயணம்தான் நாங்கள் நீண்ட நாட்கள் வெளியூர்களுக்குச் சென்ற பயணம்.

முதலில் மேட்டூர் அணைக்குச் சென்றோம். ராட்சதக் குழாய்கள் மூலம் அணை நீரைக்கொண்டு வந்து பெரிய பெரிய டர்பைன்களில் பாய்ச்சி அவற்றை சுழல வைத்து மின்சாரம் தயாரிக்கும் முறையை நேரில் பார்த்து தெரிந்து கொண்டோம். மற்றவை அநேகமாக ஓர் உல்லாசப் பயணம்தான் என்று சொல்லலாம். மைசூரு, பெங்களூரு எல்லாம் சென்றோம். அந்த வயதில் சுற்றுலா அனுபவங்கள் மிகவும் மகிழ்ச்சியாக இருந்தது.

பயணத்தின் இறுதி நாட்களில், பயணம் முடிந்து திரும்பும் சமயம் எனது உடல் நிலை பாதிக்கப்பட்டது. டாக்டர்கள் எனக்கு Entric Fever என்று சொன்னார்கள். எப்பொழுதும் பச்சைத் தண்ணீரை அடிக்கடி குடித்துக்கொண்டே இருக்க வேண்டும் என்று

சொன்னார்கள். பெங்களூருவில் இருந்த கடைசி இரண்டு நாட்கள் மாத்திரை மருந்துகளோடு என்னை அறையில் தங்க வைத்துவிட்டு மற்ற அனைவரும் சுற்றிப் பார்க்க கிளம்பி விடுவார்கள். விருதுநகர் திரும்புகிற அன்று, விளாத்திகுளத்திலுள்ள எனது ஐயாவுக்கு என்னை விருதுநகர் ரயில் நிலையத்திலிருந்து பத்திரமாக அழைத்துச் செல்லும்படி தந்தி அனுப்பினார்கள்.

தந்தி கோவில்பட்டி அஞ்சல் நிலையம் வழியாக விளாத்திகுளம் செல்ல வேண்டும். தந்தியைப் பார்த்துவிட்டு கோவில்பட்டி அஞ்சல் நிலையத்தில் அப்போது வேலையிலிருந்த என்னுடைய அண்ணன் V.S.கணபதிக்கு தகவல் சொன்னார்கள். அண்ணன் தந்தியை விளாத்திகுளம் அனுப்ப வேண்டாம் என்று சொல்லி தானே வாங்கிக்கொண்டு என்னை அழைத்துவர விருதுநகர் ரயில் நிலையம் வந்து சேர்ந்தார்.

அண்ணன் வீடு அப்போது கோவில்பட்டி பழனியாண்டவர் கோயில் தெருவில் இருந்தது. அருகிலேயே ஜோதிநகரில் அக்கா சந்திராவின் வீடும் இருந்தது. எனவே, என்னை விளாத்திகுளம் அனுப்பாமல் கோவில்பட்டியிலேயே வைத்து வைத்தியம் பார்த்தார்கள். கோவில்பட்டி மாதாங்கோவில் தெருவில் இருந்த ஒத்த ரூபா டாக்டர் சென்னகேசவனிடம் வைத்தியம் பார்த்தோம். சென்னகேசவன் ஏழை எளிய மக்களுக்கு இலவசமாக வைத்தியம் பார்ப்பார். மற்றவர்களுக்கு கட்டணம் ஒத்த ரூபாய்.

கிட்டதட்ட ஒரு மாதத்திற்குமேல் சிகிச்சை பெற வேண்டியிருந்தது. இறுதி ஆண்டு படிப்பின் இறுதித் தேர்வு சமயம். ஒரு மாதத்திற்குமேல் நான் வகுப்புகளுக்கு செல்லமுடியவில்லை. அந்த ஒரு மாதம் படிப்பையும் சேர்த்து ஒரு மாதிரி படித்து முடித்தேன். உடல் பலம் இழந்து போய், சோர்வாக இருந்தது. பாலிடெக்னிக் சென்றவுடன் முதல்வரைச் சென்று பார்த்தேன்.

'நிறைய தயிர் சேர்த்துக்கொள்ள வேண்டும். உடம்பை கவனமாக பார்த்துக் கொள்ள வேண்டும்' என்று அன்போடு சொன்னார். பாடங்களை சமாளித்துக்கொண்டேன். ஆனால், பிராக்டிகலில் முடியவில்லை. உடல் பலம் மிகவும் தேவையாயிருந்தது. தேர்வின்போது நல்ல காலத்திலேயே எனக்கு சவாலாக இருக்கும் Planner கிடைத்தது. அதில் எவ்வளவு முயன்றும் தேர்வின்போது கொடுத்த வேலையைச் செய்து முடிக்க முடியவில்லை. அதில் நான் ஃபெயில் ஆனேன். பிராக்டிகலில்

விழுந்த அரியர்சை பின்னர் சிறிது காலம் கழித்து மதுரை பாலிடெக்னிக்கில் வைத்து நடந்த மறுதேர்வில் பாஸ் செய்தேன். எப்படியோ, நானும் மெக்கானிக்கல் டிப்ளமோதாரி. ஆகிவிட்டேன். மூன்று ஆண்டுகளும் மெரிட் ஸ்காலர்ஷிப் வாங்கிப் படித்த எனக்கு, அரியர்ஸ் போட்டு தேர்வு பெற்றது கொஞ்ச நாளைக்கு வருத்தமாகத்தான் இருந்தது.

என்னுடைய பாலிடெக்னிக் வாழ்க்கையும் விருதுநகர் வாழ்க்கையுமொம் முடிந்து அடுத்த கட்டம் செல்வதற்கு நான் தயாராக வேண்டிய கட்டம் வந்து சேர்ந்தது.

பாலிடெக்னிக் நாட்கள் - 10

பாலிடெக்னிக் படிப்பு முடிந்து விளதையில் நண்பர்களோடு பொழுதைப் போக்கிக்கொண்டிருந்த எனக்கு அண்ணன் *V.S.*கணபதியிடமிருந்து ஒரு தகவல் வந்தது. எனக்கு வேலைக்கு ஏதாவது ஏற்பாடு செய்யவேண்டும் என்று அண்ணனிடம் சொல்லியிருந்தேன். தபால் தந்தி இலாகாவிலிருந்து *SSLC* படிப்பு முடித்தவர்கள் வேலைக்கு வேண்டும் என்று ஒரு விளம்பரம் வந்திருப்பதாகவும் உடனே கோவில்பட்டி வரவேண்டும் என்றும் அண்ணன் தகவல் அனுப்பியிருந்தார். நான் உடனே புறப்பட்டு கோவில்பட்டி சென்றேன்.

இலாகாவினுடைய தந்திப் பிரிவில் டெலிபோன் ஆப்ரேட்டர் வேலைக்கும் டைம் ஸ்கேல் கிளார்க் வேலைக்கும் *SSLC* படித்தவர்கள் *PMG* சென்னைக்கு விண்ணப்பிக்கலாம் என்று விளம்பரத்தில் சொல்லப்பட்டிருந்தது. *SSLC* மார்க் அடிப்படையில் வேலை.

நேர்முகத் தேர்வு; எழுத்துத் தேர்வு எல்லாம் அப்போது கிடையாது. உடனடியாக இரண்டு வேலைகளுக்கும் தனித்தனியாக விண்ணப்பங்களை அனுப்பி வைத்தோம். ஆனால், சிறிது நாட்கள் கழித்து டைம் ஸ்கேல் கிளார்க் வேலைக்கு மட்டும் தகவல் வந்தது. திருநெல்வேலி அரசு மருத்துவமனையில் மருத்துவப் பரிசோதனை செய்துகொள்ளுமாறும் பரிசோதனை முடிவை அவர்கள் நேரடியாக இலாகாவிற்கு அனுப்பி விடுவார்கள் என்றும் சொல்லப்பட்டிருந்தது. பரிசோதனைக் கட்டணம் 16 ரூபாய் மருத்துவமனையில் கட்ட வேண்டும். நான் கோவையில் ஏதாவது என் படிப்பு சம்பந்தமான வேலைக்குப் போகவேண்டும் என்று விரும்பினேன்.

DME படிப்புக்கும் தபால் தந்தி இலாகா கிளார்க் வேலைக்கும் என்ன சம்பந்தம்? அவர்களும் SSLC படித்தவர்களைத்தானே கூப்பிட்டிருந்தார்கள்? என்ற கேள்விகளெல்லாம் எனக்குள் சுழன்று கொண்டிருந்தன. ஆனால், குடும்ப நிலை கருதி தேடி வந்த மத்திய அரசு வேலையை விடுவானேன்... அதுதானே நமது தொழிற்சங்க அரசியல் நடவடிக்கைகளுக்கு உகந்ததாக இருக்கும் என்று யோசித்து என் மனதை சமாதானப்படுத்தினேன். என்னுடைய முடிவு எவ்வளவு சரியானது என்பதை பின்னாள்களில் நான் புரிந்துகொண்டேன்.

குறிப்பிட்ட தேதியில் நெல்லை ஹைகிரவுண்டு அரசு மருத்துவ மனைக்கு மருத்துவ பரிசோதனைக்காகச் சென்று வரிசையில் அமர்ந்திருந்தேன். அப்போது அது மெடிக்கல் காலேஜ் மருத்துவமனையாக இல்லாமல் வெறும் அரசு மருத்துவ மனையாக இருந்தது என்று நினைக்கிறேன். வரிசையில் எனக்கு அருகில் என்னுடைய வயதிலேயே இன்னொரு இளைஞரும் அமர்ந்திருந்தார். அவருடன் பேசியதில் அவரும் இந்த வேலைக்காக விண்ணப்பித்திருப்பதாகவும் அவருடைய பெயர் தாசன் பெர்னாண்டோ என்றும் தூத்துக்குடிக்காரர் என்றும் தெரிந்தது. அவர் பின்னாள்களில் என்னுடைய நெருங்கிய நண்பராக இருப்பார் என்பதோ இன்று வரை தொடர்ந்து நண்பராக இருந்து கொண்டிருப்பார் என்பதோ அப்போது எனக்கு தெரிந்திருக்கவில்லை.

மருத்துவப் பரிசோதனையில் நான் தேறி விட்டதாகவும் 3 மாதங்கள் பயிற்சி எடுத்துக்கொள்வதற்கு நான் கோயம்புத்தூர் கோட்டப் பொறியாளர் (DE) டெலிகிராப்ஸ் அலுவலகம் டீவந்து சேரவேண்டும் என்றும் கடிதம் வந்தது. அப்போதெல்லாம் டிரங்கு பெட்டிதான் உபயோகத்தில் இருந்தது. புதிதாக ஒன்று வாங்கி எனக்குத் தேவையானவற்றை எடுத்துக்கொண்டு கோவில்பட்டிக்கு கிளம்பினேன். மீண்டும் எனது விளதை மண்ணைவிட்டு, கம்மாயையும் வைப்பாற்றையும்விட்டு, நண்பர்களைவிட்டு, அம்மாவைவிட்டு, அம்மாவின் சாம்பார் சாதத்தைவிட்டு நான் பிரிந்து சென்றேன். அம்மா கொடுத்தனுப்பிய மிளகாய்ப் பொடி பாட்டிலையும் ஊறுகாய் பாட்டிலையும் பத்திரமாக எடுத்து வைத்துக் கொண்டேன்.

கோவில்பட்டியிலிருந்து நான் கோவை செல்லுவதற்கான ஏற்பாடுகளை அண்ணன் V.S.கணபதியும் லாரி புரோக்கர்

அண்ணன் ராஜுவும் சிறப்பாக ஏற்பாடு செய்திருந்தார்கள். கோவில்பட்டி லட்சுமி நூற்பாலையிலிருந்து உற்பத்தியான நூல்கண்டுகள் லோடு கோவை லட்சுமி மில்லுக்கு கொண்டு செல்லும் லாரியில் என்னை இரவு 9 மணிக்கு ஏற்றி விட்டனர். லாரி டிரைவர் மிகவும் அன்பானவர். அவருடைய டிரைவர் கேபினுக்கு மேல்பகுதியில் நான் படுத்துக்கொள்வதற்கான ஏற்பாடுகளைச் செய்துவைத்திருந்தார். ஏணி வழியாக ஏறிச் சென்று கேபினின் மேல்பகுதியில் படுத்துக்கொண்டேன். ஒரு அற்புதமான பயணம். ஆகாயத்தில் நிலவையும் விண்மீன் கூட்டங்களையும் பார்த்து ரசித்துக்கொண்டு இதமான குளிர் காற்றை சுகமாக அனுபவித்துக்கொண்டு என்னுடைய இனிய பயணம் நடந்தது. சிறிது நேரம் கழித்து நிம்மதியான தூக்கம் வந்து என்னைத் தழுவிக்கொண்டது.

மறுநாள் காலை 6 மணிக்கெல்லாம் கோவை லட்சுமி மில்லுக்கு வந்து சேர்ந்தோம். டிரைவர் உதவியுடன் லட்சுமி மில்லில் குளித்து விட்டு, அருகில் உள்ள கடையில் காலை உணவையும் முடித்துக்கொண்டு அலுவலகம் திறக்கும் நேரத்தை கணக்குப் பண்ணி நான் கிளம்பினேன். DE அலுவலகம் கோவை சுங்கம் பகுதியில் அமைந்திருந்தது. ஒரு கையில் டிரங்குப் பெட்டியையும் இன்னொரு கையில் எல்லோர் கண்ணிலும் படும்படியாக ஒரு 'தீக்கதிர்' பேப்பரையும் பிடித்துக்கொண்டு அலுவலகத்திற்குள் நுழைந்தேன். பயிற்சிக்கு வரச்சொல்லி வந்திருந்த உத்தரவை காண்பித்தேன். நிர்வாகப்பிரிவு தலைமை எழுத்தரிடம் அழைத்துச் சென்றார்கள்.

அன்றைக்கு 1968ஆம் வருடம், ஜனவரி 15ஆம் தேதி. 3 மாதங்களுக்கு அந்த அலுவலகத்தில் பயிற்சி எடுத்துக்கொள்ள வேண்டும் என்றும், மாதந்தோறும் பயிற்சிக்கால அலவன்ஸ் 60 ரூபாய் தரப்படும் என்றும், அவ்வப்போது ஒவ்வொரு பிரிவுக்குச் சென்று, அந்தந்தப் பிரிவில் பயிற்சி எடுத்துக்கொள்ள வேண்டும் என்றும் பயிற்சிக் காலத்தில் எப்படி நடந்துகொள்ள வேண்டும் என்ற முறைகளையும் அவர் சொன்னார். அனைத்தையும் நல்ல பிள்ளையாக பணிவோடு கேட்டுக்கொண்டேன். என்னைப் பற்றியும் விசாரித்து தெரிந்து கொண்டார். நான் ஒரு DME படித்தவன் என்பதால் அலுவலகத்தில் எனக்கு ஒரு தனி மரியாதை கிடைத்தது. கையில் வைத்திருந்த, 'தீக்கதிர்' பேப்பரால்கூடக் கொஞ்சம் மரியாதை கிடைத்தது.

அலுவலகம் ஒன்றும் வறட்சியானதாக இல்லை. பயிற்சிக்கு வந்தவர்களிலும் ஏற்கெனவே பணியில் இருந்தவர்களிலும் அழகிய இளம் பெண்கள் கணிசமாக இருந்தார்கள். ஏற்கெனவே பணியில் இருந்த நண்பர்கள் சிங்கராஜும் ஜெகதீசனும் என்னிடம் மிகுந்த அன்பு பாராட்டினார்கள். ஜெகதீசன் அறையில் அவர் மட்டும் தனியாக இருப்பதாகவும் நான் அவரது அறையிலேயே தங்கிக் கொள்ளலாம் என்று சொன்னார்கள். எனக்கு மிகவும் மகிழ்ச்சி. முயற்சிகள் எதுவும் செய்யாமலேயே தங்குவதற்கான இடம் கிடைத்து விட்டது. அவர்கள் சுங்கத்திலிருந்து சற்று தள்ளி ராமநாதபுரத்தில் தங்கியிருந்தார்கள்.

அறையிலிருந்து அலுவலகத்துக்கு நடந்தே வந்துவிடலாம். அலுவலகம் முடிந்ததும் என்னுடைய பெட்டியைத் தூக்கிக்கொண்டு நடக்க ஆரம்பித்துவிட்டார்கள். நானே எடுத்துக்கொண்டு வருகிறேன் என்று எவ்வளவோ சொல்லியும் கேட்கவில்லை. அன்பு நண்பர் ஜெகதீசன் எனக்கு ஒரு நல்ல ஓர் அறை நண்பராக வாய்த்தார். நண்பர் சிங்கராஜ் அருகிலேயே இன்னொரு வீட்டில் இன்னொரு நண்பருடன் தங்கியிருந்தார்.

அவர்கள் ராமநாதபுரம் மெயின் ரோட்டில் இருந்த குப்பம்மாள் கபேயில் பதிவாக சாப்பிட்டனர். என்னையும் கடைக்காரரிடம் அறிமுகம் செய்து எனக்கும் ஒரு கணக்கு ஆரம்பித்துக் கொடுத்தனர். கடைக்காரரர் பார்ப்பதற்கு முரடாக இருந்தாலும் உண்மையில் மிகவும் கனிவானவர். கடையின் பெயர் ஒரு மாதிரி இருந்தாலும் உணவெல்லாம் சுவையான, வயிற்றுக்கு கெடுதல் செய்யாத உணவாகவே இருந்தது. எவ்வளவு சாப்பிட்டாலும் மாதம் 50 ரூபாய்தான். அறை வாடகையும் நானும் நண்பர் ஜெகதீசனும் பங்கு போட்டுக்கொண்டதில் ஆளுக்கு 10 ரூபாய்தான். எனவே இலாகா கொடுத்த ஸ்டைபண்டில் சாப்பாடும் தங்குமிடமும் சரியாகிவிடும். சோப்பு, பவுடர், எண்ணெய் வேறு தேவையான பொருட்களை நான் ஊரிலிருந்தேகொண்டு வந்துவிட்டேன். அண்ணனிடம் எப்போதாவது சிறிதளவு பணம் அனுப்பச் சொல்லுவேன்.

இப்படியாக என்னுடைய பயிற்சிக் காலம் நல்ல முறையில் மகிழ்ச்சியோடு ஆரம்பித்தது.

கோவை பயிற்சி நாட்கள்

என்னுடைய பயிற்சிக் காலத்தில் அலுவலகத்தில் ஒவ்வொரு செக்சனாகச் சென்று பயிற்சி எடுத்துக்கொள்ள வேண்டும். *Establishment section, Construction section, Cash accounts section, General section* என்று வெவ்வேறு பிரிவுகள் இருந்தன. ஒவ்வொரு செக்ஷனிலும் அதைப்பற்றிய விதிமுறைகள் அடங்கிய பெரிய பெரிய வால்யூமாக புத்தகங்கள் இருந்தன. ஒரு செக்சனில் பயிற்சி எடுக்கும்போது அதில் உள்ளவர்கள் அனைவரிடமும் எப்படி வேலை செய்வது என்று கற்றுக்கொள்வேன். போதாக்குறைக்கு வால்யூம்களையும் படிக்க வேண்டும்... பயிற்சி எடுத்துக்கொண்ட நேரம் போக பொதுவான விஷயங்களை குறிப்பாக நாட்டு நடப்பை, அரசியலை அவர்களிடம் பேச ஆரம்பிப்பேன். பத்து நாட்களிலேயே அனைத்து செக்ஷனிலும் உள்ள அனைவரோடும் நெருக்கமாக பழக்கம் வைத்துக்கொண்டேன். அவர்களும் என்னோடு அன்பாகவும் நெருக்கமாகவும் இருந்தார்கள்.

நான் அதுவரை சினிமாக்களில் மாத்திரமே பார்த்திருந்த டெலிபோனை நேரடியாக அந்த அலுவலகத்தில் பார்த்தேன். ஒவ்வொரு ஹெட் கிளார்க் மேசையிலும் டெலிபோன் இருந்தது. தேவைப்படுகிறவர்கள் அலுவலக விஷயமாகவோ, சொந்த விஷயமாகவோ ஹெட் கிளார்க் அனுமதியோடு அந்த டெலிபோனில் பேசிக்கொண்டிருந்தார்கள். எனக்கும் டெலிபோனில் பேச ஆசையாக இருந்தது. எப்படி பேச வேண்டும் என்று தெரியவில்லை. எந்தப் பக்கத்தை காதில் வைக்க வேண்டும் எந்தப் பக்கத்தை வாயில் வைக்க வேண்டும் என்பதை மற்றவர்கள் பேசும்போது கூர்மையாக கவனித்து வைத்துக்கொண்டேன். இதை மனதில் பதிய வைப்பதற்கு இரண்டு, மூன்று நாள் ஆகிவிட்டது. ஆனால் யாரிடம் பேசுவது? ஜெகதீசனிடமும் சிங்கராஜுவிடமும் சொன்னேன். அவர்கள் செக்ஷன் டெலிபோன் நம்பரைக் கொடுத்தார்கள்.

என்னுடைய ஹெட் கிளார்க்கிடம் அனுமதி வாங்கி அந்த நம்பரை டயல் செய்தால் அது அவர்களுடைய செக்ஷனுக்குப் போகும். ஹெட் கிளார்க்தான் போனை எடுப்பார். அவரிடம் ஜெகதீசனிடம் பேச வேண்டும் என்று சொன்னால் ஜெகதீசனிடம்

பேசலாம். இப்படியாக ஒருவாறு டெலிபோனில் பேச கற்றுக் கொண்டேன். முதன்முதலில் டெலிபோனில் ஜெகதீசனிடம் பேசியபோது எவ்வளவு பெரிய மகிழ்ச்சி! டெலிபோன் இருக்கிற ஆபீஸுக்கு வேலைக்கு வந்தது எவ்வளவு பெரிய பாக்கியம்!

சிறிது நாட்கள் கழித்தும் அந்த அலுவலகத்தில் தொழிற்சங்கம் இருக்கிறதா என்று மெதுவாக விசாரித்தேன். ஒரு மிகப் பெரிய தொழிற்சங்கம், அகில இந்திய அளவில் செயல்பட்டுக் கொண்டிருக்கும் ஓர் அற்புதமான தொழிற்சங்கத்தின் கிளை அந்த அலுவலகத்தில் இருந்தது. தோழர் PSS (தோழர் P.S.சுப்பிரமணியம்) தான் அந்தக் கிளையின் செயலாளர் என்று சொன்னார்கள். அவரிடம் நான் ஏற்கெனவே பழகி வைத்திருந்தேன். நல்ல வேளையாகப் போயிற்று. அவரிடம் தொழிற்சங்க விஷயங்களை கேட்டுத் தெரிந்துகொண்டேன்.

தேசிய தபால் தந்தி ஊழியர் சம்மேளனம் (National Federation of P & T Employees, சுருக்கமாக NFPTE) என்பது சம்மேளனத்தின் பெயர். சம்மேளனத்தின் கீழ் ஒன்பது அகில இந்திய சங்கங்கள் இணைந்திருந்தன. அந்த ஒன்பது சங்கங்களில் இரண்டு எங்கள் அலுவலகத்தில் இருந்தன. ஒன்று, All India Telegraph Eng Employees Union class III, சுருக்கமாக E,3. மற்றது All India Telegraph Eng Employees Union Linestaff & Class.IV, சுருக்கமாக E.4.

தோழர் PSS எப்பொழுதும் மாறாத புன்னகையுடன் விளங்குகிற தோழர். அந்த E.3 கிளையின் செயலாளர் மட்டுமல்ல கோவை மாவட்டக் கிளையின் பொருளாளரும்கூட. இந்த விவரங்களை அறிந்துகொண்டதில் எனக்கு மிகுந்த மகிழ்ச்சி. வேலை கிடைத்து இலாகா ஊழியரானால் E.3 சங்கத்தில் சேர்ந்துவிட வேண்டும் என்று நான் முடிவு செய்துகொண்டேன். தோழர் ஓம் பிரகாஷ் குப்தா என்ற பெரிய தலைவர் சம்மேளனத்தின் பொதுச் செயலாளராகவும் தோழர் ஜெகன் தமிழ் மாநிலச் செயலாளராகவும் இருந்ததை தெரிந்துகொண்டேன். அகில இந்திய அளவில் பரவி விரிந்திருந்த ஒரு பெரிய தொழிற்சங்கத்தில் நான் உறுப்பினராகி, என்னுடைய தொழிற்சங்க வாழ்க்கை சிறப்பாகப் பரிணமிக்கும் என்ற மகிழ்ச்சி எனக்குள் ஏற்பட்டது.

என்னுடைய கையிலிருந்த 'தீக்கதிரை'ப் பார்த்துவிட்டு தோழர் PSS அவரது மேஜை டிராயிலிருந்து 'New Age' பத்திரிகையையும்

'தாமரை' இதழையும் எடுத்து மேஜை மேல் வைத்தார். அவர் CPI கட்சியின் பற்றாளர் என்பதும் அந்தக் கட்சிக்காக அலுவலகத்தில் உறுப்பினர் சேர்த்துக்கொண்டிருந்தார் என்பதும் தெரிய வந்தது. நமது கட்சிக்கும் யாராவது கிடைப்பார்களா என்று முயற்சிக்க வேண்டும் என்று எண்ணிக்கொண்டேன்.

அலுவலகத்தில் நான் சந்தித்த நண்பர்களில் மிக முக்கியமானவரைப் பற்றி நான் சொல்லியாக வேண்டும். அவர்தான் தோழர் U. முத்தையா. மிகவும் பணிவான , பிரியமான தோழர். அவரிடம் மெள்ள மெள்ளப் பேச ஆரம்பித்தேன். அவர் தங்கியிருந்த அறைக்கு ஒரு நாள் சென்றேன். பெரிய அம்பேத்கர் படம் மாட்டியிருந்தார். சமூக நீதியை நிலைநாட்டும் போராட்டத்தில் அம்பேத்கரின் பங்கு மகத்தானது. ஆனால் அம்பேத்கரின் வழியில் இந்தப் பிரச்னைக்கு தீர்வு எதுவும் சாத்தியமில்லை. இதை அவருக்கு எப்படி புரிய வைப்பது என்று தெரியவில்லை. அவரிடம் தொடர்ந்து பேசினேன். 'மார்க்சிசத்துக்கு வெளியில் இந்தப் பிரச்சனைக்கு தீர்வு ஒன்றும் இல்லை' என்று அவரிடம் சொன்னேன். என்மேல் இருந்த அன்பு, மரியாதை காரணமாக நான் சொன்னதை ஓரளவு ஏற்றுக்கொண்டார். அவர் பிற்பாடு சொந்த ஊரான ஸ்ரீவில்லிபுத்தூர் சென்றதன்பின் அவர் ஒரு முழுமையான CPI(M) உறுப்பினராக மாறினார். கோவை மண்ணில் நான் போட்ட விதை ஸ்ரீவில்லிபுத்தூர் மண்ணில் முளைத்து பெரிய மரமாக வளர்ந்தது.

நான் ஜனவரி **15, 1968**ல் பயிற்சிக்குச் சேரந்தேனல்லவா? மார்ச் **15**ல் பயிற்சி முடிந்து நான் இலாகாவில் நியமனம் பெறவேண்டும். என்ன துரதிருஷ்டம்! என்னோடு பயிற்சி பெற்ற அனைவருக்கும் வேலை நியமனம் கிடைத்து விட்டது. கடைசியாக வந்த எனக்கு மட்டும் நியமனம் செய்வதற்கான காலியிடம் இல்லாமல் போய்விட்டது. ஊருக்கு திரும்பிபோய் விடும்படியும் இடம் காலியானவுடன் தகவல் சொல்வதாகவும் சொன்னார்கள். 'வேலை கிடைக்கும் என்ற கனவோடு வந்துவிட்டு, காலியிடம் இல்லை, வேலை கிடைக்க இன்னும் நாளாகும் என்று சொன்னால், ஊரில் அதை எப்படி தாங்கிக்கொள்வார்கள்?' என்று நினைத்துப் பார்த்தேன். அநேகமாக யாராலுமே தாங்கிக் கொள்ள முடியாது. அலுவலக நண்பர்களுக்கும் ஒரே அதிர்ச்சி. ஒரு குழு அலுவலக நிர்வாகப் பிரிவுக்குச் சென்று எல்லா விவரங்களையும் சரிபார்த்ததில் மார்ச் **28**ஆம் தேதி குன்னூரில் ஒரு காலியிடம் ஏற்படும் என்றும் அதில் என்னை நியமனம் செய்யலாமென்றும் தெரிய வந்தது.

ஜெகதீசனும் சிங்கராஜும் மற்ற நண்பர்களும் என்னை ஊருக்குப் போகவேண்டாமென்று தடுத்து நிறுத்திவிட்டார்கள். மார்ச் 15 லிருந்து 28 வரை சிறிய இடைவெளிதானே?. கோவையிலேயே எங்கேயாவது சுற்றிக்கொண்டு பொழுதைப் போக்கிக்கொண்டிரு' என்று சொன்னார்கள். கொஞ்ச நாட்கள் தான் என்று சொன்னாலும் செலவுக்குப் பணம் வேண்டுமே? மார்ச் 1ஆம் தேதி ஏற்கெனவே தரவேண்டிய வாடகைப் பணத்தை ஜெகதீசனுக்கு நான் தராமல் வைத்திருந்தேன். அவன் வேண்டாமென்று சொல்லிவிட்டான். மிக மிக அரிய உதவி குப்பம்மாள் கடை ஓனருடையதுதான். 'நீங்கள் பாட்டுக்கு வேளா வேளைக்கு சாப்பிடுங்கள். பணத்தைப் பற்றி பிரச்சனையே இல்லை. உங்களுக்கு வேலை கிடைத்து, உங்கள் முதல் சம்பளத்தில் எனக்கு கொடுத்தால் அதுவே சந்தோஷம்' என்று மனம் நிறைந்து சொன்னார். அவரை அப்படியே கட்டித் தழுவிக்கொள்ள வேண்டும்போல் இருந்தது. ஆனால், அந்த முரட்டு உருவத்தை கட்டித்தழுவுவதற்கு எனது கைகளின் நீளம் போதாது. எனவே, அவரது உடம்புக்குள் இருந்த அந்த அன்பான மனதை வெளியே எடுத்து அதைத் தழுவிக்கொண்டேன்.

ராமநாதபுரத்தில் ஒரு நூலகம் இருந்தது எனக்குத் தெரியும். போகும் வழிவரும் வழியில் அந்த நூலகத்தைப் பார்த்திருக்கிறேன். இனி 12 நாளைக்கு அதுதான் கதி. சாப்பிட வேண்டியது, நூலகம் போகவேண்டியது, சிறிது நேரம் அந்தப் பகுதியில் சுற்றித் திரிய வேண்டியது, அலுவலகம் முடிந்து நண்பர்கள் வரும் நேரம் அறைக்குச் செல்ல வேண்டியது. இப்படியாக நாட்களை ஓட்டினேன்.

28 மார்ச் 68ல் குன்னூர் SDO Telegraphs அலுவலகத்தில் என்னை பணி நியமனம் செய்து உத்தரவு வழங்கினார்கள். நண்பர்கள் அனைவருக்கும் வருத்தம். 'குன்னூர் ஒரு பனிஷ்மென்ட் ஏரியா. அங்கேயா உங்களைப் போட்டிருக்கிறார்கள்?' என்று சொல்லி வருத்தப்பட்டார்கள். ஆனால், பாலிடெக்னிக் இறுதி வருடப் படிப்பின்போது நாங்கள் டூர் போய் மகிழ்ந்த நீலகிரி அது.

குன்னூர் சிம்ஸ் பார்க்கும், ஊட்டி போட் கிளப்பும், பொட்டானிக்கல் கார்டனும், தொட்டபெட்டாவும், அதன்மேல் நின்றுகொண்டு தென்னிந்தியாவிலேயே உயரமான தொட்டபெட்டாவைவிட இப்போது நான் 5 1/2 அடி அதிக உயரமானவனாக இருக்கிறேன் என்று நினைத்துக்கொண்டதும், குந்தாவும், எமரால்டும் இந்த அழகான மலைப்பிரதேசத்தில் சிறிது

காலமாவது வசிக்கும் ஒரு வாய்ப்புக் கிடைக்காதா என்று நான் ஏங்கியதும் எனது மனதுக்குள் வேகமாக சுழன்றன.

யார் என்ன சொன்னாலும் மிகுந்த மன நிறைவோடு குன்னூர் செல்வதற்கு நான் தயாரானேன்.

நண்பர்கள் சிங்கராஜும் ஜெகதீசனும் குன்னூரில் ஏற்கெனவே பணியில் இருந்த நண்பர்களுடன் பேசி எனக்கு தங்குவதற்கான ஏற்பாடுகளைச் செய்தார்கள். நான் எவ்வளவு சொல்லியும் கேளாமல் என்னுடைய பெட்டியைத் தூக்கிக்கொண்டு என்னுடன் குன்னூர் வந்தார்கள். என்றும் மறக்கவே முடியாத என் அன்புத் தோழர்கள். குன்னூர் பஸ் ஸ்டாண்டு தாண்டி சிறிது தூரம் ஊட்டி ரோட்டில் சென்றால், குன்னூர் ரயில்வே ஸ்டேஷனுக்கு சற்று முன்னதாகவே இருந்த ராமச்சந்திரா லஞ்ச் ஹோமில் நான் தங்கிக் கொள்ள ஏற்பாடாகி இருந்தது. என்னுடைய அறை நண்பன் அன்புத் தோழன் விஸ்வேஸ்வரன்.

மறுநாள் அப்பர் குன்னூரிலிருந்த *SDO Telegraphs* அலுவலகம் சென்று என்னுடைய நியமன உத்தரவைப் காண்பித்தேன். ஒரு *joining report* எழுதிக் கொடுத்து வேலையில் சேர்ந்தேன். 1968 மார்ச் 28 நான் தபால் தந்தி இலாகா ஊழியனாகி, விரைவில் ஒரு தொழிற்சங்கவாதியாகப் பரிணமித்த நன்னாள். எனது வாழ்க்கையின் அடுத்த கட்டத்துக்கு என்னை உந்தித் தள்ளிய ஒரு பொன்னான நாள்.

நீலகிரி மாவட்டம் முழுவதும் மேற்குத் தொடர்ச்சி மலையில் தமிழ்நாடு, கேரளா, கர்நாடகா மூன்று மாநிலங்களும் சந்திக்கும் இடத்தில் அமைந்துள்ளது. மலைகளின் ராணி என அழைக்கப்படும் ஊட்டி மற்றும் குன்னூர், கோத்தகிரி என்ற மூன்று பெரிய ஊர்களைக் கொண்டது நீலகிரி மலை மாவட்டம். குன்னூரை எனக்கு மிகவும் பிடித்திருந்தது. மலைச் சரிவில் பச்சைக் கம்பளம் விரித்தாற்போன்ற தேயிலைத் தோட்டங்களும் வளைந்து வளைந்து செல்லும் மலைப்பாதைகளும் நீர்ஒழுக்குகளும் ஓடைகளும் அந்த பொம்மை ரயில் போன்ற குட்டி ரயிலும் எழில் கொஞ்சும் ரயில் பாதையும் பாதையில் வந்து போகும் இருண்ட குகைகளும் முதுமலை புலிகள் காப்பகமும் லாம்ப்ஸ் ராக்கும் டால்பின்ஸ் நோசும் காட்டேரி பால்சும் கேதரின் பால்சும் லாஸ் பால்சும் ஆர்ச்செடின் அருகில் எக்கோ ராக்கும் அங்கிருந்து பார்த்தால் தெரியும் அழகிய பில்லூர்டேமும் அந்த மலையிலேயே நீளமான பைக்காரா நதியும் நாய்க்கடி விஷத்துக்கு மருந்து தயாரிக்கும்

பாஸ்டியர் இன்ஸ்டிட்யூட்டும் பகாசுர மலையும் வானுயர வளர்ந்து தனது மணத்தையும் மருத்துவ குணத்தையும் பரப்பிக்கொண்டே இருக்கும் யூகலிப்டஸ் மரங்களும் சவுக்குத் தேக்கு மரங்களும் பழத்தோட்டங்களும் மலைச் சரிவில் ஸ்டெப் ஸ்டெப் பாக உருவாக்கப்பட்டிருக்கும் காய்கறித் தோட்டங்களும் வானிலிருந்து இறங்கி வந்து மலை முகடுகளில் தவழ்ந்துகொண்டிருக்கும் முகில் கூட்டங்களும் ஊருக்குள் புகுந்து நம்மை தழுவிச் செல்லும் மஞ்சும் மிஸ்டும் இன்னும் இன்னும் மனதைக் கவரும் எத்தனையோ எழில்களும் தன்னகத்தே கொண்டிருந்தது நீலகிரி மாவட்டம். அணு அணுவாக நான் நேசித்த விளாத்திகுளத்துக்கு அடுத்தபடியாக நான் மிகவும் நேசித்த இடமாக அது இருந்தது.

நான் தங்குவதற்கு ஏற்பாடாகி இருந்த ராமச்சந்திரா லஞ்ச் ஹோம் ஒரு மலையாளி நாயருக்குச் சொந்தமானது. மதிய உணவு, இரவு உணவு (டிபன் அல்ல; சாப்பாடுதான்), அறை வாடகை, காலையில் குளிப்பதற்கு ஒரு வாளி நிறைய வென்னீர் இவையெல்லாம் சேர்த்து மாதம் 60 ரூபாய். அப்படி ஒரு பேக்கேஜ். காலை டிபன் மட்டும் தனி. நோட்டுப் புத்தகத்தில் கணக்கு எழுதிக் கொள்ள வேண்டும். குளிர் கால உடைகள் ஸ்வெட்டர், கம்பளிப்போர்வை எல்லாம் நாம் வாங்கிக் கொள்ள வேண்டும். வாடகைக்கும் கம்பளிப் போர்வை தருவார்கள். அலுவலகம் அப்பர் குன்னூரில் இருந்தது. முழுசாக ஒரு மலை ஏற வேண்டும். காலை சாப்பிட்டு விட்டு பஸ் ஸ்டாண்டு வரை சம தரையில் நடந்து சென்று அங்கிருந்து டிசாஞ்சுரி மேட்டில் செங்குத்தாக ஏறி பெட்போர்டு சந்திப்பை அடையவேண்டும். பெட்போர்டு சந்திப்பிலிருந்து தொடர்ந்து மேலேறிச் செல்லும் ரோடு வழியாக SDOT அலுவலகம் அடைய வேண்டும். மதியம் மலையிலிருந்து டிசாஞ்சுரி மேடு வழியாக இறங்கி ராமச்சந்திராவில் சாப்பிட்டுவிட்டு மீண்டும் முழுசாக மலை ஏற வேண்டும். தங்குமிடமும் சாப்பாடும் அடிவாரத்திலும் அலுவலகம் மலை உச்சியிலும் இருந்தன. எனவே, தினமும் இரண்டு முறை, காலை சாப்பாடு முடிந்து ஒரு முறையும் மதியம் சாப்பாடு முடிந்து ஒரு முறையும் மலை ஏறி இறங்க வேண்டும். அது அந்த வயதில் ஒரு உற்சாகமான அனுபவமாக இருந்தது. நான், கோபால், விஸ்வேஸ்வரன், பின்னர் மைசூரிலிருந்து புதிதாக வேலைக்கு வந்த நஞ்சுண்டசாமி நால்வரும் ஒரு கோஷ்டியாக அந்த டிசாஞ்சுரி மேடு என்னும் மலைப்பாதையில் பேசி சிரித்துக் கொண்டே ஏறி இறங்குவோம். மைசூரில் ஒரு புகழ்பெற்ற சிவன் கோயில்

இருக்கிறது. அந்த சிவனுக்கு நஞ்சுண்டசாமி என்று பெயர். எனவே, மைசூரில் நிறைய பேருக்கு இந்தப் பெயர் இருக்கிறது. கர்நாடக மாநிலம் மைசூரில் இப்படி ஒரு தூய தமிழ்ப் பெயர் இருப்பது மிக ஆச்சரியமான விஷயம்.

மெயின்ரோட்டிலிருந்து கீழே பிரிந்து செல்லும் பாதையில் எங்கள் அலுவலகம் இருந்தது. மெயின்ரோட்டிலிருந்து நேரே மேலே நடந்து சென்று வலதுபுறம் கோத்தகிரி ரோட்டில் திரும்பினால் தொலைபேசி நிலையம் முதல் கட்டிடமாக இருந்தது. அதன் எதிரே குன்னூரின் புகழ் வாய்ந்த சிம்ஸ் பார்க் இருந்தது. கோவை *DE* ஆபீசுக்குப் பேசவேண்டுமானால் தொலைபேசி நிலையத்தில் டிரங்க் கால் புக் பண்ணி பேசவேண்டும். தெரிந்தவர்கள் டூட்டியில் இருந்தால், புக் பண்ணாமல் ஓசியிலேயே பேசிவிடலாம். இப்படியாக தொலைபேசி நிலைய ஊழியர்களோடு ஒரு தொடர்பு கிடைத்தது. அலுவலகத்தில் *SDO*, வாக *U.A.* மாரியப்பன் என்ற அதிகாரி இருந்தார். மிகவும் நல்லவர். சுப்பாராவ் என்று ஒரு தலைமை எழுத்தர் இருந்தார். அதுபோக, பொன்னம்மாள், கருணாகரன், ரெங்கசாமி, ராதாகிருஷ்ணன், கோபால் விஸ்வேஸ்வரன் ஆகியோரும் நானும் இருந்தோம். அலுவலகத்திலிருந்து சற்றுத் தள்ளி இருந்த குட்டிகிருஷ்ணன் கடையில் பதிவாக டீ குடித்தோம். அதற்கும் கணக்கு வைத்திருந்தோம்.

அலுவலகத்தில் அனைவருமே தமிழர்கள். ஆனால், தொலைபேசி நிலையம் வித்தியாசமாக இருந்தது. ஆங்கிலோ இந்தியர்கள் மலையாளிகள், தமிழர்கள், அந்த நீலகிரி மலைக்குச் சொந்தமான மண்ணின் மைந்தர்கள் என்று தொலைபேசி நிலையம் ஒரு பல நிறப் பூக்கள் மலர்ந்திருக்கும் அழகிய பூந்தோட்டம்போல் இருந்தது. தொலைபேசி நிலையத்தில் இடதுசாரிச் சிந்தனையுள்ள நல்ல நண்பர்கள் கிடைத்தார்கள். தோழர்கள் ஜீவி அய்யாசாமி, அனந்தராஜன் போன்றோர். மலையாளிகளில் தோழர்கள் குரியாகோஸ், உன்னிகண்ணன் போன்ற நண்பர்கள் இருந்தார்கள். நஞ்சுண்டசாமிக்கு கொஞ்ச நாள் தமிழ் பேச கற்றுக்கொடுத்தோம். விரைவிலேயே எங்களைவிட அருமையாக தமிழ் பேச கற்றுக்கொண்டார்.

நானும் நண்பர்களும் ஒவ்வொரு இடத்திற்கும் நடந்து சென்றோம். லாம்ப்ஸ் ராக்கிற்கு நடந்தே சென்றிருக்கிறோம். காட்டேரிக்கும் லாஸ் பால்ஸுக்கும் நடந்துசென்றிருக்கிறோம். குன்னூரிலிருந்து 2 கி.மீ. தூரம் இருக்கும் கவுடா தியேட்டருக்கும் வெலிங்டனுக்கும் *DSSC*க்கும் கிளிமஞ்சாரோ தியேட்டருக்கும் நடந்தே சென்றிருக்கிறோம். ஒருமுறை சாப்பாடு கட்டிக்கொண்டு பகாசுர மலைக்கு நடந்து

சென்றிருக்கிறோம். அது ஒரு வயது. அது ஒரு காலம்.

என்னுடைய நோக்கத்திலும் குறியாக இருந்தேன். தொலைபேசி நிலையம் சென்று சங்கத்தில் சந்தா கட்டி உறுப்பினரானேன். சிறிது நாட்களிலேயே SDOT. அலுவலகத்துக்கு தலைவர் பதவி கொடுக்கவேண்டுமென்று முடிவு செய்து என்னை சங்கத்தின் தலைவராக ஆக்கினார்கள். அருமைத் தோழர் அய்யாசாமி கிளைச் செயலராக இருந்தார். குன்னூர் பஸ் நிலையத்திலிருந்து மவுண்ட் ரோடு வழியாகச் சென்றால், சிறிது தூரத்தில் ரோடுலட்சுமி தியேட்டர் பக்கம் இடது புறமாக வளைந்து செல்லும். இடதுபுறம் வளையாமல் நேரே செங்குத்தாக உயரே செல்லும் படிக்கட்டுகளில் ஏறினால், இடையே தந்தி மாரியம்மன் கோயில் ரோடு குறுக்கே செல்லும். ரோட்டில் ஏறி வலதுபுறம் திரும்பினால், முதல் கட்டிடம்தான் CPI (M) குன்னூர்க் கிளை அலுவலகம். அலுவலகத்தை விசாரித்து தெரிந்துகொண்டு நியமனம் பெற்ற முதல் வாரத்திலேயே அங்கு போய்ச்சேர்ந்தேன். அப்போது நீலகிரி தனிக் கட்சி மாவட்டமாக இருந்தது. அருமைத் தோழர் ராஜன் கட்சியின் மாவட்டச் செயலராகவும் தோழர் K.M.குட்டன் குன்னூர் கிளைச் செயலாளராகவும் இருந்தார்கள். நான் முதன் முறையாக அலுவலகம் சென்றபோது தோழர் குட்டனும் அவருடைய மனைவி தோழர் லதாவும் அங்கு இருந்தார்கள். என்னை அறிமுகம் செய்துகொண்டு கட்சி உறுப்பினராக வேண்டும் என்று கேட்டுக்கொண்டேன். என்னை மகிழ்ச்சியோடு கட்சி உறுப்பினராக ஏற்றுக்கொண்டார்கள். நான் வந்து சேர்ந்ததை முன்னிட்டு ஒரு கிளைக் கூட்டமும் நடத்தினார்கள். எனது மாத லெவி 3 ரூபாய் என்று நிர்ணயம் செய்யப்பட்டது. நான் தோழர் குட்டனுடன் சேர்ந்து அவ்வப்போது பிளான்டேசன் ஒர்க்கர்ஸ் யூனியனில் செயல்படுவது என்றும் 'தீக்கதிர்' ஏஜெண்டாக செயல்படுவது என்றும் தீர்மானிக்கப்பட்டது. மொத்தம் 7 பேர் தீக்கதிர் வாங்கினார்கள். அப்போது தீக்கதிர் வாரப்பத்திரிகையாக வந்துகொண்டிருந்தது. ஏழு பேரில் மூன்று பேர் வெவ்வேறு மலைகளிலும் நாலு பேர் பள்ளத்தாக்குகளிலும் இருந்தார்கள். மொத்தம் 7 மலை ஏறி இறங்க வேண்டும். வாரத்தில் 2, 3 நாட்கள் தோட்டத் தொழிலாளிகளைச் சந்திக்க தோழர் குட்டனுடன் போக வேண்டும். என்னுடைய தொழிற்சங்க வாழ்க்கையும் கட்சி வாழ்க்கையும் இப்படியாக 1968 ஏப்ரல் முதல் வாரத்தில் துவங்கியது.

குன்னூர் நாட்கள் -1

நான் குன்னூரில் நியமனம் பெற்ற மார்ச் மாதத்திற்குப் பிறகு ஜூன், ஜூலை மாதங்களில் குன்னூரில் எங்கள் அலுவலகத்தில் புதிதாக நஞ்சுண்டசாமியும் சரளாவும் வேலைக்குச் சேர்ந்தார்கள். தன்னுடைய பிறந்த தேதியான ஜூன் 2ல் அருமை நண்பன் தாசன் பெர்னாண்டோ ஊட்டியில் மீட்டர் ரீடிங் கிளார்க்காக பணியில் சேர்ந்தான். ஒரு காலகட்டம் வரை மீட்டர் ரீடிங் பணியை டெலிபோன் இயக்குனர்கள் செய்து வந்தார்கள். தொழிற்சங்கம் அந்தப் பிரச்சனையை எடுத்து மீட்டர் ரீடிங் பணியை கிளார்க்குகளுக்கு வாங்கித் தந்தது. குன்னூரில் நானும் ஊட்டியில் நண்பன் தாசனும் இருந்தது எங்கள் நட்பு தொடர வழிவகை செய்தது.

ஆகஸ்டு மாதத்தில் *E.3* சங்க மாநிலச் செயலாளர் தோழர் ஜெகன் வருகையையொட்டி சங்கத்தின் பொதுக்குழுக் கூட்டத்தை தொலைபேசி நிலைய மாடியில் நடத்தினோம். செப்டம்பர் 19ல் நடைபெற இருக்கும் வேலைநிறுத்தம் பற்றி தோழர் ஜெகன் விரிவாக எடுத்துரைத்தார். வேலை நிறுத்தத்தை வெற்றிகரமாக நடத்தவேண்டும் என்று கேட்டுக்கொண்டார். அதைத் தொடர்ந்து நான் தோழர்கள் அய்யாசாமி, அனந்தராஜன், ஜீவி அடங்கிய எங்கள் டீம் முழுமூச்சாக வேலை நிறுத்த தயாரிப்புப் பணிகளில் இறங்கியது.

அகில இந்திய அளவில் மெக்கானிக்குகள் *E.3* சங்கத்தில் இல்லாமல் மெக்கானிக் அசோசியேஷன் என்ற தனி அமைப்பில் இருந்தார்கள். அவர்களுடைய அந்த அமைப்பு இந்த வேலை நிறுத்தத்தில் கலந்துகொள்ள வேண்டாம் என்று அறிவிப்பு வெளியிட்டது. அனந்தராஜன் ஒரு மெக்கானிக் என்பதால் குன்னூரிலிருந்த 9 மெக்கானிக்குகளின் கூட்டத்தை நடத்தி அவர்களிடம் வேலைநிறுத்தத்தின் முக்கியத்துவத்தை விளக்கிச் சொல்லி வேலை நிறுத்தத்தில் கலந்துகொள்ள அவர்களை தயார் செய்தோம். ஒரே ஒரு மூத்த தோழர் மட்டும் பணி ஓய்வு பெறும் நிலையில் இருந்தார். அவருக்கு மட்டும் விலக்கு அளிக்கப்பட்டது.

அடுத்து, பெண்களைத் தயார் செய்வது பற்றி யோசித்தோம். எங்களோடு ஏற்கெனவே இருந்த தொடர்பு காரணமாக பெண்கள் வேலை நிறுத்தத்தில் கலந்துகொள்ள தயாராக இருந்தனர்.

இருந்தாலும் வீட்டார் அனுமதி வேண்டும். எனவே, வீடு வீடாக செல்வது என்று முடிவு செய்தோம். வேலை நிறுத்தத்தின் அவசியத்தையும் நியாயத்தன்மையையும் விளக்கமாக எடுத்துச் சொன்னோம். எங்களது பிரச்சாரம் எடுபட்டது.

ஒரே ஒரு ரயில்வே ஊழியர் மட்டும் குடியரசுத் தலைவர் கடவுளுக்கு சமமானவர் என்றும் அவர் கூடாது என்று தடை செய்த வேலை நிறுத்தத்தில் தனது மனைவி கலந்துகொள்ள மாட்டாள் என்றும் சொன்னார். ஆனால் அந்தப் பெண் தோழர் வேலை நிறுத்தத்தில் கலந்துகொள்ள மிகவும் ஆர்வமாக இருந்தார் என்று எங்களுக்குத் தெரியும். எனவே, ரயில்வேக் காரரோடு மனதில் ஏற்பட்ட கடுப்பையெல்லாம் அடக்கிக்கொண்டு நீண்ட நேரம் பொறுமையாக விஷயங்களை எடுத்துச் சொன்னோம். கடைசியாக வழிக்கு வந்தார். வேலை நிறுத்தம் செய்யும் பெண்கள் அனைவரும் ஒரே இடத்தில் இருந்தால், தனது மனைவி கலந்துகொள்வார் என்று சொன்னார். அதற்கு ஏற்பாடு செய்வதாக சொன்னோம்.

அஞ்சல் ஊழியர் சங்கங்கள், ரயில்வே ஊழியர் சங்கங்கள், மத்திய அரசுக்கு சொந்தமான அரவங்காடு வெடிமருந்து தொழிற்சாலை (கார்டைட் பேக்டரி) ஊழியர்களின் அகில இந்திய பாதுகாப்புத் துறை ஊழியர்கள் சம்மேளனம். அனைத்தையும் இணைத்து ஒரு கூட்டுப் போராட்டக்குழு அமைத்தோம். கூட்டுப் போராட்டக்குழுவின் கன்வீனராக நான் தேர்ந்தெடுக்கப்பட்டேன். ரயில்வேயில் *SRMU* தோழர்கள் நந்துவும் (நந்தகுமார்) வேணுவும் (வேணுகோபால்) தயாரிப்புப் பணிகளில் உற்சாகமாக ஈடுபட்டனர். ஊட்டியிலும் தயாரிப்புப் பணிகளுக்காக இரண்டு முறை சென்றுகூட்டங்கள் நடத்தினோம். அர்ஜுன் சிங் மானிட்டர், தாமஸ், தாசன் போன்றவர்கள் ஆர்வமாக இருந்தார்கள். கார்டைட் பேக்டரியில் **4500** பேர் வேலை பார்த்தார்கள். அத்தனை பேரும் *AIDEF*ஐ சேர்ந்தவர்கள். ஊர்வலம் நடத்த வேண்டும் என்று காலையில் போனில் சொன்னால் போதும். சாயங்காலம் குறைந்த பட்சம் **800** பேர் வந்து விடுவார்கள். ஸ்டிரைக் தயாரிப்புக்காக இரண்டு முறை குன்னூரில் பிரம்மாண்ட ஊர்வலங்களையும் பொதுக் கூட்டங்களையும் நடத்தினோம்.

எங்களது *SDOT* அலுவலக நண்பர்களிடம் தயாரிப்புப் பணிகளைச் செய்தோம். **6** மாதம் சர்வீஸ் போட்டிருந்த நான் நாலு மாத சர்வீஸ் போட்ட நஞ்சுண்ட சாமியையும் மூன்று மாத சர்வீஸ்

போட்ட சரளாவையும் மற்றுமிருந்த மூத்த தோழர்களையும் தயார் செய்யவேண்டியிருந்தது. மிகப்பெரிய சிரமத்தை நான் அனுபவிக்கவில்லை. அலுவலகம் அநேகமாக பூட்டியிருக்கும் என்ற நிலையை உருவாக்கினோம்.

கடுமையான அடக்குமுறை கட்டவிழ்த்து விடப்பட்டது. போலீஸ் கைதில் மாட்டிக்கொள்ள வேண்டாமென்று போராட்டக் குழுத் தலைவர்கள் ஒரு பத்திரமான இடத்தில் 17ஆம் தேதி இரவிலிருந்து 19ஆம் தேதி இரவு வரை என்னை தலைமறைவாக தங்க வைத்திருந்தனர். என்னுடைய தொழிற்சங்க வாழ்க்கையில் முதல்முறையாக நான் தலைமறைவு வாழ்க்கையை மேற்கொண்டேன்.

வேலை நிறுத்தத்தன்று பெண்களை மொத்தமாக டெலிபோன் பவனில் இருக்க வைத்து... தோழர்கள் அய்யாசாமியும் அனந்தராஜனும் ஜீவியும் பார்த்துக்கொண்டனர். எல்லாம் நல்லபடியாக போய்க்கொண்டிருந்தது. ஒரு டெலிபோன் இன்ஸ்பெக்டர் வந்து தன்னுடைய மனைவியை டூட்டிக்கு அனுப்ப வேண்டும் என்று சர்ச்சை செய்தார். காவல்துறையும் வந்தது. அந்தப் பெண் தோழருக்கு ஓர் இக்கட்டான நிலை. அவரை நமது தோழர்கள் அனுப்பி வைத்தார்கள்

நமது தோழர்கள். அவர்களாகவே முடிவு செய்து அந்த ரயில்வேகாரர் மனைவியையும் அனுப்பி விட்டார்கள். காவல்துறை கடுமையாக கெடுபிடி செய்தது. நமது தோழர்களை அங்கே இருக்கக்கூடாது என்றது. மீறி இருந்தால் கைது செய்வதற்கு தயாராக இருந்தார்கள் என்று தெரிந்தது. நமது தோழர்கள் தேவையற்ற பிரச்சனைகளை தவிர்க்க விரும்பினார்கள். எனவே, பெண்களிடம் சொல்லிவிட்டு கிளம்பி விட்டார்கள். நமது தோழர்கள் சென்ற பிறகு சில பெண் தோழர்கள் வீட்டுக்குச் சென்று விட்டார்கள். சிலர் டூட்டிக்கு சென்று விட்டார்கள்.

நமது கடுமையான தயாரிப்பு நடவடிக்கைகள் காரணமாக குன்னூரில் 70 சதம் அளவுக்கு வேலை நிறுத்தம் நடைபெற்றது. ஊட்டியிலும் வேலை நிறுத்தம் நடைபெற்றது. ஆனால், குன்னூர் அளவுக்கு இல்லை. குன்னூர், ஊட்டி போக... கோவை மாவட்டத்தில் பொள்ளாச்சியில் வெற்றிகரமான வேலைநிறுத்தம் நடைபெற்றது குறிப்பிடத்தக்கது. தோழர் லீனஸ் கிளைச் செயலராக இருந்தார். நமது சங்கத்தின் இப்போதைய மாநிலத்

தலைவர் தோழர் C. K. நரசிம்மனும் தோழர் G.P. நாயுடுவும் அப்போது பொள்ளாச்சியில் இருந்தார்கள். பொள்ளாச்சி தொலைபேசி நிலையத்தை பூட்டி சாவியை போலீஸ் ஸ்டேஷனில் கொடுத்து விட்டார்கள்.

அவ்வளவு பெரிய கோவை மாவட்டத்தில் குன்னூர், ஊட்டி, பொள்ளாச்சி தவிர வேறு எங்கும் குறிப்பாக கோவையில் வேலை நிறுத்தம் நடைபெறவில்லை என்பது மிகுந்த கடுப்பை ஏற்படுத்தியது. ஏதாவது செய்யவேண்டும் என்று யோசித்தோம். மூன்று மாதமே சர்வீஸான தோழர் சரளா கைது செய்யப்பட்டார் என்ற செய்தியைப் பரப்பினோம். கோவை DET அலுவலக கிளைச் செயலாளர் தோழர் P.S.சுப்பிரமணியன் இந்தச் செய்தியை அலுவலகம் முழுவதும் பரப்பி இந்தக் கைதுக்கு எதிரான ஒரு கண்டன இயக்கம் நடத்த... ஊழியர்களை கொஞ்சம் உசுப்பி விட்டார், அலுவலகம் மாலை **5.00** மணிக்கு முடியும். எனவே, மாலை **4.30** மணிக்கு ஒரு வெளிநடப்பு செய்து வீட்டுக்குப் போய் விடலாம் என்று முடிவு செய்யப்பட்டது. இந்த முடிவு செயல்படுத்தப்பட்டது. நாங்கள் எதிர்பார்த்தது நடந்து விட்டது. நிர்வாகம் இந்த அரைமணி வெளிநடப்பை முழு நாள் ஸ்டிரைக்காக எடுத்துக்கொண்டது. ஆக, DE அலுவலகமும் ஸ்ட்ரைக் பட்டியலில் சேர்ந்துகொண்டது. ஏதோ எங்களால் முடிந்தது.

குன்னூர் நாட்கள் – 2

1960 ஜூலை 11ல் துவங்கி நடந்த மத்திய அரசு ஊழியர்களின் காலவரையற்ற வேலைநிறுத்தப் போராட்டம்தான் விடுதலை அடைந்த இந்தியாவில் நடந்த முதல் பிரமாண்டமான அகில இந்திய வேலைநிறுத்தப் போராட்டம். இரண்டாம் ஊதியக்குழு முன்பு கீழ்க்கண்ட முக்கிய கோரிக்கைகள் வைக்கப்பட்டன.

1. 1957ஆம் ஆண்டு முக்கூட்டு மாநாட்டு முடிவின் அடிப்படையில் தேவை அடிப்படையிலான குறைந்தபட்ச ஊதியம்.
2. DA அடிப்படைச் சம்பளத்துடன் இணைக்கப்பட வேண்டும்.
3. உருப்படியான DA ஃபார்முலா வேண்டும்.

இந்தக் கோரிக்கைகளை இரண்டாம் ஊதியக்குழு நிராகரித்தது. எனவே, மத்திய அரசு ஊழியர் மகா சம்மேளனம், அகில இந்திய ரயில்வே ஊழியர் சம்மேளனம், அகில இந்திய பாதுகாப்புத் துறை

ஊழியர்கள் சம்மேளனம், தேசிய தபால் தந்தி ஊழியர் சம்மேளனம் இவை இணைந்து ஒரு கூட்டு நடவடிக்கைகள் குழு (JAC) உருவானது. JAC எவ்வளவோ முயற்சிகள் செய்தும், இந்திரா காந்தியின் கணவரான பெரோஸ்காந்தி M.P.போன்றவர்கள் வலியுறுத்தினாலும் நேரு அரசாங்கம் பேசுவதற்கு மறுத்தது. ஊதியக்குழு சிபாரிசுகள் award போன்றதாம். அதைப் பற்றி பேசவே முடியாதாம்.

வேறு வழியில்லை. ஜூலை 11, 1960லிருந்து காலவரையற்ற வேலை நிறுத்தம் என்று நோட்டீஸ் கொடுக்கப்பட்டது. ஜனநாயக உள்ளம் படைத்த நேரு அரசாங்கம் இந்த வேலை நிறுத்தத்தை தடை செய்யும் தடைச் சட்டம் (ESMO) கொண்டு வந்தது. இந்தப் போராட்டம் ஒரு Civil Rebellion என்று முத்திரை குத்தியது. கொடிய அடக்குமுறை கட்டவிழ்த்து விடப்பட்டது. ரயில்வே ஊழியர்கள் துப்பாக்கிச்சூட்டிலும் ரயில் ஏற்றியும் கொல்லப்பட்டனர். இவ்வளவுக்கும் பின்னரும் வேலைநிறுத்தம் வெற்றிகரமாக நடந்தது.

அரசு ஊழியர்கள் இப்படிப் போராடுவதைத் தடுக்க வேண்டும் என்று அரசு விரும்பியது. பிரிட்டனில் அரசுக்கும் ஊழியர்களுக்கும் தாவா ஏற்பட்டால் பேச்சுவார்த்தை நடத்தி தீர்வு காண்பதற்கு விட்லி கவுன்சில் என்று ஓர் அமைப்பு இருக்கிறதாம். அதுபோல் இங்கேயும் ஒன்று ஏற்படுத்தலாம் என்று அரசு விரும்பியது. அந்த அடிப்படையில் கூட்டுப் பேச்சுவார்த்தைக்குழு (JCM) 1966ல் உருவாக்கப்பட்டது.

ஜேசிஎம்மில் கீழ்க்கண்ட கோரிக்கைகள் வைக்கப்பட்டன.

1. தேவை அடிப்படையில் குறைந்தபட்ச ஊதியம்.
2. விலைவாசி உயர்வு முழுமையாக ஈடுகட்டப்பட வேண்டும்.
3. பஞ்சப்படி அடிப்படை சம்பளத்துடன் இணைக்கப்பட வேண்டும்.
4. காண்ட்ராக்ட் கேஷீவல் முறை ஒழிக்கப்பட வேண்டும் உட்பட ஏழு கோரிக்கைகள்.

நீண்ட நெடிய பேச்சுவார்த்தைக்குப்பின் disagreement கையெழுத்தானது. அப்படி உடன்பாடின்மை கையெழுத்தானால் அந்தப் பிரச்சனை கட்டாய நடுவர் தீர்ப்புக்கு விடப்படவேண்டும். ஆனால், அரசாங்கம் விட மறுத்தது. எனவே, மத்திய அரசு ஊழியர் மகா சம்மேளனம், அகில இந்திய ரயில்வே ஊழியர் சம்மேளனம், அகில இந்திய பாதுகாப்பு ஊழியர் சம்மேளனம்,

NFPTE இணைந்து JCA உருவானது. 1968 செப்டம்பர் 19ல் ஒரு நாள் அடையாள வேலை நிறுத்தம் செய்ய முடிவானது.

கூட்டு நடவடிக்கைக்குழு (JAC) வேலை நிறுத்தத்தை செப்டம்பர் 19 காலை 6.00 மணிக்குத் துவங்கி... மறுநாள் காலை 6.00 மணிக்கு முடித்துக்கொள்வது என்று முடிவு செய்தது. அரசை ஸ்தம்பிக்க வைக்கிற போராட்டமல்ல. கோரிக்கைகள் தீர்வடையாமல் பின்வாங்க மாட்டோம் என்று சொல்கிற போராட்டமல்ல. தங்கள் கோரிக்கைகளின்பால் அரசின் அக்கறையற்ற போக்கிற்கு எதிரான தங்களது அதிருப்தியை வெளிக்காட்டுகிற ஒரு நாள் அடையாள வேலை நிறுத்தப் போராட்டம்தான். 20ஆம் தேதி ஸ்ட்ரைக் முடிந்து காலை 6.00 மணிக்கு ஊழியர்கள் அனைவரும் தாங்களாகவே வேலைக்கு வந்து விடுவார்கள். இப்படி அதிருப்தியை வெளிப்படுத்துவதைக்கூட அரசாங்கத்தினால் சகித்துக்கொள்ள முடியவில்லை. கேடு கெட்ட அத்தியாவசியப் பணிகள் பராமரிப்பு அவசரச் சட்டத்தை (ESMO) கொண்டு வந்தது.

கடுமையான அடக்குமுறை கட்டவிழ்த்து விடப்பட்டது. போலீஸும் பாரா மிலிட்டரியும் (CRPF) போராடும் மத்திய அரசு ஊழியர்கள்மேல் ஏவிவிடப்பட்டது. ஒரு போர்க்கால சூழ்நிலை நிலவியது. தலைவர்களும் முன்னணி ஊழியர்களுமாக நாடு முழுவதும் 12,000 பேர் கைது செய்யப்பட்டு சிறையில் அடைக்கப்பட்டனர். கைது நடவடிக்கை 18ஆம் தேதியே துவங்கி விட்டது. டெல்லியில் மட்டும் 3,000 பேர் கைது செய்யப்பட்டு திகார் சிறையில் அடைக்கப்பட்டனர். மிகக் கடுமையன நடவடிக்கைகள் எடுக்குமாறு இலாகாக்களுக்கு உத்தரவிடப்பட்டது. சங்க அங்கீகாரம் பறிக்கப்பட்டது.

பல்லாயிரக்கணக்கான ஊழியர்கள் டிஸ்மிஸ் செய்யப்பட்டனர். 40,000 பேர் சஸ்பெண்டு செய்யப்பட்டனர். 64,000 தற்காலிக ஊழியர்களுக்கு ஒரு மாத டெர்மினேசன் நோட்டீஸ் கொடுக்கப்1 பட்டது. இந்தப் போராட்டத்தை நடத்தவிடாமல் நசுக்கிவிட வேண்டுமென்றும் ஜனாதிபதியின் அவசரச் சட்டத்தை கறாராக அமல் படுத்த வேண்டுமென்றும் மாநில அரசுகளுக்கு தாக்கீதுகள் அனுப்பப்பட்டன. அனைத்துக்கும் சிகரம் வைத்தாற்போல் துப்பாக்கிச்சூடு நடத்தியும் தண்டவாளத்தில் அமர்ந்து மறியல் செய்தவர்கள்மேல் ரயிலை ஏற்றியும் தடியடி நடத்தியும் பிகானீரிலும் பதான்கோட்டிலும் டெல்லி இந்திரப் பிரஸ்த பவனிலும் 17 பேர் கொடூரமாக கொல்லப்பட்டனர். 1960 ஜூலை

போராட்டத்துக்குப் பிறகு அந்தப் போராட்டத்தைவிட அதிக எண்ணிக்கையில் மத்திய அரசு ஊழியர்களின் அரிய உயிர்களைக் பறித்த போராட்டமாக **1968** செப்டம்பர் போராட்டம் அமைந்தது.

இந்திரா காந்தி அம்மையார் அரசாங்கத்தின் முற்போக்கு முகத்திரையை கிழித்தெறிந்து அதன் கோர முகத்தை வெளிக்காட்டிய போராட்டமாக இந்தப் போராட்டம் அமைந்தது. வேலை நிறுத்தம் ஒரு நாள்தான். ஆனால், பழிவாங்கும் நடவடிக்கைகள் தொடர்ந்து கொண்டே இருந்தன. இடமாறுதல்களும் இன்கிரிமெண்ட் வெட்டும் பிரேக் இன் சர்வீஸ் இன்ன பிற நடவடிக்கைகளும் தொடர்ந்தன.

இவ்வளவுக்கும் பிறகும் ஊழியர்களுக்கு சங்கத்தின் மீதிருந்த பற்றும் பிடிப்பும் எள்ளளவும் குறையவில்லை. பழிவாங்குதலுக்கு எதிரான போராட்டங்கள் துவங்கின. **10-10-1968** அன்று உண்ணாவிரதப் போராட்டம் நடந்தது. **17-10-68** அன்று பிரதமர் மாளிகை முன்பு பெருந்திரள் ஆர்ப்பாட்டம் நடைபெற்றது. பழிவாங்குதலை எதிர்த்து நாடு முழுவதும் விதிப்படி வேலை (work to rule) இயக்கம் வெற்றிகரமாக நடைபெற்றது. நாடு முழுவதும் ஊழியர்களுக்கு ஆதரவான நிலை ஏற்பட்டது. மையத் தொழிற்சங்கங்களும் மாநில அரசு ஊழியர் ஆசிரியர் அமைப்புகளும் ஆதரவு நடவடிக்கைகளிலும் நிவாரண நடவடிக்கைகளிலும் இறங்கின. பாராளுமன்றத்தில் எதிர்க்கட்சிகள் எழுப்பிய கேள்விகளால் அரசாங்கம் திக்கு முக்காடியது.

ஒரே ஒரு மாநிலம் மட்டும் மத்திய ஒன்றிய அரசின் ஆணைகளுக்குப் பணிய மறுத்தது. அது கேரளத்தில் தோழர் EMS தலைமையிலிருந்த கம்யூனிஸ்டு அரசாங்கம்தான். போராடும் மத்திய அரசு ஊழியர்களுக்கு தனது முழு ஆதரவையும் அந்த அரசு தெரிவித்தது. அந்த அரசைக் கலைத்து விடுவோம் என்ற ஒன்றிய அரசின் மிரட்டல்களுக்கு அது கொஞ்சமும் மசியவில்லை. கேரள மாநில போலீஸ் போராடும் மத்திய அரசு ஊழியர்களை கைது செய்யாது என்று அது அறிவித்தது. கேரளத்தில் வேலை நிறுத்தம் முழு வெற்றி அடைந்தது.

வன்முறை மூலம் மத்திய அரசு ஊழியர் இயக்கத்தை ஒன்றும் செய்ய முடியாது என்று அரசுக்குத் தெளிவாக தெரிந்தது. **1960**ல் அவிழ்த்துவிட்ட வரலாறு காணாத அடக்கு முறையை கம்பீரமாக எதிர் கொண்டு, ஏற்பட்ட காயங்களை விழுப்புண்களாக மாற்றிக்கொண்டு, ஓர் இயக்கம் எட்டே ஆண்டுகளில் மீண்டும்

இன்னொரு அகில இந்தியப் போராட்டத்தை வீறு கொண்டு நடத்தும் என்றால், பழிவாங்கும் நடவடிக்கைக்கு எதிரான போராட்டத்தையும் நடத்தும் என்றால் அதை பலவீனப்படுத்த வன்முறை மட்டும் போதாது என்றும் அரசு முடிவுக்கு வந்தது. அந்த இயக்கத்தின் பலம் எதில் இருக்கிறது என்று ஆராய்ந்து கண்டுபிடித்தது.

மத்திய அரசு ஊழியர் இயக்கத்தின் ஈட்டி முனையான தபால் தந்தி ஊழியர் இயக்கத்துக்கு ஒரே ஒரு சங்கம்தான் இருந்தது. அதுதான் அவர்களின் பலமாக இருந்தது. அதைப் பிளவுபடுத்த வேண்டும். ஒரு தொழிலுக்கு ஒரு சங்கம் என்பதுதான் எங்கள் தொழில் கொள்கை என்று தம்பட்டமடித்த காங்கிரஸ் கட்சியின் அரசாங்கம் அத்தகைய பெருமையோடு இருந்த NFPTEயை பிளவுபடுத்த FNPTO என்ற போட்டிச் சங்கத்தை உருவாக்கியது. ஒரு சங்கத்தை உருவாக்க குறைந்தபட்சம் 7 உறுப்பினர்கள் வேண்டும். ஆனால், ஒரு உறுப்பினர்கூட இல்லாத தோழர் ராமமூர்த்தியை ஒரு விசேஷ விமானத்தில் டெல்லிக்கு வரவழைத்து அவருக்கு சங்கம் ஆரம்பிக்க அங்கீகாரம் வழங்கியது அரசு.

வழக்கமாக தொழிலாளிகளைத திரட்டி, சங்கம் அமைத்து அவர்களுடைய கோரிக்கைகளுக்காக போராட்டங்களை நடத்தி கோரிக்கைகளில் ஒரு கோரிக்கையாக எங்கள் சங்கத்துக்கு அங்கீகாரம் வேண்டும் என்று தொழிற்சங்கங்கள் கேட்பதை வழக்கமாக பார்த்துக்கொண்டிருக்கிறோம். ஆனால் தோழர் ராமமூர்த்திக்கு அங்கீகாரம் கூரையைப் பிய்த்துக்கொண்டு வந்தது. இதோ அங்கீகாரம். இதை வைத்துக்கொண்டு உறுப்பினர் சேர்த்துக் கொள். சங்கம் ஆரம்பி என்று அரசாங்கம் சொன்னது. தோழர் ராமமூர்த்தியும் அங்கீகாரப் பேப்பரை கையில் வைத்துக் கொண்டு ஊர் ஊராக அலைந்தார்.

இந்தியா முழுவதும் அவரால் 2 சதம் உறுப்பினர்களைக்கூட சேர்க்க முடியவில்லை. தங்களுடைய சங்கத்தின் அங்கீகாரத்தை அநியாயமாகப் பறித்துவிட்டு போட்டிச் சங்கம் உருவாக்கி அதில் உறுப்பினராக சேரச் சொல்வதை தொழிலாளிகள் அருவருப்போடு நிராகரித்தார்கள.

நம்முடைய சங்கம் 64,000 டெர்மினேசன், 40,000 சஸ்பென்ஷன், பல்லாயிரக்கணக்கில் டிஸ்மிசல் இன்னும் பலவகையான பழி வாங்குதல்களோடு அதியமானின் படைக்கலக் கொட்டில்போல காட்சியளித்தது.

<u>*அவ்வையின் வார்த்தைகளில்*</u>...

'அவ்வே, பகைவர்க் குத்திக்
கோடுநுதி சிதைந்து
கொற்றுரைக் குற்றிலமாதோ'

*FNPTO*வின் படைக்கலக் கொட்டில் புதிது மங்காமல் நெய் தடவி மாலை அணிவித்து பளபளப்பாக இருந்தது. ஊழியர்கள் அதை வெறுத்தார்கள்.

இவ்வே பீலி அணிந்து
மாலை சூட்டிக் கண் திரள்
நோன்காழ் திருத்தி
நெய் அணிந்து
கடியுடை வியனக சவ்வே

எனவே, போட்டிச் சங்கத்தால் அது எதற்காக அரசாங்கத்தால் உருவாக்கப்பட்டதோ அந்த நோக்கத்தை அதாவது, நமது சங்கத்தை பலவீனப்படுத்துவதை நிறைவேற்ற முடியவில்லை.

வேலை நிறுத்தத்தில் கலந்து கொள்ளாதவர்களை கொஞ்ச நாளைக்கு ஒதுக்கி வைத்திருந்தோம். அது சரியல்ல என்று புரிந்து கொண்டோம். பழி வாங்கும் நடவடிக்கைக்கு எதிரான போராட்டத்தில் அனைவரையும் இணைக்க வேண்டியிருந்தது. விதிப்படி வேலை, உண்ணாவிரதம் போன்ற போராட்டங்களை வெற்றிகரமாக நடத்தி உறுப்பினர்களுக்கு சங்கத்தின் மீதிருந்த நம்பிக்கையை கெட்டிப் படுத்தினோம்.

பிரதமர் இந்திரா காந்தி வெளிநாடு சுற்றுப்பயணம் சென்று விட்டார். ஒரு மாத டெர்மினேசன் நோட்டீஸ் வாங்கிய **64,000** பேரும் **18-10-68** வரை ஒரு மாத காலம் வேலை பார்க்கலாம். டெர்மினேசன் நோட்டீஸ் ரத்து செய்யப்பட வேண்டும் அல்லது **19-10-68** லிருந்து அவர்கள் பணியிலிருந்து விடுபட்டு வீட்டுக்குப் போய்விட வேண்டும். இது நிலைமை. முடிவெடுக்க வேண்டிய பிரதமர் வெளிநாட்டுப் பயணத்தில் இருந்தார். நான், அனந்தராஜன், நஞ்சுண்டசாமி, விஸ்வேஸ்வரன், சரளா, ஊட்டியில் தாசன் பெர்னாண்டோ எல்லோரும் டெர்மினேசன் நோட்டீஸ் வாங்கி வைத்திருந்தோம்.

நல்லவேளையாக வெளிநாடு போன பிரதமர் கடைசி நாளன்று நாடு திரும்பினார். அனைத்து டெர்மினேசன் நோட்டீஸ்களையும் ரத்து செய்ய அரசாங்கம் முடிவு செய்தது. மற்ற பழிவாங்கும் நடவடிக்கைகளும் கொஞ்சம் கொஞ்சமாக சரிசெய்யப்பட்டன.

அனைத்து பழிவாங்குதல்களும சரியாவதற்கு கிட்டத்தட்ட மூன்று ஆண்டுகளாயின.

சங்கத்தின் அங்கீகாரம் இரண்டு ஆண்டுகளில் திரும்ப வந்தது. **1968** செப்டம்பர் **19** போராட்டம் நமது தொழிற்சங்க வரலாற்றில் பொன் எழுத்துக்களால் பொறிக்கப்பட்டுள்ளது. அந்தப் போராட்டத்தின் முக்கிய கோரிக்கையான குறைந்தபட்ச ஊதியக் கோரிக்கை இன்னும் வலுவோடு இருந்துகொண்டிருக்கிறது. BSNL ஊழியர் ஊதிய மாற்றக் கோரிக்கையும் ஓய்வூதியர் பென்ஷன் மாற்ற கோரிக்கையும் வெற்றி பெறுவதற்கான போராட்டங்களை தொடர்ந்து நடத்துவோம். ***செப்டம்பர் 19 தியாகிகளின் நினைவுகள் நமது போராட்டத்தில் நமக்கு ஆதர்சமாகத் திகழும்.***

செப்டம்பர் 19 தியாகிகளுக்கு வீர வணக்கம்.

குன்னூர் நாட்கள் – 3

1968ஆம் வருடம் டிசம்பர் மாதம் குன்னூரில் பணியில் இருந்த நானும் நண்பர்களும் கட்சித் தோழர்களும் ஒரு வேனில் எர்ணாகுளம் சென்றிருந்தோம். மார்க்சிஸ்ட் கம்யூனிஸ்டு கட்சியின் 8வது அகில இந்திய மாநாடு நடைபெற்றுக்கொண்டிருந்தது. அப்போது கேரளத்தில் செல்வாக்குப் பெற்று விளங்கிய கோபால சேனாவைச் சேர்ந்த நண்பர்கள் தமிழகத்திலிருந்து வந்திருந்த எங்களை இன்முகத்துடன் வரவேற்று, எல்லா உதவிகளையும் செய்து கொடுத்தனர். துறைமுகத்தை சுற்றிக் காண்பித்தார்கள்.

மறுநாள் **25-12-1968.** கிறிஸ்துமஸ் தினம். நெஞ்சை உறைய வைக்கும் அந்த பயங்கரச் செய்தி மாநாட்டுக்கு வந்து சேர்ந்தது. பெண்களும் வயதானவர்களும் சின்னஞ் சிறுவர்களுமாக **44** விவசாயக் கூலிகள் உயிரோடு ஒரு குடிசைக்குள் வைத்து நெருப்பு வைத்து கொளுத்தப்பட்டு துள்ளத்துடிக்க கொல்லப்பட்டார்கள் என்ற செய்திதான் அது. கொல்லப் பட்டவர்கள் அனைவருமே தலித்துகள். மாநாட்டில் கலந்துகொண்டிருந்த அரசியல் தலைமைக் குழு உறுப்பினர் தோழர் P. ராமமூர்த்தியையும் மற்ற தமிழகத் தலைவர்களையும் மாநாடு உடனடியாக சம்பவம் நடந்த கீழவெண்மணி கிராமத்துக்கு அனுப்பி வைத்தது.

சம்பவத்தினுடைய பின்னணி இதுதான். அன்றைக்கு ஒன்றாக இருந்த தஞ்சை மாவட்டம் முழுவதும் செங்கொடியின்கீழ் திரண்டிருந்த விவசாயத் தொழிலாளிகள் கூலி உயர்வுக்காகப்

போராடிக் கொண்டிருந்தார்கள். கூலியாக அரைப்படி நெல் கூடுதலாக வேண்டும் என்பதுதான் கோரிக்கை. கோரிக்கையை ஏற்றுக் கொள்வதில் நிலப்பிரபுக்களுக்கு எந்த ஆட்சேபணையுமில்லை. ஆனால், பதிலுக்கு அவர்களுக்கு ஒரு கோரிக்கை இருந்தது. அரைப் படி நெல் என்ன? ஒரு படிகூட கூலி உயர்வாகத் தரலாம். ஆனால் பதிலுக்கு விவசாயத் தொழிலாளிகள் தங்கள் குடிசைகளில் பறக்க விட்டிருக்கும் செங்கொடியைக் கீழே இறக்கிவிட வேண்டும் என்பதுதான் அது.

அடிமைகள் அல்ல; விவசாயத் தொழிலாளிகள் என்ற அந்தஸ்தை அளித்த செங்கொடியை, தங்களையும் மனிதர்களாய் தலைநிமிர வைத்த செங்கொடியை, அடித்தால் திருப்பி அடி என்று சொல்லிக்கொடுத்த செங்கொடியை உயிரே போனாலும் கீழே இறக்க மாட்டோம் என்று விவசாயத் தொழிலாளிகள் கம்பீரமாக அறிவித்தார்கள். ஆண்டைகளின் ஆத்திரத்தை உச்சத்துக்கு கொண்டு போன விஷயம் இதுதான். கூலி உயர்வு கேட்டு போராடினார்கள் என்பதைவிட கொடியை விடமறுத்தார்கள் என்பதுதான் ஆண்டைகளை ஆத்திரமடைய வைத்தது.

ஒரு வன்முறைத் தாக்குதலை எதிர்பார்த்த பெரியவர்களும் பெண்களும் இளைஞர்களை ஊருக்கு வெளியே சென்றுவிடுமாறு வற்புறுத்தி அனுப்பி வைத்துவிட்டார்கள். பலவீனமான தங்களை எதிரிகள் விட்டுவிடுவார்கள் என்று நம்பினார்கள். அவர்களின் நம்பிக்கை பொய்த்துப் போனது. இரவு 10 மணிக்கு நிலப்பிரபுக்களின் குண்டர்கள் 100 பேர் வெறிபிடித்த வேட்டை நாய்களைப் போல காவல்துறையின் துணையோடு கீழவெண்மணி கிராமத்துக்குள் வாகனங்களில் வந்து நுழைந்தார்கள். தப்பிச் செல்லும் வழிகள் அனைத்தையும் அடைத்து விட்டார்கள். மிருகங்களை வேட்டையாடப் பயன்படும் துப்பாக்கிகளால் கண்மண் தெரியாமல் சுட ஆரம்பித்தார்கள்.

உயிரைக் காப்பாற்றிக்கொள்ள வேறு வழியின்றி வயதான பெரியவர்களும் பெண்களும் சிறுவர்களுமாக 44 பேர் அருகில் இருந்த ராமய்யாவின் குடிசைக்குள் புகுந்து கொண்டார்கள். அந்தக் குடிசை மிகவும் சிறியது. ஒரு பத்து பேர் நின்றுகொள்ளலாம். அதில் 44 பேர் ஒருவர்மேல் ஒருவராய் ஒட்டிக்கொண்டு தஞ்சம் புகுந்தனர். நிலப்பிரபுக்களின் வேட்டை நாய்கள் அந்தக் குடிசையை வெளிப்புறமாக பூட்டி... பெட்ரோல் ஊற்றிக் கொளுத்தினார்கள். யாரும் தப்பி வெளியே வராமல் இருப்பதற்காக

காவல் இருந்தார்கள். எரியும் நெருப்பில் உடல் வெந்து கருகிய அந்த மக்களின் ஓலம் நீண்ட தூரம் கேட்டது.

வழக்கு வருடக் கணக்கில் நடந்தது. சென்னை உயர்நீதிமன்றம் தனது வர்க்கக் கடமையை நிறைவேற்றியது. நிலப்பிரபுக்களும் அவர்களின் குண்டர்களும் குற்றமற்றவர்கள் என்றுகூறி விடுதலை செய்யப் பட்டார்கள்.

தன்னுடைய அடிப்படைக் கூட்டாளி வர்க்கமான விவசாயத் தொழிலாளிகளின் தியாகத்தை பறைசாற்றும் வகையில் இந்திய தொழிலாளி வர்க்கத்தின் ஈட்டி முனை சிஐடியு கீழவெண்மணியில் ஒரு கோடி ரூபாய்க்கும் அதிகமான செலவில் ஒரு பிரமாண்டமான நினைவாலயத்தை கட்டிமுடித்துள்ளது.

செங்கொடியை உயிரினும் மேலாக நேசித்தார்கள் என்பதை அந்தக் கொடிக்காக எரியும் நெருப்பில் வெந்து கருகி அவர்கள் நிரூபித்தார்கள். அந்தத் தியாகத்தைப் போற்றுவோம். அவர்கள் இறக்க மறுத்த செங்கொடியை நாம் ஏந்திப் பிடித்து முன்னேறுவோம்.

இன்குலாப் ஜிந்தாபாத்!

குன்னூர் நாட்கள் – 4

என்னுடைய 20வது வயதில் நான் வேலையில் சேர்ந்தேன். வேலைக்குச் சேர்ந்ததில் ஏற்பட்ட மகிழ்ச்சியை சொல்லி மாளாது. மத்திய அரசு வேலை. கை நிறைய சம்பளம். அப்போது எனக்கு அப்படித் தோன்றியது. இரண்டாம் ஊதியக்குழு அடிப்படையிலான சம்பளம் நான் வாங்கினேன். அடிப்படைச் சம்பளம் ரூபாய் 110. ஆண்டு உயர்வுத் தொகை முதல் ஊதியக்குழு வழங்கிய அதே நான்கு ரூபாய். மலைப்பிரதேச அலவன்ஸ், வழக்கமான பஞ்சப்படி. நவம்பர் 15 முதல் மார்ச் 15 வரை 4 மாதத்துக்கு குளிர்கால அலவன்ஸ் எல்லாம் சேர்த்து முதல் மாதச்சம்பளம் ரூபாய் 222 வாங்கினேன். ராமச்சந்திரா லஞ்ச் ஹோம், குட்டி கிருஷ்ணன் கடை போன்றவற்றுக்கு ஆகும் செலவு போக, மாதாமாதம் வீட்டுக்கு ரூபாய் 100 அனுப்பினேன். எல்லாம் போக என் கையில் என்னுடைய செலவுகளுக்கு தாராளமாக பணம் இருந்தது.

ஞாயிற்றுக்கிழமைகளில் எங்காவது பார்க்கவேண்டிய இடங்களுக்கு நடந்து செல்வோம். நண்பன் தாசன் பெர்னாண்டோ ஊட்டியில் வேலைக்குச் சேர்ந்ததற்குப் பிறகு ஞாயிற்றுக்கிழமைகளில்

ஊட்டிக்கும் செல்வதுண்டு. தொலைபேசி நிலைய ஊழியர் என்பதால் எங்களுக்கு படகு சவாரிக்கு கட்டணம் எதுவும் கிடையாது.

குன்னூரில் பணியில் சேர்ந்து சில மாதங்கள் கழிந்த பிறகு எனக்கு சில புதிய பழக்கங்கள் ஏற்பட்டன. விளையாட்டாக புகை பிடிக்க ஆரம்பித்தேன். நண்பர் கோபால் ஏற்கெனவே புகை பிடிக்கும் பழக்கம் உள்ளவர். ஒரு சிசர்ஸ் சிகரெட் விலை அப்போது 5 பைசா. கடைசியாக மாரடைப்பு ஏற்பட்டு அறுவை சிகிச்சை முடிந்து நான் புகை பிடிக்கும் பழக்கத்தைக் கை விட்டபோது நான் குடித்த கோல்டு பில்டர் சிகரெட்டின் விலை பத்து ரூபாய். ஆக, 5 பைசாவில் ஆரம்பித்துவிலை பத்து ரூபாயாக உயரும் வரை சிகரெட் பிடித்திருக்கிறேன். வேலைக்குச் சேர்ந்து பல மாதங்கள் வரை நான் சைவம் மட்டுமே சாப்பிடுபவனாக இருந்தேன். புத்தரும் திருவள்ளுவரும் தான் சாப்பாடு விஷயத்தில் எனது வழிகாட்டிகள். ஆனால் நண்பர்கள் அனைவரும் அசைவப் பிரியர்கள். அவர்களோடும் தோட்டத் தொழிலாளர்களோடும் ஐக்கியப்படுவதற்கு இந்த சைவ உணவுப் பழக்கம் மிகவும் இடைஞ்சலாக இருந்தது.

குன்னூரில் இருந்தவரை எல்லா பண்டிகைகளையும் கொண்டாடியிருக்கிறோம். பண்டிகை காலங்களில் உள்ளூர் நண்பர்கள் மறக்காமல் எங்களை வீடுகளுக்கு அழைத்துச் செல்வார்கள். பண்டிகைகளின்போது அசைவச் சாப்பாடுதான். தமிழ்ப் பண்டிகைகள், மலையாளப் பண்டிகைகள், கிறிஸ்துவ பண்டிகைகள், முஸ்லிம் பண்டிகைகள் என அனைத்துப் பண்டிகைகளையும் குன்னூரில் இருக்கும் போது கொண்டாடி இருக்கிறோம். குடும்பத்தைப் பிரிந்து தனியே ஓட்டலில் சாப்பிட்டுக் கொண்டிருக்கிறார்கள் என்பதை நினைவில் வைத்துக் கொண்டு உள்ளூர் நண்பர்கள் பண்டிகை நாளன்று எங்களை அவர்களது வீடுகளுக்கு அழைத்துச் சென்றுவிடுவார்கள்.

சைவத்தைக் கை விடுவதென்றும் அசைவத்துக்கு மாறி விடுவதென்றும். ஒரு கட்டத்தில் தவிர்க்க முடியாமல் முடிவுக்கு வரவேண்டியதாயிற்று. புத்தரிடமும் திருவள்ளுவரிடமும் மன்னிப்புக் கேட்டுக்கொண்டு, விஞ்ஞானத்தை துணைக்கு அழைத்துக்கொண்டேன். உயிரினங்கள் மூன்று வகையாக இருக்கிறது. சைவப் பட்சிணி, மாமிசப் பட்சிணி, சர்வ பட்சிணி. சைவ பட்சிணியால் மாமிசம் சாப்பிடவே முடியாது. யானைகள், மாடுகள், ஆடுகள், குதிரைகள் போன்றவை.

அவற்றின் உடலமைப்பின்படி மாமிசத்தை செரிமானம் செய்யும் தன்மை அவற்றுக்கு இல்லை. மாமிசப் பட்சிணிகள் சைவ உணவு சாப்பிட முடியாது. புலி பசித்தாலும் புல்லைத் தின்னாது என்று சொல்வார்கள். ஆனால், சர்வ பட்சிணிகள் இரண்டு வகை உணவையும் சாப்பிடும். நாய், பூனை, காக்கை, மனிதன் போன்றவை. எனவே, மனிதன் அசைவம் சாப்பிடலாம். இயற்கை அவனை அவ்வாறு படைத்திருக்கிறது என்று என்னுடைய முடிவுக்கு விஞ்ஞானபூர்வ விளக்கம் கொடுத்துக் கொண்டேன். ஒரு மாதம் வரை அசைவ உணவு சாப்பிடுவதற்கு பயிற்சி எடுத்துக்கொண்டேன். புகை பிடிக்கும் பழக்கமும் அசைவ உணவுப் பழக்கமும் குன்னூரில் எனக்கு புதிதாக ஏற்பட்டது.

தமிழ்ப் பாரம்பரியப்படி பக்தியும் காதலும் வீரமும் கொண்டவனாக நான் இருந்திருக்க வேண்டும். என்னுடைய உள்ளத்தில் முருகனும் கணபதியும் கண்ணனும் சிவனும் பிற பெண் தெய்வங்களும் குடியேறவிடாமல் இரண்டு தாடிக்காரர்கள் கார்ல் மார்க்சும் எங்கெல்சும் பார்த்துக்கொண்டார்கள். நான் ஒரு பொருள் முதல்வாதியாக அந்தத் தத்துவத்தை வகுப்பெடுப்பவனாக இருந்ததால் இயல்பாகவே ஒரு நாத்திகனாக இருந்தேன். காதல் உணர்வுகளைத் தூண்டுகிற இளம் காரிகைகள் யாரும் என் வாழ்க்கையில் குறுக்கிடவில்லை. அநீதி கண்டால் வெகுண்டெழுந்து ஆவேசமாகப் போராடுகிற அந்த வீரம் மட்டும் என்னிடம் இருந்தது. எனவே, பக்தி, காதல் இவை இல்லாமல் வீரத்தோடு மட்டுமே இருந்த அரைகுறைத் தமிழனாக இருந்தேன். என்ன செய்ய? நான் ஒரு கிரிக்கெட் ரசிகனாக இருந்தேன். கவாஸ்கர் ரசிகனாக இருந்தேன்.

கௌஹாத்தி அகில இந்திய மாநாடு

மத்திய அரசு ஊழியர்களுக்கான 3வது ஊதியக் குழு 1970-ல் அமைக்கப்பட்ட பின்னணியில் 18 ஜூலை 1970ல் ஈ 3 சங்கத்தின் அகில இந்திய மாநாடு கௌகாத்தியில் நடைபெற்றது. எனவே, ஊதியம் சம்பந்தமான விவாதங்கள் ஆழமாக நடைபெற்றன. ஊழியர்களின் சேவைக்காலம் அதிகரிக்க அதிகரிக்க அவர்களின் குடும்பப் பொறுப்பும் அதிகரிக்கிறது. எனவே, தேக்கநிலை இல்லாத, ஆரம்ப நிலை ஊதியத்தைப்போல நான்கு மடங்கு அளவில் முடியக்கூடிய ஒரு ரன்னிங் ஸ்கேல்தான் பயனுள்ளதாக இருக்கும் என்று கே.ஜி.போஸ் தரப்பில் ஒரு நல்ல கருத்து முன் வைக்கப்பட்டது. பதவி உயர்வு வாய்ப்பு ஒரு சிலருக்கு மட்டுமே கிடைக்கக்கூடியது. எனவே, ஊதிய உயர்வுக்கு பதவி உயர்வு வாய்ப்பு தீர்வாகாது. ஆனால் துதிர்ஷடவசமாக கௌஹாத்தியில் தோழர் K.G. போஸ் முன்வைத்த ரன்னிங் ஸ்கேல் கோரிக்கை நிராகரிக்கப்பட்டது. எனக்கு நினைவில் இருககிற முதல் மூன்று ஊதியக் குழுக்களில் என்னுடைய கேடருக்குக் கிடைத்த சம்பள விகிதத்தை கீழே கொடுத்திருக்கிறேன்.

முதல் ஊதியக் குழு மினிமம் சம்பளம் 60 ரூபாய்
மேக்சிமம் 170 ரூபாய்.

2 ஆம். ஊதியக் குழு மினிமம் 110 ரூபாய்.
மேக்சிமம் 240 ரூபாய்.

3 ஆம். ஊதியக் குழு மினிமம் 260 ரூபாய்.
மேக்சிமம் 480 ரூபாய்.

முதல் ஊதியக்குழுவின்படி வேலைக்குச் சேர்ந்த ஒருவர், அதே கேடரிலேயே ரிடையர் ஆனால், அவருக்கு ஆரம்ப நிலை ஊதியத்தை விட கிட்டதட்ட மூன்று மடங்கு அதிக... சம்பளம் கிடைக்கும். 2ஆம் ஊதியக் குழுவின் படி மூன்று மடங்கு கிடைக்காது. இரண்டு மடங்குகளை விட சற்று கூடுதலாக கிடைக்கும். மூன்றாம் குழுவின்படி இரண்டு மடங்குகூடக் கிடைக்காது. அதை விட குறைவாகக் கிடைக்கும்.

தொடர்ந்து வந்த ஊதியக் குழுக்கள் இன்னும் வஞ்சித்தன. எனவே, ரன்னிங் ஸ்கேல் பயனுள்ளதாக இருந்திருக்கும். கூடுதல் படிப்பு படித்தவர்களுக்கு பதவி உயர்வு மூலம் முன்னேற வாய்ப்புகளை ஏற்படுத்தித் தரலாம். எனவே, சம்பள விகிதத்தின் மேக்சிமம் அதிகமாக இருக்க வேண்டும். பதவி உயர்வு வாய்ப்புகளும் இருக்க வேண்டும்.

கௌஹாத்தி அகில இந்திய மாநாட்டைத் தொடர்ந்து விஜயவாடாவில் சம்மேளன கவுன்சில் கூட்டம் 1970 ஆகஸ்டு 9 முதல் 14 வரை நடைபெற்றது. ஊழியர்கள் நலன்களுக்கு எதிராகவும் அரசின் கொள்கைகளுக்கு ஆதரவாகவும் மோசமான ஒரு வர்க்க சமரசப் பாதையில் சென்றுகொண்டிருந்த குப்தா-ஞானையா தலைமையை மாற்ற வேண்டிய கடமை, ஊழியர்கள் முன் இருந்தது. அதை நிறைவேற்றித் தீர வேண்டிய அவசியம் இருந்தது. குறைந்தபட்ச ஊதியம் 'அடையக்கூடிய கோரிக்கை அல்ல' என்று குப்தா சொன்ன கருத்து அனைவரையும் அதிர்ச்சிக்குள்ளாக்கியது. எந்தக் கோரிக்கைக்காக 1960, 1968 அகில இந்திய வேலைநிறுத்தப் போராட்டங்கள் நடைபெற்றதோ, அந்தக் கோரிக்கை கொச்சைப்படுத்தப்பட்டது. எந்தக் கோரிக்கைக்காக மத்திய அரசு ஊழியர்கள் 1960லும் 1968லும் உயிர்த் தியாகம் செய்தார்களோ,, அந்தக் கோரிக்கை கொச்சைப்படுத்தப்பட்டது.

Workers are not beggars என்ற பாபு தாராபாதாவின் முழக்கத்தைக் கேட்டு சிலிர்த்துப் போகும் தபால் தந்தி ஊழியர்கள், *Accept what is given and fight for modification* என்ற குப்தாவின் கூற்றைக்கேட்டு கூசிக்குறுகிப் போனார்கள்.

கௌஹாத்தியில் எந்த கே.ஜி.போஸ் சம்மேளனக் கவுன்சில் உறுப்பினராக தேர்ந்தெடுக்கப்பட்டு, அந்த வெற்றியை மாநாட்டுத் தலைவர் ஹோமிதாஜியும் அறிவித்து மாநாடும் ஏற்றுக் கொண்டதோ, அந்த கே.ஜி.போசுக்கு கிடைத்த வாக்குகளை கௌஹாத்தியிலிருந்து டெல்லிக்கு கொண்டுசென்று எண்ணிப் பார்த்ததாகவும் அதில் கே.ஜி. போஸ் தோற்றுப் போனார் என்றும் அறிவித்ததன் மூலமும் அதையே கடைசிவரை சாதித்ததன் மூலமும் தோழர் குப்தா நமது இயக்க வரலாறு இதுவரை கண்டிராத ஒரு ஜனநாயகப் படுகொலையை செய்து காட்டியிருந்தார்.

எனவே, குப்தாவுக்கு எதிரான கோப அலை, ஊழியர்கள் மத்தியில் வீசிக்கொண்டிருந்தது. நாடு முழுவதும் இருந்து

சம்மேளனக் கவுன்சில் உறுப்பினர்கள் விஜயவாடாவுக்கு வந்து சேர்ந்தார்கள். கவுன்சில் கூட்டம் ஆகஸ்டு 11 அன்று முறைப்படி கூட்டப்பட்டது. ஆனால், குப்தா ஞானையா தலைமை அனைத்து கவுன்சிலர்களையும் அனுமதிக்கவில்லை. R.3 கவுன்சிலர்கள் அனைவருமே அனுமதிக்கப்படவில்லை. P.4ல் சிலரும் E.3 ல் கே.ஜி. போசும் அனுமதிக்கப்படவில்லை. நீண்ட விவாதங்கள், சர்ச்சைகள், போராட்டங்களுக்குப் பிறகு தலைவர் E.3யின் கே.ஜி.போஸ் தவிர, மீதி அனைவரையும் அனுமதிக்க சம்மதித்தார்.

தன்னால் சம்மேளனக் கவுன்சில் கூட்டம் தடைப்படக்கூடாது என்பதற்காக தோழர் கே.ஜி.போஸ் தன்னை அனுமதிக்க வேண்டும் என்று வலியுறுத்தவில்லை. விட்டுக்கொடுத்தார்.இதற்கு அனைவரையும் சம்மதிக்க வைத்தார். சம்மேளன கவுன்சிலுக்கு நடந்த தேர்தலில் குப்தா ஞானையா அணி காங்கிரஸ் கட்சியின் நாடாளுமன்ற உறுப்பினர் மோகன்தாரியாவை தலைவர் பதவிக்கும், தோழர் ஞானையாவை பொதுச்செயலாளர் பதவிக்கும் நிறுத்தியது.

இந்தத் தரப்பில் தலைவர் பதவிக்கு தோழர் கே.ஜி. போஸும் பொதுச்செயலாளர் பதவிக்கு தோழர் ஏ. எஸ். ராஜனும் நிறுத்தப் பட்டார்கள். தோழர் கே.ஜி.போஸ் 66 வாக்குகளும் மோகன்தாரியா 56 வாக்குகளும் பெற்றனர். தோழர் ஏ. எஸ். ராஜன் 62 வாக்குகளும் தோழர் ஞானையா 60 வாக்குகளும் பெற்றனர். தோழர் கே.ஜி. போஸ் கவுன்சிலராக தேர்ந்தெடுக்கப்படவில்லை என்று குப்தா கடைசி வரை சாதித்தார். அவரை கவுன்சில் கூட்டத்தில் அனுமதிக்க மறுத்தார். அப்படிப்பட்ட கே.ஜி. போஸை மகத்தான வெற்றி பெற வைத்து, சம்மேளனக் கவுன்சிலர்கள் தொழிற்சங்க ஜனநாயகத்தை நிலைநிறுத்தினார்கள்.

அதுவரை தபால் தந்தி ஊழியர் யாரும் சம்மேளனக் கவுன்சிலின் தலைவர் பதவிக்கு வந்ததில்லை. ஊழியராக இருந்து, தலைவராக உயர்ந்த முதல் தலைவர் அருமைத் தோழர் கே.ஜி. போஸ் தான். என்ற பெருமையை விஜயவாடா சம்மேளனக் கவுன்சில் ஏற்படுத்தியது.

புதிய சம்மேளனத் தலைமைக்கு நிறைய பொறுப்புகளும் கடமைகளும் இருந்தன. முதலில் 3ஆம் ஊதியக்குழுவுக்கு நமது கோரிக்கைகள் அடங்கிய மகஜர் கொடுக்க வேண்டும். குப்தா ஞானையா அணி ஓர் ஒன்றுபட்ட மகஜர் தயாரிப்பதற்கு

ஒத்துழைக்க மறுத்தது. கடைசியாக, நமது சம்மேளனம் கொடுத்த மகஜருக்குப் போட்டியாக குப்தா அணி இன்னொரு மகஜரை அளித்தது. ஒரே சமேளனத்திலிருந்து ஊதியக்குழுவுக்கு இரண்டு மகஜர்கள் போய்ச் சேர்ந்தன. சம்மேளனம் ஒற்றுமையாக இல்லை என்ற சமிக்ஞை ஊதியக்குழுவுக்குப் போய்ச் சேர்ந்தது. இப்படி NFPTEக்குள் ஒரு போட்டிச் செயல்பாட்டை குப்தா அணி துவங்கியது. அதே சமயம் மத்திய அரசு ஊழியர் மகா சம்மேளனத்திலும் தனது ஒத்த கருத்துடைய மதுசூதனன் மூலம் போட்டிச் செயல்பாட்டைத் துவக்கியது. தன்னுடைய தலைமையை ஏற்காத NFPTE ஒரு நாளும் செயல்படக்கூடாது என்று அதைச் சீர்குலைக்கும் வேலையில் குப்தா அணி இறங்கியது.

இந்தப் பிரச்சனைகளைப் பேசித் தீர்ப்பதற்காகவும் ஒற்றுமை உருவாக்குவதற்காகவும் சம்மேளனக் கவுன்சில் கூட்டம் கல்கத்தாவில் 1971 டிசம்பரில் கூட்டப்பட்டது. சம்மேளனக் கவுன்சிலுக்கு முன்பாக P.3 சங்கத்தின் அகில இந்திய மாநாடு ஜாம்ஷெட்பூரில் நவம்பர் 14 முதல் 20 வரை நடைபெற்றது. பெரும்பாலான பிரதிநிதிகளால் முறையாக தேர்ந்தெடுக்கப்பட்ட கே.ஜி.போஸ், ஏ.எஸ்.ராஜன் அணிக்கு எதிராக குப்தா அணி வெளிநடப்பு செய்து ஒரு போட்டிப் பட்டியலை வெளியிட்டது. ஏ. பிரேமநாதன் தலைவர், கே. எல். மோசா பொதுச் செயலாளர் என்று அறிவித்தனர்.

இதேபோல் நவம்பர் 23 முதல் 26 வரை ஹௌராவில் P.4 மாநாடு நடைபெற்றது. பண்டிட் கிஷன்சந்த் தலைவராகவும், தோழர் ஆதிநாராயணா பொதுச்செயலாளராகவும் தேர்ந்தெடுக்கப்பட்டனர். அஞ்சல் மூன்றில்போல வெளிநடப்பு செய்து, போட்டிப் பட்டியல் போடுகிற சிரமம் எதுவும் அவர்கள் எடுத்துக்கொள்ளவில்லை. மாநாட்டுக்கு வெளியே ஒரு லாட்ஜில் கூடிபட்டியலை வெளியிட்டனர். காங்கிரஸ் கட்சியின் சசிபூஷன் தலைவர் என்றும் ஏ.ஜி.பசுபதி பொதுச்செயலாளர் என்றும் அறிவித்தனர். இந்தப் பின்னணியில் சம்மேளனக் கவுன்சில் கூட்டம் நவம்பர் 28 முதல் டிசம்பர் 3 வரை கல்கத்தாவில் நடைபெற்றது. கூட்டம் ஜனநாயக முறையில் நடைபெறக் கூடாதென்று குப்தா ஞானையா அணியினர் P. 3, P. 4ல் போட்டிப் பட்டியல் நிர்வாகிகளை அங்கீகரிக்கவேண்டுமென்று ரகளையில் ஈடுபட்டனர். அவர்கள் திட்டம் எடுபடாமல் போகவே, வழக்கம் போல் வெளிநடப்பு செய்தனர்.

மொத்தம் கலந்து கொண்டவர்கள் 117 கவுன்சிலர்கள். அதில் குப்தா ஞானையா அணியுடன் வெளிநடப்பு செய்தவர்கள் வெறும் 37 பேர்தான். காங்கிரஸ் கட்சியின் தகவல் தொடர்பு அமைச்சர் பகுகுணா இந்த சீர்குலைவு வேலைகளில் அவர்களுக்கு உடந்தையாக இருந்தார். அவர்களுக்கே அங்கீகாரம் கிடைப்பதற்கும் ஏற்பாடு செய்து கொடுத்தார். காலம் முழுவதும் அவர்கள் தலைமையை ஏற்று நாம் வேலை செய்து வந்திருக்கிறோம். ஆனால், ஒரே ஒரு வருடம் நமது தலைமையை ஏற்றுக்கொள்ள அவர்களுக்கு சகிப்புத் தன்மை இல்லை. சம்மேளனம் அவர்கள் தலைமையில் இருக்க வேண்டும். இல்லையென்றால், அதை உடைத்துவிட வேண்டும். தலைகள் உடையலாம். ஆனால், சம்மேளனம் உடையக்கூடாது என்ற முழக்கமெல்லாம் ஏமாளிகளை ஏமாற்றத்தானா?

1970 சம்மேளனக் கவுன்சிலில் பிளவு ஏற்பட்டு நம்முடைய சம்மேளனம் K.G.போஸ் சம்மேளனமாகவும் குப்தா, ஞானையா சம்மேளனமாகவும் இரண்டாகப் பிரிந்து விட்டது. நிலைமைகளைப் பரிசீலித்துவிட்டு நான் K.G.போஸ் தலைமையிலான சம்மேளனத்தில் சேர்ந்து அதை ஆதரிப்பது, அதற்காக வேலை செய்வது என்று முடிவு செய்தேன்.

தோழர் ஜெகன் தலைமையிலிருந்த தமிழ் மாநிலச் சங்கம் கிளைகளுக்கு ஒரு தாக்கீது அனுப்பியது. அப்போது உறுப்பினர்களிடம் பெறப்படும் சந்தா ஐந்து பிரிவுகளாக பிரிக்கப்படும். ஒன்று, கிளைச் சங்கத்துக்கு, மற்றவை, கோட்டச் சங்கம், மாநிலச் சங்கம், அ.இ.சங்கம், சம்மேளனம் ஆகியவற்றுக்கு அனுப்பப்பட வேண்டும்.

சம்மேளனத்துக்கான பகுதிப் பணத்தை கிளைகள் அனுப்பக் கூடாது. சர்ச்சை தீரும்வரை மாநிலச் சங்கத்தில் டெபாசிட் செய்ய வேண்டும் என்பதுதான் மாநிலச் சங்கத்தின் தாக்கீது. இதன்படி உண்மையான K.G.போஸ் அணித் தலைமைக்கு பணம் போய்ச் சேராது என்பதுதான். எனவே, இதைக் கண்டித்து நான் ஒரு நோட்டீஸ் தயார் செய்தேன். அதில் நான், அய்யாசாமி, அனந்தராஜன், ஜீவி அனைவரும் கையெழுத்திட்டு தமிழகம் முழுவதும் அனுப்பினோம். தமிழகத்தின் பல கிளைகளிலிருந்து பாராட்டு தெரிவித்தார்கள். சில கிளைகள் தங்கள் சங்க நோட்டீஸ் பலகையில் எங்கள் நோட்டீசை ஒட்டிவைத்தார்கள்.

ஈரோடிலிருந்து நோட்டீசைப் பார்த்துவிட்டு தோழர் ராஜு என்னிடம் பேசினார். என்னைப் பார்ப்பதற்கு ஈரோட்டிலிருந்து கிளம்பி, குன்னூர் வருவதாகச் சொன்னார். அவரும் என்னோடு ஒத்த கருத்துடையவர் என்றும் இருவரும் இணைந்து செயல்படலாம் என்றும் சொன்னார். எனக்கு மிகவும் மகிழ்ச்சி. எனக்கு ஓர் உற்ற துணை கிடைத்து விட்டார். பின்னர் ஒரு நாள் குன்னூர்க் கிளையின் பொதுக்குழுக் கூட்டத்தை நடத்தினோம். நான் கிளையின் தலைவர். அப்போது தோழர் ரெவி செயலராக இருந்தார்.

இந்தக் குன்னூர்க் கிளை K.G.போஸ் தலைமையிலான சம்மேளனத்தை ஏற்றுக்கொள்கிறது என்று ஒரு தீர்மானத்தை தலைவர் என்ற முறையில் நான் முன்மொழிந்தேன். தோழர் ரெவிக்கு அதில் முழு உடன்பாடில்லை. ஆனால், கிளை தீர்மானத்தை ஏற்றுக்கொண்டது.

அப்போது ஒவ்வொரு வருடமும் மூன்றாம் வகுப்பு கேடருக்கு ஆளெடுப்பார்கள். ஒவ்வொரு வருடமும் புதிது புதிதாக தோழர்கள் வேலைக்கு வருவார்கள். தமிழகத்தில் அநேகமாக கோவை மாவட்டத்தில்தான் காலி இடம் அதிகம் இருக்கும். எனவே, நிறையப் பேர் கோவை மாவட்டத்திற்கு விண்ணப்பம் செய்வார்கள். நானே அப்படித்தான். நெல்லை மாவட்டத்துக்கு விண்ணப்பிக்காமல், கோவை மாவட்டத்துக்கு விண்ணப்பித்தேன். கோவை மாவட்டத்தில் தேர்வு செய்யப்பட்டவர்கள் பெரும்பாலும் குன்னூர், ஊட்டி வந்து சேருவார்கள். இந்தப் புதிய தோழர்கள் மத்தியில் தொழிற்சங்க விஷயங்களைப் பற்றி பேசி... அவர்களை K.G.போஸ் அணிக்கு கொண்டுவர முடிவு செய்தேன்.

புதிதாக வந்த தோழர்கள் பெரும்பாலும் வீடு வாடகைக்கு எடுத்து... சமையலுக்கு ஆள் போட்டு சமைத்து சாப்பிட்டார்கள். எனக்கும் ராமச்சந்திரா சாப்பாடு ஒத்துவரவில்லை. இரண்டு ஆண்டுகளுக்கு மேல் ஆகிவிட்டன. எனவே, நானும் வாடகைக்கு வீடு எடுத்து என்னுடைய மூத்த சகோதரி பேச்சியம்மாவை சமைத்துப் போடுவதற்காக அழைத்து வந்தேன். கணவர் இறந்த பிறகு, சகோதரி எங்கள் வீட்டில் எங்களுடனேயே இருந்து வந்தார். நாங்கள் குடியிருந்த பகுதிக்கு பேரித்தோப்பு என்று பெயர். பேரி மரங்கள் நிறைந்திருக்கும். தரை முழுவதும் பேரிக்காய்கள் சிதறிக் கிடக்கும். ஆப்பிளின் குணங்கள் பேரிக்காய்க்கு உண்டு. தண்ணீர்ச் சத்து நிறைந்தது.

எங்கள் குடியிருப்புக்கு அருகிலேயே தோழர்கள் அய்யாசாமி (புதியவர்), முருகேசன், பரமசிவம், ராஜமாணிக்கம், பரமேஸ்வரன் ஆகியோர் வீடு எடுத்து தங்கியிருந்தனர். இன்னொரு வீட்டில் ஆனையப்பன், அரைக்காசு, சூசை, அசாரியா சாமுவேல் போன்றவர்களும் இன்னும் மாயாண்டி, மாடசாமி, அம்மையப்ப பிள்ளை போன்றவர்களும் குடியிருந்தார்கள். எனக்கு மிகுந்த வசதியாகப் போய்விட்டது. ஒவ்வொரு வீடாக போய் அவர்களுடனே தங்கியிருந்து... அவர்களுடனே சாப்பிட்டு தொழிற்சங்க வகுப்புகள் எடுக்க ஆரம்பித்தேன்.

1968 போராட்டத்தையொட்டி நாங்கள் நடத்திய தயாரிப்பு பணிகள், குறிப்பாக பிரமாண்டமான ஊர்வலம், பொதுக் கூட்டம் போன்றவை, அந்த வேலை நிறுத்தத்தின் வெற்றி போன்றவை அந்த மலை மாவட்டம் முழுவதும் மிகப் பெரிய தாக்கத்தை ஏற்படுத்தியது. குறிப்பாக, ஊட்டி இந்துஸ்தான் போட்டோ பிலிம்ஸ் தொழிற்சாலை தொழிலாளர்கள் மத்தியில் ஒரு மிகப் பெரிய தாக்கத்தை ஏற்படுத்தியது. **7-1-1967** அன்று அன்றைய பிரதமர் திருமதி இந்திரா காந்தி அம்மையாரால் ஒரு பொதுத்துறை நிறுவனமாக துவக்கி வைக்கப்பட்டது. ஒரு கட்டத்தில் அதில் சுமார் **5,000** பேர் வேலை பார்த்தனர்.

அத்தனை பேரும் பட்டதாரிகள். அந்தத் தொழிற்சாலையில் போட்டோ பிலிம், சினிமா பிலிம், *X* ரே பிலிம், போட்டோகிராபிக் பேப்பர் போன்றவை உற்பத்தி செய்யப்பட்டன. மிகக் குறைவான சம்பளம். அவர்களுக்கு ஒரு தொழிற்சங்கம் வேண்டும். அவர்களுடைய ஒரு குழு ஒரு நாள் நமது தொலைபேசி நிலையம் வந்தது. தொலைபேசி நிலைய மாடியில் அவர்களது கூட்டத்தை நடத்தினோம். அப்போது கோவை நாடாளுமன்ற உறுப்பினராக இருந்த தோழர் *K*. ரமணியை கௌரவத் தலைவராக வைத்து ஒரு சங்கம் ஆரம்பிக்குமாறு ஆலோசனை கூறினோம். தோழர் ரமணியை அவர்களுடைய சங்கத்தின் தலைவராக ஏற்பாடு செய்து கொடுத்தோம். அது ஒரு பலம் மிக்க சங்கமாகப் பரிணமித்தது. நமது வேலை நிறுத்தத்தின் உருப்படியான இன்னொரு பலன் நமக்குக் கிடைத்த பெருமை.

குன்னூர் நாட்கள் – 5

1967 பொதுத்தேர்தலில் ஒன்பது மாநிலங்களில் தமிழ் மாநிலம் உள்பட காங்கிரஸ் அல்லாத அரசுகள் ஏற்பட்டன. மேற்கு

வங்கத்திலும் கேரளத்திலும் இடதுசாரிக் கட்சிகள் பங்கு பெற்ற கூட்டணி அரசுகள் அமைந்தன. குறிப்பாக, கேரளத்தில் CPI(M) தலைமையிலான இடது ஜனநாயக முன்னணியின் அரசு அமைந்தது. தோழர் EMS முதல்வராக பொறுப்பேற்றிருந்தார். மலப்புரம் மாவட்டம் நிலம்பூர் சட்டமன்றத் தொகுதியில் CPI(M) கட்சியின் தோழர் குஞ்ஞாலி வெற்றி பெற்று MLAவாக இருந்தார். இரண்டு வருடம், நான்கு மாதம், இருபத்து இரண்டு நாட்கள் மட்டுமே அவர் செயல்பட முடிந்தது. அரசியல் எதிரிகள் அவ்வளவு நாட்கள் மட்டுமே அவர் உயிருடன் இருக்க வேண்டுமென்று தீர்மானம் செய்தார்கள்.

1952ல் பாராளுமன்றத்துக்கும், **1954**ல் மலபார் டிஸ்ட்ரிக்ட் போர்டுக்கும், **1963**ல் காளிகாவு பஞ்சாயத்துக்கும், **1965**லும், **1967**லும் சட்டசபைக்கும் இப்படி ஐந்து முறை குஞ்ஞாலி போட்டியிட்டு முதல் இரண்டைத் தவிர மற்ற மூன்றிலும் வெற்றி பெற்றார். கிடைத்த அனைத்துப் பொறுப்புகளிலும் தனது முத்திரையைப் பதிப்பதற்கு அவரால் முடிந்தது.

நிலம்பூரில் ரோட்டின் இந்தப்புறம் CPI(M) கட்சியின் அலுவலகமும் எதிரே ரோட்டின் அந்தப் புறம் காங்கிரஸ் கட்சியின் அலுவலகமும் அமைந்திருந்தன. **1969**ஆம் ஆண்டு, ஜூலை **28**ஆம் தேதி நெஞ்சை உலுக்கும் அந்த கொடூரச் சம்பவம் நிகழ்ந்தது. காங்கிரஸ் அலுவலகத்திலிருந்து ஒரு கயவன்கட்சி அலுவலகத்திலிருந்து வெளியே வந்த தோழர் குஞ்ஞாலியை துப்பாக்கியால் சுட்டான். குஞ்ஞாலி படுகொலை செய்யப்பட்டார். சிறிது நேரத்தில் போலீஸ், காங்கிரஸ் அலுவலகத்தை சுற்றி வளைத்து அனைவரையும் கைது செய்தது.

போலீஸ் வருவதற்குள் கொலையாளி தப்பி ஓடிவிட்டான். கைது செய்யப்பட்டவர்களில் காங்கிரஸ் தலைவர் ஆர்யாடன் முகமதுவும் இருந்தார். கொலை வழக்கில் முதல் குற்றவாளியாக

(Main Accused) சேர்க்கப்பட்டிருந்தார். நீதிமன்றம் அதன் வர்க்கக் கடமையை நிறைவேற்றியது. அனைவரும் நிரபராதிகள் என்று விடுதலை செய்யப்பட்டனர். சில மாதங்களில் கொன்றவர்கள் யார் என்று தெரியாமலேயே உண்மைக் குற்றவாளியான அந்தக் கயவன் கொலை செய்யப்பட்டான். நீதிமன்றம் தரத் தவறிய தண்டனை அவனுக்கு எப்படியோ கிடைத்துவிட்டது.

குஞ்ஞாலி படுகொலை செய்யப்பட்ட பிறகு மூன்று மாதங்கள் மட்டுமே EMS அரசு பதவியில் இருந்தது. இடது ஜனநாயக

முன்னணியிலிருந்த பிரதான கட்சிகளான சிபிஐயும் முஸ்லிம் லீகும் கூட்டு மாறி, காங்கிரஸ் கட்சியோடு கூட்டு சேர்ந்து கொண்டன. புதிய அமைச்சரவையை உருவாக்கின. சிபிஐ கட்சியின் C. அச்சுதமேனன் முதலமைச்சரானார்.

தோழர் குஞ்ஞாலி இறந்தபின் ஏற்பட்ட காலி இடத்துக்கு 1970 ஏப்ரல் 20ல் இடைத்தேர்தல் நடந்தது. இடைத்தேர்தலில் நமது கட்சியின் வேட்பாளராக அன்றைய வாலிபர் சங்கத் தலைவர் தோழர் C. P. அபுபக்கர் போட்டியிட்டார். இப்போது தோழர் C. P. அபுபக்கர் கேரள சாகித்திய அகாதெமியின் செயலாளராக இருக்கிறார். இடைத்தேர்தல் பணிகளுக்காக நீலகிரி கமிட்டியிலிருந்து இரண்டு ஜீப்புகள் நிலம்பூர் தொகுதிக்கு தந்து உதவ வேண்டும் என்று கேட்கப்பட்டது. கடைசி இரண்டு மூன்று நாளைக்கு இந்த உதவி தேவைப்பட்டது. குன்னூரில் இருந்து தோழர் K. M. குட்டனும் நானும் இன்னும் இரண்டு தோழர்களும் இரண்டு ஜீப்புகளை எடுத்துக்கொண்டு நிலம்பூர் சென்றோம்.

நமது கட்சி அலுவலகத்தையும் அதற்கு எதிரே காங்கிரஸ் கட்சி அலுவலகம் இருந்ததையும் பார்த்தோம். தோழர் குஞ்ஞாலியின் மனைவி, தேர்தல் பணிகளில் மும்முரமாக ஈடுபட்டார். ஆனாலும் வலுவான முஸ்லிம் லீக், காங்கிரஸ், சிபிஐ கூட்டணியின்முன் நம்மால் வெற்றி பெற முடியவில்லை. அந்தக் கூட்டணியின் வேட்பாளர் M. P. கங்காதரன் வெற்றி பெற்றார். தேர்தல் முடிந்த பின் நாங்கள் ஜீப்புகளோடு குன்னூர் திரும்பினோம். அந்தப் பயணத்தையும், போராளி குஞ்ஞாலியையும் என்னால் என்றைக்கும் மறக்கவே முடியாது.

மேட்டுப்பாளையத்தில் நடந்த கோட்ட மாநாட்டில் தோழர் ஜார்ஜ் வசம் இருந்த கோவை கோட்டச் சங்கம் எங்கள் வசம் வந்தது. சம்மேளனம் அப்போது பிளவு பட்டிருக்கவில்லை. நாங்கள் ஓர் அணியாக இருந்தோம். தோழர் முத்தியாலு கோட்டச் செயலராகவும் நான் ஒரு ADS ஆகவும், தோழர் சுப்புராமன் (பின்னர் TEPU சங்கத்தின் அகில இந்திய பொதுச்செயலாளராக இருந்து சமீபத்தில் மறைந்த தோழர்) இன்னொரு ADS ஆகவும் பொறுப்பேற்றுக் கொண்டோம். அதன் பின்னர்தான் கல்கத்தா சம்மேளனக் கவுன்சிலில் பிளவு ஏற்பட்டது. அது கோவை மாவட்டத்திலும் எதிரொலித்தது. குப்தா அணியும் KG போஸ் அணியும் இங்கேயும் உருவானது. தோழர் முத்தியாலு, குப்தா அணியிலும் நான் கே.ஜி. போஸ் அணியிலும் இருந்து மோதிக் கொண்டே இருந்தோம்.

நீலகிரி மாவட்டம் கூடலூர் கிளை, அந்தக் கிளைக்கு மாவட்டத் தலைவர்கள் வருவதேயில்லை என்று குறை சொல்லிக்கொண்டே இருந்தது. எனவே, கோட்டச் செயலாளர் முத்தியாலுவும் ADS ஆக இருந்த நானும் அந்தக் கிளைக்குச் செல்ல முடிவு செய்தோம். அதையொட்டி குன்னூர் கிளையின் பொதுக்குழுக் கூட்டத்தை 1971 அக்டோபர் 1ஆம் தேதி நடத்தினோம். கூட்டம் முடிந்து முத்தியாலு குன்னூரிலேயே தங்கி விட்டார்.

மறுநாள் அதாவது, அக்டோபர் 2ஆம் தேதி காந்தி ஜெயந்தி அன்று கூடலூர் கிளை செல்ல முடிவு செய்திருந்தோம். காலையில் கூடலூர் கிளம்பிய எங்களை, குன்னூர் தோழர்கள் வழியனுப்பி வைத்தனர். பஸ்ஸின் கடைசி இருக்கையில் கண்டக்டர் சீட்டுக்கு அடுத்து நானும் எனக்கு அடுத்து முத்தியாலுவும் அமர்ந்திருந்தோம். நாங்கள் இருவரும் கடுமையாக விவாதம் செய்து கொண்டே வந்தோம். அது ஒரு தனியார் பஸ். ஊட்டி இந்துஸ்தான் போட்டோ பிலிம்ஸ் தாண்டி பைக்காராவை பஸ் தாண்டியது. எங்கள் பாட்டுக்கு விவாதம் செய்துகொண்டே வந்தோம். எதையும் கவனிக்கவில்லை.

திடீரென்று பஸ்ஸுக்குள் ஒரே மரண ஓலமும் அழுகைக் குரல்களும் கேட்க ஆரம்பித்தன. எல்லோரும் சீட்டிலிருந்து எழுந்து நின்று மரண பயத்தில் ஓலமிட்டுக்கொண்டிருந்தார்கள். மலையிலிருந்து இறங்கு பாதையில் பஸ் வேகமாகப் போய்க் கொண்டிருந்தது. பிரேக் பிடிக்கவில்லை என்பதும் அதனால் அனைவரும் மரண பயத்தில் இருந்தார்கள் என்பதும் தெரிந்தது. அடுத்த விநாடி பஸ் கட்டுப்பாட்டை இழந்து... ரோட்டிலிருந்து இறங்கி மலைச்சரிவில் உருள ஆரம்பித்தது.

நல்லவேளை செங்குத்தான பள்ளம் எதுவும் இல்லை. மலைச்சரிவில் பஸ் உருண்டு உருண்டு சென்றுகொண்டேயிருந்தது. 60, 70 அடி வரை கீழே உருண்டு போயிருக்கும். அதற்குமேல் உருள முடியாமல் ஒரு பெரிய வைரம் பாய்ந்த மரம் பஸ்ஸை தடுத்து நிறுத்திவிட்டது. பஸ் நின்ற அடுத்த விநாடி நான் பஸ்ஸின் தரையில் மல்லாந்து விழுந்து... அருகிலிருந்த ஒரு சீட் முக்கோண வடிவில் என் மீது கவிழ்ந்து என்னைப் பாதுகாத்தது. அந்த சீட்டின்மேல் பொத்து பொத்தென்று மனித உடல்கள் விழுந்துகொண்டே இருந்தன. என்னால் அவ்வளவு பாரத்தையும் விலக்கி எழுந்திருக்க முடியவில்லை.

சில விநாடிகள் கழித்து அவ்வளவு பயங்கர ஓலங்களையும் மீறி... தோழர் முத்தியாலு என் பேரைச் சொல்லிக் கூப்பிடும்

குரல் கேட்டது. முத்தியாலுவின் மீது பாரம் குறைவாக இருந்து எப்படியோ சமாளித்து எழுந்து விட்டார். நான் பதில் குரல் கொடுத்தேன். ஒரு மாதிரி நான் விழுந்து கிடந்த இடத்தைத் கண்டு பிடித்து விட்டார்.

என் மேல் விழுந்து கிடந்த உடல்களை ஒவ்வொன்றாக அகற்றி... என் மேல் கவிழ்ந்து கிடந்த பஸ்ஸின் சீட்டையும் அகற்றிய பின் நான் மெதுவாக எழுந்து நின்றேன். நான் கண்ட காட்சி என்னைக் கடுமையாக அதிர்ச்சியடையச் செய்தது. நாங்கள் இருவர் மட்டும் தான் நின்றுகொண்டிருந்தோம். இரண்டு மூன்று இடங்களில் மனிதர்கள் உயிருடனும் உயிரில்லாமலும் குவியல் குவியலாக கிடந்தார்கள். உடல்கள் நூல் கண்டு சிக்குவதுபோல சிக்கிக் கிடந்தன. நாங்கள் சில விநாடிகள் அதிர்ச்சியில் உறைந்துபோய் அசைவற்று நின்றோம். ஏதாவது செய்தாக வேண்டும். ஆனால், எங்களால் எதுவுமே முடியாது.

மேலே வாகனங்கள் செல்வதைப் பார்த்து... ரோட்டிலிருந்து பஸ் 70 அடி வரை உருண்டு கீழே வந்துவிட்டதைப் பார்த்தோம். சரிவில் தொத்தி, ஏறி, ரோட்டுக்கு வந்து சேர்ந்தோம். கார்கள் வேகமாக போய்க்கொண்டே இருந்தன. கை காட்டி நிறுத்த முயன்றோம். யாரும் நிற்கவில்லை. சிறிது நேரம் கழித்து இரண்டு பஸ்களில் மகாராஷ்டிராவிலிருந்து டூர் வந்த மாணவர்கள் எங்களைக் கண்டதும் பஸ்களை நிறுத்திவிட்டு இறங்கி ஓடி வந்தார்கள். எங்களால் பேசக்கூட முடியவில்லை

பஸ் விழுந்து கிடந்த இடத்தைக் கையால் சுட்டிக் காட்டினோம். அவ்வளவுதான். ஒரு பஸ் முழுவதையும் காலி செய்தார்கள். தங்களுடைய போர்வை, பெட்ஷீட் எல்லாவற்றையும் எடுத்துக் கொண்டு மளமளவென்று கீழே இறங்கினார்கள். ஒவ்வொரு உடலாக மேலே கொண்டுவந்து பஸ்ஸில் ஏற்றினார்கள்.

அனைவரும் இன்னொரு பஸ்ஸில் ஏறிக்கொண்டார்கள். எங்களையும் ஏற்றிக்கொண்டார்கள். பஸ்கள் திரும்பி... ஊட்டி அரசு மருத்துவமனைக்குச் சென்றன. காயமடைந்த அனைவரும் ஆஸ்பத்திரியில் அனுமதிக்கப்பட்டனர். மனிதம் இன்னும் சாகவில்லை என்று நினைத்துக் கொண்டேன்.

பஸ் விழுந்த இடத்திலேயே கிட்டத்தட்ட 30 பேர் வரை இறந்து விட்டனர். உயிர் பிழைத்தவர்களில் அனைத்து உறுப்புகளோடும் பிழைத்தவர்கள் நாங்கள் இருவரும்தான். எங்களுக்கு சிறு சிறு சிறாய்ப்புக் காயங்கள் இருந்தன. மற்றவர்களுக்கு கையில்லை,

காலில்லை, ஏதோ உறுப்பு இல்லை. நாங்கள் சிகிச்சை எடுத்துக்கொள்ளவில்லை. எங்கள் இருவர் சட்டையிலும் பேண்டிலும் மனிதச் சதையும் ரத்தமும் அப்பிக் கிடந்தன.

ஊட்டியில் தங்கியிருந்த கவர்னர் ஆஸ்பத்திரிக்கு வந்தார். விஷயம் தெரிந்து ஆஸ்பத்திரியில் பெரிய கூட்டம் கூடிவிட்டது. கூட்டத்தில் ஊட்டி ESP ராஜாக்கண்ணுவும் இருந்தார். எங்களைப் பார்த்ததும் பதறிப்போய் ஓடி வந்தார். நாங்கள் பத்திரமாக இருப்பது தெரிந்து சந்தோஷப்பட்டார். பக்கத்திலிருந்த அவருடைய குவார்ட்டர்ஸுக்கு கூட்டிச் சென்றார். நல்லவேளையாக எங்களது பேக்குகளை கண்டுபிடித்து எடுத்து, வந்திருந்தோம். குளித்து உடை மாற்றிக்கொண்டோம். திரும்ப ஆஸ்பத்திரிக்கு வந்தோம்.

காயமடைந்தவர்களுக்கு நிறைய ரத்தம் தேவையாக இருந்தது. நல்லவேளையாக தோழர் முத்தியாலுவுக்கு ஓ குரூப் ரத்தம் இருந்தது. அவரும் ரத்தம் கொடுக்க முன் வந்தார். அவரிடமிருந்து ரத்தம் எடுக்கப்பட்டது. அந்தக் கோர விபத்தில் சிக்கிய ஒருவர் மற்றவர்களுக்கு ரத்தம் கொடுக்கிறார் என்று தெரிந்து, ஒருவர் தோழர் முத்தியாலுவை கையெடுத்துக் கும்பிட்டு 'நீங்கள் ஒரு தெய்வப் பிறவி' என்றார். பின்னர், நாங்கள் இருவரும் ESP ராஜாக்கண்ணுவுடன் அருகில் இருந்த ஓட்டலில் டிபன் சாப்பிடச் சென்றோம்.

இதற்கிடையில் பஸ் விபத்துச் செய்தி எல்லா இடமும் பரவிவிட்டது. குன்னூரில் எங்களை வழியனுப்பி வைத்த தோழர்கள் மூலமாக விபத்துக்குள்ளானது நாங்கள் சென்ற பஸ்தான் என்பது உறுதியானது. பெண்கள் ஒன்று சேர்ந்து எங்களுக்காக வேண்டி... குன்னூர் தொலைபேசி நிலையத்தில் பூஜை செய்தார்கள். நண்பன் அனந்தராஜனும் இன்னொரு நண்பரும் குன்னூரிலிருந்து கிளம்பி... ஊட்டி வந்து சேர்ந்தார்கள்.

ஆஸ்பத்திரி படுக்கைகளில் எங்களைத் தேடிப் பார்த்து... எல்லாம் பிணங்களாகக் காட்சியளிக்கவே, மனம் உடைந்து போய் அருகிலுள்ள ஓட்டலில் டீ குடிக்க வந்தார்கள். நாங்கள் டிபன் சாப்பிடுவதைப் பார்த்தார்கள். அவர்களுக்கு வந்ததே அப்படி ஒரு கோபம். 'பிழைத்துப் பத்திரமாக இருக்கிறோம் என்கிற தகவலை முதலில் எங்களுக்கு சொல்லியிருக்க வேண்டாமா?' என்று கேட்டார்கள். அந்தத் தவறு அப்போதுதான் எங்களுக்குப் புரிந்தது. ESP ராஜாக்கண்ணு மூலம் எல்லோருக்கும் தகவல் அனுப்பினோம். அப்போதைய கோவை DE திரு. வெங்கட்ராமன் தொலைபேசியில் எங்களிடம் பேசினார். 'கடவுள் ஒருவர் இருக்கிறார் என்றார்' என்ன செய்வது?. நன்றி சார்! என்று சொன்னேன்.

அடுத்து, எங்கள் குன்னூர் SDOT VBD ராவ் பேசினார். 'ஹெட் குவார்டர்ஸ் பெர்மிஷன் வாங்கினீர்களா?' என்று கேட்டார். சரியான அதிகார வர்க்க மனோபாவம். யூனியனில் சேர்ந்த பிறகு அடிக்கடி வெளியூர் செல்ல வேண்டியிருக்கிறது. எனவே, அனைவரும் ஹெட் குவார்டர்ஸ் பெர்மிஷன் எழுதிக் கொடுத்துவிட்டுத்தான் வெளியூர் செல்லவேண்டுமென்று ஏற்கெனவே முடிவு செய்திருந்தோம். எனவே, பெர்மிஷன் வாங்கிவிட்டுத்தான் சார் வந்தேன்' என்று சொன்னேன்.

மறக்கவே முடியாத ஒரு கோர விபத்து. அவ்வளவு கோரமான விபத்தில் நாங்கள் இருவர் மட்டும் காயமே இல்லாமல் உயிர் பிழைத்தது இப்போது நினைத்தாலும் ஆச்சரியமாக இருக்கிறது.

குன்னூர் நாட்கள் – 6

1969ல் காங்கிரஸ் கட்சியில் பிளவு ஏற்பட்டு, கட்சித் தலைமை இந்திரா காந்தியை கட்சியைவிட்டு நீக்கியது. அப்போது காங்கிரஸ் அமைச்சரவை பதவியில் இருந்தது. இந்திரா காந்தி பிரதமராக இருந்தார். இந்திரா காந்தி மேல் எடுத்த நடவடிக்கை காரணமாக கட்சி பிளவு பட்டது. இந்திய தேசிய காங்கிரஸ் (R) என்ற கட்சியை இந்திரா காந்தி உருவாக்கினார். காமராஜர் தலைமையில் இருந்த காங்கிரஸ் ஸ்தாபன காங்கிரஸ் என்று அழைக்கப்பட்டது. காங்கிரஸ் MPகளில் பெரும்பான்மையோர் இந்திரா காந்தியை ஆதரித்தனர். பிளவுக்குப் பிறகு நாடாளுமன்றத்தில் பெரும்பான்மைக்கு 42 உறுப்பினர்கள் தேவை என்ற நிலையில் இந்திரா காந்தி இருந்தார்.

இரண்டு கம்யூனிஸ்டு கட்சிகளும் திமுகவும் வெளியிலிருந்து ஆதரவு கொடுக்க முன்வந்ததால் இந்திரா காந்தி அமைச்சரவை ஒரு மைனாரிட்டி அமைச்சரவையாக நீடித்தது. விடுதலை அடைந்தபின் இந்தியாவில் அமைந்த முதல் மைனாரிட்டி அமைச்சரவையாக அது இருந்தது. 1971 வரை நீடித்தது. இந்திரா காந்தி அம்மையாரின் வேண்டுகோளுக்கு இணங்க... குடியரசுத் தலைவர் திரு V.V. கிரி, மத்திய அமைச்சரவையைக் கலைத்து 5வது நாடாளுமன்றத் தேர்தல்கள் நடப்பதற்கு வழி, வகை செய்தார். 5வது நாடாளுமன்றத் தேர்தல் ஒரு வருடம் முன்னதாகவே நடந்தது.

இந்திரா காந்தியின் கட்சிக்கு பசுவும் கன்றும் சின்னமும், ஸ்தாபன காங்கிரஸுக்கு ராட்டை நூற்கும் பெண் சின்னமும் தேர்தல் கமிஷனால் ஒதுக்கப் பட்டது. இந்திரா காந்தி கட்சியின்

கூட்டணியில் *CPI*, *DMK* போன்ற கட்சிகள் பங்கு பெற்றன. ஸ்தாபன காங்கிரஸ் கட்சியின் கூட்டணியில் சோசலிஸ்ட் கட்சிகளும் ஜனசங்கமும் இடம் பெற்றன. இடதுசாரிகள் கட்சிகளை ஒன்றுபடுத்த முடியவில்லை. இரண்டு கூட்டணிகளுமே மோசமானவை. மக்கள் பேயா, பிசாசா என்று தேர்ந்தெடுக்க வேண்டிய நிலை. எனவே, *CPI(M)* எந்தக் கூட்டணியிலும் சேராமல் தனியாக தேர்தலைச் சந்திக்க முடிவு செய்தது.

கோவை நாடாளுமன்றத் தொகுதியில் தோழர் K.ரமணியை வேட்பாளராக நிறுத்தியது. இந்திரா காங்கிரஸ், திமுக கூட்டணி சார்பில் சிபிஐ வேட்பாளராக தோழர் பார்வதி கிருஷ்ணன் நிறுத்தப்பட்டார். நானும் ராஜுவும் இந்தத் தேர்தலில் நமது கட்சிக்கு வேலை செய்வது என்று முடிவு செய்தோம். நான் ஒரு மாதம் லீவு எடுத்தேன். நானும் ராஜுவும் கோவையில் கட்சியின் மாவட்டக்குழு அலுவலகம் சென்றோம். எங்களை மதுக்கரை தேர்தல் பணிக்குழுவுக்கு செல்லும்படி சொன்னார்கள். இருவரும் மதுக்கரைக்குப் பயணமானோம். உக்கடத்திலிருந்து சுமார் 10 கி.மீ. தூரத்தில் மதுக்கரை இருந்தது. அங்கே இருந்த சிமெண்ட் பேக்டரி புகழ் வாய்ந்தது. ஒரு ராணுவ முகாம் மதுக்கரை அருகில் இருந்தது.

மதுக்கரை சிமெண்ட் பேக்டரி தொழிலாளர் சங்க அலுவலகத்தை தேர்தல் அலுவலகமாக பயன்படுத்தினோம். அங்கே நமது சங்கம் மட்டும் பலம் வாய்ந்த சங்கமாக இருந்தது. ஆனால், கட்சிக் கிளை எதுவும் இல்லை. தொழிலாளிகள் அனைவரும் நமது ஆதரவாளர்கள். அந்த தேர்தல் பணிக்குழுப் பொறுப்பாளராக அப்போதைய சேலம் மாவட்டச் செயலாளர் தோழர் அர்த்தநாரி இருந்தார். தேர்தல் பணிக்காக தோழர் *SAP*யும் அவரது சீடர் அருப்புக்கோட்டை வெள்ளைச்சாமியும் மதுக்கரை வந்து சேர்ந்தார்கள். அவர்கள் மதுக்கரையிலிருந்து பணி செய்வதென்றும், நானும் ராஜுவும் கந்தேகவுண்டன் சாவடி பூத் பகுதியில் செயல்படுவதென்றும் முடிவானது.

கந்தேகவுண்டன் சாவடிக்கு (கே.கே.சாவடி) அடிக்கடி டவுன் பஸ் இருந்தது. நானும் ராஜுவும் காலையில் அங்கு சென்று தேர்தல் பணிகளில் ஈடுபடுவோம். இரவு தங்குவதற்கு மதுக்கரை வந்து விடுவோம். கே.கே.சாவடியில் ஒரு காரல் மார்க்ஸ் படிப்பகம் இருந்தது. தென்னங்கீற்றுகளால் வேய்ந்த ஒரு கொட்டகை அது. இரண்டு பெஞ்சுகள் போடப்பட்டிருக்கும். தினசரி பேப்பர்கள் வாங்கிப் போட்டிருப்பார்கள். நாங்கள்

'தீக்கதிரும்' மற்ற பேப்பர்களும் படிப்போம். 'தீக்கதிர்' வாரம் ஒரு முறை வரும். நாங்கள் பகுதி பகுதியாக நோட்டீஸ் வினியோகம் செய்வது, மையத்திலிருந்து வரும் வால்போஸ்டர்களை ஒட்டுவது, தெருமுனைக் கூட்டங்கள் நடத்துவது போன்ற பணிகளில் ஈடுபட்டிருந்தோம்.

கே.கே.சாவடியிலும் கட்சிக் கிளை கிடையாது. ஆனால், கட்சி அனுதாபிகள் இருந்தார்கள். அவர்களுடன் இணைந்து இந்த வேலைகளை செய்தோம். அவர்கள் எல்லா நாளும் வரமாட்டார்கள். தினமும் வேலை பார்த்துச் சாப்பிடுபவர்கள். சில சமயம் அங்கே இருந்த தோழரின் சாளையில் இரவு தங்கினோம். தோட்டப் பயிர்களின் மத்தியில் இரவின் குளிரில் சாளையில் தங்கியிருந்ததுவும் காலையில் பம்புசெட்டில் குளித்ததும் சுகமான அனுபவங்கள். ஒரு மாதம் தேர்தல் பணி செய்துவிட்டு ஓட்டெடுப்பு முடிந்ததும் கோவை DC அலுவலகத்தில் சொல்லிவிட்டு அவரவர் பணியிடங்களுக்கு திரும்பிச் சென்றோம். விருதுநகரில் திமுக வின் மாணவர் தலைவர் சீனிவாசனுக்கு தேர்தல் வேலை செய்த பிறகு, நமது கட்சியின் சொந்த வேட்பாளருக்கு பணி செய்தது உற்சாகமாக இருந்தது. கே.கே.சாவடி முழுவதும் சுவர்களில் அரிவாள் சுத்தியல் நட்சத்திரம் சின்னம் வரைந்தது மிகவும் மகிழ்ச்சியாக இருந்தது. வலுவான திமுக, காங்கிரஸ், சிபிஐ கூட்டணி ஒரு புறம், காமராஜ் காங்கிரஸ் கூட்டணி ஒரு புறம் மோதிக்கொண்டிருக்கையில்... தன்னந்தனியாக போட்டியிட்ட நாம் வெற்றி பெற முடியவில்லை.

ஒரு முறை குன்னூருக்கு ஏதோ சிஐடியு வேலையாக வந்த தோழர் A. நல்லசிவன் அவர்களை சந்தித்து அய்யாசாமியும் மற்ற தோழர்களும் தங்கியிருந்த வீட்டுக்கு அழைத்து வந்து அவருடைய ரிப்போர்ட்டிங்கை கேட்டோம். மிகவும் பயனுள்ள ரிப்போர்ட். ரிப்போர்டிங் முடிந்து சிறிது நேரம் பேசிக்கொண்டிருந்தார். பிறகு குன்னூர் போஸ்ட் ஆபீசில் வேலை பார்த்த தோழர் சித்ரபுத்திரனைப் பற்றி விசாரித்தார். அவருடைய பெண்ணுக்கு சித்திரபுத்திரனை மணமுடிக்கும் அபிப்பிராயத்தில் இருந்தார்.

தோழர் சித்திரபுத்திரன் தொழிற்சங்க ஆர்வம், அரசியல் ஆர்வம் எதுவும் இல்லாதவர். எந்தப் போராட்ட இயக்கத்திலும் அவரை நான் பார்த்ததில்லை. அவர் உண்டு, அவர் வேலை உண்டு என்று இருப்பவர்.

கெட்ட பழக்கவழக்கங்கள் எதுவும் இல்லாதவர். 'அவருக்கு பெண்ணைக் கொடுக்கும் அபிப்பிராயம் இருந்தால், தாராளமாக கொடுக்கலாம்' என்று சொன்னேன். சிறிது நேரம் பேசிக்

கொண்டிருந்துவிட்டு தோழர் *A.N.*கிளம்பினார். அவரை வழியனுப்பி வைத்தோம்.

K.G. போஸ் அணியை மிக வலுவாக கட்டவேண்டுமென்று முடிவு செய்தேன். நான் மட்டுமே ஒவ்வொரு வீட்டுக்கும் சென்று நண்பர்கள் மத்தியில் பேசுவதும் வகுப்பு நடத்துவதும் போதுமானதல்ல என்று தோன்றியது. தோழர் *C.S.*பஞ்சாபி கேசனை *(CSP)* அழைத்து வரவேண்டும் என்று முடிவு செய்து அதற்கான தயாரிப்பு ஏற்பாடுகளைச் செய்தோம். அவர் நண்பர்கள் தங்கியிருக்கும் ஒவ்வொரு வீடாகச் சென்று வகுப்பெடுக்க வேண்டும். மூன்று வீடுகள் மற்றும் மாடர்ன் லாட்ஜ் மொத்தம் நாலு இடங்களில் வகுப்பு நடத்த வேண்டும். எப்படியும் அவர் இரண்டு நாட்கள் குன்னூரில் தங்கியிருக்க வேண்டும். ஒவ்வொரு வீட்டிலும் அனைவரும் தங்கியிருக்க ஏற்பாடு செய்து, வகுப்பு நடத்த வேண்டும். அவ்வாறே செய்தோம். தோழர் *CSP*யை மாடர்ன் லாட்ஜில் தோழர் உன்னி கண்ணனோடு தங்க வைத்தோம். இன்றைக்கு நீலகிரியில் *K.G.*போஸ் அணி வலுவாக இருப்பதற்கான அடித்தளம் அமைத்துக் கொடுத்தோம்.

எங்கள் குன்னூர் பாசறையிலிருந்து உருவான தோழர்கள் அனந்தராஜன் திருச்சி மாவட்டச் செயலராகவும்,, விஸ்வேஸ்வரன் கோவை மாவட்டச் செயலாளராகவும், கோபால் குன்னூர் மாவட்டச் செயலாளராகவும், அய்யாசாமி ஈரோடு மாவட்ட செயலாளராகவும், உன்னி கண்ணன் கேரள மாநில உதவித் தலைவராகவும் சிறப்பாகச் செயல்பட்டார்கள். என்னை ஒரு தொழிற்சங்கவாதியாக உருவாக்கியதும் அந்தப் பாசறைதான்.

1972 ஏப்ரல் மாதத்தில் போனஸ் சம்பந்தமான ஒரு வழக்கில் ஆந்திரா உயர் நீதிமன்றம் போனஸ் ஒரு கொடுபடாத ஊதியம் என்ற தீர்ப்பை வழங்கியது. அதே மாதிரி மகாராஷ்டிரா உயர் நீதிமன்றமும் இப்படி ஒரு தீர்ப்பை வழங்கியது. ஒன்றிய அரசு இந்த தீர்ப்புகளை எதிர்த்து உச்ச நீதிமன்றத்தில் மேல்முறையீடு செய்தது. உச்ச நீதிமன்றம், கீழமை நீதிமன்றங்களின் தீர்ப்பு செல்லும் என்றும் போனஸ் என்பது கொடுபடாத ஊதியம்தான் என்றும் தீர்ப்பு வழங்கியது. இந்த தீர்ப்புகள் போனஸ் சம்பந்தமாக அதுவரை இருந்து வந்த கருத்தாக்கங்களை நொறுக்கி எறிந்தன. போனஸ் கொடுபடாத ஊதியம் என்றால், ஊதியம் வாங்கும் அனைவரும் போனஸ் பெறத் தகுதியானவர்கள்.

*K.G.*போஸ் தலைமையிலான சம்மேளனம் மிகச் சரியான இந்தக் கோரிக்கைக்காக *Bonus for all covention* ஒன்றை **1972**

டிசம்பர் 12ல் டெல்லியில் நடத்தியது. நானும் தோழர் ராஜுவும் நெருங்கிய நண்பர்களிடம் கொஞ்சம் பணம் வசூல் செய்து, மீதிக்கு கடன் வாங்கி டெல்லிக்கு பொது ரயில் பெட்டியில் பயணம் செய்தோம். நின்றுகொண்டும், பெரும்பாலும் கக்கூஸ் அருகில் உட்கார்ந்து கொண்டும் இரவில் பேப்பர் விரித்து கிடைத்த இடத்தில் படுத்துக் கொண்டும் பயணம் செய்து ஒருமாதிரி டெல்லி சென்று சேர்ந்தோம். தோழர்கள் N. J. ஐயர், ஆதிநாராயணா, L.A. பிரசாத் அனைவரையும் சந்தித்தோம். கன்வென்சன் அன்று தோழர் K.G. போஸையும் சந்தித்தோம். கருத்தரங்கில் சிஐடியு பொதுச்செயலாளர் தோழர் P.ராமமூர்த்தி கலந்து கொண்டு வாழ்த்துரை வழங்கினார். தோழர் குப்தா, *Bonus for all means bonus for none* என்று இந்தக் கோரிக்கையை கிண்டல் செய்தார். கொச்சைப் படுத்தினார். ஆனால் வரலாறு நமது கோரிக்கை நியாயமானது என்று நிரூபித்தது.

சரண் சிங் அரசுக்கு ஆதரவு தர... இடது சாரிக் கட்சிகள் வைத்த நிபந்தனைகள் காரணமாக ரயில்வேக்கும் தபால் தந்திக்கும் போனஸ் கிடைத்தது. பின்னர் I.K.குஜ்ரால் பிரதமராக இருந்தபோது இப்போது சிபிஐ(எம்) பொதுச்செயலாளராக இருக்கும் தோழர் சீத்தாராம் யெச்சூரி எடுத்துக்கொண்ட முயற்சிகள் காரணமாக மீதமுள்ள அனைத்து மத்திய அரசு ஊழியர்களுக்கும் போனஸ் கிடைத்தது. இவ்வாறு அனைவருக்கும் போனஸ் என்ற கோரிக்கை வெற்றி பெற்றது.

கருத்தரங்கம் முடிந்து மறுநாள் அதிகாலை ஊர் திரும்புவதற்காக டெல்லி ரயில்வே ஸ்டேஷன் வந்த எங்களுக்கு மாபெரும் அதிர்ச்சி காத்திருந்தது. அந்த அதிகாலைத் குளிரில் தலையில் மப்ளரைக் கட்டிக்கொண்டு தோழர்கள் N.J. ஐயரும், ஆதியும், L.A. பிரசாத்தும், அட்மினிஸட்ரேடிவ் யூனியன் சந்திர சேகரும் எங்களை எதிர்பார்த்து நின்று கொண்டிருந்தனர். நாங்கள் ரிசர்வேஷன் செய்யாததால் எங்களுக்காக துண்டு விரித்து இடம் பிடித்து வைத்துக்கொண்டு காத்திருந்தார்கள். எங்களுக்குள் எழுந்த கிளர்ச்சி உணர்வுகளை வார்த்தைகளால் விவரிக்க இயலாது. இப்படியும் தலைவர்களா?

என்னதான் அந்த நீலகிரி எனக்குப் பிடித்திருந்தாலும் சொந்த ஊருக்குப் போகவேண்டுமல்லவா? எனவே, திருநெல்வேலி கோட்டத்துக்கு மாற்றலுக்கு விண்ணப்பித்திருந்தேன். குன்னூரிலிருந்து நேரடியாக திருநெல்வேலிக்குப் போவது சாத்தியமே இல்லை என்பதை அனுபவத்தில் புரிந்து

வைத்திருந்தேன். எனவே, சந்தர்ப்பம் கிடைக்கும் போது மலையிலிருந்து இறங்கிவிட வேண்டும்.அப்புறம் அங்கிருந்து கொண்டு திருநெல்வேலிக்கு முயற்சி செய்ய வேண்டும். இந்த சமயத்தில்தான் ஒன்றாயிருந்த கோவைக் கோட்டம் பிரிந்து, புதிதாக ஈரோடு மாவட்டம் உருவானது. ஈரோடு கோட்டத்துக்கு விருப்பம் தெரிவித்தேன். ஈரோடு கோட்டத்துக்கு மாறுதல் கிடைத்துவிட்டது. ஆனால், ஈரோட்டில் அலுவலகக் கட்டிடம் தயாராகவில்லை. கட்டுமான வேலைகள் நடந்து கொண்டிருந்தன. எனவே, ஈரோட்டில் கட்டிடம் தயாராகும்வரை ஈரோடு அலுவலகம் கோவை அலுவலகத்திலேயே ஒரு பகுதியில் செயல்பட நிர்வாகம் முடிவு செய்தது. எனவே, கொஞ்ச காலம் நாங்கள் கோவையிலிருந்து பணிபுரிய வேண்டும்.

குன்னூரைவிட்டுப் பிரிந்து செல்லும் அந்த நாளும் வந்து சேர்ந்தது. விளதையை விட்டுப் பிரியும்போது ஏற்பட்ட அதே மனக்கிளர்ச்சிகள் இப்போதும் ஏற்பட்டன. மனசுக்குள் லேசான வலி உண்டானது. பஸ் நிலையத்தில் என்னை வழியனுப்ப நண்பர்கள் கூடியிருந்தார்கள். முருகேசன் என்னைக் கட்டிப் பிடித்துக்கொண்டு, ‘அண்ணா, அண்ணா’ என்று கதறி அழுதான். என் கண்களிலும் நீர் துளிர்த்தது. ஒட்டுமொத்த பஸ் நிலையமும் எங்களை வேடிக்கை பார்த்தது. சிலர் அருகில் வந்து ‘என்ன விஷயம்?’ என்று விசாரித்தார்கள். என்னை தொழிற்சங்க வாதியாக வார்த்தெடுத்த அந்தப் பாசறையை விட்டு என்னை இன்னும் செழுமைப்படுத்திய கோவைப் பாசறைக்கு எனது அடுத்த கட்டப் பயணம் ஆரம்பித்தது.

குன்னூர் – கோயம்புத்தூர் நாட்கள்

கோவை செல்வதற்குமுன் நான் குன்னூரில் இருந்தபோதே நடந்த சில முக்கிய நிகழ்வுகளைப் பதிவு செய்யவேண்டும். அப்போதே குன்னூரிலும், திருப்பூரிலும், ஈரோடு டிரங்க் எக்சேஞ்சிலும், லோக்கல் எக்சேஞ்சிலும் வேறு சில கிளைகளிலும் நமது K.G.போஸ் அணியின் உறுப்பினர்கள் கணிசமான எண்ணிக்கையில் இருந்தார்கள். அவர்கள் செலுத்தும் சாந்தாவின் ஈவுத்தொகை அனைத்து மட்டங்களிலும் குப்தா அணிக்கே சென்று கொண்டிருந்தது. எனவே, எல்லா கிளைகளிலும் உள்ள நமது உறுப்பினர்களை வைத்து தனி கிளை ஆரம்பித்து அவர்களது சந்தாவின் பகுதிப் பணம் சம்மேளன அளவில் கே.ஜி. போஸ் தலைமைக்கும் மற்ற அமைப்புகளைப் பொறுத்தவரை குப்தா அணித் தலைமைக்கும் அனுப்பினால் என்ன என்று எனக்குள்

தோன்றிக்கொண்டே இருந்தது. இது சரியா என்பதைத் தெளிவு படுத்திக்கொள்ள வேண்டும்.

எப்படிச் செய்வது என்று நான் அல்லாடிக்கொண்டிருந்த போதுதான் சிபிஐ (எம்) கட்சியின் 9வது அகில இந்திய மாநாடு மதுரையில் 1972 ஜூன் 27 முதல் ஜுலை 2 வரை நடைபெற்றது. அந்த மாநாட்டுப் பிரதிநிதியாக அருமைத் தோழர் கே.ஜி. போஸ் மதுரை வந்திருந்தார். அவரைப் பார்க்க தோழர் சிஎஸ்பி யும் வந்திருந்தார். தோழர் சிஎஸ்பியுடன் தொடர்பு கொண்டு 10, 12 தோழர்கள் கே.ஜி. போசைச் சந்தித்துப் பேசுவதற்கு ஏற்பாடு செய்து தரவேண்டுமென்று கேட்டுக்கொண்டோம். அவரும் ஏற்பாடு செய்து கொடுத்தார். தோழர் கே.ஜி.போஸ் தங்கியிருந்த அறையில் அவரைச் சந்தித்து எங்கள் சந்தேகத்தைத் சொன்னேன். மாநாடுகள் நடந்து பெரும்பான்மையால் தேர்வு செய்யப்பட்டால் மட்டுமே அவ்வாறு செய்ய வேண்டும் என்றும், பெரும்பான்மை கிடைக்கும்வரை அவர்கள் உறுப்பினராக இருந்து மற்ற தோழர்கள் மத்தியில் பொறுமையாக வேலை செய்ய வேண்டும் என்றும் அறிவுறுத்தினார். தோழர் கே.ஜி.போஸ் தொழிற்சங்க ஜனநாயகத்தை எந்த அளவு உயர்வாகப் போற்றி மதித்தார் என்பதை நான் ஏற்கெனவே தெரிந்து வைத்திருந்தேன்.

1969ல் அகமதாபாத்தில் நடந்த அஞ்சல் மூன்றின் அகில இந்திய மாநாட்டில் தோழர் பிரேமநாதனுக்கும் தோழர் கே.ஜி.போஸுக்கும் இடையே நடந்த தேர்தல் போட்டியில் தோழர் பிரேமநாதன் மிகக்குறைவான வாக்கு வித்தியாசத்தில் வெற்றி பெற்றார். தோழர் கே.ஜி.போஸின் தேர்தல் முகவர் தோழர் என். சி. அம்பலவாணன் மறு ஓட்டு எண்ணிக்கை கேட்க வேண்டுமென விரும்பினார். ஆனால் தோழர் கே.ஜி.போஸ் அதை ஏற்கவில்லை. குறைந்த வாக்கு வித்தியாசம் என்றாலும் தோழர் பிரேமநாதன் வெற்றி பெற்றது, பெற்றதுதான் என்று சொல்லி... தோழர் பிரேமநாதனை கையைப் பிடித்து அழைத்துச் சென்று தலைவர் ஆசனத்தில் அமரச்செய்தவர் தோழர் கே.ஜி.போஸ். ஜனநாயகத்தை அந்த அளவு மதித்த தலைவர் அவர். எனவே அவர் சொன்னதை ஏற்று, பெரும்பான்மை கிடைக்கும்வரை ஊழியர்களிடையே அயராமல் பணி செய்தோம்.

தோழர் ராஜு அடிக்கடி மேட்டுப்பாளையத்தில் இருக்கும் ஒரு தோழரைச் சந்தித்துப் பேச வேண்டும் என்று வலியுறுத்திக் கொண்டே இருந்தார். குன்னூரிலிருந்து இரண்டு முறை மேட்டுப்பாளையம் வந்தேன். தோழர் ராஜுவும் வந்திருந்தார்.

ஆனால், அந்த நண்பரைக் பார்க்க முடியவில்லை. எங்களைப் பார்ப்பதைத் தவிர்க்கிறார் என்று தெரிந்துகொண்டோம். ஆனால் அவரை நாங்கள் விடுவதாக இல்லை. அடுத்த தடவை ஒரு மாதிரி வளைத்துப் பிடித்துவிட்டோம். நெற்றி நிறைய திருநீறு அணிந்திருந்தார். சரியான சிவப்பழம். அவரையும் அறையிலிருந்த வேறு சில நண்பர்களையும் உட்கார வைத்து... விஷயங்களைப் பேசினோம்.

இப்படி நண்பர்களிடம் பேசுவது, வகுப்பெடுப்பது இவையெல்லாம் என்னுடைய வேலைகளாக இருந்தன. தோழர்களைக் கண்டுபிடித்து வளைத்துப் பிடித்து உட்கார வைப்பது ராஜுவின் வேலையாக இருந்தது. ஆரம்பத்தில் சிரத்தை இல்லாமல் கேட்டுக்கொண்டிருந்தாலும் போகப் போக ஆர்வமாக கவனிக்கலானார். கற்பூர புத்தி என்பார்களே, அப்படி ஒரு கூர்மையான புத்தி அவருடையது. அதற்குப் பிறகு எங்களிடமிருந்து தப்பித்துப்போக நினைக்கவில்லை. இரண்டு மூன்று முறை நான் அவருடன் பேசினேன். ராஜு உடனிருந்தார். இறுதியில், தோழர் சிஎஸ்பி யை அழைத்து வந்து இயக்க இயல் பொருள் முதல் வாத வகுப்பு நடத்த ஏற்பாடு செய்தோம்.

மாலையில் தோழர் சிஎஸ்பியின் பொதுக்கூட்டமும் மேட்டுப்பாளையத்தில் நடந்தது. அந்த நண்பர் உணர்வுபூர்வமாக நமது அணிக்கு வந்துவிட்டார். அவர்தான் NG என்று நமது தோழர்களால் அன்போடு அழைக்கப்பட்ட அருமைத் தோழர் என். கோபாலகிருஷ்ணன். விரைவிலேயே மிக உயர்ந்த தலைவராக அவர் பரிணமித்தார். பின்னாள்களில் வேலூரில் நடந்த **E.3** மாநில மாநாட்டில் தோழர் பீட்டர் தலைமையில் நமது அணிக்கும் தோழர் ஜெகன் தலைமையில் அவர்கள் அணிக்கும் நடந்த போட்டியில் நமது அணி அனைத்துப் பதவிகளிலும் தோல்வி அடைந்தது. ஆனால் கோவை ஏரியா செக்ரடரிக்குப் போட்டியிட்ட நமது தோழர் N.G. மட்டும் நமது அணியில் சிறப்பான வெற்றியைப் பெற்றார். பின்னர் நடந்த தஞ்சாவூர் மாநில மாநாட்டில் பிரச்சனைகள் ஏற்பட்டு மாநிலச் சங்கம் இரண்டாகப் பிளவுபட்டபோது நமது மாநிலச் சங்கத்துக்கு செயலாளராகப் பொறுப்பேற்று திறம்பட சங்கத்தை வழிநடத்தினார். நீண்ட நாட்கள் மாநிலச் செயலராகப் பணியாற்றி சங்கத்தை வலுப்படுத்தினார். **எங்கள் பாசறையில் தோன்றிய அற்புதமான மாணிக்கம் தோழர் N.G.**

1971 கல்கத்தா சம்மேளனக் கவுன்சில் கூட்டத்தில் பிளவு ஏற்பட்டு இரண்டு சம்மேளனங்களாக நாம் செயல்பட்டுக் கொண்டிருந்த சமயம். குன்னூரில். ஒரு நாள் எனது வீட்டில் அமர்ந்து நான் படித்துக்கொண்டிருந்தேன். என்னுடைய பாலிடெக்னிக் புத்தகங்களை எல்லாம் கொண்டுவந்திருந்தேன். டிப்ளமோ படித்தவர்கள் 3 வருடம் சேவை முடித்தால் *ES* பரிட்சை எழுதலாம் என இலாகாவில் வாய்ப்பு இருந்த்து.எனவே *ES* பரிட்சைக்கு நான் படித்துக்கொண்டிருந்தேன். அப்போது தோழர் ராஜு வந்தார். அவர் வந்ததைக்கூடக் கவனிக்காமல் நான் மும்முரமாக படித்துக்கொண்டிருந்தேன். 'என்ன அண்ணாச்சி படிச்சிட்டிருக்கீங்க' என்று அவர் கேட்டதற்குப் பிறகுதான் அவர் வந்திருப்பதைப் புரிந்துகொண்டு வரவேற்று உட்காரச் சொன்னேன்.

அவர் என்னை எப்போதும் அண்ணாச்சி என்று கூப்பிடுவது வழக்கம். அப்போதுதான் *ES* பரிட்சைக்கு படித்ததுக் கொண்டிருப்பதைச் சொன்னேன். அவர் முகம் சட்டென மாறியது. உற்சாகத்தோடு வந்தவர் முகத்தில் கவலை அப்பிக்கொண்டது. நீங்கள் அதிகாரியாக மாறிவிட்டால் இந்த அடித்தட்டு தொழிலாளிகளை யார் கவனிப்பது? என்று கேட்டார். சங்கம் இரண்டாகப் உடைந்துவிட்டது. நமக்கு வேலைகள் அதிகமாகிவிட்டது. நீங்கள் அதிகாரியாக மாறிவிட்டால் உங்கள் வாழ்க்கை முறை மாறிவிடும். ஆர்ப்பாட்டங்களில், இயக்கங்களில், போராட்டங்களில் உங்களால் கலந்துகொன்ன முடியாமலே போகும். தொழிலாளி வர்க்க உணர்வுகள் மறைந்து அதிகாரவர்க்க மனோபாவம் வந்துவிடும்' என்று நீண்ட நேரம் அவரது கவலைகளைப் பகிர்ந்துகொண்டார். நான் இவற்றைப் பற்றி யெல்லாம் எண்ணிப் பார்க்கவே இல்லை. அவர் சொன்ன விஷயங்களின் நியாயம் எனக்கு தெளிவாகப் புரிந்தது. முடிவு எடுப்பதற்கு எனக்கு அதிக நேரம் ஆகவில்லை. பதவி உயர்வுக்கான பரிட்சைகள் எதுவும் எழுதுவதில்லை என்று அந்தக் கணமே முடிவு செய்தேன். அதை ஒரு சத்தியப் பிரமாணமாகவே செய்து கொண்டேன். நான் பணிநிறைவு பெறும்வரை பதவி உயர்வுக்கான எந்தப் பரிட்சையும் எழுதவேயில்லை.

அன்றைக்கு நான் *ES* ஆக மாறியிருந்தால், *DE* ஆக பணி நிறைவு பெறும் வாய்ப்புக்கூட எனக்கு கிடைத்திருக்கும். ஆனால் பலநூறு தொழிலாளிகள் நேசிக்கும் ஒரு தொழிற்சங்க வாதியாக நான் வாழ்ந்திருக்க முடியாது. இந்த வாழ்க்கையில் கிடைத்துக் கொண்டிருக்கும் ஒரு மன நிறைவு அந்த வாழ்க்கையில் கிடைத்திருக்காது. அர்த்தமுள்ள ஒரு வாழ்க்கையை நான்

வாழ்ந்திருக்க மாட்டேன். சரியான தருணத்தில் தலையிட்டு, எனக்கு மனமாற்றத்தை ஏற்படுத்திய அருமைத் தோழர் ராஜுவுக்கு நன்றி கலந்த ஆயிரம் வணக்கங்கள்.

நான் குன்னூரிலிருந்து கோவை வந்ததும் மாவட்ட ஆட்சியர் அலுவலகம் அருகில் இருந்த கடலைக்கார சந்தில் அருமைத் தோழர் வாமணன் அறைக்கு அருகிலுள்ள அறையில் தங்கினேன். கடலைக்கார சந்து விரைவில் எங்கள் கோவைப் பாசறையாக மாறியது. தொழிற்சங்கக் கூட்டங்கள், செல் மீட்டிங்குகள், வகுப்புகள் போன்றவை தொடர்ச்சியாக நடக்க ஆரம்பித்தன. நான் தங்கியிருந்தவரை தோழர் வாமணன் காலையில் ஓர் அருமையான டீ போட்டுத் தருவார். இன்னொரு புறம் அஞ்சல் தோழர்கள் விறுவிறுப்பான தொழிற்சங்கப் பணிகளில் இருந்தனர்.

தலைமை அஞ்சலகத்துக்கு அருகில் மில் ரோட்டில் *CS & W* மில்லுக்கு எதிரே ஓர் அறையை வாடகைக்கு எடுத்து... தொழிற்சங்க அலுவலகமாக பயன்படுத்தி வந்தார்கள். நானும் அடிக்கடி அங்கு சென்று கலந்துகொள்வது உண்டு. தினசரி சந்திப்பதோடுகூட வியாழக்கிழமை கூட்டம் என்று அந்தக் கூட்டத்தை வாரா வாரம் விடாப்பிடியாக நடத்தி வந்தார்கள். தோழர் சுதாகரன் தலைமையில் தோழர்கள் பாலகிருஷ்ணன், *RMS* தோழர் ராமச்சந்திரன் ஆகியோர் முக்கியமானவர்களாக இருந்தார்கள்.

தமிழகத்திலிருந்த அஞ்சல் சங்கங்கள் அனைத்தும் தோழர் பிரேமநாதன் கட்டுப்பாட்டிலும் தொலைத்தொடர்பு சங்கங்கள் தோழர் ஜெகன் கட்டுப்பாட்டிலும் இருந்தன. எனவே, கே.ஜி. போஸ் அணிக்கென்று பத்திரிக்கை எதுவும் இல்லை. இதைப்பற்றி ஆழமான விவாதங்கள் நடத்தி நமக்கென்று கோவையில் ஒரு பத்திரிகை ஆரம்பிப்பது என்று முடிவு செய்தோம். பத்திரிகையின் பெயர், 'உரிமை முழக்கம்.' பத்திரிகையின் தலையங்கத்தை தோழர் சுதாகரன் ஆங்கிலத்தில் எழுதினார். தொடர்ச்சியாக தலையங்கத்தை அவரே எழுதி வந்தார். பத்திரிகையின் ஆசிரியராகவும் அவர் இருந்தார். அஞ்சல் தோழர்கள் பாலகிருஷ்ணன், சுகுமாரன், பொட்டானிக்கல் சர்வே இலாகாவின் தோழர் சந்திரசேகரன் ஆகியோர், 'உரிமை முழக்கம்' இதழுக்கு பங்களிப்பு செய்த முக்கிய தோழர்கள்.

'உரிமை முழக்கம்' தொடர்ந்து வெளிவருவதற்கான அனைத்து வேலைகளையும் வெற்றிகரமாகச் செய்தவர்கள் இவர்கள்தான். 'உரிமை முழக்கத்துக்கு' நல்ல வரவேற்பு இருந்தது. **1,000** வரை

அதன் சர்குலேஷன் இருந்தது. கிட்டத்தட்ட **6** வருடம்,. கே.ஜி. போஸ் அணியின் மாநிலத் தலைமை தோழர் சிஎஸ்பி தலைமையில் அந்தப் பத்திரிகையை எடுத்து நடத்தும் வரை கோவையில் அதை நாங்கள் வெற்றிகரமாக நடத்தினோம்.

மார்ச் **1973**ல் வெளியிடப்பட்ட **3**வது ஊதியக்குழு தேவை அடிப்படையிலான குறைந்தபட்ச ஊதியம் எவ்வளவு என்று அன்றைய விலைவாசி அடிப்படையில் கணக்கிட்டுச் சொன்னது. ஆனால், அதைக் கொடுக்க வேண்டியதில்லை என்று சிபாரிசு செய்தது. மிகக் குறைவான ஊதியத்தை சிபாரிசு செய்தது. அதனுடைய மோசமான பரிந்துரைகளை எதிர்த்து கடும் கண்டனம் முழங்குமாறு கே.ஜி.போஸ் தலைமையிலான சம்மேளனம் அறைகூவல் விட்டது. அதன் அடிப்படையில் கோவையில் நாங்கள் அஞ்சலும் தொலைத்தொடர்பும் சேர்ந்து 25,30 சைக்கிள்களில் சங்கக் கொடி கட்டிக் கோவையிலுள்ள அனைத்து அஞ்சல் தொலைத்தொடர்பு அலுவலகங்களுக்கும் ஊர்வலமாகச் சென்று ஆர்ப்பாட்டம் நடத்தினோம். ஆவேசமான ஆர்ப்பாட்டமும் கண்டன உரைகளும் நடத்தப்பட்டன.மறக்க முடியாத நிகழ்ச்சிகள் அவை.

மணம் முடித்தல் – இல்லற வாழ்க்கை ஆரம்பம்

1973 செப்டம்பரில் எனக்கு திருமணம் நிச்சயமானது. எனது அக்காவின் மகள் மீனாட்சி சுந்தரிதான் மணப்பெண். என்னுடைய ஐயாவே செப்டம்பர் 9 என்று தேதி நிர்ணயம் செய்து கல்யாணப் பத்திரிகையும் அடித்து கோவையிலிருந்த எனக்கு அனுப்பி வைத்தார். விறுவிறுப்பான தொழிற்சங்க நடவடிக்கைகளில் இருந்த நான் நான்கு நாள் சிறு விடுப்பு எடுத்துக்கொண்டு 8ஆம் தேதி விளாத்திகுளம் போய்ச் சேர்ந்தேன். கல்யாணத்துக்கு அன்பு நண்பர் விஜயகுமார் மட்டும் வந்திருந்தார். விஜயகுமார் வேறு யாரும் இல்லை. மைசூரிலிருந்து வந்திருந்த நஞ்சுண்டசாமி தான் தன் பெயரை விஜயகுமார் என்று மாற்றி வைத்துக்கொண்டார். ஊருக்கு வந்ததற்குப் பின்தான் தெரிந்தது.

கல்யாணத்தை செப்டம்பர் 12ஆம் தேதிக்கு என்னுடைய ஐயா தள்ளி வைத்திருந்தார். ஐயாவுக்குப் பிடித்தமான தவசிப்பிள்ளை (சமையல் மாஸ்டர்) கிடைக்காததுதான் காரணம். நல்ல கல்யாணச் சாப்பாடு வேண்டும் என்பதற்காக என்னுடைய கல்யாணம் தள்ளிப் போனது. வேறு வழியில்லை.

விடுப்பை கூடுதலாக இரண்டு நாள் எடுக்கவேண்டியதாயிற்று. தவசிப்பிள்ளைக்காகவும் சாப்பாட்டுக்காகவும் முக்கியத்துவம் கொடுத்து நடந்த கல்யாணம். மற்றபடி மிக மிக எளிமையான கல்யாணம். என்னுடைய பெரியப்பா தலைமையில் கல்யாணம் நடந்தது. கல்யாணத்துக்காக சொசைட்டி லோன் போட்டு நான் கொடுத்த பணத்தில் கல்யாணம் நடந்தது. என்னுடைய ஐயா அவர் பங்குக்கு சில செலவினங்களை ஏற்றுக்கொண்டார். அந்தக் காலத்தில் நடந்த சீர்திருத்தக் கல்யாணம். சடங்கு, சம்பிரதாயங்கள் இல்லை. மணமேடை இல்லை. டேபிள்; சேர் போட்டு கல்யாணப் பெண்ணும் நானும் அமர்ந்திருந்தோம். என் பெரியப்பா தாலி எடுத்துக்கொடுக்க நான் கட்டினேன்.

மறுநாள் கோவை கிளம்பி விட்டேன். வீடு பார்த்துக் கூட்டிக்கொண்டு போகிறேன் என்று மனைவியிடம் விடைபெற்றுக் கொண்டேன். தலைக்குமேல் தொழிற்சங்கப் பணிகள் காத்திருந்தன.

தோழர் சுந்தரியை முதலில் தனிமையில் சந்தித்து பேசிக்கொண்டிருந்தபோது 'நான் ஏற்கெனவே கம்யூனிஸ்டு கட்சியைக் கட்டிக்கொண்டு வாழ்க்கை நடத்தி வருவதாகவும் எனவே, சுந்தரி என்னுடைய இரண்டாவது மனைவி' என்றும் சொன்னேன். சுந்தரியின் முகத்தில் சிந்தனை ரேகைகள் படர்ந்தன. சிறு வயது முதல்தான் நேசித்த தன் சொந்த தாய் மாமாவை தனக்கு முன்பே கவர்ந்து விட்ட அந்த கம்யூனிஸ்டு கட்சியைப் பற்றி, தெரிந்துகொள்ள வேண்டும் என்ற ஆர்வம் சுந்தரிக்குள் ஏற்பட்டது. கட்சியைப் பற்றி அவர் படிக்க ஆரம்பித்தார். 'தீக்கதிர், ஒலிக்கதிர்' எல்லாம் படிக்க ஆரம்பித்தார். என்னிடம் அடிக்கடி சந்தேகங்களை கேட்டுத் தெளிவுபடுத்திக் கொண்டார்.

நாங்கள் கோவில்பட்டிக்கு மாற்றலில் வந்து குடியேறியதில் இருந்து அவர் முழுக்க முழுக்க கட்சிக் கேடராக மாறிவிட்டார். நான் சமயம் கிடைக்கும்போதெல்லாம் அவரை கொஞ்சம் கொஞ்சமாக செதுக்கி வந்தேன். கொஞ்சம் கொஞ்சமாக முன்னேறி மாதர் சங்க மாநிலக் குழு உறுப்பினரானார். கட்சியின் DC உறுப்பினரானார். கட்சியின் முழுநேர ஊழியரானார். குடும்பம் வசதியாக இருந்தாலும் கட்சியில் வேஜ் வாங்கிக்கொள்கிற முழு நேர ஊழியர்கள் இருக்கையில் தனக்கு வேஜ் வேண்டாம் என்று மறுதலித்த தோழர் அவர்.

ஜெயலலிதா அரசு அநியாயமாக பஸ் கட்டணத்தை உயர்த்தியதை எதிர்த்து. **23-1-1991** அன்று நடந்த வாலிபர் சங்கத்தின் மாநிலந் தழுவிய பஸ் மறியலில் தோழர் சுந்தரி மாதர் சங்கத் தோழர்களுடன் கலந்துகொண்டார். பஸ் நிலையம் முன்பு மறியல் அவர்கள் அனைவரும் கைது செய்யப்பட்டு தாலுகா அலுவலகம் கொண்டுசெல்லப்பட்டனர். காவல்துறை அவர்களை ரிமாண்ட் செய்ய இருப்பதாகவும் விருப்பமில்லாதவர்கள் பெயர் கொடுக்க வேண்டாமென்றும் சொன்னது.

தோழர் சுந்தரி தலைமையில் மாதர் சங்கத் தோழர்கள் அனைவரும் பெயர் கொடுத்தனர்.. அருகில் டெலிபோன் எக்சேஞ்சில் இருந்த எனக்கு தோழர் சுந்தரி தகவல் சொல்லி அனுப்பினார். நான் சென்று பார்த்து வழியனுப்பி வைத்தேன். மதுரை மத்திய சிறைக்கு அவர்கள் கொண்டுசெல்லப்படுவதாக அறிந்து கொண்டேன். இரண்டு நாள் கழித்து சுந்தரிக்கு வேண்டிய துணிமணிகளை எடுத்துக்கொண்டு மதுரை மத்திய சிறைக்குச் சென்றேன். மதுரை புறநகர்க் கமிட்டியின் செயலாளர் தோழர்

லாசர் ஏற்கெனவே அங்கு வந்து பெண்களிடம் பேசிக்கொண்டிருந்தார். அவர்களுக்கு என்ன தேவை என்று கேட்டுக்கொண்டிருந்தார். தோழர் சுந்தரி எங்களுக்கு படிக்க தினமும் 'தீக்கதிர்' வேண்டும் என்று கோரிக்கை வைத்ததைக் கேட்டு ஊறுகாய் பாட்டில் கொண்டுபோயிருந்த நான் கூசிப்போனேன்.

10 நாட்கள் சிறைவாசம் அனுபவித்த பிறகு, ஜெயலலிதா அரசு உயர்த்திய கட்டணத்தைக் குறைத்த பிறகு தோழர்கள் விடுதலையாகி வெளியே வந்தனர்.

திமுக வுடன் கூட்டு சேர்ந்து சட்டமன்றத் தேர்தலில் நமது கட்சி போட்டியிட்டுக்கொண்டிருந்த சமயம். வாசுதேவநல்லூர் தொகுதியில் கூட்டணி சார்பில் போட்டியிட்ட நமது கட்சி வேட்பாளர் தோழர் R. கிருஷ்ணனுக்காக தோழர் சுந்தரி தேர்தல் பிரச்சாரத்துக்குப் போயிருந்தார். பிரச்சாரம் முடிந்து இரவு தோழர் நமசிவாயம் வீட்டில் தங்கியிருந்தார். அன்று ராஜீவ் காந்தி படுகொலையான செய்தி காட்டுத்தீ மாதிரி பரவி... காங்கிரஸ் கட்சியினர் திமுகவையும் நம்மையும் தாக்க ஆரம்பித்தனர். நமசிவாயம் வீட்டையும் சுற்றி வளைத்தனர்.

வீட்டில் அப்போது ஆண்கள் யாரும் கிடையாது. சுந்தரியும் நமசிவாயம் மனைவியும் அவர் குடும்பத்தைச் சேர்ந்த இரண்டு மூன்று பெண்களும் மட்டும் இருந்தார்கள். தோழர் சுந்தரி அவர்களுக்கு தைரியமூட்டி ஒரு பதில் தாக்குதலுக்கு தயாரானார். எல்லோரும் மிளகாய்ப்பொடியை கரைத்து சட்டென்று கதவையும் ஜன்னலையும் திறந்து அவர்கள் முகத்தில் வீசியடித்து வேகமாக கதவை மூடிக் கொண்டார்கள். ஆண்கள் வீட்டில் இருப்பதாக பாவனை செய்து, தூங்கியது போதும், 'எல்லா ஆம்பளைகளும் ஓடியாங்க' என்று கூப்பாடு போட்டார்கள். அவ்வளவுதான். வந்த கும்பல் தப்பித்தோம் பிழைத்தோம் என்று ஓட்டம் பிடித்தது.

தோழர் சுந்தரி தூத்துக்குடியில் அசைவம் என்று சொன்னாலே முகம் சுளிக்கிற ஓர் ஆசாரமான சைவக் குடும்பத்தில் பிறந்தவர். எனது சொந்த அக்காவின் இரண்டாவது புதல்வி. நமது கட்சி இயக்கத்திலும் மாதர் சங்க இயக்கத்திலும் தீவிர ஈடுபாடு கொண்டவராக மாறியபோது இந்த உணவுப் பழக்கத்தை மாற்ற வேண்டிய கட்டாயம் ஏற்பட்டது. மாலை நேரங்களில் கிராமப்புறங்களுக்கு உறுப்பினர் சேர்ப்புக்காக செல்வார். உறுப்பினர் பதிவு முடிந்து இரவு கடைசி பஸ் எப்படியும் கிடைக்காமல் போய்விடும்.

இரவில் அந்தந்தக் கிராமங்களில் பெண்கள் வீடுகளில் தங்கியிருந்து காலையில் தீப்பெட்டிக் கம்பெனி வேன்களில் கோவில்பட்டி வந்து சேருவார். இரவு உணவாக நமது கிராமத்து சகோதரிகள் சோறும் மீன் குழம்பும் சில சமயங்களில் கோழிக்குழம்பும் வைத்திருப்பார்கள். தோழர் சுந்தரிக்காக இரவு சுடுசோறு சமைத்து சாம்பார் வைப்பது சாத்தியமில்லாத நிலையில் இருப்பார்கள். இட்லி, தோசை சாப்பிடுகிற பழக்கம் இல்லாதவர்களாக இருப்பார்கள். பெரும்பாலும் தலித்துகள் அல்லது BC மக்கள் மத்தியில்தான் நமது தொடர்புகள் இருக்கும்.

இந்த சைவ உணவுப் பழக்கம் நாம் எந்த மக்களோடு ஐக்கியப்பட வேண்டுமோ அந்த மக்களோடு ஐக்கியப் படவிடாமல் தன்னைத் தனிமைப்படுத்தும் என்பதை தோழர் சுந்தரி புரிந்து கொண்டார். கொஞ்சம் கொஞ்சமாக அசைவ உணவு சாப்பிடுவதற்கு பழகிக்கொண்டார். அவர்கள் அன்போடு கொடுக்கிற அந்த உணவைத் தோழர் சுந்தரி சாப்பிடுவது அவர்களுக்கு மிகுந்த மகிழ்ச்சியையும் மனநிறைவையும் தந்தது. சுந்தரி பேசிய அரசியலை அவர்கள் புரிந்துகொண்டார்களோ இல்லையோ, தோழர் சுந்தரி அவர்களோடு அவர்களாக ஐக்கியப் பட்டு நின்றதை அவர்கள் தெரிந்துகொண்டார்கள்.

ஒரு முறை இலாகா மூலம் கேடர் சீரமைப்புப் பயிற்சிக்காக நான் சென்னை பயிற்சி மையத்தில் மூன்று மாதங்கள் தங்கி பயிற்சி பெறுவதற்காக சென்றிருந்தேன். பயிற்சி மையத்தில் பயிற்சி நாட்கள் போக விடுமுறை தினங்களில் தொழிற்சங்க பணிகளிலும் ஈடுபட்டிருந்தேன். எனவே, இடையில் கோவில்பட்டிக்குச் சென்று வர முடியாத நிலை.

தோழர் சுந்தரி கடிதங்கள் மூலம் தொடர்பு கொள்வார். ஒரு முறை கோவில்பட்டியில் உள் நாட்டுக் கடிதம் (Inland letter) கிடைக்காமல் தட்டுப்பாடு ஏற்பட்டது. தோழர் சுந்தரி அஞ்சல் அட்டையில் கடிதம் எழுதியிருந்தார். வழக்கம்போல் அன்புள்ள தோழரே என்று ஆரம்பித்து எழுதி, அன்புடன் தோழர் சுந்தரி என்று கடிதத்தை முடித்திருந்தார். எனக்கு ஒரு கடிதம் வந்திருப்பதைப் பார்த்து அதை என்னிடம் சேர்ப்பிப்பதற்காக எடுத்த நண்பர் அதை தற்சேயலாக படித்துப் பார்த்து மிகவும் ஆச்சரியப்பட்டுப் போனார். ஒரு மனைவி தன்னுடைய கணவரை தோழரே என அழைத்து எழுதியிருந்த அந்தக் கடிதம் பயிற்சி மையம் முழுவதும் அனைத்து நண்பர்கள் மத்தியிலும் சுற்றுக்குப்

போய் கடைசியில் அந்த அஞ்சல் அட்டையை ஒரு முப்பது தோழர்கள் சுமந்து கொண்டு வந்து என்னிடம் கொடுத்தார்கள். பயிற்சி மையத்தில் கிட்டத்தட்ட ஒரு மாதம் வரை இந்த விஷயமே பேசிக்கொண்டிருப்பதற்கான விஷயமாக மாறிப்போனது.

தோழர் சுந்தரியைப் பற்றி சொல்ல நிறைய இருக்கிறது. தோழர் சுந்தரி நேரடிக் கட்சியில் என்னைவிட சீனியர். அவர் கட்சியின் ஒரு முழு நேர ஊழியர். என்னால் ஆகமுடியவில்லை. அவர் சிறைவாசம் அனுபவித்தவர். எனக்கு அந்த சந்தர்ப்பம் கிடைக்கவில்லை. காங்கிரஸ் குண்டர்களோடு நேரடிப் போராட்டத்தில் ஈடுபட்டவர். அப்படி சந்தர்ப்பமும் எனக்கு கிடைக்கவில்லை. நான் உருவாக்கிய கேடர்களிலேயே அற்புதமான கேடர் தோழர் சுந்தரி என்று நினைக்கிறேன். ஏனென்றால், என்னுடைய முயற்சியில் உருவாகி மிக உயர்ந்த நிலைக்குப் போன பல தோழர்கள் இப்போது கட்சியில் இல்லை.

தோழர் சுந்தரிக்கு இப்போது **71** வயது ஆகிறது. நாங்கள் வசிக்கும் அத்தை கொண்டான் பகுதியில் பெண்கள் கட்சிக் கிளையை உருவாக்கி அதன் கிளைச் செயலாளராக அவருடைய பணி இன்றும் தொடர்கிறது. தன்னுடைய வேலைகளைப் பார்த்துக்கொண்டே என்னையும் கவனித்துக்கொள்கிறார். அவரது ஒத்துழைப்பும் உதவியும் இல்லாமல் என்னுடைய கட்சிப் பணிகளையும் இயக்கப் பணிகளையும் முன்னெடுத்துச் செல்வது கொஞ்சமும் சாத்தியப்பட்டிருக்காது என்பதைச் சொல்லியாக வேண்டும்.

கோவை நாட்கள்

நண்பர்களுடன் சேர்ந்து எனக்கு வீடு தேடும் படலம் ஆரம்பமானது. ராமநாதபுரத்துக்கும் சிங்காநல்லூருக்கும் மத்தியில் சென்ட்ரல் ஸ்டுடியோ காலனியில் வீடு கிடைத்தது. சென்னைக்கு முன்பாகவே சினிமா துறை இங்கு இயங்கி வந்ததால் அதற்கு இந்தப் பெயர் ஏற்பட்டிருந்தது. கலைஞர் கருணாநிதி தங்கியிருந்து சினிமா கதை, வசனம் எழுதிய இடம் கோவை சென்ட்ரல் ஸ்டுடியோ காலனி. கோவையின் பிரதான ஆதிக்க சக்தியான கவுண்டர்கள் குடியிருக்கும் பகுதி.

விளாத்திகுளம் போய், மனைவி சுந்தரியையும் சுந்தரியின் அம்மாவான என்னுடைய சகோதரியையும் அழைத்துக்கொண்டு வருவதாக நண்பர்களிடம் சொல்லிவிட்டு ஊருக்கு கிளம்பினேன். நாங்கள் திரும்பி வந்தபோது அந்த ஆச்சரியம் காத்திருந்தது. சமையலுக்குத் தேவையான அனைத்தையும், பலசரக்கு, காய்கறி என அனைத்தையும் அருமை நண்பர் விஜயகுமார் வாங்கிப் போட்டிருந்தார். வீட்டுச் சொந்தக்காரர்கள் அவரிடம் நீங்கள் என்ன குடிவரப் போகிற பெண்ணின் அண்ணனா?' என்று கேட்டார்களாம். அந்த அளவு அக்கறையோடு எங்கள் புதுக் குடித்தனத்துக்கான ஏற்பாடுகளை அவர் செய்து வைத்திருந்தார்.

திருச்சி மெயின் ரோட்டில் சென்ட்ரல் ஸ்டுடியோ காலனி பஸ் நிறுத்தத்தில் இறங்கி இரண்டு பர்லாங்கு தூரம் வலது புறமாக உள்ள ரோட்டில் நடந்தால்... சென்ட்ரல் ஸ்டுடியோ காலனியும் எங்கள் வீடும் வரும். எங்கள் வீடு அந்த ரோட்டின் மேலேயே இருந்தது. வீட்டுச் சொந்தக்காரர்கள் வீடும் அடுத்தாற்போல் இருந்தது. இரண்டு வீடுகளும் ஒரு காம்பவுண்டுக்குள் இருந்தன. காம்பவுண்ட் கேட்டை நேரத்தோடேயே பூட்டி விடுவார்கள். கேட்டைத் தட்டி குரல் எழுப்பினால்... வந்து திறந்து விடுவார்கள். அவர்களது நாய் பயங்கரமாகக் குரைத்து ரகளை செய்யும். எனவே, நான் வந்து விட்டேன் என்பது வீட்டில் அனைவருக்கும் தெரிந்து... சுந்தரியும் அக்காவும் எழுந்து விடுவார்கள்.

பஸ் நிறுத்தத்தில் இருந்து வீடு வரை உள்ள இரண்டு பர்லாங்கு தூர ரோடு ஒரு பெரிய தென்னந்தோப்பின ஓரமாக அமைந்திருந்தது. அந்த ரோட்டில் தெரு விளக்கு எதுவும் கிடையாது. வீட்டுக்காரர்கள் அடிக்கடி சொல்வார்கள்: 'அந்தத் தென்னந்தோப்பு ரோட்டில் இருட்டில் வரக்கூடாது. தோப்பின் காவலாளி ஒரு முரடன், குடிகாரன். ரோட்டில் வரும்போது வழி மறித்து தகராறு செய்வான். எனவே, சாயங்காலமே வந்துவிட வேண்டும்.' நான் தொழிற்சங்க பணியெல்லாம் முடிந்து இரவு நேரங்களில் தான் வருவேன். அந்த குடிகார முரடனை நான் ஒரு நாள்கூட சந்திக்கவில்லை. ஒரு வேளை என்னைப் பார்த்ததும் அமைதியாக போய் விடுவானோ என்னவோ.

நண்பர் விஜயகுமார் அடிக்கடி சொல்வார்: அந்த முரட்டுக் குடிகாரன் உங்களைப் பார்த்தால் புத்தரைப் பார்த்த அங்குலிமாலாக மாறிவிடுவான்.' எங்கள் வீட்டின் முன்பு பெரிய திண்ணை இருந்தது. திண்ணைக்கு முன்புறம் மிகப்பெரிய முற்றம் இருந்தது. அந்த முற்றத்தில் வீட்டு சொந்தக்காரர்களின். விறகுக்கடை இருந்தது. ஒரு நாள் சாயங்காலம் வீட்டிற்குள் இருந்த என்னை என் மனைவி அழைத்தாள். வீட்டின் முன்புறம் திண்ணையைத் தாண்டி விறகுக் கடையில் விறகு வாங்கி தலையில் சுமந்து கொண்டு ஓர் இளம் பெண் நின்றுகொண்டிருந்தாள்.

சிறு வயதுப் பெண். 18, 19 வயது இருக்கும். கறுப்பு நிறம். களையான முகம். அந்தப் பெண் வாசலில் கிடந்த என்னுடைய செருப்பைப் பார்த்துவிட்டு என்னுடைய போட்டோ அவளுடைய வீட்டில் இருப்பதாகச் சொன்னாளாம். என்னைப் பார்த்ததும் சொன்னாள்: 'நீங்கள்தான் எங்கள் வீட்டில் போட்டோவில் இருக்கிறீர்கள். போட்டோவிலும் இதே செருப்புத்தான் போட்டிருக்கிறீர்கள்' என்று சொன்னாள். செருப்பை வைத்தே என்னை அடையாளம் கண்டு கொண்ட புத்திசாலிப் பெண். அநேகமாக, குன்னூர் பஸ் ஸ்டாண்டில் என்னைக் கட்டிப்பிடித்துக் கொண்டு கதறி அழுதானே தம்பி முருகேசன், அவனுடைய தங்கையாக இருக்கலாம்.

விசாரித்ததில் நான் நினைத்தது சரி என்று தெரிந்தது. அவள் முருகேசனின் தங்கை பானு. எனக்கும் தங்கை. தலையில் சுமந்து கொண்டிருக்கும் விறகை இறக்கி வைத்துவிட்டு வீட்டுக்குள் வரும்படி அழைத்தேன். மிகவும் தயங்கினாள். ஏதோ சாக்குப்போக்கு சொல்லிவிட்டுக் கிளம்பி விட்டாள். ஒன்றரை கி.மீ. தூரத்தில்

கள்ளிமடை என்ற கிராமம் இருக்கிறதாம். அதுதான் அவர்களின் கிராமமாம். கள்ளிமடை முழுக்க தலித் மக்கள் வசிக்கும் பகுதி என்று தெரிந்துகொண்டேன். அவர்கள் அந்த வீட்டு முற்றத்தில் நின்று விறகு வாங்கிக்கொள்ளலாமாம். ஆனால், திண்ணையில் உட்காரவோ, வீட்டிற்குள் வரவோ கூடாதாம். என்ன கொடுமைடா சாமி என்று எனக்குள் ஓர் எரிமலை வெடித்தது. முருகேசன் வேறு மூன்று நான்கு தினங்கள் கழித்து தீபாவளிக்கு ஊருக்கு வருவதாகச் சொல்லி இருந்தான். அவனை எப்படியும் வீட்டிற்கு அழைத்து வர வேண்டும்.

முருகேசன் கோவை வந்து என்னைத் தொடர்புகொண்டான். சிங்காநல்லூர் கடையில் டீ குடித்துக்கொண்டே பேசிக்கொண்டிருந்தோம். 'சென்ட்ரல் ஸ்டுடியோ காலனியில் ஏன் அண்ணா வீடு பார்த்தீர்கள்? உங்கள் வீட்டிற்கு வரமுடியாதே' என்றான். 'ஏன்? என்று கேட்டேன். 'அவர்கள் சாதி வெறி பிடித்தவர்கள். கள்ளிமடைக்காரர்கள் அவர்கள் வீட்டுக்குள் வரக்கூடாது' என்றான். 'அது இப்போதைக்கு என் வீடு. நீ பாட்டுக்கு தீபாவளிக்கு என் வீட்டுக்கு வா. என்ன நடக்கிறது என்று நான் பார்க்கிறேன்' என்றேன். மிகவும் தயங்கினான். வேண்டாம் என்று மறுத்தான். நான் விடுவதாக இல்லை. ஒரு மாதிரி அவனை சம்மதிக்க வைத்து... தீபாவளியன்று வீட்டுக்கு அழைத்து வந்தேன்.

வீட்டுக்குள் அமர்ந்து பலகாரங்கள் சாப்பிட்டோம். திண்ணையில் உட்கார்ந்து பேசிக்கொண்டிருந்தோம். மதிய உணவு சாப்பிட்டோம். சாயங்காலம் டீ சாப்பிட்டுவிட்டு இருவரும் கிளம்பி வெளியே சென்றுவிட்டோம். சிறிது நேரம் கழித்து நான் திரும்பி வந்தேன். ஒரு புயல் அடித்து ஓய்ந்திருந்தது. வீட்டுக்காரர் என் மனைவியிடம் கோபமாகச் சொன்ன விஷயங்களை அவள் என்னிடம் சொன்னாள். கள்ளிமடைக்காரர்கள் எங்கள் வீட்டுக்குள் வரக்கூடாது. சாருக்கு நண்பனாக இருக்கலாம். சாருக்கு இந்த ஊர் வழக்கம் தெரியாது. ஆனால், அந்தப் பையனுக்கு இங்கு வரக்கூடாது என்பது தெரியும். தெரிந்தும் வந்திருக்கிறான் என்றால், என்ன திமிர்? இனி அவன் இந்தப் பக்கம் வந்தால் பெரிய விபரீதம் ஏற்படும். சாரிடம் சொல்லி வையுங்கள் என்று அவர் சொன்ன அவ்வளவு விஷயங்களையும் சுந்தரி என்னிடம் சொன்னாள்.

எனக்கு கோபம் தலைக்கேறி விட்டது. 'என் நண்பன் என் வீட்டுக்கு வரத்தான் செய்வான். அதை யாரும் தடுக்க முடியாது

என்று கோபமாகக் கத்திவிட்டு நான் வெளியே போய்விட்டேன். நீண்ட நேரம் கழித்து திரும்பி வந்தேன். மீண்டும் வீட்டுக்காரர் சொன்ன விஷயத்தை சுந்தரி என்னிடம் சொன்னாள். ‘வேறு எந்த ஊர் நண்பரையும் அவர் தலித்தாக இருந்தாலும் அழைத்து வரலாம். அவர் யாரென்று எங்களுக்குத் தெரியாது. கண்டு கொள்ள மாட்டோம். ஆனால், கள்ளிமடைக்காரர்களை இங்கே எல்லோருக்கும் தெரியும். எனவே, அந்தப் பையனை என் வீட்டுக்குள் அனுமதித்தால் என் சாதிக்காரர்கள் என்னை சாதியிலிருந்து நீக்கி விடுவார்கள். ஊரைவிட்டு தள்ளி வைத்து விடுவார்கள்.

எனவே, நண்பனைப் பார்க்க வேண்டுமென்றால், நீங்கள் அவருடைய வீட்டுக்குப் போய்விட்டு வரலாம். யாருக்கும் எந்தவித ஆட்சேபணையும் கிடையாது என்று வீட்டுக்காரர் சொன்னாராம். எனக்கு மனது சமாதானமாக வில்லை. இருந்தாலும் இந்த சமரசத் திட்டத்தை ஒப்புக்கொள்வதைத்தவிர வேறு வழியில்லை. அவ்வப்போது முருகேசன் வீட்டுக்கு நாங்கள் போய் வரலானோம்.

மேற்கத்திய நாடுகளில் ஆட்சியதிகாரத்துக்கு வந்த முதலாளி வர்க்கம் தனக்கு முந்தைய சமுதாயமான நிலப்பிரபுத்துவத்தை அழித்தொழித்து அதன் சாம்பல் மேட்டின்மேல் தனது ஆட்சியை நிறுவியது. சாதீய பிரிவினைக்கும் பிற்போக்கு மூட நம்பிக்கைகளுக்கும் விளைநிலமாக இருந்த நிலப்பிரபுத்துவம் வேரோடு சாய்க்கப்பட்டது. முற்போக்கான கோஷங்களோடு முதலாளித்துவம் ஆட்சியதிகாரத்துக்கு வந்தது. ஆனால், இந்திய முதலாளி வர்க்கம் ஆட்சியதிகாரத்துக்கு வந்தபோது நிலப்பிரபுத்துவ வர்க்கத்தோடு சமரசம் செய்துகொண்டது. ஆட்சியதிகாரத்தில் தன்னுடைய இளைய பங்காளியாக நிலப்பிரபுத்துவ வர்க்கத்தை சேர்த்துக்கொண்டது.

எனவே, இந்தியாவில் நிலப்பிரபுத்துவ சமுதாயத்தின் கொடையான சாதீயப் பாகுபாடுகளும் பிற்போக்கு மூடப்பழக்க வழக்கங்களும் இன்றும் நீடித்ததுக்கொண்டிருக்கின்றன. முதலாளித்துவமே செய்து முடித்திருக்கவேண்டிய நிலப்பிரபுத்துவ ஒழிப்புக் கடமையை, ஜனநாயகக் கடமையை அது செய்யாமல் விட்டுவிட்டதால் தொழிலாளி வர்க்கம் அந்தக் கடமையை செய்து முடிக்கவேண்டிய கட்டாயத்தில் இருக்கிறது.

இடதுசாரிக் கட்சிகளைத் தவிர இந்தியாவின் அனைத்து அரசியல் கட்சிகளும் சாதீயப் பாகுபாடுகளையும் சாதீய வெறியையும் தங்கள் அரசியல் ஆதாயத்துக்காக ஒரு சிறந்த ஆயுதமாகப் பயன்படுத்தி வருகின்றன. தொழிலாளி வர்க்கம் தான் இதைத் தடுத்து நிறுத்த வேண்டும். அதனால் தான் இதைச் செய்ய முடியும். தொழிலாளிகளை ஒற்றுமைப் படுத்துவதற்கு தொழிற்சங்கங்கள் தங்கள் மேடையிலிருந்து சாதீய பாகுபாடுகளுக்கும், சாதீய வெறிக்கும் எதிரான போராட்டத்தை துவக்கி நடத்த வேண்டும். சாதீய எதிர்ப்பு என்பது வர்க்கப் போராட்டத்தின் ஒரு பிரிக்க முடியாத அம்சம் என்பதை தொழிற்சங்கங்கள் ஏற்றுக் கொண்டு செயல் பட வேண்டும்.

வாய்ப்புக் கிடைத்த போதெல்லாம் தொழிற்சங்க மேடைகளில் இந்த விஷயங்களுக்கு முக்கியத்துவம் கொடுத்துப் பேசியிருக்கிறேன். நிறைய வகுப்புகள் எடுத்திருக்கிறேன். ஆனால், இந்த சாதீயச் சனியன் என் வீட்டுக் கதவையே தட்டி என்னை வம்புக்கு இழுக்கும் என்று நான் ஒரு நாளும் நினைத்துப் பார்த்ததில்லை.

ஈரோடு நாட்கள் – 1

எங்கள் பாசறையில் உருவான தோழர்களிலேயே மிக முக்கியமானவர் அருமைத் தோழர் பார்வதிநாதன். ஊர்வலங்களில் கணீரென்ற குரலில் அவர் கோஷமிட்டு வருவதும் கோஷமிடும் சமயத்தில் அவருடைய உடல் மொழியும் அனைவரையும் கவர்ந்திழுக்கும். கோஷமிடுவது ஒன்றும் சாதாரண விஷயமல்ல. நான் தொழிற்சங்க நடவடிக்கைகளில் ஈடுபட்ட பின்னர் எனக்கும் கோஷம் போடவேண்டும் என்று மிகவும் ஆசையாக இருக்கும். ஆனால், கூச்சமாக இருக்கும். அநேகமாக ஏழெட்டு வருடங்களுக்குப் பிறகு ஏதோ அகில இந்திய மாநாட்டுக்குப் போகும் வழியில் ஒரு ரயில்வே ஸ்டேஷனில் தோழர்கள் கோஷமிட்டனர். அப்போது அவர்களிடம் சொல்லி நான் முதன்முறையாக கோஷமிட்டேன். அதிலிருந்து நன்றாகக் கோஷமிட ஆரம்பித்தேன்.

ஈரோட்டில் கோஷங்களையெல்லாம் தொகுத்து ஒரு சிறிய சிட்டைப் புத்தகம் தயார்செய்து வைத்திருந்தோம். பார்வதி நாதனின் கோஷம் அற்புதமாக இருக்கும். இறுதி வரை சங்கத்துக்காகவும் கட்சிக்காகவும் உழைத்து உயிர் நீத்த தோழர். என்னை அவரும் அவரை நானும் உயிருக்குயிராய் நேசித்தோம். நான் ஒரு கல் நெஞ்சுக்காரன். குடும்பத்தில் யார் இறந்தபோதும் நான் அழுததில்லை. என் அருமை மகன் ஸ்டாலின் என் மீது மிகவும் பிரியமாக இருப்பான். நான்தான் அவனது உலகம் என்று இருந்தவன் அவன். அவனுடைய திருமண வயதில் இறந்து விட்டான். அவன் இறந்துபோன சோகம் என்னைப் பிழிந்து எடுத்துபொழுதிலும் நான் அழவில்லை. ஆனால் அருமைத் தோழர் பார்வதிநாதன் இறந்து... அவருக்கு நடந்த இரங்கல் கூட்டத்தில் பேச வேண்டி வந்தது. மைக் முன்னால் நின்ற எனக்கு பேச்சே வரவில்லை. நா தழதழுத்தது. விம்மி விம்மி அழுதேன். என்னிடம் அவ்வளவு நெருக்கம் உள்ள தோழர்.

நானும் ராஜுவும் பார்வதிநாதனும் யோசித்தோம். தமிழ்நாடு ஒரு பொட்டல் காடாக இருந்தது. குன்னூரில் நானும் சில தோழர்களும் இருந்தோம். ஈரோட்டிலும் திருப்பூரிலும் சில

தோழர்கள் உருவாகியிருந்தார்கள். ஆக, கே.ஜி.போஸ் அணிக்கென்று விரல்விட்டு எண்ணக்கூடிய ஒரு சில தோழர்கள் இருந்தனர். கே.ஜி.போஸ் அணி என்று ஒரு அணி தமிழகத்தில் இல்லை. இந்த நிலையை எப்படி அனுமதிப்பது?. எப்படி முன்னேறுவது என்று மூளையைப்போட்டு கசக்கிக் கொண்டிருந்தோம். அப்போதுதான் ரயில்வேயில் சில மாற்றங்கள் ஏற்பட ஆரம்பித்தன.

ஈரோடு நாட்கள் – 2

1960, *1968* வேலை நிறுத்தப் போராட்டங்களில் மத்திய அரசு ஊழியர்களின் ஈட்டி முனையாக செயல்பட்ட நமது சம்மேளனம் சீர்குலைவுவாதிகளின் கண்மூடித்தனமான காங்கிரஸ் ஆதரவுக் கொள்கையால் சீர்குலைந்து கிடந்தது. அதனுடைய பாரம்பரியப் பெருமையை அது இழந்து போயிருந்தது. இந்த நிலைமையில் தான் அகில இந்திய ரயில்வே ஊழியர் சம்மேளனத்தின் (AIRF) தலைவராக தோழர் ஜார்ஜ் பெர்னாண்டஸ் தேர்ந்தெடுக்கப் பட்டார்.

ரயில்வே ஊழியர்கள் மத்தியில் இது பெரும் உற்சாகத்தை ஏற்படுத்தியது. பிப்ரவரி 27ல் AIRF ரயில்வே ஊழியர்களின் ஒரு மாபெரும் கன்வென்சனை நடத்தியது. 100 பகுதி வாரி சங்கங்களிலிருந்து 3,000 பிரதிநிதிகள் கலந்துகொண்டனர். National Co-ordination committee for Railwaymen's Struggle (NCCRS) உருவானது.

தோழர் ஜார்ஜ் பெர்னாண்டஸை கன்வீனராகக்கொண்ட ஒரு நடவடிக்கைக் குழுவும் உருவாக்கப்பட்டது. மே 8ஆம் தேதியிலிருந்து காலவரையற்ற வேலைநிறுத்தம் செய்வது என்று கன்வென்சன் முடிவு செய்தது. ரயில்வேக்கு போனஸ் என்பது முக்கியக் கோரிக்கையாக இருந்தது. மத்திய அரசு ஊழியர் மகாசம்மேளனமும் (எஸ்.கே.வியாஸ்) நமது சம்மேளனமும் (கே.ஜி.போஸ்) மே 8, 9 தேதிகளில் ஒத்துழையாமை இயக்கம் என்றும் மே.10 லிருந்து காலவரையற்ற வேலை நிறுத்தம் என்றும் முடிவு செய்து, நோட்டீஸ் கொடுத்தன.

இந்த சந்தர்ப்பத்தை பயன்படுத்திக்கொள்வது என்று நாங்கள் முடிவு செய்தோம். வேலைநிறுத்தத்தை விளக்கியும் அதில் கலந்து கொள்ள வேண்டுகோள்விட்டும் ஒரு நல்ல நோட்டீஸ் தயார் செய்து, வட்டிக்கு கடன் வாங்கி அச்சடித்தோம். தமிழகத்தை தென்

மாவட்டங்களாகவும், வட மாவட்டங்களாகவும் இரண்டு பிரிவாக பிரித்தோம். தென் மாவட்ட தொலைபேசி நிலையங்களிலும் அலுவலகங்களிலும் தோழர் பார்வதிநாதனின் சொந்தக்காரர்களும் நெருங்கிய நண்பர்களும் இருந்தார்கள். எனவே நானும் பார்வதி நாதனும் தென் மாவட்டங்களுக்குப் பயணம் செய்வதென்றும், தோழர் ராஜுவின் சொந்தக்காரர்களும் நண்பர்களும் வட மாவட்டங்களில் இருந்ததால்... அவர் வட மாவட்டங்களுக்கு பயணம் செய்வதென்றும் முடிவு செய்தோம்.

பயணம் **1973** மார்ச் முதல் வாரத்தில் துவங்கியது. பொட்டானிக்கல் சர்வே தோழர் சந்திரசேகரன் தென் மாவட்டங்களை ஈரோட்டிலிருந்து கிளம்பி எப்படி சென்று வந்தால் முழுமையாக கவர் செய்ய முடியுமென்று ஒரு பக்காவான ரூட் மேப் வரைந்து கொடுத்தார். அந்த ரூட் மேப்பின்படி நாங்கள் பயணம் செய்தோம். மொத்தம் **15** நாட்கள் பயணம். எல்லா ஊர்களிலும் தொலைபேசி நிலையங்களிலும் மற்றும் அலுவலகங்களிலும் நோட்டீஸ் வினியோகம் செய்து விஷயங்களை பேசினோம். தோழர் பார்வதிநாதன் உறவினர்கள் இருந்ததால் சாப்பாட்டுக்கு எந்தச் சங்கடமும் இல்லை. மறக்காமல் தீக்கதிரை... கண்ணில் படும்படி வைத்துக்கொண்டோம்.

முதலில் காரைக்குடி சென்று.. இறுதியில் நாகர்கோவில் வரை சென்று வந்தோம். ஒவ்வொரு ஊரிலும் கட்சித் தோழர்கள் இருந்தால்... அவர்களை அடையாளம்கண்டு தனியாகப் பேசினோம். அட்ரஸ் வாங்கிக்கொண்டோம். தமிழகம் தழுவிய அளவில் செயல்படவேண்டிய அவசியம் குறித்து விளக்கிச் சொன்னோம். தோழர் ராஜுவும் அவர் சென்று வந்த பகுதிகளில் இந்தப் பணியைச் செய்து திரும்பி வந்தார். **15** நாட்கள் கழித்து நாங்கள் சந்தித்தபோது எங்கள் கையில் **36** கட்சித் தோழர்களின் அட்ரஸ் இருந்தது.

தமிழகம் முழுவதும் கட்சியை நேசிக்கிற, கட்சிக்காக தியாகம் செய்கிற **36** தோழர்கள் இருந்தார்கள் என்பது எங்களுக்கு மிகப் பெரிய உற்சாகத்தை ஏற்படுத்தியது. ஆனால், அவர்கள் கே.ஜி. போஸ் அணியாக இல்லை. சங்கத்தில் தீவிரமாக வேலை செய்து வந்தார்கள். சம்மேளனம் இரண்டாகப் பிளவு, பட்டிருப்பதோ நாம் கே.ஜி.போஸ் அணி என்பதோகூட அவர்களுக்கு தெரிந்திருக்கவில்லை. நேரில் சந்தித்துப் பேசியபோது இதைப் பற்றி அவர்களிடம் விளக்கிச் சொன்னோம்.

நாம் மாநிலம் தழுவிய அணியாக செயல்பட வேண்டும் என்பதையும் அவரவர்கள் ஊரில் நமது அணியை உருவாக்க வேண்டும் என்பதையும் பேசினோம். அவர்கள் முகங்களில் ஒரு புத்துணர்ச்சியைப் பார்க்க முடிந்தது. ஈரோடு மையத்திலிருந்து தொடர்ந்து தபால் அனுப்பினோம். முக்கியச் செய்திகள் பற்றி குறிப்புகள் தயார் செய்து அனுப்பினோம். ஒரு வலுவான தொடர்பை ஏற்படுத்தினோம். இந்த 36 பேர்தான் தமிழகம் முழுவதும் கே.ஜி.போஸ் அணி வளர்வதற்கு மூலகாரணமாக இருந்தார்கள.

ஈரோடு நாட்கள் - 3

1960, *1968* வேலை நிறுத்தப் போராட்டங்களில் மத்திய அரசு ஊழியர்களின் ஈட்டி முனையாக செயல்பட்ட நமது சம்மேளனம் சீர்குலைவுவாதிகளின் கண்மூடித்தனமான காங்கிரஸ் ஆதரவுக் கொள்கையால் சீர்குலைந்து கிடந்தது. அதனுடைய பாரம்பரியப் பெருமையை அது இழந்து போயிருந்தது. இந்த நிலைமையில் தான் அகில இந்திய ரயில்வே ஊழியர் சம்மேளனத்தின் (AIRF) தலைவராக தோழர் ஜார்ஜ் பெர்னாண்டஸ் தேர்ந்தெடுக்கப் பட்டார். ரயில்வே ஊழியர்கள் மத்தியில் இது பெரும் உற்சாகத்தை ஏற்படுத்தியது. பிப்ரவரி 27ல் AIRF ரயில்வே ஊழியர்களின் ஒரு கன்வென்சனை நடத்தியது. 100 பகுதிவாரி சங்கங்களிலிருந்து 3000 பிரதிநிதிகள் இந்த கன்வென்சனில் கலந்துகொண்டனர்.

கன்வென்சனில் *NCCRS (National Co-ordination committee for Railwaymen's Struggle)* என்ற ரயில்வே ஊழியர்களின் போராட்ட அமைப்பு உருவானது. தோழர் ஜார்ஜ் பெர்னாண்டஸை கன்வீனராகக்கொண்ட ஒரு நடவடிக்கைக் குழுவும் உருவானது. மே 8ஆம் தேதியிலிருந்து காலவரையற்ற வேலைநிறுத்தம் என்று கன்வென்சன் முடிவு செய்தது. ரயில்வேக்கு போனஸ் என்பது முக்கிய கோரிக்கையாக இருந்தது. மத்திய அரசு ஊழியர் இயக்கத்தின் ஈட்டி முனையாகத் திகழ்ந்த தபால் தந்தி ஊழியர் இயக்கம் சீர்குலைக்கப் பட்டுக் கிடந்த சமயம் ரயில்வே ஊழியர்கள் மத்தியில் ஒற்றுமையும் போராட்ட ஆவேசமும் கிளர்ந்தெழுந்தன.

அது வெறும் ரயில்வே ஊழியர் போராட்டமாக அமைந்து விடக்கூடாது. 1960, 1968போல் அனைத்து மத்திய அரசு ஊழியர் போராட்டமாக இருக்க வேண்டும்; அதற்கு தபால் தந்தி ஊழியர்

சம்மேளனம் தனது பாரம்பரியப் பங்களிப்பைச் செய்யவேண்டும் என்று K.G. போஸ்-A.S. ராஜன் தலைமை கடுமையான முயற்சிகள் மேற்கொண்டது. தபால் தந்தி ஊழியர் சம்மேளனத்தில் ஒரு செயல்பாட்டு ஒற்றுமையை (functional unity) ஏற்படுத்துவதன் மூலம் ஒரு ஒன்றுபட்ட வலுவான போராட்டம் சாத்தியமே என்று K.G.போஸ் - A.S. ராஜன் தலைமை கூறியது.

ஆனால், O.P. குப்தா - A பிரேமநாதன் தலைமை இந்த நல்ல ஆலோசனையை ஏற்றுக்கொள்ள மறுத்து விட்டது. அமைப்பு ரீதியான ஒற்றுமை (Organisational unity) ஏற்பட்டால் மட்டுமே போராட்ட அறைகூவல் விடமுடியும் என்று உடனடியாக சாத்தியப்படாத ஒரு சொத்தைக் காரணத்தைச் சொல்லி போராட்ட அறைகூவல் விட மறுத்து விட்டது. எனவே, வேறு வழியில்லை.

K.G. போஸ் - A.S. ராஜன் தலைமை மே 8,9 ல் ஒத்துழையாமை இயக்கம்; மே 10லிருந்து காலவரையற்ற வேலை நிறுத்தம் என்று அறைகூவல் விட்டது. குப்தா - பிரேமநாதன் அணி போராட்ட அறைகூவல் விடாதது மட்டுமல்ல: போராட்டத்துக்கு எதிராக அறிக்கையும் வெளியிட்டது.

தபால் தந்தியில் கே.ஜி.போஸ் ஏ.எஸ். ராஜன் தலைமை வேலைநிறுத்த அறைகூவல் விட்டதிலிருந்து கோவையில் நாங்கள் மிகுந்த உற்சாகத்தோடு போராட்டத் தயாரிப்புப் பணிகளில் ஈடுபட்டோம். அநேகமாக, தமிழகத்தில் வேறு எங்கும் இத்தகைய பணிகள் நடைபெறவில்லை. தலைமை அஞ்சலகத்துக்கு அருகில் ஒரு ரூம் எடுத்து தயாரிப்புப் பணிகள் இரவு, பகலாக நடைபெற்றன. இதில் நிறைய தோழர்கள் கலந்துகொண்டனர். குறிப்பாக தோழர்கள் சுதாகரன், பாலகிருஷ்ணன், ஏ.கே. ராமச்சந்திரன், செந்தாமரை, சந்திரசேகரன் ஆகியோரின் பணி அற்புதமானது. தோழர் சந்திரசேகரன் மிக அற்புதமாக சுவரொட்டிகள் எழுதுவார்.

நகரம் முழுவதும் அவரது சுவரொட்டிகள் ஒட்டப்பட்டன. நோட்டீஸ்களும் பலமுறை அச்சடிக்கப்பட்டு வினியோகிக்கப்பட்டன. இரவு 12.00 மணிக்கு மேல் போக்குவரத்து குறைவாக இருக்கும் நேரத்தில் தார் ரோடுகளில் விளக்குமாறால் பெருக்கி... சுத்தம் செய்து சுண்ணாம்பினால் வேலைநிறுத்தச் செய்திகளை பெரிய பெரிய எழுத்துகளில் எழுதி வைத்தோம். இந்தப் பணி காரணமாக பல தோழர்கள் பல நாட்கள் வீடுகளுக்குச் செல்லவில்லை.

அஞ்சல் ஆர்.எம்.எஸ். நிலையங்கள், தொலைபேசி தந்தி நிலையங்கள், அலுவலகங்கள், ரயில்வே நிலையங்கள் அனைத்தும் வரக்கூடிய வேலைநிறுத்தத்தின் செய்திகளைத் தாங்கி, பறைசாற்றிக் கொண்டிருந்தன. இவையெல்லாம் போக சைக்கிள்களில் அனைத்து மத்திய அரசு அலுவலகங்களுக்கும் சென்று... ஆழமான விரிவான பிரச்சாரத்தில் ஈடுபட்டோம். கோவை நகரம் முழுவதும் வேலை நிறுத்தம் பற்றிய பேச்சாகவே இருந்தது. கோவை நகரம் முழுவதும் ஒரு போர்க்கள நிலவரத்தை நாங்கள் ஏற்படுத்தியிருந்தோம். தயாரிப்புப் பணிகள் காரணமாக பல தோழர்கள் கடன்பட வேண்டி வந்தது. ஒருமுறை ரயில்வே போலீஸ் சுற்றி வளைத்துக் கைது செய்ய முயன்றபோது தோழர்கள் ஒருவாறு தப்பித்து தலைமறைவாகினர்.

போத்தனூரில் தோழர் ஜார்ஜ் பெர்னாண்டஸ் பொதுக் கூட்டத்தை ரயில்வே ஊழியர்கள் ஏற்பாடு செய்தபோது நாங்கள் கோவையிலிருந்து தோழர்களை அழைத்துக்கொண்டு அந்த கூட்டத்துக்குப் போயிருந்தோம். தோழர் ஜார்ஜ் பெர்னாண்டஸின் அற்புதமான உணர்ச்சிமயமான உரையைக் கேட்டோம். இந்த தயாரிப்பு பணிகளின்போது நான் கோவையில் இருந்தேன். ஏப்ரல் மத்தியில் எங்கள் அலுவலகம் ஈரோடுக்கே மாறிச் சென்று விட்டது. ஈரோட்டில் தொலைபேசி நிலையமும் DE அலுவலகமும் செயல்படும் அளவுக்கு கட்டிடப் பணிகள் முடிவடைந்திருந்தன.

மீதி கட்டிடப் பணிகள் நடந்து கொண்டிருந்தன. குன்னூரிலிருந்து வந்து, நான் கோவையில் எட்டு மாதங்கள்... தான் இருந்தேன். அலுவலகம் ஈரோட்டுக்கு மாறவே, நானும் குடும்பத்துடன் ஈரோடு செல்ல வேண்டியதாயிற்று. அருமை நண்பர் நடேசன் ஈரோடு வைராபாளையத்தில் அவருடைய வீட்டிற்கு சற்று அருகிலேயே எனக்கு வீடு பார்த்திருந்தார். ஈரோடு பஸ் நிலையத்திலிருந்து வ.உ.சி.பார்க்கில் நுழைந்து சென்று... ஒன்றரை கி.மீ. தூரம் சென்றால், வைராபாளையம் வந்துவிடும். சற்று தள்ளி காவிரி நதியின் கால்வாய் இருந்தது. எப்போதும் தண்ணீர் நிறைந்து ஓடிக்கொண்டிருக்கும். இன்னும் சற்று தொலைவில் காவிரி நதியையே பார்க்கலாம். பச்சைப் பசேல் என்று நெற்பயிர்கள் நிறைந்திருக்கும் அருமையான பூமி.

ஈரோட்டிலேயே மிகவும் உயரமான கம்பீரமான கட்டிடம் பிரப் (Brough) ரோட்டில் அமைந்திருந்த எங்களது டெலிபோன் பவன் கட்டிடம்தான். என்னுடைய நடவடிக்கைகள் இப்போது

ஈரோட்டில் துவங்கி, நடைபெற ஆரம்பித்தன. நானும் தோழர் ராஜுவும் இன்னும் சில தோழர்களை இணைத்துக்கொண்டு வேலைநிறுத்தத் தயாரிப்புப் பணிகளில் ஈடுபட்டோம். ஈரோடு டிரங்க் எக்சேஞ், லோக்கல் எக்சேஞ்ச் பகுதிகளில் முழுமையான பிரச்சாரம் செய்தோம். பல்லடம் தொலைபேசி நிலையத்தை அன்றைக்கு மூடிவிடவேண்டும் என்று ஏற்பாடு செய்தோம். ஈரோட்டிலிருந்த அனைத்து தொலைபேசி நிலையங்களுக்கும் பயணம் செய்து... விரிவான பிரச்சாரம் செய்தோம். எங்களது ஈரோடு DE அலுவலகக் கிளையின் பொதுக்குழுக் கூட்டம் கூடியது. கிளையில் நான் மட்டும் தனி ஆளாக இருந்தேன். அது முழுக்க முழுக்க குப்தா அணியின் கிளையாக இருந்தது. மாவட்டச் செயலாளர் தோழர் மகாலிங்கம் கலந்துகொண்டார். வேலை நிறுத்தம் கூடாது என்று முடிவு செய்யப்பட்டது. நான் மட்டும் தனி ஆளாக வேலை நிறுத்தம் செய்வேன் என்று அறிவித்தேன்.

என்னுடைய வாதங்களையும் முடிவையும் கேட்ட பிறகு அந்தக் கிளையில் என்னுடைய மதிப்பும் செல்வாக்கும் அதிகரித்தன. என்னுடைய முடிவு தவறானது என்றும் அதிதீவிர நடவடிக்கை காரணமாக நான் தனிமைப்பட்டுப் போவேன் என்றும் குப்தா அணியினர் சொன்னதுதான் தவறாகிப்போனது.

கடுமையான பழி வாங்கும் நடவடிக்கைகள் வரும் என்று குப்தா அணியினர் சொன்னார்கள். *Fear of victimisation is revisionism* என்று அருமைத் தோழர் B.T.ரணதிவே சொன்னது என்னுடைய மனதில் பதிந்து போயிருந்தது. என்னுடைய முடிவில் நான் உறுதியாக இருந்தேன். அனைவரும் பழிவாங்குதலுக்கு அஞ்சாமல் போராட வேண்டும் என்பதை என்னால் எந்த அளவு அழுத்தம் திருத்தமாகச் சொல்ல முடியுமோ அந்த அளவுக்குச் சொன்னேன். கூட்டம் முடிந்தவுடன் அப்போதைய DE திரு. மொகமது ஜகாரியா என்னை அழைத்துப் பேசினார். தன்னந் தனியனாக வேலை நிறுத்தம் செய்ய வேண்டாமென்று அன்போடு வலியுறுத்தி கேட்டுக் கொண்டார். நானும் பணிவோடு அதை மறுத்து விட்டேன். நானும் தோழர் ராஜுவும் மேட்டுப்பாளையம் மற்றும் நீலகிரி மலையிலுள்ள அனைத்து ஊர்களுக்கும் செல்லத் திட்டமிட்டிருந்தோம்.

ஏற்கெனவே நான் கோவையில் இருந்த சமயம் தோழர் ராஜு ஓர் ஆலோசனை சொன்னார். அவருடைய அக்காவின் கணவர் ராசிபுரத்தில் தோல் பதனிடும் தொழில் செய்துவருவதாகவும்.

அவருக்குப் பணம் கொடுத்து ஊக்கப்படுத்தினால் நிறைய லாபம் வரும் என்றும் நம்முடைய தொழிற்சங்கப் பணிகளுக்கு பணத்தட்டுப்பாடு இருக்காது என்றும் எனவே, சொசைட்டி லோன் போட்டு பணம் தருமாறும் சொன்னார். நானும் லோன் போட்டு பணம் கொடுத்தேன். என்ன நடந்தது என்று தெரியவில்லை. ஒரு நான்கைந்து மாதங்கள் சொசைட்டி லோனுக்கான தவணை பிடிக்கவேயில்லை. நான் ஈரோடு வந்த சமயம் இரண்டிரண்டு தவணை பிடிக்க ஆரம்பித்தார்கள். சொசைட்டி லோனுக்கான பிடித்தம்போக ஐந்து ரூபாய், ஆறு ரூபாய் என்று சம்பளம் வந்தது. என்னால் ஒன்றும் செய்யமுடியவில்லை. ராஜுவின் அக்கா கணவர் ஒரு குடிகாரர் என்று தெரியவந்தது. குடித்து குடித்து தொழிலைக் கவனிக்காமல் பெருத்த நஷ்டமேற்பட்டது. அவர் ஒன்றும் உதவி செய்யும் நிலையில் இல்லை.

ராஜுவுக்கும் பிடித்தமெல்லாம்போக மிகக் குறைவான சம்பளமே வந்தது. அன்றைய தினம் எங்கள் வீட்டில் அடுப்பு பற்ற வைக்கவில்லை. நானும் அக்காவும் சுந்தரியும் பட்டினியோடு உட்கார்ந்திருந்தோம். மதியம் மூன்று மணி இருக்கும். தோழர் ராஜு ஒரு பையில் கொஞ்சம் அரிசியும் காய்கறியும் இன்னொரு பையில் கொஞ்சம் கோதுமை மாவும் கொண்டுவந்தார். அதற்கு மேல் சமையல் நடந்து நாங்கள் சாப்பிட்டோம். சாப்பாடு முடிந்தவுடன் பயணம் கிளம்ப வேண்டும் என்று ராஜு சொன்னார். ‘பணம் இல்லையே’ என்று நான் சொன்னேன். இருக்கிறது என்று சட்டைப்பையில் இருந்து ஐந்து ரூபாய் நோட்டை எடுத்துக் காண்பித்தார்.

உற்சாகமாக, மேட்டுப்பாளையம் கிளம்பினோம். அங்கு பிரச்சாரம் முடித்து இரவு தங்கினோம். மறுநாள் காலை அங்குள்ள நண்பர்களிடம் சிறிது பணம் வசூல் செய்து, குன்னூர் சென்றோம். அங்கு வசூல் செய்து, அடுத்த ஊர் சென்றோம். இவ்வாறு ஊர் ஊராக வசூல் செய்து, வேலைநிறுத்தப் பிரச்சாரத்தை வெற்றிகரமாக முடித்து திரும்பினோம். வாழ்க்கையில் மறக்க முடியாத நாட்கள் அவை.

ஈரோடு நாட்கள் - 4

1974 மே 8லிருந்து ரயில்வே ஊழியர்கள் வேலை நிறுத்தம் என்று நோட்டீஸ் கொடுத்ததைத் தொடர்ந்து எஸ்.கே.வியாஸ் தலைமையிலான மத்திய அரசு ஊழியர் மகா சம்மேளனமும்

கே.ஜி.போஸ் தலைமையிலான தபால் தந்தி ஊழியர் சம்மேளனமும் மே 8, 9ல் ஒத்துழையாமை இயக்கம், மே 10லிருந்து வேலைநிறுத்தம் என்று நோட்டீஸ் கொடுத்தன. குப்தா.பிரேம் அணி வேலை நிறுத்த அறிவிப்பு கொடுக்கவில்லை. அதோடு மட்டுமல்ல, வேலைநிறுத்தத்துக்கு எதிராக அறிக்கையும் வெளியிட்டது. ஆக,மே 8ல் ரயில்வே ஊழியர் வேலைநிறுத்தம்.

மே 10ல் மத்திய அரசு மற்றும் தபால் தந்தி ஊழியர் வேலைநிறுத்தம். இடைப்பட்ட நாளான 9ஆம் தேதி இரவு குப்தா-பிரேம் அணி இலாகாவோடு ஓர் ஒப்பந்தத்தில் கையெழுத்திட்டது. அதுதான் 20% பதவி உயர்வு ஒப்பந்தம். ஏதாவது செய்து, தபால் தந்தி ஊழியர்களை வேலைநிறுத்தத்தின் பக்கம் செல்லாமல் பார்த்துக்கொள்ள வேண்டும். அதற்காக, அரசாங்கமும் குப்தா-பிரேம் அணியும் செய்த கூட்டுக் களவாணித்தனம்தான் 20%பதவி உயர்வு ஒப்பந்தம். பொதுவாக, மானிட்டர் பதவி கிடைப்பதற்கு 18 ஆண்டுகள் ஆகிவிடும் நிலை. பெரும்பாலானோர் எந்தப் பதவி உயர்வும் இல்லாமல் பதவியில் சேர்ந்த அதே கேடரிலேயே 25, 30 ஆண்டுகள் கழித்து பணி நிறைவு பெறும் நிலை.

பதவி உயர்வு குதிரைக் கொம்பாக இருந்தது. வெறும் பொருளாதார நன்மை மட்டுமல்ல, கௌரவப் பிரச்சனையாகவும் இருந்தது. ஊழியர்களின் இந்த உணர்ச்சி மயமான பிரச்சனையை குப்தா-பிரேம் அணி கையிலெடுத்தது. போராடும் ரயில்வே ஊழியர்களை அழைத்துப் பேசுவதற்கு அரசுக்கு மனமில்லை. ஜார்ஜ் பெர்னாண்டஸையும் மற்ற தலைவர்களையும் மே 2 ந் தேதியே கைது செய்து... திகார் சிறையில் அடைத்தது. ஆனால், தபால் தந்தி ஊழியர்கள்மேல் ஒரு திடீர் கரிசனம் ஏற்பட்டு... பதவி உயர்வு என்ற ஒரு கண்துடைப்பு நாடகத்தை அரசும், குப்தா-பிரேம் அணியும் அரங்கேற்றினார்கள். 8ஆம் தேதி ஒரு வேலை நிறுத்தம். 10ஆம் தேதி ஒரு வேலை நிறுத்தம். 9ஆம் தேதி இரவில் இந்த ஒப்பந்தம். அதுவும் தலைவர்கள் கைது செய்யப்பட்டு சிறையில் அடைக்கப்பட்ட பின்னணியில்.

இந்தப் பதவி உயர்வின் சாராம்சம் வருமாறு:

1. 100 தொலைபேசி இயக்குநர்கள் இருந்தால், முதல் 20 பேர் LSG ஆகிவிடுவார்கள். இந்தப் பதவி உயர்வுக்காக கூடுதல் பதவிகள் எதுவும் உருவாக்கப்படமாட்டாது. எனவே, creation of post மூலம் பதவி உயர்வு கிடையாது. வெறும் convertion of post தான்.

2. பதவி உயர்வில் செல்பவர்கள் 5 சதம் கூடுதல் வேலைப் பளுவை ஏற்றுக்கொள்ள வேண்டும். பதவி உயர்வில் செல்லாத 80 பேர், 100 பேர் வேலையைப் பார்க்க வேண்டும்.

3. இன்சார்ஜ் அலவன்ஸ் கிடையாது.

4. மிகுதி நேரப்படி வெட்டப்படும்.

5. இந்தப் பதவி உயர்வினால் அரசாங்கத்துக்கு எந்தவித செலவும் ஏற்படாது. அதாவது, இது No cost basisல் இருக்கும்.

பின்னர் வந்த பூதலிங்கம் கமிட்டி 'For every additional quantum of wage increase the workers should produce matching savings' என்று சிபாரிசு செய்வதற்கு முன்பே குப்தா அது அமலாவதற்கு கதவை அகலமாகத் திறந்துவிட்ட தலைவராக இருந்தார். Matching savings என்ற பூர்ஷ்வா தத்துவத்தை பூர்ஷ்வாக்களுக்கே முதலில் சொல்லிக்கொடுத்த அற்புதமான தலைவர்.

ஜார்ஜ் பெர்னாண்டஸும் மற்ற தலைவர்களும் கைது செய்யப்பட்டதைத் தொடர்ந்து மே 8ஆம் தேதிக்கு முன்பாகவே ரயில்வே வேலை நிறுத்தம் பல இடங்களில் துவங்கி விட்டது. போராட்டத்தில் ஈடுபட்ட ரயில்வே ஊழியர்கள் மீது கடுமையான அடக்குமுறை கட்டவிழ்த்து விடப்பட்டது. 17 லட்சம் ரயில்வே ஊழியர்கள் கலந்துகொண்ட உலகத்தின் மிகப்பெரிய ரயில்வே வேலை நிறுத்தமாக அது அமைந்தது.

MISA விலும் DIRலுமாக 50,000 ஊழியர்கள் கைது செய்யப்பட்டு, சிறையில் அடைக்கப்பட்டனர். காவல்துறை ரயில்வே விடுதிகளில் புகுந்து ஊழியர்களையும் அவர்கள் குடும்பத்தினரையும் கண்மூடித்தனமாகத் தாக்கியது. ரயில்வே ஊழியர்கள் காடுகளில் தஞ்சமடைந்தனர். கைது செய்யப்பட்டவர்கள் படுமோசமான கிரிமினல் கைதிகளோடு சேர்த்து சிறையில் ஒன்றாக அடைக்கப்பட்டனர். அவர்களை சிறையில் சென்று நாங்கள் பார்த்தோம். அவர்கள் குடும்பங்களுக்கான நிவாரண உதவிகளைச் செய்தோம். இந்தியத் தொழிலாளி வர்க்கம் இந்திய நாடு முழுவதும் 1977ல் ஆட்சி மாற்றம் ஏற்படும் வரை இத்தகைய நிவாரண உதவிகளைச் செய்தது. காடுகளுக்குள் ஒளிந்திருந்த ஊழியர்களுக்காக இரவில் ரகசியமாக உணவு சுமந்து சென்றோம்.

தபால் தந்தியைப் பொறுத்தவரை கேரளம், மே. வங்கம், அசாம் ஆகிய இடங்களில் வெற்றிகரமான வேலைநிறுத்தம் நடைபெற்றது. தமிழகத்தில் கோவையிலும் ஈரோடிலும் மட்டும் விரல் விட்டு எண்ணக் கூடிய தோழர்கள் மட்டும், நான் உட்பட, கலந்து கொண்டோம். வருமான வரித்துறையிலும், P&T ஆடிட்டிலும், பிரிண்டிங் & ஸ்டேஷனரியிலும் வெற்றிகரமான வேலைநிறுத்தம் நடைபெற்றது. ரயில்வே தவிர, பிற சங்கங்களில் அகில இந்திய அளவில் வேலை நிறுத்தம் சரி வர. நடைபெறவில்லை. எனவே, மே 10ல் துவங்கிய வேலை நிறுத்தத்தை நான்கு நாட்களில் மத்திய அரசு ஊழியர் மகா சம்மேளனமும். தபால் தந்தி ஊழியர் சம்மேளனமும் விலக்கிக்கொள்ள நேர்ந்தது. S.M.பானர்ஜியின் அகில இந்திய பாதுகாப்புத் துறை ஊழியர்கள் சம்மேளனமும் விலகிக் கொண்டது. குன்னூரில் பிரச்சாரத்தில் இருந்த நான், ஈரோடு திரும்பி... DE அலுவலகத்தில் பணியில் சேர்ந்துகொண்டேன்.

ரயில்வேயில் வேலை நிறுத்தம் ஆவேசமாகத் தொடர்ந்தது. நாட்கள் செல்லச் செல்ல... ரயில்வே ஊழியர்களின் போராட்டம் மேலும் மேலும் விறுவிறுப்படைந்தது. AITUC யின் காங்கிரஸ் ஆதரவுக் கொள்கை காரணமாக சீர்குலைவு வேலைகளும் துவங்கின. ரயில்வே மாதிரி அத்தியாவசிய பணியில் நீண்ட நாட்களுக்கு வேலைநிறுத்தம் சாத்தியமில்லை என்று அவர்கள் பேச ஆரம்பித்தனர். ரயில்வே வேலைநிறுத்தம் மே 8ல் துவங்கி 20 நாட்கள் நடைபெற்றது.

ரயில் சேவை நின்று போனால் என்ன நிலை ஏற்படும் என்பதை இந்த நாடு கண்கூடாகக் கண்டது. இந்திரா காந்தி அரசாங்கம் மூச்சுத் திணறியது. ஏதாவது செய்து வேலை நிறுத்தத்தை முடிவுக்குக் கொண்டு வர வேண்டும். வேலை நிறுத்தம் இன்னும் சிறிது நாள் நீடித்திருந்தால் அரசுக்கு வேறு வழியில்லை. இறங்கி வந்திருக்கும். போராடும் ஊழியர்களுக்கு சாதகமான நிலை ஏற்பட்டிருக்கும்.

இந்த நிலையில்தான் போராடும் ரயில்வே ஊழியர்கள் மண்டல அளவில் அல்லது கோட்ட அளவில் கூடி வேலை நிறுத்தத்தை தொடர்வதா அல்லது முடித்துக்கொள்வதா என்று அவர்களே தீர்மானித்துக்கொள்ளலாம் என்று AITUC தலைவர்கள் அறிவித்தனர். எவ்வளவு விபரீதமான யோசனை? ஒரு சில மண்டலங்கள் வேலை நிறுத்தத்தை நீடிக்கலாம் என்றும் வேறு சில மண்டலங்கள்

முடித்துக்கொள்ளலாம் என்றும் முடிவு செய்தால் நிலைமை என்னவாகும்? வேலை நிறுத்தத்தை முடித்துக்கொண்ட பகுதிகள் போக தொடர்ந்து வேலை நிறுத்தத்தை நீடிக்கிற பகுதிகளை எளிதாக அடையாளம்கண்டு அரசாங்கம் குறி வைத்து தாக்குவதற்கு வசதி ஏற்படும்.

வேலை நிறுத்தம் NCCRSஆல் அகில இந்திய அளவில் ஆரம்பிக்கப்பட்டது. அதை NCCRS தான் அகில இந்திய அளவில் வாபஸ் பெற வேண்டும். ஆனால், விரும்புகிறவர்கள் வேலை நிறுத்தத்தை நீடிக்கலாம், மற்றவர்கள் முடித்துக்கொள்ளலாம் என்று விஷமத்தனமான அறிக்கையை வெளியிட்டு, AITUC அந்த வெற்றிகரமான வேலை நிறுத்தத்தை சீர்குலைத்தது. நிலைமையின் விபரீதத்தை உணர்ந்த NCCRS உடனடியாக அகில இந்திய அளவில் வேலை நிறுத்தம் வாபஸ் பெறப்படுவதாக அறிவித்தது. AITUC யின் அளப்பரிய உதவியால் இந்திரா காந்தி அம்மையாரும் அவரது அரசாங்கமும் நிம்மதிப் பெருமூச்சு விட்டனர்.

1968 மத்திய அரசு ஊழியர்களின் வேலை நிறுத்தத்தின்போது மத்திய அரசின் ESMOவை அமல்படுத்த மாட்டோம், போராடும் மத்திய அரசு ஊழியர்களின் மீது கேரள போலீஸ் கை வைக்காது என்று கம்பீரமாக அறிவித்த முதல்வர் தோழர் EMSஐ மத்திய அரசு ஊழியர் வரலாறு என்றென்றைக்கும் பதிவு செய்து வைத்திருக்கும். **1974** ரயில்வே ஊழியர் போராட்டத்தின் போது கேரளத்தில் MISAவும் DIRம் அமல் படுத்தப்பட்ட போதும், கேரள போலீஸ் போராடும் ரயில்வே ஊழியர்களை அவர்கள் விடுதிக்குள் புகுந்து தாக்கியபோதும் அப்போதைய கேரள முதல்வரிடம் முறையீடு செய்தபோது, என்னால் ஒன்றும் செய்ய முடியாது. போலீஸ் அமைச்சர் கருணாகரன்தான் ஏதாவது செய்ய வேண்டும்' என்று கையை விரித்த முதல்வர் C.அச்சுத மேனனையும் வரலாறு பதிவு செய்தே வைத்திருக்கும்.

ஈரோடு நாட்கள் – 5

அக்டோபர்-நவம்பர், **1972** 'ஒலிக்கதிரில்' கோவை தந்திக்கோட்ட செயற்குழு பற்றியும் ஈரோடு தலமட்டப் போராட்டம் பற்றியும் அவர்கள் பாணியில் எழுதி இருந்தார்கள். உண்மையில் நடந்த விஷயங்களை கீழே எழுதியிருக்கிறேன்.

பவானியில் ஒரு தலமட்டப் போராட்டம் காரணமாக நிர்வாகம் எடுத்த பழிவாங்குதல் நடவடிக்கைகள் பற்றி பேசி முடிவு

எடுப்பதற்காக கோவை தந்திக்கோட்ட செயற்குழு பவானியில் கூடியது. தோழர் ஜி.பி.நாயுடு மாவட்டத் தலைவர், தோழர் முத்தியாலு மாவட்டச் செயலர் ஆகியோரோடு ADS ஆக இருந்த நானும் மற்றவர்களும் இருந்தோம். கலந்து கொண்ட கிளைச் செயலர்கள் அனைவருமே கே.ஜி. போஸ் அணியைச் சேர்ந்தவர்கள். கூட்டம் நடத்திய பவானி கிளை நடுநிலை வகித்தது.

சம்மேளன நிலைமைகள் பற்றி பேச வேண்டும் என்று எவ்வளவு முயற்சி செய்தும் பலனளிக்காதலால் தற்போது கூடியுள்ள செயற்குழுவில் அது பற்றி முதலில் பேசவேண்டும் என்று கோரிக்கை எழுந்தது. மாவட்டத் தலைவர் தோழர் ஜி.பி. நாயுடு முதலில் பவானி பிரச்சனை பற்றிப் பேச வேண்டும் என்றார். எங்களுக்கும் பவானி பிரச்சனை பற்றி பேசுவதில் உடன்பாடுதான். ஆனால், அதைப் பேசி முடித்துவிட்டால்... அடுத்து கூட்டத்தை தொடர்ந்து நடத்துவார்களா, மற்ற பிரச்சனைகளைப் பற்றிப் பேச வாய்ப்புத் தருவார்களா என்பது நிச்சமற்றதாக இருந்தது.

எனவே, நாங்கள் சம்மேளனப் பிரச்சனைகளைப் பற்றி முதலில் பேச வேண்டும் என்று வலியுறுத்தினோம். அதற்காக ஒரு வாக்கெடுப்பு நடத்தவும் வலியுறுத்தினோம். வாக்கெடுப்பில் அவர்களுக்கு எந்த ஆதரவும் இருக்காது என்பதால், வாக்கெடுப்பு நடத்த தலைவர் மறுத்தார். பெரும்பான்மைக்கு மதிப்புக் கொடுக்காமல் தொழிற்சங்க ஜனநாயகத்தை புறக்கணித்து நடந்து கொண்ட மாவட்டத் தலைவர் தோழர் ஜி.பி. நாயுடு, மாவட்டச் செயலாளர் தோழர் முத்தியாலு ஆகியோர் மீது நம்பிக்கையில்லாத் தீர்மானம் கொண்டுவந்து நிறைவேற்றினோம். நம்பிக்கையில்லாத் தீர்மானம் நிறைவேறியதும் அவர்கள் கிளம்பிச் சென்று விட்டார்கள்.

கூட்டம் தொடர்ந்து நடைபெற்றது. மாவட்ட உதவிச் செயலாளர் தோழர் மோகன்தாசை மாவட்ட பொறுப்புப் செயலராக தேர்ந்தெடுத்தோம். பவானி பிரச்சனை குறித்து விவாதித்தோம். கே.ஜி.போஸ், ஏ.எஸ்.ராஜன் தலைமையிலான சம்மேளனத்தை ஆதரிப்பது என்று தீர்மானம் நிறைவேற்றினோம். நடந்த நிகழ்ச்சிகளை தொகுத்து எழுதி.. கோட்டப் பொறியாளரை சந்தித்தோம். எங்களுடன் மாநில அமைப்புச் செயலாளரும் உடன் வந்து... தோழர் மோகன்தாசை கோட்டச்செயலராக ஏற்றுக் கொள்ள வேண்டும் என்று கேட்டுக்கொண்டார்.

மோகன்தாசை கோட்டச்செயலராக ஏற்றுக்கொள்ள வேண்டும் என்று மாநிலத் தலைவர், கோவை கோட்டப் பொறியாளருக்கு கடிதம் அனுப்பினார். ஆனால், மாநிலச் செயலர் தோழர் ஜெகன் தலையிட்டு... தோழர் முத்தியாலுவுக்கே மாவட்டச் செயலாளர் அங்கீகாரம் வாங்கிக் கொடுத்தார். தமிழகத்தில் சிறுபான்மைக்கு அங்கீகாரம் கொடுத்த ஜனநாயகப் படுகொலை அரங்கேறியது. கே.ஜி.போஸ் அணியின் கிளைச் செயலர்களும் நிர்வாகிகளும் தோழர் மோகன்தாஸ் கோட்டச் செயலராக தொடர்ந்து செயல்படுவது என்று முடிவு செய்தார்கள். தமிழகத்தின் அங்கீகாரமில்லாத முதல் கோட்டச்செயலராக என்னுடைய தொழிற்சங்கப் பயணம் தொடர்ந்தது.

ஈரோடு வெளியூர் தொலைபேசியில் குறைந்தபட்ச ஊழியர் எண்ணிக்கை குறைக்கப்பட்டது. அதை நிர்ணயிப்பதில் பிரச்சனைகள் ஏற்பட்டன. மாநிலச் செயலர் தோழர் ஜெகன் வெளியூர் தொலைபேசி கிளைச் செயலரிடம் தோழர் முத்தியாலு மூலம் கோட்டப் பொறியாளருடன் பிரச்சனையை எடுக்கும்படி சொன்னார். அதற்கு வெளியூர் கிளைச் செயலர் மறுத்து விட்டார். தோழர் மோகன்தாஸ் மூலம் தான் எடுக்க முடியும் என்று சொன்னார். எனவே, இரண்டு அணியும் சேர்ந்து ஒன்றுபட்ட போராட்டம் நடத்த முடிவானது. நிர்வாகம் பழிவாங்குதல் நடவடிக்கை எடுத்தது. 8 தோழர்களுக்கு ஊர் மாற்ற உத்தரவு போடப்பட்டது.

இந்தப் பழிவாங்குதல் நடவடிக்கையில் ஒரு வினோதம் நடைபெற்றது. போராட்டம் அனைவரும் கலந்துகொண்ட போராட்டம். ஆனால், கே.ஜி.போஸ் அணித் தோழர்கள் மீது மட்டுமே பழிவாங்கும் நடவடிக்கை வந்தது. நிலைமைகளின் தன்மைகளையும் பழிவாங்குதல் நம் தோழர்கள் மீது மட்டுமே வந்த பின்னணியையும் பரிசீலனை செய்தபின் பழிவாங்குதலை ஏற்றுக்கொள்வதென்றும் மாற்றல் பெற்ற அனைவரும் அந்தந்த ஊர்களுக்குச் சென்று தொழிற்சங்கப் பணி செய்வதென்றும் முடிவு செய்யப்பட்டது. இந்த முடிவு எவ்வளவு சரியானது என்பது காலப்போக்கில் நிரூபணமானது. நமது தோழர்கள் பழிவாங்குதல் காரணமாக மாற்றலில் சென்ற 8 கிளைகளும் நமது அணியின் பலம் வாய்ந்த கோட்டைகளாக மாறின. பழிவாங்குதலை ஏற்றுக் கொண்டும் இயக்கத்தை வளர்க்க முடியும் என்று நம்முடைய தோழர்கள் நிரூபித்துக்காட்டினார்கள்.

ஒன்றாயிருந்த கோவை மாவட்டத்திலிருந்து புதிய ஈரோடு மாவட்டம் உருவானதைத் தொடர்ந்து... இரண்டு மாவட்டங்களுக்கும் தனித்தனி மாவட்ட சங்கங்கள் உருவாகின. கே.ஜி.போஸ் அணியின் அங்கீகாரமில்லாத மாவட்டச் செயலாளராக என்னுடைய பயணம் தொடர்ந்தது. ஈரோடு மாவட்ட அலுவலக TRA பிரிவில் நான் இலாகா பணியை மேற்கொண்டேன்.

அங்கீகரிக்கப்பட்ட கோட்டச் செயலராக தோழர் மகாலிங்கம் அவர்களது அணியில் செயல்பட்டார். கோட்டப் பொறியாளராக திரு.முகமது ஜகாரியா இருந்தார். கிளைகள் தீர்க்கப்பட வேண்டிய பிரச்சனைகளை எனக்கு அனுப்பி வைத்தன. பிரச்சனைகளின் பட்டியலோடு அவற்றைத் தீர்த்து வைக்கவேண்டுமென்ற கடிதத்துடன் கோட்டப் பொறியாளரைச் சந்தித்தேன். எனக்கென்று தனிப்பட்ட பிரச்சனைகள் இருந்தால் அவற்றைப் பற்றி மட்டும் பேசலாமென்றும் மற்றவர்கள் பிரச்சனைகளைப் பற்றி என்னுடன் பேச முடியாதென்றும் அவர் மறுத்தார்.

இந்த ஊழியர்கள் தோழர் மகாலிங்கத்தை கோட்டச் செயலராக ஏற்றுக் கொள்ளவில்லை. அவர் மூலமாக பிரச்சனைகளை எடுக்க மாட்டார்கள்.ஆனால் அவர்களது அதிகாரி என்ற முறையில் நீங்கள்தானேஅவர்களது பிரச்சனைகளை தீர்த்து வைக்க வேண்டும் என்று நான் கூறினேன். 'ஆமாம்' என்று ஒப்புக்கொண்டார். அவர்களை நேரில் என்னைச் சந்தித்து முறையிடச் சொல்லுங்கள். அவர்களது பிரச்சனைகளை தீர்த்து வைக்கிறேன்' என்றார். இது சம்பந்தமாக நிர்வாகிகள் மற்றும் கிளைச் செயலாளர் களிடம் கலந்து பேசினேன்.

ஒரு 100 தோழர்களைத் திரட்டி... பிரச்சனைகள் அடங்கிய மனுக்களோடு கோட்டப் பொறியாளர் அறைக்குள் நுழைவது என்று முடிவானது. நூறு பேர் திமுதிமுவென்று அறைக்குள் நுழைந்ததும் கோட்டப் பொறியாளர் பதறிப் போனார். 'என்னை கெரோ செய்யப் போகிறீர்களா' என்று என்னிடம் கேட்டார். இல்லை. இவர்களுக்கெல்லாம் பிரச்சனைகள் இருக்கின்றன.

அவை சம்பந்தமாக முறையிட்டு... நிவாரணம் காண்பதற்காக வந்திருக்கிறார்கள் என்று சொன்னேன். 'இவ்வளவு பேரிடம் நான் எப்படிப் பேச முடியும்?' என்று கேட்டார். 'என் மூலமாக பிரச்சனைகளைப் பேசுவதற்கு அவர்கள் முயற்சி செய்தார்கள். ஆனால், நீங்கள் என்னுடன் பேச மறுத்துவிட்டீர்கள். எங்களுக்கு

வேறு வழியில்லை' என்று நான் சொன்னேன். இத்தனை பேர் வேண்டாம்.

'இனி உங்களிடமே எல்லோருடைய பிரச்சனைகளையும் பேசுகிறேன்' என்றார். ஒருவாறு அங்கீகாரமில்லாமலேயே பிரச்சனைகளைப் பேசுவதற்கு ஒரு வழி கிடைத்துவிட்டது. அங்கீகாரம் இல்லாமல் எப்படி தொழிற்சங்கம் நடத்துவது என்று நடைமுறை அனுபவம் கற்றுக் கொடுத்தது. ஈரோடு மாவட்டத்திலும் கோவை மாவட்டத்திலும் மட்டுமே நமது அணி இருந்தது. மாநிலத் தலைமையும் அகில இந்தியத் தலைமையும் நம்மிடம் இல்லை.

சுற்றிச் சுற்றி எதிர்ப்புகளுக்கும், நிர்வாகத்தோடு கை கோர்த்துக் கொண்டு பழிவாங்குதல்களுக்கு உள்ளாக்கும் எதிரணிக்கும் இடையில் நமது அணியை உற்சாகப்படுத்தி, நம்பிக்கையூட்டி, தைரியமூட்டி சங்கம் நடத்த வேண்டியிருந்தது.

புதிய இளம் தோழர்களை நமது அணிக்கும் இடதுசாரி இயக்கத்துக்கும் கொண்டுவந்ததாக வேண்டும். அதற்காக அவர்களிடம் பேசுவதற்கான சந்தர்ப்பங்களை ஏற்படுத்திக்கொள்ள வேண்டும். சந்தர்ப்பங்கள் தானாக நம்மைத் தேடி வராது. எனவே, அவர்களைத் தேடி அவர்களை எங்கு சந்திக்க முடியுமோ அங்கு சென்று சந்திப்பது என்று முடிவு செய்தேன். மாலை அலுவலகம் முடிந்ததும் ஒரு பகுதி தொலைபேசி நிலைய வளாகத்தில் வாலிபால் விளையாடுவதும், இன்னொரு பகுதி CSI மைதானத்தில் கால், பந்து விளையாடுவதும் வழக்கமாக இருந்தது. கால் பந்து விளையாடுபவர்களில் K.கோவிந்தராஜ், தண்டபாணி, காவேரி ஆகியோர் இருந்தனர்.

மூவரும் நெருங்கிய நண்பர்களாகவும் இருந்தனர். எனவே, சைக்கிளை மைதானத்தின் ஓரத்தில் நிறுத்திவிட்டு அவர்கள் விளையாடி முடித்து வரும்வரை மரத்தடியில் காத்துக் கொண்டிருப்பேன். சிலசமயம் மாலை 6.00 மணிவரை விளையாடுவார்கள். சில சமயம் 7.00 மணிவரை விளையாடுவார்கள். அவ்வளவு நேரமும் காத்துக்கொண்டிருப்பேன். நான் அவர்களுடன் பேசாமல் விடமாட்டேன் என்று தெரிந்துகொண்டார்கள். எனவே, வேறு வழியில்லாமல் எனது பேச்சைக் கேட்டுக்கொண்டார்கள்.

நான் பேசிய விஷயங்கள் மெல்ல மெல்ல அவர்கள் மனதில் பதிய ஆரம்பித்தது. நமது அணியின் சிறந்த ஆதரவாளர்களாக

மாறினார்கள். பழிவாங்குதலை எதிர் கொள்ளவும், அதற்காகப் போராடவும், சில சமயம் பழிவாங்குதலை ஏற்றுக்கொண்டு சிறு சிறு காயங்களோடு தொடர்ந்து முன்னேறவும் பழகிக் கொண்டார்கள். அவர்களில் நமக்குக் கிடைத்த அருமையான தோழர் K. கோவிந்தராஜ். ஈரோட்டில் கிளைச் செயலராகவும், பின்னர் மாவட்டச் செயலராகவும் பொறுப்பெடுத்துக் கொண்டார். பின்னர், சென்னைக்கு மாறுதலில் சென்று... சென்னைத் தொலைபேசி மாநிலச் செயலராகவும் பணி நிறைவுக்குப்பின் ஓய்வூதியர் சங்க அகில இந்திய நிர்வாகியாகவும் செயல்பட்டார். எனக்குப் பிறகு தோழர்கள் சின்னையன், ராஜு, N.G. (N. கோபாலகிருஷ்ணன்) ஆகிய தோழர்கள் அவரை மேலும் மேலும் தயார் செய்தனர். ஈரோடுப் பாசறையில் உருவான ஒரு அற்புதமான தோழர்.

வாலிபால் மைதானத்தில் தோழர்கள் காந்தி, டேவிட், அய்யப்பன் ஆகியவர்களுக்காக காத்துக்கொண்டிருப்பேன். பந்து மைதானத்துக்கு வெளியே வந்து விழுந்தால் அதை பொறுக்கிப் போடுகிற வேலை என்னுடையது. இந்தத் தோழர்களில் காந்தி மிக நெருக்கமானவராக மாறினார். சட்டென்று உணர்ச்சி வசப்படக்கூடிய, கோபப்படக்கூடிய தோழர். பின்னர், தூத்துக்குடிக்கு மாறுதலில் சென்றபோது தூத்துக்குடி மாவட்டம் கே.ஜி.போஸ் அணியின் கோட்டையாக மாறுவதற்கு அடித்தளம் அமைத்த தோழர். முதல் சங்க அங்கீகாரத் தேர்தலில் அகில இந்திய அளவில் நமது சங்கம் வெற்றி பெறவில்லை. ஆனால், தூத்துக்குடி மாவட்டத்தில் முதல் சங்கமாக வந்தோம். அன்று துவங்கி இன்று வரை அனைத்து அங்கீகாரத் தேர்தல்களிலும் தூத்துக்குடி மாவட்டத்தில் நாம்தான் முதன்மைச். சங்கம்.

ஈரோடு மாவட்டத்தில் நான் கே.ஜி.போஸ் அணியின் அங்கீகாரமில்லாத மாவட்டச் செயலாளர். ஆனால், குப்தா அணி வசமிருந்த DE அலுவலகக் கிளையில்தான் நான் உறுப்பினராக இருந்தேன். அந்தக் கிளையை அப்படியே முழுவதுமாக கைப்பற்ற வேண்டும் என்பது நோக்கம். அதற்கான கடுமையான வேலைகள் செய்தோம். ஒரு கட்டத்தில் கிளைத் தலைவர் தோழர் ராஜமாணிக்கம், கிளைச் செயலாளர் தோழர் பொன்னையா மற்றும் தோழர்கள் சாலன், ஆதவமணி ஆகிய நால்வர் போக... மீதி 40 உறுப்பினர்களும் நமது அணியின் வலுவான ஆதரவாளர்களாக மாறியிருந்தார்கள். கிளை நோட்டீஸ் போர்டை அவர்கள்

பயன்படுத்த முடியாதவாறு செய்தோம். நாம் மட்டுமே பயன்படுத்தினோம்.

கே.ஜி. போஸ் அணியின் அனைத்து அறைகூவல்களையும் நிறைவேற்றினோம். இப்படி கிளைத் தலைவர், கிளைச் செயலாளர் இருவரையும் பொம்மைகளாக வைத்துக்கொண்டு அந்தக் கிள நமது கிளையாகச் செயல்பட்டது. ஒரு முறை சுற்றுப்பயணம் வந்த தோழர் L. A. பிரசாத்தை ரயில்வே நிலையத்தில் மாபெரும் வரவேற்புக் கொடுத்து அழைத்து வந்தோம். தொலைபேசி நிலைய மாடியில் ஒரு மாபெரும் பொதுக்கூட்டத்தை நடத்தினோம். தமிழகத்தில் ஒரு பலம் வாய்ந்த மையமாக, அனைத்து சோதனைகளையும் சவால்களையும் தாங்கி நிற்கிற கோட்டையாக ஈரோடு மாறியது.

ஈரோடு நாட்கள் – 6

ஈரோடு அலுவலகம் கோவையில் இயங்கி வந்த சமயம், தோழர் சந்தானராஜ் கோவை கோ ஆக்சியலில் இருந்து ஈரோடு அலுவலகத்துக்கு மாற்றலில் வந்தார். கோவையில் அவரோடு ஒரு அறிமுகம் மட்டும் ஏற்பட்டிருந்தது. ஈரோடு சென்றபின்தான் நெருங்கிய பழக்கம் ஏற்பட்டது. கோவையிலேயே அவர் நமது அணியில்தான் இருந்தார். கோவைக்கு நமது சார்பாக பிரச்சாரப் பயணம் வந்த கேரள மாநிலச் செயலாளர் தோழர் அய்யப்ப குட்டியை வைத்து மதிய உணவு இடைவேளையில் ஒரு கூட்டம் நடத்தினோம்.

மனமகிழ் மன்றத்தில் வைத்து கூட்டம் நடைபெற்றது. அய்யப்பகுட்டி ஒரு ஸ்டூல்மேல் ஏறி நின்று ஓர் அற்புதமான உரை நிகழ்த்தினார். அப்போது நான் ஓர் அங்கீகாரமில்லாத மாவட்டச் செயலாளர். மனமகிழ் மன்றத்தில் வைத்து கூட்டம் நடத்திக்கொள்கிறோம் என்று நிர்வாகத்திடம் அனுமதி எதுவும் வாங்கவில்லை. ஆனாலும் கூட்டம் நடத்தினோம். வெற்றிகரமான கூட்டம்.

ஈரோடு கட்டிடப் பணிகள் முடிந்து அலுவலகம் ஈரோட்டுக்கே மாறிச் சென்றபோது நானும் சந்தானராஜும் நெருக்கமாகப் பழகும் வாய்ப்பு ஏற்பட்டது. ஒரு நாள் சந்தானராஜிடம் ‘நீங்கள் ஏதாவது அரசியலில் இருக்கிறீர்களா? எந்தக் கட்சி?’ என்று கேட்டேன். பதிலுக்கு அவர்,, நான் ஒரு தாளில் எழுதி மடித்து உங்களிடம்

தருகிறேன். நீங்களும் தாளில் எழுதி என்னிடம் கொடுங்கள் என்றார். இருவரும் எழுதி, தாள்களைப் பரிமாறிக் கொண்டோம். பிரித்துப் பார்த்தால் அவர் சிபிஐ (எம்) என்று எழுதியிருந்தார். நானும் அதையேதான் எழுதி இருந்தேன்.

இருவரும் ஒரே கட்சியைச் சேர்ந்தவர்களாக இருந்தோம். மட்டற்ற மகிழ்ச்சி. அவரிடம் ‘எப்படி கட்சிக்கு ஆதரவாளராக வந்தீர்கள்?’ என்று கேட்டேன். மதுரை வைகைப் பாலத்தின் அடியில் இரவு நேரங்களில் கட்சித் தோழர்கள் அவரையும் அழைத்துக் கொண்டு போய் கூட்டம் நடத்தியதாகவும் அரசியல் வகுப்புகளையும் ரிப்போர்ட்டுகளையும் கேட்டதாகவும் அவர் சொன்னார். அப்புறம் வேலை கிடைத்து வந்தபின் தொடர்பு விட்டுப்போனதாகவும் ஆனால், தொடர்ந்து கட்சி அனுதாபியாக நீடிப்பதாகவும் சொன்னார்.

நமது அணியைச் சேர்ந்த ராமசாமி என்ற நண்பன் ஒரு நாள் சந்தானராஜிடம் ஒரு கணக்கு சம்பந்தமாக சந்தேகம் கேட்டுக் கொண்டிருந்தான். அவன் மேல்படிப்பு படித்துக் கொண்டிருந்தான். கால்குலஸ் பிரிவில் ஒரு கணக்கு. சந்தானராஜ் அருகில் நின்று கொண்டிருந்த நான் மௌனமாக ஒரு பேப்பரை எடுத்து அந்தக் கணக்கை செய்து முடித்து ராமசாமியிடம் கொடுத்தேன். ராமசாமிக்கும் சந்தானராஜுக்கும் ஒரே ஆச்சரியம். ராமசாமி பின்னர் ரஷ்ய அரசின் உதவியுடன் ரஷ்யாவுக்கே படிப்பதற்காக சென்றுவிட்டான்.

என்னுடைய சிறிய அண்ணன் குடும்ப வாழ்க்கை பிடிக்காமல் அண்ணியையும் பெண் குழந்தையையும் விட்டுவிட்டு எங்கோ கண்காணாமல் போய்விட்டான். அண்ணி என் மனைவியின் உடன் பிறந்த சகோதரி. இருவரும் என் அக்காவின் மகள்கள். அக்கா ஏற்கெனவே என் மனைவிக்கு உதவியாக என்னுடனே இருந்தார்கள். இப்படி ஒரு பின்னணி இருந்ததால் தன்னுடைய சுமையைக் குறைக்கவேண்டி என்னுடைய ஐயா, அண்ணனின் குடும்பத்தை அழைத்துக்கொண்டு வந்து என்னிடம் விட்டுவிட்டு போய்விட்டார்கள். ஏற்கெனவே சொசைட்டி லோன் பிடித்தம் காரணமாக கடுமையான சிரமத்தில் இருந்த நான் இந்தக் கூடுதல் சுமை காரணமாக மிகவும் மூச்சுத் திணறிப் போனேன். இட்லி, தோசை, பலகாரம் எதுவும் செய்து சாப்பிட வழியில்லை. தினமும் மூன்று வேளையும் கஞ்சி காய்ச்சிக் குடிக்க வேண்டிய நிலை.

இந்த நிலையிலேயே தொழிற்சங்கப் பணிகளையும் நிறைவேற்ற வேண்டும்.

ஒரு அடுக்கு டிபன் பாக்ஸ் ஒன்றில் கஞ்சியை ஊற்றி அதன் மேல் ஒரு எலுமிச்சை ஊறுகாயை மிதக்கவிட்டு டிபன் பாக்ஸை சைக்கிள் கேரியரில் வைத்து இறுக்கமாகக் கட்டி பத்திரமாக ஆபீஸுக்கு கொண்டுவர வேண்டும். ஒரு நாள் தோழர் சந்தானராஜ் அந்த டிபன் பாக்ஸை தற்செயலாக எடுக்கப் போனார். நான் பதறிப் போனேன். ‘கவனமாக எடுங்கள். இல்லையென்றால் சிந்தி விடும்’ என்றேன். சந்தானராஜுக்கு சிரிப்பு தாங்க முடியவில்லை. சிந்துவதற்கு அது என்ன தண்ணீரா? சாப்பாடு?’தானே என்றார். நான் திறந்து பாருங்கள் என்றேன். திறந்து பார்த்தவுடன் அவர் முகம் மாறிவிட்டது. ‘என்ன இது?’ என்று கேட்டார். குடும்ப சூழ்நிலை பற்றி சொன்னேன். ஒன்றும் சொல்லவில்லை. போய்விட்டார்.

சாயங்காலம் அலுவலகம் முடிந்தபின் வந்தார். ‘ஏழுமலையான் ஓட்டலில் டீ சாப்பிடலாம்’ என்று அழைத்தார். இருவரும் டீ குடிக்கச் சென்றோம். ஓட்டலில் எதிரே உட்கார்ந்திருந்தவர் சூடான இட்லியையும் மணமான சாம்பாரையுமா ஒரு கை பார்த்துக் கொண்டிருந்தார். சந்தானராஜ் ஒரு கணம் எனது முகத்தைப் பார்த்தார். என்ன நினைத்தார் என்று தெரியவில்லை. ‘ஆளுக்கு இரண்டு இட்லி சாப்பிடலாமா?’ என்று கேட்டார். ஒரு மாத காலம் மூன்று வேளையும் கஞ்சி குடித்துக் குடித்து நாக்கு செத்துப் போயிருந்தது. ‘சரி, சாப்பிடலாம்’ என்றேன். சாப்பிட்டு முடித்தவுடன், இன்னும் இரண்டு இட்லி சாப்பிடுவோமா?’ என்றார். ‘சரி’ என்றேன். இப்படி இரண்டு இரண்டு இட்லியாக வாங்கி இருவரும் ஆளுக்கு **26** இட்லி சாப்பிட்டோம் என்றால்... நீங்கள் நம்புவீர்களோ, மாட்டீர்களோ! ஆனால், அதுதான் உண்மை.

ஈரோடு பாசறையில் உருவான தோழர்களில் சந்தானராஜ் ஒரு ஆற்றல் மிகுந்த அற்புதமான தோழர். ஈரோடு DE அலுவலகக் கிளையில் உதவிச் செயலாளராக இருந்தார். பின்னர் அவர் மதுரைக்கும் நான் திருநெல்வேலிக்கும் மாற்றலில் சென்றோம். மதுரையில் DE Phones அலுவலக கிளைச் செயலாளராக அவரது பணி தொடர்ந்தது. திருநெல்வேலியிலிருந்து நான் கோவில்பட்டி வந்ததற்குப் பிறகு அவரை மதுரை சென்று சந்திப்பது வழக்கம்.

மதுரை ரயில்வே பீடர் ரோட்டில் LIC அலுவலகமும் அதைச் சேர்ந்த பூங்காவும் இருந்தன. அந்தப் பூங்காவில் அமர்ந்து அவருடன் நீண்ட நேரம் அரசியல் பேசிக்கொண்டிருப்பேன். ஒரு நாள் இரவு நீண்ட நேரம் பேசிக்கொண்டிருந்தோம். சந்தானராஜ் என்னை ஊருக்குத் திருப்பி அனுப்பத் தயாரானார். நான் தயங்கினேன். 'அந்நேரம் மதுரையில் பஸ் ஏறினால் நான் கோவில்பட்டிக்கு இரவு 2 மணி, 3 மணிக்கு வந்து சேருவேன். அந்த நேரத்தில் என்னுடைய ஓட்டை சைக்கிளில் வீடு போய்ச் சேருவது மிகவும் சிரமமான காரியம். வழியில் நாய்களையும் சில சமயம் பாம்புகளையும் சமாளிக்க வேண்டும். எனவே, இன்னும் சிறிது நேரம் பேசிக் கொண்டிருக்கலாம்' என்று சொன்னேன். மதுரை தான் தூங்கா நகரமாயிற்றே. எனவே ஒரு டீ குடித்துவிட்டு இன்னும் சிறிது நேரம் பேசிக்கொண்டிருந்தோம்.

மதுரை மாவட்டச் சங்க மாநாட்டின்போது கடுமையான போட்டி இருந்தது. தோழர் சந்தானராஜை செயலர் பதவிக்கு நிறுத்தினால்தான் நமக்கு வாய்ப்பு அதிகம். ஆனால், வேறு ஒரு தோழரை நிறுத்துவது என்று தலமட்டத் தோழர்கள் முடிவு செய்திருந்தனர். நான் தலையிட்டு அந்த முடிவை மாற்ற வேண்டியதாயிற்று. ஆனால், தோழர் சந்தானராஜ் ஒரு ஓட்டு வித்தியாசத்தில் தோற்றுப் போனார். வேறு யாரையும் நிறுத்தியிருந்தால் இன்னும் மோசமான தோல்வியை நாம் சந்தித்திருப்போம். பின்னர் அவர் கோவைக்கு மாற்றலில் சென்று சிறந்த தொழிற்சங்கவாதியாக அங்கீகரிக்கப்பட்டு கோவை மாவட்டச் செயலராக தன்னுடைய முத்திரையைக் பதித்தார். ஈரோட்டுப் பாசறையில் உருவான கே.ஜி. போஸ் அணியின் மிகச் சிறந்த தோழர் அவர்.

ஈரோடு நாட்கள் – 7

நான் 1968 மார்ச்சில் பணியில் சேர்ந்ததற்குப் பிறகு கலந்து கொண்ட முதல் மாநில மாநாடு கோவை மாநாடுதான். 1971 ஜூன் 25 முதல் 29 வரை கோவை G.T.நாயுடு மண்டபத்தில் நடைபெற்றது. மாநில மாநாட்டில் எப்படியும் கலந்துகொள்ள வேண்டும்; நம்மைச் சேர்ந்த தோழர்கள் எப்படியும் வருவார்கள்; அவர்களோடு அறிமுகம் செய்துகொண்டு ஒரு தொடர்பை ஏற்படுத்திக்கொள்ள வேண்டும் என்ற ஆர்வத்தோடு நான் மாநாட்டுக்கு வந்தேன். மாநாட்டுக்கு வந்த பின்தான் தெரிந்தது...

தமிழகத்தில் அப்போது இரண்டே இரண்டு அணிகள்தான் இருந்தன. ஒன்று, தோழர் ஜெகன் தலைமையிலான சிபிஐ அணி. இன்னொன்று, பின்னர் தங்களை FNPTO வில் இணைத்துக்கொண்ட திமுக அணி. கே.ஜி.போஸ் அணி என்று ஒன்று இன்னும் உருவாகியிருக்கவில்லை.

அங்கொன்றும் இங்கொன்றுமாய் ஒரு சில தோழர்கள் வந்திருந்தார்கள். இரண்டு அணிகள் இருந்ததால் மாநில நிர்வாகிகளுக்கான போட்டி கண்டிப்பாக நடக்கும் என்பது முன்கூட்டியே தெரிந்துபோய் விட்டது. இரண்டு அணிகளையும் சீர்தூக்கிப் பார்த்த பிறகு வந்திருந்த நாங்கள் சிலரும் ஜெகன் அணியை ஆதரிக்க முடிவு செய்தோம். அப்போதுதான் ஒரு அமைதியான தோழர் என்னை அணுகி மிகவும் மென்மையான குரலில் தன்னை வேலூர் பரமசிவம் என்று அறிமுகம் செய்து கொண்டார். கே.ஜி.போஸ் அணியின் தமிழகத் தலைவர்களில் ஒருவரான தோழர் சி. எஸ். பஞ்சாபிகேசன் வந்திருப்பதாகவும் அவரை நான் சந்திக்க வேண்டும் என்றும் கேட்டுக்கொண்டார்.

தோழர் சிஎஸ்பி என்று நமக்கு ஒரு தலைவர் இருக்கிறார் என்று நான் ஏற்கெனவே தெரிந்து வைத்திருந்தேன். ஆனால், அவரை நேரில் சந்தித்ததில்லை. அவரை சந்திப்பதற்கான ஒரு சந்தர்ப்பத்தை எதிர்பார்த்துக்கொண்டிருந்தேன். பின்னாட்களில் தோழர் சிஎஸ்பியை மேட்டுப்பாளையம், குன்னூர் போன்ற ஊர்களுக்கு வகுப்புகள் எடுப்பதற்கு நான் அழைத்துச் சென்றிருக்கிறேன்.

ஆனால், முதலில் சந்தித்தது கோவை மாநாட்டின்போதுதான். தோழர் கே. ஏ. பரமசிவம் என்னை தோழர் சிஎஸ்பி தங்கியிருந்த இடத்திற்கு அழைத்துச் சென்றார். அங்கு ஏற்கெனவே எனக்கு அறிமுகமான தோழர்கள் சிலர் வந்திருந்தனர். தொழிற்சங்க அரங்கில் நமக்கு நேர் விரோதமாக இருப்பது குப்தா-ஜெகன் அணிதான் என்றும் எனவே, மாநாட்டுக்கு வந்திருக்கும் நமது தோழர்கள் உணர்ச்சிகளுக்கு இடம் கொடுக்காமல் அரசியல் ரீதியாக முடிவு எடுத்து ஜெகன் அணி வெற்றி பெறாமல் பார்த்துக் கொள்ள வேண்டும் என்றும் கேட்டுக்கொண்டார். ஒரு விரிவான அரசியல் விளக்கமும் கொடுத்தார். அறிவுபூர்வமாகவும் அரசியல் ரீதியாகவும் அந்த முடிவு சரியானது தான். ஆனால் மனது ஏனோ ஏற்றுக்கொள்ளவில்லை.

எங்களது மொத்த வாக்குகளே மிகமிகக் குறைவானது தான். அதிலும் கொஞ்சம் தோழர் ஜெகனுக்கு விழுந்தது. இல.

நாராயணன் அணி அனைத்துப் பதவிகளிலும் வெற்றி பெற்றது. மாநிலச் செயலாளர் பதவிக்கு மட்டும் தோழர் ஜெகன் ஒரு ஓட்டுக்கும் குறைவான ஓட்டு வித்தியாசத்தில் வெற்றி பெற்றார். தோழர் சிஎஸ்பி கொடுத்த அரசியல் வழிகாட்டுதலை நாங்கள் அனைவருமே ஏற்றுக் கொண்டிருந்தால் ஒரு வேளை தோழர் ஜெகன் வெற்றி பெறாமல் போயிருக்கக்கூடும். அரசியல் ரீதியாக திறமைசாலியான ஒரு மாநிலச் செயலரை எதிர்கொள்ள வேண்டிய சிரமம் ஒருவேளை நமக்கு இல்லாமல் போயிருக்கக்கூடும்.

அப்போதெல்லாம் **E.3** சங்கத்தின் அகில இந்திய மாநாடுகள் வருடம் ஒரு முறை நடந்துகொண்டிருக்கும். சிரமத்தோடு சிரமமாக நான் அனைத்து மாநாடுகளிலும் கலந்துகொள்வது வழக்கமாக இருந்தது. நமது அணி வெற்றி பெற்ற போபால் மாநாட்டுக்கு மட்டும் துரதிருஷ்டவசமாக என்னால் போகமுடியவில்லை. எல்லா மாநாடுகளிலும் பந்தலில் இடதுபுறம் முன்வரிசையில் மே. வங்க தோழர்களும் பின்னால் வரிசையாக அகில இந்திய அளவில் வந்திருக்கும் நம்முடைய அனைத்து மாநிலத் தோழர்களும் அமர்வதும், வலது புறம் முழுவதும் குப்தா அணித் தோழர்கள் அமர்ந்திருப்பதும் வாடிக்கையாக இருந்தது.

மாநாட்டுப் பந்தலில் பொதுவாக இரண்டு தனித்தனி அணியாகவே உட்காரும் வழக்கம் இருந்தது. அப்போதெல்லாம் எனக்கு புகை பிடிக்கும் பழக்கம் இருந்தது. புகை பிடிக்கிற தோழர்கள் மாநாட்டுப் பந்தலிலேயே இருக்கைகளில் அமர்ந்து கொண்டு புகை பிடித்துக்கொண்டிருப்பார்கள். நிறையப் பேர் சில சமயம் ஒரே நேரத்தில் புகை பிடித்தால் மாநாட்டு அரங்கில் ஒரு புகை மண்டலம் உருவாகியிருக்கும்.

ஒரு மாநாட்டின்போது தோழர் குப்தா நமது அணியைக் கடுமையாக விமர்சனம் செய்து கிண்டலும் கேலியுமாகப் பேசினார். அதற்குப் பதில் அளித்து தோழர் நம்பூதிரி அன்றைக்கு ஆற்றிய உரை மிகவும் உணர்ச்சிகரமானதாகவும் உற்சாகமூட்டுவதுமாகவும் அமைந்தது. நமது அணித் தோழர்களின் கைதட்டல் காதைப் பிளந்தது. நானும் என்ன செய்கிறோம் என்ற உணர்வில்லாமல் வாயில் புகைந்துகொண்டிருந்த சிகரெட்டை மடியில் வைத்து விட்டு உற்சாகமாக கை தட்டினேன். கை தட்டி முடிந்தவுடன் சிகரெட்டை எடுக்கப் போனேன். அதற்குள் சிகரெட் என் சட்டையில் வட்டமாக ஒரு ஓட்டையைப் போட்டிருந்தது. நல்லவேளை பேண்ட்டில் அது ஓட்டை போடுவதற்கு முன் அதை

எடுத்துவிட்டேன். அந்த ஓட்டை விழுந்த சட்டையை ஒரு ஹேங்கரில் மாட்டி நீண்ட நாளைக்கு அதை ஒரு நினைவுச் சின்னம்போல வைத்திருந்தேன்.

நான் ஈரோடு வந்த புதிதில் அருமைத் தோழர் N. குப்புசாமி, குப்தா அணித் தோழர்களோடு நெருக்கமாக இருந்தார். தோழர் சின்னையன் அவரோடு பேசினார். சிபிஐ, சிபிஐ(எம்) கட்சிகளுக்கிடையே உள்ள வேறுபாடுகள் பற்றி தோழர் சின்னையன் விளக்கமாக அவருக்கு எடுத்துச் சொல்லியிருக்கிறார். அவரைத் தக்கவைப்பதற்காக குப்தா அணி தரப்பிலிருந்து தோழர் மகாலிங்கமும் குப்புசாமியிடம் நிறைய பேசியிருக்கிறார்.

தோழர் குப்புசாமி ஒரு தெளிவான முடிவுக்கு வருவதற்கு 1974 ரயில்வே ஊழியர் போராட்டமும் தபால் தந்தி ஊழியர் போராட்டமும் காரணமாக அமைந்தன. நான் உட்பட கே.ஜி. போஸ் அணித் தோழர்கள் பழிவாங்குதலுக்கு அஞ்சாமல் மிகக் குறைவான எண்ணிக்கையானாலும் துணிச்சலாக வேலை நிறுத்தத்தில் கலந்துகொண்டது தோழர் குப்புசாமியிடம் ஒரு தாக்கத்தை ஏற்படுத்தியது. பின்னர் வந்த உள்நாட்டு அவசர நிலை, அதில் நமது நிலை, குப்தாவின் நிலை இவை தோழர் குப்புசாமி நமது அணியில் தன்னை இணைத்துக்கொள்வதற்கு வழி கோலியது.

நான் ஈரோட்டிலிருந்து நெல்லைக்கு மாற்றலில் சென்ற பிறகு 1978ல் அவர் ஈரோடு DET அலுவலக E.3 கிளைச் செயலாளராக தேர்ந்தெடுக்கப்பட்டு செயல்பட்டு வந்தார். பின்னர் அவர் E.4 அரங்கத்தில் செயல்பட ஆரம்பித்தார். 1980ஆம் வருடம் திருச்சியில் நடந்த E4 மாநில மாநாட்டுக்கு சீனிவாசன் என்ற லைன்மேன் தோழரோடு சென்றார். தோழர் ராஜு அப்போது E.3 மாநில அமைப்புச் செயலராக இருந்தார்

அவரும் மாநாட்டுக்கு சென்றிருந்தார். E4ல் அப்போது கே.ஜி. போஸ் அணி என்று ஒன்றும் இல்லை. திமுக அணி இருந்தது. நாம் போட்டி போட வேண்டாம் என்று சொன்னதை அவர்கள் ஏற்றுக்கொள்ளவில்லை. நமது கருத்துக்கு அவர்கள் செவி சாய்க்கிற அளவுக்கு நமக்கு பலம் இல்லை. தோழர் ஜெகன் அப்போது E.4 மாநிலச் செயலராக இருந்தார். திமுக அணி போட்டியிட்டு மூன்றில் ஒரு பங்கு வாக்குகள் வாங்கியது.

1982 ஆம் வருடம் E.4 மாநில மாநாடு சேலத்தில் நடைபெற்றது. E.4 அரங்கில் கே.ஜி. போஸ் அணி ஒரு பலமான சக்தியாக இப்போது வளர்ந்திருந்தது. இந்த மாநாட்டில் தோழர்கள் தர்மபுரி நாராயணசாமி, கோவை V. R. சந்திரசேகரன், குன்னூர் மாவட்டச் செயலாளர் தோழர் ராபர்ட் மெண்டீஸ், பாண்டி மாவட்டச் செயலாளர் தோழர் சூரியன் போன்ற முன்னணித் தோழர்கள் கலந்துகொண்டார்கள்.

தோழர் குப்புசாமி நமது அணியை ஒருங்கிணைத்தார். நமது தோழர்களுக்கு வழிகாட்டுதல் தருவதற்காக நானும் சென்று மாநாட்டுக்கு வெளியில் தங்கியிருந்தேன். இலாகாவில் அப்போது கணிசமான எண்ணிக்கையில் கேசுவல் மஸ்தூர் தோழர்கள் இருந்தார்கள். இயல்பாகவே அவர்கள் நமது E.4 சங்கத்தில் உறுப்பினர்களாகவும் இருந்தார்கள். மாநிலச் செயலர் தோழர் ஜெகன் தலைமையிலான குப்தா அணி கேசுவல். மஸ்தூர்கள் உறுப்பினராக மட்டும் இருக்கலாம். அவர்களுக்கு ஓட்டுரிமை வழங்க முடியாது என்று ஒரு நிலைபாடு எடுத்திருந்தது. நமது E.4 சங்கத்தின் முதுகெலும்பு நமது தோழர்கள் என்பதில் யாருக்கும் மாற்றுக் கருத்து இருக்க முடியாது.

ஆனால், கேசுவல் மஸ்தூர் தோழர்களுக்கு ஓட்டுரிமை கொடுத்தால் அவர்கள் நம்முடைய L.I,S.I,.L.M. தோழர்களுக்கு சமமானவர்களாகி விடுவார்கள். இந்த பாரம்பரிய நிரந்தர தோழர்களுக்கு எதிராக ஒரு வேளை தேர்தலில் போட்டியிடுவார்கள். எனவே, அவர்களுக்கு ஓட்டுரிமை தரமுடியாது என்ற படுபிற்போக்குத்தனமான, பாரபட்சமான ஜனநாயக விரோதமான பார்வை ஜெகன் மற்றும் மாநிலத் தலைமைக்கு இருந்தது.

மஸ்தூர் தோழர்கள் இந்த இயக்கத்துக்காக தங்களை அர்ப்பணித்துக் கொண்டவர்கள். இயக்கப் பணிகளை எல்லாம் அவர்கள்தான் செய்தார்கள். போஸ்டர் ஒட்டுவது, தோரணம் கட்டுவது, தட்டி போர்டு வைப்பது, மாநாடுகளில் உணவு பரிமாறுவது போன்ற பணிகளை அவர்கள் அர்ப்பணிப்பு உணர்வுடன் செய்தார்கள். இது தங்களது சங்கம். இதற்காக எதையும் செய்வோம் என்று அவர்கள் இருந்தார்கள். அவர்களிடம் சந்தா வாங்கி உறுப்பினராக்கிக் கொள்ளலாம். ஆனால், உறுப்பினர்களுக்கான ஜனநாயக உரிமைகள் தரமுடியாது என்ற அணுகுமுறைக்கு எதிராகப் போராடி அதற்கு முடிவு கட்ட வேண்டும் என்று முடிவு செய்தோம். சேலம் மாநாட்டில் இந்தப்

பிரச்சனையை நமது தோழர்கள் கையில் எடுத்துப் போராட வேண்டும் என்று நாம் முடிவு செய்தோம்.

நம்முடைய தோழர்கள் மஸ்தூர் தோழர்களுக்கு ஓட்டுரிமை வேண்டும் என்று மாநாட்டில் தீர்மானம் கொண்டுவந்தனர். அதற்கான போராட்டத்தையும் நடத்தினார்கள். ஆனால், E.4 மாநிலத் தலைமை ஏற்றுக்கொள்ள மறுத்தது. எனவே, நமது தோழர்கள் வெளிநடப்புப் போராட்டம் நடத்தினார்கள். 200-க்கும் மேற்பட்ட தோழர்கள் வெளிநடப்பில் கலந்துகொண்டனர். மஸ்தூர் தோழர்களுக்கு வாக்குரிமை வேண்டும் என்ற போராட்டம் சேலத்தில் எழுச்சியோடு துவங்கியது.

வெளிநடப்பிற்குப்பின் மாநாட்டுப் பந்தல் கிட்டத்தட்ட காலியானது மாதிரி ஒரு தோற்றம் ஏற்பட்டது. இந்த நியாயமான போராட்டத்தை மேலும் முன்னெடுத்துசெல்வது என்று நாம் முடிவு செய்தோம்.

1984ஆம் ஆண்டில் அகோலாவில் நடைபெற்ற E.4 அகில இந்திய மாநாட்டில் தமிழகத்தின் இதர கே.ஜி.போஸ் அணித் தோழர்களோடு ஈரோடு E.4 கிளைச் செயலாளர் எல். பரமேஸ்வரனும் E.4 செயற்குழு உறுப்பினர் N. குப்புசாமியும் கலந்துகொண்டனர். மஸ்தூர் தோழர்களுக்கு வாக்குரிமை வேண்டும் என்று வலியுறுத்தி ஆங்கிலத்திலும் இந்தியிலும் 1000 நோட்டீஸ் போட்டு அகோலா மாநாட்டில் நமது தோழர்கள் வினியோகம் செய்தனர். E. 4 மாவட்ட மாநாடுகளில் மொத்த சார்பாளர் வாக்குரிமையில் நிர்வாகிகளின் வாக்குரிமை 10%க்கு மேல் இருக்கக்கூடாது என்று சங்க சட்ட விதிகளுக்கு திருத்தம் கொண்டு வந்தனர்.

மாவட்டச் சங்க நிர்வாகிகளுக்கு ஆளுக்கு ஒரு ஓட்டு என்று இருந்த பழைய சட்ட விதிகள் ஜனநாயக விரோதமானவை. இந்தப் பழைய விதி அமலில் இருந்தபோது நமக்கு பெரும்பான்மை இருந்தும் சேலம், ஈரோடு, திருச்சி E.4 மாவட்ட மாநாடுகளில் நாம் தோற்றுப் போனோம். கேரளா, மே.வங்கம், அசாம் மாநிலச் செயலர்கள் நமக்கு ஆதரவாக வலுவான குரல் எழுப்பினார்கள். தொழிற்சங்கத்தில் நிரந்தர ஊழியர்களும் மஸ்தூர் தொழிலாளர்களும் சமமானவர்கள்; அவர்களுக்குள் எந்த வித்தியாசமும் கிடையாது. அனைவருக்கும் சமமான வாக்குரிமை உண்டு என்று 1984. ஆகஸ்டு 31ஆம் தேதி அகோலா மாநாட்டில் அகில இந்திய பொதுச்செயலாளர் தோழர் சந்திரசேகரன் அறிவிக்க வேண்டி வந்தது. மாவட்ட

மாநாட்டு வாக்குரிமை சம்பந்தமாக நாம் கொடுத்த அமைப்புச்சட்டத் திருத்தமும் ஏற்றுக்கொள்ளப்பட்டது. மஸ்தூர் தோழர்களுக்கு அடிப்படை ஜனநாயக உரிமையான வாக்குரிமையைப் பெற்றுத் தந்த நமது போராட்டம் பொன்னெழுத்துக்களால் பொறிக்கப்பட வேண்டியது.

1986ஆம் ஆண்டு வேலூர் மாநில மாநாட்டில் ஏற்பட்ட வன்முறை மோதலில் தோழர் குப்புசாமி மண்டை உடைந்து ஆஸ்பத்திரியில் சேர்க்கப்பட்டார். **1986** முதல் **1996** வரை **10** ஆண்டுகள் தோழர் குப்புசாமி ஈரோடு E.4 மாவட்டச் செயலராக செயல்பட்டு முத்திரை பதித்தார். கேரளா, மே.வங்கம் சார்பாக சம்மேளனக்குழு உறுப்பினராக தேர்ந்தெடுக்கப்பட்டார். பின்னர் அதிகாரிகள் அரங்கத்திலும் திறம்பட செயல்பட்டார். பணி நிறைவுக்குப்பின் ஈரோடு மாவட்டத்தை கோவைக்கு அடுத்த பெரிய மாவட்டமாக மாற்றியதில், கிட்டத்தட்ட, **1000** உறுப்பினர் கொண்ட மாவட்டமாக மாற்றியதில் அவரது பங்கு மகத்தானது. AIBDPA மாநிலச் செயலராக பணியாற்றியபோதும் அவரது பங்கு மிகவும் பாராட்டுதலுக்கு உரியது.

ஈரோட்டுப் பாசறையில் உருவான இன்னொரு அற்புதமான தோழர், அருமைத் தோழர் N.K.

தோழர் கே.ஜி. போஸ்

தாங்க முடியாத துயரம் தபால் தந்தி ஊழியர்களைத் தாக்கியது. லண்டன் ராயல் ஆஸ்பத்திரியில் சிகிச்சையில் இருந்த அருமைத் தோழர் கே.ஜி. போஸ் **1974** டிசம்பர் **11** அன்று நம்மைவிட்டுப் பிரிந்து விட்டார். ஒட்டு மொத்த தபால் தந்தி ஊழியர் சமுதாயமும் கடுமையான அதிர்ச்சியில் உறைந்து போனது.

ஒன்றாக இருந்த வங்க தேசத்தில் இன்றைய பங்களாதேஷ் பகுதியில் தோழர் கே.ஜி போஸ் பிறந்தார். வங்கம் பிரிந்ததற்குப் பிறகு மே. வங்கத்தில் தனது வாழ்க்கையைத் தொடர்ந்தார். தமது வாழ்நாள் முழுவதையும் உழைப்பாளி மக்களின் முன்னேற்றத்திற்காக அர்ப்பணித்த ஓர் அற்புதமான தலைவராக விளங்கினார். தபால்காரர் சங்கம் **1946** ஜூலை **11**லிருந்து தங்களது **12** அம்சக் கோரிக்கைகளுக்கான வேலைநிறுத்தப் போராட்டத்தை அறிவித்தது. தோழர் V. G. டால்வி அதன் தலைவராக இருந்தார்.

விடுதலை இயக்கம் அப்போது அதன் உச்சகட்டத்தில் இருந்தது. தோழர் தாதாகோஷுடன் இணைந்து அந்தப் போராட்டத்தை

அனைத்து தபால் தந்தி ஊழியர் போராட்டமாக மாற்றியதிலும் அந்தப் போராட்டத்தை தேசிய நீரோட்டத்தோடு இணைத்ததிலும் தோழர் கே.ஜி. போஸின் பங்கு மகத்தானது. இந்திய விடுதலைப் போராட்டத்தில் பிரிட்டிஷ் ஏகாதிபத்தியத்தின் சவப்பெட்டியில் அடித்த கடைசி ஆணியாக 1946 தபால் தந்தி ஊழியர் போராட்டம அமைந்தது.

ஏகாதிபத்திய எதிர்ப்பு போராட்ட வீச்சினாலும் விடுதலை இயக்கத்தின் முழுமையான ஆதரவினாலும் தபால்காரர் சங்கம் முன் வைத்த அனைத்துக் கோரிக்கைகளையும் பிரிட்டிஷ் அரசாங்கம் ஏற்றுக்கொண்டது. 1947 ஆகஸ்டு 13ந் தேதி இந்தியா விடுதலை அடைவதற்கு இரண்டு நாளைக்கு முன்பு தபால் தந்தி ஊழியர்களிடையே ஒற்றுமை ஏற்பட்டு UPTW (Union of P & T Workers) என்ற ஒன்றுபட்ட அமைப்பு உருவானது. அதை உருவாக்கியதில் தோழர்கள் கே.ஜி. போஸ், ஓ.பி.குப்தா ஆகிய தலைவர்கள் பெரும் பங்கு ஆற்றினார்கள். UPTW சுதந்திர இந்தியாவில் மத்திய அரசின் மீது முதல் வேலைநிறுத்த அறிவிப்பு கொடுத்த சங்கமாக மிளிர்ந்தது. 1949ஆம் ஆண்டு மார்ச் 9 முதல் வேலைநிறுத்தம் துவங்கும் என்று அறிவிக்கப்பட்டது. மேல் மட்டக்குழு தலைவர்களுடைய கூட்டம் 1949 பிப்ரவரியில் சென்னையில் நடைபெறும் என்றும் அறிவிக்கப்பட்டது. அன்று இருந்த சூழ்நிலைமைகளைக் கணக்கில் எடுத்துக்கொண்டு வேலைநிறுத்தம் அது துவங்குவதற்கு முன்பே வாபஸ் பெறுவதாக அறிவிக்கப்பட்டது.

போராட்டம் வாபஸ் பெற்றதாக அறிவிக்கப்பட்ட பிறகும் சென்னைக் கூட்டத்தில் கலந்துகொள்ள வந்த தலைவர்கள் தோழர்கள் தாதாகோஷ், கே.ஜி. போஸ், மோனிபோஸ், ஓ. பி. குப்தா போன்ற தலைவர்களை மத்திய அரசு தேசப் பாதுகாப்புச் சட்டத்தின் கீழ் கைது செய்தது. 14 மாதங்கள் சிறையில் அடைத்தது. தோழர் கே.ஜி.போஸ் வேலை நீக்கம் செய்யப் பட்டார். அவருடைய வேலை நீக்கம் செல்லாது என்ற தீர்ப்பின் அடிப்படையில் வேலைக்கு எடுத்துக்கொள்ளப்பட்ட தோழர் கே.ஜி. போஸ் மீண்டும் வேலை நீக்கம் செய்யப்பட்டார். இதன் பின்னர் அவர் இலாகா வேலையை ஒரேயடியாக விட்டுவிட்டு முழுமையான தொழிற்சங்கவாதியாக மாறினார்.

நாடு 1947 ஆகஸ்டு 15ல் விடுதலை பெற்றது. அந்நியன் வெளியேறிய பிறகு தங்களது உரிமைகள் அனைத்தும் தங்களுக்குத்

கிடைக்கும் என்று எதிர்பார்த்திருந்த இந்திய தொழிலாளி வர்க்கத்துக்கு கடுமையான ஏமாற்றமே பரிசாகக் கிடைத்தது. வெள்ளை ஏகாதிபத்தியத்தை எதிர்த்த போராட்டத்தில் தொழிலாளி வர்க்கத்தின் ஒற்றுமை தேவை என்று உணர்ந்திருந்த காங்கிரஸ் கட்சி, விடுதலைக்குப்பின் தன்னுடைய ஆட்சி அமைந்ததற்குப் பிறகும் தொழிலாளி வர்க்கம் ஒற்றுமையாக இருப்பதை விரும்பவில்லை. முதலாளி வர்க்கத்தின் பிரதிநிதியாக இருந்த காங்கிரஸ் அந்த வர்க்கத்தின் நலனைப் பாதுகாப்பதற்காக தொழிலாளி வர்க்க அமைப்பை பிளவுபடுத்தும் பணியில் இறங்கியது. இந்திய தொழிலாளி வர்க்கத்தின் ஒரே அமைப்பாக இருந்த AITUC பிளவுபடுத்தப்பட்டு காங்கிரஸ் சார்பு INTUC உருவாக்கப்பட்டது.

1947 ஆகஸ்டு 15ல் அரசியல் விடுதலை கிடைத்ததே தவிர, தொழிலாளி வர்க்கத்துக்கும் ஏழை எளிய மக்களுக்கும் பொருளாதார விடுதலை கிடைக்கவில்லை. எனவே, தொழிலாளி வர்க்கத்தின் போராட்டம் தொடர்ந்தது. தபால் தந்தி ஊழியர்களையும் மத்திய அரசு ஊழியர்களையும் திரட்டுவதில் வெற்றி கண்ட தோழர் கே.ஜி. போஸ் மே. வங்கத்தில் இதரப் பகுதி தொழிலாளிகள் அனைவரையும் ஒரே அமைப்பின்கீழ் திரட்ட முடிவு செய்து அதற்கான கடுமையான முயற்சிகளை மேற்கொண்டார். இதன் விளைவாக உருவானதுதான் மே. வங்கத்தின் 12th July Committee. இந்த அமைப்பின்கீழ் மே. வங்கத்திலிருந்த அனைத்து தொழிலாளிகளும் திரண்டிருந்தார்கள். இந்த அமைப்பு வேலைநிறுத்த அறைகூவல் விட்டால்... மே. வங்கமே அசைவற்று நிற்கும்.

தோழர் கே.ஜி.போஸின் அருமையான குணங்களில் தொழிற்சங்க ஜனநாயகத்தின் மீது அவருக்கு இருந்த அசைக்க முடியாத நம்பிக்கையும் பற்றும் முக்கியமானவை. கௌஹாத்தி E.3 அகில இந்திய மாநாட்டில் அவர் சம்மேளனக்குழு உறுப்பினராக தேர்ந்தெடுக்கப்பட்டார். அடுத்து 1970ல் நடந்த விஜயவாடா சம்மேளனக் கவுன்சில் கூட்டத்தில் அவரை அனுமதிக்க முடியாது என்று குப்தா அணி முடிவு செய்தபோது தன்னால் சம்மேளன கவுன்சில் கூட்டம் நடைபெறுவது தடைப் படவேண்டாம் என்றும், தான் தன்னை சம்மேளனக்குழுவில் அனுமதிக்கும்படி உரிமை கோருவதை கைவிடுவதாகவும் சொன்னார் அவர்.

அவர் கலந்துகொள்ள அனுமதி மறுக்கப்பட்ட அதே சம்மேளனக்குழு அவரை சம்மேளனத்தின் தலைவராக

தேர்ந்தெடுத்தது. எதிர்த்துப் போட்டியிட்ட மோகன்தாரியா MP யைவிட 10 வாக்குகள் அதிகம் பெற்று தோழர் கே.ஜி போஸ் வெற்றி பெற்றார். அதுவரை செல்வாக்கு மிக்க அரசியல் தலைவர்கள் மட்டுமே வகித்து வந்த NFPTE தலைவர் பதவிக்கு இலாகா பணியாளராக இருந்த ஓர் ஊழியரே தேர்ந்தெடுக்கப்பட்ட பெருமையை ஏற்படுத்தியவர் தோழர் கே.ஜி.போஸ். 'கோவை தந்திக்கோட்டத்தில் அனைத்துக் கிளைகளிலும் நமது உறுப்பினர்களின் சந்தா குப்தா அணிக்கே போகிறதே, நாம் தனியாக கிளைகள் ஆரம்பித்து நமது உறுப்பினர்கள் சந்தாவின் ஈவுத்தொகையை நமது சம்மேளனத்துக்கு அனுப்பலாமே?' என்று கேட்டபோது அதை ஏற்றுக்கொள்ள மறுத்தவர் அவர்.' 'நீங்கள் பெரும்பான்மை பெற்று சங்கம் உங்கள் கையில் வரும்வரை நீங்கள் அங்கேயே உறுப்பினராக இருந்து சந்தாவை அவர்களிடமே செலுத்த வேண்டும் என்று எங்களுக்கு எடுத்துச் சொன்னவர் அவர். கடைக்கோடி ஊழியர்களுக்கும் அனைத்து விஷயங்களும் கொண்டு செல்லப்பட வேண்டும் என்ற தோழர் கே.ஜி. போஸின் கிராஸ் ரூட் தியரி தொழிற்சங்க ஜனநாயக மாண்புகளுக்கு மகுடமாகத் திகழ்ந்தது.

தோழர் கே.ஜி. போஸ் மே. வங்க சட்டமன்ற உறுப்பினராக தேர்ந்தெடுக்கப்பட்டார். மே. வங்க அரசு ஊழியர்களுக்கான ஊதியக்குழு உறுப்பினராகப் பணியாற்றியுள்ளார். தொடர்ச்சியான சுற்றுப்பயணம், இடையறாத இயக்கப் பணிகள் காரணமாக அவரது உடல் நலம் பாதிக்கப்பட்டது. அவர் புற்றுநோயினால் பாதிக்கப்பட்டதாக மருத்துவர்கள் கண்டு பிடித்தனர். சிறப்பு சிகிச்சைக்காக அவர் லண்டன் மருத்துவமனையில் அனுமதிக்கப்பட்டார். ஆனாலும் அவரைக் காப்பாற்ற முடியவில்லை. அவரது உடல் லண்டனிலிருந்து கல்கத்தாவுக்கு விமானம் மூலம் கொண்டுவரப்பட்டது. 1974 டிசம்பர் 14 அன்று நடைபெற்ற இறுதி ஊர்வலத்தில் பெருந்திரளான ஊழியர்கள் கலந்து கொண்டு அஞ்சலி செலுத்தினர். பாபு தாரபாதா முகர்ஜி, ஹென்றி பார்ட்டன், தாதாகோஷ் ஆகிய மகத்தான தலைவர்கள் வரிசையில் தோழர் கே.ஜி.போஸும் இடம் பெற்றுள்ளார்.

தோழர் கே.ஜி. போஸின் இளைய சகோதரர் தோழர் மோனிபோசும் தபால் தந்தி ஊழியர்களின் ஓர் ஒப்பற்ற தலைவர் ஆவார். 1949 UPTW வேலைநிறுத்தத்தையொட்டி வேலை நீக்கம் செய்யப் பட்டார். போபால் E.3 அகில இந்திய மாநாட்டில் தோழர்

மோனிபோஸ் பொதுச்செயலாளராக தேர்ந்தெடுக்கப்பட்டார். BSNL ஊழியர் சங்கத்தின் முதல் Patron ஆக இருந்தார். 2010ல் தோழர் மோனிபோஸ் நம்மைவிட்டுப் பிரிந்து விட்டார்.

வியட்நாம் வென்றது

30-4-1975ல் வியட்நாம் இறுதி வெற்றியை அடைந்தது. உலகெங்கும் மூலை முடுக்குகளிலெல்லாம் நிறைந்திருந்த பாட்டாளி வர்க்கத்துக்கு ஒரு புரட்சிகரமான மே தினப் பரிசை வியட்நாம் வழங்கியது. 1-5-1975 மே தினம் மிகச் சிறப்பு வாய்ந்த மே தினமாக அமைந்தது. நான் அப்போது ஈரோட்டில் இருந்தேன். நானும் நண்பர்களும் இனிப்பு வழங்கி அந்த மே தினத்தைக் கொண்டாடினோம். சங்கத்தின் சார்பில் அனைத்துக் கிளைகளிலும் மே தினக் கொண்டாட்டம் நடைபெற்றது.

உலகை மாற்றியமைத்த மாமேதைகள் காரல் மார்க்ஸ், ஏங்கெல்ஸ், லெனின், ஸ்டாலின், மாவோ வரிசையில் இடம் பெற்ற தலைசிறந்த புரட்சியாளர் தோழர் ஹோ சி மின். பிரெஞ்ச் இந்தோசீனாவின் வியட்நாமில் ஹோவாஸ் ட்ரூ கிராமத்தில் 1890 மே 19ல் ஹோ சி மின் பிறந்தார். 1930ல் இந்தோசீன கம்யூனிஸ்ட் கட்சியை உருவாக்கினார். பின்னர் 1941ல் இந்தோசீன கம்யூனிஸ்ட் கட்சி வியட் மின் கட்சியாக புதிய பெயரில் பரிணமித்தது. . வியட்நாம் ஜனநாயகக் குடியரசின் (வட வியட்நாம்) குடியரசுத் தலைவராக 1945 முதல் 1969 வரை அவர் பதவி வகித்தார். வியட்நாம் தேசிய இயக்கத்தின் தலைவராக கிட்டத்தட்ட மூன்று தலைமுறைகள் அவர் செயல்பட்டார். இரண்டாம் உலக யுத்தத்துக்குப் பிந்தைய காலக் கட்டத்தில் ஆசியாவில் காலனியாதிக்க எதிர்ப்பு இயக்கத்தின் முன்னோடியாக அவர் இருந்தார். 20ஆம் நூற்றாண்டின் மிகச் செல்வாக்குப் பெற்ற கம்யூனிஸ்ட் தலைவர்களில் ஒருவராக விளங்கினார். என்னுடைய இளம் வயதில் என்னைக் காந்தம்போல் கவர்ந்திழுத்த தலைவர் அவர்.

ஹோ சி மின்னின் இளம் வயது வாழ்க்கை மிகவும் துயரம் நிறைந்தது. ஒரு கிராமத்து ஏழைப் படிப்பாளியின் மகனாகப் பிறந்த அவர் கிம் லியன் கிராமத்தில் வளர்ந்து வந்தார். சைகோனில் ஒரு டெக்னிகல் நிறுவனத்தில் அப்ரெண்டிஸ் ஆக இருந்தார். 1911ல் ஒரு பிரெஞ்சுக் கப்பலில் சமையல்காரராக வேலை பார்த்தார். மூன்றாண்டுகளுக்குமேல் அவர் ஒரு கடலோடியாக இருந்தார். ஆப்பிரிக்கத் துறைமுகங்களுக்கும்

அமெரிக்காவின் போஸ்டன், நியூயார்க் நகரங்களுக்கும் அடிக்கடி சென்று வந்தார். **1915** முதல் **1917** வரை லண்டனில் வசித்த பிறகு பிரான்சுக்குச் சென்றார். அங்கே அவர் ஒரு தோட்டக்காரராக, ஸ்வீப்பராக, ஓட்டல் வெயிட்டராக பல்வேறு வேலைகளைப் பார்த்துக்கொண்டிருந்தார். **1917** முதல் **1923** வரை பிரான்சில் இருந்த **6** வருடங்களில் அவர் ஒரு தீவிர சோசலிஸ்டாக உருவானார். அங்கு வசித்து வந்த வியட்நாமியர்களை அணி திரட்டினார். ரஷ்ய புரட்சியினாலும் தோழர் லெனினுடைய ஏகாதிபத்திய எதிர்ப்பு கோட்பாடுகளினாலும் கவரப்பட்டு சோசலிஸ்டு கட்சியிலிருந்து விலகி பிரெஞ்சு கம்யூனிஸ்ட் கட்சி உருவானது. ஹோ அதில் இணைந்தார்.

1924 டிசம்பரில் ஒரு புனைபெயரில் கம்யூனிஸ்ட் இயக்கத்தின் வலுவான தளமான கான்டனுக்கு அவர் சென்றார். வியட்நாம் தேசிய இயக்கத்துக்கான முதல் கேடர்களை அங்கு அணி திரட்டி வியட்நாம் புரட்சிகர வாலிபர் சங்கத்தை உருவாக்கினார். மிகப் புகழ் வாய்ந்த இயக்கமாக அது மாறியது. கம்யூனிஸ்ட் இயக்கத்தின் மீது நம்பிக்கை கொண்டவர்களாயிருந்ததால் அந்த வாலிபர் அமைப்பின் உறுப்பினர்கள் அனைவரும் பிரெஞ்சு அரசாங்கத்தினால் நாடு கடத்தப்பட்டனர். நாடு கடத்தப்பட்ட அவர்கள் தங்கள் நாட்டிலிருந்து பிரெஞ்சு ஆட்சிக்கு எதிரான போராட்டத்தில் இணைவதற்காக ஒன்றுகூடினார்கள். இவ்வாறு இந்தோசீன தேசிய இயக்கத்தின் முதல் தளமாக கான்டன் மாறியது.

1945ல் வியட்நாம் புரட்சியாளர்களுக்குச் சாதகமான இரண்டு நிகழ்வுகள் ஏற்பட்டன. முதல் நிகழ்வு ஜப்பானியர்கள் இந்தோசீனாவை முழுமையாக ஆக்கிரமித்து பிரெஞ்சு அதிகாரிகள் அனைவரையும் சிறை பிடித்தனர் அல்லது மரணதண்டனைக்கு உள்ளாக்கினர். ஆறு மாதங்கள் கழித்து அமெரிக்கா ஜப்பானின் ஹிரோஷிமாவில் முதல் அணுகுண்டை வீசியது.

ஜப்பானியர்கள் முழுமையாக தோற்கடிக்கப்பட்டார்கள். பிரான்ஸ், ஜப்பான் ஆகிய இரண்டு எதிரிகளுக்கும் ஏற்பட்ட இந்த பின்னடைவை ஹோ சி மின் சரியாகப் பயன்படுத்திக் கொண்டார். மிச்சம் மீதியிருந்த ஜப்பான் படைகளை வியட் மின் கொரில்லாக்கள் தென் சீன மலைகளில் போரிட்டு தோற்கடித்தனர். அதே சமயம் ஹோ சி மின்னின் நம்பிக்கைக்குரிய தளபதி நிகுயென் கியாப்பினுடைய கமாண்டோக்கள் ஹோ சி மின் வழிகாட்டுதல் படி வியட்நாம் தலைநகரான ஹனோயை நோக்கி நகர்ந்தனர்.

ஜப்பான் நேச நாடுகளிடம் சரணடைந்த பிறகு நிகுயென் கியாப்பின் கமாண்டோக்கள் 1945 ஆகஸ்டு 19ல் ஹனோய்க்குள் நுழைந்தனர். இறுதியாக செப்டம்பர் 2ல் பா தின் *(Ba Dinh)* சதுக்கத்தில் திரண்டிருந்த மாபெரும் மக்கள் வெள்ளத்தின் முன்பு வியட்நாம் விடுதலை பெற்றுவிட்டதாக ஹோ சி மின் பிரகடனம் செய்தார். அப்படிப் பிரகடனம் செய்தபோது அமெரிக்க விடுதலைப் பிரகடனத்தில் சொல்லப் பட்டுள்ள அதே வார்த்தைகளை ஹோ பயன்படுத்தினார். *"All men are born equal, the Creator has given us inviolable rights, life, liberty and happiness."*

ஆனாலும் வியட் மின்னின் பாதையில் ஏற்பட்ட தடைகள் நீங்கி விடவில்லை. வியட்நாம் விடுதலை அடைந்துவிட்டது என்ற யதார்த்த உண்மையை பிரான்ஸ் ஏற்றுக்கொள்ளவில்லை. வியட்நாம் மீதான ஆதிக்கத்தை மீண்டும் ஏற்படுத்த முயற்சித்தது. பிரெஞ்சுத் தளபதி ஜாக்வெல் லெக்லெர்க் ஒரு வலுவான ஆயுதப்படையுடன் சைகோனில் நுழைந்தார். மூன்று மாதங்களில் தெற்கு வியட்நாம் பிரெஞ்சுக் கட்டுப்பாட்டில் வந்தது. எனவே யுத்தம் தொடர வேண்டும் அல்லது பேச்சு, வார்த்தை மூலம் ஏதாவது உடன்பாடு ஏற்படவேண்டும். ஹோ சி மின் பிரான்சோடு பேச்சுவார்த்தைக்கு முயற்சி செய்தார். அதே சமயம் இறுதிக்கட்ட போருக்கான தயாரிப்புகளை கைவிட்டு விடவில்லை. பிரான்சுடன் ஓர் உடன்பாடு ஏற்பட்டது. அதன்படி வடக்கு வியட்நாம் ஒரு சுதந்திரமான அரசு என்பது ஏற்றுக்கொள்ளப்படும். பிரெஞ்சுத் தளபதி லெக்லெர்க் வடக்குப் பகுதியான ஹைபாங்கிலிருந்து தனது படைகளை விலக்கிக் கொண்டார்.

ஆனால், இந்த நிலைநீடிக்கவில்லை. ஹைபாங்கில் பிரான்ஸ் மற்றும் வியட்நாமிய வீரர்களுக்கிடையே ஏற்பட்ட மோதலில் பிரெஞ்சு போர்க்கப்பல் ஹைபாங் நகரத்தின் மீது நவம்பர் 1961ல் குண்டு வீசித் தாக்கியதில் 6,000 வியட்நாமியர்கள் கொல்லப்பட்டனர். எனவே டிசம்பர் 19ல் மீண்டும் யுத்தம் துவங்கியது. தளபதி கியாப்பின் தலைமையில் வியட் மின் படைகள் கொரில்லா தாக்குதலைத் தொடுத்தன. 1953 இறுதியில் வியட்நாமின் கிராமப் பகுதிகள் அனைத்தும் வியட் மின் படைகளின் கட்டுப்பாட்டில் வந்தன. பெரிய நகரங்கள் அனைத்தும் வியட் மின் படையின் கையில் விழுந்துவிடும் நிலை ஏற்பட்டது. வியட் மின் படைகளின் வீரஞ்செறிந்த தாக்குதலை தாக்குப் பிடிக்க முடியாமல் பிரெஞ்சுப்

படைகள் தோற்று ஓடின. **1954** மே 7ஆம் தேதி தியன் பியன் பூ என்ற இடத்தில் பிரெஞ்சுப் படைகள் தீர்மானகரமாக தோற்கடிக்கப்பட்டன. பிரெஞ்சு ஏகாதிபத்தியம் தனது மூட்டை முடிச்சுகளோடு வியட்நாம் மண்ணைவிட்டு வெளியேறியது.

1954 ஜூலை **21ல்** எட்டு நாடுகளின் பிரதிநிதிகள் வார்சாவில் கூடி ஓர் உடன்படிக்கையை ஏற்படுத்தினர். அதன்படி வியட்நாம் இரண்டு பகுதியாக இருக்கும். வடக்கு வியட்நாம் கம்யூனிஸ்டுகளின் தலைமையில் ஒரு சுதந்திர அரசாக இருக்கும். தென்வியட்நாமில் ஏகாதிபத்தியம் ஏற்படுத்திய பொம்மை அரசு இருக்கும். **1956ல்** தேர்தல்கள் நடத்தப்பட்டு வியட்நாம் ஒரே நாடாக ஒற்றுமைப் படுத்தப்படும். இந்த உடன்படிக்கையை ஹோ சி மின்னின் பிரதிநிதியாக கலந்துகொண்ட பாம் வான் டாங் ஏற்றுக் கொண்டார். ஆனால் இந்த உடன்படிக்கை செயல்படுத்தப் படவில்லை. அமெரிக்காவும் தென் வியட்நாமும் தேர்தலை நடத்த மறுத்தன.

1950களின் தொடக்கத்தில் அமெரிக்க ராணுவ ஆலோசகர்கள் அப்போதைய பிரெஞ்சு இந்தோசீனாவுக்கு வந்தனர். பிரெஞ்சுப் படைகள் போரில் தோற்று வியட்நாமை விட்டு வெளியேறிய பிறகு அமெரிக்கா தென் வியட்நாமுக்குள் நுழைந்தது. **1960**களில் இருந்த அமெரிக்கப் படைகளின் பங்கைவிட **1961** மற்றும் **1962** களில் அதன் பங்கு மும்மடங்காகியது. **1964ல்** டோகின் வளைகுடாவில் அமெரிக்காவின் போர்க்கப்பல் மீது வியட்நாமியப் படையின் விரைவுப் படகுகள் மோதலில் ஈடுபட்ட நிகழ்வுக்குப்பின் வியட்நாமில் அமெரிக்கப் படைகளின் இருப்பை அதிகப்படுத்தும் அதிகாரத்தை அமெரிக்க அதிபருக்கு வழங்கும் டோகின் வளைகுடா தீர்மானம் நிறைவேற்றப்பட்டது. **1965ன்** தொடக்கத்தில் அமெரிக்கத் தாக்குதல் படைகள் தொடர்ந்து வியட்நாமில் நிலை நிறுத்தப்பட்டன. அவற்றின் தாக்குதல் பன்னாட்டு எல்லைக் கோட்டையும் தாண்டியது. **1968ல்** அமெரிக்காவின் பங்கெடுப்பு உச்சத்தில் இருந்தபோது லாவோஸ் மற்றும் கம்போடியாவின் எல்லைப் பகுதிகளிலும் கடுமையாக வெடிகுண்டு வீச்சுகள் நடந்தன.

தெற்கு வியட்நாமிய கம்யூனிஸ்டுகள் வியட் காங் என்ற பெயரில் ஒரு வலுவான படைப் பிரிவை ஏற்படுத்தியிருந்தனர். கொரில்லா தாக்குதலில் சிறப்புத் திறமை வாய்ந்தவர்களாக இருந்தனர். தென் வியட்நாம் மற்றும் அருகிலிருந்த லாவோஸ்,

கம்போடியாவின் அடர்த்தியான காடுகள் அவர்களுக்கு மிகவும் சாதகமான நிலைமையை ஏற்படுத்தித் தந்தன. வடவியட்நாமிய கம்யூனிச படைகளும் தென் வியட்நாமின் வியட் காங் கொரில்லா படைகளும் தாய் நாட்டை மீண்டும் ஒருங்கிணைக்க போராடின. அவர்கள் இந்தப் பிரச்சனையை ஒரு காலனியாதிக்க எதிர்ப்புப் பிரச்சனையாகவும், பிரெஞ்சு மற்றும் அமெரிக்க ஏகாதிபத்தியங்களுக்கு எதிராக நடைபெற்ற முதலாவது இந்தோசீனப் போரின் தொடர்ச்சியாகவும் பார்த்தனர்.

தெற்கு வியட்நாம் வடக்கு வியட்நாமோடு இணைந்து விடக்கூடாது. தெற்கு ஆசியாவில் ஒரு வலுவான கம்யூனிச நாடு உருவானால் உலகம் முழுவதும் கம்யூனிசப் பரவலைத் தடுக்க முடியாது என்ற குறுகிய நோக்கத்தோடு அமெரிக்கா போராடியது. வட வியட்நாம் படை சோவியத் ஒன்றியம், மக்கள் சீனம் மற்றும் பிற கம்யூனிச நாடுகள், உலகெங்கிலுமுள்ள முற்போக்கு ஜனநாயக சக்திகளால் ஆதரிக்கப்பட்டது. தெற்கு வியட்நாமிய பொம்மை சர்க்கார் அமெரிக்கா, தென் கொரியா, ஆஸ்திரேலியா, தாய்லாந்து மற்றும் பிற கம்யூனிச எதிர்ப்பு அணியால் ஆதரிக்கப்பட்டது.

பெண் புரட்சியாளர் நிகுயென் தலைமையில் வியட் காங் படைகள் தென் வியட்நாம் விடுதலைக்காகவும் தாய்நாட்டை ஒன்றுபடுத்தவும் கடுமையான கொரில்லாத் தாக்குதலில் ஈடுபட்டனர். அவர்களுக்கு ஆதரவாக வட வியட்நாமின் கம்யூனிசப் படைகள் முறைப்படியான நேரடி யுத்தத்தில் ஈடுபட்டனர். காடுகளில் ஒளிந்திருந்து தாக்குதல் நடத்தும் கொரில்லாப் படைகளை கண்டுபிடித்து அழிப்பது அமெரிக்கப் படைகளுக்கு எளிதான காரியமாக இல்லை. எனவே, காடுகளை அழிப்பதற்கான ஏஜெண்ட் ஆரஞ்ச் அல்லது நாபாம் குண்டுகளை அமெரிக்கா பயன்படுத்தியது. இது ஒரு நச்சு ரசாயனம். பட்டால் காடுகள் பற்றி எரியும். மனிதர்களும் விலங்குகளும் உடலில் தீப்பற்றி எரிவார்கள். அமெரிக்கா 50 மில்லியன் லிட்டர் ஏஜெண்ட் ஆரஞ்சை தென் வியட்நாம் காடுகளில் கொட்டியது. இந்த ரசாயன குண்டுவீச்சினால் 3 மில்லியன் வியட்நாமியர்கள் கொல்லப்பட்டனர் அல்லது கடுமையான பாதிப்புகளுக்கு உள்ளாகினர். வியட்நாமில் பிறந்த **1,50,000** குழந்தைகள் ஊனமுற்றவர்களாகப் பிறந்தார்கள். இன்னும் பல லட்சம் பேர் புற்றுநோயால் பாதிக்கப்பட்டனர். **31,00,000** ஹெக்டேர் நிலங்கள் நாசமாகி விவசாயத்துக்கு லாயக்கற்றதாக மாறிவிட்டன. கடுமையான போர்க்குற்றங்களை

அமெரிக்கப் படைகள் நடத்தின. மை லாய் கிராமத்தில் நிராயுதபாணியாக இருந்த 500 பேரை, பெண்கள், குழந்தைகள், வயோதிகர்கள் உள்ளிட்ட 500 பேரை அமெரிக்கப் படைகள் ஈவு இரக்கமின்றி கொன்று குவித்தன.

போர்க்குற்றங்களுக்கு எதிராக அமெரிக்காவுக்கு உலகம் முழுவதும் கடுமையான கண்டனம் எழுந்தது. வியட்நாம் போரிலிருந்து விலக வேண்டும் என்று அமெரிக்காவிலேயே கடுமையான எதிர்ப்புக் கிளம்பியது. போர்க்களத்தில் இருந்த அமெரிக்க வீரர்களுக்கு கடுமையான சோர்வு ஏற்பட்டிருந்தது. மாறாக, வியட் காங் படைகளும் வட வியட்நாமிய படைகளும் சர்வபரித்தியாகம் செய்து அனைத்து மக்களின் ஆதரவோடும் உற்சாகத்தோடும் போரைத் தொடர்ந்தார்கள். 1965ல் அமெரிக்காவின் தாக்குதல் தொடங்கியவுடன் ஹோ சி மின் மக்களுக்கு ஒரு செய்தியை அனுப்பினார். **'சுதந்திரத்தையும் விடுதலையையும் விட வியட்நாமியர்களின் இதயத்துக்கு நெருக்கமானது வேறு ஒன்றும் இல்லை'** - இதுவே வியட்நாமிய மக்களின் தாரக மந்திரமானது.

1973ல் போரை முடிவுக்குக் கொண்டுவரும் ஒப்பந்தம் கையெழுத்தானது. அமெரிக்கப் படைகள் திருப்பி அழைத்துக் கொள்ளப்படும். போரை தென் வியட்நாமே நடத்திக்கொள்ளட்டும் என்று முடிவானது. அதன் பிறகு தென் வியட்நாம் பொம்மை அரசின் படைகளுக்கும் வட வியடநாம் படைகளுக்கும் போர் நீடித்தது. 1975 ஏப்ரல் 30ல் வடக்கு வியட்நாம் துருப்புகள் சைகோன் நகருக்குள் புகுந்து அதைக் கைப்பற்றியது. இதைத் தொடர்ந்து போர் முடிவுக்கு வந்து நாடு ஒன்றாக இணைக்கப்பட்டது.

20ஆம் நூற்றாண்டின் புரட்சியாளர்களில் தோழர் ஹோ காலனியாதிக்கத்துக்கு எதிரான மிக நீண்ட போரை நடத்தினார். வியட்நாம் மக்களால் Uncle Ho என்று அன்புடன் அழைக்கப்பட்டார். 1969 செப்டம்பர் 2ல் ஹனோயில் அவர் உயிர் பிரிந்தது. அவருடைய மறைவுக்குப்பின் அவரது தளபதிகள் போராடி தென் வியட்நாமை விடுதலை செய்து தாயகம் ஒன்று படுவதை உறுதி செய்தனர்.

'பெற்ற தாயும்
பிறந்த நன்னாடும்
நற்றவ வானினும்
நனி சிறந்தனவே'

என்றான் பாரதி

'சொந்த மண்ணை நேசிப்பதில்
கம்யூனிஸ்டுகளுக்கு ஈடு இல்லை
என்று காட்டியது வியட்நாம்
தாய்நாட்டு விடுதலைக்காக
கம்யூனிஸ்டுகள் செய்திருக்கும்
தியாகத்திற்கு
அளவே இல்லை
என்று அதிசயிக்க வைத்தது
சின்னஞ்சிறு வியட்நாம்
இரண்டு ஏகாதிபத்தியங்களின்
பல்லை உடைத்து
பின்னங்கால் பிடரியில் அடிபட
அவர்களை ஓட ஓட விரட்டியது
வீரத்தின் விளைநிலம் வியட்நாம்
வீரத்திருநாடே வியட்நாமே
உந்தன் தாள் பணிந்து
வணங்குகிறேன்
அந்தச் செங்கொடியை
ஒரு சொட்டு ரத்தம்
இருக்கும் வரை
நானும் பிடித்திருப்பேன்
என்ற உறுதியோடு
பயணம் தொடர்கிறேன்
உந்தன் புகழ் வாழ்க!

அவசர நிலை சீர்குலைவு வேலைகள் ஒற்றுமை

ரயில்வே ஊழியர் போராட்டத்தைத் தொடர்ந்து நாடு முழுவதும் பல்வேறு பகுதித் தொழிலாளர்களின் தொடர்ச்சியான போராட்டங்கள் நடக்க ஆரம்பித்தன. லஞ்ச ஊழலுக்கு எதிராக ஜெயப்பிரகாஷ் நாராயணன் ஆரம்பித்த இயக்கம் J.P. இயக்கம் என்ற பெயரில் வேகமாகப் பரவ ஆரம்பித்தது. இந்த சமயத்தில் தான் அலாகாபாத் உயர் நீதிமன்றம் பிரதமர் இந்திரா காந்தியின் MP தேர்தல் செல்லாது என்ற அதிரடியான தீர்ப்பை வழங்கியது. இந்த மோசமான நிலைமைகளில் இருந்து தப்பித்துக் கொள்ள 1975 ஜீன் 25ல் இந்திரா காந்தி அம்மையாரால் படுபாதகமான உள் நாட்டு அவசர நிலை பிரகடனம் செய்யப்பட்டது. அது சற்றும் தேவையற்றது. கொஞ்சமும் நியாயமற்றது.

ஆயிரக்கணக்கில் எதிர்க்கட்சித் தலைவர்கள் கைது செய்யப்பட்டு சிறையில் அடைக்கப்பட்டனர். மத்திய தொழிற்சங்கங்களின் தலைவர்களும் சர்வீஸ் யூனியன்களின் தலைவர்களும் சிறை வைக்கப்பட்டனர். மத்திய அரசுக்கு எதிரான பேச்சுக்களும் எழுத்துக்களும் விமர்சனங்களும் தேசவிரோதம் என்று முத்திரை குத்தப்பட்டு சம்பந்தப்பட்டவர்கள் சிறையிலடைக்கப்பட்டனர். பத்திரிகைகள் முன் தணிக்கை செய்யப்பட்டன. அனைத்து செய்திகளும் தணிக்கையாளர்களிடம் காட்டப்பட்டு அதன் பின்னரே அச்சுக்குப் போகவேண்டும். காவல்துறை எங்கும் நுழையலாம். அவர்கள் விருப்பப்படி யாரையும் கைது செய்யலாம். ஜனநாயக மாண்புகள் கிழித்தெறியப்பட்டன. தனது பதவியை காப்பாற்றிக்கொள்வதற்காக பாசிச நடைமுறைகள் கடைப்பிடிக்கப்பட்டன.

தொழிலாளிகளின வேலை நிறுத்தங்கள் தடை செய்யப்பட்டன. கூட்டம் கூடவும் ஆர்ப்பாட்டம் நடத்தவும் கட்டுப்பாடுகளும் தடைகளும் விதிக்கப்பட்டன. தொழிலாளிகளுக்கு எதிரான போனஸ் சட்டத் திருத்தம் கொண்டுவரப்பட்டது. ஐந்து தவணை பஞ்சப்படிகள் முடக்கப்பட்டன. கட்டாய சேமிப்புத் திட்டம் கொண்டுவரப்பட்டது. தபால் தந்தி ஊழியர்களின் தொழிற்சங்கப் பத்திரிகைகளான டெலிகாம், 'கரெஸ்பாண்டென்ஸ் அட்மினிஸ்ட்ரேடிவ் ஒர்க்கர்' மற்றும் 'ஆர்.எம்.எஸ் ஒர்க்கர்' ஆகியவற்றை வெளியிட தடை விதிக்கப்பட்டது. 'கரெஸ்பாண்டென்ஸ்', P&T 'லேபர்' ஆகியவை அரசாங்கத்தினால் தீ வைத்துக் கொளுத்தப்பட்டன. அவசர நிலைக்கு எதிராக நாடெங்கும் சுற்றுப்பயணம் மேற்கொண்டு பிரச்சாரம் செய்த தோழர் N.J. ஐயர் கைது செய்யப்பட்டு சிறையில் அடைக்கப்பட்டார். சிறையிலிருந்தே அவர் திருவனந்தபுரம் மாநாட்டில் R.3 சங்கத்தின் பொதுச்செயலாளராக ஏகமனதாக தேர்ந்தெடுக்கப்பட்டார். மே.வங்க P.4 அகில இந்திய துணைப் பொதுச்செயலாளர் தோழர் பஞ்சு கோபால் பானர்ஜி மிசாவில் சிறையிலடைக்கப்பட்டார். பல தோழர்கள் Rule-37 விதியின்கீழ் தூரமான இடங்களுக்கு மாற்றப்பட்டனர்.

தமிழகத்தில் நாகர்கோவில் தோழர்கள் செல்லையாவும் ஆவுடைநாயகமும் அவசர நிலையை எதிர்த்தார்கள் என்று குற்றம் சாட்டப்பட்டு மாற்றலில் அனுப்பப்பட்டார்கள்.

தபால் தந்தி இயக்கம் பிளவு பட்டுக்கிடந்தது. இப்போதும் கருத்து வித்தியாசங்கள் நீடிக்கவே செய்தன. அவசர நிலையை

எதிர்த்து நிற்கவேண்டிய தோழர் குப்தா அதை ஆதரித்தார். இந்திரா காந்தியால் அறிவிக்கப்பட் 20 அம்சதிட்டத்தை வரவேற்றார். அதை விளக்கி நமது தோழர்கள் பிரச்சாரம் செய்ய வேண்டுமென்று சொன்னார். அவசர நிலையின் நாயகன் சஞ்சய் காந்தியை நமது தொழிற்சங்க இயக்கத்துக்கு தலைமை தாங்க வருமாறு அழைத்தார்.

அவசரநிலை காலத்திய தாக்குதல்களை எதிர்கொள்வதற்கு இயக்கத்தில் ஒற்றுமையைக் கட்டவேண்டுமென்று கே..ஜி. போஸ் அணி முயற்சிகளை மேற்கொண்டது. கே.ஜி. போஸ், ஏ.எஸ். ராஜன் தலைமையிலான சம்மேளனத்தின் செயல்பாடுகளை நிறுத்திக்கொள்வது என்று அது தானாகவே முன்வந்து முடிவு செய்தது. மேலும் சம்மேளன பொதுச்செயலாளராக தோழர் ஏ. பிரமநாதனையும் மற்ற நிர்வாகிகளையும் ஏற்றுக்கொள்வதாகவும் அது அறிவித்தது. இந்த முயற்சியை குப்தா தலைமையும் ஏற்றுக் கொண்டது. சம்மேளனத்தில் ஒற்றுமை ஏற்பட்டுள்ளதை பிரதிபலிக்கும் வகையில் கே.ஜி.போஸ் அணித் தலைவர்களான என்.ஜே.ஐயர் மற்றும் சதாரம் தன்வார் ஆகிய இருவரும் சம்மேளன நிர்வாகிகளாக இணைக்கப்பட்டனர்.

என்னதான் அவசர நிலையை முன்வந்து ஆதரித்தாலும் குப்தா அணியின் மீதும் அவசர நிலையின் அடாவடித்தனம் பாய்ந்தது. E.3 சங்கத்துக்கு போட்டியாக டெலிபோன் டிராபிக் அசோசியேசனுக்கு அங்கீகாரம் வழங்கப்பட்டது. 1975ல் சண்டிகரில் E.3 அகில இந்திய மாநாடு நடைபெற்றது. குப்தா தலைமை ஏற்றுக்கொள்ளாவிட்டாலும் போட்டி அமைப்புக்கள் ஏற்பட்டுள்ள இடங்களில் இருந்து வரும் நமது பிரதிநிதிகள் மாநாட்டில் கலந்து கொள்ள வேண்டும் என்று முடிவு செய்யப்பட்டது. ஒரு வேளை ஒற்றுமை முயற்சிகள் நடந்து நமது அணிக்கு நிர்வாகிகள் பதவி வழங்கப்பட்டால் ஏற்றுக் கொள்வது என்றும் முடிவு செய்யப்பட்டது. இதுவரை இவ்வளவு நீண்ட வருடங்களில் கே.ஜி. போஸ் அணிக்கு பதவிகள் எதுவும் வழங்கப்பட்டதில்லை.

E.3 அகில இந்திய மாநாடுகளில் வழக்கமாக நடைபெறுவதைப்போலவே இந்த மாநாட்டிலும் பிரச்சனைகள் மீதும் அமைப்பு நிலையிலும் கூர்மையான விவாதங்கள் நடைபெற்றன. அமைப்பை பிளவுபடுத்தியதற்காகவும் அவசர நிலையை ஆதரித்ததற்கு எதிராகவும் குப்தாவின் மீது கடுமையான விமர்சனங்கள் வைக்கப்பட்டன. 1974 போராட்டத்தில் ஈடுபட்டு வேலைநிறுத்தம் செய்தவர்களை மீண்டும் வேலைக்கு எடுக்க

வைப்பதற்கு அகில இந்திய தலைமை எந்த முயற்சியும் எடுக்கவில்லை. அவர்கள் அரசியல் காரணங்களுக்காக கைது செய்யப்பட்டார்கள் என்று குப்தா கூறிவந்தார். தோழர்கள் மோனிபோஸ், அனந்த பட்டாச்சார்யா, நம்பூதிரி, அய்யப்பகுட்டி, ஜே.ரங்கநாதன் ஆகியோர் தோழர் குப்தாவுக்கு எதிராக கடுமையான விமர்சனங்களை வைத்தார்கள்.

கிட்டத்தட்ட பாதியளவு பிரதிநிதிகள் பிரச்சனைகளை தீர்க்காததைக் கண்டித்தும் அரசு ஆதரவுப் போக்கைக் கண்டித்தும் தோழர் மோனிபோஸ் தலைமையில் வெளிநடப்பு செய்தார்கள். நானும் சண்டிகர் மாநாட்டில் கலந்துகொண்டிருந்தேன். வெளிநடப்பிலும் கலந்துகொண்டேன். தோழர் குப்தா வெளியே வந்தார். வெளிநடப்பு செய்தவர்களுடன் பேச்சுவார்த்தை நடத்தினார். பிரச்சனைகளில் ஒரு சுமுகமான தீர்வு காணப்பட்டது. நாங்கள் மீண்டும் மாநாட்டு அரங்கிற்குள் சென்றோம். விவாதங்கள் மறுபடியும் நடந்தன. இறுதியாக ஒற்றுமை ஏற்பட்டது.

ஏற்பட்ட ஒப்பந்தத்தின் ஒரு பகுதியாக முதல்முறையாக நமது அணிக்கு 3 பதவிகள் வழங்கப்பட்டது. தோழர்கள் மோனி போஸ், ஆர்எஸ். யாதவ் ஆகியோர் துணைத் தலைவர்களாகவும், கே.எம். ஆர்.உன்னி உதவி பொதுச் செயலாளராகவும் தேர்ந்தெடுக்கப்பட்டனர். எங்கெல்லாம் பிளவு ஏற்பட்டு போட்டி அமைப்புக்கள் செயல்படுகின்றனவோ அங்கெல்லாம் ஒற்றுமை மாநாடுகள் நடந்து அமைப்புக்கள் ஒன்றாக்கப்பட வேண்டும் என்று முடிவானது.

நான் தோழர் ரங்கநாதனை அழைத்துக்கொண்டு தோழர் குப்தாவைச் சந்தித்தேன். தமிழகத்தில் பல மாவட்டங்களில் பிளவு ஏற்பட்டு போட்டி அமைப்புக்கள் செயல்படுவதாகவும் அவற்றையும் சரிசெய்ய வேண்டுமென்றும் கூறினேன். குப்தா உடனே தோழர் ஜெகனை வரவழைத்தார். தமிழகத்திலும் ஒற்றுமை ஏற்படுத்துவது பற்றி முடிவு ஏற்பட்டது. சண்டிகர் மாநாடு ஒரு ஒற்றுமை மாநாடாக, *One piece* மாநாடாக முடிவடைந்தது.

1976 ஆகஸ்டு 6,7,8 தேதிகளில் பம்பாய் ஐஎன்டியுசி அலுவலகத்தில் வைத்து நமது சம்மேளன குழுக் கூட்டம் தோழர் என்.கே. பட் தலைமையில் நடைபெற்றது. இரண்டு அணிகளுக்கும் இடையில் சம்மேளனத்தில் ஒற்றுமை ஏற்படுத்துவது என்ற முடிவு

ஏற்பட்டது. திரு. சசி பூஷன் M.P. அவர்களைத் தலைவராகவும் தோழர் டி. ஞானையாவை பொதுச்செயலாளராகவும் கொண்ட ஒன்றுபட்ட நிர்வாகிகள் பட்டியல் தேர்ந்தெடுக்கப்பட்டது. புதிய நிர்வாகிகள் பட்டியலை முன்னாள் பொதுச் செயலாளர் தோழர் பிரேமநாதன் கையெழுத்திட்டு முறையாக அரசுக் கு அனுப்பி வைத்தார். சம்மேளனக் கவுன்சில் கூட்டம் நடந்த இரண்டு வாரங்களுக்குப் பிறகு கே.எல். மோசாவைத் தலைவராகவும் தோழர் பிரேமநாதனை பொதுச் செயலாளராகவும் கொண்ட போட்டிப் பட்டியல் வெளியிடப்பட்டது. அந்தப் பட்டியலை இலாகா அங்கீகரித்தது. சீர்குலைக்கும் வேலைகள் தொடர்ந்து வேகமாக நடைபெற்றன. குப்தா தலைமையிலான E.3 மற்றும் R.4 சங்கங்களிலும் போட்டிப் பட்டியல்கள் போடப்பட்டு குப்தாவுக்கு வழங்கப்பட்டிருந்த அங்கீகாரம் வாபஸ் பெறப்பட்டது. *Disrupting the disruptors is no disruption'* என்று தோழர் குப்தா சொன்னதை வேதவாக்காக எடுத்துக் கொண்டு அவருடைய சீடர்கள் அவருக்கு எதிராகவே சீர்குலைவு வேலைகளைச் செய்தனர். அரசின் பின் துணையோடு நடைபெற்ற இந்த மோசமான நிலைமைகளுக்கு எதிராக தோழர் குப்தா வும் 1976ல் போராட்ட அறைகூவல் விட வேண்டி வந்தது.

அவசரநிலை அமலில் இருந்த சமயத்தில் நான் எதிர்பார்த்திருந்த திருநெல்வேலி மாற்றல் எனக்கு கிடைத்தது. எனக்கு மிகுந்த மகிழ்ச்சி. ஏற்கெனவே திருநெல்வேலி மாற்றலில் சென்றிருந்த தோழர் பார்வதிநாதனிடம் எனக்கு வீடு பார்த்து வைக்குமாறு சொல்லியிருந்தேன். எனக்கு வீடு பார்ப்பதில் பார்வதிநாதனுக்கு சிரமங்கள் இருந்தன. அவரால் முடியவில்லை. கடைசியில் நெல்லை சிபிஐ(எம்) மாவட்டச் செயலாளர் அருமைத் தோழர் பாலவிநாயகம் வீட்டின் ஒரு சிறு பகுதியில் நாங்கள் தங்கிக் கொள்ள ஏற்பாடு செய்திருந்தார். தோழர் பாலவிநாயகத்தின் வீடு திருநெல்வேலி கொக்கிரகுளத்தில் தாமிரபரணி நதிக்கரையில் அமைந்திருந்தது. மாவட்டச் செயலாளர் தோழர் பாலவிநாயகத்தோடு தினமும் தொடர்பில் இருக்கிற வாய்ப்பு ஓர் அரிய வாய்ப்பு. அற்புதமான வாய்ப்பு.

அதோடு, அருகிலேயே மனதைக் கொள்ளை கொள்ளும் தாமிரபரணி ஆறு. பழந்தமிழ் இலக்கியங்களில் பொருநை நதியென்று புகழ்பெற்ற நதி. வருடம் முழுவதும் நீர்வரத்து இருக்கும் வற்றாத ஜீவ நதி. ஓர் ஆற்றுக்கு என்ன இலக்கணமெல்லாம்

உண்டோ அத்தனை இலக்கணங்களயும் கொண்ட தமிழகத்தினுடைய ஒரே ஆறு தாமிரபரணி. தினமும் காலையில் தாமிரபரணியில் ஒரு சுகமான குளியல். மாலையில் ஆற்றங்கரைப் பிள்ளையார் அருகில் அமர்ந்து ஆற்றையும் அதில் குளிப்பவர்களையும் பார்த்து மகிழும் சுகம் இருக்கிறதே அதற்கு ஈடு இணையில்லை. கே.ஜி. போஸ், குப்தா அணித் சச்சரவுகள் அதில் ஏற்படும் டென்சன் எல்லாம் மறந்து மனது லேசாகி விடும். சங்கப் பிரச்சனைகளை சற்று ஒதுக்கி வைத்துவிட்டால் திருநெல்வேலியை எனக்கு மிகவும் பிடிக்கும். நெல்லையப்பரும், இருட்டுக்கடை அல்வாவும், நான் சென்ற புதிதில் அங்கு இருந்த வெள்ளைக்காரன் காலத்திய Palace De Wales தியேட்டரில் படம் பார்த்ததும் மறக்க முடியாதவை. இரட்டை நகரமான திருநெல்வேலியையும் பாளையங்கோட்டையையும் பிரித்து நடுவில் ஓடும் தாமிரபரணியின் மேல் தன்னுடைய சொத்துக்களைப் பூராவும் கொட்டி... சுலோச்சன முதலியார் கட்டிவைத்துள்ள மேம்பாலம் இப்போதும் அந்த மாபெரும் தியாகத்தை பறைசாற்றிக் கொண்டிருக்கிறது. கல்வியில் தலைசிறந்து விளங்கியதால் தமிழகத்தின் ஆக்ஸ்போர்டு என்று திருநெல்வேலி பெயர் பெற்றிருந்தது. சாயங்காலம் நண்பர்களுடன் சந்திர விலாஸ் ஓட்டலில் கேசரியும் உளுந்த வடையும் காபியும் சாப்பிட்ட அந்த நாட்கள் மறக்க முடியாதவை.

வெள்ளை ஏகாதிபத்தியத்தை எதிர்த்து வீரச் சமர் புரிந்த பாளையக்காரர்களைக் கொண்டிருந்த பூமி. பூலித்தேவன், அவருடைய தளபதி ஒண்டிவீரன் வீரன் அழகுமுத்துக்கோன் வீரபாண்டிய கட்டபொம்மன், அவருடைய தளபதிகள் வெள்ளையத் தேவன், சங்கரலிங்கம் ஆகியோரைக் கொண்டிருந்த பூமி. வ.உ.சி. யையும் சுப்பிரமணிய சிவாவையும் அமரகவி பாரதியையும் வாஞ்சிநாதனையும் கொண்டிருந்த பூமி. தலைமறைவு காலத்தில் கம்யூனிஸ்டுகளுக்கு புகலிடம் அளித்த வல்லநாடு மலை இங்குதான் இருக்கிறது.

நெல்லை நாட்கள்

நெல்லை *E.3* சங்கத்தில் என்னையும் பார்வதிநாதனையும் தவிர நமக்கென்று யாரும் இல்லை. பின்னர் தோழர் G. ராமானுஜம் இணைந்து கொண்டார். தென்காசி கிளை மட்டும் மறைந்த நமது தோழர் சீனிவாசன் தலைமையில் நமது கிளையாக இருந்தது. தோழர் சீனிவாசன் ஒரு நாள் கேரம் போர்டு விளையாடிக் கொண்டிருந்தபோது மூளை நரம்பு வெடித்து (Cerebral Hemerrage) கேரம் போர்டிலேயே சாய்ந்து இறந்து விட்டார். ஒரு அற்புதமான தோழர். நமக்கு மிகவும் ஈடுசெய்ய முடியாத இழப்பு. ஆனாலும் அவரைத் தொடர்ந்து நமது தோழர்கள் P.K. வெங்கடேசன், நடராஜன், முகமதுயகியா, முத்தையா, உடையார் போன்ற தோழர்கள் செயல்பட்டு அந்தக் கிளையை ஒரு வலுவான கே. ஜி.போஸ் கிளையாக வைத்திருந்தனர். நெல்லையில் நானும், பார்வதிநாதனும், ராமானுஜமும் கிட்டத்தட்ட மூச்சுத் திணறிக் கொண்டிருந்தோம். ஆதரவாளர்கள் யாரும் கிடைக்கவில்லை.

நான் ஈரோட்டிலிருந்து நெல்லைக்கு மாற்றலில் வருவதற்கு முன்பே என்னைப் பற்றி நிறைய பிரச்சாரம் செய்து வைத்திருந்தார்கள். நான் ஒரு தீவிரவாதி, நக்சல்பாரி என்றெல்லாம் சொல்லி வைத்திருந்தார்கள். நான் வேறு, ஒரு மஞ்சள் பையை கையிலேயே வைத்துக்கொண்டிருந்தேனா, அதற்குள்தான் வெடிகுண்டு மற்றும் ஆயுதங்களை வைத்திருப்பேன் என்று நினைத்து அருகில் வருவதற்கே பயந்தார்கள். எதிரணித் தோழர்கள் ஊழியர்கள் யாரும் என்னுடன் பேசாமல் பார்த்துக் கொண்டார்கள். யாராவது பேசினால் அவர்களைக் கூப்பிட்டு கண்டித்து வைத்தார்கள். மிகுந்த கெடுபிடிகளோடு நடந்து கொண்டார்கள். ஈரோடிலிருந்து நான், காந்தி, லோகநாதன் மூவரும் ஒன்றாக திருநெல்வேலிக்கு மாற்றலில் வந்தோம். ஈரோட்டில் மிக நெருங்கிய நண்பர்களாக இருந்தோம்.

திருநெல்வேலி வந்து சேர்ந்த 3, 4 நாட்களில் நாங்கள் மூவரும் என்ன சாதியைச் சேர்ந்தவர்கள் என்பது எங்களுக்குத் தெரிந்துவிட்டது. எங்களை சாதிரீதியாக அடையாளப்படுத்திய ஊராக திருநெல்வேலி இருந்தது.

அட்மினிஸ்ட்ரேடிவ் யூனியனின் ஓர் அங்கமாக இருந்த TRA மாநில அமைப்பு பிரிக்கப்பட்டு அந்த ஊழியர்கள் ஒவ்வொரு மாவட்ட DE அலுவலகத்தோடு இணைக்கப் பட்டார்கள். அவர்கள் அனைவரும் பாரம்பரியமாக அட்மினிஸ்ட்ரேடிவ் சங்கத்தின் உறுப்பினர்களாக, குப்தா அணிக்கு எதிர் நிலை எடுத்து கே.ஜி. போஸ் அணி ஆதரவாளர்களாக இருந்து வந்தவர்கள். அந்த ஊழியர்களை நெல்லை DE அலுவலகத்தில் சந்தித்தேன். E.3 சங்கத்தில் இணையாமல் இருந்தார்கள். அவர்களை அணுகிப் பேசி தலமட்டத்தில் அட்மினிஸ்ட்ரேடிவ் சங்கம் அமைக்க முடியாது என்பதை அவர்களுக்கு விளக்கிச் சொல்லி, E.3 சங்கத்தில் அவர்கள் இணைய ஏற்பாடு செய்தேன். ஒப்புக்கொண்டு E3 சங்க உறுப்பினரானார்கள்.

இவ்வாறு DE அலுவலகக் கிளையில் கே.ஜி.போஸ் அணிக்கென்று ஒரு சில தோழர்கள் கிடைத்தார்கள். தலமட்ட நிலை காரணமாக அருமைத் தோழர் காந்தி எப்என்பிடிஓ சங்கத்தில் இணைந்து கொண்டார். என்னுடன் ஈரோட்டிலிருந்து வந்த தோழர் லோகநாதனுக்கு வகுப்புகள் எடுத்தேன். பிரச்சாரம் செய்வதற்கான குறிப்புகள் தயார் செய்து கொடுத்தேன். அவர் ஒரு தீவிர முன்னணித் தோழனாக மாறினார். அவரது பிரச்சாரம் எடுபட்டது.

அப்போதெல்லாம் ஒவ்வொரு வருடமும் புதிய ஊழியர்கள் வேலைக்கு எடுக்கப்படுவார்கள். பயிற்சிக் காலத்தில் ஒவ்வொரு செக் ஷனாக வருவார்கள். என்னுடைய செக் ஷனுக்கு வரும்போது நான் அவர்களுக்கு தொழிற்சங்க வகுப்புகள் எடுப்பேன். அவர்கள் அனைவரும் என்னிடம் பாசம் கொண்டவர்களாக அதன் காரணமாக கே.ஜி.போஸ் அணி ஆதரவாளர்களாக மாறினார்கள். இப்போது நான் DE அலுவலகத்தில் தனி ஆள் கிடையாது. ஒரு வலுவான அணிக்கு சொந்தக்காரன்.

எனவே, கிளை பொதுக்குழுக் கூட்டங்களில் சூடான விவாதங்கள் நடைபெற ஆரம்பித்தன. மே தினம் நெருங்கி வந்தபோது அதை நமது கிளையில் கொண்டாட வேண்டும் என்று நான் சொன்னேன். கிளைச் செயலாளர் ஏற்றுக் கொள்ள மறுத்தார். அதெல்லாம் கம்யூனிஸ்டுகள் தான் கொண்டாடுவார்கள் என்று சொல்லி விட்டார். கிளை கொண்டாடாவிட்டாலும் அந்த வருடம் எப்படியாவது மே தினத்தை கொண்டாடுவது என்று முடிவு செய்தோம். தோழர் T.K.சீனிவாசனை அணுகினோம்

(இப்போது தூத்துக்குடி மாவட்ட AIBDPA ஆலோசகராக இருக்கிறார்). எந்த சங்கப் பெயரையும் பயன்படுத்தாமல் மே தின விழாக்குழு என்ற குழுவை அமைத்து அந்தக் குழுவின் மூலம் மே தினம் கொண்டாடுவது என்று முடிவு செய்தோம்.

குழுவின் தலைவர் தோழர் T. K. சீனிவாசன். செயலாளர் நான். குழுவின் சார்பில் ஒரு சர்குலர் எழுதினோம். DE அலுவலகத்தில் மே தினம் கொண்டாடுவதற்கு தோழர்கள் அனைவரும் ரூ.1 நன்கொடை தரவேண்டுமென்று கேட்டு ஒவ்வொரு இருக்கையாகச் சென்று வசூல் செய்தோம். ஊழியர்கள் மத்தியில் நல்ல வரவேற்பு இருந்தது. அநேகமாக எல்லோரும் நன்கொடை அளித்தார்கள். அப்போது MLA ஆக இருந்த A. L. சுப்பிரமணியத்தையும் மார்க்சிஸ்ட் கம்யூனிஸ்டு கட்சியின் தலைவரும் வழக்கறிஞரும் வாசுதேவநல்லூர் முன்னாள் சட்டமன்ற உறுப்பினருமான தோழர் R.கிருஷ்ணனையும் அழைப்பது என்று தீர்னித்தோம். அந்த மே தினம் மிகச் சிறப்பாக நடைபெற்றது. கே.ஜி. போஸ் அணியின் செல்வாக்கும் சற்று கூடியது.

ஏற்கெனவே வேலைக்கு வந்து பயிற்சி எடுத்தவர்களில் அழகேச பூபதி, குமரேசன், நம்பிராஜன், தமிழரசன், அமிர்தலிங்கம் போன்ற தோழர்களும் அடுத்து வந்த பேட்ஜில் பழனிசாமி, இந்திரா, கமலம் ஆகியோரும் இருந்தனர். தோழர் இந்திராவுடன் தொழிற்சங்க விஷயங்கள் பற்றி நிறைய பேசினேன். ஒரு நல்ல திறமைசாலியான தோழர். கல்லூரியில் படிக்கும் போதே மாணவர் தலைவராக இருந்தவர். நிர்வாகத்துக்கு எதிராக மாணவர்களைத் திரட்டி போராட்டம் நடத்தியவர். நமது அணியின் மிகச் சிறந்த தலைவராக பரிணமித்தவர். மாவட்ட மட்டத் தலைவரக, மாநில அளவிலான அகில இந்திய அளவிலான தலைவராக உயர்ந்தவர். நெல்லை மற்றும் நாகர்கோவில் பாசறைகளில் உருவான நமது அணியின் மிகச் சிறப்ப வாய்ந்த தலைவர் அவர்.

தோழர் பழனிசாமிக்கு மட்டும் என் மீது சிறிது ரிசர்வேஷன் இருந்தது. அவருடன் நிறைய பேச வேண்டியிருந்தது. ஒரு நாள் சாயங்காலம் தாமிரபரணி ஆற்றுக்குள் சுலோச்சனா முதலியார் பாலத்துக்கு அருகில் இருந்த ஒரு கல் மண்டபத்தில் உட்கார்ந்து இருவரும் பேசிக்கொண்டிருந்தோம்.

சற்று தூரத்தில் வெண்மணற்பரப்பிற்கு அப்பால் தாமிரபரணி சலசலத்து ஓடிக்கொண்டிருந்தது. பேசிக்கொண்டிருந்ததில் நேரம்

போனதையோ, இருள் கவிந்து இரவு ஏறிவிட்டதையோ நாங்கள் கவனிக்கவில்லை. திடீரென்று இரண்டு மூன்று பெண்கள் எங்கள் அருகில் வந்து நிற்பதைப் பார்த்தோம். பயத்திலும் அதிர்ச்சியிலும் உறைந்துபோய் நின்றோம்.

பார்ப்பதற்கே மிக வித்தியாசமான தோற்றத்தில் அவர்கள் இருந்தார்கள். தலைநிறையப் பூ வைத்திருந்தார்கள். மல்லி கதம்பம் எல்லாம் சேர்ந்து ஒரு வித வாசனை வீசியது. முகம் நிறைய பவுடர் போட்டிருந்தது அந்த இருளிலும் தெரிந்தது. நெற்றியில் மிகப்பெரிய குங்குமப் பொட்டு. நீங்கள் யார் என்று கேட்டார்கள். இந்த இரவு நேரத்தில் இது எங்கள் இடம். வாடிக்கையாளர்கள் வரும் நேரம். உங்களைப் பார்த்தால் எங்களைத் தேடி வந்தவர்களாகத் தெரியவில்லை. உடனே இடத்தைக் காலி செய்து ஓடிவிடுங்கள் என்றார்கள். நானும் பழனிசாமியும் அங்கு எடுத்த ஓட்டம் கொக்கிரகுளம் ரோட்டைப் பிடித்து மேம்பாலத்தில் ஏறுகிறவரை நிற்கவே இல்லை. வகுப்புகள் நடத்துவதில் ஒரு புதிய அனுபவம். இஷ்டத்துக்கு வகுப்பு நடத்த முடியாது. வகுப்பு நடத்துவதற்கும் நேரம், காலம், இடம் எல்லாம் பார்க்க வேண்டும்.

தோழர் பழனிசாமியும் ஒரு பெரிய தலைவராக மாவட்ட மாநிலஅகில இந்திய அளவிலான தலைவராக பரிணமித்தார். நெல்லை, நாகர்கோவில் பாசறைகளில் உருவான கே.ஜி.போஸ் அணியின் இன்னுமொரு அற்புதமான தலைவர். ஒரே அணியைச் சேர்ந்தவர்கள் என்ற முறையிலும் இயக்கத்தில் ஒன்றாக ஈடுபட்டவர்கள் என்ற முறையிலும் தோழர்கள் பழனிசாமிக்கும். இந்திராவுக்கும் இடையில் காதல் மலர்ந்து அவர்கள் மனமொப்பிய தம்பதியாக மாறினர். தம்பதியாக அவர்களுடைய இயக்கப் பணிகள் இன்றும் தொடர்கின்றன. தோழர்களுக்கு நெஞ்சார்ந்த வாழ்த்துகள்.

DE அலுவலகக் கிளையில் நமது பலம் தொடர்ந்து அதிகரித்தது. எதிரணியில் இருந்த தோழர்கள் V. P. சண்முகசுந்தரம், இசைஞான குமார் ஆகியோர் அவர்களது ஆதரவாளர்களுடன் நமது அணியில் இணைந்துவிட்டனர். விரைவிலேயே DE அலுவலகக் கிளை நமது கிளையாக மாறிவிட்டது.

கட்சி நடவடிக்கைகளில் ஈடுபட வேண்டும் என்று எங்களுக்கு அளப்பரிய ஆசை. நாங்கள் தோழர் பாலவிநாயகத்திடம் கேட்டுக் கொண்டே இருந்தோம். தட்டி போர்டு கட்டுகிறோம், வால்

போஸ்டர் ஒட்டுகிறோம் என்று கெஞ்சிக் கேட்டுப் பார்த்தோம். தோழர் பாலவிநாயகம் பிடிவாதமாக மறுத்து விட்டார்.

ஒரு நாள் எங்களை அழைத்து, ''நீங்கள் படித்த தோழர்கள், மத்திய அரசாங்கப் பணியில் வேறு இருக்கிறீர்கள். எனவே, கிராமத்து மக்கள் மத்தியில் நீங்கள் பேச வேண்டும். அந்த வகையில் ஒரு கிராமத்துக்கு உங்களை அனுப்பி வைக்கிறேன். அந்தக் கிராமமே நமக்கு ஆதரவான கிராமம்.

அந்த மக்கள் மத்தியில் அவர்களுக்குப் புரிகிற மாதிரி தோழர் மோகன்தாஸ் தத்துவார்த்த வகுப்பு நடத்த வேண்டும் என்று தோழர் பாலவிநாயகம் சொன்னார். அதன்படி சமீபத்தில் மறைந்து போன அருமைத் தோழர் மாடசாமியின் ஊரான மூலக்கரைப்பட்டிக்கு நாங்கள் சென்றோம். நான், ராமானுஜம், பார்வதிநாதன். தோழர் மாடசாமி எங்களை வரவேற்று ஒரு மாட்டுவண்டியில் அருகாமையிலிருந்த நெல்லையப்பபுரம் கிராமத்துக்கு அனுப்பி வைத்தார்.

கிராமத்து மக்கள் எங்களை அன்போடு வரவேற்று இளநீர் கொடுத்து உபசரித்தார்கள். ஒரு பெரிய மரத்தடியில் அவர்கள் போட்டுவைத்திருந்த கயிற்றுக்கட்டிலில் எங்களை அமர வைத்தார்கள். சுற்றிலும் மரநிழலில் அவர்கள் தரையில் அமர்ந்து கொண்டார்கள். தத்துவார்த்த வகுப்பை இரண்டு மணி நேரம் எடுத்தேன். அவர்களுடைய சந்தேகங்களுக்கும் விளக்கம் சொன்னேன். வகுப்பு எளிமையாக நன்றாகப் புரிகிற மாதிரி இருந்தது என்று சொன்னார்கள். அவர்கள் அன்போடு கொடுத்த மதிய உணவை சாப்பிட்டு விட்டு மீண்டும் நெல்லை வந்து சேர்ந்தோம். மனதுக்கு மிகவும் நிறைவான ஒரு வேலை செய்த திருப்தியோடு அன்றைய தினம் நிம்மதியாக உறங்கினேன்.

நெல்லை நாட்கள்.-1

பதினெட்டு மாத இருண்ட கால அவசர நிலை **1977** ஜனவரியில் முடிவுக்கு வந்தது. அவசர நிலை காலத்தில் எதிர்க்கட்சித் தலைவர்கள் சிறையில் அடைக்கப்பட்டனர். காங்கிரஸ் கட்சியின் மூத்த தலைவர்கள் உதாசீனம் செய்யப்பட்டனர். அவசர நிலை காலத்தில் ஒரு சிறிய கும்பல் (caucus) ஆட்சி அதிகாரத்தை தன் கையில் எடுத்துக்கொண்டது. சஞ்சய் காந்தி தலைமையிலான இந்தக் கும்பலின் அக்கிரமங்கள் தலைவிரித்தாடின. சாதாரண ஏழை எளிய மக்கள் குடும்பக் கட்டுப்பாடு அறுவை சிகிச்சைக்கு

கட்டாயப்படுத்தப்பட்டனர். டெல்லியில் சிறு நடுத்தர வர்த்தகர்களுடைய கடைகள் இடித்து நொறுக்கப்பட்டன. ஆனால் அவசர நிலை காலத்தில்தான் எடுத்த நடவடிக்கைகள் காரணமாக மக்கள் மத்தியில் செல்வாக்கு ஏற்பட்டுள்ளதாகவும் எனவே தேர்தல்கள் நடந்தால் அமோக வெற்றி பெற்றுவிடலாம் என்றும் இந்திரா காந்தி தப்புக்கணக்கு போட்டார்.

தேர்தல்கள் அறிவிக்கப்பட்டன. அதைத் தொடர்ந்து சிறையில் அடைக்கப்பட்டிருந்த தலைவர்கள் விடுதலை செய்யப்பட்டனர். அப்போதுகூட தோழர் ஜார்ஜ் பெர்னாண்டஸ் விடுதலை செய்யப்படவில்லை. தேர்தல் அறிவிப்பும் தலைவர்கள் விடுதலையும் நாட்டில் ஒரு புதிய நிலை ஏற்பட உதவியது. உள் நாட்டு அவசர நிலையின் அத்துமீறல்கள் இந்திரா காங்கிரஸ் கட்சியின் மீது மக்கள் மத்தியில் கடுமையான கோபக்கனலை ஏற்படுத்தியிருந்தது. கோபத்தை வெளிக்காட்ட முடியாமல் மக்கள் மனங்கள் நீறுபூத்த நெருப்பாக கனன்று கொண்டிருந்தன. எதிர்க் கட்சிகள் இணைந்து ஜனதா கட்சி என்ற பெயரில் ஒரு புதிய கட்சி உதமாயிற்று.

நாடாளுமன்றத் தேர்தலில் காங்கிரஸ் கட்சி படுதோல்வியை அடைந்தது. ஜனதா கட்சி அமோக வெற்றி அடைந்து ஆட்சி அமைத்தது. மொரார்ஜி தேசாய் புதிய ஆட்சியின் பிரதமராக பதவி ஏற்றார். தோழர் ஜார்ஜ் பெர்னாண்டஸ் சிறையிலிருந்தே போட்டியிட்டு வெற்றி பெற்றார். பின்னர் அவர் விடுதலை செய்யப்பட்டு தபால் தந்தி இலாகாவின் அமைச்சரானார்.

ஜனதா கட்சி ஆட்சிக்கு வந்ததும் அவசரநிலை ரத்து செய்யப்பட்டது. ஜார்ஜ் பெர்னாண்டஸ் தபால் தந்தி அமைச்சரானவுடன் **1974** வேலை நிறுத்தப் பழிவாங்குதல்கள் அனைத்தும் ரத்து செய்யப்பட்டன. தபால் தந்தி அரங்கில் உருவாக்கப்பட்டிருந்த போட்டிப் பட்டியல் சங்கங்கள் அங்கீகாரம் இழந்து உண்மையான சங்கங்களுக்கு அங்கீகாரம் வழங்கப்பட்டது. பம்பாயில் தோழர் ஞானையாவை பொதுச் செயலராகக்கொண்டு தேர்ந்தெடுக்கப்பட்ட நிர்வாகிகள் பட்டியல் அங்கீகரிக்கப்பட்டது.

குப்தா தலைமையிலான E.3 மற்றும் R.4 சங்கங்களின் பறிக்கப்பட்ட அங்கீகாரம் மீண்டும் வழங்கப்பட்டது. ஆதி தலைமையிலான தபால்காரர் சங்கத்துக்கு அங்கீகாரம் வழங்கப்பட்டது. கட்டாய சேமிப்புத் திட்டம் ரத்து செய்யப்பட்டது.

ஆனாலும் சில முக்கியமான அடிப்படைப் பிரச்சனைகளை குறிப்பாக போனஸ் பிரச்சனையை அரசு தீர்த்து வைக்கவில்லை.

ஜனதா அரசின் தொழிலாளர் கொள்கை மெள்ள மெள்ள தொழிலாளர் விரோதக் கொள்கையாக மாறத் துவங்கியது. தொழிலாளர்களுக்கு விரோதமான புதிய தொழிலுறவு மசோதா கொண்டுவரப்பட்டது. அரசின் நோக்கங்களை பிரதிபலிக்கும் பூதலிங்கம் கமிட்டியின் மோசமான பரிந்துரைகள் வெளியிடப்பட்டன. ரிசர்வ் வங்கி ஊழியர்களின் போராட்ட இயக்கங்களை நசுக்கிட அவசரச்சட்டம் கொண்டுவரப்பட்டது.

மத்திய ரிசர்வ் போலீசார் போராட்டத்தின் மீது கடுமையான அடக்குமுறை ஏவி விடப்பட்டது. ஒரு தொழிலுக்கு ஒரு சங்கம் என்ற கோட்பாட்டை மீறி ஜனதா கட்சியில் இணைந்திருந்த ஜனசங்கத்தின் கோரிக்கையை ஏற்று தபால் தந்தியில் 3வது சம்மேளனமாக பாரதீய சம்மேளனத்தை அங்கீகரித்தது. ஜனதா கட்சியில் இணைந்திருந்த ஜனசங்கத்தைச் சேர்ந்தவர்கள் RSS இயக்கத்திலும் உறுப்பினர்கள் என்ற இரட்டை உறுப்பினர் பிரச்சனை மிகப்பெரிய சர்ச்சைக்குரிய பிரச்சனையாக மாறியது. எனவே இரண்டேகால் வருடம் நீடித்த ஜனதா அரசு கவிழ்ந்து போனது.

மொரார்ஜி தேசாய் அமைச்சரவையில் நிதியமைச்சராக இருந்த சரண்சிங்குக்கு பிரதமராக வேண்டும் என்ற ஆசை வந்தது. பிரதமராவதற்கு இடதுசாரிக் கட்சிகளின் ஆதரவும் வேறு சில கட்சிகளின் ஆதரவும் தேவைப்பட்டது. இந்தக் கட்சிகளிடம் அவர் ஆதரவு கோரினார். எம்.ஜி.ஆரின் அதிமுக கட்சி இரண்டு அமைச்சர்கள் பதவி கிடைத்தால் ஆதரவு தருவதாகக் கூறி சத்தியவாணிமுத்து, பாலாபழனூர் ஆகியோருக்கு அமைச்சர் பதவி வாங்கிக்கொண்டது. இடதுசாரிக் கட்சிகள் அமைச்சர் பதவிகளை மறுத்து விட்டன. அமைச்சரவைக்கு வெளியிலிருந்து ஆதரவு தருவதாகவும் கீழ்க்கண்ட நிபந்தனைகளை ஏற்கவேண்டும் எனவும் வலியுறுத்தின.

1. **ரிசர்வ் வங்கி ஊழியர்களின் மீதான அனைத்து பழிவாங்கல் களையும் ரத்து செய்ய வேண்டும்.**
2. **மத்திய ரிசர்வ் போலீசின் மீதான அனைத்து பழிவாங்கல் களையும் ரத்து செய்ய வேண்டும்.**
3. **கட்டாய சேமிப்பை நீட்டிக்கும் அவசரச் சட்டத்தை ரத்து செய்ய வேண்டும்.**

4. ரயில்வே ஊழியர்களுக்கு போனஸ் வழங்க வேண்டும்.

இடதுசாரிக் கட்சிகளின் கோரிக்கைகள ஏற்று சரண்சிங் பிரதமரானார். நிதி அமைச்சராக் இருந்தபோது சரண்சிங் போனஸ் கோரிக்கையை கடுமையாக எதிர்த்தார். ஆனால், அதே சரண்சிங் போனஸ் வழங்க வேண்டிய நிர்ப்பந்தத்தை இடதுசாரிக் கட்சிகள் உருவாக்கின. ரயில்வே ஊழியர்களுக்கு உற்பத்தியுடன் இணைந்த போனஸ் அறிவிக்கப்பட்டது. தபால் தந்தி ஊழியர்களுக்கும் போனஸ் வழங்கப்பட வேண்டும் இல்லையென்றால், வேலை நிறுத்தம் என்று NFPTE அறிவித்தது. முதலில் கேரளம் வேலைநிறுத்தம் துவக்கியது. தொடர்ந்து இந்தியா முழுவதும் வேலைநிறுத்தம் நடைபெற்றது. எனவே, ரயில்வே ஊழியர்களுக்கு வழங்கப்படும் அதே அடிப்படையில் தபால் தந்தி ஊழியர்களுக்கும் போனஸ் வழங்க சரண்சிங் அரசு சம்மதித்தது. ஆனால், பிற மத்திய அரசு ஊழியர்களுக்கு போனஸ் கிடைக்காத நிலை இருந்தது.

மத்திய அரசு ஊழியர் மகா சம்மேளனம் பல்வேறு முயற்சிகள் செய்தும் பலனில்லை. இடையில் காங்கிரஸ் கட்சி தன்னுடைய பாரம்பரிய வழக்கப்படி சரண்சிங் அரசுக்கு கொடுத்து வந்த ஆதரவை விலக்கிக்கொண்டு அதைக் கவிழ்த்தது. ரயில்வேக்கும் தபால் தந்திக்கும் போனஸ் வழங்கிய கையோடு **24** நாட்களில் சரண்சிங் அரசு கவிழ்ந்து போயிற்று. பின்னர் **1983** டிசம்பரில் வேலைநிறுத்தம் செய்வது என மகா சம்மேளனம் முடிவு செய்தது. பின்னர், இரண்டாவது ஐக்கிய முன்னணி அரசு I. K. குஜ்ரால் தலைமையில் அமைந்தபோது தற்போது மார்க்சிஸ்ட் கம்யூனிஸ்டு கட்சியின் பொதுச் செயலாளராக இருக்கும் தோழர் சீத்தாராம் யெச்சூரி கேட்டுக்கொண்ட அடிப்படையில் விடுபட்டுப் போன மத்திய அரசு ஊழியர்களுக்கு போனஸ் தருவதற்கு அந்த அரசு சம்மதித்தது. மாநில அரசு ஊழியர்களுக்கும் போனஸ் வேண்டும் என்று அவர்கள் போராடி போனஸ் பெற்றார்கள். கடைசியாக சங்கங்களின் விடாமுயற்சி காரணமாக E.D.ஊழியர்களும் போனஸ் பெற்றார்கள். அனைவருக்கும் போனஸ் என்று தோழர் கே.ஜி. போஸ் முன்வைத்த கோரிக்கை இவ்வாறு காலப்போக்கில் நிறைவேறியது.

நெல்லை D.E.அலுவலகக் கிளையில் கே.ஜி.போஸ் அணியின் பலம் அதிகரித்து அது அந்த அணியின் கிளையாக மாறும் நிலை

வந்தது. ஏற்கெனவே தென்காசி கிளை நமது வலுவான கிளையாக இருந்துகொண்டிருந்தது. நாகர்கோவில் கிளையில் நமது தோழர்கள் செல்லையா, ஆவுடைநாயகம், மீனாட்சிசுந்தரம் தலைமையில் நம்முடைய அணி ஒரு கடுமையான போராட்டத்தில் ஈடுபட்டிருந்தது. தேர்தலில் வெற்றி தோல்விகள் ஒரு ஓட்டு அல்லது இரண்டு ஓட்டு வித்தியாசத்தில் இருந்துகொண்டிருந்தது.

நான் ஒவ்வொரு ஞாயிற்றுக்கிழமையும் தோழர் செல்லையா வின் அழைப்பின் பேரில் நாகர்கோவில் சென்று கொண்டிருந்தேன். தோழர்களுடன் சந்தித்து உரையாடுவது, வகுப்புகள் எடுப்பது போன்ற பணிகளில் மும்முரமாக ஈடுபட்டிருந்தேன். குளத்து பஸ் ஸ்டாண்ட் என்று மக்கள் தங்கள் பேச்சு வழக்கில் குறிப்பிடும் பழைய பஸ் ஸ்டாண்ட் அருகில் மீனாட்சிபுரத்தில் தெற்கு ஆசாரிமார் தெருவில் தோழர் செல்லையாவின் வீடு இருந்தது. அவருடைய வீட்டில் சூடான தோசை சாப்பிட்டுவிட்டு பணிகளைத் துவங்குவோம். 1977ஆம் ஆண்டில் இதுதான் முக்கியப் பணியாக இருந்தது.

1977 மார்ச் மாதம் நாகர்கோவில் மாவட்டம் தக்கலை சென்று அங்கு ஒரு ரூமில் தங்கியிருந்த தோழர்கள் கோபால், முத்துசாமி, ஏகாம்பரம், வெங்கடசுப்பிரமணியம் ஆகிய தோழர்களுக்கு தொழிற்சங்க வரலாறு பற்றி வகுப்புகள் எடுத்தேன். அவர்கள் ரூமில் நாற்காலி, ஸ்டூல் எதுவும் கிடையாது. தரையில் பாயை விரித்து எல்லோரும் உட்கார்ந்துகொண்டு வகுப்பு நடக்கும். அருகில் டீக்கடை எதுவும் கிடையாது. பக்கத்துக் கடையில் தோழர்கள் வெள்ளரிக்காய் வாங்கி வருவார்கள். வெள்ளரிக்காய் தின்றுகொண்டே வகுப்புகள் நடக்கும்.

தோழர் கோபால் நெல்லை மாற்றலில் வந்து கே.ஜி. போஸ் அணியின் சிறந்த தலைவராக மாறினார். நமது சங்கத்தின் மாநில நிர்வாகியாக, மாவட்டச் செயலராக, மாவட்டத் தலைவராக அனைத்துப் பொறுப்புகளிலும் தனது முத்திரையைக் பதித்தார். இப்போது அவர் நம்மோடு இல்லை. இயற்கை அவரை நம்மிடமிருந்து பிரித்து விட்டது. தோழர் முத்துசாமி இப்போதும் நமது சங்கத்தின் நெல்லை மாவட்டச் செயலராக திறம்பட செயல்பட்டு வருகிறார். அந்த அணியில் இருந்த தோழர்கள் வேம்புராஜாவும் பகவதி பாண்டியனும் நாகர்கோவிலில் இருந்து மாற்றலில் வந்து பிறகு நமது அணிக்கு வந்துவிட்டார்கள்.

நெல்லை நாட்கள். – 2

ஒன்றாக இருந்த திருநெல்வேலி தொலைத்தொடர்பு மாவட்டத்திலிருந்து புதிய நாகர்கோவில் மாவட்டம் தனி மாவட்டமாக **02-08-1979**ல் பிரிந்தது. ஆனால், புதிதாக உருவாக்கப்பட்ட நாகர்கோவில் DE ஆபீஸ் நெல்லையிலேயே செயல்பட்டுக்கொண்டிருந்தது. பின்னர் தான் அது நாகர்கோவிலுக்கு மாறிச் சென்றது. புதிய நாகர்கோவில் மாவட்டத்தில் மொத்தம் ஏழு சங்கக்கிளைகள் இருந்தன. குழித்துறை, நாகர்கோவில், நாகர்கோவில் DE ஆபீஸ், வள்ளியூர், திருச்செந்தூர், நாசரேத், காயல்பட்டினம் ஆகியவை. நாகர்கோவில் கிளையில் ஒரு ஒற்றுமை அடிப்படையில் தலைவர் பதவி குப்தா அணிக்கும் செயலாளர் பதவி கே.ஜி.போஸ் அணிக்கும் பிரித்துக்கொள்ளப் பட்டிருந்தது. செயலராக தோழர் செல்லையா இருந்தார்.

நாகர்கோவில் DE ஆபீஸ் **1-10-1979** அன்று நாகர்கோவிலுக்கு மாறிச் சென்றது. நவம்பர் **79**ல் அந்தக் கிளையின் மாநாடு நடைபெற்றது. மாநில துணைத் தலைவரான நான் மாநாட்டில் கலந்துகொண்டேன். ஒற்றுமை முயற்சிகள் பலனளிக்காமல் நிர்வாகிகளுக்கான தேர்தல்கள் நடைபெற்றன. நான் தேர்தல் அதிகாரியாக இருந்து தேர்தல்களை நடத்தி வைத்தேன். நமது அணி மகத்தான வெற்றி பெற்றது. தோழர் அந்தோணிசாமி கிளைத் தலைவராகவும் தோழர் பழனிசாமி கிளைச் செயலாளராகவும் தேர்ந்தெடுக்கப்பட்டனர். இருவரும் மாவட்ட மாநாட்டு பிரதிநிதிகளாகவும் தேர்ந்தெடுக்கப்பட்டனர். நாகர்கோவில் கிளையில் மாவட்ட மாநாட்டுப் பிரதிநிதிகளுக்கான தேர்தல்கள் நடைபெற்றன. நமது அணிக்கு **6** பிரதிநிதிகளும் குப்தா அணிக்கு **1** பிரதிநிதியும் தேர்ந்தெடுக்கப்பட்டனர். குழித்துறை முழுக்க முழுக்க அவர்கள் கிளையாக இருந்தது. மற்ற **4** கிளைகள் அணிசாராத கிளைகளாக இருந்தன.

டிசம்பர் **79**ல் நெல்லையில் வைத்து நெல்லை மாவட்டச் சங்கத்துக்கும் புதிதாக உருவாக்கப்பட்ட நாகர்கோவில் மாவட்டச் சங்கத்துக்கும் தேர்தல்கள் நடைபெற்றன. நெல்லைக் கோட்டம் அவர்கள் வசமும் நாகர்கோவில் கோட்டம் நமது வசமும் வந்தன. ஒன்றாயிருந்த நெல்லை மாவட்டத்தில் நாம் எடுத்துக்கொண்ட முயற்சிகள் பலனளித்தன. புதிதாக ஒரு மாவட்டச் சங்கம் நமது அணிக்குக் கிடைத்தது. தமிழகத்தில் நமக்குக் கிடைத்த முதலாவது

மாவட்டச் சங்கம். பின்னர் **1981**ல் குன்னூர், **1984**ல் தர்மபுரி, இதே காலகட்டத்தில் ஈரோடு மாவட்டச் சங்கங்களை நாம் வென்றெடுத்தோம்.

அப்போது தபால் தந்தி இலாகா ஒன்றாக இருந்தது.தொலைத் தொடர்பில் தொழிற்சங்க இயக்கம் கட்டுவது, கே.ஜி.போஸ் அணி உருவாக்குவது போன்ற மும்முரமான பணியோடு கூடவே அஞ்சல் பகுதி தொழிற்சங்க இயக்கத்தையும் கவனித்துக்கொள்கிற பொறுப்பு எனக்கு இருந்தது. குறிப்பாக கோவில்பட்டி, தூத்துக்குடி, திருநெல்வேலி ஆகிய மூன்று அஞ்சல் கோட்டங்களை நான் கவனித்துக் கொண்டேன்.

கோவில்பட்டி கோட்டத்தில் கோவில்பட்டி, சங்கரன்கோவில், தென்காசி, அம்பாசமுத்திரம் கிளைகள் இருந்தன. தூத்துக்குடி கோட்டத்தில் தூத்துக்குடி, ஸ்ரீவைகுண்டம், திருச்செந்தூர் கிளைகள் இருந்தன. திருநெல்வேலியில் திருநெல்வேலி, பாளையங்கோட்டைக் கிளைகள் இருந்தன. அனைத்துக் கிளைகளோடும் நெருக்கமான தொடர்பில் இருந்தேன். அனைத்துக் கிளைகளுக்கும் சென்று வந்தேன்.

1976ல் இணையர் தோழர் சுந்தரியை நெல்லை டவுனில் இருந்த காந்திமதி நர்சிங் ஹோமில் பிரசவத்திற்காக சேர்த்திருந்தேன். கையில் பணம் இல்லாமல் மிக மிக திண்டாடிக் கொண்டிருந்தேன். நான் தங்கியிருந்த கொக்கிரகுளத்திலிருந்து டவுன் ஆஸ்பத்திரிக்கு சாப்பாடு எடுத்துக்கொண்டு டவுன் பஸ்ஸில் சென்று வரக்கூட காசில்லாத நிலைமை. அன்புத் தோழர் காந்திதான் அப்போது எனக்குத் தேவையான உதவிகளைச் செய்தார். அவருடைய சைக்கிளை என்னிடமே கொடுத்து விட்டார்.

கொக்கிரகுளத்தில் இருந்து காந்திமதி ஆஸ்பத்திரிக்கு நான்கு ஐந்து கிலோமீட்டர் தூரம் சைக்கிளிலேயே சென்று சமாளித்தேன். தோழர் சுந்தர்ராஜனும் பத்மாவதியும் ஆஸ்பத்திரிக்கு வந்து கவனித்துக்கொண்டார்கள். அவர்கள் வீட்டிலிருந்த ஸ்டவ் அடுப்பை எங்களிடம் கொடுத்து உதவினார்கள். அருகில் குடியிருந்த கணபதி *JE* அவர்களும் தேவையான உதவி செய்தார்கள். என்னுடைய இரண்டாவது மகன் ஸ்டாலின் பிறந்தான்.

1980ல் ஒன்றாயிருந்த திருநெல்வேலி தொலைத்தொடர்பு மாவட்டத்துக்கு உட்பட்டு புதிதாக கோவில்பட்டி சப். டிவிஷன் உருவானது. அங்கு மாற்றலில் செல்ல விண்ணப்பித்து **1980**

மத்தியில் கோவில்பட்டி சப்.டிவிஷனல் ஆபீசில் பணியில் சேர்ந்தேன். சப் டிவிஷனல் அதிகாரியாக திரு.சிவசூரியன் பொறுப்பெடுத்துக் கொண்டார். நான் குன்னூரில் இருந்தபோது அவர் ஊட்டியில் JE ஆக இருந்தார். என்னுடைய மிக நெருங்கிய நண்பர். எனக்கு மிகவும் வசதியாகபோயிற்று. என்னுடைய தொழிற்சங்க பணிகளை மிக நன்றாக அறிந்தவர். ஊழியர்களுக்கு உதவ வேண்டும் என்ற எண்ணம் கொண்டவர். என்னுடைய தொழிற்சங்கக் கோரிக்கைகளை பெரும்பாலும் ஏற்றுக் கொள்பவர். அலுவலகத்திலிருந்து அடிக்கடி காணாமல் போய்விடுவேன் என்று தெரிந்து வைத்திருப்பவர். எங்கள் இருவருக்கும் இடையில் ஒருவிதமான புரிதல் இருந்தது. நானும் அலுவலகப் பணிகளில் சுணக்கமாக இருப்பதில்லை. மளமளவென்று முடித்து விடுவேன். எனவே, என்னுடைய தொழிற்சங்க, அரசியல் பணிகளுக்கு எந்தவித இடையூறும் ஏற்படவில்லை.

கோவில்பட்டியில் அப்போது JCTU (Joint Council of Trade Unions) மிக முக்கியத்துவம் வாய்ந்த அமைப்பாக இருந்தது. வங்கி, இனஷ்யூரன்ஸ், அஞ்சல், தொலைத்தொடர்பு, அரசு ஊழியர், ஆசிரியர், அரசு வேளாண் பண்ணை, DREU, CITU ஆகிய அமைப்புகள் அனைத்தும் அதில் இணைந்திருந்தன. அநேகமாக 94 சங்கங்கள் இணைந்த அமைப்பாக அது இருந்ததாக எனக்கு நினைவு இருக்கிறது.

அனைத்து சங்கங்களையும் அரவணைத்து தலைமை தாங்கிச் செல்லும் ஆளுமையாக தோழர் பால்வண்ணம் இருந்தார். தோழர்கள் பேச்சி, ஜவஹர், தேவப்பிரகாஷ், இசக்கிமுத்து, வீரணன், சுந்தரேசன், பாலு, தனபால், மகேஷ்வரன், ஜி. ராமசுப்பு இவர்களோடு நானும் இருந்தேன். இந்த சமயம்தான் புதிதாக அஞ்சல் மூன்றில் தோழர் தமிழ்ச்செல்வன் வந்து சேர்ந்தார். எழுத்தாளரான அவரை கோவில்பட்டி ஜேசிடியுவும் தொழிற்சங்க இயக்கமும் ஈர்த்தன. நாங்கள் இருவரும் சேர்ந்து அஞ்சல் பகுதியில் தொழிற்சங்க இயக்கத்தைகட்டுவதில் மும்முரமாக ஈடுபடலானோம்.

தபால் தந்தி தொழிற்சங்க இயக்க வரலாறு சம்பந்தமான ஒரு விரிவான குறிப்பை நான் தயார் செய்தேன். தாரபாதா, ஹென்றி பார்ட்டன், தாதாகோஷ், கே.ஜி.போஸ் போன்ற தலைவர்கள் கட்டி வளர்த்த தபால் தந்தி இயக்கத்தை திருத்தல்வாதிகள் எவ்வாறு சீர்குலைத்துக் கொண்டிருக்கிறார்கள் என்பது பற்றிய வரலாறு.

ஒவ்வொரு முறையும் ஒரு மணிநேரம் வரை கொஞ்சம் கொஞ்சமாக வரலாற்றை வகுப்பாக எடுத்தோம். 20 தோழர்கள் வரை ஆர்வமாக கலந்துகொண்டார்கள். அவர்கள் அனைவரும் நல்ல முன்னணித் தோழர்களாக கேடர்களாக மாறினார்கள். ஒரு கட்டத்தில் தோழர்கள் வீரணன், சுப்பையா ஆகியோரும் சேர்ந்து கொண்டனர்.

தமிழ்ச்செல்வனின் ஈடுபாட்டுணர்வும் விஷயங்களைப் புரிய வைக்கும் அளப்பரிய திறமையும் மிகவும் கை கொடுத்தன. தமிழ்ச்செல்வன் தயாரித்து இயக்கி அவரும் மற்ற தோழர்களும் நடத்திய வீதி நாடகங்கள் நகர் முழுவதும் ஜேசிடியுவை பிரபலப்படுத்தின. செண்பகவல்லி அம்மன் கோயில் திடலில் இரவு வெகுநேரம் வரை எங்கள் கூட்டம் நடைபெறும்.

தோழர் தமிழ்ச்செல்வனால் அஞ்சல் பகுதி தொழிற்சங்க இயக்கம் பலமடைந்தது. இன்குலாப், ஜிந்தாபாத் முழக்கமிடும் தொழிற்சங்கவாதியாக கடைசிவரை அவரைப் பயன்படுத்த நான் விரும்பினேன். ஆனால் தோழர் பால்வண்ணம் அவரை எழுத்தாளர் உலகத்துக்கு இழுத்துக்கொண்டு போவதற்கு முயற்சிகள் செய்தார். அரசியல் இயக்கத்தின் மேல்மட்டம்வரை சென்று தமிழ்ச்செல்வனை தொழிற்சங்க இயக்கத்தில் தக்கவைக்க போராடினேன். ஆனால், பலன் ஒன்றும் கிடைக்கவில்லை.

தோழர் தமிழ்ச்செல்வனுக்குள்ளிருந்தே ஒரு குரல் எழுத்துலகுக்கு வா வா என்று அவரை அழைக்கவே, நான் தோற்றுப் போனேன். ஆரம்பத்தில் அதை ஏற்றுக்கொள்ள முடியாமல் மிகவும் வேதனைப்பட்டேன். பின்னர்தான் எனக்கு மெள்ள மெள்ள புரிய ஆரம்பித்தது. எழுத்துலகத்துக்கென்றே பிறந்தவர் அவர். அவரை தொழிற்சங்க இயக்கத்துக்குள் அடக்கி வைக்க முயன்றது என்னுடைய புரிதலில் இருந்த தவறு. ஒரு 10 ஆண்டு காலம் தோழர் தமிழ்ச்செல்வனை தொழிற்சங்க இயக்கத்தில் தக்கவைக்க முடிந்ததும் அதனால் கிடைத்த ஆதாயங்களும் மறக்க முடியாதவை.

அஞ்சலில் பல அற்புதமான தோழர்கள் நமக்கு கிடைத்தனர். தோழர்கள் வீரணன், சுப்பையா, சுப்பாராவ், எஸ். தியாகராஜன், ஜெயலட்சுமி, செல்வகிருஷ்ணன், ராமகிருஷ்ணன், ராமராஜ், பலவேசம், பொன்னுசாமி, கரிசல்குயில் கிருஷ்ணசாமி, மறைந்த தோழர் முத்துச்சாமி ஆகியோரைக் குறிப்பிடலாம்.

நெல்லை நாட்கள் – 3

1978ஆம் வருடம் நான் திருநெல்வேலி *DE* அலுவலக கிளைத் தலைவராக ஓர் ஓட்டு வித்தியாசத்தில் தேர்ந்தெடுக்கப்பட்டேன். தோழர் *VPS (V.P* சண்முகசுந்தரம்) அதிக ஓட்டு வித்தியாசத்தில் கிளைச் செயலாளராக தேர்தெடுக்ப்பட்டிருந்தார். **1979**ஆம் வருடம் நான் திருநெல்வேலி *DE* அலுவலக கிளை உறுப்பினர் என்ற முறையில் திருநெல்வேலி தொலைபேசிக் கிளையின் பொதுக் குழுக் கூட்டத்தில் ஆர்வ மிகுதியால் கலந்துகொண்டேன். தலைவர் தோழர் சங்கரநமசிவாயம் என்னைப் பார்த்ததும் கோபத்தின் உச்சிக்கே சென்று விட்டார். ‘கிளை உறுப்பினர் அல்லாத வெளியாட்கள் வெளியேற வேண்டும்’ என்று உத்தரவிட்டார். யாரோ வெளியாட்களைச் சொல்கிறார் என்று நான் சும்மா உட்கார்ந்திருந்தேன். ஆனால், அவர் நேரடியாக என்னைச் சுட்டிக்காட்டி வெளியேறச் சொன்னார். நான் எழுந்திருந்து அறை வாசலுக்கு சென்று அங்கு நின்று கொண்டு நிகழ்ச்சிகளைக் கவனிக்கலானேன். உடனே சங்கரநமசிவாயம் ‘கதவுகளை மூடுங்கள்’ என்று உத்தரவிட்டார். நாகரிகம் கருதி கத்தினார் என்ற வார்த்தையை தவிர்த்திருக்கிறேன். என்னை வெளியில் நிறுத்திவிட்டு மூடிய கதவுகளுக்குப் பின்னே சங்கத்தின் பொதுக்குழுக் கூட்டம் நடைபெற்றது.

ஜனநாயக உள்ளம் படைத்த பலருக்கும் இது பிடிக்கவில்லை. இந்தச் செயலை விமர்சனம் செய்து ஒரு நல்ல நோட்டீஸ் வெளியிட்டோம். நமது சங்க ஸ்தாபன மரபுகளின்படி நாம் தபால் தந்தி இணைப்புக் குழுக்களை உருவாக்கலாம். ஆனால் சகோதர *E.3* கிளை உறுப்பினரோடுகூட அவர்களது. கிளைத் தோழர்கள் தொடர்புகொண்டு விடக்கூடாது பழகிவிடக்கூடாது என்பது எவ்வளவு குறுகிய மனோபாவம். இதற்கிடையில் நான் சங்கத்தின் மாநில துணைத் தலைவராக தேர்ந்தெடுக்கப்பட்டேன்.

அடுத்து நடந்த அந்த கிளையின் பொதுக்குழுக் கூட்டத்தில் கலந்துகொண்டேன். இப்போது மேடையில் அமர்ந்திருந்தேன். சங்கரநமசிவாயத்தால் ஒன்றும் செய்ய முடியவில்லை. அப்போது ஒரு பிரச்சனையின் மீது விவாதம் நடந்துகொண்டிருந்தது. தோழர் வேம்புராஜா சிறப்பான முறையில் விவாதத்தில் கலந்து கொண்டார். சங்கரநமசிவாயத்தால் பதில் ஒன்றும்

சொல்லமுடியவில்லை. திணறிப் போனார். கூட்டம் முடிந்து வெளியே வந்ததும் நான் தோழர் வேம்புராஜாவை வெகுவாகப் பாராட்டினேன்.

கே.ஜி.போஸ் அணிக்குத் தலைமை தாங்க வேண்டும் என்றும் அந்த அணியை வளர்க்க பாடுபட வேண்டும் என்றும் கேட்டுக் கொண்டேன். அவரும் சம்மதித்தார். மீனாட்சிபுரம் கண்ணம்மன் கோயில் தெருவில் அவருக்குத் தெரிந்தவர்களின் காலியாக இருந்த கடையில் பத்து பன்னிரண்டு தோழர்களை வைத்து கூட்டம் நடத்தினோம். அனைவரும் கே.ஜி போஸ் அணியை வளர்க்க உறுதி சொன்னார்கள். தொடர்ந்து பழைய மதுரை ரோட்டில் இருந்த அருணகிரி லாட்ஜில் கூட்டங்கள் நடத்தினோம். மூத்த தோழர்கள் பார்வதிநாதன் மற்றும் சுந்தர்ராஜன் ஆகியோரின் வழிகாட்டுதலும் ஆலோசனைகளும் தொடர்ந்து கிடைத்து வந்தன.

இந்த நிலையில் திருவனந்தபுரம் அகில இந்திய மாநாடு நடந்து முடிந்திருந்தது. சங்கத்தைக் காப்பாற்றி பலப்படுத்த வேண்டிய கடுமையான பணி முன்னால் இருந்தது. E.3 (நம்பூதிரி) சங்கத்தின் மத்திய செயற்குழுவை நடத்திக்கொடுத்தால் என்ன என்ற கேள்வியை தோழர்கள் முன்வைத்தேன். அப்படி நடத்துவது திருநெல்வேலி மாவட்டத்தில் நமது அணி வளர்வதற்கும் உதவியாக இருக்கும் என்று சொன்னேன். தோழர்கள் மிகுந்த உற்சாகத்துடன் சம்மதித்தார்கள். தோழர் நம்பூதிரியிடம் தொடர்பு கொண்டு மத்திய செயற்குழுவை நாங்கள் நடத்த அனுமதிக்க வேண்டும் என்று கேட்டேன். அகில இந்திய சங்கமும் சம்மதித்தது.

மத்திய செயற்குழுவை சிறப்பாக நடத்துவதற்கான ஏற்பாடுகளில் தோழர்கள் இறங்கினார்கள். அப்போது இடதுசாரிக் கட்சிகளோடு உறவில் இருந்த ம.தி.மு.க. மாவட்டச் செயலாளர் திரு.லட்சுமணன் அவர்களை வரவேற்புக் குழு கௌரவத் தலைவராகவும் என்னை வரவேற்புக் குழுத் தலைவராகவும் தோழர் வேம்பு ராஜாவை வரவேற்புக்குழு பொதுச்செயலாளராகவும் கொண்ட வரவேற்புக் குழு அமைக்கப்பட்டது. பாளையங்கோட்டை சுபம் கல்யாண மண்டபத்தில் மத்திய செயற்குழுவை நடத்த தீர்மானித்தோம். மத்திய செயற்குழு 1996 மார்ச் 11, 12 தேதிகளில் நடைபெற்றது. தமிழ் மாநிலச் செயலாளர் தோழர் N. கோபாலகிருஷ்ணன் இரண்டு நாள்களுக்கு முன்பே வந்து தங்கியிருந்தார்.

11ஆம் தேதி காலையில் தேசியக் கொடியை வரவேற்புக் குழுத் தலைவர் திரு.லட்சுமணனும் சங்கக் கொடியை அகில இந்தியத் தலைவர் தோழர் மோனிபோசும் ஏற்றி வைத்தனர். தமிழ்நாடெங்கிலுமிருந்து அந்த முக்கியமான மத்திய செயற்குழு நிகழ்ச்சிகளை நேரில் காண வந்திருந்த தோழர்களால் சுபம் கல்யாண மண்டபம் நிரம்பி வழிந்தது. வரவேற்புக் குழு பொதுச் செயலாளர் தோழர் V.S. வேம்புராஜா அனைவரையும் வரவேற்றார். சென்னை தொலைபேசி மாநிலத் தோழர்கள் புனிதாவும் விஜயலட்சுமியும் ஓர் இனிமையான பாடலைப் பாடினார்கள். தொடர்ந்து தோழர் பொன்னையா உருக்கமான குரலில் புகழ் வாய்ந்த அவரது தியாகிகளுக்கு அஞ்சலிப் பாடலைப் பாடினார். திரு.லட்சுமணன் வரவேற்புக் குழுத் தலைவர் வரவேற்புரை நிகழ்த்தினார். தொடர்ந்து நமது மாநிலச் செயலாளர் தோழர் N. கோபாலகிருஷ்ணன் வரவேற்புரை நிகழ்த்தினார். இப்படி ஒரு வாய்ப்பைத் தந்தமைக்கு அகில இந்திய தலைமைக்கு நன்றி கூறினார். நெல்லையில் நடைபெறும் மத்திய செயற்குழுக் கூட்டம் தமிழகம் முழுவதும் நமது அணியை பலப்படுத்த உதவும் என்றார்.

பொதுச்செயலாளர் தோழர் நம்பூதிரி 1994 ஜூன் மாதம் டெல்லியில் நடைபெற்ற மத்திய செயற்குழுவுக்குப் பின்னர் நடைபெற்றுள்ள செயல்பாடுகள் குறித்து அறிக்கை சமர்ப்பித்தார். அறிக்கையின் மீது செழுமையான விவாதங்கள் நடைபெற்றன. வந்திருந்த அனைத்து மாநிலச் செயலாளர்களும் அகில இந்திய நிர்வாகிகளும் விவாதத்தில் பங்கேற்றனர். முதல் நாள் திருநெல்வேலியின் சுவைமிகுந்த பாரம்பரிய உணவு வகைகள், தேங்காய் சொதி உட்பட வழங்கப்பட்டன. மறுநாள் வட இந்திய உணவு வழங்கப்பட்டது.

புதிய தொலைத் தொடர்புக் கொள்கைகள், தொலைத்தொடர்பில் தனியார் நுழைவு, கொஞ்சம் கொஞ்சமாக தொலைத்தொடர்பை தனியார் மயமாக்கும் முயற்சிகள் இவற்றைக் கடுமையாக கண்டித்தும், ஐந்தாவது ஊதியக் குழு அறிக்கை சமர்ப்பிப்பதில் ஏற்பட்டுள்ள அளவு கடந்த காலதாமதத்தைக் கண்டித்தும், 1996 மார்ச் 2ல் வெற்றிகரமாக நடைபெற்ற எதிர்ப்பு நாள் குறித்தும், மத்திய அரசு ஊழியர்களின் முக்கியக் கோரிக்கைகளுக்காக JCM ஊழியர் தரப்பும் மத்திய அரசு ஊழியர் மகா சம்மேளனமும் கொடுத்துள்ள அறைகூவல்படி 11-4-1996 தர்ணாவை வெற்றிகரமாக

நடத்தவேண்டியதன் அவசியம் குறித்தும், கோரிக்கை சாசனத்தின் மீது ஏப்ரல் 2வது வாரத்தில் ஆர்ப்பாட்டம், கடைசி வாரத்தில் தர்ணா நடத்துவது குறித்தும், போனஸ் பெறுவதற்கான Eligibility வரம்பையும், போனஸ் தொகைக்கு விதிக்கப்பட்டுள்ள வரம்பையும் நீக்கி அனைத்து குரூப்-சி மற்றும் குரூப்-டி ஊழியர்களும் போனஸ் பெற வகை செய்ய வலியுறுத்தியும், மத்தியில் ஒரு முற்போக்கு அரசாங்கம் அமைய நம்முடைய தோழர்கள் முற்போக்கு இடது சாரி இயக்கங்களுடன் இணைந்து செயலாற்ற வேண்டுமென்று கேட்டுக்கொண்டும் இலவச தொலைபேசி அதாவது வாடகை இல்லாத தொலைபேசி தரவேண்டும் என்றும் தீர்மானங்கள் நிறைவேற்றப்பட்டன.

பொதுச்செயலாளர் தோழர் நம்பூதிரியின் தொகுப்புரைக்குபின் மத்திய செயற்குழு நிறைவடைந்தது. நமது ஊழியர்களுக்கு இலவசத் தொலைபேசி அதாவது வாடகை இல்லாத தொலைபேசி தர வேண்டும் என்று கோரிக்கை வைத்திருந்ததை வழக்கம்போல் குப்தா அணி நண்பர்கள் கேலியும் கிண்டலும் செய்தார்கள். ‘கார் டிரைவர் கார் வேண்டும் என்று கேட்பதுபோலவும் விமான ஓட்டி விமானம் வேண்டும் என்று கேட்பதுபோலவும் இருக்கிறது என்று கொச்சைப்படுத்தினார்கள். ஆனால், இந்தக் கோரிக்கை பின்னர் ஏற்றுக்கொள்ளப்பட்டது. ஊழியர்களுக்கு ஒரே மகிழ்ச்சி.

அங்கீகாரம் இல்லாமல் நாம் வென்றடைந்த கோரிக்கை. ஆனால், இந்தத் தொலைபேசியில் STD வசதி கிடையாது. எனவே பின்னர் குறைந்தபட்சம் 95 வசதியாவது வேண்டும். மாவட்டத்துக்குள் உள்ள சார்ஜிங் மையங்களோடு பேசிக் கொள்ள முடியும் என்று கேட்டோம். இது ஏற்றுக்கொள்ளப்பட்டு உத்தரவுகள் வெளியாகின. ஆனால் மாநிலத்திலிருந்து மாவட்டங்களுக்கு வரத் தாமதமானது. அந்த உத்தரவு நகவை எடுத்துக்கொண்டு அன்றைய திருநெல்வேலி DE திரு. வரதராஜன் அவர்களை சந்தித்தோம். ‘உத்தரவு மாநிலம் வரை வந்து விட்டது என்று சொன்னோம்.’ அப்படியானால், அமலாக்கி விடலாம் என்றார். திருநெல்வேலிக்கு உத்தரவு வருவதற்கு முன்பே அது திருநெல்வேலியில் அமலாகிவிட்டது.

மத்திய செயற்குழு மதிய உணவோடு நிறைவடைந்தது. அன்று மாலை திருநெல்வேலி தொலைபேசி நிலைய வளாகத்தில் பிரமாண்டமான பொதுக்கூட்டம் நடைபெற்றது. தமிழகம் முழுவதிலுமிருந்து தோழர்கள் பஸ்களிலும் வேன்களிலும்

திருநெல்வேலிக்கு வந்து சேர்ந்தார்கள். அப்போது தென் மாவட்டங்களில் கடுமையான ஜாதிக் கலவரம் நடந்து கொண்டிருந்தது. நமது தோழர்கள் இடையிடையே ஏற்பட்ட தடைகளையும் இன்னல்களையும் மன உறுதியோடு சமாளித்து திருநெல்வேலி வந்து சேர்ந்தார்கள்.

ரயில்வே நிலைய வளாகத்திலிருந்து பேரணி கிளம்பி நகர வீதிகளின் வழியே சுற்றி வந்து திருநெல்வேலியின் புகழ் வாய்ந்த ஈரடுக்கு மேம்பாலத்தின் கீழடுக்கு வழியே வந்து பொதுக்கூட்டம் நடக்கும் திருநெல்வேலி தொலைபேசி நிலைய வளாகத்தை வந்தடைந்தது. ஊர்வலத்தின் முகப்பில் முஸ்லிம்போலவும் கிறிஸ்தவர்போலவும் இந்துபோலவும் உடையணிந்து மூன்று தோழர்கள் கை கோர்த்துக் கொண்டு மதநல்லிணக்கத்தை வலியுறுத்தி கோஷமிட்டு வந்தனர். பொதுக்கூட்டம் நடந்த தொலைபேசி நிலைய வளாகம் நிரம்பி வழிந்தது.

பொதுக் கூட்டத்துக்கு மாநில துணைத் தலைவரும் சம்மேளனக் குழு உறுப்பினருமாகிய நான் தலைமை தாங்கினேன். மாநிலச் செயலாளர் தோழர் N. கோபாலகிருஷ்ணன் வரவேற்புரை நிகழ்த்தினார். தோழர்கள் மோனிபோஸ், நம்பூதிரி, J. ரங்கநாதன் ஆகியோர் உரை நிகழ்த்தினார்கள். வரவேற்புக் குழு சார்பில் ரூபாய் 10,000 அகில இந்திய சங்கத்துக்கு நன்கொடையாக வழங்கப்பட்டது. வந்திருந்த தோழர்கள் மத்தியில் நன்கொடைக்காக வேண்டுகோள் விடப்பட்டது.

கணிசமான நன்கொடை வசூலானது. அன்றிரவு கிளம்பிச் சென்ற உறுப்பினர்களுக்கு உணவுப்பொட்டலங்களும் திருநெல்வேலியின் புகழ் வாய்ந்த அல்லாவும் கொடுத்து அனுப்பினோம்.. மீதி உறுப்பினர்கள் ஓட்டல்களில் தங்கவைக்கப் பட்டனர். மறுநாள் அவர்களை வாகனங்கள் ஏற்பாடு செய்து ரயில் நிலையம் கொண்டுசேர்த்தோம். அவர்களுக்கும் உணவுப் பொட்டலங்களும் அல்வாவும் கொடுத்து அனுப்பினோம். தோழர் நம்பூதிரியின் பேண்ட்டும் சர்ட்டும் சலவைக்குப் போட்டது கிடைக்கவில்லை. மறுநாள் பார்சலில் அனுப்புவதாகச் சொன்னோம். மறுநாள் தோழர் வேம்புராஜா மீனாட்சிபுரத்தில் சலவைத் தொழிலாளியின் வீட்டிற்குச் சென்று நம்பூதிரியின் பேண்ட் சட்டையைத் தேடி எடுத்து அதைப் பார்சல் செய்து அனுப்பி வைத்தார். அந்தப் பார்சல் கிடைத்தது என்று தோழர் நம்பூதிரி கடிதம் எழுதினார். நன்றி தெரிவித்து அவர் எழுதிய

அந்த கடிதத்தை தோழர் வேம்புராஜா இன்றளவும் பத்திரமாக பாதுகாத்து வைத்திருக்கிறார்.

தோழர் வேம்பராஜாவின் மகன் கல்யாணத்துக்கு தோழர் நம்பூதிரி தன் கைப்பட எழுதி வாழ்த்துச் செய்தி அனுப்பியிருந்தார். தன்னுடைய மகள் கல்யாணப் பத்திரிக்கையை வேம்புராஜாவுக்கு அனுப்பி இருந்தார். மாவட்ட அளவிலான தோழர்களோடு நம்பூதிரிக்கு இருந்த இந்த நெருக்கமும் தோழமையும்தான் நமது இயக்கத்தின் சொத்து.

நெல்லை நாட்கள்

1995ல் நமது முன்னணித் தோழர் வள்ளியூர் மைக்கேல் செல்லத் துரை டெலிகாம் மெக்கானிக் பயிற்சிக்காக சென்னை சென்றிருந்தார். பயிற்சிக் காலம் முடிவதற்கு முன்பே அவருக்கு நெல்லை மாவட்டம் திசையன்விளையில் நியமன உத்தரவுகள் போடப்பட்டன. அவருக்கு ஒரே மகிழ்ச்சி. விரும்பிய இடமே கிடைத்து விட்டது. ஆனால், இடையில் இன்னொரு சங்கம் புகுந்து அந்த உத்தரவை ரத்து செய்து செல்லத்துரைக்கு நீண்ட தூரத்தில் உள்ள நவலடி என்ற ஊருக்கு உத்தரவுகள் போடப்பட்டன. திசையன்விளை, வரிசையில் பின்னால் இருந்த இன்னொருவருக்கு கொடுக்கப்பட்டது.

இந்த அநீதியை ஏற்றுக்கொள்வதில்லை என்று முடிவு செய்தோம். TDM உடன் பேச்சுவார்த்தை நடந்தது (DE பதவி அப்போது TDM ஆக மாறியிருந்தது). பேச்சுவார்த்தை தோல்வி அடைந்தது. எனவே,, TDM அலுவலகம் முன்பு தர்ணா போராட்டம் நடத்தினோம். செல்லத்துரையை நவலடியில் வேலையில் சேர வேண்டாம் என்றும் விடுப்பில் சென்றுவிடும்படியும் சொன்னோம். செல்லத்துரை விடுப்பு எடுத்துக் கொண்டு போராட்டங்களில் கலந்துகொண்டார். பிரச்சனையை மதுரை GM (South) மட்டத்தில் கொண்டு செல்ல முடிவு செய்தோம். திரு.தர்மராஜ் அப்போது GM (South) பொறுப்பில் இருந்தார்.

E.3 (N) மாநிலச் செயலாளர் தோழர் N. கோபாலகிருஷ்ணனும் நானும் மதுரை மண்டலச்செயலாளர் தோழர் மாடக்குளம் செலவராஜனும் ஜி.எம்மைப் பார்க்கச் சென்றோம். நாங்கள் அங்கீகாரம் இல்லாதவர்கள் என்றும் எங்களுடன் பேச

முடியாதென்றும் சொல்லிவிட்டு அவர் சென்று விட்டார். அவரைப் பார்க்காமல் போவதில்லை என்று அறிவித்ததுவிட்டு நாங்கள் மூவரும் அவருடைய அறைக்குள்ளேயே அமர்ந்து கொண்டோம். நீண்ட நேரத்துக்குப் பிறகு எங்கள் உறுதியைத் தெரிந்துகொண்டதற்குப் பிறகு அவரது அறைக்குத் திரும்ப வந்தார். செல்லத்துரைக்கு திசையன்விளை வேண்டும் என்பதில் உறுதியாக இருந்தோம். அவர் மாநில நிர்வாகத்தோடு தொடர்புகொண்டு பேசினார்.

இறுதியில் நமது கோரிக்கை ஏற்றுக் கொள்ளப்பட்டது. செல்லத்துரைக்கு திசையன்விளைக்கே உத்தரவுகள் போடப்பட்டன. அங்கீகாரம் இல்லாமல் நாம் பெற்ற வெற்றி அது. அந்த மாவட்டத்தில் கே.ஜி.போஸ் அணி செய்த மகத்தான சாதனை. கே.ஜி.போஸ் அணிக்கு செல்வாக்கையும் அமைப்பின் பலம் அதிகரிப்பதையும் ஏற்படுத்திக்கொடுத்த போராட்டம் அது.

1993 நவம்பரில் திருச்சியைத் தொடர்ந்து அடுத்த *E.4* மாநில மாநாடு வேலூரில் நடைபெற்றது. நமது தோழர்கள் தமிழகம் முழுவதும் இருந்து திரண்டு வந்திருந்தனர். கடலூர், ஆம்பூர், திருச்சி மாநாடுகளில் நடந்த வன்முறைச் சம்பவங்களை நாம் கணக்கில் எடுத்துக்கொள்ள வேண்டியிருந்தது. அதோடு கூடவே சில மாவட்டங்களில் பிரதிநிதிகள் தேர்வில் தாவாக்களும் கேசுவல் மஸ்தூர் தோழர்களை தேர்ந்தெடுக்க மறுத்த பிரச்சனைகளும் இருந்தன.

நமது தோழர்களில் சிலர் வழக்கம்போல் மாநாட்டில் கலந்து கொண்டு கட்டணம் செலுத்திவிட்டு பார்த்துக்கொள்ளலாம் என்று சொன்னார்கள். இருந்தாலும் சற்று நிதானமாகவும் எச்சரிக்கையாகவும் நடந்துகொள்ள வேண்டியிருந்தது. எனவே, தோழர்களை வெளியே நிறுத்தி விட்டு நானும் சில தோழர்களும் பேச்சு வார்த்தைக்குச் சென்றோம். அவர்கள் எங்களோடு பேசுவதற்கு விருதுநகர் தோழர் *RRB* மற்றும் சில தோழர்கள்கொண்ட குழுவை அனுப்பி வைத்தார்கள்.

*Protocol*படி அந்தக் குழு நமக்கு சமமானதல்ல. ஆனாலும் ஒற்றுமை வரவேண்டுமே. அதற்காக அந்தக் குழுவோடும் பேச்சு வார்த்தை நடத்தினோம். தீர்வு ஒன்றும் வரவில்லை. வந்து விடக்கூடாது என்பது அவர்களது நோக்கமாக இருந்ததைப் புரிந்து கொள்ள முடிந்தது. எனவே, மாநாட்டில் கலந்துகொள்ள வேண்டாம் என்று முடிவு செய்தோம்.

நமது தோழர்கள் நாம் தனியாகவே மாநாடு நடத்திவிடலாம் என்று சொன்னார்கள். ஆனாலும் மாநிலத் தலைமை அதை ஏற்றுக் கொள்ளவில்லை. சங்கத்தைப் பிளவுபடுத்த வேண்டாம் என்றும், தமிழ்நாடு *E.4* ஊழியர் ஜனநாயகப் பாதுகாப்புக்குழு என்ற அமைப்பை உருவாக்குமாறும் ஆலோசனை வழங்கியது. இவ்வாறு *E.4* ஜனநாயகப் பாதுகாப்புக் குழு உருவானது. ஜனநாயகப் பாதுகாப்புக் குழுத் தலைவராக தோழர் *DJJ* பெத்தல்ராஜையும் மற்றும் குழு உறுப்பினர்கள் பட்டியலையும் தோழர் ஜாண் போர்ஜியா முன்மொழிய ஏகமனதாக ஏற்றுக்கொள்ளப்பட்டது.

E.4 ஜனநாயக பாதுகாப்புக் குழு மாநிலக் கூட்டத்தை திருநெல்வேலியில் நடத்த முடிவு செய்தோம். திருநெல்வேலித் தோழர்கள் பார்வதிநாதன், வேம்புராஜா, கோபால் மற்றும் கே.ஜி. போஸ் அணித் தோழர்கள் கலந்துகொண்ட கூட்டத்தில் இதற்கான விரிவான திட்டமிடல் நடைபெற்றது. கோவில்பட்டியிலிருந்து வந்து நான் கலந்துகொண்டேன். திருநெல்வேலி வண்ணாரப்பேட்டையில் 'பிள்ளையைப் போட்டு பலாப்பழம் எடுத்த ஓடை'க்கருகில் பிரபலமாக விளங்கிய ஓட்டல் சகுந்தலா இண்டர்நேஷனலில் மாநில அளவிலான அந்தக் கூட்டத்தை நடத்த முடிவு செய்யப்பட்டது.

நிதி வசூலை ஒட்டி ஒரு சுவையான சம்பவம் நடைபெற்றது. ஒரு தோழர் நன்கொடை ரசீதில் கையெழுத்துப்போட மறந்து கிழித்துக் கொடுத்து விட்டார். அந்த ரசீது எப்படியோ குப்தா அணி நண்பர்கள் கையில் கிடைத்து விட்டது. கையெழுத்தில்லாத ரசீதைக் கொடுத்து ஏமாற்றி பணம் வசூலிக்கிறார்கள் என்று காவல் நிலையத்தில் புகார் செய்துவிட்டனர். வேம்புராஜாவின் மேல் உள்ள காட்டத்தில் அவர்தான் வசூலுக்கு பொறுப்புதாரர் என்று அவர் மேல் புகார் செய்திருந்தனர். காவல்துறை வேம்புராஜாவை விசாரணைக்கு அழைத்தது. வேம்புராஜா காவல் நிலையம் சென்று ரசீதுகள் முறையாக வழங்கப்பட்டிருப்பதை சுட்டிக்காட்டி, ஒரு ரசீது மட்டும் எப்படியோ கையெழுத்தில்லாமல் சென்றுவிட்டதை விளக்கிச் சொல்லிவிட்டு திரும்பி வந்து சேர்ந்தார். கே.ஜி. போஸ் அணியின் மூலம் தோழர் வேம்புராஜாவுக்கு போலீஸ் ஸ்டேஷன் செல்லும் அனுபவம் முதல்முறையாகக் கிடைத்தது.

தோழர் P. அபிமன்யு

தோழர் அபிமன்யு 1975ல் இலாக்கா பணிக்கு வந்தார். உள் நாட்டு அவசர நிலையும் அது குறித்த குப்தா அணியின் நிலைபாடும் அவர் கேஜி போஸ் அணியில் சேருவதற்கு தூண்டுகோலாக இருந்தன. தோழர் சி.எஸ்.பி. மற்றும் அட்மினிஸ்ட்ரேடிவ் சங்கத் தோழர் சந்திரசேகர் ஆகியோரின் தொடர்பும் அவர்களுடைய வகுப்புகளும் தோழர் அபிமன்யுவை கே.ஜி.போஸ் அணியின் தீவிர ஆதரவாளராக மாற்றின. தூத்துக்குடி மாவட்ட சங்கத்தில் நான் எப்படி எந்த பதவியையும் எடுத்துக் கொள்ளவில்லையோ அதைப் போலவே தோழர் அபிமன்யுவும் பாண்டிச்சேரி மாவட்டத்தில் எந்தப் பதவியையும் எடுத்துக் கொள்ளவில்லை. ஒன்றாக இருந்த ஈ.3 சங்கத்தில் குப்தா அணியோடு பதவிகளைப் பகிர்ந்து கொள்ளும்போது நமக்குக் கிடைக்கும் இரண்டு பதவிகளில் சில சமயம் நானும் தோழர் என். கோபாலகிருஷ்ணனும் சில சமயம் நானும் தோழர் அபிமன்யுவும் இருந்திருக்கிறோம். நாங்கள் இருவரும் மாநில நிர்வாகிகளாக இருந்தபோது மாநில செயற்குழு, மாநில மாநாடு இவை நடக்கும் சமயங்களில் என்னுடைய அறையில் தோழர் அபிமன்யு அல்லது அவரது அறையில் நான் நெருக்கமாக மனம் விட்டு பேசிக் கொண்டிருப்போம். சில சமயம் இரவு இரண்டு மூன்று மணிவரை பேசிக்கொண்டிருந்திருக்கிறோம். இப்போது அவரது அரங்கமும், பொறுப்புகளும், பணியிடமும் என்னுடைய அரங்கமும் பொறுப்புகளும் பணியிடமும் வேறுவேறானதாக இருப்பதால் அவரைச் சந்திப்பதே கூட சாத்தியமில்லாமல் இருக்கிறது. அபூர்வமாக எப்போதாவதுதான் சந்திக்க முடிகிறது.

பாண்டிச்சேரி மாவட்ட சங்கத்தின் துடிப்பான செயல்பாடுகளால், தொடர் இயக்கங்களால் ஆத்திரமடைந்த இலாக்கா அதிகாரிகள் பாண்டிச்சேரி முதலமைச்சர் திரு வைத்தியலிங்கம் அவர்களிடம் முறையீடு செய்தார்கள். சங்கம் துடிப்போடு செயல்படக் காரணமாக இருந்த தோழர் அபிமன்யுவை ஒரு தொலைதூர இடத்துக்கு மாற்றலில் அனுப்பிவிட தீர்மானித்தார்கள். மத்திய அமைச்சர் திரு ராஜேஷ் பைலட் உத்தரவின் பேரில் தோழர் அபிமன்யுவுக்கு மாற்றல் போடப்பட்டது. அதை ஏற்றுக் கொள்வதில்லை என்றும் போராடுவது என்றும் முடிவு செய்யப்பட்டது.

SFI சங்கத்தின் மாநிலத் தலைமையோ அகில இந்தியத் தலைமையோ நம்மிடம் இல்லை. ஆனாலும் மாவட்டச் 'சங்கம்

போராட்ட முடிவை துணிச்சலாக எடுத்தது. ஆர்ப்பாட்டங்கள், தர்ணா, உண்ணாவிரதம், பணிகளை ஸ்தம்பிக்க வைக்கிற போராட்டங்கள் விடாப்பிடியாக நடைபெற்றன. போராட்டம் 26 நாட்கள் நீடித்தது. இடையில் தோழர் அபிமன்யுவும் 6 நாட்கள் உண்ணாவிரதம் மேற்கொண்டார். தமிழ்நாடு முழுவதும் கே.ஜி. போஸ் அணி ஆதரவு இயக்கங்களை நடத்தியது.

கேரள தபால் தந்தி இயக்க ஒருங்கிணைப்புக் குழுவின் தலைவர் அருமைத் தோழர் சுசீலா கோபாலன் M. P. இந்தப் பிரச்சினையில் தலையிட்டு அமைச்சருக்கு கடிதம் எழுதினார். நேரிலும் சந்தித்து தோழர் அபிமன்யுவின் மாற்றல் உத்தரவை ரத்து செய்ய கேட்டுக் கொண்டார். தோழர் அபிமன்யு விடம் ஒரு கடிதம் எழுதி வாங்கிக் கொண்டு அந்த மாற்றல் உத்தரவு ரத்து செய்யப்பட்டது. பாண்டிச்சேரி தோழர்கள் போராடிப் பெற்ற முக்கியத்துவம் வாய்ந்த வெற்றி அது.

ஒரு சங்க அங்கீகாரத் தேர்தலின் போது அனைத்து மாவட்டச் செயலர்களும் கலந்து கொள்ளும் ஒரு விரிவடைந்த மத்திய செயற்குழு நடத்த வேண்டி வந்தது. அந்தக் கடினமான பொறுப்பை தோழர் அபிமன்யு முன் வந்து ஏற்றுக் கொண்டு அதை பாண்டிச்சேரியில் நடத்தித்தர முன்வந்தார். பாண்டிச்சேரி மிகச் சிறிய மாவட்டம். உறுப்பினர் எண்ணிக்கை மிகவும் குறைவு. ஆனாலும் மூன்றாம் வகுப்பு மற்றும் நான்காம் வகுப்பு ஊழியர்களை உற்சாகப் படுத்தி அந்த மாபெரும் பணியை திறம்பட செய்து முடித்தார்.

ஒன்றாக இருந்த சங்கத்தின் தஞ்சை மாநில செயற்குழு கூட்டத்திலும், தோழர் மோனிபோஸ் பொதுச்செயலாளரான பின் கலந்து கொண்ட கோவை மாநில மாநாட்டிலும் தோழர் அபிமன்யுவின் உரை ஒரு திருப்புமுனையாக அமைந்தது. ஈ.3 (என்) சங்கத்தின் திருவனந்தபுரம் அகில இந்திய மாநாட்டில் அவரது உரை தனிச்சிறப்பு வாய்ந்ததாக அமைந்தது.

2001 மார்ச் 22ல் விஜயவாடாவில் பிஎஸ்என்எல் ஊழியர் சங்கம் உருவாகியபோது தோழர் அபிமன்யு அதன் உதவி பொதுச்செயலாளராக தேர்ந்தெடுக்கப்பட்டார். தனது அயராத உழைப்பினால் அந்த சங்கத்தின் துணைப் பொதுச் செயலாளராக தேர்ந்தெடுக்கப்பட்டார்.

பிஎஸ்என்எல் ஊழியர் சங்கத்தின் திருவனந்தபுரம் அகில இந்திய மாநாட்டில் சங்கத்தின் பொதுச் செயலராக தேர்ந்தெடுக்கப்பட்டு இன்றளவும் அந்தப் பொறுப்பில் தனது முத்திரையைப் பதித்து வருகிறார்.

தோழர் S. செல்லப்பா.

தமிழ் நாட்டில் கே.ஜ.போஸ் அணியை பலப்படுத்துவதற்காக தோழர் நம்பூதிரியை வரவழைத்து பயன்படுத்தி இருக்கிறோம் என்பதை ஏற்கனவே குறிப்பிட்டிருக்கிறேன். அந்த வகையில் நானும் தோழர் நம்பூதிரியும் வகுப்புகள் எடுப்பதற்காக குன்னூர் சென்றிருந்தோம். அப்போது அருமைத் தோழர் புதியவன் குன்னூர் மாவட்டச் செயலராக இருந்தார். தோழர் நம்பூதிரி *CCS (Conduct) Rules* மற்றும் *CCS (CCA) Rules* பற்றியும் நான் தோழர் *M.K.* பாந்தேவினுடைய கூலியின் தத்துவம் *(Concept of Wage)* பற்றியும் வகுப்புகள் எடுத்தோம். அந்த வகுப்பின் போதுதான் அந்த இளம் தோழரை நான் கவனித்தேன். களையான அந்த முகமும், தீட்சண்யமான கண்களும் அவர் ஒரு அற்புதமான கேடராக வருவார் என்பதைக் கூறின. அவர் அப்போது ஒரு ஆர். டி.பி. ஊழியராக இருந்தார். அவர் பெயர் தோழர் செல்லப்பா என்று தெரிந்து கொண்டேன். அப்போது அவருடன் அறிமுகம் செய்து கொள்ள வாய்ப்பு கிடைக்கவில்லை.

குன்னூர் கோட்ட அதிகாரி திரு அருமைச் சின்னான் அவர்களின் அதிகார மமதையை எதிர்த்து அந்த மாவட்டத் தோழர்கள் நடத்திய வீரஞ்செறிந்த போராட்டத்தின் போதுதான் தோழர் செல்லப்பாவுடன் அறிமுகம் ஏற்பட்டது. அருமை நண்பன் கோபாலுக்குப் பிறகு தோழர் செல்லப்பா குன்னூர் மாவட்டச் செயலரானார். அவர் மாவட்டச் செயலராக இருந்தபோது குன்னூர் மாவட்ட மாநாட்டுக்கு என்னை. அழைத்திருக்கிறார். பலமுறை அங்கு சென்று வகுப்புகள் நடத்தியிருக்கிறேன். சங்கத்தின் மாநிலச் செயற்குழு ஊட்டியில் நடந்த போது நான் எனது இணையர் தோழர் சுந்தரியையும் அழைத்துச் சென்றிருந்தேன். செயற்குழுவில் தோழர் சுந்தரி ஜனநாயக மாதர் சங்கம் *(AIDWA)* சார்பில் வாழ்த்துரை வழங்கினார். நமது தோழர்களுக்கு அவரைப் பேச. அனுமதித்தால் எப்படிப் பேசுவாரோ என்ற தயக்கம் இருந்தது..அவர் பேசி முடித்ததும் தான் அவர் ஒரு நல்ல பேச்சாளர் என்று அனைவரும் புரிந்து கொண்டனர். மாநிலத் தலைவராக இருந்த தோழர் அம்புரோஸ் குழந்தைசாமியிடம் கேட்டேன். உங்களைவிட அற்புதமாகப் பேசுகிறார் என்றார்.

நாங்கள் செயற்குழுவுக்கு முந்தின. நாளே வந்து விட்டோம். நாங்கள் முதல் நாள் ஊட்டிப் பகுதியை சுற்றிப் பார்ப்பதற்கு தோழர்கள் செல்லப்பாவும் பாபுவும் வாகன ஏற்பாடு செய்திருந்தார்கள். ஊட்டி மாநிலச் செயற்குழு முடிந்து நானும் இணையரும் அன்று குன்னூர் சென்று Inspection Quarters ல் தங்கியிருந்தோம். மறுநாள் குன்னூர் பகுதியை. நாங்கள் சுற்றிப் பார்க்க தோழர்கள் செல்லப்பாவும் பாபுவும் வாகன ஏற்பாடு செய்து வைத்திருந்தார்கள். அன்று மாலை. எங்களை மேட்டுப்பாளையத்துக்கு வழியனுப்பி வைத்தார்கள்.

என்னுடைய கணிப்பு வீண்போகவில்லை. ஒன்றாக இருந்த சங்கத்தின் மாநிலச் செயற்குழு மற்றும் மாநாடுகளில் நம்முடைய மாவட்டச் செயலாளர்களின் அணி அற்புதமாகச் செயல்பட்டது. குறிப்பாக தோழர் செல்லப்பாவின் சொல்லாற்றலும் வாதத்திறமையும் எதிரணியைத் திக்குமுக்காடச் செய்தது. நமது அணியை உற்சாகப் படுத்தி ஊக்கமூட்டியது.

தஞ்சை மாநில மாநாட்டிலிருந்து சங்கம் இரண்டாக பிளவுபட்டு நாம் தனியாக செயல்பட ஆரம்பித்தோம். சங்கத்தின் மாநிலச் செயலராக தோழர் என். கோபாலகிருஷ்ணன் இருந்தார். அவர் சென்னைக்கு குடும்பத்துடன் வரவேண்டும் என்று சொன்னோம். அவரால் முடியவில்லை. என்.ஜி.க்கு அடுத்த மாநிலச் செயலரை தேர்ந்தெடுக்க வேண்டிய ஒரு சூழ்நிலை வந்தது. அதற்காக நடந்த ஆலோசனைக் கூட்டத்தில் தோழர் செல்லப்பா மாநிலச் செயலராக வரவேண்டுமென்று நான் வலியுறுத்தி வாதாடினேன். நான் அப்போது மாநிலத் தலைவராகவும் இருந்தேன். விவாதங்களுக்குப்பின் என்னுடைய ஆலோசனையே ஏற்றுக்கொள்ளப் பட்டது. செல்லப்பா தனது குடும்பத்துடன் சென்னை வரவேண்டுமென்று சொன்னோம். அதை ஏற்றுக் கொண்டு குடும்பத்தோடு சென்னைக்கு வந்தார்.

நான் மாநிலத் தலைவராகவும் அருமைத் தோழர் செல்லப்பா மாநிலச் செயலராகவும் மிகவும் நெருக்கமாக இணைந்து செயல்பட்டோம். நாங்கள் இருவரும் சேர்ந்து ஈ.3 (என்) அகில இந்திய மாநாட்டை ஈரோட்டில் சீரும் சிறப்புமாக நடத்தினோம். மாநாட்டு வரவேற்புக் குழுவோடு பேசி மீதமான நாலரை லட்ச ரூபாயை வைத்துக்கொண்டு கட்டிட நிதி திரட்டினோம். பதினொன்றரை லட்ச ரூபாயில் பழவந்தாங்கலில் இப்போது இருக்கிற சங்கக் கட்டிடத்தைக் கட்டி முடித்தோம்.

தோழர் செல்லப்பா இப்போது பிஎஸ்என்எல் ஊழியர் சங்கத்தின் உதவிப் பொதுச்செயலராக இருந்து தனது முத்திரையைப் பதித்து வருகிறார். எனக்கு அடுத்த தலைமுறைத் தோழர்கள் என்னைவிட ஆற்றலுள்ளவர்களாக இருப்பதும் என்னைவிட அதிகமான உயரங்களைத் தொடுவதும் மனதுக்கு மிகுந்த மகிழ்ச்சியைத் தருகிறது. தோழர் செல்லப்பாவுடன் தொடர்ந்து தொடர்பில் இருப்பதற்கு இப்போது அமைப்பு ரீதியான வாய்ப்பும் கிடைத்திருக்கிறது. என்னால் என்றும் மறக்க முடியாத தோழர்களில் தோழர் செல்லப்பா முதன்மையானவர்

சிஐடியு பிறந்தது

சிஐடியு உருவானபோதே ஒற்றுமையும் போராட்டமும் என்ற முழக்கத்தோடு பிறந்தது. வர்க்க ஒற்றுமைக்கு முன்னோடியாக தொழிற்சங்கங்களை ஒன்றுபடுத்துகிற அசுரத்தனமான பணியில் ஈடுபட்டது. பல்வேறு பெயர்களில் தொழிற்சங்கங்களை ஒன்றிணைக்கிற பணியில் ஒரு கட்டத்தில் தேசியப் பிரச்சாரங்குழு *(National Campaign Committee)* என்ற பெயரில் ஓர் ஒருங்கிணைப்பு ஏற்பட்டது. மார்ச் **23, 1981**ல் டெல்லியில் தேசியப் பிரச்சாரக்குழுவின் கூட்டம் நடைபெற்றது. பம்பாயில் ஜூன் **4, 1981**ல் தொழிலாளி வர்க்கத்தினுடைய ஒரு தேசிய கருத்தரங்கை நடத்துவது என்று அந்தக் கூட்டம் முடிவு செய்தது. கருத்தரங்கில் அனைத்து மைய தொழிற்சங்கங்களும், அரசு ஊழியர் சம்மேளனங்களும், பொதுத்துறை நிறுவன ஊழியர் சங்கங்களும் பெருமளவிலான பிரதிநிதிகளுடன் கலந்துகொண்டன.

கருத்தரங்கம் ஒரு **13** அம்சக் கோரிக்கையை உருவாக்கியது. தொழிலாளி வர்க்கத்தின் முக்கியக் கோரிக்கைகளான தேவை அடிப்படையில் குறைந்தபட்ச ஊதியம், விலைவாசி உயர்வு முழுமையாக ஈடுகட்டப்பட வேண்டும் *(Full Neutralisation)* போன்ற கோரிக்கைகளோடு கீழ்க்கண்ட கோரிக்கைகளும் கோரிக்கை சாசனத்தில் இடம் பெற்றிருந்தன.

விவசாயத் தொழிலாளிகளுக்கு குறைந்தபட்சக் கூலி, விவசாயத் தொழிலாளிகளுக்கு ஒருங்கிணைந்த மையச் சட்டம், விவசாய விளைபொருளுக்கு லாபகரமான விலை, மலிவான விலையில் பொது வினியோகத் திட்டம், பதுக்கல் மற்றும் கள்ள மார்க்கெட் பேர்வழிகளுக்கு எதிரான கடும் நடவடிக்கை.

இந்தக் கோரிக்கைகள் விவசாயிகளையும் விவசாயத் தொழிலாளிகளையும் பெருமளவில் திரட்டுவதற்கு வழிசெய்தன.

இந்தக் கோரிக்கைகளுக்காக ஜன.19, 1982ல் ஓர் அகில இந்திய பொது வேலைநிறுத்தம் நடத்த கன்வென்சன் முடிவு செய்தது. வேலை நிறுந்தத் தயாரிப்பாக மண்டல வாரியான கருத்தரங்கங்களும் நாட்டின் அனைத்துப் பகுதிகளிலும் பேரணிகளும் கடைசியாக ஒரு பாராளுமன்றம் நோக்கிய பேரணியும் நடத்துவதென்றும் முடிவு செய்யப்பட்டது.

இந்த வேலைநிறுத்த அறைகூவலை தொழிற்சங்கங்கள் மட்டுமே பிரகடனம் செய்தன. ஆனால், விவசாயிகள் மற்றும் விவசாயத் தொழிலாளிகள் அமைப்புக்களான AIKS, AIAWU ஆகியவையும் இந்த வேலை நிறுத்தத்தில் கலந்துகொள்ள முடிவு செய்தன. நவம்பர் 23, 1981ல் நடந்த பாராளுமன்றப் பேரணியில் நாட்டின் மூலை முடுக்குகளிலிருந்தெல்லாம் பல லட்சம் தொழிலாளர்கள் கலந்துகொண்டனர். டெல்லியின் போட் கிளப் மைதானம் தொழிலாளிகள், விவசாயிகள், விவசாயத் தொழிலாளிகளால் நிரம்பி வழிந்தது.

வேலை நிறுத்தத்தின் மகத்தான வெற்றியை முன்கூட்டியே பறைசாற்றிய இந்த தயாரிப்புப் பணிகள் மத்திய, மாநில அரசுகளை கடும் ஆத்திரமடையச் செய்தன. கடுமையான அடக்குமுறை கட்டவிழ்த்து விடப்பட்டது. தயாரிப்பு பணிகளையும் வேலை நிறுத்தத்தையும் சீர்குலைக்கும் முயற்சிகளில் மத்திய, மாநில அரசுகள் இறங்கின. ஆனால், பப்பு வேகவில்லை.வேலை நிறுத்தம் மகத்தான வெற்றி அடைந்தது. வேலை நிறுத்தத்தன்று நடைபெற்ற துப்பாக்கிச்சூட்டில் 10 அருமாந்தத் தோழர்கள் சுட்டுக் கொல்லப்பட்டனர். இறந்தவர்களில் பெரும்பாலானோர் விவசாயத் தொழிலாளிகள்.

தமிழகத்தில் அதிமுக அரசு வன்முறையின் உச்சத்துக்கே சென்று விட்டது.நாகப்பட்டினம் மாவட்டம் திருமெய்ஞ்ஞானத்தில் விதொசவைச் சேர்ந்த தோழர்கள் அஞ்சானும் நாகூரானும் திருத்துறைப்பூண்டியில் தோழர் ஞானசேகரனும் போலீசின் துப்பாக்கிச்சூட்டில் கொல்லப்பட்டனர்.

தன்னுடைய அடிப்படைக் கூட்டாளி வர்க்கத்துக்குப் பின் துணையாக நிற்பது என்று தமிழக சிஐடியு முடிவு செய்தது. உடனடியாக ₹.40, 000 வசூல் செய்து பாதிக்கப்பட்ட குடும்பங்களுக்கு நிவாரணமாக வழங்கியது. சிஐடியு அன்றிலிருந்து ஒவ்வொரு உறுப்பினரிடமிருந்தும் ஒரு ரூபாய் வசூல் செய்து விவசாய சங்க வளர்ச்சிக்காக ஒவ்வொரு ஆண்டும் கொடுப்பது என்று முடிவு

செய்தது. ஒவ்வொரு ஆண்டும் ரூபாய் 3 லட்சம் சிஐடியுவினால் விவசாய இயக்கத்துக்கு வழங்கப்பட்டு வருகிறது.

1982 - ஜனவரி 19 போராட்டம்

ஜன. 19, 1982 வேலைநிறுத்தம் சரித்திரத்தில் நிலைத்து நின்று விட்டது.

1. நாடு விடுதலை அடைந்து 37 ஆண்டுகளுக்குப்பின் தொழிற்சங்கங்கள் இணைந்து அகில இந்திய அளவில் நடத்திய முதல் வேலைநிறுத்தப் போராட்டம் இதுதான்.
2. தொழிலாளி வர்க்கத்தோடு அதன் அடிப்படை வர்க்கக் கூட்டாளிகளான விவசாயிகளும் விவசாயத் தொழிலாளிகளும் இணைந்து அகில இந்திய அளவில் நடத்திய முதல் வேலைநிறுத்தப் போராட்டமும் இதுதான்.
3. தொழிற்சங்கங்கள் அறைகூவல் விடுத்த போராட்டத்தில் கலந்துகொண்டு விவசாயிகளும் விவசாயத் தொழிலாளிகளும் தோழர் ஒருவரும் தங்கள் இன்னுயிரை ஈந்த முதல் போராட்டமும் இதுதான்.
4. மக்கள் ஜனநாயக அணி உருவாவதற்கு முதல் அடி எடுத்துக் கொடுத்த போராட்டமும் இதுதான்.

இந்தப் போராட்டம் நடத்த காலகட்டத்தில் கோவில்பட்டியில் JCTU மிகவும் விறுவிறுப்பாக செயல்பட்டுக்கொண்டிருந்தது. என்னுடைய பெயரும் அப்போது கோவில்பட்டி அஞ்சல் துறையில் பணியில் இருந்த அருமைத் தோழர்கள் தமிழ்ச் செல்வன், வீரணன் ஆகியோர் பெயர்களும் முன்னெச்சரிக்கையாக கைது செய்யப்பட வேண்டியவர்கள் பட்டியலில் இருந்ததாகவும் எனவே, போலீஸ் கையில் சிக்காமல் நாங்கள் தலைமறைவாகிவிட வேண்டுமெனவும் மேலிடத் தலைவர்களிடமிருந்து அறிவுறுத்தல் வந்தது. எனவே, வேலைநிறுத்தத்துக்கு முந்தின நாளே நாங்கள் மூவரும் மிகக் கவனமாக இருந்தோம். மாலையில் அஞ்சல் தோழர் சுப்பையா வீட்டுக்குச் சென்று அன்று இரவு அங்கேயே தங்கிவிட வேண்டும் என்று முடிவு செய்யப்பட்டது. தோழர் சுப்பையா நாங்கள் தலைமறைவாக தங்கியிருப்பதற்கான எல்லா ஏற்பாடுகளையும் வசதிகளையும் செய்து வைத்திருந்தார்.

வழக்கமான மின் விசிறியோடு ஒரு டேபிள் ஃபேனும் ஏற்பாடு செய்திருந்தார். தோழர் சுப்பையாவின் இணையரின் இனிய

உபசரிப்பில் நன்றாக சமைத்து வடித்த சுடுசோறும் சுவையான மொச்சைக்கொட்டை புளிக்குழம்பும் இரவு உணவாகக் கிடைத்தன. உணவை ஒரு கை பார்த்தோம். வயிறு புடைக்க மாந்திவிட்டு பாயை விரித்து வரிசையாக படுத்துக்கொண்டோம். பேசிக் கொண்டிருந்தோம்.

தூக்கம் பிடிக்கவில்லை. யாரோ ஒரு தோழர் 'நான் வகுப்பெடுத்தால் நன்றாயிருக்குமே!' என்று சொல்ல... அப்படியே முடிவாயிற்று. இயக்க இயல் பொருள் முதல்வாத வகுப்பை விடிய விடிய எடுத்தேன். இடையிடையே சூடான கடுங்காபி கிடைத்துக் கொண்டேயிருந்தது.

ஜன. **19.** தியாகிகளை மட்டுமல்ல, தலைமறைவாக தங்கியிருந்த அந்த தை மாதக் குளிர் இரவையும் என்னால் என்றுமே மறக்க முடியாது.

ஜன. **19.** தியாகிகள் நினைவைப் போற்றுவோம்.

எதிர் வரும் பிப்ரவரி **23, 24** வேலைநிறுத்தத்தை வெற்றிகரமாக்க சபதமேற்போம்.

ஈ.டி. ஊழியர் போராட்டம்

தொழிற்சங்க இயக்கம் நிரந்தர ஊழியர்களுக்கானது என்ற கருத்து தொழிற்சங்க இயக்கத்தில் நீண்ட நாட்களாகவே நிலவி வந்தது. இந்திய தொழிற்சங்க இயக்கத்தின் ஆளுமை தோழர் BTR இந்தக் கருத்தை கடுமையகச் சாடினார். இது தவறு என்று சுட்டிக் காட்டினார். நிரந்தரமல்லாத தொழிலாளிகள், முறைசாரா தொழிலாளிகள் அல்லது உடலுழைப்பில் ஈடுபட்டுள்ள அத்தக் கூலிகள் அனைவருமே இந்திய தொழிலாளி வர்க்கத்தின் பிரிக்க முடியாத பகுதி என்பதை அவர் அழுத்தமாக சுட்டிக்காட்டினார். அதன் பிறகுதான் தொழிற்சங்க இயக்கம் இந்த கண்டுகொள்ளப்படாத பகுதியின்மேல் கவனம் செலுத்த ஆரம்பித்தது.

அப்போது இந்தியா முழுவதும் மூன்று லட்சம் ஈ.டி. ஊழியர்கள் இருந்தனர். நாடு விடுதலை அடைவதற்கு முன்பு கிராமப்புற மக்களை கட்டுப்பாட்டில் வைத்திருப்பதற்கு வெள்ளைக்கார ஆட்சியாளர்கள் கிராமப்புற பெருந்தனக்காரர்களை, செல்வந்தர்களை தங்கள் செல்வாக்கில் வைத்துக்கொள்ளும் முயற்சியில் ஈடுபட்டார்கள்.

இதன் விளைவாக கிராமப்புற அஞ்சல் சேவை அவர்களிடம் ஒப்படைக்கப்பட்டது. கிராமம் முழுவதற்கும் தங்கள் வீட்டில் அல்லது தங்களுக்குச் சொந்தமான ஓர் இடத்தில் இருந்து அஞ்சல் சேவை செய்வது பெருந்தனக்காரர்களுக்கு ஒரு கௌரவமாக இருந்தது. இந்தக் கௌரவப் பதவி நாளடைவில் மிக மலிவான கூலிக்கு வேலை செய்யும் தொழிலாளிகளின் பதவியாக மாறிப் போனது. சுரண்டல் முறையின் அப்பட்டமான வடிவமாக ஈ.டி முறை செயல்பட ஆரம்பித்தது. வெள்ளைக்கார ஆட்சி முடிந்து நாடு விடுதலை அடைந்ததற்குப் பிறகும் அது தொடர்ந்தது. தொடர்ந்துகொண்டிருக்கிறது.

இத்தகைய சூழ்நிலையில் **1984** மே மாதம் ஆலப்புழையில் கூடிய தபால்காரர், நான்காம் பிரிவு மற்றும் ஈ.டி. ஊழியர் சங்கத்தின் மத்திய செயற்குழு ஒரு துணிச்சலான முடிவை எடுத்தது. ஈ. டி ஊழியர்களின் கோரிக்கைகளை வென்றடைய

நாடு தழுவிய அளவில் 1984 செப்டம்பர் 19 அன்று ஒரு நாள் வேலை நிறுத்தம் செய்வது என்ற முடிவினை எடுத்தது. ஈ.டி. ஊழியர்கள் கோரிக்கைகளுக்காக மட்டுமே நடத்தப்படும் இந்த வேலை நிறுத்தத்தில் தபால்காரர்களும் நான்காம் பிரிவு ஊழியர்களும் கலந்து கொள்வார்கள் என்ற முடிவு தொழிற்சங்க வரலாற்றில் ஏற்பட்ட ஒரு புரட்சிகரமான திருப்புமுனை ஆகும். இது ஒரு புதிய அனுபவம். ஒரு புதிய முன்னுதாரணத்தை துவக்கி வைத்த போராட்டம்.

மிகக்குறைந்த பட்சமான கோரிக்கைகளே முன்வைக்கப்பட்டன.

விகிதாச்சார அடிப்படையில் ஊதியம்.

விடுப்பு மற்றும் மருத்துவ சலுகைகள்.

இலாகா ஊழியர்களுக்கு பஞ்சப்படி வழங்கும் போதெல்லாம் ஈ.டி. ஊழியர்களுக்கும் பஞ்சப்படி.

ஈ.டி. ஊழியர்களுக்கு இடைக்கால நிவாரணம்.

இது ஒரு தனிப்பட்ட கேடர் சம்பந்தமான பிரச்சனை என்று சொல்லி தபால் தந்தி ஊழியர் சம்மேளனம் கலந்து கொள்ளவில்லை. P. 3 அகில இந்திய பொதுச் செயலாளர் தோழர் கே.எல்.மோசா ஸ்ரீரங்கத்தில் செப்டம்பர் முதல் வாரம் நடந்த P.3 மாநில மாநாட்டில் கலந்துகொண்டார். P. 3 சங்கம் வேலை நிறுத்தத்தில் கலந்துகொள்ளாது, ஒத்துழைப்பு மட்டுமே நல்கும் என்று அறிவித்தார். இந்தப் போராட்டம் செக்டேரியன் போராட்டம் என்று சிலரால் விமர்சனம் செய்யப்பட்டது. ஆனாலும் திட்டமிட்டபடி வேலைநிறுத்தம் நடைபெற்றது. மிக வெற்றிகரமாகவே நடைபெற்றது.

தேசிய தபால் தந்தி ஊழியர் சம்மேளனம் (NFPTE) 1954ல் தோன்றியது. அது தோன்றிய முப்பது ஆண்டுகளில் அதனுடன் இணைந்த 9 சங்கங்களில் ஒரு சங்கம் மட்டுமே தனித்து போராட்டம் நடத்தி சரித்திரம் படைத்தது இதுவே முதல் முறை. மிகவும் அடிமட்டத்தில் உழன்றுகொண்டிருந்த ஈ.டி ஊழியர்களுக்காக, அவர்களின் முன்னேற்றத்துக்காக அந்த சங்கத்தைச் சார்ந்த நிரந்தர ஊழியர்களான தபால்காரர்களும் நான்காம் பிரிவு ஊழியர்களும் வேலைநிறுத்தம் செய்ததுவும் இதுவே முதல் முறை. 'சொந்தச் சோதரர்கள் துன்பத்தில் சாதல் கண்டும் சிந்தை இரங்காரடி' என்று மனம் நொந்து பாடினான் பாரதி. அப்படி சிந்தை இரங்காதவர்கள் அல்ல. எங்கள் பிரச்சனைகள் எதுவும் இல்லாவிட்டாலும் அவர்களுக்காக நாங்கள்

போராடுவோம் என்று வர்க்க உணர்வோடு நிரந்தர ஊழியர்கள் போராடினார்கள்.

கேரளம், மே. வங்கம், அசாம் போன்ற மாநிலங்களில் P. 3 ஊழியர்கள் முழுமையாக இந்த வேலை நிறுத்தத்தில் பங்கு கொண்டனர். தமிழகத்திலும் பல கோட்டங்களில் P.3 ஊழியர்கள் முழுமையாக இந்த வேலை நிறுத்தத்தில் கலந்துகொண்டனர். சில பகுதிகளில் டெலிகாம் ஊழியர்களும் ஆதரவாக இந்த வேலை நிறுத்தத்தில் கலந்துகொண்டனர். கோவில்பட்டியில் நானும் தந்திப் பகுதி தோழர் E. கனகராஜும் இந்த வேலை நிறுத்தத்தில் கலந்து கொண்டோம். டெல்லியே ஸ்தம்பித்தது. பிரதமர் அலுவலகத்துக்கும் காங்கிரஸ் கட்சி தலைமையகத்துக்கும் போக வேண்டிய கடிதங்கள் ஒன்றுகூட பட்டுவாடா வாகவில்லை.

இந்த அகில இந்தியப் போராட்டம் திடீரென்று முடிவு செய்துவந்த போராட்டமல்ல. அதற்கான முயற்சிகள் 1981லேயே தமிழகத்தில் அதுவும் கோவில்பட்டி கோட்டத்தில் துவங்கி விட்டது. ஈ.டி.ஊழியர் கோரிக்கைகளை பிரபலப்படுத்தி தமிழக P.4 சங்கம் அரசின் கவனத்தை ஈர்க்க 1981ல் தமிழகம் முழுவதும் கோவண ஊர்வலம் நடத்த அறைகூவல் விடுத்தது. கோவில்பட்டிக் கோட்டம் முழுவதிலும் இருந்து 500 தோழர்களுக்கு மேல் இந்தக் கோவண ஊர்வலத்தில் கலந்துகொண்டனர். 'ஈ.டி. ஊழியரை இலாகா ஊழியராக்கு' என்ற கோஷம் கோவில்பட்டி நகர வீதிகளை அதிர வைத்தது. ஈ.டி. ஊழியர் கோரிக்கைகளை மக்கள் மத்தியில் கொண்டுசெல்லவும் அரசின் கவனத்தை ஈர்க்கவும் கிராமப்புறத்தில் சிதறிக் கிடந்த ஈ.டி. ஊழியர்களை அணி திரட்டவும் இந்தக் கோவண ஊர்வலம் பெரிதும் பங்காற்றியது.

அப்போதெல்லாம் கோவில்பட்டி அஞ்சல் கோட்டத்தில் கிளை மாநாடுகளும் கோட்ட மாநாடுகளும் P.3 மற்றும் P.4 சங்கங்களின் கூட்டு மாநாடுகளாகவே நடத்தப்பட்டன. கோவில்பட்டி கோட்ட மாநாடு முதல் நாள் இரவு ஆரம்பித்து மறுநாள் முழுவதும் நடத்தப்படும். மாநிலப் பொறுப்பாளர்கள் போக, கோவில்பட்டி E.3, E.4 நிர்வாகிகளும் அழைக்கப்பட்டு வெவ்வேறு தலைப்புகள் கொடுத்து பேச வைக்கப்படுவார்கள். இந்த மாநாடுகளில் நானும் கலந்துகொண்டு உரை நிகழ்த்தியிருக்கிறேன். அதில் ஈ.டி. ஊழியர் பிரச்சனைகள் பிரதானமாக விவாதிக்கப்படும். ஈ.டி. ஊழியர்களுக்கான பகுதிக் கூட்டங்கள் கோட்டம் முழுவதும் ஏற்பாடு செய்யப்பட்டு நடைபெறும். பல பகுதிக் கூட்டங்களில் நானும் கலந்துகொண்டிருக்கிறேன்.

1983ம் ஆண்டு அம்பாசமுத்திரத்தில் P.3, P.4 கூட்டு மாநாடு நடைபெற்றது. அதில் தமிழ் மாநிலச் செயலாளர் தோழர் A.G. பசுபதி கலந்துகொண்டார். மாநாடு துவங்கு முன்னர் தோழர்கள் வீரணன்,

S.தியாகராஜன், K.R.சின்னராஜா ஆகியோர் மாநிலச் செயலாளரைச் சந்தித்து ஈ. டி. ஊழியர் பிரச்சனைகளை மட்டுமே முன்வைத்து தொடர்ச்சியான இயக்கங்கள் நடத்தி வேலை நிறுத்தம் வரை கொண்டு செல்ல வேண்டும் என்று வலியுறுத்தி கேட்டுக்கொண்டார்கள். தோழர் ஏ.ஜி. பசுபதி இதை ஏற்றுக்கொண்டு ஈ. டி. ஊழியர் கோரிக்கைகளை மக்கள் மத்தியில் கொண்டுசெல்ல எல்லா கோட்டங்களிலும் பாதயாத்திரை மேற்கொள்ளவேண்டும் என்று அறிவித்தார். விரைவிலேயே மாநிலச் சங்க அறைகூவலும் வெளியிடப்பட்டது.

கோவில்பட்டி கோட்டத்தில் 1983 ஆகஸ்டில் பாதயாத்திரை மிக சக்தியாக நடத்தப்பட்டது. தென்காசி, புதூர், சங்கரன்கோவில், அம்பை ஆகிய பகுதிகளில் இருந்து முதல்நாள் நேரடியாகக் கிளம்பி 2ம் நாள் மாலை 7.00 மணிக்கு பாதயாத்திரை கோவில்பட்டியில் சங்கமித்தது. முதலில் ஆரம்பிக்கும்போது சிறிய கூட்டமாக இருந்த பாதயாத்திரை கோவில்பட்டியில் சங்கமித்தபோது ஆயிரக்கணக்கில் கூட்டம்கூடிவிட்டது. ஈ. டி. ஊழியரை இலாகா ஊழியராக்கு என்ற கோஷம் விண்ணைத் பிளந்தது.

அனைத்து தொழிற்சங்கக் கூட்டமைப்பு (JCTU) சார்பில் நான் உட்பட நூற்றுக்கணக்கான தோழர்கள் சங்கக் கொடிகளுடனும் பதாகைகளுடனும். பாதயாத்திரையை வரவேற்று வாழ்த்தி கோஷமிட்டோம். இந்தப் பாதயாத்திரை ஈ.டி. ஊழியர் மத்தியில் நமது சங்கத்தின் மீதான நம்பிக்கையை வளர்த்தது. கோவில்பட்டி கோட்டத்தில் 90 சதவீத ஈ.டி.ஊழியர்கள் நமது சங்கத்தில் இணைந்தனர்.

அடுத்த கட்ட நடவடிக்கையாக மண்டல அளவில் ஈ.டி. ஊழியர் கருத்தரங்கங்கள் நடத்த P.4 சங்கம் அறைகூவல் விடுத்தது. 1984 ஜூன் 16ம் தேதி மதுரை மண்டல கருத்தரங்கம் கோவில்பட்டியில் நடத்தப்பட்டது. மதுரை மண்டலத்தில் உள்ள அனைத்துக் கோட்டங்களில் இருந்தும் சுமார் 2,500 தோழர்கள் வேன்கள், தனியார் பஸ்கள் மூலம் கோவில்பட்டியில் குவிந்தனர்.

ஒரு தனியார் பள்ளி ஆடிட்டோரியத்தில் ஏற்பாடு செய்யப்பட்ட கருத்தரங்கக் கூட்டம் அதிகமானதால் பள்ளி மைதானத்தில்

திறந்தவெளிக் கருத்தரங்கமாக மாற்றப்பட்டது. அன்றைய P.4 தமிழ் மாநில சங்கத் தலைவர் தோழர் ஏ. பிரேமநாதன் தலைமையில் நடந்த கருத்தரங்கில் தோழர் ஏ.ஜி. பசுபதி உட்பட P.3 மற்றும் P.4 மாநிலச் சங்க நிர்வாகிகள் பலர் உரையாற்றினர். பேசிய தோழர்கள் அனைவருமே ஈ.டி. கோரிக்கைகளை மட்டுமே முன் வைத்து அகில இந்திய வேலை நிறுத்தத்துக்கு P.4 மற்றும் P.3 சங்கங்கள் இணைந்து அறைகூவல் விடுக்கவேண்டும் என வலியுறுத்தினர். அதன் அடிப்படையில் வேலை நிறுத்த தீர்மானமும் நிறைவேற்றப்பட்டது. மாலை 5.00 மணியளவில் கொட்டும் மழையில் தோழர் ஏ. பிரேமநாதன் தலைமையில் பிரமாண்டமான ஊர்வலம் ஆக்ரோஷமான கோஷங்களுடன் நடத்தப்பட்டது.

இறுதியாக **1984** செப்டம்பர் **19** அன்று ஒரு நாள் வேலைநிறுத்தம் என்று ஆலப்புழை மத்திய செயற்குழு முடிவு செய்தது. கோவில்பட்டி அஞ்சல் கோட்டத் தோழர்கள் வீரணன், வி.எஸ். கணபதி, பாலு, தமிழ்ச்செல்வன், கற்குவேல், சுப்பையா ஆகியோர் தலா **15** நாள் விடுப்பு எடுத்துக்கொண்டு பம்பரமாகச் சுழன்றார்கள். சைக்கிளில் ஊர் ஊராகச் சுற்றி ஈ.டி. ஊழியர்களை அணிதிரட்டினார்கள். நானும் கலந்துகொண்டேன். செப்டம்பர் 18ம் தேதியே வேன்கள் மூலம் தோழர்களைக் கொண்டுசென்று திருமண மண்டபம் அல்லது பள்ளிகளில் தங்கவைக்க முடிவு செய்தோம். கோவில்பட்டி, கயத்தாறு, விளாத்திகுளம், சங்கரன்கோவில், தென்காசி, கடையநல்லூர் மற்றும் அம்பாசமுத்திரம் ஆகிய ஊர்களில் இத்தகைய முகாம்களை ஏற்பாடு செய்தோம். இந்தத் திட்டம் சிறப்பாக வேலை செய்தது. நான் கோவில்பட்டி முகாமில் தோழர்களுடன் தங்கியிருந்தேன். மறக்க முடியாத போராட்டம். மறக்க முடியாத நாட்கள்.

கோவில்பட்டி நாட்கள். - 2

நம்மில் ஒரு பகுதியாக இருந்து இலாகாவின் கட்டுமானப் பணிகளில் கடுமையாக உழைத்துக்கொண்டிருந்த கேசுவல் மஸ்தூர் தோழர்களை அணிதிரட்ட வேண்டும் என்று முடிவு செய்தோம். 1985ஆம் ஆண்டு தமிழகம் முழுவதும் இந்தப் பணிகளில் ஈடுபட்டிருந்தோம். கூடவே பகுதி நேர ஊழியர்கள், குறுநேரப் பணியாளர்கள் பிரச்சனைகளையும் கையிலெடுத்தோம். தமிழகத்தின் அனைத்து மாவட்டங்களிலும் கே.ஜி.போஸ் அணி முன்னணியில் நின்று கேசுவல் மஸ்தூர் கன்வென்சன்களை நடத்தியது.

நான் அப்போது கோவில்பட்டி *SDOT* அலுவலகத்தின் தலைமை எழுத்தராக இருந்தேன். அதற்கு முன்பு காசாளராக இருந்தேன். மஸ்தூர் தோழர்களுக்கு மஸ்டர் ரோல்படி பணம் பட்டுவாடா செய்யும் பொறுப்பில் இருந்தேன். அவர்கள் வேலை பார்த்த நாட்களுக்கான சர்டிபிகேட் கொடுக்கும் பொறுப்பிலும் இருந்தேன். ஒரு ஹெட்கிளர்க் அவ்வளவு கனிவாக, கண்ணியமாக, சம மரியாதையோடு அவர்களை நடத்தியதை அவர்கள் அதற்கு முன்பு எங்குமே கண்டதில்லை. ஒரு நாளைக்கு ஐந்தே முக்கால் ரூபாய் சம்பளம்.

பகல் முழுவதும் குழிதோண்டி கம்பம் நட்டு கம்பி இழுக்கும் கடினமான வேலை. மத்தியான வேளைகளில் பெரும்பாலும் சாப்பாடு கிடையாது. பட்டினிதான். அருகில் வாழைத்தோப்பு இருந்தால் மிகப்பெரிய அதிர்ஷ்டம். வாழைக்காயைத் தின்று சிறிது பசியைப் போக்கிக் கொள்ளலாம். மாலை மங்கும் வரை வேலை. அதற்குப் பிறகு எங்காவது கிணறு அல்லது பம்ப் செட்டில் குளித்துவிட்டு டெண்டிற்கு வருவார்கள்.

டெண்ட்டில் ஒரு மஸ்தூரை சமையலுக்காக விட்டுவிட்டு சென்றிருப்பார்கள். ஒரு வாளியில் அரிசி, காய்கறிகள், உப்பு, மஞ்சள்தூள் எல்லாம் போட்டு கூட்டாஞ்சோறு பொங்கி வைத்திருப்பார் அவர். அனைவரும் ஆளுக்கொரு ஈயத்தட்டு வைத்திருப்பார்கள். சாப்பாட்டு வாளியை நடுவில் வைத்து அதைச் சுற்றி வட்டமாக உட்கார்ந்துகொண்டு தட்டில் சோற்றைப் போட்டுக்கொண்டு சாப்பிடுவார்கள். அவர்களைச் சந்தித்து அவர்களோடு பேசி அணிதிரட்ட வேண்டுமென்றால் அவர்களது டெண்டிற்கே போகவேண்டும். அங்குதான் அவர்களை மொத்தமாகப் பார்க்க முடியும்.

அவர்களது டெண்டிற்குச் சென்றேன். அவர்கள் வேலை முடிந்து குளித்துவிட்டு வரும்வரை காத்துக்கொண்டிருந்தேன். அவர்களோடு உட்கார்ந்து அவர்களது ஈயத்தட்டில் வாளியில் சமைத்த அவர்களது உணவை அவர்களோடு சேர்ந்து சாப்பிட்டேன். நான் அவர்களோடு அமர்ந்து சாப்பிடுவது அவர்களுக்கு முதலில் மிகுந்த கூச்சத்தையும் சங்கடத்தையும் ஏற்படுத்தியது. இதற்கு அவர்களைப் பழக்குவதற்கே பல நாட்கள் ஆகிவிட்டன. ‘இந்த சாப்பாடு வேண்டாம். பக்கத்தில் ஓட்டலில் வாங்கி வருகிறோம் என்று சொல்வார்கள். நான் அதையெல்லாம் கேட்பதே இல்லை.

அவர்களை வேலைக்கு அமர்த்தியிருக்கும் நமது எல்.ஐ., எஸ்.ஐ, எல்.எம்.தோழர்களும் எனக்குத் தனியாக சாப்பாடு வாங்கித் தருவதாக வலியுறுத்தினார்கள். நான் எதையும் கேட்கவில்லை. அந்தத் தோழர்களோடு உட்கார்ந்து அவர்களது ஈயத்தட்டில் வாளியில் சமைத்த அவர்களது உணவைத்தான் சாப்பிடுவேன் என்று பிடிவாதமாக இருந்தேன். சாப்பாடு முடிந்தபிறகு தொழிற்சங்க விஷயங்களை அவர்கள் எவ்வளவு நேரம் தாங்குவார்களோ அவ்வளவு நேரம் பேசுவேன். இரவில் அந்த டெண்டில் பாய் விரித்து அவர்களுடனேயே படுத்துக்கொள்வேன். நான் பேசிய விஷயங்கள் அவர்களுக்கு புரிந்ததோ இல்லையோ நான் அவர்கள்மேல் அளப்பரிய அன்பு வைத்திருந்தேன் என்பது அவர்களுக்குப் புரிந்தது.

இந்தத் தோழர்கள் மாவட்டத்தின் பல்வேறு கிராமப் பகுதிகளில் டெண்ட் அடித்து தங்கி வேலை பார்த்தார்கள். அனைத்து டெண்டுகளுக்கும் போனேன். சாப்பிட்டேன். பேசினேன். இரவு தங்கினேன். அலுவலகத்தில் அவர்களுக்கு பணம் பட்டுவாடா செய்தேன். வேலை பார்த்த நாட்களுக்கு சர்ட்டிபிகேட் கொடுத்தேன். சங்கம் அமைக்க வேண்டியதன் அவசியத்தை அவர்களுக்கு உணர்த்தினேன். மிகுந்த மனநிறைவோடு அந்த நாட்கள் கழிந்தன.

நான் கேசுவல் மஸ்தூர்களை அணி திரட்டியதும் அவர்களுக்கு சங்கம் அமைக்க ஏற்பாடு செய்வதும் நமது எல்.ஐ., எஸ்.ஐ., எல்.எம். தோழர்களுக்கு கொஞ்சமும் பிடிக்கவில்லை. கேசுவல் மஸ்தூர்களை நிரந்தர ஊழியர்களுக்கு எதிராக நான் அணிதிரட்டுவதாக அவர்கள் நினைத்துக்கொண்டார்கள். அது சரியல்ல என்று அவர்களுக்குப் புரிய வைக்க வேண்டி இருந்தது. மஸ்தூர் தோழர்களை நிரந்தரமாக்குவதற்கான போராட்டத்தில் நிரந்தர ஊழியர்கள் பங்குகொள்ள வேண்டும் என்றும் நமது சங்கத்தில் அவர்கள் உறுப்பினர்களாவதை அவர்கள் ஆதரிக்க வேண்டும் என்றும் அவர்களுக்கு புரிய வைக்க வேண்டி இருந்தது. இது ஒரு நீண்ட போராட்டமாக இருந்தது. ஆனால், காலப்போக்கில் சரிசெய்ய முடிந்தது. தமிழகம் முழுவதும் உள்ள நமது முன்னணித் தோழர்கள் அனைவரின் அனுபவமும் இப்படித்தான் இருக்கும் என்று நினைக்கிறேன்.

முத்தாய்ப்பாக ஈரோடு மாவட்டம் முழுவதும் சைக்கிள் பேரணி நடத்தி சென்னிமலையில் ஒரு மாநிலம் தழுவிய கேசுவல் மஸ்தூர் கருத்தரங்கை நடத்தினோம். அப்போது தமிழ் மாநில

E.4 செயலராக இருந்த தோழர் ஜெகனும் கேரள மாநில E.4 செயலராக இருந்த தோழர் ராமனும் கலந்து கொண்ட பிரமாண்டமான கருத்தரங்கமாக அது அமைந்தது.

அப்போது விருதுநகர் மாவட்டம் சாத்தூர் தொலைபேசி நிலையத்தில் அருமைத் தோழர் பார்வதிநாதன் மானிட்டராக இருந்தார். சாத்தூர் தொலைபேசி நிலையத்தில் தொலைபேசி நிலையத்தை பெருக்கி சுத்தம் செய்து பானையில் குடிதண்ணீர் எடுத்துவைக்கும் ஒரு வாட்டர்பாய் தோழர் இருப்பதாகவும் அவரோடு பேசி வைத்திருப்பதாகவும் நான் ஒரு முறை நேரில் வந்து அவருடன் பேச வேண்டும் என்றும் தோழர் பார்வதிநாதன் என்னிடம் சொன்னார்.

நான் சாத்தூர் சென்று அந்தத் தோழரை சந்தித்தேன். அருமைத் தோழர் முருகையாவை முதன் முதலில் இவ்வாறுதான் சந்தித்தேன். என்ன ஒரு அருமையான தோழர்!. அப்போது சாத்தூர் பாண்டியன் கிராம வங்கியில் வேலையிலிருந்த தோழர் பாரதி கிருஷ்ணகுமாருடன் முருகையா தொடர்பில் இருந்தார். எழுத்தாளர் சங்கத்தோடு தொடர்பில் இருந்தார். அவரிடம் நிறைய பேசினேன். பகுதி நேர ஊழியர்கள், கேசுவல் மஸ்தூர்களை அணிதிரட்ட வேண்டிய அவசியம் குறித்துப் பேசினேன். தோழர் முருகையாவின் மனதில் அந்த விஷயம் பதிந்து விட்டது. இந்தத் தொழிலாளிகளை நிரந்தரம் செய்வது என்கிற நீண்டதூர லட்சியத்தோடு அவர்களுக்கு உடனடியாக சட்டப் பூர்வமாக கிடைக்க வேண்டிய சலுகைகளை பெற்றுத்தர வேண்டும் என்றும் கூறினேன்.

அப்போது E.4 மாநிலச் சங்கத்தில் குப்தா அணியினரோடு ஒற்றுமை அடிப்படையில் குறிப்பிட்ட எண்ணிக்கையில் பதவிகளை நாம் பெற்றுக்கொள்ளும் நடைமுறை இருந்தது. ஒரு முறை E.4 மாநில மாநாட்டின் சமயம் நமக்குக் கிடைக்கும் பதவிகளில் ஒன்றை தோழர் முருகையாவுக்குத் தரவேண்டும் என்று நான் நமது அணித் தோழர்களிடம் வாதாடினேன். தோழர் முருகையா மாநில நிர்வாகியானார். அந்தப் பொறுப்பில் தனது சிறப்பான முத்திரையைக் பதித்தார். பின்னர், சங்கங்களில் பிளவு ஏற்பட்டு நாம் தனித்தனி சங்கங்களாக செயல்பட ஆரம்பித்த போது நமது E.3 சங்கச் செயலராக தோழர் NGயும் E.4 சங்க செயலராக தோழர் முருகையாவும் செயல்பட்டனர்.

இதற்கிடையில் அகில இந்திய அளவில் கேசுவல் மஸ்தூர், RTP பிரச்சனைகளுக்காக போராட்டம் நடத்த முடிவானது. இரண்டுகட்ட போராட்டம்.

கால வரையற்ற உண்ணாவிரதம்.

ஒரு மணி நேர வேலை நிறுத்தம்.

3-2-1986 அன்று டெல்லி சஞ்சார் பவன் முன்பு ஈ.4 பொதுச் செயலாளர் தோழர் சந்திரசேகர், ஈ.3 பொறுப்பு பொதுச் செயலாளர் தோழர் கோலி, ஆர்.4 துணைப் பொதுச் செயலாளர் தோழர் ஜெகன்னாத், ஈ.4 பொருளாளர் தோழர் ஈஸ்வர் உட்பட 15 பேர் உண்ணாவிரதம் மேற்கொண்டனர்.

பி. 4 பொதுச் செயலாளர் தோழர் ஆதி, டி.3 பொதுச் செயலாளர் தோழர் ஹர்சுல்கார், ஆர்.3 பொதுச் செயலாளர் தோழர் பானர்ஜி ஆகியோர் ஒரு நாள் ஆதரவு உண்ணாவிரதம் இருந்தனர். தோழர்கள் மோனிபோஸ், எல்.ஏ. பிரசாத் ஆகியோர் உண்ணாவிரதத்தை வாழ்த்திப் பேசினர்.

சம்மேளன பொதுச் செயலாளர் தோழர் குப்தா நிர்வாகத்துடன் பேச்சுவார்த்தை நடத்தினார். தொலைத்தொடர்பு வாரிய உறுப்பினர்களும் அமைச்சரும் உண்ணாவிரதப் பந்தலுக்கு வந்து பேச்சுவார்த்தை நடத்தினர். பேச்சுவார்த்தைகள் பல சுற்றுக்கள் நீடித்தன. பல நாட்கள் நீடித்தன. கடைசியாக 10-2-1986 அன்று உடன்பாடு ஏற்பட்டது. 11-2-1986 அன்று உண்ணாவிரதம் முடித்துக் கொள்ளப்பட்டது.

இலாகா விதிகளின்படி கேசுவல் மஸ்தூர் தோழர்களுக்கு குடை, சோப்பு, டவல் இவை வழங்கப்படவேண்டுமென்று தோழர் முருகையா முயற்சிகள் மேற்கொண்டார். மஸ்தூர்களுக்கு சோப்பும் டவலும் வாங்கிக்கொடுத்தால் முருகையாவுக்கு சோப்பு டவல் முருகையா என்று பட்டம் கொடுப்பதாக ஒரு தலைவர் கேலியாக அறிவித்தார். இறுதியில் அவற்றை வாங்கித் தருவதில் நாம் வெற்றி பெற்றோம். ஒருவருடத்தில் 240 நாட்கள் வீதம் இரண்டு வருடத்தில் 480 நாட்கள் வேலை பார்த்திருந்தால் அவர்கள் நிரந்தரம் செய்யப்பட வேண்டும் என்று வாதாடினோம். அந்த அடிப்படையில் ஒரு பகுதி கேசுவல் மஸ்தூர்கள் நிரந்தரம் செய்யப்பட்டனர். அதன் பிறகு ஏழு வருடங்களில் ஏதாவது இரண்டு வருடங்களில் 240 நாட்கள் வேலை பார்த்திருந்தால் அவர்களை நிரந்தரம் செய்ய வேண்டும் என்று வாதாடினோம். அந்த அடிப்படையில் ஒரு பகுதி கேசுவல் மஸ்தூர்கள் நிரந்தரம் செய்யப்பட்டனர். பிறகு 10 ஆண்டுகளில் ஏதாவது இரண்டு வருடங்களில் 240 நாட்கள் வேலை பார்த்திருந்தால் அவர்களையும் நிரந்தரம் செய்ய வேண்டும் என்று வாதாடினோம். செங்கல்பட்டு மாவட்டத்தில் சிலர் தவிர, மீதி அனைவரும் நிரந்தரம் செய்யப்பட்டனர். செங்கல்பட்டு

தோழர்களுக்கான போராட்டம் நீடித்தது. இறுதியாக அதுவும் வெற்றியடைந்தது.

கேசுவல் மஸ்தூர் பிரச்சனைகளை கையிலெடுத்ததும் அவர்களை அணி திரட்டியதும் அவர்கள் அனைவரும் நிரந்தர ஊழியர்களாக மாறியதும் ஈ.4 அரங்கத்தில் நமது அணிக்கு ஒரு பலமான அடித்தளத்தை ஏற்படுத்திக் கொடுத்தன. முருகையா என்ற அற்புதமான தோழன் நமது அணிக்கு கிடைத்தான். இப்போது அவன் நம்மிடையே இல்லை. ஆனாலும் அவனது நினைவுகள் எப்போதும் நம்முடன் வாழ்ந்துகொண்டிருக்கும்.

இலாகா பிரிவினையும் போபால் அகில இந்திய மாநாடும்

தபால் தந்தி இலாகாவின் சேவைத் திறன் குறைந்துவிட்டதாகச் சொல்லி அதை ஆய்வு செய்து அறிக்கை தருவதற்கு அரசாங்கம் ஒரு சரின் கமிட்டியை அமைத்தது. சரின் கமிட்டி வழக்கம்போல் உண்மை நிலைமைகளைக் கண்டறியாமல் முதலாளி வர்க்கமும் அரசாங்கமும் என்ன விரும்பினார்களோ அதையே தீர்வாகக் குறிப்பிட்டது. ஒன்றாயிருந்த தபால் தந்தி துறையை அஞ்சல் பகுதியாகவும் தொலைத்தொடர்புப் பகுதியாகவும் பிரிக்க வேண்டுமென்று அது பரிந்துரைத்தது.

அஞ்சல் பகுதி அடக்க விலைக்கும் மிகவும் கீழே மக்களுக்குச் சேவை செய்கிற ஒரு சேவைத் துறை. தொலைத்தொடர்பு அப்படியல்ல. அது வணிக ரீதியில் லாபத்துடன் இயங்குகிற ஒரு சேவைத் துறை. எனவே, இரண்டு துறைகளையும் பிரிக்க வேண்டும் என்பது முதலாளி வர்க்கத்தின் விருப்பமாக இருந்தது. நஷ்டத்தில் இயங்கும் அஞ்சல் துறையை அரசாங்கம் நடத்தினால் லாபம் தரும் தொலைத்தொடர்பில் தாங்கள் நுழைய முடியும் என்று முதலாளிகள் கணக்குப் போட்டார்கள். தொலைத்தொடர்பு சேவைக்கான மிகப்பெரிய சந்தையும் இந்தியாவில் இருந்தது.

எனவே சரின் கமிட்டி பரிந்துரையின் சாக்கில் ஒன்றாயிருந்த தபால் தந்தித் துறை அஞ்சல் துறையாகவும் தொலைத்தொடர்பு துறையாகவும் 1985 ஜனவரியில் இரண்டாகப் பிரிக்கப்பட்டது. அதற்கும் முன்னதாக 1974ல் இந்த சேவைகள் மாநில அளவில் இரண்டாகப் பிரிக்கப்பட்டு செயல்பட்டு வந்தன.

தொலைத்தொடர்புத் துறையை கொஞ்சம் கொஞ்சமாக தனியாருக்கு தாரை வார்க்கும் நீண்ட தூர உள் நோக்கத்தோடு இந்தப் பிரிவினை நடவடிக்கை எடுக்கப்படுவதாக கே.ஜி.போஸ் அணி எச்சரித்தது. ஆனால், தொலைத்தொடர்புத் துறை தனியாகப்

பிரிக்கப்பட்டால் ஊழியர்களுக்கு மிகப்பெரிய நன்மைகள் கிடைக்கும் என அதை வரவேற்ற தலைவர்களும் இருந்தார்கள்.

எப்படியோ நாம் விரும்பியோ, விரும்பாமலோ 30 ஆண்டுகளுக்கும் மேலாக மத்திய அரசு ஊழியர் இயக்கத்தின் ஈட்டி முனையாகத் திகழ்ந்த அந்த உன்னதமான அமைப்பு NFPTE இரண்டாகப் பிரிக்கப்படவேண்டிய அந்தக் கொடுமையான நிலையும் வந்து சேர்ந்தது. 1986ஆம் ஆண்டு மார்ச் 17 முதல் 21 வரை கல்கத்தாவில் நடந்த சம்மேளனக் கவுன்சில் கூட்டத்தில் NFPTE சம்மேளனம் NFTE, NFPE என இரண்டாகப் பிரிக்கப்பட்டது.

பிரிக்கப்பட் CGM அலுவலக நிர்வாகப் பிரிவு ஊழியர் சங்கத்துடன் சேர்த்து NFTEயில் 5 சங்கங்களும், பிரிக்கப்பட்ட PMG நிர்வாகப் பிரிவு அலுவலர் சங்கத்தோடு சேர்த்து NFPEயில் 5 சங்கங்களும் உருவாகின. வீரஞ்செறிந்த போராட்டங்களிலும் கடுமையான பழிவாங்குதல்களிலும் தோளோடு தோள் சேர்ந்து நின்ற அந்தப் பிரதிநிதித் தோழர்கள் பிரிவினையினால் மிகுந்த மனவேதனைப்பட்டனர். ஒரு கூட்டுக் குடும்பம் இரண்டாகப் பிரிவதைப்போன்ற சோகமான நிகழ்வு அது. இன்னொருபுறம் இரண்டு பகுதித் தலைவர்கள் மத்தியிலும் ஒரு வித மகிழ்ச்சி ஏற்பட்டதையும் பார்க்க முடிந்தது.

NFTEயின் பொதுச் செயலாளராக தோழர் குப்தா தேர்ந்தெடுக்கப் பட்டார். எதிர்ப்பாளர்கள் இருந்தபோதும் NFTEயில் 5 சங்கங்களும் குப்தா அணியின் தலைமையில் இருந்தன. எனவே, அந்த அணியினருக்கு மகிழ்ச்சி. NFPEயில் R.4 சங்கம் தவிர, ஒரு கணிசமான பெரும்பான்மை பெற்றிருந்தது கே.ஜி.போஸ் அணியினருக்கு மகிழ்ச்சியை ஏற்படுத்தியது.

NFTEயில் அதிகபட்ச உறுப்பினர் எண்ணிக்கையோடு E.3 சங்கம் மிகப்பெரிய சங்கமாக இருந்தது. NFPTE 1954ல் உருவானதில் இருந்தே தோழர் குப்தா E.3 சங்கத்தின் பொதுச் செயலாளராக பல தலைமுறைகள் நீடித்தார். NFPTEயின் பிரிவினையைத் தொடர்ந்து குப்தா NFPTE மற்றும் NFTE சங்கத்தின் யாரும் கேள்வி கேட்க முடியாத மாபெரும் தலைவராக விளங்கினார். மாநாடுகளில் அவருக்கு எதிரான போட்டி என்று எதுவும் நடந்ததே இல்லை. அவர் முன்வைக்கிற பட்டியல் அப்படியே ஏற்றுக்கொள்ளப்படும்.

E.3 சங்கத்தில் சிறுபான்மையாக இருந்தபோதும் கே.ஜி.போஸ் அணிக்கு ஓர் உறுதியான அடித்தளம் இருந்தது. சரியான கொள்கைகளுக்காக அவர்கள் விடாப்பிடியாகப் போராடினார்கள்.

ஒவ்வொரு அகில இந்திய மாநாடும் இரண்டு அணிகளுக்கும் இடையிலான போர்க்களமாகவே இருந்தது. 1976 வரை அனைத்து நிர்வாகிகள் பதவிகளும் குப்தா அணி வசமே இருந்தன. 1976 சண்டிகர் மாநாடு நடந்தபோதுதான் கே.ஜி.போஸ் அணியோடு மூன்று பதவிகள் பகிர்ந்துகொள்ளப்பட்டன.

இந்தப் பின்னணியில்தான் E.3 சங்கத்தின் அகில இந்திய மாநாடு போபாலில் 1991 அக்டோபர் 24 முதல் 29 வரை நடைபெற்றது. குப்தா தலைமை ஊழியர்கள் பிரச்சனைகளுக்கு போராடுவதற்குப் பதிலாக ஒரு சமரசப்பாதையை கடைப்பிடித்தது. இதற்கு எதிராக கடுமையாக போராட வேண்டி வந்தது. தோழர்கள் மோனிபோஸ், J. ரங்கநாதன், நம்பூதிரி ஆகியோர் தங்கள் அகில இந்தியப் பதவிகளை ராஜினாமா செய்து அதன் காரணங்களை விளக்கி அகில இந்திய அளவில் பிரச்சாரம் செய்தனர். வந்திருந்த பிரதிநிதித் தோழர்கள் மத்தியிலும் பிரச்சாரம் செய்தனர்.

மாநாட்டில் தலைவர் ஹோமிதாஜி நிர்வாகிகள் தேர்வுக்கான ஆலோசனைப் பட்டியல் கேட்டபோது நாம் நமது பட்டியலைக் கொடுத்தோம். தோழர் குப்தாவுக்கும் அவரது அணியினருக்கும் ஒரே ஆச்சரியம். இப்படி இதுவரை நடந்ததே இல்லை. குப்தா அணியும் தன்னுடைய நிர்வாகிகள் பட்டியலைக் கொடுத்தது. சமரசப் பேச்சுவார்த்தைகள் தோல்வி அடைந்து தேர்தல்கள் தவிர்க்க முடியாததாகி விட்டது. 5,000 பிரதிநிதிகள் ஓட்டுப் போட வேண்டும். தேர்தல் நடந்து முடியவே பல மணிநேரம் ஆகும். இரண்டு அணிகளும் அந்த மாபெரும் பந்தலுக்குள் கொடிகளைப் பிடித்துக்கொண்டு ஊர்வலங்களை நடத்தின.

தேர்தல் முடிவுகளை தலைவர் ஹோமிதாஜி அறிவித்தபோது மாபெரும் அதிர்ச்சி காத்திருந்தது. கே.ஜி.போஸ் அணி மகத்தான வெற்றி அடைந்தது. தோழர் நம்பூதிரி அகில இந்தியத் தலைவராகவும் தோழர் மோனிபோஸ் பொதுச்செயலராகவும் தோழர் அபிமன்யு AGS ஆகவும் தேர்ந்தெடுக்கப்பட்டனர். தோழர் குப்தா மோனிபோசிடம் தோற்றுப் போனார்

இரண்டு AGS பதவிகள் தவிர, மற்ற அனைத்துப் பதவிகளும் கே.ஜி.போஸ் அணிக்கே கிடைத்தன. பெரும்பாலான சம்மேளனக்குழு உறுப்பினர் பதவிகளும் கே.ஜி.போஸ் அணிக்குக் கிடைத்தன.

இந்த மாற்றங்களை குப்தா ஏற்றுக்கொண்டார். தாதா கோஷ் பவனில் புதிய நிர்வாகிகள் செயல்படுவதற்கு ஏற்பாடு செய்து

கொடுத்தார். கார் சாவியை மோனிபோசிடம் ஒப்படைத்தார். எல்லாம் சரியாக நடப்பதான தோற்றம் இருந்தது. ஆனால், திரை மறைவில் சதி வேலைகள் நடந்துகொண்டிருந்தன. JCM ஊழியர் தரப்புத் தலைவரும் FNTO சங்கத் தலைவருமான சௌத்திரி ரகுபீர்சிங் 1992 டிசம்பர் 12ல் DOTக்கு ஒரு கடிதம் எழுதினார்.

1949 வேலை நிறுத்தம் காரணமாக மோனிபோஸ் டெர்மினேசன் செய்யப்பட்டவர் என்றும் எனவே E.3 சங்கத்தின் பொதுச் செயலாளராக அவர் இருக்க முடியாது என்றும் புகார்க் கடிதம் கொடுத்தார். DOT நிர்வாகமும் கிளிப்பிள்ளைமாதிரி அதை அப்படியே ஒப்புவித்தது.

மோனிபோஸ் டெர்மினேட் செய்யப்பட்டவர் என்பதால் அவரை ஏற்க முடியாது என்றும் சங்கத் தலைவர் தோழர் நம்பூதிரி நிர்வாகத்தோடு பேச்சுவார்த்தை நடத்தலாம் கடிதம் எழுதலாம் என்றும் கூறியது. நமது ஆலோசனைகளின்படி தோழர் மோனிபோஸ் கல்கத்தா உயர் நீதிமன்றத்தில் இதை எதிர்த்து வழக்குத் தொடர்ந்தார்.

சிபிஐ(எம்) கட்சியின் புகழ் வாய்ந்த தலைவரும் வழக்கறிஞருமான தோழர் சோம்நாத் சாட்டர்ஜி M.P. இந்த வழக்கில் நமக்காக ஆஜரானார். கல்கத்தா உயர் நீதிமன்றம் ஒரு நல்ல தீர்ப்பை வழங்கியது. மோனிபோஸ் ஒரு தற்காலிக ஊழியராக இருந்தபோது எந்தவிதக் காரணமும் சொல்லப்படாமல் டெர்மினேட் செய்யப்பட்டார் என்றும் எனவே அவர் கௌரவமாக விடுவிக்கப்படவில்லை என்பதை ஏற்க முடியாது என்றும் கல்கத்தா உயர் நீதிமன்றம் சொன்னது.

மேலும் குப்தாவை ஒப்பிட்டு அவர் ஒரு தபால் தந்தி ஊழியரே இல்லை என்றபோதும் வேலை நீக்கம் செய்யப்பட்ட மத்திய அரசு ஊழியர் என்றபோதும் 1954ல் இருந்து பொதுச்செயலராக ஏற்றுக்கொள்ளப்பட்டிருக்கிறார் என்றும் சுட்டிக்காட்டியது. இறுதியில் உண்மை வென்றது. DOT மோனிபோசை பொதுச் செயலாளராக அங்கீகரிக்க வேண்டி வந்தது.

சீர்குலைவு வேலைகள் சவால்கள் சங்கத்தைப் பாதுக்கும் பணிகள்

கல்கத்தா உயர் நீதிமன்றத்தின் தீர்ப்பை ஏற்றுக்கொண்டு நல்ல பிள்ளையாக தோழர் மோனிபோஸ்தான் E.3 சங்கத்தின் பொதுச் செயலாளர் என்று அங்கீகரித்த DOT கூடவே தனது திருகுதாள வேலைகளையும் ஆரம்பித்தது. ஆறே மாதங்களில் அகில இந்திய மாநாட்டை நடத்தவேண்டும் என்று சொன்னது. எனவே, திருவனந்தபுரம் வைகுண்டம் ஆடிடோரியத்தில் 1994 ஏப்ரல் 9 முதல் 16 வரை அகில இந்திய மாநாடு நடத்த முடிவானது. என்ன ஆச்சரியம்! குப்தா அணி நண்பர்கள் திருச்சிராப்பள்ளியில் மாநாடு நடைபெறும் என்று அறிவித்தார்கள். மீண்டும் கோர்ட்டுக்குப் போனோம். திருச்சி மாநாடு செல்லாதென்றும், திருவனந்தபுரம் மாநாடுதான் உண்மையான மாநாடு என்றும் கோர்ட்டு தீர்ப்பு வழங்கியது.

தோழர் சுசிலா கோபாலன் M. P. அவர்களை தலைவராகவும், E.3 மாநிலச் செயலாளர் தோழர் P.V.சந்திரசேகரனைப் பொதுச் செயலாளராகவும் கொண்ட வரவேற்புக் குழு அமைக்கப்பட்டு மிகச் சிறப்பான ஏற்பாடுகளைச் செய்தது. உலகப் புகழ் வாய்ந்த கம்யூனிஸ்ட் தலைவர் தோழர் EMS துவக்க உரை நிகழ்த்த ஏற்பாடு செய்யப்பட்டிருந்தது. அவரும் குறித்த நேரத்தில் வந்து விட்டார். எந்தவித ஆத்திரமூட்டல் நிகழ்ச்சியும் நடக்காத நிலையில் குப்தா அணியினர் கோஷமிட ஆரம்பித்தனர். நாற்காலிகள் தூக்கி எறியப்பட்டன. ஜன்னல் கண்ணாடிகள் உடைத்து நொறுக்கப்பட்டன. தொண்டர் படை களத்தில் இறங்கி அவர்களை கட்டுக்குள் கொண்டுவந்தது. இதை எதிர்த்து குப்தா அணியினர் கோஷமிட்டுக்கொண்டே வெளிநடப்புச் செய்தனர். தங்குவதற்கு ஒரு மண்டபத்தை ஏற்கெனவே ஏற்பாடு செய்து வைத்திருந்தனர். திரும்பத் திரும்பச் சென்று அழைத்தும் மாநாட்டுக்குத் திரும்பி வரவேயில்லை.

மாநாட்டு நிகழ்ச்சிகள் திட்டமிட்டபடி நடந்தன. தோழர் மோனிபோஸ் தலைவராகவும் தோழர் நம்பூதிரி பொதுச்

செயலாளராகவும் தேர்ந்தெடுக்கப்பட்டனர். தோழர் அபிமன்யு உதவி பொதுச்செயலாளராகவும் நானும் தோழர் முத்துக்குமாரசாமியும் சம்மேளனக்குழு உறுப்பினர்களாகவும் தேரந்தெடுக்கப்பட்டோம். வழக்கம்போல் குப்தா அணி டெல்லியிலிருந்து தோழர் S. ஜெகனைத் தலைவராகவும் M.B.விச்சாரேவை பொதுச்செயலாளராகவும்கொண்ட ஒரு போட்டிப் பட்டியலை வெளியிட்டது. இரண்டு பட்டியல்கள் வந்திருப்பதால் இரண்டுக்கும் அங்கீகாரம் இல்லை என்று நிர்வாகம் சொன்னது. மீண்டும் கோர்ட்டுக்குப் போனோம். இரண்டு அமைப்புகளும் உறுப்பினர் சரிபார்ப்பில் ஈடுபட வேண்டும் என்று கோர்ட்டு தீர்ப்பளித்தது.

உறுப்பினர் சரிபார்ப்பு ரகசிய ஓட்டெடுப்பு அடிப்படையில் இருக்கவேண்டும் என்று நாம் சொன்னோம். நிர்வாகம் கேட்கவில்லை. எனவே, தேர்தல்களில் ஏகப்பட்ட தில்லுமுல்லுகள் நடைபெற்றன. லைன் மேன் தோழர்களும் T மேன் தோழர்களும் குரூப் டி தோழர்களும் குப்தா அணிக்கு ஆதரவாக ஓட்டுப்போட அனுமதிக்கப்பட்டனர். முடிவுகள் வெளிவந்தன. தில்லுமுல்லுகளில் ஈடுபட்டாலும் குப்தா அணி வெற்றி பெற முடியவில்லை. இரண்டு அணிகளும் 35 சதம் வாக்குகள் வாங்காததால் இரண்டுக்கும் அங்கீகாரம் இல்லை என்று நிர்வாகம் சொன்னது.

இதற்கிடையில் மத்திய அரசு ஊழியர் தொழிற்சங்கங்களை அங்கீகரிப்பதற்கான புதிய அங்கீகார விதிகளை மத்திய அரசு உருவாக்கியது. அதன்படி அங்கீகாரத்துக்கான தேர்தல்கள் 1996 அக்டோபர் 31லிருந்து துவங்கின. E.3 சங்கம் என்ற பெயரில் நாம் விண்ணப்பித்தோம். விச்சாரேவும் அதே பெயரில் விண்ணப்பித்தார். அவருடைய விண்ணப்பத்தை ஏற்றுக்கொண்ட நிர்வாகம் நம்முடைய விண்ணப்பத்தை நிராகரித்தது.

நாம் அமைச்சர் பேனிபிரசாத் வர்மாவை அணுகினோம். அவர் சங்கத்தின் பேரில் மாற்றம் செய்து கொடுக்கும்படி ஆலோசனை சொன்னார். சங்கப் பேரை மாற்ற முடியாது என்று நாம் சொன்னோம். அதற்கு அவர் சங்கப் பெயரோடு பொதுச்செயலாளர் நம்பூதிரி பெயரைச் சேர்த்து E. 3 (நம்பூதிரி) சங்கம் என்று கொடுக்குமாறு கூறினார். நாம் அந்தப் பெயரில் விண்ணப்பித்தோம். பலநாள் இழுத்தடிப்புக்குப் பிறகு நிர்வாகம் நமது விண்ணப்பத்தை ஏற்றுக்கொண்டது. ஆனால், நாடு முழுவதும் இந்தப் பெயரை எதிர்த்து பலரும் பல்வேறு நீதிமன்றங்களில் வழக்குப் போட்டதால்

சரிபார்ப்பு தேர்தல் நடைபெறவில்லை. நாம் E.3 நம்பூதிரி என்ற பெயரில் அங்கீகாரம் இல்லாமல் செயல்படுவது என்று முடிவு செய்தோம்.

1991 முதல் தோழர் நம்பூதிரி அகில இந்திய சங்க மையத்தில தன்னந்தனியாக இருந்து செயல்படுவது மிகவும் கடினமானதாக இருந்தது. தோழர் மோனிபோஸ் கல்கத்தா சென்று விட்டார். டெல்லியின் கடுங்குளிரில் ஹீட்டர் இல்லாமல் பச்சைத் தண்ணீரில் குளிப்பதும், கொளுத்தும் கோடை காலத்தில் AC இல்லாமல் இருப்பதுமாக நம்பூதிரி சிரமங்களை அனுபவித்தார். சங்கத்தைப் பலப்படுத்த டூர் செல்வது அவசியமாக இருந்தது. எனவே, உதவி பொதுச்செயலாளர்கள் போக மற்ற முன்னணித் தோழர்களும் அகில இந்திய மையத்துக்கு வந்து செயல்பட வேண்டும் என்று முடிவு செய்யப்பட்டது.

தமிழகத்திலிருந்து தோழர்கள் C.K. நரசிம்மன், செல்லப்பா, கோபால், பத்ரி, மாணிக்கமூர்த்தி, சௌந்திரபாண்டியன் ஆகியோர் டெல்லி சென்று பணியாற்றினர். தோழர் நம்பூதிரி ஒவ்வொரு மாநிலமாக சுற்றுப்பயணம் செய்தார். மாநிலச் செயலரையோ அல்லது முன்னணித் தோழர்களையோ அழைத்துக் கொண்டு நமது சங்க அமைப்பு இல்லாத மாவட்டங்களில், கிளைகளில் கிடைக்கிற பத்துப் பதினைந்து தோழர்களோடு பேசி ஆங்காங்கே அமைப்புகளை உருவாக்கினார். தமிழகத்தில் நானும் தோழர் ராஜுவும் சுற்றியலைந்த அந்த நாட்களின் நினைவுகள் எனக்குள் அலைமோதின.

எங்களுக்கு ஏற்பட்ட அதே அனுபவம் தோழர் நம்பூதிரிக்கும் ஏற்பட்டது. சங்கம் பிளவுபட்டிருந்ததால் சங்கத்துக்கு வரவேண்டிய சந்தா எதுவும் வரவில்லை. சங்கத்திலும் பணம் இல்லை. கையிலிருந்து போடவும் வழியில்லை. பணம் இல்லாத நிலைமை ஒரு பெரிய சவாலாக மாறிப் போனது. சங்கப் பத்திரிகை அச்சடிக்கும் கோபால் பிரிண்டர்சுக்கு ஒரு வருட பாக்கி. அலுவலக ஊழியர்களுக்கு நான்கு மாத சம்பள பாக்கி. நன்கொடை வசூலுக்காக தோழர் நம்பூதிரி அனைத்து மாநிலங்களுக்கும் டூர் செல்லவேண்டிய கட்டாயத் தேவை. நமது மாநில அமைப்புக்கள் அகில இந்திய சங்கத்தை கைவிட்டு விடவில்லை. மாநிலங்களில் கணிசமான நிதி வசூலானது. ஈரோடு மாவட்டம் பெருந்துறையில் நடந்த கூட்டத்தில் தமிழகத் தோழர்கள் **60,000** ரூபாய் நிதியை அள்ளி வழங்கினர். மூன்று கேசுவல் லேபர் தோழர்கள்

குடும்பத்தோடு வந்திருந்து ஆளுக்கு இரண்டாயிரம் ரூபாய் வீதம் நிதி வழங்கினார்கள். கோபால் பிரிண்டர்சின் பாக்கியையும் அலுவலக ஊழியர்களின் சம்பள பாக்கியையும் தீர்க்க முடிந்தது.

சோவியத் யூனியன் தகர்ந்து போய் சோசலிசத்துக்குப் பின்னடைவு ஏற்பட்டதைத் தொடர்ந்து ஏகாதிபத்திய நாடுகள் வளரும் நாடுகள் மீது கடுமையான நிபந்தனைகளை ஏற்றுக்கொள்ள நிர்ப்பந்தித்தன.

இந்தியாவில் நடைமுறையிலிருந்த நேரு காலத்திய சோசலிசப் பாணி சமுதாயம் கைவிடப்பட்டு 1991 முதல் உலகமய, தாராளமய, தனியார்மய புதிய பொருளாதாரக் கொள்கைகள் கடைப்பிடிக்கப் பட்டன. இதன் விளைவாக தொலைத்தொடர்புத் துறையிலும் மாற்றங்கள் ஏற்பட்டன.

இந்திய தந்திச் சட்டம் (1986) (Indian Telegraph Act 1986) திருத்தம் செய்யப்பட்டு அரசாங்கத்தின் ஏகபோகமாக இருந்த தொலைத் தொடர்பில் தனியார் நுழைவதற்கு அனுமதிக்கப் பட்டது. புதிதாக அறிமுகப்படுத்தப்பட்ட மொபைல் சேவையை நடத்துவதற்கு தனியாருக்கு லைசென்ஸ் வழங்கப்பட்டது. அரசுத் துறைக்கு மொபைல் சேவைக்கான லைசென்ஸ் தர மறுக்கப்பட்டது.

புதிய பொருளாதாரக் கொள்கையை எதிர்த்து மையத்தொழிற்சங்கங்கள் மத்திய, மாநில அரசு ஊழியர் சம்மேளனங்களையும் இணைத்துக்கொண்டு போராடுவதில் முன்னணியில் நின்றன. அங்கீகரிக்கப்பட்ட சம்மேளனங்களான NFTE, FNTO ஆகியவை தயங்கி விலகி நின்றபோதும் E.3 நம்பூதிரி சங்கம் அதில் கலந்து கொண்டது. புதிய பொருளாதாரக் கொள்கையை எதிர்த்து முதல் அகில இந்திய வேலைநிறுத்தம் 1991 நவம்பர் 29ல் நடைபெற்றது. அதில் துவங்கி பின்னர் நடைபெற்ற அனைத்து வேலை நிறுத்தங்களிலும் E.3 சங்கம், E.3 நம்பூதிரி சங்கம், BSNLEU முழுமையாக கலந்து கொண்டது. புதிய தொலைத் தொடர்புக் கொள்கை 1994, 1999 இவற்றை எதிர்த்து E.3 சங்கம் முன்முயற்சி எடுத்து ஒரு தேசிய நடவடிக்கை குழுவை (National action committee) உருவாக்குவதில் வெற்றி பெற்றது. அதன் கன்வீனராக தோழர் நம்பூதிரி இருந்தார்.

1993 ஆகஸ்டு 25ல் டெல்லி மாவ்லங்கர் ஹாலில் நடைபெற்ற மையச் சங்கங்களின் தேசிய கன்வென்சன் புதிய பொருளாதாரக் கொள்கையை எதிர்த்து 1993 செப்டம்பர் 9ல் ஒரு நாள் வேலை

நிறுத்தம் செய்ய முடிவெடுத்தது. வேலைநிறுத்த தயாரிப்புக்காக அகமதாபாத் மற்றும் வதோதராவில் நடந்த தயாரிப்பு இயக்கங்களில் கலந்துகொள்ள மத்திய அரசு ஊழியர் மகா சம்மேளனம் தோழர் நம்பூதிரியை அனுப்பி வைத்தது.

தோழர் நம்பூதிரி அகமதாபாத் தொலைபேசி நிலையத்தை அடைந்தபோது தர்ணா நடந்துகொண்டிருந்தது. தோழர்கள் கோஷங்கள் எழுப்பிக்கொண்டிருந்தார்கள். பிற்பகல் மூன்று மணிக்கு பேரணி புறப்பட்டது. ரயில்வே, அஞ்சல், தொலைத் தொடர்பு, வருமான வரி, அரசு ஊழியர் என ஆயிரக்கணக்கானோர் நகர வீதிகளின் வழியே அணி வகுத்து கூட்டம் நடைபெறும் இடத்தை அடைந்தனர். மையத்தில் இருந்து வந்த பிரதிநிதி என்ற முறையில் தோழர் நம்பூதிரி துவக்க உரை நிகழ்த்தினார். ஆங்கிலத்தில் பேச ஆரம்பித்தார்.

ஏராளமான தோழர்கள் எழுந்து நின்று ‘**இந்தி மே போலோ**’ என்று கோரிக்கை வைத்தனர். நம்பூதிரிக்கு இந்தி தெரியாது என்பதல்ல. ஆனால், இந்தியில் உரை நிகழ்த்தியதில்லை. பேச முடியுமா என்றும் தெரியவில்லை. ஆனாலும் தப்பிக்க வழியில்லை. எனவே, சமாளித்தார். இந்தி ஒவ்வொரு மாநிலத்தில் ஒவ்வொரு மாதிரி பேசப்படுவதாகவும், தான் கேரளா இந்தியில் பேசப் போவதாகவும் சொல்லிவிட்டு பேச ஆரம்பித்தார். மனதில் தைரியத்தை வரவழைத்துக்கொண்டார். ஆங்கில வார்த்தைகளை இடையில் சேர்த்துக்கொண்டு ஒட்டை உடைசல் இந்தியில் பேசினார். இந்தியில் உரையாற்றத் தெரியாமல் அவர் ஆற்றிய இந்தி உரை கைதட்டல் வாங்கியது.

(1991-1994) முழுவதும் சீர்குலைவு வேலைகளும் சங்கத்தைப் பாதுகாக்க வேண்டிய பணிகளும் நிதியின்மையைச் சமாளிக்க வேண்டிய தேவையும் புதிய பொருளாதாரக் கொள்கைகளுக்கு எதிரான போராட்டங்களும் நிறைந்த ஒரு சோதனைக் காலமாக இருந்தது.

(தோழர் நம்பூதிரியின் ‘My Life, Struggles’ புத்தகத்தின் 162 முதல் 178 வரையான பக்கங்களின் சாராம்சத்தோடு என்னுடைய கருத்துக்களையும் கலந்து எழுதியிருக்கிறேன்).

ஈ-4 மாநில மாநாடுகள்.

1991 ஏப்ரலில் திருச்சியில் ஈ.4 மாநில மாநாடு நடைபெற்றது. தமிழகத்தில் ஈ.4 அரங்கில் நாம் ஒரு பலம் வாய்ந்த சக்தியாக

வளர்ந்திருந்தோம். பகுதி நேர ஊழியர்களையும் கேசுவல் ஊழியர்களையும் அணி திரட்டியது, அவர்களை சங்க உறுப்பினர்களாக்கியது, 1984 அகோலா அகில இந்திய மாநாட்டில் போராடி சங்கத்தில் ஓட்டுப் போடும் உரிமை வாங்கித் தந்தது, 1986 போராட்டத்தையொட்டி அவர்களை நிரந்தரமாக்கியது போன்ற விஷயங்களில் விடாப்பிடியாகப் போராடி வெற்றி கண்டிருந்தோம்.

ஊழியர் எண்ணிக்கையைக் குறைக்கவும் அவர்களுக்கு கடும் பாதிப்பை உண்டாக்கவும் செய்யும் கேடர் சீரமைப்பை எதிர்த்து மிகக் கடுமையான போராட்டத்தில் ஈடுபட்டிருந்தோம். மாநிலத் தலைமையில் ஒரு மாற்றம் தேவை என்ற நிலை ஏற்பட்டிருந்தது. மாநில மாநாட்டில் சரியான பாதைக்குப் போராடுவதற்காக ஊழியர்களை பெருமளவில் திரட்டி கலந்துகொள்ள வைக்க வேண்டும் என்று தீர்மானித்தோம்.

தோழர்களை உற்சாகப்படுத்தி உத்வேகமூட்டுவதற்காக **“திருச்சிக்கு வா, திரும்புமுனை படைக்க வா”** என்ற தலைப்பில் தோழர் N.கோபாலகிருஷ்ணன் தயார் செய்த அற்புதமான நோட்டீசை வெளியிட்டு தமிழகம் முழுவதும் வினியோகம் செய்தோம். நோட்டீஸ் நல்ல விளைவை ஏற்படுத்தியது. திருச்சி மாநில மாநாடு நிச்சயம் ஒரு திருப்பு முனையாக அமையும் என்று தோழர்கள் ஆர்வத்தோடு மாநில மாநாட்டிற்கு அதிக எண்ணிக்கையில் வருகை தந்தனர்.

கேரள மாநிலச் செயலாளர் தோழர் ராமன் சிறப்பு அழைப்பாளராகக் கலந்துகொண்டார். தோழர் ராமனின் பேச்சு மிக அற்புதமாக அமைந்தது. இடையிடையே குப்தா அணித் தோழர்கள் செய்த குறுக்கீடுகளையும் இடைஞ்சல்களையும் மீறிய ஒரு கம்பீரமான பேச்சு. நமது அணியிலும் மாநில நிர்வாகிகளும், மாவட்டச் செயலாளர்களும், முன்னணித் தோழர்களும் விவாதத்தில் அருமையான முறையில் பங்களிப்பு செய்தனர். அப்படித் திறமைசாலிகளான தோழர்கள் அவர்கள் அணியில் ஒரு சிலர் மட்டுமே இருந்தனர்.

திருப்புமுனை படைக்க அறைகூவல்விட்ட நமது நோட்டீஸ், தோழர் ராமன் மற்றும் நமது தோழர்களின் ஆணித்தரமான விவாதங்கள், மாநாட்டு அரங்கில் நமது பலம் அதிகமாக இருந்தது, இவை அனைத்தும் ஆரம்பத்திலிருந்தே குப்தா

அணியினரை கடுமையான ஆத்திரத்துக்கு உள்ளாக்கியிருந்தது. கொஞ்சம் கொஞ்சமாக டென்ஷன் அதிகமாகிக்கொண்டே போனது. ஏற்கெனவே கடலூர் மாநில மாநாட்டிலும் பின்னர் நடந்த ஆம்பூர் மாநில செயற்குழுவிலும் குப்தா அணியினர் வன்முறையில் ஈடுபட்டு நமது அணித் தோழர்கள் மாநாட்டுத் திடலைவிட்டு வெளிநடப்புச் செய்து வெளியேறிய நிலைமைகளைப் பரிசீலித்து இந்த முறை நாமும் ஒரு முடிவுக்கு வந்தோம்.

குப்தா அணியினரின் வன்முறையை எதிர்கொள்வது. மாநாட்டுப் பந்தலைவிட்டு வெளியேறுவது இல்லை. உள்ளேயே நின்று தாக்குப் பிடிப்பது என்று முடிவு செய்தோம். குமுறிக் கொண்டிருந்த எரிமலை திடீரென்று வெடித்துக் கிளம்பியதைப்போல ஒரு கட்டத்தில் வன்முறை வெடித்தே விட்டது. செங்கற்கள் பறந்தன. மடக்கு ஸ்டீல் சேர்கள் பறந்தன. இரண்டு அணியும் தாக்குப்பிடிக்க முடியாமல் பந்தலைவிட்டு வெளியேற வேண்டிய நிலை. பந்தல் காலியாகி விட்டது. இரண்டு அணியும் வெவ்வேறு இடத்தில் கூடி அமர்ந்து கொண்டனர். கட்டுக்கடங்காத ஆத்திரத்துக்கு ஒரு வடிகால் தேவை. அந்தந்த அணித் தோழர்கள் மத்தியில் அந்தந்த அணித் தலைவர்கள் உரையாற்றினார்கள்.

ஒரு அரைமணி நேரம் கழிந்திருக்கும். காவல்துறை அதிகாரிகள் வந்தார்கள். **15, 20** பேர் மண்டை உடைந்து ஆஸ்பத்திரியில் சிகிச்சைக்கு வந்திருக்கிறார்கள். அவர்கள் இந்த மாநாட்டிலிருந்து வந்ததாகச் சொல்கிறார்கள். இங்கே என்ன நடக்கிறது என்று விசாரணை செய்தார்கள். தோழர் ஜெகனும் நமது அணித் தலைவர்களும் இணைந்து காவல் துறையினரிடம் பேசி ஒரு வழியாக அவர்களை அனுப்பி வைத்தோம். மண்டையில் தையல் போட்டு, கட்டு போட்டுக்கொண்டு நம்முடைய தோழர்கள் திரும்பி வந்தனர்.

திடீரென்று முருகையாவைக் காணோம் என்று யாரோ சொல்லவே, அவரைத் தேட ஆரம்பித்தோம். எங்கு தேடியும் கண்டுபிடிக்க முடியவில்லை. கலாட்டா நடக்கும்போது அருகில் இருந்த காம்பவுண்டு சுவரில் ஏறி அந்தப் பக்கம் குதித்திருக்கிறார். சுவர் ஏறிக் குதித்து வந்த முருகையாவை அந்த வீட்டுக்காரர்கள் பிடித்து காவல் நிலையத்தில் ஒப்படைத்து விட்டார்கள். காவல் நிலையத்தில் தன்னுடைய கதையைச் சொல்லவே... அவர்கள் முருகையாவை மாநாட்டுப் பந்தலுக்குக் கூட்டி வந்தார்கள்.

இந்த நிலை நம்முடைய இயக்கத்துக்கு பெருத்த அவமானத்தை ஏற்படுத்தியது. தலைவர்கள் மத்தியில் பேச்சுவார்த்தை நடந்தது. நடந்த வன்முறைச் சம்பவங்களுக்கு கண்டனமும் வருத்தமும் தெரிவித்துக் கொள்ளப்பட்டது. மாநாட்டை ஒற்றுமையாக நடத்தி முடிக்க வேண்டும் என்று தீர்மானிக்கப்பட்டது. தோழர்கள் ஜெகனும் மற்றவர்களும் நமது முகாமுக்கு வந்து மீண்டும் மாநாட்டுக்கு வந்து கலந்துகொள்ளும்படி வேண்டுகோள் வைத்தனர்.

குப்தா அணித் தோழர்கள் மத்தியிலும் இதேபோல் வேண்டுகோள் வைக்கப்பட்டது. இரண்டு அணித் தோழர்களும் உடைந்துபோய் கட்டுப் போட்ட மண்டைகளோடு கோஷமிட்டுக்கொண்டே பந்தலுக்குள் வந்தனர். ஒன்றுபட்ட நிர்வாகிகள் பட்டியல் தேர்ந்தெடுக்கப்பட்டது. மாநாடு ஒற்றுமையாக நடந்து முடிந்தது.

கார்ப்பரேஷன் மயத்தை எதிர்த்த போராட்டங்கள்.

தொலைத் தொடர்புத் துறையை தனியார் மயமாக்க வழிவகுக்கும் பொருட்டு அதை முதலில் பொதுத்துறையாக மாற்றும் முயற்சிகள் துவங்கின. முதலில் டெல்லி மற்றும் மும்பை மாநகர தொலைத்தொடர்புத் துறை MTNL (Mahanagar Telecom Nigam Limited) என்ற பெயரில் பொதுத்துறை நிறுவனமாக மாற்றப்பட்டது. நிறைய பணப் பயன்கள் கிடைக்கும் என்ற எதிர்பார்ப்பில் ஊழியர்கள் இந்த முயற்சியை எதிர்க்கவில்லை. கடல்வழித் தொலைத்தொடர்புத் துறை VSNL (Videsh Sanchar Nigam Limited) என்ற பெயரில் பொதுத்துறையாக மாற்றப்பட்டது. இந்தியா முழுவதும் மீதமிருந்த தொலைத்தொடர்புத் துறையை இன்னொரு பொதுத்துறையாக மாற்ற அரசு முடிவு செய்தது.

அரசின் கொள்கை முடிவுகளை எதிர்க்க முடியாது என்று 3 அங்கீகரிக்கப்பட்ட சம்மேளனங்களும் எடுத்த தவறான நிலைபாடு காரணமாக அவை இவற்றை எதிர்க்க முன்வரவில்லை. மாறாக, கார்ப்பரேஷனை வரவேற்றன. சாப்பாடு ஒரு ரூபாய்க்கு கிடைக்கும். டீ 10 பைசாவுக்கும் வடை 5 பைசாவுக்கும் கிடைக்கும் என்கிற ரீதியில் பிரச்சாரம் கட்டவிழ்த்து விடப்பட்டது. தேசிய தொலைத்தொடர்புக் கொள்கை 1994 மொபைல் சேவையில் தனியாருக்கு லைசென்ஸ் கொடுக்க வழிவகை செய்தது.

1995ல் பைலட் புராஜெக்ட் ஆரம்பிக்க அரசு தனியாருக்கு அனுமதி அளித்தது. தொலைத்தொடர்புக் கொள்கை 1999 தனியாருக்கு மிகுந்த சலுகைகளை வாரி வழங்கியது. லைசென்ஸ் கட்டணத்துக்குக் பதில் லாபத்தில் பங்கு என்ற புதிய முடிவு அமலுக்கு வந்தது. பொதுத்துறையாக இருக்கும் தொலைத்தொடர்புத் துறை பொதுத்துறையாகவே நீடிக்கும். கவலை வேண்டாம். அதே சமயம் தொலைத்தொடர்புச் சேவையில் தனியாரும் அனுமதிக்கப் படுவார்கள். சேவை தருவதில் ஓர் ஆரோக்கியமான போட்டி ஏற்பட்டு கட்டணங்கள் குறையும் என்று அரசு சொன்னதையே அங்கீகரிக்கப்பட்ட சம்மேளனங்களும் திருப்பிச் சொல்லின. தனியார் மயம் வேறு, தனியார் நுழைவு வேறு என்று வியாக்கியானமும் செய்தன.

பல்வேறு தொலைத்தொடர்பு நிறுவனங்கள் உருவாகி விட்டதால் அவற்றுக்கிடையே ஒழுங்குபடுத்துதலை ஏற்படுத்த தொலைத்தொடர்பு ஒழுங்குமுறை ஆணையம் TRAI (Telecom Regulatory Authority of India) 1997ல் உருவாக்கப் பட்டது. E.3 (N) சங்கம் முன் முயற்சி எடுத்து 10 அமைப்புகளை ஒன்றிணைத்து தொலைத்தொடர்பு போராட்டக் குழுவை (தூர் சஞ்சார் சங்கர்ஷ் சமிதி) உருவாக்கியது. தோழர் நம்பூதிரி இதன் கன்வீனராக இருந்தார். தூர் சஞ்சார் சங்கர்ஷ் சமிதி கார்ப்பரேஷன் மயத்தை எதிர்த்து இடையறாது போராடியது.

டெல்லி மாவ்லங்கர் ஹாலில் ஒரு தேசியக் கருத்தரங்கம் நடத்தப்பட்டது. 2,000க்கும் அதிகமான பிரதிநிதிகள் கலந்து கொண்டனர். நீதியரசர் பகவதி, குமாரமங்கலம் M.P., நிலொட்பல்பாசு

M.P., A.B. பரதன் AITUC, முன்னாள் DOT செயலர்கள் திரு S.M. அகர்வால், D.K. சிங்கால் ஆகியோர் கலந்துகொண்டு உரையாற்றினர். 1995 மே 5ல் கண்டன தினம் அனுசரிப்பது, அட்டை அணிவது, தர்ணா நடத்துவது, சங்கர்ஷ் சமிதியை தல மட்டங்களில் அமைப்பது, ஊர்வலங்கள், கருத்தரங்குகள் நடத்துவது போன்ற போராட்ட இயக்கங்கள் நடத்த முடிவு செய்யப்பட்டது.

சங்கர்ஷ் சமிதியின் அறைகூவலை ஏற்று திருச்சியில் 1995 மே 21ல் கார்ப்பரேஷன் மயத்துக்கு எதிரான ஒரு மாநில அளவிலான கருத்தரங்கை நாம் நடத்தினோம். தமிழகம் முழுவதும் இருந்து தங்களது எதிர்ப்பைப் பதிவு செய்வதற்காக சுமார் ஆயிரத்துக்கும்

மேற்பட்ட தோழர்கள் கலந்து கொண்ட பிரமாண்டமான கருத்தரங்கம் அது.

ம.தி.மு.வின் தலைவர் திரு வைகோ, ஓய்வு பெற்ற நீதியரசர் திரு சாமித்துரை, பி.4 பொதுச் செயலாளர் தோழர் ஆதிநாராயணா, டி..3 பொதுச்செயலாளர் தோழர் பி.எஸ்.ராமன் குட்டி, ஈ.3 மாநிலச் செயலாளர் தோழர் என்.கோபாலகிருஷ்ணன், ஈ.4 மாநிலச் செயலாளர் தோழர் எம்.முருகையா, சென்னை தொலைபேசி மாநிலச் செயலாளர் தோழர் கே.ஆறுமுகம், உழைக்கும் வர்க்கம் ஆசிரியர் தோழர் ஜே.ரங்கநாதன் டி.3 மாநிலச் செயலாளர் தோழர் டி. கோபாலகிருஷ்ணன் போன்ற பெரிய தலைவர்களும் ஆளுமைகளும் கலந்துகொண்டனர். மற்ற முன்னணித் தோழர்களோடு நானும் கலந்துகொண்டேன்.

கார்ப்பரேஷன் மயத்தை எதிர்த்து தமிழக மக்கள் மத்தியில் விரிவான செய்திகளைக் கொண்டுசென்ற ஒரு வெற்றிகரமான கருத்தரங்கமாக அது அமைந்தது. தூர் சஞ்சார் சங்கர்ஷ் சமிதி அது உருவானதிலிருந்தே கார்ப்பரேஷன் மயத்தை எதிர்த்து இடையறாது போராடியது. கீழ்க்கண்ட போராட்டங்களை குறிப்பிட்டுச் சொல்லலாம்.

26-10-1998ல் சஞ்சார் பவன் பேரணி.

17-11-1998ல் ஒரு நாள் வேலை நிறுத்தம்.

12-12-1998ல் ஒரு நாள் வேலை நிறுத்தம்.

24-8-2000 மற்றும் 25-8-2000ல் இரண்டு நாட்கள் வேலை நிறுத்தம்.

தமிழகத்தில் வளம் கொழிக்கும் தர்மபுரி, சேலம், ஈரோடு, கோவை ஆகிய நான்கு மாவட்டங்களை பைலட் புராஜெக்ட்டுக்காக US WEST கம்பெனிக்கு தாரைவார்க்க இலாகா முடிவு செய்தது. இதை அனுமதிப்பதில்லை என்று நாம் முடிவு செய்தோம். தோழர் என்.கோபாலகிருஷ்ணன் தலைமையில் எழுச்சிமிக்க அந்தப் போராட்டம் தர்மபுரியில் துவங்கியது. நான்கு மாவட்டங்களிலும் வாடிக்கையாளர்கள் மற்றும் பொதுமக்கள் மத்தியில் பைலட் புராஜெக்ட்டுக்கு எதிராக விரிவான பிரச்சாரம் கொண்டு செல்லப்பட்டது. அரசியல் பிரமுகர்கள் ஊரிலுள்ள முக்கியஸ்தர்களைச் சந்தித்து அவர்களது ஆதரவு கோரப்பட்டது. பத்திரிகையாளர்களைச் சந்தித்து அவர்களின் ஆதரவும் கோரப்பட்டது.

தர்மபுரியில் துவங்கி ஈரோடுவரை சைக்கிள் பேரணி நடத்தி வழியெங்கும் பிரச்சாரம் செய்ய முடிவு செய்யப்பட்டது. தர்மபுரியில் சுமார் 50 சைக்கிள்களுடன் துவங்கிய பேரணி வர வர பெரிதாகிக்கொண்டே வந்தது. பேரணி செல்லும் வழியில் மக்கள் கூடும் இடங்களில் பிரச்சாரம் செய்யப்பட்டது. பேரணி சேலம் சென்று அங்கிருந்து ஈரோடு சென்றது. கோவையிலிருந்து ஒரு சைக்கிள் பேரணி கிளம்பி அது ஈரோடு வந்தடைந்தது. இந்தப் பேரணிகள் ஈரோட்டில் சங்கமித்தபோது 500 சைக்கிள்களுக்கும் அதிகமாக கலந்துகொண்ட பிரமாண்டமான பேரணியாக அது அமைந்தது.

அப்படி ஒரு எழுச்சிமிகு சைக்கிள் பேரணியை அந்த நான்கு மாவட்ட மக்கள் அதற்குமுன் பார்த்தே இருக்கமாட்டார்கள். பத்திரிகைகள் மிகுந்த முக்கியத்துவம் கொடுத்து பேரணி பற்றிய செய்திகளை வெளியிட்டன. பொதுமக்களின் ஆதரவு இந்தப் போராட்டத்துக்கு அமோகமான முறையில் கிடைத்தது. இவ்வளவு கடும் எதிர்ப்பைக் கண்டு US WEST நிறுவனம் தனது புராஜெக்ட்டை கை விட முடிவு செய்தது.தமிழகத்தில் கே.ஜி. போஸ் அணி ஒரு நான்கு மாவட்ட ஊழியர்களைத் திரட்டி நடத்திய அந்த எழுச்சி மிகு போராட்டம் தனியார் மயத்தைத் தடுத்து நிறுத்தியது ஒரு வரலாற்றுச் சிறப்பு மிக்க வெற்றியாகும்.

நம்முடைய போராட்டங்களும் ஊழியர்கள் மத்தியில் இருந்த கடுமையான எதிர்ப்பலைகளும் அங்கீகரிக்கப்பட்ட சங்கங்களை சும்மா இருக்க விடவில்லை. 1994 ஆகஸ்டு 17ல் இருந்து காலவரையற்ற வேலை, நிறுத்தம் என்று அறிவித்தார்கள். ஆனால் அமைச்சர் சுக்ராம் வாக்குறுதி அளித்துவிட்டார் என்று சொல்லி வேலைநிறுத்தத்தை தவிர்த்து விட்டார்கள். ஈ.3 (நம்பூதிரி) சங்கமும் பிற ஒத்த கருத்துடைய சங்கங்களும் அதே தேதியில் தர்ணா போராட்டத்தை நடத்தினார்கள்.

பைலட் புராஜெக்ட்டுக்கு எதிராக 1995 ஜனவரி 23ல் இருந்து ஒரு முழு வேலைநிறுத்தம் நடைபெற்றது. ஆனால், துரதிர்ஷ்டவசமாக அதோடு நிறுத்திக் கொண்டார்கள். சங்கர்ஷ் சமிதிதான் தொடர்ந்து போராடியது. 1995 ஜூன் 19ல் இருந்து காலவரையற்ற வேலைநிறுத்தம் என்று அறிவித்தார்கள். மூன்றரை லட்சம் ஊழியர்கள் கலந்து கொண்ட வெற்றிகரமான வேலைநிறுத்தம் அது. வேலைநிறுத்தம் வெற்றிகரமாக நடைபெற்றுக் கொண்டிருக்கும்போதே மற்றவர்களைக் கலந்து

ஆலோசிக்காமல் 3 சம்மேளனங்களும் அரசாங்கத்தோடு தனியாக பேச்சுவார்த்தை நடத்தி எந்தவித உடன்பாடுமின்றி வேலைநிறுத்தத்தை வாபஸ் பெற்றுக்கொண்டார்கள்.

இறுதியாக 2000 ஆகஸ்டு 6ல் இருந்து வேலைநிறுத்தம் என்று அறிவித்தார்கள். சங்கர்ஷ் சமிதியை கலந்தாலோசிக்கவில்லை. தோழர் நம்பூதிரி டெல்லியில் இல்லை. அவருக்கு தகவல் தெரிந்து அவர் டெல்லி திரும்பி 8ஆம் தேதியிலிருந்து சங்கர்ஷ் சமிதியும் வேலைநிறுத்தத்தில் கலந்து கொள்ளும் என்று அறிவித்தார்.

அவர் அறிவித்தவுடன் வேகவேகமாக 8ஆம் தேதி இரவே 3 சம்மேளங்களும் பென்ஷன் பிரச்சனையில் உடன்பாடு ஏற்பட்டு விட்டதாகச் சொல்லி வேலை நிறுத்தத்தை வாபஸ் பெற்றுக் கொண்டன. மூன்று சம்மேளனங்களும் சரியான நிலைபாடு எடுத்திருந்தால் மூன்றரை லட்சம் ஊழியர்களும் போராடத் தயாராக இருந்தார்கள். கார்ப்பரேஷன் மயத்தை தடுத்து நிறுத்தியிருக்க முடியும். ஆனால் அவை எடுத்த தவறான நிலைபாடு காரணமாக கார்ப்பரேஷன் மயமாவதற்கான வாயில்கள் அகலமாக திறந்து விடப்பட்டன. அரசாங்கத்திற்கு எந்தவிதத் தடையும் இல்லாமல் போய்விட்டது.

ஈரோடு மாநாடு

1996 ஏப்ரலில் திருவனந்தபுரம் அகில இந்திய மாநாட்டை நடத்தியதைத் தொடர்ந்து அங்கீகாரம் இல்லாமலேயே செயல்பட்டுக் கொண்டிருந்தோம். பல்வேறு சோதனைகளிலிருந்து சங்கத்தைப் பாதுகாக்க வேண்டியிருந்தது. தனியார்மயத்துக்கு வழிவகுக்கும் புதிய பொருளாதாரக் கொள்கைகளையும் அதன் விளைவுகளான புதிய தொலைத்தொடர்புக் கொள்கைகளையும் எதிர்த்துப் போராட வேண்டியிருந்தது.

இவற்றுக்குத் தீர்வு காண்பதற்கு வழிவகுப்பதற்காக 1994 ஜூன் மாதம் டெல்லியிலும் 1996 ஏப்ரல் மாதம் திருநெல்வேலியிலும் மத்திய செயற்குழுக் கூட்டங்களை நடத்தினோம். தொடர்ந்து தொலைத்தொடர்புதுறையின் மீது வந்துகொண்டிருக்கும் தாக்குதல்களை எதிர்த்து போராட வேண்டியிருந்தது. முறையாக மாநாடு நடத்தவேண்டிய ஜனநாயக கடமையும் இருந்தது. எனவே, மத்திய சங்கம் அடுத்த அகில இந்திய மாநாட்டை நடத்த வேண்டிய அவசரத் தேவையில் இருந்தது. அதற்கான முயற்சிகள்

நடந்துகொண்டிருந்தன. அந்த அகில இந்திய மாநாட்டை நாம் நடத்தித் தரலாம் என்று முடிவு செய்தோம். அகில. இந்திய சங்கமும் ஒப்புதல் தந்தது. ஈரோடு மாவட்டம் முன்வரவே அங்கேயே நடத்திவிட தீர்மானித்தோம்.

மாநாட்டு வரவேற்புக் குழுத் தலைவர், பொதுச்செயலாளர், பொருளாளராக முறையே சங்கத்தின் மாநிலத் தலைவராகிய நானும், மாநிலச் செயலாளர் தோழர் செல்லப்பாவும், மாநிலச் சங்க நிர்வாகி தோழர் சின்னையனும் இருந்து செயல்படுவது என முடிவானது. வரவேற்புக் குழு கௌரவத் தலைவராக திரு P. C. துரைசாமி,, Managing Director, சக்தி மசாலா அவர்கள் இருப்பதற்கு ஒப்புதல் பெற்றோம். நானும் தோழர் செல்லப்பாவும் 30 நாட்களுக்கு முன்பே ஈரோடு சென்றுவிட்டோம். தோழர் சந்திரசேகரன் ஈரோடு மாவட்டச் செயலாளராக இருந்தார். தோழர்கள் N. கோபாலகிருஷ்ணனும் சின்னையனும் அங்கேயே இருந்தார்கள். ஈரோடு ரயில்வே ஸ்டேஷன் முக்கில் இருக்கும் இரட்டைக் காளை சிலையில் இருந்து பன்னீர்செல்வம் பார்க் செல்லும் ரோட்டின் நடுவில் பெரியார்நகர் இருந்தது. பெரியார் நகரில் ஒரு வீட்டை வாடகைக்கு எடுத்து அதில் என்னையும் தோழர் செல்லப்பாவையும் தங்கவைத்திருந்தார்கள். அதுவே வரவேற்புக் குழு அலுவலகமாக இருந்தது. வயிற்றுக்கு கெடுதல் ஏற்பட்டு விடக்கூடாது என்பதற்காக தினமும் மதியம் எங்களுக்கு தயிர்சாதம் கொடுத்தார்கள். இரவில் படுத்துக்கொள்ள பாயும் தலையணையும்.

2,500, 3,000 பிரதிநிதிகள் அமர்ந்து மாநாட்டில் கலந்து கொள்வதற்கு ஏதுவான மண்டபம் எதுவும் ஈரோட்டில் கிடையாது. சமூக செயல்பாட்டாளர் ராணா திரு. லட்சுமணன் அவரது ராணா கல்யாண மண்டபத்தை மாநாட்டுக்காக நமக்குத் தந்துவிட்டார். மண்டபத்தை ஒட்டி இருந்த மிகப்பெரிய திறந்தவெளியை செப்பனிட்டு ஒரு பிரமாண்டமான தென்னங்கீற்றுப் பந்தலை அமைக்க முடிவு செய்தோம். பந்தல் அமைக்கும் பணிகள் துவங்கி நடைபெற்றன. அந்த தென்னங்கீற்றுப் பந்தலில் மின் வசதியும் closed circuit TV வசதியும் ஏற்பாடு செய்யவேண்டி வந்தது. சற்று risk ஆன வேலைதான். வேறு வழியில்லை.

தேவையான பாதுகாப்பு ஏற்பாடுகளோடும் எச்சரிக்கை உணர்வோடும் அதைச் செய்து முடித்தோம். சமீபத்தில்தான் அங்கு ஒரு பந்தலில் தீப்பிடித்ததாகச் சொன்னார்கள். அந்தப் பந்தலை

சென்று பார்த்தோம். எனவே, முன்னெச்சரிக்கை நடவடிக்கையாக நமது பந்தலின் நான்கு புறமும் நான்கு தீயணைப்பு லாரிகளை தயார் நிலையில் நிறுத்தி வைத்திருந்தோம். வருகிற பிரதிநிதிகள் தங்குவதற்கு வசதியாக 10 கல்யாண மண்டபங்களை ஏற்பாடு செய்திருந்தோம். சுவையான தென்னிந்திய, வட இந்திய உணவு வகைகள் தயார் செய்வதற்கான ஒரு சிறந்த சமையல் மாஸ்டரை ஏற்பாடு செய்தோம். விளம்பர ஏற்பாடுகளுக்காக மதுரைக் கலைஞர் வெண்புறாவை பயன் படுத்த முடிவு செய்தோம். விளம்பர தட்டிகள் தயார்செய்யவும் விளம்பரங்களை வரையவும் ஒரு தனி மண்டபத்தை ஏற்பாடு செய்து கொடுத்தோம். தோரணக்கொடிகள் கட்டுவதற்கு ஒரு பெரிய குழுவே வேலை செய்தது..

மாநாடு 1999 மே 13ல் துவங்கி மே 17 வரை நடைபெற்றது. தேசியக் கொடியை ராணா திரு லட்சுமணன் ஏற்றி வைக்க சங்கக் கொடியை அகில இந்தியத் தலைவர் தோழர் மோனிபோஸ் ஏற்றி வைக்க... மாநாடு துவங்கியது. மாநாட்டை NFPE பொதுச் செயலாளர் தோழர் ஆதி நாராயணா துவக்கி வைத்து உரையாற்றினார். ஜனதா தள பொதுச்செயலாளர் திரு. ஜான்மோசஸ், திமுக M.P.திரு.விடுதலை விரும்பி ஆகியோர் வாழ்த்துரை வழங்கினார்கள். மாலையில் மத்திய அரசு ஊழியர் மகா சம்மேளனத்தின் பொதுச் செயலாளர் தோழர் S.K.வியாஸ், ITEU பொதுச்செயலாளர் தோழர் V.R. சந்திரசேகரன் ஆகியோர் உரை நிகழ்த்தினார்கள்.

தர்மபுரி ITEU சங்கம் ஒவ்வொரு உறுப்பினரிடமிருந்தும் குறைந்தபட்சம் ஒரு நாள் ஊதியம் என்ற கணக்கில் வசூல் செய்த நிதியில் அரூர் கிளைச் செயலாளர் தோழர் சரவணன் அகில இந்திய சங்கம் கம்ப்யூட்டர் வாங்கிக்கொள்ள ரூபாய் 65,000 வழங்கினார். பேக்ஸ் மெஷின் வாங்கிக்கொள்ள பாலக்கோடு கிளை ரூபாய் 35,000 வழங்கியது. அரூர் TM தோழர் செல்வராஜ் ஒரு மின்விசிறியை நன்கொடையாக வழங்கினார். மகளிர் கருத்தரங்கம் நடைபெற்றது.

கணிசமான எண்ணிக்கையில் பெண் தோழர்கள் கலந்து கொண்டனர். தோழர்கள் சகுந்தலா கோண்ட், V. P. இந்திரா, P.அபிமன்யு ஆகியோர் தலைமைக் குழுவாக இருந்து வழி நடத்தினர். அகில இந்திய ஜனநாயக மாதர் சங்கத்தின் பொதுச் செயலாளர் தோழர் பிருந்தா காரத் மகளிர் கருத்தரங்கை துவக்கி வைத்து உரையாற்றினார். மதுரை PMG திருமதி. நூர்ஜஹான் IPS

கருத்தரங்கை வாழ்த்திப் பேசினார். கருத்தரங்கில் கலந்துகொண்ட பெண் தோழர்கள் ஒரு செழுமையான விவாதத்தை நடத்தினார்கள்.

மறைந்த தோழர், விஸ்வநாதன் துணைவியார் மேடைக்கு வரவழைக்கப்பட்டு வரவேற்புக் குழுவால் கௌரவிக்கப்பட்டார். மாநாட்டு அரங்கிற்கே தோழர் விஸ்வநாதன் அரங்கம் என்ற பெயரிடப்பட்டிருந்தது.

14-5-99, 15-5-99 இரண்டு நாட்களும் பிரதிநிதிகள் விவாதம் நடந்தது. மூத்த தோழர்களைக் கௌரவிக்கும் நிகழ்ச்சி நடைபெற்றது. தமிழகத்தின் மூத்த தோழர்கள் J.ரங்கநாதன், p.ராமசாமி இருவரும் கௌரவிக்கப்பட்டனர். New Technology and Efficiency என்ற தலைப்பில் கருத்தரங்கம் நடைபெற்றது. தோழர் K.D.M. திரிபாதி அகில இந்திய தலைவர் தலைமை தாங்கினார். திரு Y. பாபு (GM operational, T&D circle) மற்றும் தோழர் P. S. ராமன் குட்டி ஆகியோர் பேசினர். MTNL ஊழியர் சங்கத்தின் பொதுச் செயலாளர் தோழர் K. M.பிள்ளை அவர்களது அனுபவங்களை பேசினார். ஆரம்ப கட்ட வேலைகளை துவங்குவதற்காக நமது சங்கம் MTNL சங்கத்துக்கு ரூபாய் 10,000 நன்கொடை வழங்கியது. தோழர் P.V. சந்திரசேகரன் தலைமையிலான தீர்மானக் கமிட்டி தயார் செய்த முக்கிய தீர்மானங்கள் நிறைவேற்றப்பட்டன. Policy and Programme தீர்மானம் நிறைவேற்றப்பட்டது.

கீழ்க்கண்ட கோரிக்கைகள் வரையறுக்கப்பட்டன.

1. டெலிகாமில் கார்ப்பரேஷன் மயம் / தனியார்மயம் கூடாது.
2. குரூப் சி மற்றும் குருப் டி கேடரில் ஆளெடுப்பு நடத்த வேண்டும்.
3. மூன்று கட்ட பதவி உயர்வுகள் வேண்டும்.
4. ஐந்து நாள் வேலை வாரம் வேண்டும்.
5. நம்முடைய கொரிக்கை சாசனப்படி சம்பள விகிதங்கள் உயர்த்தி அமைக்கப்பட வேண்டும்.

கீழ்க்கண்ட போராட்டத் திட்டம் வகுக்கப்பட்டது.

1. பிரச்சாரம். - ஜூன் 1999 -பொதுக்குழுக் கூட்டங்கள், கையெழுத்து இயக்கம், நோட்டீஸ், வால் போஸ்டர்.
2. கவன ஈர்ப்பு நாள். - ஜூலை முதல் வாரம்.
3. SSA மட்டத்தில் தர்ணா - ஜூலை மத்தியில்.
4. 2 நாள் வேலைநிறுத்தம் - ஆகஸ்டு 1999.

பொதுச்செயலாளர் தோழர் நம்பூதிரியின் தொகுப்புரைக்குப் பின் அறிக்கை ஏகமனதாக ஏற்றுக்கொள்ளப்பட்டது. வரவு-செலவு அறிக்கையும் ஏற்றுக் கொள்ளப்பட்டது.

தோழர்கள் K..D.M. திரிபாதி தலைவராகவும், V.A.N. நம்பூதிரி பொதுச்செயலாளராகவும், G.J.ஷேக் பொருளாளராகவும் தேர்ந்தெடுக்கப்பட்டனர். தோழர் P.அபிமன்யு உதவி பொதுச் செயலாளராக தேர்ந்தெடுக்கப்பட்டார். மாநாடு நிறைவடைந்தது.

திருநெல்வேலி மாவட்டம் தன்னுடைய அகில இந்திய மாநாட்டுக் கோட்டாவான ஒரு லட்சம் ரூபாயைத் தாண்டி ஒண்ணே கால் லட்சம் ரூபாய் வசூல் செய்து கொடுத்தது. மாநாடு நடந்து கொண்டிருந்தபோதே அனைத்து ரசீதுப் புத்தகங்களின் அடிக்கடைகளையும் வசூலாகாத ரசீதுப் புத்தகங்களையும் திரும்ப ஒப்படைத்து சாதனை படைத்தது. திருநெல்வேலி மாவட்டத்துக்கு மனமார்ந்த பாராட்டுகள்.

வரவேற்புக் குழுவும் சாதனை படைத்தது. தன்னுடைய வரவு-செலவுக் கணக்குகளை விரைவாக முடித்து வரவேற்புக் குழுவுக்கான, பாராட்டு விழாவில் மாநாட்டுச் செலவு போக மீதமிருந்த நாலரை லட்சம் ரூபாயை மாநிலச் சங்கத்துக்கு வழங்கியது. அந்த நாலரை லட்சம் ரூபாய் கையில் வந்தவுடன் எங்களுக்கு ஒரு புதிய தெம்பும் உற்சாகமும் ஏற்பட்டன. மாநிலச் சங்கத்துக்கு ஓர் அலுவலகம் கட்டுவது என்று தீர்மானித்தோம். கட்டிட நிதி வசூலில் இறங்கினோம். நமது தோழர்கள் உற்சாகமாகவும் தாராளமாகவும் அள்ளி வழங்கிய நிதியில் சென்னை பழவந்தாங்கல் பாரதியார் தெருவில் நமக்கான அலுவலகத்தை கட்டி முடித்தோம்.

கோவில்பட்டி நாட்கள்

தமிழக தொலைத் தொடர்பில் குப்தா அணிக்கென்று மாநில அளவில் புகழ் வாய்ந்த தலைவர்கள் இருந்தார்கள். தோழர்கள் ஜெகன் அவரைத் தொடர்ந்து முத்தியாலு, R. கிருஷ்ணமூர்த்தி போன்ற தலைவர்கள் இருந்தார்கள். தலைவர்கள் என்று மாநில அளவில் ஊழியர்களால் பொதுவாக அங்கீகரிக்கப்பட்டிருந்தார்கள். அவர்களுக்கு இணையான தலைவர்கள் என்று கே.ஜி.போஸ் அணிக்கு யாரும் இல்லை. தோழர் ராஜூவும் நானும் ஊர் ஊராக அலைந்து திரிந்து பொட்டல் காடாய் இருந்த தமிழகத்தில் கே.ஜி. போஸ் அணியை உருவாக்க வேண்டியிருந்தது.

தலைவர்கள் என்று ஊழியர்களால் நாங்கள் அங்கீகரிக்கப் பட்டிருக்கவில்லை. மிகுந்த சிரமங்களை அனுபவித்தோம். பல சமயங்களில் அவமானங்களை அனுபவித்தோம். நான் தொழிற்சங்க வகுப்புகள் எடுப்பதில் தேர்ச்சி பெற்றிருந்தேன். தபால் தந்தி இயக்க வரலாறு, 1960 வரை தோழர் குப்தா அனைவருடனும் இணைந்து சரியான திசைவழியில் இயக்கத்தை முன்னெடுத்துச் சென்றது, பின்னர் திசை மாறி திருத்தல்வாதப் பாதையில் சென்றது போன்ற விஷயங்களை கோர்வையாக என்னால் வகுப்பாக எடுக்க முடிந்தது. அதோடு, இயக்க இயல் பொருள்முதல்வாத வகுப்பையும் போரடிக்காமல் கேட்பவர்களுக்கு எளிதாகப் புரியும்படி சுவையான முறையில் சொல்ல முடிந்தது. தோழர் ராஜு விடாப்பிடியான மனவுறுதி மிக்கவர். தோழர்களிடம் பேசி வகுப்புக்கு கூட்டிவருவது அவரது வேலை.

ஒவ்வொரு ஊரிலும் கிடைக்கிற ஒன்றிரண்டு தோழர்களுக்கு மணிக்கணக்கில் வகுப்பெடுக்க வேண்டும். எண்ணிக்கையைப் பற்றி பிரச்சனையே இல்லை. ஒரு நாள் இரவு ஒரு கிராமத்து வயற்காட்டில் பம்ப்செட் அருகில் அமர்ந்து பம்ப் செட் பல்பு வெளிச்சத்தில் ராஜு அழைத்துக்கொண்டு வந்த ஒரு தோழருக்கு வகுப்பெடுக்க வேண்டி வந்தது. முதலிலேயே ராஜுவிடம் சொன்னேன். ‘வேண்டாம் தோழர்.’ இரவு நீண்ட நேரம் ஆகிவிட்டது. இந்தத் தோழரைப் பார்க்கவே பரிதாபமாக இருக்கிறது என்று சொல்லிப் பார்த்தேன். ராஜு கேட்கவில்லை. வேறு வழியில்லாமல் வகுப்பு எடுக்க ஆரம்பித்தேன். குத்துக்காலிட்டு முழங்காலைக் கட்டிக்கொண்டு அந்தத் தோழர் உட்கார்ந்திருந்தார்.

தோழர் ராஜு துண்டை விரித்துப் படுத்தார். தூங்கி விட்டார். அந்தத் தோழர் அரைகுறை தூக்கத்தில் ஆடி ஆடி வகுப்பை கேட்டுக்கொண்டிருந்தார். ஒரு மணிநேரம் கழிந்திருக்கும். தூக்கம் தாளாமல் தடாலென்று கீழே சரிந்து விழுந்து விட்டார். ராஜுவை எழுப்பினேன். ‘இந்தத் தோழர் தூங்கி விழுந்து விட்டார். இவருக்கு இனி வகுப்பு நடத்த முடியாது’ என்று சொன்னேன். ராஜு சுற்றுமுற்றும் பார்த்தார். சற்று தள்ளி இருந்த தொட்டியில் தண்ணீர் இருந்தது. ‘அண்ணாச்சி! அந்தத் தொட்டியில் முகம் கழுவி விட்டு வகுப்பைக் கேளுங்கள்’ என்றார். வேறு வழியில்லாமல் மீண்டும் வகுப்பைத் தொடர்ந்தேன். ராஜு துண்டை விரித்தார். படுத்துத் தூங்கி விட்டார்.

ஒவ்வொரு மாவட்டத்திலும் குறைந்த எண்ணிக்கையில் நமது தோழர்கள் இருந்த நிலை மாறி நமது அணிக்கு கணிசமான எண்ணிக்கையில் தோழர்கள் கிடைக்க ஆரம்பித்தனர். மாவட்டங்கள் தோறும் நமது அணிக்கு திறமை மிகுந்த தலைவர்களும் கேடர்களும் கிடைத்தார்கள். நம்முடைய அயராத உழைப்பின் காரணமாக சில மாவட்டங்களில் நமது அணி பெரும்பான்மை அணியாக வளரத் துவங்கியது.

அந்த நிலையில் அகில இந்திய அளவிலான தலைவர்களை வரவழைப்பது என்று முடிவு செய்தோம். தோழர்கள் ஆதி, ஐயர், எல்.ஏ. பிரசாத், திலிப் தாஸ், சி.எஸ். பஞ்சாபிகேசன், கேரளத் தோழர்கள் அய்யப்பகுட்டி, ராமன், நம்பூதிரி போன்ற தலைவர்களை பல மாவட்டங்களுக்கும் அழைத்துச்சென்று பயன்படுத்தினோம். தோழர்கள் ஆதியையும் நம்பூதிரியையும் நிறையத் தடவைகள் பயன்படுத்தினோம்.

ஒரு முறை தோழர் ஜெகன் தமிழ்நாடு ஈ.3 சங்கத்தின் மாநிலச் செயலாளர் நான். ஆனால், என்னைவிட அதிகமாக தோழர் நம்பூதிரி இந்த மாநிலத்தில் சுற்றுப்பயணம் செய்கிறார் என்று குறிப்பிட்டார். அந்த அளவுக்கு தோழர் நம்பூதிரியை பயன்படுத்தினோம். இப்போதுள்ள வசதிகள் இல்லாத காலம். தோழர் நம்பூதிரியை ரயில் நிலையத்திலோ, பஸ் நிலையத்திலோ நமது தோழர்கள் வரவேற்று அழைத்து வருவார்கள்.

ஒரு சைக்கிளில் அவரது லக்கேஜையும் இன்னொரு சைக்கிளில் தோழர் நம்பூதிரியையும் வைத்து அழைத்து வருவார்கள். தோழர்கள் தங்கியிருக்கும் ஏதாவது ஒரு ரூமில் தோழர் நம்பூதிரியைத் தங்கவைப்பார்கள். இரவில் தங்கிக்கொள்ள கட்டில் மெத்தை, எதுவும் கிடையாது. பாயும் தலையணையும்தான். சில சமயம் தோழர்களின் வீடுகளிலும் தங்கவைப்பதுண்டு. கே.ஜி. போஸ் அணியை அங்குலம் அங்குலமாக வளர்த்தெடுக்க வேண்டியிருந்தது. அணிக்கு வந்த தோழர்களை அரசியல் படுத்துவதும் அவர்களை அரசியல் அமைப்புக்குள் கொண்டு வருவதும் தேவையாக இருந்தது.

நமது அணி வளர்ந்து பெரிதானபோது மாநில அளவில் குப்தா அணியினரோடு பதவிகளைக் பகிர்ந்துகொள்ளும் வாய்ப்பு ஏற்பட்டது. அவர்களோடு மாநில அளவில் இரண்டு பதவிகளைப் பகிர்ந்துகொள்ளும் நடைமுறை ஏற்பட்டது. அதற்குமேல் கிடையாது. பெரும்பாலும் நானும் தோழர் என்.

கோபாலகிருஷ்ணனும் அல்லது நானும் தோழர் அபிமன்யுவும் இந்தப் பதவிகளில் இருந்திருக்கிறோம்.

இதற்கிடையில் 29-3-1982ஆம் ஆண்டு ஒன்றாயிருந்த திருநெல்வேலி மாவட்டத்திலிருந்து தூத்துக்குடி மாவட்டம் தனியாகப் பிரிந்தது. மே 1982ல் TRAவும் தனியாகப் பிரிக்கப்பட்டு தூத்துக்குடிப் பகுதி தூத்துக்குடி மாவட்டத்தில் இணைக்கப் பட்டது. புதிய DE அலுவலகம் உருவாக்கப்பட்டது. சிதம்பரநகர் வ.உ.சி. கல்லூரி வளாகத்தில் அலுவலகம் செயல்பட ஆரம்பித்தது.

புதிய தூத்துக்குடி மாவட்டத்தில் கோவில்பட்டி (phones), கோவில்பட்டி (டெலிகிராப்ஸ்), தூத்துக்குடி (phones), தூத்துக்குடி (டெலிகிராப்ஸ்) ஆகிய சப்.டிவிஷன்கள் இருந்தன. சில ஆண்டுகள் கழித்து திருச்செந்தூர் சப்.டிவிஷன் நாகர்கோவில் மாவட்டத்திலிருந்து பிரிக்கப்பட்டு தூத்துக்குடியுடன் இணைக்கப்பட்டது. விளாத்திகுளம், கயத்தாறு சப்.டிவிஷன்களும் புதிதாக உருவாக்கப்பட்டன.

1997ல் தனியாக இருந்த தந்திப் பகுதி நமது நிர்வாகத்துடன் இணைக்கப்பட்டுவிட்டது. புதிதாக உருவான தூத்துக்குடி DE அலுவலகக் கிளைக்கு ஜூலை 1982ல் மாநாடு நடைபெற்றது. கே.ஜி.போஸ் அணி மகத்தான வெற்றி பெற்றது. தலைவர், செயலாளர், பொருளாளராக முறையே தோழர்கள் T.K. சீனிவாசன், பொன்னுசாமி, பாலசுப்பிரமணியம் ஆகியோர் தேர்ந்தெடுக்கப்பட்டனர். அன்றிலிருந்து இன்றுவரை அது நமது கிளையாக சிறப்பாக செயல்பட்டு வருகிறது.

1989 ஈ.3 சேலம் மாநில மாநாடு என்று நினைக்கிறேன். மாநாட்டுக்குமுன் நமது தோழர்களின் ஆலோசனைக் கூட்டம் நடைபெற்றது. ‘எனது சொந்த மாவட்டமான தூத்துக்குடியில் நமது கே.ஜி.போஸ் அணி பலவீனமாக இருக்கிறது. நான் அதைப் பலப்படுத்துவதற்கு முன்னுரிமை அளிக்க வேண்டும். எனவே, மாநில நிர்வாகியாக நீடிக்க விரும்பவில்லை’ என்று சொன்னேன். சிறிது விவாதத்திற்குப் பிறகு தோழர்கள் ஏற்றுக்கொண்டார்கள்.

அப்படி காலியாகும் நமது அணியின் இடத்தில் அப்போது தர்மபுரி மாவட்டம் காவேரிப்பட்டினத்தில் இருந்த தோழர் பாலசுந்தரத்தை போட்டுக்கொள்ளலாம் என்று முடிவானது. தற்செயலாகப் பேசிக்கொண்டிருக்கும்போது கடலூர் ரகு ‘ஏன் நீங்கள் நிர்வாகி பதவி ஏற்றுக்கொள்ளவில்லை?’ என்று கேட்டார். ‘நான் உறுப்பினராக இருக்கும் கோவில்பட்டி கிளையை முதலில் நான் எடுக்க வேண்டும். தூத்துக்குடி மாவட்டத்தைப் பலப்படுத்த

வேண்டும்' என்று என் மனதில் இருந்ததைச் சொன்னேன். அதற்கு அவர் சிரித்துக்கொண்டே, அறுபதாம் கல்யாணம் செய்யும் வயதில் இருபதாம் கல்யாணம் செய்ய நினைக்கிறீர்கள்' என்று கேலியாகச் சொன்னார்.

கோவில்பட்டி ஈ.3 கிளையில் நமது அணியைக் கட்டும் முயற்சியில் தீவிரமாக ஈடுபட்டேன். ஈ.4 அரங்கத்திலும் கேசுவல் மஸ்தூர் அரங்கத்திலும் கவனம் செலுத்தினேன். ஈ.3 கிளை மாநாட்டில் செயலராகப் போட்டியிட்டு வெற்றி பெறும் தறுவாயில் இருந்தேன். தூத்துக்குடியில் இருந்து வந்த குப்தா அணி மாவட்டத் தலைவர்கள், 'SDOT அலுவலக எழுத்தர் செயலராக வேண்டாம். அவரது அணியிலேயே ஒரு தொலைபேசி இயக்குனர் செயலராக இருக்கட்டும்' என்று கடைசி நிமிடத்தில் குழப்பினார்கள். பரவாயில்லை என்று நான் நமது தோழர்களிடம் சொன்னேன்.

நமது அணியைச் சேர்ந்த தொலைபேசி இயக்குனர் தோழர் கே. கந்தசாமி செயலரானார். கோவில்பட்டி ஈ.3 கிளை நமது கிளையானது. கேசுவல் மஸ்தூர்களுக்கான ஒரு தனிக் கிளையை கோவில்பட்டியில் உருவாக்க முடிவு செய்தோம். தோழர்கள் மிக உற்சாகமாக கலந்து கொண்டனர். மதுரையிலிருந்து நமது மூத்த தோழர் முருகேசனை சிறப்பு அழைப்பாளராக அழைத்திருந்தோம். 120-க்கும் மேற்பட்ட தோழர்கள் கலந்துகொண்ட சிறப்பான மாநாடு. தலைவராக தோழர் V. பாலசுப்பிரமணியமும் (கேசுவல் மஸ்தூர்), செயலாளராக நானும், பொருளாளராக D. பாலச்சந்தரும் (கேசுவல் மஸ்தூர்) தேர்ந்தெடுக்கப்பட்டோம். ஈ.4ல் ஒரு புதிய கிளை, கேசுவல் மஸ்தூர் கிளை நமக்கு கிடைத்தது. அதன் பிறகு நடந்த ஈ.3 கிளை மாநாட்டில் நான் செயலாளராக தேர்ந்தெடுக்கப்பட்டேன்.

திருவனந்தபுரம் அகில இந்திய மாநாட்டுக்குப் பிறகு ஒன்றாக நமது தலைமையில் இருந்த ஈ.3 கிளையை அவர்கள் பிளவு படுத்தினார்கள். நான் தேர்ந்தெடுக்கப்பட்டு ஒரு வருடம் கழித்து கிளை மாநாடு நடத்த முறையாக அறிவிப்பு கொடுத்திருந்தேன். ஆனால், அதில் அவர்கள் கலந்துகொள்ளாமல் ஒரு லாட்ஜில் தனியாக மாநாடு நடத்தி போட்டிப் பட்டியல் வெளியிட்டு சங்கத்தை பிளவுபடுத்தினார்கள். தொடர்ந்து ஈ.4 கிளைகளும் இரண்டாகப் பிளவுபட்டன.

தனியார்மயத்தை எதிர்த்த கடுமையான போராட்டத்தில் நாம் இருந்தோம். நமது ஈ.3 சங்கம் டெல்லி சஞ்சார் பவன் பேரணிக்கு அறைகூவல் விடுத்தது. மிகப் பிரமாண்டமான பேரணி அது.

தமிழகத்திலிருந்து மட்டும் 1,100 பேர் கலந்துகொண்ட பேரணி. கோவில்பட்டியிலிருந்து மட்டும் 40 பேர் கலந்து கொண்ட பேரணி. அப்போது திரு. கணபதி என்பவர் எங்களது SDE ஆக இருந்தார். அவரது நடவடிக்கைகள் அனைத்தும் அதிகாரவர்க்க மனோபாவம் கொண்டவையாக இருந்தன. தனது சப்.டிவிஷன் ஊழியர்களை தனக்கு வேண்டிய இன்னொரு சப்.டிவிஷன் அதிகாரி கேட்டால் அவரிடம் அனுப்புவார். லைன் ஸ்டாப் தோழர்கள் மீது எழுத்துப் பூர்வமாக புகார் தருமாறு வாடிக்கையாளர்களிடம் கேட்டு வாங்குவார்.

இன்னும் இதுபோன்ற ஊழியர் விரோத நடவடிக்கைகளில் தொடர்ந்து ஈடுபட்டு வந்தார். அவரிடம் பலமுறை பேசிப் பார்த்தோம். ஒன்றும் பலனளிக்கவில்லை. அன்றைய தூத்துக்குடி TDM திரு.ரவி அவர்களிடம் முறையீடு செய்தோம். அவர் நேரிலேயே கோவில்பட்டி வந்து அனைவரையும் வைத்து பேச்சுவார்த்தை நடத்தினார்.

ஒரு சப். டிவிஷனிலிருந்து இன்னொரு சப் டிவிஷனுக்கு ஆளனுப்புவதற்கு திரு. கணபதிக்கு அதிகாரம் இல்லை என்பதை எடுத்துச் சொன்னோம். ஆள் தேவையாயிருக்கிற SDE தன்னுடைய மேலதிகாரியிடம் சொல்லி அதற்கான ஏற்பாடுகளைச் செய்து கொள்ளவேண்டுமே தவிர, சக அதிகாரியான திரு. கணபதியிடம சொல்வதோ, அவர் மேலதிகாரியின் அதிகாரத்தை எடுத்துக் கொள்வதோ சரியல்ல என்பதை சுட்டிக்காட்டினோம். சில புதிய தொலைபேசி இணைப்புகள் கொடுப்பதோ, சில தொலைபேசி ஷிப்டிங் வேலைகளோ மிகக் கடினமானவையாக இருக்கும்.

வாடிக்கையாளர்களின் அவசரத் தேவைக்கு அந்த வேலைகளைச் செய்து முடிக்க கூடுதலாக மஸ்தூர் தோழர்களை பயன்படுத்த வேண்டி வரும். அவர்களுக்கு நிர்வாகம் பணம் தராது. எனவே, வாடிக்கையாளர்களிடம் பேசி அவர்களுக்குப் பணம் வாங்கித் தரவேண்டிய நிலைமை ஏற்படும். இதை லஞ்சம் வாங்குகிறார்கள் என்று சொல்வது சரியல்ல என்று எடுத்துச்சொன்னோம். லஞ்சத்தில் திளைத்து ஊரெல்லாம் சிரிப்பாய் சிரிக்கும் அமைச்சர் சுக்ராமுக்கு எதிராக நாங்கள் போராடிக்கொண்டிருக்கிறோம். எங்களோடு வரத் தயாரா? என்று கேட்டோம். கோவில்பட்டியிலேயே திரு கணபதியின் சக அதிகாரிகள் சிலரைக் குறிப்பிட்டு, 'அவர்கள் லஞ்சம் வாங்குகிறார்களே?' என்று சொன்னோம். எங்கள் தரப்பு நியாயத்தை மேலதிகாரி திரு. ரவி புரிந்துகொண்டார். அவருடைய வழிகாட்டுதல்களையும் திரு.கணபதி ஏற்றுக்கொள்வதாக இல்லை.

எனவே, போராட்டம் நடத்துவதைத் தவிர, வேறு வழியில்லை. தினமும் ஆர்ப்பாட்டம் நடத்தினோம்.

டெல்லிப் பேரணிக்குப் போவதற்கு விண்ணப்பம் கொடுத்த சேஷாத்ரி குரூப்-டி தோழருக்கு லீவு தர திரு.கணபதி மறுத்து விட்டார். எனவே, மருத்துவ விடுப்பில் வருமாறு கூறி அவரை டெல்லி அழைத்துச் சென்றோம். பேரணி முடிந்து திரும்பி வந்தபோதுதான் அவரது லீவு விண்ணப்பத்தை மாவட்ட அலுவலகத்திற்கு அனுப்பாமல் இவரே கேன்சல் செய்து வைத்திருந்தது தெரிய வந்தது. அன்று மாலையே சக்தி வாய்ந்த ஆர்ப்பாட்டம் நடத்தினோம். மறுநாள் அவரது அறைக்குள் நுழைந்து முற்றுகைப் போராட்டம் நடத்தினோம்.

காவல்துறையை வரவழைத்தார். காவல் துறை வந்தது. எங்களைக் கைது செய்யும்படி சொன்னார். காவல் துறை அதைச் செய்யவில்லை. எங்களை வெளியே அழைத்துச் சென்று ‘என்ன பிரச்சனை?’ என்று விசாரித்தார்கள். அப்போது தோழர்கள் அனைவருக்கும் டீ வரவழைத்திருந்தோம். காவல்துறையினரையும் டீ குடிக்கச் சொன்னோம். டீ குடித்துக்கொண்டே நடந்த விஷயங்களை விளக்கிச் சொன்னோம்.

‘மேலதிகாரிகள் சொல்வதையும் இவர் கேட்கமாட்டேன் என்கிறார்’ என்றோம். காவல் துறையினருக்கு அவரைப் பற்றிய விஷயங்கள் புரிந்துவிட்டது. காவல்துறையினர் மீதும் எரிந்து விழுந்தார். ‘அவர்களைக் கைது செய்யச் சொன்னால் அவர்களோடு சிரித்துப் பேசி டீ குடித்துக் கொண்டிருக்கிறீர்களே?’ என்று காட்டமாகக் கேட்டார்.

காவல்துறை அதிகாரிகள், ‘அவர்கள் வன்முறை எதிலும் ஈடுபடவில்லை. அவர்களைக் கைது செய்ய முடியாது. உங்கள் மேலதிகாரிகளிடம் நிலைமையைச் சொல்லி என்ன செய்வது என்று கேளுங்கள்’ என்றார்கள். அவர் கேட்பதாக இல்லை. பின்னர், மீண்டும் எங்களை தனியே அழைத்து காவல்துறையினர் பேசினார்கள். 3 மணிநேரத்துக்கு மேல் ஆகிவிட்டது. ஒரு தீர்வும் வரவில்லை. இவர் இங்கே இருந்தால் உங்களுக்கும் சிரமம். எங்களுக்கும் சிரமம். எனவே இந்த அதிகாரியை இடமாற்றம் செய்ய வேண்டும் என்று போராடுங்கள். எங்கள் துறை மூலம் நாங்களும் முயற்சி செய்கிறோம். இப்போது இந்தப் போராட்டத்தை இனியும் நீங்கள் நீடித்தால் எங்களுக்கு உங்கள் மீது நடவடிக்கை எடுப்பதைத்தவிர வேறு வழியில்லை என்றார்கள்.

நிலைமைகளைப் பரிசீலித்துவிட்டு முற்றுகைப் போராட்டத்தை முடித்துக்கொள்வது என்றும் மதுரை சென்று GM (South) அவர்களிடம் பிரச்சனைகளை கொண்டுசெல்வதென்றும் முடிவு செய்தோம். இப்போது மற்ற அனைத்துக் கோரிக்கைகளையும் பின்னுக்குத் தள்ளிவிட்டு திரு. கணபதியை இடமாற்றம் செய்ய வேண்டும் என்கிற ஒரே கோரிக்கையை மட்டும் முன்னிறுத்தி போராட்டத்தைத் தொடர்ந்தோம்.

மதுரை சென்று நானும் தென் மண்டல நிர்வாகி தோழர் மாடக்குளம் செல்வராஜனும் GM (South) அவர்களைச் சந்தித்தோம். ஏற்கெனவே தூத்துக்குடி TDM, திரு. கணபதியைப் பற்றி GM இடம் பேசியிருந்தார். நிர்வாகம் சொல்வதைக் கேட்க மறுத்து பிரச்சனைகளை பெரிதுபடுத்திக் கொண்டிருப்பதால் நிர்வாகம் திரு. கணபதி மீது கடுமையான ஆத்திரத்தில் இருந்தது. 'அவரை மாற்ற வேண்டும் என்று கேட்கிறீர்களே, வேறு ஊருக்கு மாற்ற வேண்டுமா?' என்று கேட்டார்கள். அவரைப் பழி வாங்க வேண்டும் என்று நாங்கள் விரும்பவில்லை.

'கோவில்பட்டியிலேயே வேறு எங்காவது போடுங்கள்' என்று சொன்னோம். கோவில்பட்டியிலேயே ஒரு புதிய பதவியை உருவாக்கி அங்கு அவருக்கு போஸ்டிங் போட்டார்கள். அவருக்கென்றே உருவாக்கப்பட்ட பதவி. ஒரு வேலையும் கிடையாது. பழிவாங்குவதற்கு ஊழியர்களும் கிடையாது. திரு.கணபதி தனது பழைய பதவியின் பொறுப்பை புதிதாகப் பொறுப்பெடுக்க வந்த அதிகாரியிடம் ஒப்படைக்காமல் ஒரு மாதம் லீவில் சென்று விட்டார். மாநில நிர்வாகம் மிகவும் கடுப்பாகி அவருக்கு ஜெய்ப்பூருக்கு மாறுதல் உத்தரவு போட்டது. தெரிந்தவர்கள் மூலம் அமைச்சர் திரு. ராம்விலாஸ் பஸ்வானை அணுகி மீண்டும் வருவதற்கு கடுமையாக முயற்சி செய்தார். மாநில நிர்வாகம் அவரை கோவில்பட்டியில் போடுவதற்கு ஒரேயடியாக மறுத்துவிட்டது. ஒருவாறு சென்னைக்கு மாறுதல் பெற்றார்.

புதிய அதிகாரி பொறுப்பேற்றுக் கொண்டவுடன் தோழர் சேஷாத்ரியின் லீவுப் பிரச்சனை, LTC பிரச்சனை உட்பட மற்ற அனைத்துப் பிரச்சனைகளும் தீர்த்து வைக்கப் பட்டன. கே.ஜி. போஸ் அணி தன்னந்தனியாகப் போராடிப் பெற்ற மகத்தான வெற்றி அது. ஊழியர் விரோத அதிகாரி ஒருவரை ஊரைவிட்டுத் தூக்கி எறிந்த வீரஞ்செறிந்த ஒரு போராட்டத்தை நாம் நடத்தினோம். மாவட்டத்தில் நமது செல்வாக்கு வளர்ந்தது.

சவால்கள் – போராட்டங்கள்

இரண்டு அணியினரும் ஒன்று சேர்ந்து நடத்திய கடைசி ஈ.3 மாநில மாநாடு தஞ்சை குருதயாள் சர்மா மண்டபத்தில் 1994ல் நடைபெற்றது. தஞ்சை அவர்களது பலம் வாய்ந்த கோட்டை. மாநாட்டை சிறப்பாக நடத்தவேண்டும் என்று முடிவு செய்தார்கள். மாநாட்டை சிறப்பாக நடத்துவதற்குத் தேவையான சவுக்குக்கட்டைகளை வாங்கி வைத்துக்கொண்டார்கள். சவுக்குக் கட்டைகளை விற்பனை செய்த கடைக்காரர் நமது அரசியல் இயக்கத்தைச் சேர்ந்தவர்.

நம்மிடம் தகவல் சொல்லி கவனமாக இருக்கச் சொன்னார். நாம் நமது நகர தொழிற்சங்க இயக்கத்தில் சொன்னோம். மாநாடு நடைபெறுகிற அன்று 100 தொழிற்சங்கத் தோழர்கள் நமது பாதுகாப்புக்காக அவர்கள் கண்ணில் படும்படி நின்று கொண்டார்கள். இந்த ஏற்பாடுகளால் மாநாட்டில் வன்முறை எதுவும் நடைபெறாமல் தடுக்கப்பட்டது. மாநாட்டின்போது நமது தோழர்கள் தங்கிக்கொள்வதற்கு ஒரு மண்டபம் ஏற்பாடு செய்யுமாறு தோழர் நடராஜாவிடம் சொல்லியிருந்தோம். அவரும் மணி மண்டபம் என்ற மண்டபத்தை ஏற்பாடு செய்திருந்தார். மாநாட்டுக்கு 2, 3 வாரங்களுக்கு முன்பிருந்தே தோழர் நடராஜா வை அவர்கள் மிரட்டிக் கொண்டே இருந்தனர். தோழர் நடராஜா இந்த மிரட்டல்களுக்கெல்லாம் கொஞ்சமும் மசியவில்லை.

ஒரு முறை நடராஜாவின் வீட்டிற்கே சென்றிருக்கிறார்கள். அப்போது தோழர் நடராஜா வீட்டில் இல்லை. அவரது துணைவியாரிடம் 'அவரை ஒழுங்காக இருக்கச் சொல்லுங்கள்' என்று மிரட்டியிருக்கிறார்கள். தோழர் நடராஜாவின் துணைவியார் மனவுறுதியும் துணிச்சலும் மிக்கவர். நீங்கள் முதலில் ஒழுங்காக இருந்துகொள்ளுங்கள் என்று பதிலுக்கு அவர்களை மிரட்டி அனுப்பி விட்டார். மாநாட்டுக்கு குன்னூர், தர்மபுரி மாவட்டங்கள் தவிர, நமது பிற மாவட்டங்கள் எதையும் அவர்கள் அனுமதிக்க மறுத்தார்கள். கடுமையான விவாதங்கள் நடந்தன. ஆனால், தீர்வு ஒன்றும் ஏற்படவில்லை. எனவே, வெளிநடப்பு

செய்தோம். தோழர் நடராஜா ஏற்பாடு செய்திருந்த மணிமண்டபத்தில் கூடினோம்.

சிறிது நேரம் கழித்து தோழர் ஆர். கிருஷ்ணமூர்த்தியும் வேறு சில தலைவர்களும் நமது மண்டபத்துக்கு வந்தார்கள். நம்மை திரும்ப வரும்படி அழைத்தார்கள். 'பிரதிநிதிகள் அனுமதிப்பு பிரச்சனையில் தீர்வு ஏற்படாமல் வர வாய்ப்பில்லை' என்று தெரிவித்தோம். அவர்கள் சென்றுவிட்டார்கள். நமக்குள் கூடிப் பேசினோம். நாம் தனியாக நமது மாநாட்டை நடத்திவிடலாம் என்று முடிவு செய்தோம். நம்முடைய மாநாடு தனியாகவும் அவர்கள் மாநாடு தனியாகவும் நடைபெற்றது.

நமது மாநிலத் தலைவர், செயலாளர், பொருளாளராக முறையே தோழர்கள் பி.ராமசாமி, என்.கோபாலகிருஷ்ணன், சி.கே. நரசிம்மன் ஆகியோர் தேர்ந்தெடுக்கப்பட்டார்கள். நான் ஒரு உதவித் தலைவராக தேர்ந்தெடுக்கப்பட்டேன். அங்கீரமில்லாத மாநிலச் சங்கமாக நமது செயல்பாடுகள் தொடர்ந்தன. 'மாநிலச் செயலாளர் தலைநகரத்துக்கு குடும்பத்தோடு வந்து விட வேண்டும்' என்று சொன்னோம். தோழர் என். கோபாலகிருஷ்ணன் பல்லடத்தை விட்டு நகரமுடியவில்லை. தோழர் சி.கே. நரசிம்மனின் சென்னை மடிப்பாக்கம் விலாசத்தை மாநிலச் சங்க விலாசமாக அறிவித்து மாநிலச் சங்கத்தை நடத்தினோம்.

1998ல் மதுரையில் நமது அடுத்த மாநாடு நடைபெற்றது. மாநிலத் தலைவர், செயலாளர், பொருளாளராக முறையே தோழர்கள் எஸ்.மோகன்தாஸ், செல்லப்பா, சி.கே.நரசிம்மன் தேர்ந்தெடுக்கப்பட்டோம். தோழர் செல்லப்பா நாம் சொன்ன அடிப்படையில் விரைவிலேயே தனது குடும்பத்துடன் சென்னைக்கு குடிவந்து விட்டார். புரசைவாக்கத்தில் ஒரு வாடகை வீட்டில் இருந்தார். வேகமாக வளர்ந்து வரும் நமது சங்கத்துக்கு ஒரு அலுவலக ஏற்பாடு தேவை என்ற வெளிப்புறத் தாக்கம் அதிகரித்துக்கொண்டே இருந்தது. ஆனால், நமது உணர்வுகளில் அது பிரதிபலிக்கவில்லை. அகநிலையில் ஒரு தாக்கத்தை அது ஏற்படுத்தவில்லை.

1999 மே மாதம் ஈ.3 (நம்பூதிரி) அகில இந்திய மாநாட்டை ஈரோட்டில் நாம் வெற்றிகரமாக நடத்தி முடித்தபோது அனைத்துச் செலவுகளும் அகில இந்திய மாநாட்டுக்கான நன்கொடையும்போக மீதமிருந்த ரூபாய் நாலரை லட்சத்தை வரவேற்புக் குழு மாநில

சங்கத்திடம் அளித்தது. இந்த நிதி வந்தவுடன் மாநில சங்கத்துக்கு அலுவலகம் ஏற்பாடு செய்வது என்ற அகநிலை உணர்வுகள் வலுப்பட ஆரம்பித்தன.

கட்டிட நிதிக்கு அறைகூவல் விட்டோம். நமது தோழர்கள் உற்சாகமாக நிதி வழங்கினார்கள். நாமே எதிர்பார்க்காத குறுகிய காலத்தில் கட்டிட நிதி வந்து குவிந்தது. பதினொன்றரை லட்சம் ரூபாய் செலவில் சென்னைப் பழவந்தாங்கலில் இப்போதுள்ள அலுவலகத்தை கட்டி முடித்தோம்.

கட்டிடத்தின் தர்மகர்த்தாக்கள் குழுவில் நான் மேனேஜிங் டிரஸ்டியாக இருப்பது மகிழ்ச்சி அளிக்கிறது. கட்டிடத்தின் தரைத் தளம் மாநிலச் சங்க அலுவலகமாகவும் மேல்தளம் மாநிலச் செயலாளர் குடியிருப்புப் பகுதியாகவும் இருக்குமாறு அமைத்திருந்தோம். 1999ல் கோலாகலமான திறப்பு விழாவை நடத்தினோம். நமது சங்கத்தின் அகில இந்திய பொதுச் செயலாளர் தோழர் நம்பூதிரி, ஐடிஇயு பொதுச்செயலாளர் தோழர் ஈ.கோபால், அஞ்சல் சங்க மூத்த தோழர் ஏ.ஜி.பசுபதி, மாநில அரசு ஊழியர் சங்கத் தலைவர் தோழர் கங்காதரன் போன்ற முக்கியத் தலைவர்கள் கலந்துகொண்டனர்.

திறப்பு விழா மாநிலத் தலைவர் தோழர் மோகன்தாஸ் தலைமையில் நடைபெற்றது. மாநிலச் செயலாளர் தோழர் செல்லப்பா அனைவரையும் வரவேற்றார். தரைத் தளத்தை அகில இந்திய பொதுச்செயலாளர் தோழர் நம்பூதிரி திறந்து வைத்தார். மேல் தளத்தை ஐடிஇயு பொதுச்செயலாளர் தோழர் ஈ. கோபால் திறந்து வைத்தார். அலுவலகம் சங்க வளர்ச்சியில், இயக்கங்களில், சங்கப் பத்திரிகை வெளியிடுவது, சுற்றறிக்கைகள் வெளியிடுவது ஆகியவற்றில் மித முக்கியமான பங்கினை ஆற்றியது. சென்னை வரும் மாநிலச் சங்க நிர்வாகிகள் தங்கிச் செல்வதற்கு வசதியான வாய்ப்பையும் அளித்துக்கொண்டிருக்கிறது.

சவால்கள் - போராட்டங்கள் – 2

தமிழகத்தில் கே.ஜிபோஸ் அணி , ஊழியர்கள் நலன் காக்கவும், நிர்வாகத்தின் பழிவாங்கும் நடவடிக்கைகளுக்கு எதிராகவும், நிர்வாகத்தோடு கைகோர்த்துக்கொண்டு நம்மைப் பழிவாங்க காத்திருக்கும் மாற்று அணியை எதிர்த்தும் பல வீரஞ்செறிந்த போராட்டங்களை நடத்தியிருக்கிறது. விழுப்புண்களைப்

பெற்றிருக்கிறது. வெற்றிகளையும் அடைந்திருக்கிறது. ஏற்கெனவே இந்தத் தொடரில் அத்தகைய பல போராட்டங்களைப் பற்றி குறிப்பிட்டிருக்கிறோம். அதில் ஒரு முக்கியமான போராட்டம் குன்னூரில் நாம் நடத்திய போராட்டம்.

1983ஆம் ஆண்டில் திரு. அருமைச் சின்னான் குன்னூர் கோட்ட அதிகாரியாக இருந்தார். தூத்துக்குடி மாவட்டத்தைச் சேர்ந்தவர். தூத்துக்குடி கோட்ட அதிகாரியாக இருந்தவர். கிராமத்து முரட்டுத் தனங்கள் நிறைந்தவர். ஊழியர்களைப் பழிவாங்குவதில் அதீதமான விருப்பம் கொண்டவர். திடீரென்று கோட்ட அதிகாரி அலுவலகத்தில் Movement Register என்ற திட்டத்தைக் கொண்டு வந்தார்.

ஊழியர்கள் ஒவ்வொருவரும் வெளியே போகும்போதும் உள்ளே திரும்பி வரும்போதும் இந்த ரிஜிஸ்டரில் நேரம் குறிப்பிட்டு கையெழுத்துப் போடவேண்டும். பெண் ஊழியர்களுக்கு மிகுந்த சிரமத்தை மட்டுமல்ல, பெருத்த அவமானத்தையும் உண்டாக்கும் ஏற்பாடு. ஊழியர்களை எப்போதும் கண்காணிப்பு வளையத்தில் வைத்திருப்பதுதான் இதன் நோக்கம். ‘ஏன் இத்தனை முறை பாத்ரூம் போகிறீர்கள்? பாத்ரூம் போய் வருவதற்கு ஏன் இத்தனை நேரம் எடுத்துக்கொள்கிறீர்கள்?’ போன்ற அவமானகரமான கேள்விகளுக்கு பதில் சொல்ல வேண்டும்.

ஊழியர்கள் கொந்தளித்துப் போனார்கள். பொதுக்குழுக் கூட்டம் நடத்துவது, மேலமைப்புகளோடு தொடர்புகொண்டு வழிகாட்டுதல் பெறுவது எதற்கும் அவகாசம் இல்லை. கோட்ட அதிகாரி அலுவலகத்தில் போராட்டம் திடீரென்று தன்னெழுச்சியாக வெடித்துக் கிளம்பியது. மாவட்டம் முழுவதும் வேகமாகப் பரவி விட்டது. கோவை ஏரியா செயலாளர் தோழர் என்.கோபாலகிருஷ்ணனுக்கு இரண்டாம் நாள் விஷயம் தெரிந்து அவர் குன்னூருக்கு விரைந்தார். கோட்ட அலுவலகத்தில் போராட்டம் தீவிரமாக நடந்துகொண்டிருந்தது.

தோழர் கோபாலகிருஷ்ணன் நடந்துகொண்டிருந்த போராட்டத்துக்குத் தலைமை தாங்கினார். சங்கத்தின் மாநில தலைமை குப்தா அணியின் தலைமையில் இருந்தது. ‘இந்தப் போராட்டம் தவறானது’ என்று சொன்னார்கள். போராட்டங்களைப் பரிசீலித்து படிப்பினைகள் பெறுவது ஒரு தொழிற்சங்கத்துக்கு அவசியமானதுதான். ஆனால், போராட்டம் நடந்து கொண்டிருக்கும்

போது, நிர்வாகம் கடுமையான பழிவாங்கும் நடவடிக்கையில் ஈடுபட்டிருக்கும்போது ஒரு போராட்டத்தை தவறு என்று சொல்வதும் பழிவாங்கும் நடவடிக்கைகளுக்கு எதிராக எதுவும் செய்யாமல் இருப்பதும் போராடும் ஊழியர்களைக் காட்டிக் கொடுப்பதற்கு சமமானது. குப்தா அணி மாநிலத் தலைமை அதைத்தான் செய்தது.

*Movement Register*ல் கையெழுத்திட மாட்டோம் என்று ஆரம்பித்த அந்தப் போராட்டம் பல பழிவாங்குதல்களைச் சந்தித்தது. 51 நாட்கள் உள்ளிருப்பு வேலைநிறுத்தம் நடைபெற்றது. *Rule-5* விதியின்கீழ் ஐந்து தோழர்களுக்கு வேலை நீக்க நோட்டீஸ் வழங்கப்பட்டது. 20க்கும் மேற்பட்ட தோழர்களுக்கு சஸ்பென்ஷன் வழங்கப் பட்டது. குன்னூர் தொலைபேசி நிலையத்தில் ஆர்ப்பாட்டம் நடத்தியதற்காக 40 தோழர்களுக்குமேல் *FR-17 A* வழங்கப்பட்டது.

குன்னூர் மாவட்டச் செயலாளர் தோழர் கோபாலன் நாகர்கோவிலுக்கு மாற்றல் செய்யப்பட்டார். அதைக் கண்டித்து குன்னூர் தொலைபேசி நிலையத்துக்குள் தோழர்கள் நடத்திய உள்ளிருப்புப் போராட்டம் சிறப்பு வாய்ந்ததாகும். கோவை, ஈரோடு, பொள்ளாச்சி, திருப்பூர் எனப் பல்வேறு பகுதிகளில் இருந்து வந்த தோழர்களும் இந்த உள்ளிருப்புப் போராட்டத்தில் கலந்து கொண்டனர். குன்னூர் தொலைபேசி நிலையம் சில மணி நேரம் தோழர்களின் கட்டுப்பாட்டில் இருந்தது. நிர்வாகம் திகைத்துப்போனது. இறுதியில் குன்னூரில் உள்ள ராணுவம் வரவழைக்கப்பட்டது. ராணுவத்துடன் பேச்சுவார்த்தை நடந்து முற்றுகைப் போராட்டம் முடிவுக்கு வந்தது. பல தோழர்களுக்கு *Rule-16 Charge Sheet* கொடுக்கப்பட்டது.

பழிவாங்குதல்களை நீக்கக்கோரி ஏரியா செயலாளர் தோழர் என். கோபாலகிருஷ்ணன் குன்னூர் தொலைபேசி நிலையம் முன்பு உண்ணாவிரதம் மேற்கொண்டார். ஆனாலும் நிர்வாகம் தொடர்ந்து பழிவாங்கி வந்தது. பல தோழர்கள் தற்காலிக இடம் நீக்கம் செய்யப்பட்டதால் அவர்கள் குடும்பத்திலும் பிரச்சனை வந்தது. அவர்களுக்கு உதவி செய்ய மாதம் தோறும் சம்பளம் கொடுக்கும் பொறுப்பினை குன்னூர் தோழர்கள் ஏற்றுக்கொண்டனர்.

அதன் ஒரு பகுதியாக நிதி திரட்டுவதற்காக, '*Eye of the needle* என்ற திரைப்படத்தை லட்சுமி தியேட்டரில் திரையிட்டு நிதி

திரட்ட முயன்றனர். ஆனால், Needle கண்ணைத்தான் குத்தியது. நினைத்த அளவு பணம் வசூலாகாததால் கையில் இருந்த பணமும் போனதுதான் மிச்சம். 51 நாட்கள் நடைபெற்ற இந்தப் போராட்டத்தில் அன்றைய கேரள மாநிலச் செயலாளராக இருந்த தோழர் நம்பூதிரி குன்னூருக்கு வந்து தோழர்களை உற்சாகப் படுத்தி 10 ஆயிரம் ரூபாய் போராட்ட நிதி கொடுத்தது மறக்க முடியாதது.

தோழர் அபிமன்யு அன்று மாநிலச் சங்க நிர்வாகியாக இருந்தார். குன்னூருக்குப் போராட்ட காலத்தில் இரண்டு முறை வந்து ஐந்து நாட்களுக்குமேல் தங்கி... போராட்டத்துக்கு வழிகாட்டியது போராடும் தோழர்களுக்கு உற்சாகமூட்டுவதாக இருந்தது. தோழர் மோகன்தாஸ், ஈரோடு தோழர் ராஜு உள்ளிட்ட தலைவர்கள் போராட்டக் களத்தில் இருந்து வழிகாட்டினர்.

தோழர் என். கோபாலகிருஷ்ணனின் உண்ணாவிரதப் போராட்டம் நான்கு நாட்களை முடித்து ஐந்தாம் நாளைத் தொட்டது. மருத்துவப் பரிசோதனையில் அவரது உடல் நிலை மிக மோசமடைந்திருப்பது தெரியவந்தது. உண்ணாவிரதப் போராட்டத்தை நீடிக்க காவல் துறை அனுமதி மறுத்தது. எனவே, உண்ணாவிரதம் முடித்துக்கொள்ளப்பட்டது. நீலகிரி மாவட்டத்தில் தலைமைப் பொறுப்பில் இருந்த தோழர் கோபாலன் மற்றும் தோழர் புதியவன் ஆகியோரோடு இணைந்து தோழர்கள் செல்லப்பா, P. B. ராதாகிருஷ்ணன், அன்புமணி, சுதாகரன், தனபால் ஆகியோர் பணியாற்றினர். கே.ஜி.போஸ் இயக்கம் தமிழகத்தில் வலுப்பெறுவதற்கு இந்தப் போராட்டம் அடித்தளமாக இருந்தது என்றால் மிகையாகாது.

இதற்கிடையில் தூத்துக்குடி SDOP சப்-டிவிஷன் இரண்டாகப் பிரிக்கப்பட்டு புதிய SDOT அலுவலகம் உதயமானது. SDOP அலுவலகத்துக்கு ஆள்கள் தேவைப்பட்டார்கள். கோவில்பட்டி சப்-டிவிஷனில் இருந்து ஒருவர் மாற்றலில் தூத்துக்குடி செல்ல வேண்டும். என்னைத்தவிர எங்கள் கோவில்பட்டி அலுவலகத்தில் அனைவரும் பெண்கள். சமீபத்தில்தான் கோவில்பட்டி வந்து குடும்பத்தோடு செட்டில் ஆகியிருந்தார்கள். அவர்களில் யார் தூத்துக்குடி போனாலும் திரும்பி வருவது சாத்தியமில்லை. மிகவும் இக்கட்டான ஒரு நிலைமை. நான் போவது என்று முடிவு செய்தேன்.

கோவில்பட்டி SDOTயாக எனது அருமை நண்பர் திரு.சிவசூரியன் இருந்தார். கோட்ட அதிகாரியாக நமக்கு மிகவும் நெருக்கமான திரு. பாப்பையா இருந்தார். எனவே, இரண்டே மாதத்தில் திரும்பி வந்துவிடலாம் என்ற நம்பிக்கையோடு நான் தூத்துக்குடிக்கு சொந்த விருப்பத்தின்பேரில் மாற்றலில் சென்றேன். பெண்கள் அனைவருக்கும் மிகுந்த மகிழ்ச்சி. இடமாறுதலில் இருந்து அவர்களை நான் காப்பாற்றி விட்டேன். நான் தூத்துக்குடி சென்ற சமயம் அருமை நண்பர் குன்னூர் கோபாலன் தூத்துக்குடிக்கே மாறுதலில் வந்திருந்தார். அவருடன் அவரது அறையிலேயே தங்கியிருந்தேன். நீண்ட காலத்துக்குப்பின் என்னுடைய குன்னூர் நண்பருடன் நான் ஒரே அறையில் தங்கியிருந்தது மகிழ்ச்சியாக இருந்தது.

தூத்துக்குடி SDOP திரு. தவிட்டுப் பிச்சை அவர்களுக்கு என்மேல் மிகுந்த அபிமானம் ஏற்பட்டுவிட்டது. அந்த அலுவலகத்தில் அனைவரும் புதியவர்கள். அலுவலகத்துக்குத் தேவையான அனைத்து ரிஜிஸ்டர்களையும் தயார்செய்து கொடுத்தேன். சப் டிவிஷன் வேலைகளை ஒரு ஒழுங்குக்கு கொண்டுவந்தேன். மீண்டும் கோவில்பட்டி போக வேண்டும் என்று திரு.தவிட்டுப் பிச்சையுடனும் திரு பாப்பையாவுடனும் சொன்னேன். இரண்டே மாதத்தில் மீண்டும் கோவில்பட்டி வந்துவிட்டேன். கோபால் திரும்ப குன்னூர் போவதற்கு இன்னும் நீண்ட நாட்கள் ஆயின.

குன்னூரில் கோபாலோடு மிக நெருங்கிய தோழனாக இருந்தேன். அந்தத் தோழன் இப்போது இல்லை. இயற்கை அவனை நம்மிடமிருந்து பிரித்து விட்டது. ஆனாலும் அவனது நினைவுகள் என்றென்றைக்கும் பசுமையாக இருக்கும். தமிழக கே.ஜி.போஸ் இயக்கம் நடத்திய போராட்டங்களில் முத்திரை பதித்த ஒரு போராட்டம் குன்னூர்ப் போராட்டம். பின்னர் அந்தப் போராட்டத்தை ஆழமான பரிசீலனைக்கு உட்படுத்தினோம். வளமான படிப்பினைகளைத் தந்த ஒரு போராட்டம்.

சிகிச்சைகளும் விபத்துக்களும்

1998ஆம் ஆண்டு என்று நினைக்கிறேன். மதுரை, விருதுநகர், திருநெல்வேலி, நாகர்கோவில் மாவட்டங்களின் தொழிற்சங்கப் பொறுப்பாளராகவும் நமது அரங்க அரசியல் அமைப்புக்களின் பொறுப்பாளராகவும் நான் இருந்தேன். எனக்கு அவ்வப்போது தலைவலி வரும். மிகவும் சோர்ந்துபோய் சிறிது நேரம் படுத்திருப்பேன். பிறகு சரியாகிவிடும்.

விருதுநகர் மாவட்ட பிராக்சன் கூட்டத்தில் கலந்துகொண்டு கூட்டம் நடத்திக்கொண்டிருந்தேன். அப்போது இந்த தலைவலி வந்துவிட்டது. சிறிது நேரம் படுத்திருந்துவிட்டு கூட்டத்தை தொடர்ந்து நடத்தினேன். தோழர்கள் மிகவும் கவலைப் பட்டார்கள். ‘ஒன்றுமில்லை. அவ்வப்போது இப்படி வரும். சரியாகிவிடும்’ என்று சொன்னேன். அதே விருதுநகரில் மறுபடியும் ஒரு கூட்டத்தில் இப்படி நிகழ்ந்தது. தோழர் முருகையா ‘நாம் உடனே மதுரை சென்று, மீனாட்சி மிஷன் ஆஸ்பத்திரியில் டெஸ்ட் எடுத்துவிடலாம்’ என்றார். தோழர்கள் பெருமாள்சாமியும் அய்யாசாமியும் குருசாமியும் மற்ற தோழர்களும் ‘அதுதான் சரி’ என்று சொல்லி என்னைக் கட்டாயப்படுத்தி முருகையாவுடன் மதுரைக்கு அனுப்பி வைத்தார்கள். .

முருகையா மாடக்குளம் செல்வராஜிடம் பேசி... மீனாட்சி மிஷன் ஆஸ்பத்திரியில் எனக்கு மெடிக்கல் டெஸ்ட் எடுக்க ஏற்பாடு செய்தார். என்னிடம் கோவில்பட்டி- விருதுநகர் வந்து செல்வதற்கான பஸ் கட்டணம் தவிர வேறு பணம் கிடையாது. பணம் இல்லை. இன்னொரு நாள் போகலாம் என்று சொல்லிப் பார்த்தேன். முருகையா கேட்கவே இல்லை. ‘பார்த்துக் கொள்ளலாம்’ என்று சொல்லிவிட்டார். மாடக்குளம் செல்வராஜுக்கு மதுரை மீனாட்சி மிஷனில் மிகவும் வேண்டியவர்கள் இருந்தார்கள். எனவே, நான் வருவதை சொல்லி வைத்திருந்தார். நானும் முருகையாவும் மதுரை ஆஸ்பத்திரிக்கு போய்ச் சேர்ந்தோம். கூட்டம் முடிந்து விருதுநகரிலிருந்து கோவில்பட்டி செல்ல வேண்டிய நாள் மதுரை மீனாட்சி மிஷனுக்கு போய்ச் சேர்ந்தேன்.

வீட்டைத் தொடர்பு கொண்டு கூட்டம் தொடர்ந்து நடைபெறும் என்றும் திரும்பிவர சில நாட்கள் ஆகும் என்றும் சொல்லி வைத்தேன். மாடக்குளம் செல்வராஜும் ஆஸ்பத்திரிக்கு வந்து சேர்ந்தார். ஒவ்வொரு டெஸ்க்டாப் எடுத்தார்கள். அன்று ஒரு நாள் முழுவதும் டெஸ்ட் எடுக்கவே சரியாகிவிட்டது. ஆஸ்பத்திரியில் அட்மிட் ஆகவேண்டும் என்றார்கள். எனக்கு *UTI (Urinary Tract Infection)* பிரச்சனை இருப்பதாகவும் அதைச் சரிசெய்ய வேண்டும் என்றும் சொன்னார்கள்.

Urologic Endoscopy சிகிச்சை எனக்கு அளிக்கப்பட்டது. அந்த சிகிச்சை மூலம் எனது மூத்திரக் குழாய்ப் பாதை சரிசெய்யப்பட்டு விட்டது. இன்று வரை பிரச்சனை இல்லை. இனியும் இருக்காது. சிகிச்சை முடிவதற்கு ஏழு நாட்கள் ஆகிவிட்டன. என்னுடன் துணைக்கு ஒருவர் தங்கியிருக்க வேண்டும் என்ற நிலையில் மதுரைத் தோழர் ஷாஜஹான் இரண்டு நாட்கள் லீவு எடுத்துக்கொண்டு என்னுடனேயே ஆஸ்பத்திரியில் தங்கி இருந்தார். தோழர் மாடக்குளம் செல்வராஜ் அவ்வப்போது வந்து கவனித்துக்கொண்டார். ஏழாவது நாள் டிஸ்சார்ஜ் செய்தார்கள்.

என்னை கோவில்பட்டியில் என்னுடைய வீட்டில் கொண்டு போய் விடுவதற்காக ராஜபாளையத்தில் இருந்து தோழர் குருசாமி மதுரை வந்தார். தோழர்கள் எனக்காக இவ்வளவு சிரமப்படுவது வருத்தமாக இருந்தது. ஆனால், அவர்கள் கேட்கவில்லை. ராஜபாளையம் குருசாமியோடு வீடு போய்ச் சேர்ந்தேன். 'கூட்டம் முடிவதற்கு இவ்வளவு நாட்கள் ஆகி விட்டதா?' என்று கேட்டார்கள். குருசாமி நடந்த விஷயங்களைச் சொன்னபோது முதலில் பதறிப்போனார்கள். பிறகு, எங்களுக்கு தகவல் சொல்லியிருக்க வேண்டாமா?' என்று கடுமையாக கோபித்துக் கொண்டார்கள்.

அப்புறம்தான் எனக்கு ஞாபகம் வந்து, 'ஆஸ்பத்திரிக்கு எவ்வளவு செலவாயிற்று' என்று தோழர் குருசாமியிடம் கேட்டேன். தோழர் முருகையா நமது தோழர்களிடம் வசூல் செய்து மொத்தப் பணத்தையும் ஏற்கெனவே கட்டிவிட்டார்' என்று குருசாமி சொன்னார். நான் நெகிழ்ந்து போனேன். என்னுடைய மருத்துவச் செலவை தோழர்களே ஏற்றுக்கொண்டது மனதில் கிளர்ச்சியை ஏற்படுத்தியது. 30 ஆண்டுகளுக்கு முன்பு நடந்த சம்பவம். இப்போது அதைப் பற்றி எழுதுவதற்காக தோழர்களிடம் விசாரித்தேன். அவர்களுக்கு சரியாக நினைவில்லை. 'ஆமாம்.

தோழர் முருகையாவிடம பணம் கொடுத்த ஞாபகம் இருக்கிறது' என்று சொன்னார்கள். அவர்கள் மறந்துவிட்டார்கள். நான் எப்படி மறக்க முடியும்?

மதுரை மாவட்டக் கட்சி அலுவலகம் மண்டையனாசாரி சந்தில் மறைந்த தோழர் ஐ. மாயாண்டி பாரதிக்குச் சொந்தமான இடத்தில் இயங்கி வந்தது. நான் மதுரை மாவட்ட பிராக்சன் கூட்டங்களுக்காக அந்த அலுவலகத்துக்கு செல்வதுண்டு. அப்போது மறைந்த தோழர் மோகன் மாவட்டச் செயலாளராக இருந்தார். அன்றைக்குத் தோழர் SAPயும் அலுவலகத்தில் இருந்தார். எங்கள் கூட்டம் ஆரம்பிக்க சற்று நேரம் ஆகும் என்பதால் நான் தோழர்கள் இருவருடனும் பேசிக்கொண்டிருந்தேன். என்னுடைய நெற்றியில் சிறிய நீர் கொழுப்புக் கட்டி (cyst) ஒன்று இருந்தது. கோவில்பட்டியில் டாக்டரிடம் காண்பித்தபோது; 'சிறிய கட்டிதான். ஒரு சின்ன ஆப்ரேஷன் பண்ணி எடுத்துவிடலாம்' என்று சொல்லியிருந்தார். அந்தக் கட்டியைப் பார்த்துவிட்டு தோழர் SAP 'அது என்ன?' என்று கேட்டார். 'அது ஒரு cyst. அதை ஆப்ரேஷன் 3 செய்ய வேண்டும் என்று நான் சொன்னேன். தோழர் SAP யும் தோழர் மோகனும் தங்களுக்குள் ஏதோ பேசிக் கொண்டார்கள். தோழர் SAP என்னிடம் வந்து சற்று குனிந்து கொள்ளுங்கள். அந்த கட்டியை எடுத்து விடலாம் என்றார். நான் குனிந்து கொண்டேன். தோழர் SAP இரண்டு விரல்களால் அந்தக் கட்டியை பிதுக்கி எடுத்தார். குனிந்து கொண்டிருந்ததால் சலமும் ரத்தமும் சட்டையில் படவில்லை. தோழர் மோகன் வேர் முழுவதும் வரும் வரை பிதுக்குங்கள் என்றார். , ஒரு வழியாக கட்டி முழுவதும் வேரோடு வெளியேறி விட்டது. கட்சி அலுவலகத்தில் ஒரு medical kit டே வைத்திருந்தார்கள். பஞ்சினால் நன்றாகத் துடைத்து சுத்தம் செய்து விட்டு நியூஸ்.. போரின் பவுடர் போட்டு பிளாஸ்திரியும் போட்டு விட்டார்கள். ஆஸ்பத்திரியில் நடக்கவேண்டிய ஆப்ரேஷன் மதுரை மண்டையனாசாரி சந்தில் சில நிமிடங்களில் நடந்து முடிந்துவிட்டது. மாவட்ட பிராக்சன் கூட்டத்தை முடித்து விட்டு கோவில்பட்டி திரும்பினேன். வெற்றிகரமான ஆப்ரேஷன் தான். அந்தக் கட்டி திரும்ப முளைத்து வரவேயில்லை. அந்த மண்டையனாசாரி சந்து ஆப்ரேஷனையும் தோழர்கள் SAP மற்றும் மோகனையும் என்றைக்கும் மறக்கவே முடியாது.

என்னுடைய 50களில் நான் இருந்தபோது எனது வலது கை முழுவதும் ஒரு வித உளைச்சல் ஏற்படும். தோள்பட்டையில்

இருந்து, விரல்கள்வரை கை முழுவதும் வலிக்கும். வலி தாங்க முடியாது. ஒரு நாள் முழுவதும் அந்த வலி இருக்கும். மறுநாள் அதுவாகவே இல்லாமல் போய்விடும். வருடத்தில் ஒரு முறை இப்படி ஒரு வலி வரும். அருமை நண்பர் தூத்துக்குடி பரமசிவம், தூத்துக்குடி AVM ஆஸ்பத்திரிக்கு வாருங்கள். எனக்கு அங்கே அனைவரையும் தெரியும். சிகிச்சை செய்து குணப்படுத்தி விடலாம் என்று சொல்லிக்கொண்டே இருந்தார்.

ஒரு சமயம் அந்த வலி வந்த சில நாட்களுக்குப் பிறகு AVM ஆஸ்பத்திரி போய்விட வேண்டியதுதான் என்று தீர்மானித்துக் கொண்டேன். பரமசிவத்துக்கு தகவல் சொல்லிவிட்டு தூத்துக்குடி கிளம்பிச் சென்றேன். வழக்கம்போலவே மீட்டிங் என்று வீட்டில் சொல்லிவிட்டு தனியாகவே போனேன். தோழர் பரமசிவம் எனக்கு அட்மிஷன் போடுவதற்கு ஏற்பாடுகள் செய்துவிட்டு என்னுடன் தங்கி கவனித்துக்கொள்வதற்காக லீவும் எடுத்துக் கொண்டார். அவருக்கு அடுத்து யார் லீவு போடவேண்டும் என்பதையும் முடிவு செய்துகொண்டார்கள். மற்ற நண்பர்களும் என்னுடைய வருகைக்காக காத்துக்கொண்டிருந்தார்கள்.

எனது வலது காலிலும் ஒரு பிரச்சனை இருந்தது. காலை மடக்கி சம்மணம் போட்டு உட்கார முடியாது. தரையில் அமர்ந்து சாப்பிட முடியாது. பரமசிவம் என்னை ஸ்பெஷலிஸ்டு டாக்டரிடம் அழைத்துச் சென்றார். அவர் என்னைப் பரிசோதித்தார். டெஸ்ட்டுகள் எதுவும் எடுக்கவில்லை. சில கேள்விகள் கேட்டார். 'எத்தனை வயதாகிறது?. காலையில் நடைப்பயிற்சி சொய்வதுண்டா? உடற் பயிற்சி எதுவும் செய்வதுண்டா? புகை பிடிப்பதுண்டா? இது மாதிரி கேள்விகள்.

திடீரென்று கோபம் வந்தவர்போல பேச ஆரம்பித்தார். 'ஐம்பது வயதைத் தாண்டிவிட்டீர்கள். இந்த மாதிரி பிரச்சனைகள் வயது சம்பந்தப்பட்டவை. இவற்றுக்கெல்லாம் மருத்துவ சிகிச்சை எதுவும் கிடையாது. இவை வியாதி கிடையாது. இனி இந்தப் பிரச்சனைகள் உங்களுடன் இருந்துகொண்டே இருக்கும். நீங்கள் அவற்றோடு வாழ பழகிக்கொள்ள வேண்டும். தினமும் காலையில் நடைப்பயிற்சி மேற்கொள்ள வேண்டும். உங்கள் கால் பிரச்சனை சரியாகிவிடும். நான் சொல்லித்தருகிற சில பயிற்சிகளை தினமும் செய்யவேண்டும். உங்கள் கை வலிப் பிரச்சனை சரியாகிவிடும்' என்று சொல்லிவிட்டு சில பயிற்சிகளை சொல்லிக்கொடுத்தார்.

ஆஸ்பத்திரியில் அட்மிட் ஆகி... ஜாலியாக சிகிச்சை பெற்றுக் கொள்ளலாம் என்று ஆசையோடு வந்த எனக்கு மிகுந்த ஏமாற்றமாகி விட்டது. ஒரே ஒரு மாத்திரை கூடக் கொடுக்காமல் பேசியே என்னை அனுப்பிவிட்டார். வேறு வழியில்லை. காலையில் நடைப்பயிற்சி மேற்கொண்டேன். அவர் சொல்லிக்கொடுத்த பயிற்சிகளை எல்லாம் செய்தேன். கால் பிரச்சனை சரியாகி சம்மணம் போட்டு உட்கார முடிந்தது. கை. வலி நின்று போய் விட்டது.

என்னுடைய 73வது வயதில் 12 கி.மீ. தொலைவில் இருந்த தீத்தாம்பட்டி என்ற கிராமத்துக்கு என்னுடைய ஸ்கூட்டியில் (Activa 3G) சென்று தீப்பெட்டித் தொழிலாளிகளை உறுப்பினர்களாகச் சேர்த்து சந்தா போட்டுவிட்டு திரும்ப வந்துகொண்டிருந்தேன். மாலை சுமார் ஆறரை மணி இருக்கும். இடது ஓரமாக வந்து கொண்டிருந்த நான் பின்னால் வந்த வண்டி பயங்கரமாக ஹாரன் அடிக்கவே... இன்னும் சற்று இடதுபுறம் ஒதுங்கினேன். ஒதுங்கினவன் தார் ரோட்டிலிருந்து மண் தரைப்பகுதிக்கு வந்துவிட்டேன். பின்னால் வந்த வண்டி வேகமாக முந்தி போய்விட்டது. நான் சறுக்கி கீழே விழுந்தேன். வலது தோள்பட்டை தரையில் மோதி ஊன்றிக்கொண்டதில் தலையில் அடிபடாமல் தப்பிப் பிழைத்தது. சற்று தள்ளி வந்துகொண்டிருந்த ஆட்டோவை நிறுத்திவிட்டு டிரைவர் ஓடி வந்தார். என்னைத் தூக்கி விட்டுவிட்டு வண்டியையும் தூக்கி நிறுத்தினார். நடந்து வந்துகொண்டிருந்த இன்னும் இருவரும் அருகில் வந்தனர்.

‘உங்களை தொலைவிலிருந்தே கவனித்துக்கொண்டு வந்தோம். அநேகமாக 70 கி.மீ. வேகத்தில் வந்துகொண்டிருந்தீர்கள். நீங்கள் இளவட்டம் இல்லை. உங்களுக்கு வயதாகி விட்டது. இப்படி வண்டி ஓட்டக் கூடாது’ என்று சொன்னார்கள். வலது தோள்பட்டை தரையில் மோதியதில் தோளினுடைய பந்துக்கிண்ண மூட்டில் பந்து உடைந்துவிட்டது. நாட்டு வைத்தியரிடம் கட்டுப் போட்டு ஒன்றரை மாதம் கையை அசைக்க முடியாமல் வீட்டிலேயே இருந்தேன். எல்லாம் மறந்து போய் அவர்கள் சொன்ன அந்த வார்த்தை மட்டும் நினைவில் இருந்துகொண்டே இருந்தது. ‘உங்களுக்கு வயதாகி விட்டது.’ ஆனாலும் முன்பு போலவே எனது வேலைகளைத் தொடர்கிறேன்.

செய்தக்க அல்ல செயக்கெடும் செய்தக்க
செய்யாமை யானும் கெடும்.

(குறள். 466)

என்எப்டிஇயின் கையில் அங்கீகாரம் கிடைத்ததுவிட்டது. கூட்டு ஆலோசனைக் குழுவில் அது மட்டுமே இடம் பெற்றிருந்தது. ஒரு தீப்பந்தம் இருட்டு வழியில் வெளிச்சம் காட்டப் பயன்படும். அதே தீப்பந்தம் குடிசைகளைக் கொளுத்தவும் பயன்படும். யார் கையில் அது இருக்கிறது என்பதைப் பொறுத்த விஷயம் அது. என்எப்டிஇயின் கையில் இருந்த அங்கீகாரம் பிஎஸ்என்எல் ஊழியர் சங்கத்தை நசுக்கி ஒழித்து விடலாம் என்ற நப்பாசைக்குப் பயன்படுத்தப்பட்டது. அதன் தலைவர்களையும் முன்னணி ஊழியர்களையும் தாக்கிப் பணியவைக்க வேண்டும் என்ற இழிநோக்கத்துக்குப் பயன்படுத்தப்பட்டது.

பிரச்சனைகளுக்காக சங்க வித்தியாசம் பாராமல் ஊழியர்களை ஒற்றுமைப் படுத்தி எந்த நிர்வாகத்தோடு முரண்பட்டு நிற்க வேண்டுமோ, எந்த நிர்வாகத்தோடு வீரஞ்செறிந்த போராட்டங்களை நடத்தவேண்டுமோ அந்த நிர்வாகத்தோடு கைகோர்த்துக்கொண்டு தன்னுடன் ஒன்றுபட்டு நிற்கவேண்டிய ஊழியர்களின் ஒரு பகுதியை, தன்னுடைய சொந்த வர்க்கத்தின் ஒரு பகுதியை தாக்குவதற்கு அது செயல்பட்டது. அங்கீகாரம் பெற்றிருந்த சங்கம் என்ற முறையில் ஊழியர் விரோத விருப்ப ஓய்வுத் திட்டத்தை எதிர்க்காமல் கூட்டு ஆலோசனைக் குழுவில் ஒப்புதல் அளித்தது.

பிஎஸ்என்எல் ஊழியர் சங்கத்தின் எட்டு மாநிலச் செயலாளர்கள் நிர்வாகத்தின் துணையோடு நீண்டதூர இடங்களுக்கு மாறுதல் செய்யப்பட்டார்கள். முன்னணி ஊழியர்களும் இடமாற்றம் செய்யப்பட்டார்கள். பிஎஸ்என்எல் ஊழியர் சங்கத்தோடு பேச்சுவார்த்தை நடத்தக்கூடாது. அவர்கள் கொண்டுவரும் பிரச்சனைகள் மேல் நடவடிக்கை எடுக்கக்கூடாது என்று நிர்வாகத்தை நிர்ப்பந்தப்படுத்தினர். ஏற்கெனவே நேரம் பார்த்துக் கொண்டிருந்த நிர்வாகத்துக்கு அல்வா சாப்பிடுவது போலாயிற்று. நாடெங்கிலும் இதை எதிர்த்து வீரஞ்செறிந்த போராட்டங்கள் கிளர்ந்தெழுந்தன.

89,486 வாக்குகள் வாங்கியிருந்த பிஎஸ்என்எல் ஊழியர் சங்கத்தை, 30% வாக்குகளோடு 2 வது இடத்தில் இருந்த பிஎஸ்என்எல் ஊழியர் சங்கத்தை, 9 மாநிலங்களில் முதன்மைச் சங்கமாக வெற்றி பெற்றிருந்த பிஎஸ்என்எல் ஊழியர் சங்கத்தை புறக்கணிப்பது நிர்வாகத்துக்கு சாத்தியமாகவில்லை. நமக்கு கூட்டு ஆலோசனைக் குழுவில் இடம் இல்லை. ஆனால், வழக்கம்போல் நிர்வாகத்தை சந்தித்தோம். கடிதங்கள் எழுதினோம். பேச்சுவார்த்தை நடத்தினோம். அகில இந்திய அளவில் பிரச்சனைகளைத் தீர்த்து

வைத்தோம். கடிதங்களுக்கு நிர்வாகம் பதில் அளிப்பதில்லை. ஆனால், கவனம் செலுத்தினார்கள்.

தமிழகத்தின் தலைமைப் பொது மேலாளர் பிஎஸ்என்எல் ஊழியர் சங்கத்தோடு பேசக்கூடாது என்று அனைத்து மாவட்டங்களுக்கும் உத்தரவு பிறப்பித்தார். அலுவலக வளாகத்தில் கூட்டம் நடத்த தடை விதித்தார்கள். அங்கீகாரம் பெற்றிருந்த என்எப்டிஇ சங்கத்தின் நிர்ப்பந்தம் காரணமாக மாநில நிர்வாகம் இப்படி ஒரு முட்டாள்தனமான நிலை எடுத்தது. இதை எதிர்த்து அனைத்து மாவட்ட பொது மேலாளர் அறைகளுக்குள்ளும் நுழைந்து நூற்றுக்கணக்கான ஊழியர்களைத் திரட்டி முற்றுகைப் போராட்டம் நடத்தினோம்.

இந்த முற்றுகைப் போராட்டம் 12 முதல் 16 மணிநேரம் வரை நீடித்தது. திருநெல்வேலியில் தொலைபேசி நிலையத்தையும் அலுவலகத்தையும் பூட்டுப் போட்டு பூட்டிவிட்டோம். ‘நான் உள்ளே போகலாமா?’ என்று நம்மிடம் கேட்ட மேலாளர் திரு தர்மராஜ் அவர்களிடம் ‘நீங்கள் உள்ளே போகலாம். ஆனால், ஒரு வேலையும் பார்க்க முடியாதே’ என்று சொன்னோம். தூத்துக்குடியில் என்னுடைய தலைமையில் முற்றுகைப் போராட்டம் நடந்தது.

பொது மேலாளர் கிடைக்காத நிலையில் துணைப் பொது மேலாளரை கெரோ செய்தோம். கோவையில் நாம் கூட்டம் நடத்தக்கூடாது என்பதற்காக தொலைபேசி நிலையத்தைப் பூட்டுப் போட்டு பூட்டி வைத்திருந்தார்கள். கேட்டை உடைத்து திறந்து அந்த பிரமாண்டமான கூட்டத்தை நடத்தினோம்.

அந்த உத்தரவு திரும்பப் பெற்றதற்குப் பிறகுதான் நமது போராட்டத்தை விலக்கிக்கொண்டோம். அங்கீகாரம் கையில் இருந்த இரண்டு ஆண்டு காலத்தில் ஊழியர்களுக்கு எவ்வளவோ நன்மைகள் செய்திருக்கலாம். செய்யவில்லை. செய்யக் கூடாதவை எல்லாம் செய்தார்கள். செய்யவேண்டிய காரியங்கள் எதையும் செய்யவில்லை.

அடுத்த சரிபார்ப்புத் தேர்தலில் வெற்றி பெறுவதற்கான ஏற்பாடுகளை விரைவிலேயே துவங்கினோம். நமக்கு அங்கீகாரம் வேண்டும் என்பதற்காக அல்ல. ஊழியர்கள் நலன் பாதுகாக்கப்பட வேண்டும். அதற்கு என்எப்டிஇ தோற்கடிக்கப்பட வேண்டும். 13% ஓட்டுகள் வாங்கி 3வது இடத்துக்கு வந்திருந்த எப்என்டிஓ தலைவர்கள் வள்ளிநாயகம், தாமஸ் ஜான் ஆகியோரோடு தேர்தல் உடன்பாடு பற்றி பேசினோம்.

ஊழியர்கள் நலன் பாதுகாகாக்ப்பட வேண்டுமானால் என்எப்டிஇ தோற்கடிக்கப்பட வேண்டும் என்பதில் அவர்களும் உறுதியாக இருந்தார்கள். எனவே, பிஎஸ்என்எல் ஊழியர் சங்கமும் அவர்களும் சேர்ந்து ஐக்கிய முன்னணி என்ற பெயரில் ஒரு கூட்டணியை உருவாக்க வேண்டும் என்று முடிவு செய்யப்பட்டது. ஐக்கிய முன்னணியின் தலைவராக தோழர் வள்ளிநாயகமும் கன்வீனராக தோழர் நம்பூதிரியும் இருப்பார்கள்.

எப்என்டிஓ மற்றும் கூட்டணியில் இடம் பெற்றுள்ள மற்ற கூட்டணி சங்கங்களின் பெயர்கள் வாக்குச்சீட்டில் இடம் பெற்றிருக்கும். ஆனால், அவற்றின் உறுப்பினர்கள் பிஎஸ்என்எல் ஊழியர் சங்கத்துக்கு வாக்களிப்பார்கள். கூட்டு ஆலோசனைக் குழுவில் இடங்கள் பகிர்ந்து கொள்ளப்படும். 2வது உறுப்பினர் சரிபார்ப்புத் தேர்தல் 1-12-2004 அன்று நடைபெற்றது. அதற்கான அறிவிக்கை ஜூலை 26ல் வெளியிடப்பட்டது. தேர்தல் நடைபெறுவதற்கு இன்னும் நான்கு மாதங்கள் அவகாசம் இருந்தது. எல்லா மாநிலங்களிலும் மாவட்டங்களிலும் ஐக்கிய முன்னணி சங்கங்களின் கூட்டான கருத்தரங்கங்கள், கூட்டங்கள் நடத்துவதற்கு இந்த அவகாசம் பயன்படுத்திக் கொள்ளப்பட்டது.

நாட்டின் அனைத்து மாவட்டங்களிலும் இந்தக் கூட்டுப் பிரச்சாரம் நடைபெற்றது. எந்த மாவட்டமும் விடுபட்டுப் போகவில்லை. ஒரு நாளில் மூன்று நான்கு கூட்டங்கள். சாயங்காலம் ஒரு பெரிய நகரத்தில் நன்றாக விளம்பரம் செய்யப்பட்டு திரளாக ஊழியர்கள் கலந்துகொள்ளும் கூட்டம் என்கிற ரீதியில் பிரச்சாரம் நடைபெற்றது. பிஎஸ்என்எல் ஊழியர் சங்கத் தலைவர்களும் ஊழியர்களும் முன்னணியில் நின்றனர். இந்த முறை அரசியல் கட்சிகள் செய்வதைப்போல தேர்தல் அறிக்கை வெளியிடப்பட்டது. நாம் வெற்றி பெற்றால் தீர்த்து வைக்கக்கூடிய முக்கியப் பிரச்சனைகளை தேர்தல் அறிக்கையில் குறிப்பிட்டிருந்தோம்.

உறுப்பினர் சரிபார்ப்புத் தேர்தல் ஏற்கெனவே அறிவிக்கப் பட்டிருந்தபடி 1-12-2004ல் நடைபெற்றது. 2,83,919 வாக்காளர்களில்

2,62,688 பேர் வாக்களித்தனர். பிஎஸ்என்எல் ஊழியர் சங்கம் 1,39,827 வாக்குகள் (பதிவான வாக்குகளில் 53%) பெற்றது. கடந்த இரண்டு ஆண்டுகளில் ஊழியர்கள் எண்ணிக்கை குறைந்திருந்தாலும் பிஎஸ்என்எல் ஊழியர் சங்கம் தன்னுடைய வாக்குகளை சுமார் 90,000ல் இருந்து 1,40,000 ஆக உயர்த்த முடிந்தது. மிகப் பெரிய

வெற்றி. என்எப்டிஇ வெறும் 30% வாக்குகள் மட்டுமே பெற முடிந்தது. ஓட்டு எண்ணிக்கையைப் பார்க்கும்போது நமது கூட்டணி சங்கங்களின் வாக்குகள் மட்டுமல்ல, என்எப்டிஇ ஊழியர்களின் வாக்குகளும் நமக்கு கிடைத்திருக்கின்றன என்பதைப் புரிந்துகொள்ள முடியும். நம்முடைய பிரச்சாரம் நல்ல முறையில் சென்றடைந்திருக்கிறது.

1991 போபால் வெற்றிக்குப் பிறகு 14 ஆண்டுகள் DOTயிலும் BSNLலும் அங்கீகாரம் இல்லாமல் செயல்பட்டதைத் தொடர்ந்து ஆயிரக்கணக்கான ஊழியர்களின் கடின உழைப்பாலும் அர்ப்பணிப்பு உணர்வினாலும் நமக்கு முதல் சங்கம் என்ற வெற்றியும் அங்கீகாரமும் கிடைத்தது. கூட்டணி சங்கங்களின் பங்களிப்பும் கூடவே இருந்தன. இந்த வெற்றிக்குப் பின்னால் அவர்களின் கடின உழைப்பும் இருந்தன. அங்கீகாரம் கிடைத்ததைத் தொடர்ந்து கூட்டு ஆலோசனைக் குழுவில் கூட்டணி சங்கங்களுக்கு பிஎஸ்என்எல் ஊழியர் சங்கம் இடங்களைப் பகிர்ந்து அளித்தது. ஊழியர் தரப்புத் தலைவராக எப்என்டிஓ தலைவர் தோழர் தாமஸ் ஜானும் செயலாளராக தோழர் நம்பூதிரியும் தேர்வு செய்யப்பட்டனர். என்எப்டிஇ அதன் அங்கீகாரத்தை இழந்தது.

2004ல் நடந்த சரிபார்ப்புத் தேர்தலில் வெற்றி பெற்றதைத் தொடர்ந்து பின்னர் வந்த அனைத்து தேர்தல்களிலும் நல்ல பெரும்பான்மையோடு நாம் வெற்றி அடைந்துகொண்டே இருந்தோம். இடையில் ஐக்கிய முன்னணியில் இடம் பெற்றிருந்த எப்என்டிஓ போன்ற சங்கங்கள் கூட்டணியில் இருந்து பின்னர் விலகினாலும் நமது வெற்றி தொடர்ந்தது. நாம் அங்கீகாரம் பெற்ற பின் நடந்த முதல் கூட்டு ஆலோசனைக் கூட்டத்திலேயே விருப்ப ஓய்வுத் திட்டத்தை ரத்து செய்ய வலியுறுத்தினோம். அது அப்போதைய அங்கீகாரம் பெற்றிருந்த சங்கத்தோடு போட்ட உடன்பாடு என்று நிர்வாகம் சொன்னது.

இப்போது பிஎஸ்என்எல் ஊழியர் சங்கம்தான் அங்கீகரிக்கப்பட்ட சங்கம். நாங்கள் இந்தத் திட்டத்தை கடுமையாக எதிர்க்கிறோம் என்று உறுதியாக நாம் சொன்ன பிறகு நிர்வாகம் அந்தத் திட்டத்தைக் கைவிட்டது. பிஎஸ்என்எல் நிறுவனத்தின் வளர்ச்சி, மொபைல் சேவை துவங்கியதாலும் ஊழியர்களின் கடின உழைப்பாலும் கிடைத்த லாபம் இவற்றை கணக்கில்கொண்டு எல்லா ஊழியர்களுக்கும் ஒரு கைக்கடிகாரம் வழங்கவேண்டும் என்று நாம் கோரிக்கை வைத்தோம்.

நிர்வாகம் முதலில் மறுத்தது. பின்னர், நமது வலியுறுத்தலால் ஒப்புக்கொண்டது. தனியார் கம்பெனிகளில் வாட்ச் வாங்க நிர்வாகம் நினைத்தபோது நாம் தலையிட்டு ‘இன்னொரு பொதுத்துறை நிறுவனமான HMTயில் இருந்துதான் வாங்க வேண்டும்’ என்று சொன்னோம். நிர்வாகம் ஏற்றுக்கொண்டது. நலிவடைந்திருந்த HMT நிறுவனத்துக்கு நாம் நம்மாலான உதவியைச் செய்தோம்.

சேவைக்காலத்தில் 6 வருடங்களுக்கு ஒரு பதவி உயர்வு என்ற அடிப்படையில் 5 பதவி உயர்வுகள் வேண்டும் என்று அடுத்த கோரிக்கை வைத்தோம். சில கேடர்கள் இரண்டு பதவி உயர்வுகள் பெற்றுக்கொண்டிருந்தன. சில கேடர்களுக்கு ஒட்டுமொத்த சேவைக்காலத்திலும் எந்தப் பதவி உயர்வும் கிடைக்காத நிலையும் இருந்தது. நிர்வாகம் ஐந்து பதவி உயர்வுக் கோரிக்கையை மிகக் கடுமையாக எதிர்த்தது. மிகக் கடுமையான முயற்சிகளுக்குப் பிறகு 8 வருடங்களுக்கு ஒரு முறை என்ற அடிப்படையில் நான்கு பதவி உயர்வுகள் என்பது ஏற்றுக்கொள்ளப்பட்டது.

இந்தப் பதவி உயர்வுகளுக்குப் புதிய பதவிகள் உருவாக்கப் படவேண்டியதில்லை. எந்தத் தேர்வும் எழுத வேண்டியதில்லை. SC/ST ஊழியர்களுக்கு சேவைக்கால நிபந்தனையில் சலுகை வழங்கப்படும். பதவி உயர்வோடு ஓர் ஆண்டு உயர்வுத் தொகை சேர்த்து வழங்கப்படும். ஒரு பதவி உயர்வுகூடக் கிடைக்காத கேடர்கள் உட்பட அனைவருக்கும் சேவைக்காலத்தில் நான்கு பதவி உயர்வுகள் கிடைக்கும் என்பது ஒரு சிறப்பு வாய்ந்த வெற்றி தான்.

பிஎஸ்என்எல் ஊழியர்களுக்கு குரூப் இன்ஷ்யூரன்ஸ் திட்டம் வேண்டும் என்று முடிவு செய்தோம். LIC நிறுவனத்தோடு பிஎஸ்என்எல் ஊழியர் சங்கம் பேச்சுவார்த்தை நடத்தியது. பிரிமியம் தொகையைக் குறைப்பதற்கும் திட்டத்தை முடித்துக் கொடுப்பதற்கும் AIIEAவின் அப்போதைய பொதுச்செயலாளர் தோழர் வேணுகோபால் பெரிதும் உதவி செய்தார். 3 லட்சத்துக்கும் அதிகமான ஊழியர்களை உள்ளடக்கிய உலகத்தின் மிகப்பெரிய குரூப் இன்ஷ்யூரன்ஸ் திட்டம் இது ஒன்றுதான்.

இரண்டாவது PRC சிபாரிசு அடிப்படையில் பொதுத்துறை நிறுவன அதிகாரிகளுக்கு 1-1-2007 முதல் 30% உயர்வோடு ஊதிய மாற்றம் வழங்கப்பட்டது. பிஎஸ்என்எல் ஊழியர்களுக்கும் இதே அடிப்படையில் ஊதிய மாற்றம் வேண்டும் என்று நாம்

கோரினோம். இதுபற்றி ஆலோசிப்பதற்கு அனைத்து சங்கங்களின் கூட்டத்துக்கு நாம் அழைப்பு விடுத்தோம். என்எப்டிஇ மற்றும் எப்என்டிஓ சங்கங்கள் கூட்டத்தில் கலந்துகொள்ள விரும்பவில்லை.

எதிர்வரும் சரிபார்ப்புத் தேர்தலை மனதில்கொண்டு ஊதியப் பேச்சுவார்த்தைகள் தோல்வியடைய வேண்டுமென்று அவர்கள் விரும்பினார்கள். பேச்சுவார்த்தை துவங்குவதற்கு VRS திட்டத்தை ஏற்றுக்கொள்ள வேண்டும் என்று நிர்வாகம் ஒரு முன் நிபந்தனையை விதித்தது. ஏற்றுக்கொள்ள முடியாது என்று நாம் தெளிவாகச் சொன்னோம். தொலைத்தொடர்பு அமைச்சரை நாம் சந்தித்தோம்.

நிர்வாகம் தனது முன் நிபந்தனையை வாபஸ் பெற்றுக்கொள்ள நிர்ப்பந்திக்கப்பட்டது. ஆனால், பேச்சுவார்த்தையை துவக்காமல் இழுத்தடிக்கும் போக்கைக் கையாண்டது. 19, 20 மே 2009ல் இரண்டு நாட்கள் ஐக்கிய முன்னணி வெற்றிகரமான வேலைநிறுத்தப் போராட்டத்தை நடத்தியது. அதன் பிறகுதான் உருப்படியான பேச்சுவார்த்தைகள் துவங்கின. என்எப்டிஇ மற்றும் எப்என்டிஓ சங்கங்கள் ஊழியர்கள் நலன் கருதி நம்மோடு ஒத்துழைக்காமல் நிர்வாகம் என்ன தந்தாலும் ஏற்றுக்கொள்ள சம்மதம் என்று அறிவித்தார்கள். மிகக் கடுமையான முயற்சிகளுக்குப் பிறகுதான் நிர்வாகம் நம்மோடு ஊதிய ஒப்பந்தத்தில் கையெழுத்திட்டது.

ஆனால், உத்தரவுகளை வெளியிடாமல் இழுத்தடித்தது. 2010 ஏப்ரல் 12லிருந்து காலவரையற்ற உண்ணாவிரதப் போராட்டம் நடத்துவோம் என்று ஐக்கிய முன்னணி சங்கங்களின் பொதுச்செயலாளர்கள் நோட்டீஸ் கொடுத்த பிறகுதான் ஊதிய உயர்வு உத்தரவுகள் வெளியாகின. சகலவிதமான தடைகளையும் துரோகங்களையும் உடைத்தெறிந்து பிஎஸ்என்எல் ஊழியர் சங்கம் செய்து காட்டிய மகத்தான சாதனைதான் இந்த ஊதிய உயர்வு.

பிஎஸ்என்எல் ஊழியர் சங்கம் செய்யக்கூடாத எந்தத் தவறையும் செய்யவில்லை. செய்யவேண்டியவை அனைத்தையும் செய்து காட்டியது. விடுபட்டுப் போனவை இருக்கக்கூடும். அவற்றையும் அது செய்து முடிக்கும் என நம்புவோம்.

(தோழர் நம்பூதிரியின், '*My Life, Struggles*' புத்தகத்தின் 195 முதல் 202 வரையான பக்கங்களிலிருந்து விவரங்கள் சேகரிக்கப் பட்டுள்ளன).

உழைப்புச் சுரண்டலை எதிர்த்த போராட்டம்

1980களில் தபால் தந்தி இலாகா ஒன்றாக இருந்தபோது உருவானது தான் *RTP (Reserve Trained Pool)* ஊழியர் முறை. பெரும்பாலும் டெலிபோன் ஆப்ரேட்டர் கேடரில் இந்த ஊழியர்கள் பணியமர்த்தப் பட்டனர். இவர்கள் கடும் உழைப்பு சுரண்டலுக்கு உள்ளாக்கப்பட்டனர். இலாகாவில் முறையாக தேர்வு செய்யப்பட்டாலும் நிரந்தரப் பணி கிடையாது. எப்போது டெலிபோன் எக்சேஞ்சில் இருந்து பணிக்கு அழைப்பு வரும் என்று காத்துக்கிடக்க வேண்டிய அவலம். அப்படியே வேலை கிடைத்தாலும் ஒரு நாளைக்கு அதிகபட்சம் ஆறு மணிநேரம் தான் கிடைக்கும். அதுவும்கூட காலையில் 3 மணிநேரம் மாலையில் 3 மணி நேரம் என்று பிரித்துக் கிடைக்கும். எனவே வேறு வேலையையும் சேர்த்துப் பார்க்க முடியாது.

ஒரு மணிநேரத்திற்கு ரூபாய் 2 அல்லது 3 என ஊதியம். எப்போது நிரந்தரம் என்பது கேள்விக்குறியாக இருந்த நிலை. இப்படி அத்தக் கூலிகளாக பட்டப் படிப்பு முடித்த இளைஞர்கள் உட்பட ஏராளமான பேர் சந்தித்த இந்த உழைப்புச் சுரண்டலை எதிர்த்துக் குரல் கொடுத்தது கே.ஜி.போஸ் அணி. *RTP* ஊழியர்களை சுரண்டலுக்கு எதிராக கே.ஜி. போஸ் அணி, திரட்ட ஆரம்பித்த பிறகு *NFPTE* சங்கமும் இவர்களுக்கு குரல் கொடுக்கவேண்டிய நிலை உருவானது. *RTP* ஊழியர்களும் நிரந்தர ஊழியர்களும் இணைந்து இவர்களுக்காக நடத்திய தொடர் போராட்டங்களின் பலனாக இவர்கள் பிற்காலத்தில் பணி நிரந்தரம் செய்யப்பட்டது வரலாறு.

கேசுவல் ஊழியர் மீதான சுரண்டலுக்கு எதிராக கே.ஜி. போஸ் அணி தொடர் போராட்டங்களை நடத்தியதையும், இன்றைக்கு தமிழகத்தில் அனைத்து கேசுவல் ஊழியர்களும் நிரந்தரப் படுத்தப்பட்டுவிட்டார்கள் என்பதையும் ஏற்கெனவே குறிப்பிட்டிருந்தோம். அவர்களில் பலரும் இலாகா தேர்வுகள் மூலம் லைன்மேன் மற்றும் மூன்றாம் வகுப்பு கேடர்களுக்கு நியமனம் பெற்றுச் சென்றுவிட்டார்கள்.

கேசுவல் ஊழியர் மீதான சுரண்டலுக்கு முற்றுப்புள்ளி வைத்து அவர்களின் வாழ்க்கை உறுதிப்பட தமிழக கே.ஜ.போஸ் அணியும் பின்னர் உருவாகிய ஈ.3 (என்), ஐடிஇயு சங்கங்களும் நடத்திய இயக்கங்களும் போராட்டங்களும் வரலாற்றுச் சிறப்பு மிக்கவை.

1984ல் தொலைத்தொடர்பில் ஆளெடுப்பு தடைச்சட்டம் கொண்டுவரப்பட்டு விட்டது. 1988ல் அரசுத் துறையான DOT கேசுவல் ஊழியர்களை வேலை நியமனம் செய்வதற்குத் தடை உத்தரவு பிறப்பித்தது. கடுமையான எதிர்ப்பு மற்றும் தொடர் இயக்கங்கள் மூலம் இந்த உத்தரவு திரும்பப் பெறப்பட்டாலும் மீண்டும் 1998ல் தடை உத்தரவு பிறப்பிக்கப்பட்டது. எனவே அன்றாடப் பணிகள் நடைபெறவேண்டும் என்பதற்காக கொண்டுவரப்பட்டதுதான் ஒப்பந்த ஊழியர் முறை.

1990களில் ஆயிரக்கணக்கான ஒப்பந்த ஊழியர்கள் வேலைக்கு அமர்த்தப்பட்டனர். கேசுவல் ஊழியர்கள் வேலை வாய்ப்பு அலுவலகம் மூலம் பணியமர்த்தப்பட்டனர். மஸ்டர் ரோல் மூலம் DOT அவர்களுக்கு நேரடியாக ஊதியம் வழங்கியது. அதைப் போல அல்லாமல் ஒப்பந்த ஊழியர்களுக்கு தனியார் ஒப்பந்ததாரர் மூலம் ஊதியம் வழங்கப்பட்டது. இந்திய நாடு முழுவதும் சுமார் ஒரு லட்சம் ஒப்பந்த ஊழியர்கள் வேலைக்கு அமர்த்தப்பட்டனர்.

குறிப்பாக குரூப் டி மற்றும் ரெகுலர் மஸ்தூர்கள் செய்துவந்த ஹவுஸ் கீப்பிங், பைல் மெயின்டெனன்ஸ், கேபிள் ஜாய்ன்ட், ஸ்வீப்பிங் போன்ற அத்தியாவசியப் பணிகளில் ஒப்பந்த அடிப்படையில் நாடு முழுவதும் ஆயிரக்கணக்கில் படித்த இளைஞர்கள் இப்படி ஒப்பந்தத் தொழிலாளிகளாக தேர்ந்தெடுக்கப்பட்டனர்.

ஒப்பந்தத் தொழிலாளிகளாக இருந்தாலும் நடைமுறையில் நிரந்தர ஊழியர்களுக்கு இணையாக செமி ஸ்கில்டு பகுதிகள் உட்பட வேலை பார்த்தனர். உதாரணமாக ‘கேபிள் பழுது நீக்குதல், தொலைபேசி பழுது பார்த்தல், தந்தி பட்டுவாடா உட்பட சகல வேலைகளையும் செய்தனர். ஆனால், ஊதியமோ வெறும் அத்தக் கூலிதான். அதுவும் தலமட்ட அதிகாரிகளின் தயவில்தான்.

அதிகாரிகளும் ஒப்பந்ததாரரும் எடுத்துக்கொண்டதுபோக மீதமிருக்கும் அற்பசொற்பம்தான் கூலியாகக் கிடைக்கும். அதுவும் மாதக்கணக்கில் பாக்கி நிற்கும். பஞ்சப்படி, போனஸ், இபிஎஃப்,

இஎஸ்ஐ இவை எதுவும் கிடையாது. இவர்கள் பெயரில் கையெழுத்துப் போட்டு சம்பளம் வாங்க முடியாது. இப்படி ஒப்பந்தத் தொழிலாளர் என்ற பெயரில் தொலைத்தொடர்பில் உழைப்புச் சுரண்டலும் ஊழலும் தலைவிரித்தாடியது.

இந்தக் கொடுமைக்கு எதிராக களம் காண உருவானதுதான் தமிழ்நாடு தொலைத்தொடர்பு ஒப்பந்தத் தொழிலாளர் சங்கம் TNTCWU. அன்றைக்கு தொலைத் தொடர்பில் செயல்பட்ட கே.ஜி. போஸ் அணி தலைமையிலான ஈ.3.(என்)மற்றும் ஐடிஇயு சங்கங்கள் இணைந்து திண்டுக்கல் நகரில் 1999ஆம் ஆண்டு பிப்ரவரி 7ஆம் தேதி நடத்திய தொலைத்தொடர்பு ஒப்பந்தத் தொழிலாளர் மாநாட்டில் உதயமானதுதான் TNTCWU. நாம் எதிர்பார்த்ததோ ஆயிரம் பேர். ஆனால், மாநாட்டில் நமது எதிர்பார்ப்பை மீறி சுமார் ஆயிரத்து ஐநூறு பேருக்கும் அதிகமானோர் கலந்துகொண்டனர்.

மாநாட்டைத் துவக்கி வைத்து உரையாற்றிய சிஐடியு தலைவர் தோழர் எஸ்.ஏ. தங்கராஜ் அவர்கள் ஒப்பந்தத் தொழிலாளர் முறை தொலைத்தொடர்பு இலாகா போன்ற அரசு நிறுவனத்திலேயே இருப்பது வெட்கக்கேடானது என்பதோடு, அது எப்படி ஒரு அப்பட்டமான சுரண்டல் முறை என்பதை விளக்கமாக அம்பலப் படுத்தினார். தொடர்ச்சியான போராட்டங்கள் மூலமே, ஒப்பந்தத் தொழிலாளிகளும் நிரந்தர ஊழியர்களும் இணைந்து போராடுவதன் மூலமே ஒப்பந்தத் தொழிலாளர்களை இந்த சுரண்டலிலிருந்து விடுவிக்க முடியும் என்று சுட்டிக்காட்டினார்.

திண்டுக்கல் மாநாடு விடுத்த அறைகூவல்படி தொடர்ச்சியான வேலை, பணிப் பாதுகாப்பு, மத்திய தொழிலாளர் நல ஆணையர் நிர்ணயிக்கும் குறைந்தபட்ச ஊதியம், போனஸ் உட்பட பல கோரிக்கைகளை வலியுறுத்தி சென்னையில் CGM அலுவலகம் முன்பு ஜூன் 2,000த்தில் மாநிலம் தழுவிய ஒப்பந்த ஊழியர்களின் தர்ணா நடைபெற்றது. ஒப்பந்த ஊழியர்களும் நிரந்தர ஊழியர்களும் சேர்ந்து 1,500க்கும் மேற்பட்டோர் கலந்துகொண்டனர். நிர்வாகம் ஒப்பந்த ஊழியர் பிரச்சனைகளை பேசமுடியாது என்று வம்பு செய்தது. காவல்துறை வந்தது. 'கலைந்து போகவேண்டும். இல்லையென்றால் கைது நடவடிக்கை எடுக்கப் படும் என்று மிரட்டியது. கைதை சந்திக்கத் தயார் என்று தலைவர்கள் அறிவித்தார்கள். போராட்டத்தின் நியாயத்தை விளக்கிச் சொன்னார்கள். காவல்துறை புரிந்துகொண்டு கைது

நடவடிக்கையைக் கைவிட்டது. ஆயிரத்து ஐநூறுக்கும்மேல் திரண்டிருந்த ஊழியர்களை ஒன்றும் செய்யமுடியாது என்று காவல் துறை புரிந்துகொண்டது. நிர்வாகம் அதிர்ச்சி அடைந்தது. நம்முடன் ஒப்பந்த ஊழியர் பிரச்சனைகளைப் பேசுவதற்கும் நம்முடைய கோரிக்கை மனுவை டெல்லி மேலதிகாரிகளுக்கு அனுப்பிவைக்கவும் ஒப்புக்கொண்டது.

இப்படி ஆரம்பித்த போராட்டம் தமிழகம் முழுவதும் மாவட்டங்களில் தல இயக்கமாக எழுச்சியோடு நடைபெற்றது. மறுபக்கம் லேபர் கோர்ட்டில் தொழில்தாவாவும் எழுப்பப்பட்டது. இப்படி நடத்திய நீண்ட போராட்டங்களுக்குப் பிறகு ஒப்பந்தத் தொழிலாளிகளின் பணிப் பாதுகாப்பு, தொடர்ச்சியான வேலை என்பது உறுதி செய்யப்பட்டது. நீதிமன்ற வழக்கிலும் ஒப்பந்த ஊழியர் சங்கம் வெற்றி பெற்றது. மத்திய தொழிலாளர் நல ஆணையாளர் அவ்வப்போது நிர்ணயிக்கும் குறைந்த பட்ச கூலி பிஎஸ்என்எல் ஒப்பந்தத் தொழிலாளிகளுக்கும் பொருந்தும் என்ற வரலாற்றுச் சிறப்புமிக்க தீர்ப்பை சென்னை நடுவர் நீதிமன்றம் வழங்கியது. வேறு வழியில்லாமல் மாநில நிர்வாகம் முன் தேதியிட்டு வழக்குத் தொடுத்த நாளிலிருந்து குறைந்தபட்ச ஊதியம் தர முன் வந்தது. இது ஒப்பந்த ஊழியர் மத்தியில் பெரும் நம்பிக்கை ஏற்படுத்தியதோடு மட்டுமல்லாமல், கே.ஜி.போஸ் அணி தலைமையிலான TNTCWU சங்கத்தில்உறுப்பினராக இணைந்துகொள்ள வேண்டும் என்ற உந்துதலையும் ஏற்படுத்தியது. மாநிலத்தில் ஒப்பந்த ஊழியர் சங்கம் பெரும் சக்தியாக வலுப்பெற்றது.

இதன் தாக்கம் மற்ற மாநிலங்களிலும் பிரதிபலித்தது. அப்போதைய பிஎஸ்என்எல் ஊழியர் சங்கத்தின் பொதுச் செயலாளர் தோழர் நம்பூதிரி அனைத்து மாநிலச் செயலாளர்கள் மற்றும் முக்கியத் தலைவர்களுடன் தொடர்புகொண்டு பேசியதில் கேசுவல் காண்ட்ராக்ட். ஊழியர்களுக்கான ஓர் அகில இந்திய கருத்தரங்கம் நடந்த முடிவானது. இந்தக் கருத்தரங்கம் 14 ,15 மார்ச் 2008ல் கொல்கத்தாவில் நடைபெற்றது. சுமார் 500 பேர் கலந்து கொண்டனர். பொது அரங்கு சிஐடியு அகில இந்தியத் தலைவர் தோழர் எம்.கே. பாந்தேவினால் துவக்கி வைக்கப்பட்டது. கன்வென்சன் தோழர் நம்பூதிரியினால் துவக்கி வைக்கப்பட்டது. கன்வென்சனின் ஒருமித்த கருத்து அடிப்படையில் BSNL Casual and Contract Workers Federation (BSNLCCWF) உருவாக்கப்பட்டது. தலைவராக தோழர் நம்பூதிரியும், பொதுச்செயலாளராக கேசுவல்

தொழிலாளியான தோழர் தபஸ்கோஷும் தேர்ந்தெடுக்கப்பட்டனர். ஊழியர்களின் கோரிக்கைகள் அடங்கிய பிரகடனம் வெளியிடப்பட்டது. புதிய சங்கம் பதிவு செய்யப்பட்டது. மாநில மற்றும் மாவட்ட அமைப்புகளை உருவாக்க முடிவு செய்யப்பட்டது. அனைத்து மாநிலங்களிலும் விரைவிலேயே மாநில அமைப்புக்கள் உருவாகின. கேரளா, தமிழ்நாடு, மே. வங்கம், ஒடிசா, கர்நாடகா, மகாராஷ்டிரா மாநிலங்கள் BSNLCCWF ன் வலுவான மாநிலங்களாக மாறின. அகில இந்திய அளவிலும் மாநில அளவிலும் நடந்த தொடர்ச்சியான போராட்டங்களின் விளைவாக ஊதியம் முறையாக வழங்குவது, இஎஸ்ஐ, இபிஎப் போன்ற சமூகப் பாதுகாப்பு ஏற்பாடுகள் போன்றவற்றில் முன்னேற்றம் ஏற்பட்டது.

கோயம்புத்தூர் சிபிஐ(எம்) பாராளுமன்ற உறுப்பினர் தோழர் P.R. நடராஜன் முன்முயற்சியால் பிஎஸ்என்எல் கேசுவல் மற்றும் ஒப்பந்த ஊழியர் பிரச்சனைகள் பாராளுமன்ற நிலைக்குழுவில் விவாதங்களுக்கு எடுத்துக் கொள்ளப்பட்டது. 14 ஜனவரி 2011ல் நடந்த கூட்டத்தில் 30 எம்.பி.க்கள் கலந்து கொண்டனர். திரு ஹேமந்த் பிஸ்வால் எம்.பி. தலைவராக இருந்தார். தலைமை தொழிலாளர் ஆணையாளர், இபிஎப், இஎஸ்ஐ ஆணையாளர்கள் மற்றும் ஊடக நண்பர்கள் கலந்துகொண்டனர். கலந்துகொண்ட தொழிற்சங்க அமைப்புக்கள் அனைவரின் சார்பிலும் தோழர் நம்பூதிரியே பேசட்டும் என்று சொல்லிவிட, தோழர் நம்பூதிரி பிரச்சனைகள் பற்றி முழுமையாகப் பேச முடிந்தது. தொடர்ந்து பாராளுமன்ற நிலைக்குழுக் கூட்டங்கள் டெல்லி, மும்பை, காங்டாக் ஆகிய இடங்களில் நடைபெற்றது. நடைபெற்ற பேச்சுவார்த்தைகள் அடிப்படையில் பிஎஸ்என்எல் நிர்வாகத்தின் கவனத்துக்கு குறைந்தபட்ச ஊதியம், இபிஎப், இஎஸ்ஐ பிரச்சனைகள் கொண்டுசெல்லப்பட்டு அவற்றில் நிறைய முன்னேற்றங்கள் ஏற்பட்டன.

BSNLCCWF முக்கியப் பிரச்சனைகளை முன்வைத்து மூன்று அகில இந்திய வேலை நிறுத்தப் போராட்டங்களை நடத்தியது. முழு வெற்றியடைந்த போராட்டங்கள். தலைமை தொழிலாளர் ஆணையாளர் நிறையத் தடவை சமரசப் பேச்சுவார்த்தைகள் நடத்தினார். ஒப்பந்த ஊழியர்களின் நலன் காக்கும் தொழிலாளர் சட்டங்களை அமல்படுத்த வேண்டும் என்று பிஎஸ்என்எல் நிர்வாகத்துக்கு அடிக்கடி வலியுறுத்தினார். தொடர்ச்சியான முயற்சிகளுக்குப் பிறகு ஒப்பந்தத் தொழிலாளர்களுக்கு கிராஜுவிடி

கொடுப்பது பரிசீலனையில் உள்ளது. கொல்கத்தாவில் நடந்த அமைப்பு மாநாட்டுக்குப் பிறகு 2011ல் லக்னோவில் ஓர் அகில இந்திய மாநாடும் கன்னியாகுமரியில் அடுத்த மாநாடும் நடைபெற்றுள்ளன. இப்போது சங்கத்தின் அகில இந்தியத் தலைவராக தோழர் நம்பூதிரியும் பொதுச்செயலாளராக தோழர் அனிமேஷ்மிஸ்ராவும் இருந்து வருகிறார்கள்.

(தோழர் மாணிக்கமூர்த்தி எழுதி அனுப்பிய குறிப்பை பயன்படுத்தி இந்தப் பதிவை வெளியிடுகிறேன். தோழருக்கு நன்றி).

(AIBDPA) அகில இந்திய பிஎஸ்என்எல் - டிஓடி ஓய்வூதியர் சங்கம்

1984ல் இருந்து நிரந்தர ஊழியர் பதவிகளுக்கு ஆளெடுப்பு தடைச்சட்டம் கொண்டு வரப்பட்டது. வேலைவாய்ப்பு அலுவலகம் மூலம் வேலை நியமனம் செய்யப்பட்டு வந்த கேசுவல் ஊழியர்களை வேலைக்கு எடுப்பதும் 1998 முதல் தடைசெய்யப்பட்டு விட்டது. அவர்களை நிரந்தரம் செய்வதும் தடை செய்யப்பட்டது. மரணம், பணி ஓய்வு போன்றவைகளால் ஏற்படும் காலிப் பணியிடங்கள் நிரப்பப் படுவதே யில்லை. அளவீடுகளின்படி அனுமதிக்கப்பட்ட காலியிடங்களும்கூட (justified and sanctioned posts) நிரப்பப்படுவதில்லை. எனவே நாளடைவில் டிஓடி மற்றும் பிஎஸ்என்எல்லில் ஓய்வு பெற்றவர்கள் எண்ணிக்கை சீராக உயரத் தொடங்கியது. நிரந்தர ஊழியர்கள் எண்ணிக்கை குறைவடைந்து வந்தது.

பிஎஸ்என்எல் ஓய்வூதியர்களுக்கு நிறையப் பிரச்சனைகள் ஏற்படத் துவங்கின. 2006 வரை கடைசி பத்து மாதச் சம்பளத்தின் சராசரியில் பென்ஷன் கணக்கிடும் முறை இருந்தது. எனவே, 2006க்கு முன் ஓய்வு பெறுபவர்களுக்கு பிஎஸ்என்எல் உருவான 2000 த்திற்குப் பிறகு உள்ள ஆண்டுகளுக்கு ஐடிஏ சம்பளத்திலும் அதற்கு முன்பு உள்ள ஆண்டுகளுக்கு சிடிஏ சம்பளத்திலும் பத்து மாத சராசரி கணக்கிடும்போது அனாமலி ஏற்பட்டது. டிஓடியிலிருந்து பிஎஸ்என்எலுக்கு மாறும்போது அரசுப் பென்ஷன் கிடைக்கும் என்று உத்தரவாதம் அளிக்கப்பட்டாலும் பிஎஸ்என்எல் வரிகளாகவும் லைசென்ஸ் கட்டணமாகவும் டிஓடிக்குச் செலுத்தவேண்டிய தொகையோடு பென்ஷனை இணைத்ததால் பிரச்சனைகள் ஏற்பட்டன.

பிஎஸ்என்எல் ஊழியர்களுக்கு சம்பளம் உயரும்போதெல்லாம் ஓய்வூதியர்களின் பென்ஷனும் உயரும் என்ற உத்தரவாதத்தை அங்கீகரிக்கப்பட்ட மூன்று சம்மேளனங்களும் விதி 37A வில் சேர்க்கக் தவறியதால் பென்ஷனை உயர்த்திப் பெறுவதில் சிரமங்கள் ஏற்பட்டன. ஏற்கெனவே இருந்த மத்திய அரசு ஓய்வூதியர் அமைப்புகளால் பிஎஸ்என்எல் ஓய்வூதியர்களின் சிக்கலான பிரச்சனைகளை தீர்த்து வைப்பது சாத்தியமாகவில்லை. எனவே, பிஎஸ்என்எல் ஓய்வூதியர்களுக்கான தனியானதொரு சங்க அமைப்பு தேவை என்ற கட்டாயம் ஏற்பட்டது. பல்வேறு மட்டங்களில் விவாதித்த பிறகு பிஎஸ்என்எல் ஊழியர் சங்கம், ஓய்வூதியர்களுக்கான ஒரு சங்க அமைப்பை ஏற்படுத்த முன்முயற்சிகள் எடுத்தது. பிஎஸ்என்எல் ஊழியர் சங்கத்தின் மைசூர் மத்திய செயற்குழு சங்கம் அமைப்பதற்கான முடிவினை எடுத்தது. பென்ஷனர்களின் ஓர் அகில இந்தியக் கருத்தரங்கை நடத்த முடிவு செய்தது.

அப்போதெல்லாம் நாடு முழுவதும் பென்ஷனர்களுக்கான 300க்கும் மேற்பட்ட குட்டி குட்டி அமைப்புக்கள் ஏற்பட்டிருந்தன. மாவட்ட வாரியாக, கேடர் வாரியாக, பிராந்திய வாரியாக இந்த அமைப்புகள் ஏற்பட்டிருந்தன. அவ்வப்போது கூட்டங்கள் நடத்துவது, கவலைகளைப் பகிர்ந்துகொள்வது, பிஸ்கெட்டும் டீயும் சாப்பிட்டு கலைந்துவிடுவது என்பதோடு இந்த சங்கங்களின் நடவடிக்கைகள் நின்று போயின. ஓய்வூதியர்களுக்கான மிகச் சரியான கோரிக்கைகளை உருவாக்கி அதற்காக வலுவான போராட்டங்களை நடத்தி தீர்வு காண்கின்ற அகில இந்திய அமைப்பு எதுவும் உருவாகியிருக்கவில்லை.

பிஎஸ்என்எல் ஊழியர் சங்கத்தின் மைசூர் மத்திய செயற்குழு முடிவு செய்தபோதோ, அதற்கு சற்று முன்னதாகவோ நண்பர்கள் பி.எஸ். ராமன்குட்டி மற்றும் டி. கோபாலகிருஷ்ணன் ஆகியோர் என்எப்டிஇ நண்பர் முத்தியாலுவோடும் எப்என்டிஓ நண்பர்களோடும் சேர்ந்து ஓர் அகில இந்திய மாநாட்டை தமிழ்நாட்டில் நடத்தினார்கள். எந்த மட்டத்திலும் விவாதிக்கவில்லை. ஜனநாயகபூர்வமான முடிவு எதுவும் எடுக்கவில்லை.

AIBSNLPWA என்ற அகில இந்திய சங்கத்தை உருவாக்கி அதற்கு பி.எஸ்.ராமன்குட்டி பொதுச்செயலாளர் என்று அறிவித்தார்கள். டி.கோபாலகிருஷ்ணனின் ஒற்றை அஜெண்டா நிறைவேறிவிட்டது

பி.எஸ். ராமன்குட்டியும் டி.கோபாலகிருஷ்ணனும் தன்னிச்சையாக, தானடித்தமூப்பாக இப்படி ஓர் அபத்தமான முடிவை எடுத்தார்கள்.

கே.ஜி.போஸ் அணியில் இருந்தபோது குப்தாவை மிகக் கடுமையாக, மிக ஆவேசமாக விமர்சித்தவர்களில் பி.எஸ். ராமன்குட்டிக்கு நிகராக எவரும் இருந்திருக்க முடியாது. ஆனால், *after retirement we don't want to fight with each other* என்று ராமன் குட்டி எழுதினார். டெல்லியில் நடந்த என்எப்டிஇ மத்திய செயற்குழுவில் பேசிய அதனுடைய பொதுச்செயலாளர் பணி ஓய்வு பெறும் நமது சங்க உறுப்பினர்களை வைத்து ஒரு ஓய்வூதியர் சங்கம் அமைக்க வேண்டும் என்று நாம் முடிவு செய்தோம்.

ஆனால் ஏற்கெனவே நண்பர்கள் முத்தியாலுவும் ராமன் குட்டியும் அப்படி ஒரு சங்கம் அமைந்திருப்பதால் நமது முடிவை நாம் கைவிட்டு விட்டோம். 'நமது சங்க உறுப்பினர்கள் அனைவரும் அந்தச் சங்கத்தில் சேரவேண்டும்' என்று பேசினார். நாம் நமது சங்கத்தை அப்போது உருவாக்கியிருக்காத நிலையில் நமது கே.ஜி.போஸ் அணியைச் சேர்ந்த தோழர்களை கடத்திக் கொண்டுபோய் அந்த அவியல் சங்கத்தில் சேர்ந்துவிட்ட புண்ணியவான்கள்தான் ராமன்குட்டியும் கோபாலகிருஷ்ணனும்.

நான் ஏற்கெனவே குறிப்பிட்டிருக்கிறேன். தோழர்கள் கார்ல் மார்க்சும் ஏங்கெல்சும் லெனினும் ஸ்டாலினும் மாவோவும் ஹோ சி மின்னும் எனது சிறு வயதில் எனக்குள் ஒரு நெருப்பைப் பற்ற வைத்துவிட்டார்கள். இலாகாவில் சேர்ந்த பின் தோழர்கள் பாபு தாரபாதா ஹென்றி பார்ட்டன், தாதாகோஷ், கே.ஜி.போஸ் ஆகியோர் அந்த நெருப்பை கொழுந்துவிட்டு எரியும்படி செய்துவிட்டார்கள். இப்போது எனக்கு 76 வயதாகிறது. ஆனாலும் அந்த நெருப்பு எனக்குள் கொழுந்துவிட்டு எரிந்துகொண்டிருக்கிறது. அது ஒரு அணையா நெருப்பு. ஏனென்றால், ஏற்கெனவே ஒரு நூறு தோழர்களுக்குமேல் அந்த நெருப்பை நான் பற்ற வைத்து விட்டேன்.

அவர்கள் இன்னும் நூறு பேருக்கு அதைப் பற்ற வைப்பார்கள். எனவே, எனக்கு ஓர் இறுதி ஏற்பட்டு நான் மறைந்து போனாலும் அந்த நெருப்பு எரிந்துகொண்டே இருக்கும். ஆனால், ராமன் குடடிக்கும் கோபாலகிருஷ்ணனுக்கும் 60 வயது பூர்த்தியாகி பணி நிறைவு பெற்றதும் அந்த நெருப்பு அணைந்துபோய் வெறும் கரிக்கட்டையாகிப் போனதுதான் கொடுமை.

எனவே, AIBSNLPWA என்ற சங்கம் உருவாகியிருந்தாலும் அந்த திருத்தல்வாத, போராட்டப் பாதையை கடைப்பிடிக்காத, சமரசவாத அமைப்புக்கு மாற்றாக ஒரு போராடும் அமைப்பை உருவாக்கித் தீரவேண்டும் என்ற வரலாற்றுரீதியான கடமை நம் முன் நின்றது. அதைப் பூர்த்திசெய்ய பிஎஸ்என்எல் ஊழியர் சங்கத்தின் மைசூர் மத்திய செயற்குழு முடிவை ஏற்றுக்கொண்டு டெல்லி கருத்தரங்கில் கலந்துகொள்ள நாங்கள் பயணமானோம். தமிழ்நாடு மேல்மட்டத் தலைவர்கள் நான், தோழர்கள் சி.கே. நரசிம்மன், ஏ. மீனாட்சிசுந்தரம், வாமணன், பெ. கிருஷ்ணன் ஆகியோர் அகில இந்தியக் கருத்தரங்கில் கலந்துகொள்ள வேண்டும் என்று பணித்தார்கள்.

கருத்தரங்கம் நடைபெற வேண்டிய நாளான அக்டோபர் **21, 2009** அன்று அதிகாலை நான்கு மணியளவில் நாங்கள் சென்ற ரயில் மதுரா ரயில் நிலையம் சேர்ந்து நின்றுகொண்டிருந்தது. ஏதாவது கிராசிங் இருக்கும். ரயில் கிளம்பி விடும் என்று நாங்கள் நினைத்தோம். ஆனால், நீண்ட நேரமாகியும் ரயில் கிளம்புகிற வழியாகத் தெரியவில்லை. பிரயாணிகள் லைட்டுகளைப் போட்டார்கள். ரயிலைவிட்டுக் கீழே இறங்கி கும்பல் கும்பலாக நின்றுகொண்டு கசமுசவென்று பேசிக்கொண்டிருந்தார்கள். நாங்களும் கீழே இறங்கி என்ன, ஏது என்று விசாரித்தோம்.

எங்களுக்கு முன்பு மதுராவிலிருந்து டெல்லி கிளம்பிச் சென்ற ரயில் அடுத்த ஸ்டேஷனில் நுழைய சிக்னல் கிடைக்காமல் நின்று கொண்டிருந்ததாகவும் அதன் பின்னால் சென்றுகொண்டிருந்த ரயில் நின்றுகொண்டிருந்த ரயிலின் மீது வேகமாக மோதி விபத்து ஏற்பட்டதாகவும் தெரிய வந்தது. இரண்டு ரயில்களின் பெட்டிகளும் பக்கத்தில் இருந்த தண்டவாளங்களின்மேல் சிதறி விழுந்து கிடந்ததால் அவற்றை அகற்றும் பணிகள் துவங்கி நடந்து கொண்டிருந்தன. இந்தப் பணிகள் முடிந்து ரயில் பாதை சரியான பிறகுதான் எங்கள் ரயில் செல்ல முடியும் என்ற நிலை. இந்த விபத்தில் எத்தனை பேர் இறந்து போனார்களோ, எத்தனை பேர் கடுமையான காயங்கள் அடைந்தார்களோ என்ற பெரிய கவலையோடு மாநாட்டுக்குப் போய்ச்சேர வேண்டுமே என்ற கவலையும் பற்றிக் கொண்டது. ரயில் நிலையத்திலிருந்து வெளியே வந்தோம். ஒரு ஆட்டோ பிடித்துக்கொண்டு மதுரா பஸ் நிலையம் சென்று சேர்ந்தோம்.

வட மாநிலங்களின் ரயில் நிலையங்கள் அனைத்தையும் பார்த்திருக்கிறேன். ஆனால், பஸ் நிலையம் எதையும்

பார்த்ததில்லை. காலை **5.30** மணி இருக்கும். மதுராவிலிருந்து டெல்லி செல்லும் பஸ்களைப் பார்க்கவே பயமாக இருந்தது. அவ்வளவு கூட்டம் அலைமோதிக் கொண்டிருந்தது. அதில் ஏறி இடம் பிடிப்பதோ டெல்லி வரை பயணம் செய்வதோ சாத்தியமே இல்லை. எனவே நண்பர்கள் டாக்ஸி கிடைக்குமா என்று பார்த்து வரப்போனார்கள். நான் ஒரு கடையில் டீ குடித்துவிட்டு கோல்டு பில்டர் சிகரெட் ஒன்றைப் பற்ற வைத்துக் கொண்டேன். அந்தக் காலை நேரத்தில் அந்த பஸ் ஸ்டாண்டும், அங்கிருந்த கடைகளும், வந்து போய்க் கொண்டிருந்த மக்களும், பெண்களும் அவர்கள் உடைகளும் பார்ப்பதற்கு வித்தியாசமாக இருந்தன. கிருஷ்ணன் பிறந்த அந்த ஊரை சிறிது நேரம் ஆர்வத்தோடு வேடிக்கை பார்த்துக் கொண்டிருந்தேன்.

டாக்ஸி வாடகை தாறுமாறாக இருந்தது. டிரைவர் சிரித்துக் கொண்டே சொன்னார். 'இன்றைக்கு உங்களிடம் அதிகமாக வாடகை வாங்குகிறேன். ஏற்பட்டிருக்கும் விபத்து காரணமாக இன்றைக்கு மட்டும்தான் இந்த வாடகை கிடைக்கும். இதை வைத்துத்தான் இன்னும் நான்கைந்து நாட்களுக்கு பிழைப்பு நடத்தவேண்டும்' என்றார். வேறு வழியில்லை. அந்த அநியாய வாடகைக்கு சம்மதித்து டெல்லி கிளம்பினோம். எவ்வளவு வேகமாகச் சென்றாலும் மதியம் **1.30** வாக்கில்தான் கூட்டம் நடைபெறும் கார்வால் பவன் செல்ல முடிந்தது.

அது மதிய உணவு இடைவேளை நேரமாக இருந்தது. காலையில் நடைபெற்ற மாநாட்டு நிகழ்ச்சிகளை கேட்டுத் தெரிந்து கொண்டோம். கருத்தரங்கிற்கு மூத்த தோழர்கள் ஏ.கே. பட்டாசார்ஜி, பி.வி. சந்திரசேகரன், எல்.என். மிஸ்ரா ஆகியோர் தலைமை தாங்கினர். அமைப்பாளர் என்ற முறையில் தோழர் நம்பூதிரி அனைவரையும் வரவேற்று கருத்தரங்கின் நோக்கங்களையும், பிஎஸ்என்எல் மற்றும் டிஓடி பென்ஷனர்களின் பிரச்சனைகளையும் விளக்கிப் பேசினார். கருத்தரங்கைத் துவக்கி வைத்து சிஐடியுவின் தலைவர் அருமைத் தோழர் எம்.கே.பாந்தே உரை நிகழ்த்தினார்.

'பென்ஷனர்கள் இந்திய தொழிலாளி வர்க்கத்தின் ஒரு பிரிக்க முடியாத பகுதி' என்று அவர் குறிப்பிட்டார். என்சிசிபிஏ அமைப்பின் பொதுச்செயலாளர் தோழர் எஸ்.கே. வியாஸ் வாழ்த்திப் பேசினார்.

அகில இந்திய பிஎஸ்என்எல்-டிஓடி ஓய்வூதியர் சங்கம் *(AIBDPA - All India BSNL - DOT Pensioners Association)* உருவாகியது. தலைவராக தோழர் ஏ.கே.பட்டாசார்ஜியும் பொதுச் செயலாளராக தோழர் கே.ஜீ. ஜெயராஜும் தேர்ந்தெடுக்கப்பட்டனர். தோழர் நம்பூதிரி ஆலோசகராகவும் தோழர் பி.வி. சந்திரசேகரன் பேட்ரன் ஆகவும் தேர்ந்தெடுக்கப்பட்டனர். தமிழகத்தில் இருந்து நான் ஓர் உதவித் தலைவராக தேர்ந்தெடுக்கப் பட்டேன். தமிழகப் பிரதிநிதிகள் சார்பில் தோழர் சி.கே. நரசிம்மன் மாநாட்டில் உரை நிகழ்த்தினார்.

AIBDPA

டெல்லி ஏஐபிடிபிஏ துவக்க மாநாடு முடிந்த கையோடு நாங்கள் சென்னை திரும்பினோம். சென்னையில் நம்முடைய ஓய்வூதியர்கள் அடங்கிய ஒரு சிறு கூட்டத்தில் தமிழகம் முழுவதும் நமது சங்கத்தைத் துவக்குவதென்று முடிவு செய்தோம். பல்வேறு அமைப்புகளில் ஏற்கெனவே உறுப்பினராக உள்ள நமது தோழர்கள், மத்திய பென்ஷனர் அமைப்புக்களில். உள்ள நமது தோழர்கள், எதிலும் சேராமல் உறுப்பினராகவே இல்லாதவர்கள் அனைவரையும் திரட்டுவதென்று முடிவு செய்தோம்.

மாநில அளவில் செயல்படுவதற்கான ஒரு மாநில அட் ஹாக் கமிட்டியை உருவாக்கினோம். அதில் தோழர்கள் சி.கே. நரசிம்மன், ஏ.மீனாட்சிசுந்தரம், வாமணன், கிருஷ்ணன், கிள்ளிவளவன் ஆகியோரோடு நானும் இருந்தேன். அட் ஹாக் கமிட்டி கன்வீனராக தோழர் சி.கே. நரசிம்மன் தேர்வு செய்யப்பட்டார். டெல்லியில் அகில இந்திய சங்கம் உருவானபோது சங்கத்தின் உடனடி செயல்பாடுகளைத் துவக்க பிஎஸ்என்எல் ஊழியர் சங்கம் உதவி செய்தது. அதன் பொதுச்செயலாளர் தோழர் நம்பூதிரி அந்த சங்கத்தின் சார்பில் ரூ.50,000 நிதி வழங்கி உதவினார்.

தமிழகத்தின் அட் ஹாக் கமிட்டியும் உடனடி செயல்பாடுகளைத் துவக்குவதற்கு பணத்தேவையில் இருந்தது. நான் கன்வீனராக இருந்த தோழர் சி.கே. நரசிம்மனிடம் 'யாராவது தெரிந்தவர்களிடம் குறைந்த வட்டிக்கு ரூ.10,000 கடன் வாங்குமாறும், நாம் செயல்படுவதற்குப் பணம் தடையாக இருக்கக்கூடாது' என்றும் கூறினேன். நல்லவேளையாக தோழர் மாணிக்கமூர்த்தி ரூ.10,000 கடன் கொடுத்து உதவினார். அதை வைத்துக்கொண்டு செயல்படத் துவங்கினோம்.

முதன்முதலில் கோயம்புத்தூர் சென்று தோழர்களைச் சந்தித்துப் பேசினோம். கோவையில் நமது முதல் மாவட்டச் சங்கத்தை துவக்குவதற்கான ஏற்பாடுகள் மும்முரமாக நடைபெற்றன. தமிழகத்தின் முதல் ஏஐபிடிபிஏ மாவட்டச் சங்கமாக கோவை மாவட்டம் முத்திரை பதித்தது. தலைவர், செயலாளர், பொருளாளராக முறையே தோழர்கள் வி. சுப்பிரமணியம், எல்.உமாபதி, வாமணன் ஆகியோர் தேர்ந்தெடுக்கப்பட்டனர்.

அடுத்ததாக நாகர்கோவில், சென்னை, தூத்துக்குடி, திருநெல்வேலி, மதுரை என்று மாவட்டச் சங்கங்கள் மளமளவென்று உருவாகின. **40, 45** ஆண்டுகளுக்கு முன்பு நானும் ராஜுவும் எப்படி ஊர் ஊராக அலைந்து திரிந்து ஒரு கே.ஜி.போஸ் அணியை பொட்டல் காடாய் இருந்த தமிழகத்தில் உருவாக்கினோமோ அதே கதைதான். ஏஐபிடிபிஏ என்ற ஓர் அமைப்பே இல்லாத தமிழகத்தில் அந்த அமைப்பை உருவாக்க வேண்டும். மாநிலம் தழுவிய அமைப்பாக மாற்ற வேண்டும்.

ஏற்கெனவே பிஎஸ்என்எல் அரங்கில் உருவாகியிருந்த நம்முடைய தோழர்கள் இப்போது இந்த ஓய்வூதியர் அமைப்பை உருவாக்கும் பொறுப்பை எடுத்துக்கொண்டு செயல்பட்டார்கள். தோழர்கள் சி.கே. நரசிம்மனும் தோழர் குப்புசாமியும் பல மாவட்டங்களில் அமைப்பை உருவாக்க முயற்சிகள் மேற்கொண்டு வெற்றிகரமாக முடித்துக் கொடுத்தார்கள். தஞ்சை மற்றும் காரைக்குடி மாவட்ட அமைப்புகள் உருவாகி ஒழுங்குபடுத்தப்பட தோழர்கள் நடராஜாவும் மாடக்குளம் செல்வராஜும் முயற்சிகள் மேற்கொண்டார்கள். எனவே, பழைய அளவுக்கு சிரமங்கள் இல்லை.

இந்த அமைப்பில் கேடர் வித்தியாசம் இல்லாமல் அனைவரும் உறுப்பினராகலாம். அதிகாரிகள், அதிகாரிகள் அல்லாத ஊழியர்கள், குடும்ப ஓய்வூதியர்கள் என்று எல்லோரும் உறுப்பினராகலாம். எனவே, விரைவிலேயே எட்டு மாவட்டச் சங்கங்கள் உருவாகி விட்டன. உறுப்பினர் எண்ணிக்கை **610** ஐ எட்டியது. எனவே, ஒரு மாநில மாநாட்டை நடத்தலாம். அட் ஹாக் கமிட்டிக்குப் பதில் முழு அளவிலான மாநிலச் சங்கத்தை உருவாக்கலாம் என்று முடிவு செய்தோம்.

முதல் மாவட்டச் சங்கத்தை உருவாக்கிய கோவை மாவட்டம் முதல் மாநில மாநாட்டை நடத்தித்தர முன்வந்தது. அப்போது

கோவை நாடாளுமன்ற உறுப்பினராக இருந்த மார்க்சிஸ்ட் கம்யூனிஸ்டு கட்சியின் பாராளுமன்ற உறுப்பினர் தோழர் பி.ஆர். நடராஜன் வரவேற்புக் குழுவின் தலைவராக இருக்க சம்மதித்தார். ஒரு சிறப்பான மாநில மாநாட்டை கோவை மாவட்டம் நடத்தித் தந்தது. சங்கத்தின் முதல் மாநிலத் தலைவராக நானும், முதல் மாநிலச் செயலராக தோழர் சி.கே. நரசிம்மனும், பொருளாளராக தோழர் வாமணனும் தேர்வு செய்யப்பட்டோம்.

விரைவில் அனைத்து மாவட்டங்களிலும் மாவட்ட அமைப்புகள் ஏற்பட்டன. உறுப்பினர் எண்ணிக்கை உயர்ந்துகொண்டே வந்தது. சந்தாவும் நன்கொடையும் வர ஆரம்பித்தன. சங்கத்தின் பொருளாதார நிலைமை சீரடைந்தது. தோழர் மாணிக்கமூர்த்தியிடம் வாங்கிய ரூ.10,000 வட்டியில்லாக் கடனை நன்றியோடு திருப்பிக் கொடுத்தோம். மாவட்டம்தோறும் தொழிற்சங்க வகுப்புகள் நடத்த முடிவு செய்தோம். தொழிற்சங்க வகுப்புகள் நடைபெற்றன. ஒவ்வொரு மாவட்டத்திலும் இரண்டு முறை வகுப்புகள் நடைபெற்றன.

அனைத்து வகுப்புகளிலும் திறமை மிக்க தலைவர்களுடன் நானும் ஒரு வகுப்பாசிரியனாக கலந்துகொண்டேன். இந்தியாவிலேயே மாவட்டம் தோறும் தொழிற்சங்க வகுப்புகள் நடத்திய மாநிலம் நமது தமிழ் மாநிலம்தான் என்று சொல்ல முடியும்.

நமது தமிழ் மாநிலத்தின் இரண்டாவது மாநாடு ஈரோட்டிலும் மூன்றாவது மாநாடு வேலூரிலும் நடைபெற்றது. வேலூர் மாநில மாநாட்டில் நம்முடைய மாநிலச் சங்கத்தில் ஒரு மாவட்டச் சங்க அந்தஸ்தோடு இருந்த சென்னை தொலைபேசி மாவட்டம் உறுப்பினர் எண்ணிக்கை அதிகரித்ததின் விளைவாக தனி மாநில அந்தஸ்து கோரிப்பெற்று அன்றிலிருந்து தனி மாநிலமாக இயங்கி வருகிறது.

நான்காவது மாநாடு தென் மாவட்டங்களான நாகர்கோவில், தூத்துக்குடி, திருநெல்வேலி, விருதுநகர் ஆகியவை இணைந்து நெல்லை மாவட்டம் இலஞ்சியில் நடைபெற்றது. ஏற்கெனவே நடந்த மூன்று மாநாடுகளில் நான் தொடர்ந்து மாநிலத் தலைவராக நீடித்ததால் நான்காவது மாநாட்டின்போது அந்தப் பதவியிலிருந்து விலகி வேறு புதிய தோழர்களுக்கு வழிவிட விரும்பினேன். இலஞ்சி மாநாட்டிலிருந்து நான் தலைவராக நீடிக்காமல் மாநில

உதவித் தலைவராக இருந்து வருகிறேன். அந்த மாநாட்டில் தோழர் மாணிக்கமூர்த்தி தலைவராக தேர்ந்தெடுக்கப்பட்டார்.

அகில இந்திய அளவில் அனைத்து மாநிலங்களிலும் நமது சங்க அமைப்புகள் உருவாகின. அந்தமான் நிக்கோபாரிலிருந்து ஜம்மு காஷ்மீர்வரை, குஜராத்தில் இருந்து வடகிழக்கு மாநிலங்களான NE.1, NE.2 வரை அனைத்து மாநிலங்களிலும் மாநில அமைப்புகள் உருவாகிவிட்டது. பிஎஸ்என்எல் டிஓடி ஓய்வூதியர்கள் மத்தியில் நமது ஏஐபிடிபிஎ தான் நம்பர் ஒன் சங்கமாக இருக்கிறது.

நமது சங்கத்தை என் சிசிபிஎவில் நாம் இணைத்தோம். நமது சங்கம் இணைந்ததற்குப் பிறகு என்சிசிபிஎ வலுவடைந்தது. அதன் நடவடிக்கைகளில் முன்னேற்றமும் தீவிரத்தன்மையும் ஏற்பட்டன. என்சிசிபிஎவின் இரண்டாவது அகில இந்திய மாநாடு மத்தியப் பிரதேசம் ரத்லம் நகரில் நடந்தபோது நமது சங்கப் பிரதிநிதிகளில் ஒருவனாக நான் கலந்து கொண்டேன். விவாதத்திலும் கலந்து கொண்டேன். நான்காவது மாநாடு ஜெய்ப்பூரில் நடந்தபோது அதிலும் கலந்துகொண்டேன். ஏஐபிடிபிஎ சார்பில் நான் என்சிசிபிஎவின் உதவிபொதுச்செயலராக *(Assistant Secretary General)* தேர்ந்தெடுக்கப்பட்டேன்.

நமது பொதுச்செயலாளர் தோழர் கே.ஜி. ஜெயராஜ் என்சிசிபிஎவின் துணைப் பொதுச்செயலாளராக உள்ளார் *(Deputy Secretary General)*. தோழர் நம்பூதிரி என்சிசிபிஎவின் பேட்ரன் ஆக இருந்து வருகிறார். நமது ஏஐபிடிபிஎ உலகத் தொழிற்சங்க சம்மேளனத்தோடு *(WFTU)* இணைந்த Trade Union International *(Pensioners and Retirees)* உடன் இணைந்துள்ளது. நமது பொதுச்செயலாளர் தோழர் கே.ஜி.. ஜெயராஜ் அதனுடைய செயற்குழு உறுப்பினராக *(Executive Committee Member)* இருந்து வருகிறார்.

கர்ணன் பிறக்கும்போது கவசகுண்டலத்தோடு ஒட்டிப் பிறந்தானாம். டெல்லியில் உருவானபோதே நமது ஏஐபிடிபிஎ பென்ஷனர்களின் நலன் காக்கும் 24 அம்சக் கோரிக்கை சாசனத்தோடு பிறந்தது. தபால் தந்தி தொழிற்சங்க இயக்கத்தின் முன்னோடிகளான பாபு தார பாதா, ஹென்றி பார்ட்டன், தாதாகோஷ், கே.ஜ.போஸ் பாரம்பரியத்தை உயர்த்திப் பிடித்து நடைபோடுகிற சங்கம் நமது சங்கம். போராட்டங்கள் மூலம்தான்

பிரச்சனைகளுக்கு இறுதியாக தீர்வு காண முடியும் என்ற நம்பிக்கை உடையவர்கள் நாம். பிஎஸ்என்எல் ஊழியர் சங்கம், AUAB அமைப்புகளோடு நெருங்கிய தொடர்பு வைத்து செயல்படுகிற சங்கம் நமது சங்கம்.

இன்றைய ஊழியர்கள் நாளைய பென்ஷனர்களாக மாறப் போகிறவர்கள். எனவே, பென்ஷனில், இதர ஓய்வூதியர் பிரச்சனைகளில் அக்கறை உள்ளவர்களாக அவர்கள் இருப்பார்கள் என்பதை நாம் புரிந்துவைத்திருக்கிறோம். எனவே நமது பிரச்சனைகளுக்காக அவர்கள் போராடுவார்கள் என்றும் தெரிந்து வைத்திருக்கிறோம். ஒரு சில சங்கங்களைப் போல யாரோடும் ஒட்டும் இல்லை உறவும் இல்லை என்று இமயமலைக் குகையில் உட்கார்ந்துகொண்டு இயக்கம் நடத்துபவர்கள் அல்ல; நாம். அமைச்சரிடம் **46** லட்சம் ரூபாய் நன்கொடை கொடுத்தால் பிரச்சனைகள் தீர்ந்துவிடும் என்று நம்புகிற புரட்சியாளர்கள் இல்லை நாம்.

டெல்லியில் நம்முடைய சங்கத்தின் துவக்க மாநாட்டில் துவக்க உரை நிகழ்த்திய சிஐடியுவின் தலைவர் தோழர் எம்.கே.பாந்தே *Pensioners are part and parcel of the Indian working class* என்று சொன்னது நமது உணர்வில் கலந்திருக்கிறது. இந்திய தொழிலாளி வர்க்கம் அகில இந்திய அளவில் நடத்தும் அனைத்துப் போராட்டங்களிலும் நமது சங்கம் பங்கு கொள்கிறது. டெல்லியில் கிட்டத்தட்ட ஒரு வருட காலம் போராட்டம் நடத்திய விவசாயிகளுக்கு நமது சங்கம் ரூ.**5** லட்சம் நன்கொடை வழங்கியது.

கேரளம் மற்றும் தமிழகத்தைப் பாதித்த கனமழை மற்றும் பெருவெள்ளத்தின்போது நாம் உரிய நிவாரண நிதி கொடுத்து உதவியிருக்கிறோம். கொரோனா கொடுந்தொற்றுக் காலத்திலும் நாம் நிவாரண நிதி அளித்திருக்கிறோம். 'சொந்தச் சோதரர்கள் துன்பத்தில் சாதல்கண்டும் சிந்தை இரங்காரடி கிளியே' என்று மனம் மிக நொந்து பாடினான் பாரதி. அப்படிப்பட்ட கொடுமைக்காரர்கள் அல்லர் நாம்.

நம்முடன் பணிபுரிந்த ஒப்பந்த ஊழியர்கள் ஒரு வருட காலம் செய்த வேலைக்கு சம்பளம் கிடைக்காமல் வாடியபோது நமது அகில இந்திய சங்கத்தின் அறைகூவலை ஏற்று தமிழகம் முழுவதும் அனைத்து மாவட்டங்களிலும் நிதி திரட்டி கிட்டத்தட்ட

ஏழரை லட்சம் ரூபாய் பெறுமானமுள்ள அரிசி, பலசரக்கு போன்ற அத்தியாவசியப் பொருட்களை அவர்களுக்கு அளித்தவர்கள் நாம்.

ஆசை இருக்கு தாசில் பண்ண அதிர்ஷ்டம் இருக்கு, கழுதை மேய்க்க என்பது பழமொழி. தாசில் பண்ணுவது என்றால், அதிகாரம் செலுத்துவது என்று பொருள். இந்தப் பதிவில் தாசில் பண்ணுவது என்றால், தாசில்தார் வேலை பார்ப்பது என்று பொருள் கொள்ளலாம். தாசில்தார் வேலையின் மீது அப்படி என்ன மோகம்?. ஏன் அவ்வளவு ஆசை? அது ஓர் அரசாங்க வேலை. வேலையில் இருக்கும்வரை மாதாமாதம் சம்பளம் கிடைக்கும். பணிநிறைவைத் தொடர்ந்து மாதா மாதம் பென்ஷன் கிடைக்கும். எனவேதான் தாசில்தார் வேலையின் மீது அப்படி ஓர் ஆசை.

பென்ஷன் என்றால் என்ன?

1. பென்ஷன் என்பது சமூகப் பாதுகாப்பு ஏற்பாடுகளின் ஒரு அம்சம். நமது வாழ்க்கையில் நமக்கு சில பாதிப்புகள் ஏற்படலாம். உடல் நலம் குன்றி விடலாம். ஏதாவது விபத்து ஏற்படலாம். வேலை கிடைக்காமல் இருக்கலாம். போதிய வருமானம் இல்லாமல் இருக்கலாம். இன்னும் இவை போன்றவை ஏற்படலாம். வாழ்க்கையின்போது சில சமுதாயத் தேவைகளும் கடமைகளும் ஏற்படலாம். உறவினர்கள், நண்பர்கள், தெரிந்தவர்கள் இவர்களது வீடுகளில் நடக்கும் நல்லது, பொல்லதுகளுக்கு போக வேண்டும். மொய் செய்ய வேண்டும். இவை போன்ற சமுதாயத் தேவைகள் மற்றும் கடமைகளை நாம் நிறைவேற்ற வேண்டும். இவற்றையெல்லாம் எதிர்கொள்வதற்கான ஏற்பாடுகள் வேண்டும். இந்தப் பிரச்சனைகள் நமக்கு மட்டுமானவையல்ல, இவை உலகம் தழுவிய பிரச்சனைகள்.

இவற்றுக்கான சமூகப் பாதுகாப்பு ஏற்பாடுகள் அவசியமானவை. ஒவ்வொரு நாட்டின் அரசாங்கமும் சமூகப் பாதுகாப்பு ஏற்பாடுகளை உத்தரவாதம் செய்ய வேண்டும். ஏனென்றால், சமூகப் பாதுகாப்பு ஏற்பாடு என்பது ஒரு மனித உரிமை. Social Security is a Human Right. சர்வதேச தொழிற்சங்க அமைப்பு - ILO - International Labour Organisation - இது சம்பந்தமான பல்வேறு கருத்தரங்குகளை நடத்தியிருக்கிறது. 1952-ல் ஜெனிவாவில் நடந்த ILO வின் சமூகப் பாதுகாப்புக் கருத்தரங்கம் 9 வகையான குறைந்த பட்ச சமூக பாதுகாப்பு ஏற்பாடுகளை வரையறை செய்தது.

1. மருத்துவ உதவி
2. வியாதிக்கான சிகிச்சை
3. வேலையில்லாக் கால நிவாரணம்
4. வயது மூத்த காலத்தில் உதவி (பென்ஷன்)
5. பணி செய்யும்போது ஏற்படும் விபத்து உதவி
6. மகப்பேறு கால உதவி
7. உடல் ஊனமுற்றால் உதவி
8. குடும்பத்திற்கான உதவி
9. சம்பாதிக்கும் நபரை (Bread winner) இழந்துபோனால் உதவி.

இவற்றில் வயது முதிர்ந்த கால உதவி என்று கிடைக்கும் பென்ஷன் முக்கியமானது. ILO தீர்மானத்துக்கு கைதூக்கி ஓட்டுப் போட்ட அனைத்து உறுப்பு நாடுகளும் - இந்தியா உட்பட - தங்கள் நாட்டுமக்களுக்கு இவற்றை உத்தரவாதம் செய்ய வேண்டும். நமது நாட்டில் மத்திய, மாநில அரசுகள் பென்ஷன் கொடுத்து வருகின்றன. சமூகப் பாதுகாப்பு ஏற்பாடுகளின் சில அம்சங்கள் அறைகுறையாகவாவது அமலில் இருக்கிறது. இங்கும் முதியோர் பென்ஷன் - OAP கொடுக்கிற ஏற்பாடு இருக்கிறது ஏகப்பட்ட குளறுபடிகள் குறைபாடுகளோடு அது நடந்து கொண்டிருக்கிறது.

1917-ல் ரஷ்யப் புரட்சி வெற்றி பெற்றதைத் தொடர்ந்து அங்கே தொழிலாளி வர்க்கத்தின் தலைமையில் அமைந்த முதல் சோசலிச அரசுதான் சமூகப் பாதுகாப்பு ஏற்பாடுகளை முழுமையாக உத்தரவாதம் செய்தது. அனைத்து மக்களும் தொட்டில் பருவம் முதல் சுடுகாடு செல்லும்வரை பாதுகாக்கப் பட்டார்கள். குறிப்பாக, முதியவர்களுக்கான பென்ஷன் உத்தரவாதம் செய்யப் பட்டது. சோசலிச நாடுகள் அனைத்திலும் பென்ஷன் உட்பட உள்ள சமூகப் பாதுகாப்பு ஏற்பாடுகள் உத்தரவாதம் செய்யப்பட்டன.

இது சோசலிசத்தைத் தழுவாத பிற முதலாளித்துவ நாடுகள் அனைத்திலும் ஒரு நிர்ப்பந்தத்தைக் கொண்டுவந்தது. அவர்களும் சமூகப் பாதுகாப்பு ஏற்பாடுகளை குறிப்பாகப் பென்ஷனை உத்தரவாதம் செய்ய வேண்டும் என்ற கட்டாயம் ஏற்பட்டது. எனவே, உலகம் முழுவதும் பென்ஷன் கிடைக்கிறது என்றால், அது சோசலிசம் இந்த உலகத்துக்கு தந்த நன்கொடை என்று சொல்லலாம்.

பென்ஷன் என்பது சமுதாயத்துக்கு நாம் செய்திருக்கும் சேவைக்கு, நமது பங்களிப்புக்கு சமுதாயம் திருப்பிச் செலுத்தும்

நன்றிக் கடன். 1990 டிசம்பர் 14ல் ஐ.நா. சபையின் பொதுக்குழு ஒவ்வொரு ஆண்டு அக்டோபர் மாதம் 1ஆம் தேதியையும் உலக முதியோர் தினமாக கடைப்பிடிக்க வேண்டும் என்ற தீர்மானத்தை நிறைவேற்றியது. 1991ஆம் ஆண்டுமுதல் ஒவ்வொரு ஆண்டும் அந்த நாள் உலகம் முழுவதும் கொண்டாடப்பட்டு வருகிறது. அந்தத் தீர்மானம் 2 முக்கிய அம்சங்களை வலியுறுத்துகிறது.

இந்த மூத்த தோழர்கள், 60ம் அதற்கு மேலும் வயதுள்ள சீனியர் சிட்டிசன்கள் சமுதாயத்துக்கு ஆற்றியிருக்கும் பங்களிப்பு அங்கீகரிக்கப்பட வேண்டும். இரண்டாவது அம்சம் முதிய வயதில் அவர்களுக்கு ஏற்படும் பிரச்சனைகள் பரிசீலிக்கப்பட்டு அது பற்றிய ஒரு விழிப்புணர்வு ஏற்படுத்தப்பட வேண்டும். இப்போது முதல் அம்சத்தைப் பற்றி சொல்ல விரும்புகிறேன்.

உலகில் யாருமே 60 வயது ஓய்வூதியராகப் பிறப்பதில்லை. அப்படி நினைப்பது ஓய்வு பெறுவதற்குமுன் அவர்கள் வாழ்ந்த அந்த 60 வருட வாழ்க்கையை ஓர் அழிரப்பரால் அழிக்க முயற்சிப்பதற்கு சமமானது. அந்த 60 வருடங்களில் பள்ளிக் கல்லூரிப் பருவம்போக மீதி 38, 40 வருடங்கள் அவர்கள் ஏதாவது ஒரு வேலையில் இருந்துவிட்டு அப்புறம்தான் பணி நிறைவு பெற்றிருக்கிறார்கள். என்னைப் பொறுத்தவரை 39 வருடங்கள் 3 மாதங்கள், தொலைத்தொடர்பில் வேலை பார்த்துவிட்டு பணி நிறைவு பெற்றிருக்கிறேன். இதன் பொருள் நான் 39 வருடங்கள் இந்த சமுதாயத்துக்கு தொலைத்தொடர்புச் சேவையை அளித்திருக்கிறேன் என்பதுதான்.

நீங்கள் அனைவருமே அத்தகைய சேவையை இந்தச் சமுதாயத்துக்கு அளித்திருக்கிறீர்கள். கட்டுமானத் தொழிலாளிகளை எடுத்துக்கொள்வோம். அவர்களது சேவை இந்த சமுதாயத்துக்கு இன்றியமையாதது. கட்டுமானத் தொழிலாளிகளே இல்லையென்றால் இந்த பூமியில் ஒரு கட்டிடமும் இருந்திருக்காது.

ஆஸ்பத்திரிகள் அத்தியாவசியமானவை என்றால், அவற்றை கட்டித் தருபவர்கள் கட்டுமானத் தொழிலாளிகள். கல்விக் கூடங்கள் அத்தியாவசியமானவை என்றால், அவற்றை கட்டித் தருபவர்கள் கட்டுமானத் தொழிலாளிகள். இப்படி சொல்லிக்கொண்டே போகலாம். முடி திருத்தும் கலைஞர்கள், தையல் கலைஞர்கள், சலவைத் தொழிலாளிகள் அனைவரின் சேவையும் முக்கியமானது. கோவில்பட்டி நகராட்சியில் 220

துப்புரவுத் தொழிலாளர்கள் வேலை பார்க்கிறார்கள். இவர்களின் பங்களிப்பை யாரும் குறைத்து மதிப்பிட முடியாது. இவர்கள் இல்லையென்றால், கோவில்பட்டி நாறிப்போகும்.

அரும்பும் வியர்வை உதிர்த்துப் புவிமேல்
ஆயிரம் தொழில் புரிந்திருவீரே
பெரும் புகழ் உமக்கே இசைக்கின்றேன்
பிரம்ம தேவன் கலையிங்கு நீரே

என்று அந்த உழைப்பைப் பாடினான் பாரதி.

இந்தப் பூவுலகின் பிரம்மாக்கள் அவர்கள் அவர்கள். அனைத்தையும் சிருஷ்டிக்கிறவர்கள் அவர்கள். தபால் தந்தி தொழிற்சங்க இயக்கத்தின் முன்னோடி அருமைத் தோழர் பாபுதாரபாதா முகர்ஜி **1921**ல் லாகூரில் நடைபெற்ற அஞ்சல் ஆர்எம்எஸ் ஊழியர்களின் அகில இந்திய மாநாட்டில் ஆற்றிய தலைமை உரை இன்றைக்கும் நமது காதுகளில் ரீங்காரமிட்டுக் கொண்டிருக்கிறது. 'தொழிலாளிகள் பிச்சைக்காரர்கள் அல்லர். அவர்கள் இந்த மண்ணின் ஜீவன். இந்த மண்ணின் உப்பு. *(They are the soul and salt of this earth)*. அவர்கள் இல்லையென்றால், இந்த பூமியில் ஒரு செங்கல் கூட எழும்பாது. ஒரு முழம் துணிகூட நெய்யப்பட மாட்டாது' என்று அந்த உரையில் அவர் குறிப்பிட்டது இன்றைக்கும் நம்மை சிலிர்த்துப்போகச் செய்கிறது.

நாம் உள்ளிட்ட தொழிலாளிகள் அனைவரின் இந்த பங்களிப்புக்கு இந்த சமுதாயம் நன்றிக் கடன் பட்டிருக்கிறது. எனவே, பென்ஷன் என்பது **60**ம் அதற்கு மேற்பட்டவர்களும் இந்த சமுதாயத்துக்கு செய்திருக்கும் சேவைக்கு, இந்த சமுதாயத்துக்கு செய்திருக்கும் பங்களிப்புக்கு சமுதாயம் திருப்பிச் செலுத்தும் நன்றிக் கடன் என்று சொல்ல முடியும்.

இந்த மூத்த குடிமக்களுக்கு பென்ஷன் வழங்குவது ஒவ்வொரு சமுதாயத்தின் கடமை. ஒவ்வொரு அரசாங்கத்தின் கடமை. சாதாரணக் கடமை அல்ல. மிகவும் அடிப்படையான கடமை. பெற்ற தாய்க்கு கஞ்சி ஊத்துவது மாதிரியான கடமை.

3. பென்ஷன் என்பது கொடுபடாத ஊதியம். **1982** டிசம்பர் **17**ல் தோழர் D.S.நகாரா மற்றும் மற்றவர்களுக்கும் ஒன்றிய அரசாங்கத்துக்கும் எதிரான வழக்கில் உச்ச நீதிமன்றம் ஒரு அற்புதமான தீர்ப்பை வழங்கியது. அந்தத் தீர்ப்பின் முக்கியத்துவம் கருதி அந்த நாளை ஒவ்வொரு ஆண்டும் பென்ஷனர் தினமாக

நாம் கொண்டாடி வருகிறோம். பென்ஷன் பிச்சையல்ல. கருணைத் தொகை அல்ல. அது ஒரு கொடுபடாத ஊதியம் என்று உச்ச நீதிமன்றம் அந்தத் தீர்ப்பில் சொன்னது.

10 ஆண்டுகளுக்கு முன்பு 1972ல் உச்ச நீதிமன்றம் போனஸ் கொடுபடாத ஊதியம் என்று சொன்னது. அந்த அடிப்படையில் கே.ஜி.போஸ் தலைமையிலான என்எஃப்பிடிஇ சம்மேளனம் போனஸ் கருத்தரங்கை நடத்தியது. அனைவருக்கும் போனஸ் கிடைத்தது என்பது வரலாறு. 1972ல் போனஸ் கொடுபடாத ஊதியம். 1982ல் பென்ஷன் கொடுபடாத ஊதியம். கொடுபடாத ஊதியம் என்று உச்ச நீதிமன்றம் எதைச் சொல்கிறது? தொழிற்சங்க முன்னோடிகளான நாம் இதை எப்படிப் புரிந்துகொள்ள வேண்டும்?.

நமது அரசியல் சாசனத்தின் வழிகாட்டும் நெறிமுறைகளில் நம் அனைவருக்கும் Living wage கொடுக்கப்பட்ட வேண்டும் என்று சொல்லப்பட்டிருக்கிறது. அது தரப்பட முடியாதது என்று சொல்லிவிட்டார்கள். பின்னர், 1954ல் வந்த Fair wages committee நமக்கு Fair wage தரவேண்டும் என்று சிபாரிசு செய்தது. அதுவும் சாத்தியமில்லை என்று சொல்லிவிட்டார்கள்.

1957ல் நடந்த 15வது Indian Labour Conference குறைந்தபட்ச தேவையை கணக்கிலெடுத்து ஊதியம் தர முடிவு செய்தது. அது ஒரு முத்தரப்பு மாநாடு. அரசுத் தரப்பும், முதலாளிகள் தரப்பும், தொழிற்சங்கத் தரப்பும் கலந்துகொள்ளும் மாநாடு. குறைந்தபட்ச தேவை என்பது உணவு, உடை, இருப்பிடம் மூன்றும்தான்.

தொழிலாளிக்கு 1 யூனிட், மனைவிக்கு 0.8 யூனிட், முதல் இரண்டு குழந்தைகளுக்கு 0.6 யூனிட் வீதம் 1.2 யூனிட், ஆக மொத்தம் 3 யூனிட்டுகளுக்கு சம்பளம் கொடுக்க முடிவானது. மூளை உழைப்பு தேவையில்லாத, திறன் தேவையில்லாத அன் ஸ்கில்டு கடைநிலை ஊழியருக்கு தினமும் 8 மணிநேர வேலைக்கு 2,600 கலோரி வெப்ப சக்தி செலவாகும். எனவே, அந்த வெப்ப சக்தியை தருகிற உணவு வேண்டும். அதற்காக டாக்டர் அக்ராய்டு தயார் செய்திருந்த உணவு அட்டவணை ஏற்றுக் கொள்ளப்பட்டது.

அந்தக் குடும்பத்தின் உடைத்தேவையாக ஆண்டு ஒன்றுக்கு 18 கெஜம் துணி என்று முடிவு செய்யப்பட்டது. 10 அடிக்கு 10 அடி அறையும், ஒரு குளியலறை, ஒரு கழிவறையும்கொண்ட வீட்டுக்கு என்ன வாடகையோ அதை வீட்டு வாடகை படியாகக் கொடுப்பது

என்றும் முடிவானது. இப்படி உணவு, உடை, இருப்பிடம் இவற்றுக்கு ஆகும் செலவில் **20%** இதர செலவினங்களுக்காகத் தருவது என்றும் முடிவு செய்யப்பட்டது. மூன்று தரப்பினரும் ஏகமனதாக ஏற்றுக்கொண்ட தேவை அடிப்படையிலான குறைந்த பட்ச ஊதியம் என்பது இதுதான். இதன் பொருள் இதற்கும் கீழே யாரும் ஊதியம் வாங்க முடியாது என்பதுதான்.

Living wage கிடைக்கவில்லை.

Fair wage கிடைக்கவில்லை.

Minimum wage கண்டிப்பாகக் கிடைக்க வேண்டும். எனவே, மத்திய அரசு ஊழியர்களுக்கான **2**வது ஊதியக்குழு குறைந்தப் பட்ச ஊதியத்தை நிராகரித்தால் **1960** ஜூலை **11** முதல் மத்திய அரசு ஊழியர்கள் காலவரையற்ற வேலை நிறுத்தப் போராட்டம் நடத்தினார்கள். பின்னர் **1968** செப்டம்பர் **19**ஆம் தேதி இதே கோரிக்கைக்காக ஒரு நாள் அடையாள வேலை நிறுத்தம் நடத்தினார்கள். தேவை அடிப்படையில் குறைந்தபட்ச ஊதியத்துக்கான போராட்டங்கள் தொடர்ந்துகொண்டே இருக்கின்றன. ஆனால் இன்று வரை யாருக்கும் இந்த குறைந்த பட்ச ஊதியம் கிடைக்கவில்லை. அப்படியானால், தொழிலாளிகள் இப்போது வாங்கும் ஊதியத்துக்கு என்னதான் பெயர்?

நீண்ட நாட்களுக்குமுன் என்னுடைய இளம் வயதில் ஆர்எம்எஸ் ஊழியர்களின் தலைவர் தோழர் N. J. ஐயர் எழுதி நான் படித்த ஒரு கட்டுரை நினைவுக்கு வருகிறது. Hybernation wage என்ற தலைப்பில் அதை அவர் எழுதியிருந்தார். ஒரு சில உயிரினங்கள் வருடத்தின் சில மாதங்கள் இந்த hybernation நிலையில் இருக்கும். இந்த நிலையில் இருக்கும்போது அவை **90%** செத்துப்போன நிலையிலும் **10%** மட்டும் உயிர் உள்ள நிலையிலும் இருக்கும். இந்த நிலையில் அவை உணவு எதுவும் சாப்பிடாது. தண்ணீர் குடிக்காது. வெறும் காற்றை மட்டும் சுவாசித்துக் கொண்டு உயிரோடு இருக்கும். தவளை இந்த நிலையில் ஒட்டி உலர்ந்து ஒரு காகிதத்தின் கனம் மட்டுமே இருக்கும். மூட்டைப்பூச்சி வெள்ளையாய் சிறு துண்டுக் காகிதம் மாதிரி இருக்கும். மரங்கள் இலையெல்லாம் உதிர்ந்து மொட்டையாக நிற்கும். அப்போது ஸ்டார்ச் எதுவும் தயார் செய்யாது.

சில வகைப் பாம்புகளும் இந்த நிலையில் இருக்கும். இந்த hybernation நிலை முடிந்தவுடன் அவை பழைய நிலைக்குத்

திரும்பிவிடும். இயற்கை இப்படி hybernationல் போகிற வசதியை நமக்கு அளிக்கவில்லை. ஆனால், நாம் வாங்கும் சம்பளம் hybernationல் இருப்பதற்கு மட்டுமே போதுமானது. இதை ஒரு பட்டினிச் சம்பளம் என்று சொல்லலாம்.

அரசாங்கமும் முதலாளிகளும் நமக்குத் தர ஒப்புக்கொண்டது குறைந்தபட்ச சம்பளம். ஆனால், கொடுப்பது பட்டினிச் சம்பளம். அவர்கள் நமக்குத் தர ஒப்புக்கொண்டு தராமல் பறித்துக் கொண்டதைத்தான் உச்ச நீதிமன்றம் கொடுபடாத சம்பளம் என்று சொல்கிறது.

எனவே, அவர்கள் ஏற்கெனவே நம்மிடமிருந்து பிடுங்கிக் கொண்டதில் ஒரு பகுதியைத்தான் பென்ஷன் என்ற பெயரில் திரும்பக் கேட்கிறோம்.

எனவே, பென்ஷன் என்பது

1. சமூகப் பாதுகாப்பு ஏற்பாடுகளின் ஓர் அம்சம்.
2. சமுதாயத்துக்கு நாம் செய்திருக்கும் பங்களிப்புக்கு சமுதாயம் நமக்கு திருப்பிச் செலுத்தவேண்டிய நன்றிக் கடன்.
3. பென்ஷன் ஒரு கொடுபடாத ஊதியம்.

எனவே, பென்ஷன் நமது அடிப்படை உரிமை. அதில் சமரசம் செய்துகொள்வதற்கு ஒன்றும் இல்லை.

குறிப்பு:

தோழர் W.R. வரதராஜன் புத்தகத்தில் இருந்து சில விவரங்களை பயன்படுத்தி இருக்கிறேன்.

பென்ஷன் மேல் தாக்குதல்கள்

1939ல் துவங்கி **1945** வரை நீடித்த இரண்டாம் உலகப் போர் நாசகரமான விளைவுகளை ஏற்படுத்தியதோடு, சில நல்ல விளைவுகளையும் ஏற்படுத்தியது. முதல் சோசலிச நாடான சோவியத் யூனியனை அழித்துவிட வேண்டும் என்று ஹிட்லரின் தலைமையிலான பாசிச சக்திகள் துடித்தன. 14 நாடுகள் அந்த சிவப்பு நாட்டின் மீது படையெடுத்தன. சோவியத் செஞ்சேனை தனது எல்லையிலிருந்து லெனின்கிரேடு வரையில் பின்வாங்கி வந்தது. பனிக்காலம் துவங்கி போர் நிலைமை சாதகமாக வரும் வரை தாக்குப்பிடிக்க வேண்டும். தாய்நாட்டைக் காக்கும் அந்தப்

புனிதப் போரில் 2 கோடி சோவியத் மக்கள் தங்கள் இன்னுயிரைத் தியாகம் செய்தார்கள். உலக வரலாறு சிவப்பு எழுத்துகளால் அந்த தியாகத்தைப் பதிவு செய்திருக்கிறது. எந்த நாடும் 2 கோடி மக்களைத் தியாகம் செய்ததில்லை. 5 கோடி மக்கள் ஏதாவது ஒரு உடல் உறுப்பை இழந்தார்கள்.

பாதிப்படையாத குடும்பமே இல்லை. ஒவ்வொரு குடும்பமும் தியாகம் செய்தது. அந்த எண்ணிக்கையை, அந்தத் தியாகத்தை நினைக்கும்போதெல்லாம் மயிர் கூச்செறியும். பனிக்காலம் துவங்கி போர் நிலைமை சாதகமாகத் திரும்பியதும் சோவியத் செஞ்சேனை எதிரிகளை துவம்சம் செய்து மளமளவென்று முன்னேறியது. எதிரிப் படைகளை விரட்டிக்கொண்டேபோய் ஹிட்லரின் ஜெர்மனிக்குள் நுழைந்தது. கிரெம்ளினில் பறக்கும் செங்கொடியை இறக்கிவிட்டு பாசிஸ்ட்டுகளின் ஸ்வஸ்திக் கொடியைப் பறக்க விடுவேன் என்று ஹிட்லர் கொக்கரித்துக் கொண்டிருந்தான்.

ஆனால், சோவியத் செஞ்சேனை ஹிட்லரின் ஜெர்மன் நாடாளுமன்றக் கட்டிடமான ரீச் ஸ்டாக்கில் பறந்து கொண்டிருந்த ஸ்வஸ்திக் கொடியை வெட்டி வீழ்த்தி வீரஞ்செறிந்த செங்கொடியை அங்கே ஏற்றி வைத்தது. வழியிலுள்ள நாடுகளெல்லாம் விடுதலை அடைந்து அங்கே தொழிலாளி வர்க்கத்தின் தலைமையில் சோசலிச அரசுகள் நிறுவப்பட்டன. உலகின் மூன்றில் ஒரு பகுதி சோசலிச நாடுகளாக மாறியது.

சோசலிச நாடுகளில் நாம் ஏற்கெனவே குறிப்பிட்டபடி சமூகப் பாதுகாப்பு ஏற்பாடுகள் குறிப்பாக பென்ஷன் உத்தரவாதம் செய்யப் பட்டது. உலகம் முழுவதும் பென்ஷனுக்கு ஓர் அங்கீகாரம் கிடைத்தது. பென்ஷனில் பல்வேறு முன்னேற்றகரமான மாறுதல்கள் ஏற்படத் துவங்கின. புதிய பென்ஷன் விதிகள், சம்பளம் உயரும் போதெல்லாம் பென்ஷனில் உயர்வு, குடும்ப பென்ஷன் இவையெல்லாம் ஏற்பட்டன. 1982 டிசம்பர் 17ல் D.S. நகாரா வழக்கில் உச்ச நீதிமன்றத்தின் தீர்ப்பு பென்ஷனுக்கு கூடுதல் வலு சேர்த்தது.

இந்த நிலைமைகள் விரைவில் மாறத் துவங்கின. 1980களின் இறுதியிலும் 1990களிலும் சோசலிசத்துக்கு ஒரு கடுமையான பின்னடைவு ஏற்பட்டது. சோவியத் ஒன்றியம் தகர்ந்துபோய் தனித்தனி நாடுகளாகப் பிரிந்துபோய் விட்டது. சோசலிச நாடுகள் அனைத்தும் சோசலிசப் பாதையைக் கைவிட்டு விட்டன. சோசலிச உலகம் என்பது இல்லாமல் போய் சீனா, வியட்நாம், கியூபா,

வடகொரியா போன்ற நாடுகள் மட்டுமே சோசலிச நாடுகளாக நீடிக்கின்றன.

ஏகாதிபத்தியம் ஒருபுறமும் அதன் அத்து மீறல்களைத் தட்டிக் கேட்டு அதை ஒரு கட்டுக்குள் வைத்திருக்கும் சோசலிச முகாம் இன்னொரு புறமுமாக இருந்த இரு துருவ உலகம் மறைந்து போய் ஏகாதிபத்தியத்தின் கை மேலோங்கி நிற்கும் ஒரு துருவ உலகம் ஏற்பட்டு விட்டது. சோசலிச உலகத்துக்கு ஏற்பட்ட பின்னடைவைத் தொடர்ந்து சோசலிசத்தின் நன்கொடையான பென்ஷனும் தாக்குதலுக்கு உள்ளாகத் தொடங்கியது.

இந்த ஒரு துருவ உலக நிலைமையை தனக்குச் சாதகமாகப் பயன்படுத்திக்கொண்டு தன்னை மேலும் மேலும் கொழுக்க வைப்பதற்கான உலகமயம், தாராளமயம், தனியார்மயம் ஆகிய உள்ளடக்கத்தோடு கூடிய புதிய பொருளாதாரக் கொள்கையை ஏகாதிபத்திய சக்திகள் கொண்டுவந்து உலக நாடுகள் தலையில் திணித்தன.

1991ல் நரசிம்மராவ் பிரதமராகவும், மன்மோகன்சிங் நிதியமைச்சராகவும் இருந்தபோது இந்தியாவில் புதிய பொருளாதாரக் கொள்கை அமலுக்கு வந்தது. தலைகீழ் மாற்றங்கள் ஏற்படத் துவங்கின. பென்ஷன் மீது தாக்குதல்கள் வரத் துவங்கின.

1-4-2014 முதல் நியமனம் செய்யப்படும் மத்திய/மாநில அரசு ஊழியர்களுக்கான புதிய பென்ஷன் திட்டம் கொண்டுவரப்பட்டது. CCS (CCA) பென்ஷன் ரூல்ஸ் **1972**ன் படியான வரையறுக்கப்பட்ட பென்ஷன் ரூல்ஸ் இவர்களுக்குப் பொருந்தாது. இவர்களது சம்பளத்தில் மாதா மாதம் **10%** பென்ஷன் நிதியாக பிடித்துக் கொள்ளப்படும். அரசாங்கம் தன் பங்குக்கு **10%** நிதியை அளிக்கும். (இப்போது **14%**). இரண்டும் சேர்ந்து இந்த ஊழியர்களின் பென்ஷன் நிதியாக உருவாகும்.

2013 ஆகஸ்டு **13**ல் ஒன்றிய அரசு இதற்கான ஒரு தீர்மானத்தின் மூலம் இதை அமலுக்குக் கொண்டுவந்தது. இந்த நிதியை அரசாங்கம் நிர்வகிக்காது. அதை நிர்வகிப்பதற்கான PFRDA - Pension Fund Regulatory and Development Authority என்ற ஆணையம் உருவாக்கப்படும். அந்த ஆணையம் இந்த நிதியை நிர்வகிக்கும். நண்டைப் பிடித்து நரியின் கையில் கொடுத்த கதைதான். இதுவரை ஒன்றிய அரசின் நேரடிக் கட்டுப்பாட்டில் இருந்த தனியார் நிறுவன ஊழியர்களின் பென்ஷன் நிதிகள்

முழுவதும் இந்த பிஎப்ஆர்டிஏ ஆணையத்தின் கைகளில் வந்துவிடும்.

2013ஆம் ஆண்டு செப்டம்பர் 19ல் அதற்கான மசோதா நாடாளுமன்றத்தில் சட்டமாக்கப்பட்டத அப்போது மன்மோகன்சிங் பிரதமராகவும், ப.சிதம்பரம் நிதியமைசராகவும் இருந்தனர். இடதுசாரிக் கட்சிகளின் ஆதரவு தேவையில்லாத மன்மோகன்சிங் அரசின் இரண்டாவது 5 ஆண்டுகால ஆட்சி அது. நாடாளுமன்றத்தில் அந்த மசோதா தாக்கல் செய்யப்பட்ட சமயம் அதைச் சட்டமாக்குவதற்கு போதிய அளவு எண்ணிக்கையில் காங்கிரஸ் கட்சியின் நாடாளுமன்ற உறுப்பினர்கள் அவையில் இல்லை. ஓட்டெடுப்பில் மசோதா தோற்றுப்போகும் நிலை. அது ஒரு பொருளாதார மசோதா (Financial Bill). அது தோற்றுப்போனால் அரசு கவிழ்ந்து விடும். காங்கிரஸ் கட்சி பிஜேபியின் தலைவர்களோடு பேசி அந்தக் கட்சி உறுப்பினர்களின் ஆதரவைக் கோரிப்பெற்றது.

கார்ப்பரேட் சக்திகள் இந்த மசோதா தோற்றுவிடக்கூடாது என்பதற்கான lobbying வேலையில் ஈடுபட்டது. எதிர்க்கட்சி என்ற பொறுப்பில் இந்த மசோதாவை எதிர்க்கவேண்டிய பிஜேபி எஜமானர்களான கார்ப்பரேட்டுகள் விருப்பப்படி இந்த மசோதா சட்டமாவதற்கு ஓட்டுப் போட்டது. காங்கிரஸ், பிஜேபி இரண்டு கட்சிகளின் உறுப்பினர்களும் ஒன்று சேர்ந்து ஓட்டுப் போட்டு அந்தக் கேடுகெட்ட பிஎப்ஆர்டிஏ மசோதா சட்டமாக நிறைவேறிய நாடகத்தை நாம் பார்த்தோம்.

இந்தப் புதிய பென்ஷன் திட்டத்தின்கீழ்:

1. குடும்ப பென்ஷன் கடுமையான வரம்புகளுக்கு உட்பட்டது. பணியில் இருக்கும் ஊழியர் இறந்தால் மட்டுமே குடும்ப பென்ஷன்.
2. பிஎப்ஆர்டிஏ ஆணையம் பென்ஷன் நிதியில் 40% வரை பங்குச் சந்தையில் முதலீடு செய்து கொள்ளலாம்.
3. இந்தச் சட்டம் ஓர் அரசாணையில்கீழ் இந்தச் சட்டத்தின் கீழ் வராத அனைவருக்கும் விரிவுபடுத்தப்படலாம்.

எனவே, புதிய பென்ஷன் திட்டம் 1-4-2014க்குப்பின் நியமனம் பெற்றவர்களுக்கு மட்டுமல்ல, அனைத்து பென்ஷனர்களின் தலைக்கு மேலும் ஒரு கத்தியைப்போல தொங்கிக் கொண்டிருக்கிறது.

நகாரா வழக்கில் உச்ச நீதிமன்றம் பென்ஷன் என்பது கொடுபடாத ஊதியம்; ஊழியர்களின் சொத்து போன்றது என்று தீர்ப்பு சொன்னது. நமது சொத்தை நமது சம்மதம் இல்லாமல் பங்குச் சந்தையில் போடுவதற்கு இவர்களுக்கு யார் அதிகாரம் கொடுத்தது? நல்லவேளை குதிரை ரேஸிலும் ரியல் எஸ்டேட் பிசினஸிலும் போட்டுக் கொள்ள சட்டம் இயற்றவில்லை. பங்குச் சந்தையில் போடப்படுவதால் பென்ஷன் வரையறுக்கப்பட்ட ஒன்றாக இருக்காது. பங்குச் சந்தையின் ஏற்ற இறக்கத்துக்குத் தகுந்த மாதிரி ஏறி இறங்கி அல்லாடிக்கொண்டிருக்கும்.

இதற்கு எதிரான வலுவான போராட்டங்களை நாம் நடத்தினோம். கையெழுத்து இயக்கம் நடத்தி லட்சக்கணக்கான கையெழுத்துக்களைப் பெற்றோம். பெறப்பட்ட கையெழுத்துக்களை லாரிகளில் ஏற்றி எடுத்துக்கொண்டு போய் பிரதமர் மன்மோகன்சிங்கை நமது தூதுக்குழு சந்தித்தது. பங்குச் சந்தையில் பென்ஷன் பணத்தைப் போடவேண்டாம் என்று நாம் கேட்டுக் கொண்டோம். 'பிரதமர் அது நல்லதுதானே என்று நம்மிடம் சொன்னார்.' 'பங்குச் சந்தையில் புள்ளிகள் உயரும்போது பென்ஷன் உயருமே' என்று அவர் சொன்னார். நாம் ஏற்றுக் கொள்ளவில்லை. ஏனென்றால், புள்ளிகள் குறையும்போது பென்ஷன் குறையாமல் இருக்க வேண்டுமே.

எனவே, பிரதமரிடம் 'குறைந்தபட்ச பென்ஷன் தொகைக்கு உத்தரவாதம் அளிக்க வேண்டும்' என்று கேட்டுக் கொண்டோம். பிரதமர் பிடிவாதமாக மறுத்துவிட்டார். எனவே, பிரதமரோடு நடந்த சந்திப்பு தோல்வியில் முடிந்தது.

மாநில அரசுகளைப் பொறுத்தவரை அவர்கள் விரும்பினால் இந்தப் புதிய பென்ஷன் திட்டத்தை அமல்படுத்திக் கொள்ளலாம். இல்லையென்றால், பழைய திட்டத்தில் நீடித்துக்கொள்ளலாம். தமிழகத்தில் ஜெயலலிதா தலைமையிலான அதிமுக அரசு ஒரு வருடத்துக்கும் முன்பிருந்தே, அதாவது **1-4-2013**லிருந்தே புதிய திட்டத்தை அமல்படுத்த துவங்கியது. மே.வங்கம், திரிபுரா இடது முன்னணி அரசுகளும், கேரள இடது ஜனநாயக முன்னணி அரசும் புதிய பென்ஷன் திட்டத்தை அமல்படுத்த மறுத்து விட்டன. கேரளத்திலும் திரிபுராவிலும் ஆட்சி மாற்றம் ஏற்பட்ட பிறகு புதிதாக ஆட்சிக்கு வந்த காங்கிரஸ் மற்றும் பிஜேபி அரசுகள் புதிய பென்ஷன் திட்டத்தை அமுல்படுத்தின. மே.வங்கத்தில் ஆட்சி மாற்றம் ஏற்பட்டு புதிதாக ஆட்சிக்கு வந்த திரிணாமுல் காங்கிரஸ்

அரசு பழைய பென்ஷன் திட்டத்தையே தொடர்ந்து அமல்படுத்திக் கொண்டிருக்கிறது.

இப்போது நிலைமையில் சாதகமான மாற்றங்கள் வர ஆரம்பித்திருக்கின. ராஜஸ்தான், சட்டீஸ்கர், ஜார்க்கண்ட் மாநிலங்கள் பழைய பென்ஷன் திட்டத்துக்கு மாறுவதாக அறிவித்திருக்கின்றன. சமீபத்தில் பஞ்சாப் அரசாங்கமும் பழைய திட்டத்துக்கு மாறப்போவதாக அறிவித்திருக்கிறது. இந்த நிலைமைகளைப் பயன்படுத்தி புதிய ஓய்வூதியத் திட்டத்தை ரத்து செய்யவேண்டும் என்ற போராட்டத்தை ஓய்வூதியர் இயக்கம் முன்னெடுக்க வேண்டும்.

பென்ஷன் ரூல்ஸ் சிசிஎஸ் (சிசிஎ) 1972 பென்ஷன் சம்பந்தமான அடிப்படையான மூன்று அம்சங்களில் தவிர, மற்ற பொதுவான பென்ஷன் பிரச்சனைகளில் பிஎஸ்என்எல் ஓய்வூதியர்களுக்கும் பொருந்தும்.

பொதுத்துறை சம்பளம் அடிப்படையில் பென்ஷன் *(IDA Pension)*, பொதுத்துறை பஞ்சப்படி *(Industrial DA)*, பிஎஸ்என்எல் ஓய்வூதியர்களுக்கான தனியான மருத்துவத் திட்டம் *(BSNL MRS)* இவை மூன்றும் மத்திய அரசு ஓய்வூதியர்களுக்கும் பிஎஸ்என்எல் ஓய்வூதியர்களுக்கும் வேறுபாடானவை. பென்ஷன் சம்பந்தமான மற்ற அம்சங்கள் பொதுவானவை. எனவே, என்சிசிபிஎ மூலம் 7 வது ஊதியக்குழு முன்பு கீழ்க்கண்ட கோரிக்கைகளை வைத்தோம்.

1. பென்ஷனில் சீனியர்களுக்கும் இளையவர்களுக்கும் இடையில் சமநிலை வேண்டும். *(Parity in Pension)*

2. கம்யூட்டேசன் பிடித்தம் 12 ஆண்டுகளில் முடித்துவிட வேண்டும்.

3. கூடுதல் பென்ஷன் 65 வயதில் 5%, 70 வயதில் 10%, 75 வயதில் 15%, 80 வயதில் 20% என்று இருக்க வேண்டும்.

4. பென்ஷன் கடைசி சம்பளத்தில் 60% ஆக இருக்க வேண்டும். குடும்ப பென்ஷன் 50% ஆக இருக்க வேண்டும்.

முதல் கொரிக்கையை ஊதியக்குழு ஏற்றுக்கொண்டு ஆப்சன் 1 ஐ சிபாரிசு செய்தது. ஆனால் அரசாங்கம் ஏற்க மறுத்து விட்டது. மற்ற பொதுவான கோரிக்கைகள் அனைத்தையும் ஊதியக்குழு நிராகரித்துவிட்டது. 7வது ஊதியக்குழு குறைந்தபட்ச ஊதியம்

18,000 என நிர்ணயித்ததால், குறைந்தபட்ச ஓய்வூதியம் 9,000 என நிர்ணயிக்கப்பட்டுள்ளது. தாக்குதல்கள் தொடர்கின்றன.

போராட்டங்கள்

பிஎஸ்என்எல் ஊழியர்களின் நீண்ட நெடிய போராட்டங்கள், இரண்டு நாட்கள் வேலை நிறுத்தம் இவற்றுக்கெல்லாம் பிறகு 1-1-2007 முதல் கிடைக்க வேண்டிய சம்பள மாற்றம் மற்றும் விதி 37,ஏவின் படியான பென்ஷன் இவற்றுக்கான உத்தரவுகள் 7-5-2010ல் வெளியிடப்பட்டன. ஆனால், 1-1-2007க்கு முன் பணி நிறைவு பெற்றவர்களின் பென்ஷன் மாற்றம் மறுக்கப்பட்டது. விதி 37.ஏ வில் சம்பளம் உயரும் போது பென்ஷனும் உயரும் என்பதற்கான அம்சங்கள் இடம்பெறவில்லை என்று காரணம் சொல்லப்பட்டது. எனவே, அவர்களுக்கான போராட்டத்தை ஏஐபிடிபிஎ தனியாகவும் பிஎஸ்என்எல் ஊழியர் சங்கத்துடனும் யுனைடெட் போரத்தோடு இணைந்தும் நடத்தியது.

ஏஐபிடிபிஎ நடத்திய சிசிஎ அலுவலக தர்ணாவும் டெல்லிப் பேரணியும் குறிப்பிட்டுச் சொல்லப்பட வேண்டியவை. விதி 37.ஏ வில் இடம் பெறாததால் இதற்கு அமைச்சரவையின் ஒப்புதல் வேண்டும் என்று சொல்லப்பட்டது. அமைச்சரவைக்கான குறிப்பை கடைசியாக டிஓடி தயார் செய்து சம்பந்தப்பட்ட துறைகளுக்கு அனுப்பி வைத்தது. அந்தத் துறைகளின் ஒப்புதலையும் பெற்று டிஓடியின் குறிப்பு அமைச்சரவைக்கு அனுப்பி வைக்கப்பட்டது. அமைச்சரவையின் ஒப்புதல் கிடைத்தது. அநேகமாக கிடைக்கவே கிடைக்காது என்று கிட்டத்தட்ட புதைகுழிக்குப்போன இந்த பென்ஷன் மாற்றத்தை இடைவிடாத போராட்டங்கள், இயக்கங்கள், முயற்சிகள் மூலம் நாம் வென்று காட்டினோம்.

1-1-2007 முதல் சம்பள மாற்றம் அடிப்படைச் சம்பளத்துடன் 68.8% ஐடிஎ சேர்த்து அதில் 30% உயர்வுடன் கணக்கிடப்பட்டது. அன்றைய விலைவாசிப் புள்ளி அடிப்படையில் 78.2% ஐடிஎ நியாயமாக இணைக்கப்பட்டிருக்க வேண்டும். ஆனால், பிஎஸ்என்எல் துறை லாபம் ஈட்டிய நிலையிலிருந்து நஷ்டத்தை நோக்கிப் போய்க் கொண்டிருப்பதைக் காரணம் காட்டி 9.4% ஐடிஎ குறைக்கப்பட்டது. பிஎஸ்என்எலின் நிதி நிலை சீரடையும்போது அது தரப்படும் என்று சம்பள உடன்பாட்டின்போது ஏற்றுக் கொள்ளப்பட்டது.

பின்னர், பிஎஸ்என்எலுக்கு விருப்பம் தெரிவிக்காமல் டிஓடியிலேயே நீடித்த உயர் அதிகாரிகளுக்கு இந்த ஐடிஎ உயர்வு அளிக்கப்பட்டபோது நமக்கும் வேண்டும் என்று நாம் போராடினோம். இதற்காக தொடர்ச்சியான போராட்டங்களை நாம் நடத்தவேண்டியிருந்தது. இறுதியில் **10.6.2013** முதல் நோஷனல் அடிப்படையில் சம்பளம் நிர்ணயம் செய்யப்பட்டு **78.2%** ஐடிஎ இணைக்கப்பட்டது. **10.6.2013**க்கு முன்பு உள்ள காலத்துக்கு நிலுவைத் தொகை எதுவும் கிடையாது. **78.2%** ஐடிஎ வோடு சேர்த்து நமது கோரிக்கையான **60:40** நிபந்தனை ரத்து செய்யப்பட வேண்டும் என்பதும் ஏற்றுக்கொள்ளப்பட்டது. இதோடு பென்ஷனின் முழுப் பொறுப்பும் ஒன்றிய அரசைச் சார்ந்ததாக மாறிவிட்டது.

குரூப்-4 பதவி கிடைக்காதவர்களுக்கு ஒரு கூடுதல் இன்கிரிமெண்ட் பிஎஸ்என்எலில் வழங்கப்பட்டு வந்தது. அந்தக் கூடுதல் இன்கிரிமெண்ட் பென்ஷனுக்கு கணக்கில் எடுத்துக் கொள்ளப்படும் என்று சொல்லப்பட்டது. ஆனால், அந்தக் கூடுதல் இன்கிரிமெண்ட் பணி நிறைவுக்குப் பிறகு கணக்கில் எடுத்துக் கொள்ளப்படவில்லை. இடையில் அந்த இன்கிரிமென்டே கிடையாது என்று டிஓடி யின் உத்தரவு வந்தது. அதுமட்டுமல்ல, அவர்களுக்கு **78.2%** ஐடிஎவும் மறுக்கப்பட்டது. இதற்காக தமிழகத்தில் AIBSNLPWA தனது உறுப்பினர்கள் பட்டியலுடன் வழக்கம்போல் நீதிமன்றம் சென்றது. நாம் நீதிமன்றம் செல்லவில்லை. போராடுவது என்று முடிவு செய்தோம்.

சிசிஎவோடு தொடரந்து பேசினோம். நீதிமன்ற வழக்கு இருப்பதால் நமது கோரிக்கையை ஏற்க முடியாது என்று சிசிஎ நிர்வாகம் சொன்னது. நாங்கள் நீதிமன்றம் போகவில்லை. எனவே, எங்கள் உறுப்பினர்களுக்கு அது வழங்கப்பட வேண்டும் என்று கேட்டோம். போராடுவோம் என்று அறிவித்தவுடன் சிசிஎ நிர்வாகம் இறங்கி வந்தது. நமது உறுப்பினர்களுக்கு **9.4%** ஐடிஎ நிலுவைத் தொகை வழங்கப்பட்டுவிட்டது. அவர்கள் உறுப்பினர்களுக்கு கிடைக்கவில்லை. அவர்கள் தொடுத்த வழக்கில் சமீபத்தில் சாதகமான தீர்ப்பு வந்திருக்கிறது.

ஆனால், துரதிர்ஷ்டவசமாக சிசிஎ நிர்வாகம் தீர்ப்பை அமலாக்காமல் மேல்முறையீட்டுக்குச் சென்றிருக்கிறது. இது தவறு என்று சுட்டிக்காட்ட விரும்புகிறோம். சிசிஎ நிர்வாகம் மேல் முறையீட்டு நடவடிக்கைகளை கைவிட வேண்டும். **1.1.2007**ல்

இரண்டாம் ஊதியக் கமிட்டி சிபாரிசு அடிப்படையில் ஊதிய மாற்றம் வந்த பிறகு அடுத்த ஊதிய மாற்றம் 1-1-2017 முதல் கிடைக்க வேண்டும். இதற்கான மூன்றாம் ஊதியக் கமிட்டி தனது சிபாரிசுகளில் ஊதியத்துக்கு ஆகும் செலவினங்களை நிறுவனங்கள் ஏற்றுக்கொள்ளும் தன்மையைப் பொறுத்து (affordability) அதிக பட்ச உயர்வு 15%, அடுத்த உயர்வுகள் 10%, 5% என்றும் நஷ்டத்தில் இயங்கும் நிறுவனங்களுக்கு எந்த உயர்வும் கிடையாது என்றும் அறிவித்திருந்தது.

அரசின் கொள்கைகளை ஏற்று மக்களுக்கு சேவை செய்யும் நிறுவனங்களுக்கு இந்த நிபந்தனை பொருந்தாது என்றும் சொல்லியிருந்தது. ஆனால் டிஓடி, நஷ்டத்தில் பிஎஸ்என்எல் இயங்குவதால் அதன் ஊழியர்களுக்கு ஊதிய உயர்வு அளிக்க முடியாது என்று அறிவித்தது. ஊதிய உயர்வு கிடைத்தால்தான் பென்ஷன் உயர்வு கிடைக்கும் என்ற நிலைபாட்டையும் எடுத்தது. அப்போதைய சிஎம்டி பிஎஸ்என்எலுக்கு இந்த நிபந்தனையில் இருந்து விலக்கு அளிக்க வேண்டும் என்று எழுதிய கடிதத்தையும் மதிக்க வில்லை.

டிஓடியின் இந்த மோசமான நிலைபாட்டை எதிர்த்து போராடுவதற்குப் பதிலாக மிரண்டு போய் AIBSNLPWA ஏழாம் ஊதியக் குழு அடிப்படையில் பென்ஷன் மாற்றம் வேண்டும் என்று கோரிக்கை வைத்தது. செருப்புக்குத் தகுந்தாற்போல் காலை வெட்டிக்கொள்கிற கதைதான். மத்திய அரசு ஊழியர்களுக்கான ஊதியக்குழு என்றால், ஊதியத்தையும் சிபாரிசு செய்யும் பென்ஷனையும் சிபாரிசு செய்யும். மத்திய அரசு ஊழியர்களுக்கு ஊதியக்குழுக்கள் மூலம் ஊதிய மாற்றமும் பென்ஷன் மாற்றமும் வந்துகொண்டேயிருக்கும். சொகுசாக மேல் வலிக்காமல் பென்ஷன் வாங்கிக்கொண்டிருக்கலாம் என்று ஓய்வூதியர் நலச்சங்கத் தலைமை பிற்போக்குத்தனமான திருத்தல்வாத நிலைப்பாட்டை எடுத்தது.

பிஎஸ்என்எல் MRS திட்டத்துக்குப் பதில் மத்திய அரசின் CGHS திட்டத்துக்குப் போய்விட்டால் மாதா மாதம் ரூ.1,000 மருத்துவப் படி வாங்கித் தருகிறேன் என்று ஊழியர்களின் கையைப் பிடித்து இழுத்தது. ஆனால், கோரிக்கைகள் சம்பந்தமான நமது ஏஐபிடிபிஏ வின் நிலைபாடுதான் சரி என்பது இன்று சந்தேகத்துக்கிடமின்றி நிரூபணமாகியுள்ளது. ஓய்வூதியர் நலச்சங்கத்தின் நிலைபாட்டோடு ஒன்றிப்போயிருந்த பல ஓய்வூதியர் சங்கங்கள் நமது நிலைபாடுதான் சரி என்பதைப் புரிந்துகொண்டுள்ளனர். ஓய்வூதியர்

நலச்சங்கத்துக்குள்ளேயே தலைமையின் நிலைப்பாட்டுக்கு எதிரான குரல்கள் எழுவதைப் பார்க்க முடிகிறது. ஓய்வூதியர் நலன் கருதி அவர்கள் ஒரு ஒன்றுபட்ட போராட்டத்துக்கு வந்தால் நல்லது. *Let us hope that wise counsel shall prevail upon them.*

60:40 நிபந்தனை ரத்தான பிறகு, முழு பென்ஷன் பொறுப்பும் ஒன்றிய அரசைச் சேர்ந்தது என்றான பிறகு ஊதிய மாற்றத்தோடு சம்பந்தப்படுத்தாமல் பென்ஷன் மாற்றம் வேண்டும். பென்ஷனுக்கும் affortabilityக்கும் எந்த சம்பந்தமும் இல்லை. எனவே, பென்ஷன் **15%** உயர்வோடு வேண்டும். பிஎஸ்என்எல் MRS திட்டத்தில் கிடைக்கவேண்டிய நிலுவையிலுள்ள மருத்துவப்படியும் மருத்துவ பில்களுக்கான பணப்பட்டுவாடாவும் உடனே கிடைக்க வேண்டும்.

இந்தக் கோரிக்கைகளுக்காக நீதிமன்றம் செல்வதில்லை. போராடி வெல்வோம் என்று நாம் முடிவு செய்தோம். தொடர்ச்சியான போராட்டங்களை நடத்தினோம். சிகரம் வைத்தாற்போல நாம் நடத்திய **24-08-2022** டெல்லி பேரணிக்குப் பிறகு இறுக்கமாக இருந்த நிலைமைகளில் இளக்கம் ஏற்பட்டுள்ளது. சாதகமான மாற்றங்கள் ஏற்பட்டுள்ளன. மார்ச் **2022** வரை நிலுவையிலுள்ள மருத்துவப்படி மற்றும் மருத்துவ பில்களுக்கான பணம் பட்டுவாடா செய்வதற்கான உத்தரவுகள் வெளியிடப் பட்டுள்ளன. பென்ஷன் மாற்றத்துக்கான பேச்சுவார்த்தைகளை நிர்வாகம் துவங்கியுள்ளது. ஆனாலும் பிரச்சனைகள் முற்றிலும் தீர்வடையவில்லை. மருத்துவப்படி மற்றும் பில்களுக்கான பணம் முழுமையாக பட்டுவாடாவாகவில்லை.

பென்ஷன் மாற்றம் **0%** உயர்வுடன் என்று நிர்வாகம் பேச்சு வார்த்தையைத் துவங்கியிருக்கிறது. சங்கங்கள் ஒருமனதாக இதை ஏற்றுக்கொள்ள மறுத்திருக்கின்றன. ஏஐபிடிபிஎ வின் அகில இந்திய மாநாடு **2022** டிசம்பர் **20, 21** தேதிகளில் மைசூரில் நடைபெற்றது. இந்தப் பிரச்சனைகளின் மேல்போராட்டத்துக்குப் போவது என்று முடிவு செய்திருக்கிறது. போராடுவோம். நிச்சயம் வென்று காட்டுவோம்.

என்னுடைய புதிய அரங்கம்

18, 19, 20 ஆகஸ்டு **2005**ல் நாகர்கோவில் லட்சுமண் திருமண மண்டபத்தில் பிஎஸ்என்எல் ஊழியர் சங்கத்தின் மாநில மாநாடு நடைபெற்றது. முன்னதாக மாநாடு நடத்துவது பற்றி பேசி

முடிவெடுப்பதற்காக முக்கியத் தோழர்களின் கூட்டம் நடைபெற்றது. அந்தக் கூட்டத்தின் தலைவராக நான் இருந்தேன். வழிகாட்டுதல் தருவதற்கான தலைவர்களும் கலந்துகொண்டார்கள்.

அநேகமாக நான் கலந்துகொள்ளும் கடைசி மாநில மாநாடு. மே **2007**ல் நான் பணி நிறைவை எதிர்நோக்கி இருந்தேன். ஆலோசனைக் கூட்டத்தில் கலந்துகொண்ட பெருவாரியான தோழர்கள் மாநில மாநாட்டில் என்னை மாநிலத் தலைவராக தேர்ந்தெடுக்கவேண்டுமென்று கருத்து சொன்னார்கள். கூட்டத் தலைவர் என்ற முறையில் கடைசி நபராக நான் கருத்து சொல்ல வேண்டியிருந்தது.

நானும் மாநிலத் தலைவர் பொறுப்பெடுத்துக்கொள்ள சம்மதம் தெரிவித்திருந்தால் அந்த மாநில மாநாட்டில் நான் தலைவராக வந்திருப்பதற்கு வாய்ப்புகள் இருந்தன. மாநிலத் தலைவர் பதவியிலிருந்து பணிநிறைவு பெறுவது கௌரவமானது என்று பலரும் நினைத்திருக்கக்கூடும். நான் அவ்வாறு நினைக்கவில்லை. என்னுடைய அகநிலைச் சாய்மானம் வேறு மாதிரி இருந்தது.

நீண்ட நாட்களாகவே வெளியிலுள்ள கட்சி நடவடிக்கைகளில் ஈடுபட முடியாமல் இலாகா நடத்தை விதிகள் என்னைத் தடுத்துக் கொண்டிருந்தன. பொதுத்துறையாக மாறிய பிறகு கட்சி என்னை மாவட்டக்குழு உறுப்பினராக தேர்வு செய்தது. ஆனாலும் பிஎஸ்என்எல் அரங்கத்திற்குள் மட்டும்தான் கட்சி வேலை. நெஞ்சில் சுமந்துகொண்டிருக்கும் அந்த செங்கொடியை கையில் ஏந்திப் பிடித்து நான் ஒரு கட்சி உறுப்பினர் என்று வெளிப்படையாக கட்சி இயக்கங்களில், போராட்டங்களில் கலந்துக் கொள்ள வேண்டும் என்று சிறு வயதிலிருந்தே எனக்கு கொள்ளை ஆசை.

தமிழ்ச்செல்வன். பால் வண்ணம். ஜவகர் போன்ற சக தோழர்கள் இலாகா பணியை ராஜினாமா செய்துவிட்டு நேரடி கட்சி நடவடிக்கைகளுக்கு சென்றுவிட்டார்கள். தோழர் தமிழ்ச்செல்வன்கூட, 'நீங்கள் ஏன் வேலையை விட்டு விட்டு கட்சிக்கு வரக்கூடாது?' என்று கேட்டார். நானும் ஒரு முழுநேர ஊழியராக வருவதற்கு விருப்பம் தெரிவித்தேன். மத்திய அரசுப் பணியை விட்டுவிட்டு நான் கட்சிக்கு வருவதைவிட நான் அரங்கத்திற்குள் கட்சி வேலை பார்ப்பது நல்லது என்று கட்சி கருதியிருக்கக் கூடும். கட்சி முடிவு செய்யாமல் என்னால் வேலையை விட்டுவிட்டு வரமுடியவில்லை.

எனவே, பணிநிறைவுவரை காத்திருப்பதைத் தவிர, எனக்கு வேறு வழியில்லை. எனவே, மாநிலத் தலைவர் பதவி மட்டுமல்ல வேறு எந்த மாநிலச் சங்கப் பதவியிலும் இருக்க நான் விரும்பவில்லை. கட்சிப் பணிக்குச் செல்ல விரும்புகிறேன் என்று அந்த ஆலோசனைக் கூட்டத்தில் சொன்னேன். அந்த நாகர்கோவில் மாநில மாநாட்டில் சங்கப் பொறுப்புகள் அனைத்திலிருந்தும் விலகி விட்டேன்.

மாநிலத் தலைவராக தோழர் T. A. அம்புரோஸ் குழந்தைசாமி, மாநிலச் செயலராக தோழர் S. செல்லப்பா, பொருளாளராக தோழர் K. சீனிவாசன் ஆகியோர் தேர்ந்தெடுக்கப்பட்டனர். அடுத்த ஆறு மாதங்கள் கழித்து நடந்த இடைக்கால ஸ்தாபன பரிசீலனையின்போது கட்சி என்னை மாவட்ட செயற்குழுவுக்கு உயர்த்தியது. மே 2007ல் நான் பணிநிறைவு பெற்றதைத் தொடர்ந்து கட்சிப் பணிகளில் ஆர்வத்தோடு ஈடுபடத் துவங்கினேன்.

வேலைப் பிரிவினை முடிவு செய்யப்பட்டதைத் தொடர்ந்து எட்டையபுரம் கட்சி தாலுகா கமிட்டியின் பொறுப்பாளராக நான் செயல்படத் துவங்கினேன். பல வருடங்கள் அந்தப் பொறுப்பில் நான் இருந்தேன். கமிட்டியின் செயலாளர் தோழர் ரவீந்திரனோடும் கமிட்டி உறுப்பினர் மறைந்த தோழர் வேலுச்சாமியோடும் எட்டையபுரம் கமிட்டியின் அனைத்துக் கிளைகளுக்கும் குறிப்பிட்ட கால இடைவெளியில் சென்று வந்தேன்.

கட்சியின் வெகுஜன வசூலையொட்டி அந்த எட்டையபுரம் பேரூராட்சியின் அனைத்து 16 வார்டுகளுக்கும் சென்றிருக்கிறேன். எட்டையபுரம் பஸ் ஸ்டாண்ட் தவிர, வேறு ஓர் இடமும் தெரியாத எனக்கு அந்த நகரத்தின் அனைத்து இடங்களும் பழகிப்போய்விட்டன. தாலுகா கமிட்டியின் கீழ்வரும் 56 தாய்க் கிராமங்களுக்கும் மொத்தமுள்ள 104 குக்கிராமங்களுக்கும் சென்று வந்திருக்கிறேன். நான் இதுவரை கண்டும் கேட்டுமிராத புதிய புதிய கிராமங்கள். அந்த ஆளரவமற்ற குண்டும் குழியுமான கிராமத்துச் சாலைகளில் தோழர் ரவியுடனும் சில சமயம் வேலுச்சாமியோடும் இரவு நேரங்களில் இருசக்கர வாகனத்தில் பயணம் செய்வது ஒரு புதிய அனுபவமாக இருந்தது.

சில சமயம் சாலைகளின் இருபுறமும் வேலிமுள் மரங்கள் அடர்த்தியாக வளர்ந்து நிற்கும். சில கிராமத்துச் சாலைகளின் இருபுறமும் மக்காச்சோளப் பயிர்கள் காற்றில் ஆடி நிற்கும். சில

சாலைகளின் இருபுறமும் வெறும் பொட்டல் காடாய் காட்சியளிக்கும். ஆங்காங்கே ஒற்றைப் பனைமரமும் இரண்டு மூன்று பனை மரங்களும் நின்றுகொண்டிருக்கும். இப்படி பயணம் செய்து கிராமப் புறங்களில் கட்சி வேலைகள் செய்ய வேண்டியிருந்தது.

சில அரங்கங்களின் பொறுப்புகளும் எனக்கு அளிக்கப்பட்டிருந்தன. LIC, பொது இன்ஷ்யூரன்ஸ், பிஎஸ்என்எல், அஞ்சல், இரண்டு ஸ்பெஷல் அரங்கங்கள் ஆகியவற்றை நான் கவனித்துக் கொண்டேன். இந்த அரங்கத் தோழர்களோடு இணைந்து நிற்கும் வாய்ப்புக் கிடைத்தது. மாவட்ட கல்விக் குழுவில் இடம்பெற்று கட்சி துணைக் குழுக்களுக்கு வகுப்புகள் எடுத்தேன். மாவட்டத் தணிக்கைக் குழுவின் கன்வீனராக இருந்து தணிக்கைக் குழு உறுப்பினர் தோழர் ரவியுடன் சேர்ந்து அனைத்துக் கட்சி கமிட்டிகளின் வரவு செலவுக் கணக்குகளை தணிக்கை செய்து ஒழுங்குபடுத்த உதவி செய்தேன். கட்சி மாவட்டக் குழுவின் வரவு செலவுக் கணக்குகளையும் தணிக்கை செய்தோம்.

கட்சி உறுப்பினர்கள் ஏதாவது ஓர் அரங்கத்தில் வேலை செய்ய வேண்டும் என்ற நியதிப்படி தொழிற்சங்க அரங்கத்தில் பணிபுரிய கட்சி பணித்தது. சிஐடியுவின் மாவட்டத் துணைத் தலைவராக பொறுப்பில் இருந்தேன். முத்துலாபுரம் SSD நூற்பாலைச் சங்கம் மற்றும் எட்டையபுரம் பாரதி கூட்டுறவு நூற்பாலைச் சங்கம் இரண்டிலும் பொதுச்செயலாளர் பொறுப்பில் இருந்தேன். தீப்பெட்டித் தொழிலாளிகள் நிறைந்திருக்கும் கோவில்பட்டி வட்டாரத்தில் தீப்பெட்டித் தொழிலாளர் சங்கத் தலைவராக பொறுப்பில் இருந்தேன்.

1968ஆம் ஆண்டு முதல் **2007**ஆம் ஆண்டுவரை வேலை செய்த பிஎஸ்என்எல் அரங்கத்திலிருந்து முற்றிலும் விடுபட்டு எனக்கு மிகவும் விருப்பமான கட்சி மற்றும் சிஐடியு பணிகளில் முழுமூச்சாக இறங்கிப்போய் வேலை செய்தேன்.

புதிய அரங்கம்.

ஒன்றாக இருந்த ராமநாதபுரம், திருநெல்வேலி மாவட்டங்களில் வறண்ட பகுதிகள் நிறைய இருந்தன. ஆற்றுப் பாசன வசதி இல்லாமல் மானாவாரி விவசாயத்தை நம்பி இருந்தன. சிவகாசி, விருதுநகர், ராஜபாளையம், சாத்தூர், சங்கரன்கோவில், குருவிகுளம், கோவில்பட்டி, கழுகுமலை, கயத்தாறு, கோவில்பட்டி ஒன்றியம்,

எட்டையபுரம் தாலுகா, விளாத்திகுளம் தாலுகா போன்ற பகுதிகள். கம்பு, சோளம், கேப்பை, மிளகாய், பருத்தி மட்டும் விளையும் பூமி. அனைத்தும் புஞ்சை நிலங்கள்.

பருவமழை ஒழுங்காகப் பெய்தால் விவசாயத்தில் போட்ட பணம் திரும்பக் கிடைக்கும். சில வருடங்களில் மழை பெய்யாமல் வறட்சியினால் விவசாயம் பாதிக்கும். சில வருடங்களில் மழை கொட்டித் தீர்த்து விவசாயம் பாதிக்கும். சில பகுதிகள் கந்தக பூமியாக வேறு இருந்தது. எனவே, மூலதனத்துக்கு விவசாயம் லாபம் தரும் தொழிலாக இல்லை. மூலதனத்தின் குணம் நமக்குத் தெரியும். அதனால், சும்மா இருக்க முடியாது.

தன்னை மேலும் மேலும் பெருக்கிக்கொள்ளாமல், கொழுக்க வைத்துக்கொள்ளாமல் அதனால் இருக்க முடியாது. பணம் மேலும் மேலும் பணமாக மாறிக்கொண்டே இருக்க வேண்டும். மூலதனத்தைப் பொறுத்தவரை உற்பத்தி என்பது மக்களின் தேவைகளைப் பூர்த்தி செய்வதற்காக அல்ல. லாபத்தைப் பெருக்கிக் கொள்வதற்காகத்தான். எனவே, உற்பத்திப் பொருட்களை அதுவே தீர்மானிக்கிறது. வாடிக்கையாளர்களை அது உருவாக்குகிறது. சந்தையை உருவாக்குகிறது. உள்ளூரில் சந்தை கிடைக்காவிட்டால் அது கிடைக்கும் இடம் நோக்கி நகர்கிறது. மக்களின் வாழ்வாதாரங்களிலிருந்து அவர்களைப் பிரித்து உழைப்பை விற்றுப் பிழைப்பதைத் தவிர, வேறு வழியில்லை என்ற நிர்ப்பந்த நிலையில் அவர்களை வைத்திருக்கிறது.

இந்தப் பின்னணியில்தான் தீப்பெட்டித் தொழில் துவங்கலாம் என்று மூலதனம் முடிவு செய்தது. மூலதனம் தன்னுடைய வர்க்க நலன் அடிப்படையில் எடுத்த சரியான முடிவு. அப்போதெல்லாம் தீப்பெட்டி பெரும்பாலும் ஸ்வீடனிலிருந்தும் சிறு அளவு ஜப்பானிலிருந்தும் இறக்குமதி செய்யப்பட்டு வந்தது. கல்கத்தாவில் குடியேறிய இருபது இருபத்தைந்து ஜப்பானியக் குடும்பங்கள் தீப்பெட்டித் தொழிலைச் செய்ய ஆரம்பித்தன.

1924ஆம் ஆண்டில் எதில் பட்டாலும் பற்றிக்கொள்ளும் முனைகள்கொண்ட தீக்குச்சிகள் தயார் செய்யப்பட்டன. அதன் பிறகு **1932**ல்தான் தீப்பெட்டியின் மருந்து தடவிய பக்கத்தில் உரசினால் மட்டுமே பற்றிக்கொள்ளும் பாதுகாப்பான தீப்பெட்டிகள் *(Safety Matches)* தயார் செய்யப்பட்டன. சிவகாசியின் முதலாளிகள் அய்யநாடார், சண்முகநாடார் இருவரும் நேரிலேயே கல்கத்தா

சென்று தங்கியிருந்து தீப்பெட்டித் தொழில் சம்பந்தமாக கற்றுக்கொண்டு திரும்பி வந்தார்கள். முதன்முதலில் அய்யநாடாரின் KAKA Brand தீப்பெட்டி ஆலை சிவகாசி திருத்தங்கல் பகுதியில் **1924**ல் துவக்கப்பட்டது.

மளமளவென்று சிவகாசி, ராஜபாளையம், சாத்தூர், சங்கரன்கோவில், குருவிகுளம், கோவில்பட்டி, கழுகுமலை, கயத்தாறு, எட்டையபுரம், விளாத்திகுளம், குடியாத்தம் பகுதிகளில் பரவியது. மூலதனம் தன்னுடைய லாபத்துக்காக ஆரம்பித்தாலும் தமிழகத்தில் சுமார் ஆறு லட்சம் தொழிலாளிகளுக்கு குறிப்பாகப் பெண்களுக்கு அது வேலை வாய்ப்புக் கொடுத்தது என்பதும் குறிப்பிடத்தக்கது.

கோவில்பட்டிப் பகுதி தீப்பெட்டித் தொழிலின் அடையாளமாக மாறிவிட்டது. கோவில்பட்டி என்றாலே அதனுடைய கடலை மிட்டாயும் தீப்பெட்டித் தொழிலும்தான் அனைவரின் நினைவுக்கும் வரும்.

கோவில்பட்டி The matchless city of matches என்று பெயர் வாங்கியது. கோவில்பட்டி வட்டாரத்தில் சுமார் இரண்டு லட்சம் தொழிலாளிகள் தீப்பெட்டித் தொழிலில் ஈடுபட்டிருந்தார்கள். இதில் **95%**க்கும்மேல் பெண்கள். அப்போது அது ஒரு குடிசைத் தொழிலாக இருந்தது. D Class என வகைப்படுத்தப்பட்டிருந்தது. அங்கொன்றும் இங்கொன்றுமாக ஒரு சில C Class கம்பெனிகள் இருந்தன. A Class, B Class கம்பெனிகள் இன்னும் உருவாகியிருக்கவில்லை. A Class என்றால், முழுக்க முழுக்க எந்திரமயமாக்கப்பட்டது. B Class என்றால், பகுதி எந்திர மயமாக்கப் பட்டது.

தீக்குச்சி தயாரிக்கப் பயன்படும் ஊசி மரங்கள் (Poplar tree) மேற்குத் தொடர்ச்சி மலையின் கேரளப் பகுதிகளில் அதிகமாக வளர்ந்தது. அருகிலுள்ள கேரளத்திலிருந்து அந்த மரத்தை இறக்குமதி செய்வது சுலபமாக இருந்தது. இந்தப் பகுதியின் வெயில் தீப்பெட்டித் தொழிலுக்கு சாதகமாக இருந்தது.

ஊசி மரத்திலிருந்து தீக்குச்சி தயாரிக்கும் குச்சிக் கம்பெனிகள் நூற்றுக்கும்மேல் இருந்தன. அடிப்பெட்டி, மேல்பெட்டி தயாரிக்கும் கம்பெனிகள் நூற்றுக்கும்மேல் இருந்தன. தீப்பெட்டி லேபிள், டஜன் தீப்பெட்டிகளை மடித்து பாக்கெட் போட அட்டைகள், ஒரு குரோஸ் தீப்பெட்டிகளை அடுக்கிக் கட்ட

அட்டைகள், குரோஸ் தீப்பெட்டிகளை பண்ட்ரோல் போட்டுக் கட்டுவதற்கான அட்டைகள் இவற்றை அச்சிடுவதற்கான அச்சாபீஸ்கள், பசை தயாரிக்க உதவும் துத்தநாகம் கலந்த மைதா மாவு விற்பனை செய்யும் நிறுவனங்கள், தீக்குச்சி முனையில் மருந்து முக்கத் தேவையான குளோரைடு விற்பனை செய்யும் நிறுவனங்கள், மெழுகு விற்பனை நிலையங்கள், தீப்பெட்டி பண்ட்ரோல்களை லாரிகளில் ஏற்றி இறக்கும் சுமைப்பணித் தொழிலாளிகள், தீப்பெட்டி வாகனங்களுடைய ஓட்டுனர்கள், பெட்டிகளில் குச்சி அடைக்கும் தொழிலாளிகள் என்று நேரடியாகவும் மறைமுகமாகவும் தீப்பெட்டித் தொழில் கோவில்பட்டி வட்டாரத்தில் இரண்டு லட்சம் பேருக்கு வேலை கொடுத்துக்கொண்டிருந்தது. இரண்டு லட்சம் பெண் தொழிலாளிகளுக்கு வேலை கிடைத்தது. முதலாளிகளுக்கு மலிவான கூலிக்கு இரண்டு லட்சம் தொழிலாளிகள் கிடைத்தார்கள்.

தீப்பெட்டி கம்பெனிகள் பொருட்களை வீடுகளுக்கு சப்ளை செய்யும் நிலை இருந்ததால், வீடுகளிலேயே பீஸ் ரேட் முறையில் இந்த தொழிலைப் பார்க்கும் வசதியும் இருந்தது. எனவே கோவில்பட்டியில் அனைத்து வீடுகளிலும் மிச்ச மீதியிருக்கும் ஓய்வு நேரங்களில் குடும்பத்தினர் அனைவரும் இந்த வேலையைப் பார்த்தனர். எங்கள் வீட்டிலும் இந்த வேலை நடந்தது. தந்தையை இழந்துவிட்டதால் எனது இணையர் தோழர் சுந்தரி சிறு வயது முதலே எங்கள் வீட்டில் இருந்தார். அவருக்கும் எனது தங்கை லதாவுக்கும் கட்டை அடுக்குகுவதில் ஒரு போட்டியே நடக்கும். ஒரு தீப்பெட்டிக் கட்டை என்பது 52 சக்கைகள்கொண்ட ஒரு Frame. ஒவ்வொரு சக்கையிலும் 50 தீக்குச்சிகள் வைப்பதற்குத் தோதுவாக ஒரு Grove இருக்கும். இப்படி ஒவ்வொரு சக்கையிலும் 50 குச்சிகள் வீதம் 52 சக்கைகள் அடுக்கினால் ஒரு கட்டை அடுக்கி விட்டோம் என்று பொருள்.

விளாத்திகுளத்தில் எங்கள் சிறு வயதில் ஒரு கட்டை அடுக்குவதற்கு 6 பைசா. அப்போது தினமும் 30 கட்டை அடுக்குவோம். கொஞ்சம் கொஞ்சமாக இந்தக் கூலி கூடிக்கொண்டே வந்தது. நாங்கள் பெரியவர்களாகி திருமணம் முடிந்து தனித்தனி குடும்பம் ஆனதற்குப் பிறகு கோவில்பட்டி வந்தோம். கோவில்பட்டியில் நாங்கள் கட்டை அடுக்கும்போது ஒரு கட்டைக்கு ஒரு ரூபாய். நாங்கள் ஒரு நாளைக்கு 15 கட்டை அடுக்குவோம். நானும் கூட்டத்தோடு சேர்ந்து கட்டை அடுக்கினேன். எனது

இணையரின் வேகமோ, என் தங்கையின் வேகமோ எனக்கு வராது. கட்டையில் பெண்கள் குச்சிகளை வேகமாக அடுக்கும்போது அவர்கள் விரல்கள் நளினமாகவும் விரைவாகவும் அசைவது பார்ப்பதற்கு அழகாக இருக்கும். பின்னர், பெரிய பெரிய பதவிகளுக்குச் சென்ற கோவில்பட்டிக்காரர்கள் அனைவரும் தங்கள் சிறு வயதில் கண்டிப்பாக தீப்பெட்டி வேலை பார்த்தவர்கள் தான் என்று சொல்லமுடியும்.

முதன்முதலில் இந்தத் தொழிலில் நுழைந்த பன்னாட்டு பகாசுரக் கம்பெனி ஸ்வீடனுடைய விம்கோதான். பிறகு சில ஆண்டுகள் தாமதித்து ITC வந்தது. விம்கோ மெழுகுக் குச்சியில் தீப்பெட்டி தயாரித்தது.

உள்ளூர் முதலாளிகளும் தொழிலாளிகள் எண்ணிக்கையைக் குறைத்து அதிக லாபம் சம்பாதிக்க வேண்டி C Class கம்பெனிகளை அதிகப்படுத்தினார்கள். அப்புறம் B Class வந்தது. கடைசியாக A class கம்பெனிகள் வந்தன.

பெரிய மீன், சின்ன மீனை விழுங்கும் என்ற நியதிப்படி A Class, B Class கம்பெனிகள் C Class, D Class கம்பெனிகளை காணாமல் போகச் செய்துவிட்டன. தொழிலாளிகளின் எண்ணிக்கை வெகுவாகக் குறைந்து விட்டது. ஆனாலும் முழுவதுமாக குறைக்க முடியவில்லை. கம்பெனிகள் தங்கள் தொழிலாளிகளுக்கு சட்டபூர்வ சலுகைகள் அனைத்தும் கொடுக்க வேண்டும் என்பதால், சில வேலைகளை அவுட் சோர்சிங் முறையில் செய்துகொண்டிருக்கிறார்கள்.

இந்தத் தொழிலாளிகள் எந்தவித சட்டப் பாதுகாப்பும் இன்றி பழைய காலத்து முறையிலேயே வேலை பார்த்துக் கொண்டிருக்கிறார்கள். உடலுழைப்புத் தொழிலாளிகள் அல்லது முறைசாராத் தொழிலாளிகள் என்னும் வகையில் வருகிற தொழிலாளிகளாக இருந்துகொண்டிருக்கிறார்கள்.

1975ல் பம்பாயில் நடந்த சிஐடியுவின் **3**வது அகில இந்திய மாநாட்டில் தன்னுடைய தலைமை உரையில் அருமைத் தோழர் பி.டி. ரணதிவே குறிப்பிட்ட பல்வேறு விஷயங்களில் இரண்டு விஷயங்களை இங்கே கவனப்படுத்த வேண்டியுள்ளது.

ஒன்று, பெண் தொழிலாளிகளைத் திரட்டாத ஒரு தொழிற்சங்கம் ஒற்றைக் காலில் நொண்டியடிக்கிற சங்கமாக இருக்கும். சங்கத்தின்

ஒரு கால் ஆண் தொழிலாளிகள் என்றால், இன்னொரு கால் பெண் தொழிலாளிகள். எனவே, பெண் தொழிலாளிகளைத் திரட்டுவதற்கு தொழிற்சங்க இயக்கம் முக்கியத்துவம் கொடுக்க வேண்டும். அவர் குறிப்பிட்ட இன்னொரு முக்கியமான விஷயம் தொழிற்சங்கங்கள் முறைசாராத் தொழிலாளிகளை அணி திரட்ட வேண்டும் என்பதுதான். அதன் பிறகு இந்த விஷயங்கள் நமது உணர்வுகளில் பதிந்து நாம் இவற்றை செயல்படுத்த வழக்கமான கால அவகாசத்தை நாம் எடுத்துக்கொண்டோம்.

கட்டுமானத் தொழிலாளிகள், தீப்பெட்டி தொழிலாளிகள், ஆட்டோ தொழிலாளிகள், பீடித் தொழிலாளிகள் இவை போன்ற தொழிலாளிகளைத் திரட்ட நாம் நடவடிக்கைகளில் இறங்கினோம்.

புதிய அரங்கம்

மத்திய மாநில அரசுகளில் ஆயிரக்கணக்கான காலிப் பணியிடங்கள் இருக்கின்றன. ஆனால், அவற்றை நிரப்பி இளைஞர்களுக்கு வேலை கொடுக்கும் எண்ணம் மத்திய மாநில அரசுகளுக்கு கொஞ்சமும் இல்லை. எனவே, நமது நாட்டில் நிரந்தர ஊழியர் எண்ணிக்கை மிகவும் குறைந்து விட்டது. ஒட்டுமொத்த உழைப்பாளிகளில் 93% பேர் முறைசாரா தொழிலாளிகளாக இருக்கின்றனர். இந்த முறைசாரா தொழிலாளிகளுக்கு சமூகப் பாதுகாப்பு ஏற்பாடுகள் கிடைக்க வேண்டும். நிரந்தர ஊழியர்களின் உழைப்பு இந்த சமுதாயத்துக்கு எவ்வளவு அத்தியாவசியமானதோ அதைவிட அதிகமன அளவுக்கு முறைசாரா தொழிலாளிகளின் உழைப்பும் அத்தியாவசியமானது.

‘அரும்பும் வியர்வை உதிர்த்து புவிமேல்
ஆயிரம் தொழில் புரிந்திடு வீரே
பெரும் புகழ் உமக்கே இசைக்கின்றேன்
பிரம்ம தேவன் கலையிங்கு நீரே’

என்று அந்த உழைப்பைப் பாடினான் பாரதி. ஆம். உடலுழைப்புத் தொழிலாளிகள் இந்த மண்ணில் பிரம்மதேவன் கலை.

இந்தப் பூவுலகின் சிருஷ்டிகர்த்தாக்கள் அவர்கள். அஞ்சல் இயக்கத்தின் தொழிற்சங்க முன்னோடி தோழர் பாபு தாரபாதா முகர்ஜியின் வார்த்தைகளில் சொன்னால், அவர்கள்தான் இந்த மண்ணின் ஜீவன். அவர்கள்தான் இந்த மண்ணின் உப்பு (*Soul and Salt of This Earth*).

அவர்களை அணி திரட்ட வேண்டும் என்று சிஐடியு முடிவெடுத்தது. அவர்களுக்கு உரிய சமூகப் பாதுகாப்பு ஏற்பாடுகள் வேண்டும் என்ற கோரிக்கையை முன்வைத்து தொடர்ச்சியான இயக்கங்களை, போராட்டங்களை நடத்தியது. கடைசியில் கலைஞர் கருணாநிதி அவர்கள் முதல்வராக இருந்த போது கேரளாவுக்கு ஒரு தூதுக்குழுவை அனுப்பி அங்கே உடலுழைப்புத் தொழிலாளிகளுக்கான நலவாரியங்கள் எப்படி செயல்படுகிறது என்று அறிந்துவரச் செய்தார். அந்த அடிப்படையில் 30-11-1994 ல் தமிழ் நாட்டின் மாநகராட்சிப் பகுதிகளில் உள்ள கட்டுமான தொழிலாளிகளுக்கான நலவாரியம் முதன்முதலாக அமைக்கப்பட்டது. பின்னர், தொடர் இயக்கங்களுக்குப் பிறகு அது அனைத்து மாவட்டங்களுக்கும் விரிவுபடுத்தப்பட்டது. 17-2-1999ல் இதர உடலுழைப்புத் தொழிலாளிகளுக்கான 15 நலவாரியங்கள் அமைக்கப் பட்டன.

இந்த நலவாரியங்களில் உறுப்பினராக பதிந்துகொண்ட தொழிலாளிகளுக்கு சமூகப் பாதுகாப்பு ஏற்பாடுகளின் சில அம்சங்கள் வழங்கப்பட்டது. அதில் முக்கியமானது பென்ஷன். 60 வயது முடியும்போது அது கிடைக்கும். எம்.ஜி.ஆர்.ஆட்சிக் காலத்தில் மாதம் 200 ரூபாய் என்று இருந்தது. சிஐடியுவின் தலைவரும் மார்க்சிஸ்ட் கம்யூனிஸ்டு கட்சியின் சட்டமன்றக் குழுத் தலைவருமான அருமைத் தோழர் J. ஹேமச்சந்திரன் தொடர்ந்து வலியுறுத்தியதன் அடிப்படையில் ஜெயலலிதா அம்மையார் ஆட்சியில் பென்ஷன் மாதம் 500 ரூபாயாக உயர்த்தப்பட்டது.

தற்போது பென்ஷன் மாதம் 1,000 ரூபாயாக இருக்கிறது. நாம் உடலுழைப்புத் தொழிலாளிகளுக்கு மாதம் 3,000 ரூபாய் பென்ஷன் வேண்டும் என்று கோரிக்கை வைத்து போராடிக் கொண்டிருக்கிறோம். தீப்பெட்டித் தொழிலாளர் சங்கம் கோவில்பட்டி வட்டாரத்தில் நமது தோழர்கள் முயற்சியினால் ஏற்கெனவே உருவாக்கப்பட்டு செயல்பட்டுக்கொண்டிருந்தது. சங்கத்திற்கான அலுவலக ஏற்பாடும் இருந்தது. தோழர்கள் அய்யலுசாமி, ராஜலட்சுமி, கண்ணன் ஆகியோர் முறையே தலைவர், செயலாளர், பொருளாளராக பொறுப்பு வகித்தனர்.

கயத்தாறு ஒன்றியம், கோவில்பட்டி நகரம், கோவில்பட்டி ஒன்றியம், எட்டையபுரம் தாலுகா, விளாத்திகுளம் தாலுகா என தீப்பெட்டித் தொழில் பரவியிருந்த ஐந்து ஏரியாக்களின் அமைப்பாக

இருந்ததால், கோவில்பட்டி வட்டாரச் சங்கம் என்ற பெயரில் செயல்பட்டு வந்தது. சிஐடியு மையத்திலிருந்து சங்கத்தின் பொறுப்பாளராக நான் நியமிக்கப்பட்டிருந்தேன். அடுத்து நடந்த மாநாட்டில் நான் சங்கத்தின் தலைவராக தேர்ந்தெடுக்கப்பட்டேன்.

முழு நேர ஊழியர்கள் தோழர்கள் ராஜலட்சுமி, கண்ணன் இருவரின் ஊதியத்தை உத்தரவாதம் செய்வது என்னுடைய முதல் பணியாக இருந்தது. அலுவலகம் காலையிலும் மாலையிலும் செயல்பட்டு வந்தது. ‘காலையில் மட்டும் மதியம் 2 மணிவரை அலுவலகச் செயல்பாடுகள் நடக்கட்டும். மாலை வேளைகளில் உறுப்பினர் சேர்ப்பு இயக்கமும் இதர ஸ்தாபனப் பணிகளும் நடக்கட்டும்’ என்று நான் ஆலோசனை கூறினேன். அதன்படி செயல்பட ஆரம்பித்தோம்.

மாலை நேர உறுப்பினர் சேர்ப்பு ஏற்பாட்டினாலும் கண்ணன், ராஜலட்சுமி இருவரின் முயற்சியினாலும் உறுப்பினர் எண்ணிக்கை உயர்ந்தது. முழு நேர ஊழியர்களாக இருந்த இந்தத் தோழர்கள் இருவரும் வேறு வேலை கிடைத்துப் போய்விட்டார்கள். சங்கத்தை தொடர்ந்து நடத்திச் செல்வதற்கு பொருத்தமான வேறு கேடர்கள் கிடைக்கவில்லை. அலுவலகத்தை மூன்று நான்கு மாதங்கள் பூட்ட வேண்டியதாயிற்று. என்ன செய்வது என்று விழி பிதுங்கி நின்றேன்.

அப்போதுதான் என்னுடைய மருமகள் கிருஷ்ணவேணி லாயல் மில் கார்மெண்ட்சில் சூப்பர்வைசர் வேலைக்குத் தேர்வாகி வேலையில் சேருவதற்கு தயாராகிக்கொண்டிருந்தார். மிகத் திறமைசாலியான டெய்லர். தையல் தொழிலில் நிபுணத்துவம் வாய்ந்தவர். எனக்கு திடீரென்று பொறிதட்டியதுபோல் ஒரு யோசனை தோன்றியது. மருமகளோடு பேசினேன். ‘ஒரு தனியார் முதலாளி லாபம் சம்பாதிப்பதற்காக நாம் ஏன் உழைக்க வேண்டும்?’ அன்றாடம் சமுதாயத்தின் அடித்தட்டில் உழன்று கொண்டு தீப்பெட்டித் தொழிலில் தினம் 100 ரூபாய், 150 ரூபாய்க்கு வேலை பார்க்கும் ஆயிரக்கணக்கான கிராமப்புறபெண் தொழிலாளிகளுக்கு சேவை செய்யலாமே? 90%க்கும்மேல் தலித் உழைப்பாளிகளான அவர்களுக்கு நாம் நம்மாலான உதவியைச் செய்யலாமே?’ என்று மருமகளோடு பேசினேன்.

அவருடைய கணவருக்கு அதாவது என்னுடைய மகனுக்கு K.R.என்ஜினீயரிங் கல்லூரியில் லேப் டெக்னீஷியனாக சொற்ப

சம்பளத்தில் வேலை. அவர்களுக்கு இரண்டு பையன்கள். அந்த குடும்பத்தை பராமரிக்க வேண்டுமே என்ற கவலை மருமகளுக்கு. ஆனாலும் மூன்று நான்கு நாட்கள் நான் தொடர்ந்து பேசினேன். உயிரினும் மேலான என்னுடைய சங்கம் செயல்பட முடியாமல் பூட்டிக் கிடக்கிறதே என்கிற தாங்க முடியாத கவலை எனக்கு. என்னுடைய கவலையைப் புரிந்து கொண்டு எனக்கு உறுதுணையாக இருக்கவேண்டுமென்று முடிவு செய்து என்னுடைய மருமகள் இறுதியாக தீப்பெட்டி சங்க வேலைக்கு சம்மதித்தார். விரைவிலேயே சங்க வேலைகளைப் பழகிக் கொண்டார்.

அலுவலகம் திறந்திருப்பதைத் தெரிந்துகொண்டு தொழிலாளிகள் வர ஆரம்பித்தார்கள். தீப்பெட்டித் தொழிற்சங்கப் பணிகள் வேகம் பிடித்தன. சந்தாவும் நன்கொடைகளும் வர ஆரம்பித்தன. சங்க நிதி நிலைமை சீராக உயர்ந்து ஓர் உறுதியான நிலைக்கு வந்தது. சிஐடியு மாவட்ட மையத்தில் பேசி... கிருஷ்ணவேணியை ஒரு முழு நேர ஊழியராக ஆக்கினேன். நாங்கள் குடியிருக்கும் கோவில்பட்டி அத்தைகொண்டான் கிராமத்தில் எனது இணையர் தோழர் சுந்தரியின் உதவியுடன் தீப்பெட்டியில் வேலை பார்க்கும் 10 பெண்களோடு பேசி... கட்சியின் ஒரு துணைக் குழுவை ஆரம்பித்தோம்.

மூன்று நான்கு மாதங்கள் கழித்து தீப்பெட்டி சங்க மாநாட்டை நடத்தினோம். எழுச்சி மிகுந்த மாநாடு. 250க்கும் மேற்பட்ட பெண்கள் கலந்து கொண்டார்கள். நான் தலைவராகவும் தோழர் கிருஷ்ணவேணி செயலாளராகவும் பாண்டவர்மங்கலம் கிராமத்துத் தோழர் மல்லிகா பொருளாளராகவும் தேர்ந்தெடுக்கப் பட்டோம். அலுவலகப் பணிகளில் உதவியாக இருப்பதற்கு இன்னொரு ஊழியர் தேவை என்ற நிலையில் பல பெண் தொழிலாளிகளை அணுகினோம். பொருத்தமானவர்கள் யாரும் கிடைக்கவில்லை. எனது அண்ணன் மகள் சுப்புலட்சுமியோடு பேசினோம். அவர் சம்மதித்து இந்த வேலையை ஏற்றுக்கொண்டார்.

அத்தை கொண்டான் துணைக்குழுவுக்கு அரசியல் ரிப்போர்ட்டிங் மற்றும் வகுப்புகள் எடுத்ததுபோக தோழர் கிருஷ்ணவேணிக்கு தனிப்பட்ட முறையில் வீட்டில் வைத்து தொழிற்சங்க வகுப்புகளும் அரசியல் வகுப்புகளும் எடுத்தேன். தீப்பெட்டித் தொழிலாளிகளை சந்தித்து அவர்களிடம் சந்தா வாங்கி உறுப்பினர்களாகச் சேர்ப்பதற்காக கோவில்பட்டி நகரம், கோவில்பட்டி ஒன்றியம், கயத்தாறு ஒன்றியத்தின் கிழக்குப் பகுதி, மேற்குப் பகுதி,

எட்டையபுரம் தாலுகா, விளாத்திகுளம் தாலுகாவின் புதூர் ஒன்றியப் பகுதிகளில் நூற்றுக்கும் மேற்பட்ட கிராமங்களுக்குச் செல்ல வேண்டியிருந்தது. ஒவ்வொரு கிராமத்திலும் உள்ள நிர்வாகி அல்லது முன்னணித் தோழர்களிடம் நாங்கள் அந்த ஊருக்கு வருவது பற்றி முன்கூட்டியே தகவல் சொல்லிவிடுவோம். அவர்கள் அணைத்து உறுப்பினர்களிடமும் சொல்லி ஏற்பாடு செய்து வைத்திருப்பார்கள் .

பெரும்பாலான கிராமங்களில் ஏதாவது ஒரு வீட்டின் திண்ணையில் அமர்ந்து சந்தா போடுவோம். நாங்கள் வந்திருப்பது தெரிந்து ஒருவருக்கொருவர் தகவல் சொல்லி அனைவரும் வந்து சந்தா கட்டுவார்கள். சில கிராமங்களில் ஒன்றிரண்டு வீடுகளில் நாற்காலி இருக்கும். அதைக் கொண்டுவந்து எங்களை தெருவிளக்கு வெளிச்சத்தில் உட்கார வைப்பார்கள். அனைத்து கிராமங்களிலும் ஏதாவது ஒரு வீட்டிலிருந்து டீ போட்டுகொண்டு வருவார்கள். சில கிராமங்களில் போனஸாக சேவோ, முறுக்கோ கிடைக்கும். சில கிராமங்களில் கலர் வாங்கி வந்து தருவார்கள்.

கிராமத்து மக்கள் அனைவரும் எங்கள்மேல் அன்பாக இருந்தார்கள். சில கிராமங்களில் அவர்கள் விளைய வைத்திருக்கும் கத்தரிக்காய், பீர்க்கங்காய், புடலங்காய் ஆகியவற்றைக் காட்டிலிருந்து அவர்கள் பறித்துக் கொண்டு வந்திருக்கும் காட்டுக்கீரை இவற்றை ஒரு பையில் போட்டுக் கொடுத்து விடுவார்கள். காட்டுக்கீரைக் குழம்பு எனக்கு மிகவும் பிடிக்கும். சிறு வயதில் எங்கள் விளாத்திகுளம் வீட்டில் அம்மா கையினால் சாப்பிட்ட காட்டுக்கீரைக் குழம்பு. இத்தனை வருடங்கள் கழித்து தீப்பெட்டித் தொழிலாளிகள் கையிலிருந்து அதே அன்போடு மீண்டும் கிடைக்கிறது.

சந்தா போடுகிறபோதே நலவாரியத்தில் அவர்களுக்குள்ள பிரச்சனைகளையும் குறைபாடுகளையும் சொல்லுவார்கள். அவற்றைக் குறித்து வைத்துக்கொண்டு தீர்த்துவைக்க வேண்டும். ஆயிரக்கணக்கில் தொழிலாளிகளோடு பழகியதில் அவர்களது அன்பும் பிரியமும் கிடைத்ததில் தோழர் கிருஷ்ணவேணி மிகவும் ஈர்க்கப்பட்டுப் போனார். ஆயிரக்கணக்கான தொழிலாளிகளுக்குத் தலைமை தாங்க, அவர்களை தொழிற்சங்க இயக்கங்களில், போராட்டங்களில் ஈடுபடுத்த வாய்ப்புக் கொடுத்த இந்த தீப்பெட்டி சங்கச் செயலாளர் வேலை அவருக்கு மிகவும் பிடித்துப் போய் விட்டது.

தொழிற்சங்கரீதியாகவும், அரசியல்ரீதியாகவும் அவரது திறமைகள் மென்மேலும் மெருகேறத் துவங்கின. சிஐடியுவின் மாவட்ட நிர்வாகியாக தேர்ந்தெடுக்கப்பட்டார். மாவட்ட உழைக்கும் பெண்கள் ஒருங்கிணைப்புக் குழுவின் கன்வீனராக பொறுப்பேற்றுக் கொண்டார். விரைவில் சிஐடியுவின் மாநிலக் குழு உறுப்பினராகவும் உயர்த்தப்பட்டார். அத்தைகொண்டான் துணைக் குழுவிலிருந்து கட்சி உறுப்பினராக தகுதி உயர்வு பெற்றார். கட்சியின் கோவில்பட்டி ஒன்றியக் குழுவின் உறுப்பினரானார். கட்சியின் மாவட்டக் குழுவுக்கு தேர்ந்தெடுக்கப் பட்டார். சிஐடியுவின் முழுநேர ஊழியராக அவரது பணி தொடர்கிறது. மிகச்சிறந்த போராளி.

நலவாரியப் பிரச்சனைகளுக்காக நலவாரிய அதிகாரிகளோடு பேச்சுவார்த்தை நடத்துவது, அலுவலக ஊழியர்கள் பிற அதிகாரிகளோடு எந்த நேரமும் போனில் பேசலாம் என்று அளவுக்கு நெருக்கமான பழக்கம் வைத்திருப்பது, காவல்துறைப் பிரச்சனைகளில் தைரியமாகத் தலையிடுவது, காவல்துறை அதிகாரிகளோடு பேச்சுவார்த்தை நடத்துவது, அரசு அதிகாரிகளான RDO, தாசில்தார், RI, VAO போன்றவர்களுடன் பேச்சுவார்த்தை நடத்துவது, தீப்பெட்டி உற்பத்தியாளர் சங்கங்களோடும் உற்பத்தியாளர்களோடும், தொழில் பாதுகாப்புப் பிரச்சனைகளில் இணைந்து நிற்பது, அதேசமயம் தொழிலாளிகளின் பிரச்சனைகளுக்காக விட்டுக் கொடுக்காமல் போராடுவது, ஒன்று பட்ட போராட்டங்களின்போது அனைத்து தொழிற்சங்க அமைப்புகளோடும் இணைந்து நிற்பது போன்ற பண்புகளில் அவர் தேர்ச்சியும் முதிர்ச்சியும் பெற்றிருப்பது மகிழ்ச்சி அளிக்கிறது.

அவரைப் பண்படுத்தி மெருகேற்றியது சிஐடியுவும் கட்சியும் தான் என்பதில் எந்த வித சந்தேகமும் இல்லை. ஆனாலும் அவரை முதன் முதலில் கொண்டு வந்தது நான்தான் என்கிற பெருமித உணர்வு என் மனதின் ஓர் ஓரத்தில் இருந்து கொண்டுதானிருக்கிறது. எனது இணையர் தோழர் சுந்தரிக்குப் பின் எங்களது குடும்பத்தில் இன்னொரு கேடர் உருவானது மிகுந்த மனநிறைவைத் தருகிறது.

தீப்பெட்டி அரங்கம் – 1

சிஐடியு அரங்கப் பொறுப்புக்கு வந்ததற்குப் பிறகு முறைசாரா தொழிலாளிகளை குறிப்பாக தீப்பெட்டித் தொழிலாளிகளைத் திரட்டும் பணி எனக்குத் தரப்பட்டது. தீப்பெட்டித் தொழிலாளர் சங்கத்தின் தலைவராக நான் பொறுப்பெடுத்துக் கொண்டேன். என்னுடைய மருமகள் தோழர் ஆர்.கிருஷ்ணவேணி அதன் செயலராகப் பணியாற்றி வருகிறார். இந்த விவரங்களை ஏற்கெனவே குறிப்பிட்டிருக்கிறேன். இந்த அரங்கத்தில் இரண்டு விதமான முக்கியப் பணிகளை செய்யவேண்டியிருக்கிறது.

இந்தத் தொழிலாளிகளுக்கான சமூகப் பாதுகாப்புத் திட்ட தொழிலாளர் அதிகாரி *(Labour Officer, Social Security Scheme)* அலுவலகம் தூத்துக்குடியில் செயல்பட்டு வருகிறது. பொதுவாக நலவாரிய ஆபீஸ் என்றால், மக்களுக்குப் புரியும். இதுவரை நலவாரியத்தில பதிவு செய்துகொள்ளாத தொழிலாளிகளை புதிதாகப் பதிவு செய்து அவர்களுக்கு நலவாரிய அடையாள அட்டை வாங்கித்தர வேண்டும். ஏற்கெனவே பதிவு செய்து நலவாரிய அடையாள அட்டை வைத்திருந்தால், அவர்களது அடையாள அட்டையைக் குறிப்பிட்ட கால இடைவெளியில் புதுப்பித்துத் தரவேண்டும் (முன்பு 2 வருடங்கள் என்று இருந்தது. இப்போது 5 வருடங்களுக்கு ஒரு முறை புதுப்பிக்க வேண்டும்). நலவாரிய அட்டை வைத்திருப்பவர்களுக்கு உரிய பணப்பலன் களை பெற்றுத் தரவேண்டும்.

10ஆம் வகுப்பிலிருந்து இறுதிப் படிப்புவரை 2 குழந்தைகளுக்கு வருடா வருடம் கல்வி நிதி (இப்போது 6ஆம் வகுப்பு முதலே). திருமண நிதி, மகப்பேறு நிதி, இறந்துபோனால் வாரிசுக்கு இறப்பு நிதி, 60 வயது முடிந்த பிறகு பென்ஷன்-இவை நலவாரியத்தில் கிடைக்கும் பணப்பலன்கள்.

இந்த நலவாரியப் பணிகளுக்காக ஒவ்வொரு வாரமும் தொழிலாளிகளை தூத்துக்குடி நலவாரிய அலுவலகத்துக்கு நேரில் அழைத்துச்செல்ல வேண்டும். ஒவ்வொரு வாரமும் குறைந்த

பட்சம் இரண்டு நாட்கள் 2, 3 வேன்களில் இந்தப் பெண் தொழிலாளிகளை தூத்துக்குடி அழைத்துச்செல்ல வேண்டும். கிராமங்களில் இருந்து நமது கோவில்பட்டி அலுவலகம் வரும் இந்தப் பெண்களை ஒரு வேனுக்கு 20 பேர் வீதம் திரட்டி... தூத்துக்குடி கிளப்புவதற்கு எப்படியும் காலை 10.30, 11.00 மணியாகிவிடும். தூத்துக்குடி சென்று வேலை முடிந்து திரும்புவதற்கு அநேகமாக இரவு 7.00 மணியாகிவிடும். 7.00 மணிக்குள் திரும்பி வந்தால்தான் கிராமத்துப் பெண்கள் கடைசி பஸ்ஸைப் பிடித்து ஊர் போய்ச் சேர முடியும்.

தூத்துக்குடி போகாத நாட்களில் அலுவலகப் பணிகள் நிறைய இருக்கும். பதிவு, புதுப்பித்தல், பணப்பலன்கள் - இவற்றுக்கான விண்ணப்பப் படிவங்களை பூர்த்தி செய்வது, சந்தா மற்றும் நன்கொடை ரசீதுகள் போடுவது, பல்வேறு ரிஜிஸ்தர்களை பராமரிப்பது, அன்றாடம் வரவு-செலவுக் கணக்கு எழுதி பராமரிப்பது இவை போன்ற பணிகளைச் செய்யவேண்டும். மேலே குறிப்பிட்டவை நலவாரியம் மற்றும் அலுவலகம் சார்ந்த பணிகள்.

இவைபோக அமைப்புரீதியான பணிகளும் நிறைய இருக்கும். 80, 90 கிராமங்களில் உறுப்பினர்களைப் பதிவு செய்திருக்கிறோம். வருடத்துக்கு சுமார் 2,500 பேர் சந்தா செலுத்துகிற உறுப்பினர்கள். சந்தா செலுத்தாத உறுப்பினர்கள் நிறைய இருக்கிறார்கள். ஒவ்வொரு கிராமத்திலும் இந்தப் பெண் தொழிலாளிகளின் கூட்டங்களை நடத்தி அவர்களுக்கு தொழிற்சங்க விஷயங்களையும் அரசியல் விஷயங்களையும் சொல்ல வேண்டும். ஒரு மணி நேரத்துக்குள் முடித்துக்கொள்ள வேண்டும்.

சிஐடியுவின் அனைத்து இயக்கங்களிலும், மறியல் உள்ளிட்ட போராட்டங்களிலும் கலந்துகொள்வதற்கு அவர்களைத் தயார் செய்யவேண்டும். சங்க நிர்வாகிகள் கூட்டத்தை இரண்டு மாதத்துக்கு ஒரு முறையாவது நடத்தவேண்டும். நிர்வாகிகள் கலந்து கொள்வதை உத்தரவாதப்படுத்த வேண்டும். ஆண்டுப் பேரவைகள் நடத்த வேண்டும். மாநாடுகள் நடத்த வேண்டும். சிஐடியு மற்றும் கட்சி மாநில மாநாட்டுப் பேரணி மற்றும் பொதுக்கூட்டங்களில் அவர்களை கலந்துகொள்ள வைக்கவேண்டும். அவர்களை ஸ்தாபனப்படுத்த வேண்டும். கிளைகள் அமைக்க வாய்ப்பு உள்ள இடங்களில் கிளைகள் அமைக்க வேண்டும். கிளைகளை சுயேச்சையாக செயல்பட வைக்கவேண்டும்.

அவர்களை மெதுவாக அரசியல்படுத்த வேண்டும். கட்சி அனுதாபிகளாக மாற்ற வேண்டும். கட்சி துணைக் குழுக்களை உருவாக்கிப் பராமரிக்க வேண்டும்.

மத்திய தர ஊழியர்கள் மத்தியில் இந்தப் பணிகளைச் செய்வதற்கும் கிராமப்புறப் பெண் தொழிலாளிகள் மத்தியில் இந்தப் பணிகளைச் செய்வதற்கும் நிறைய வேறுபாடுகள் இருக்கின்றன. மத்தியதர ஊழியர்கள் மத்தியில் தொழிற்சங்க விஷயங்களை, அரசியல் விஷயங்களை நான் பேசுகிற அதே பாஷையில் பேசினால் அந்தப் பெண்களுக்குப் புரியாது. (மத்திய தர ஊழியர்களுக்கே புரிகிறதா என்று தெரியவில்லை). அவர்களுக்குப் புரிகிற மாதிரி எளிதான முறையில் கிராமத்து பாஷையில் பேசவேண்டும்.

அந்தப் பெண்களுடைய குடும்பத்தார் குறிப்பாக, கணவன்மார்கள் நம்மை நம்பி நம்மோடு அந்தப் பெண்களை அனுப்பி வைக்க வேண்டும். இவர்களை நம்பி, இந்த இயக்கத்தை நம்பி நம்முடைய பெண்களை இவர்களோடு போராட்டங்களுக்கு சமயத்தில் வெளியூர்களுக்கு அனுப்பி வைக்கலாம் என்ற நம்பிக்கை அவர்களுக்கு வரவேண்டும். இந்த நம்பிக்கையை நாம் ஏற்படுத்தியிருக்கின்றோம் என்பது முக்கியமானது. அவர்களுக்குப் புரிகிற மாதிரி என்னால் பேச முடிகிறது என்பதும் முக்கியமானது. அந்தப் பெண் தொழிலாளிகளோடு நெருக்கமான ஒரு தோழமை உணர்வு ஏற்படுத்த முடிந்துள்ளது என்பதும் முக்கியமானது. தோழர் கிருஷ்ணவேணி என்னோடு இருப்பதால் மட்டுமே இது சாத்தியமாயிருக்கிறது.

தீப்பெட்டி சங்கச் செயலாளர் தோழர் கிருஷ்ணவேணிக்கு தூத்துக்குடி லேபர் ஆபீசிலுள்ள அனைத்து ஊழியர்களோடும் நல்ல முறையிலான சுமுகமான உறவு இருக்கிறது. பிரச்சனைகளை தொலைபேசியில் பேசியே விளக்கம் கேட்டுக்கொள்ள முடியும். தூத்துக்குடிக்கு மாற்றலில் வருகிற லேபர் ஆபீசர்களுக்கு நமது சங்கத்தின் மீது ஒரு மதிப்பும் மரியாதையும் இருப்பதுண்டு. சிஐடியு ஒரு நேர்மையான, தொழிலாளிகளுக்காக உண்மையிலேயே போராடுகிற அமைப்பு என்று புரிந்துவைத்திருக்கிறார்கள். பல்வேறு மாவட்டங்களில் பணி புரிந்த அனுபவத்தின் அடிப்படையில் சிஐடியுவுக்கு அவர்கள் மத்தியில் ஓர் அங்கீகாரம் கிடைத்திருக்கிறது. எனவே, நலவாரியப் பிரச்சனைகளில் எந்த

விதமான தடையும் இல்லாமல் நமது சங்க நடவடிக்கைகள் போய்க்கொண்டிருந்தன.

இந்த நிலைமையில்தான் நாகர்கோவிலிலிருந்து தூத்துக்குடிக்கு தமிழ்ச்செல்வி என்ற லேபர் ஆபீசர் மாற்றலில் வந்து சேர்ந்தார். நேரடி நியமனத்தின் மூலம் அதிகாரியாக வந்தவர். தலைமுதல் கால்வரை அதிகாரவர்க்க மனோபாவம் நிறைந்தவர். அவரது தொழிலாளி விரோதப் போக்கிற்கு எதிராக நமது சிஐடியு நடத்திய போராட்டங்களினால் சிஐடியு என்றாலே ஒரு வித அலர்ஜியும் வெறுப்பும் அவரது மனதில் நிறைந்திருந்தது.

கண்ணியம்மிக்க நமது தோழர்கள் இருவர் மீது தன்னிடம் முறை கேடாக நடந்துகொண்டார்கள் என்று புகார் செய்த புண்ணியவதிதான் அந்த ஆபீசர் மேடம். வந்த புதிதில் நல்ல பிள்ளையாக அனைத்து தொழிற்சங்கங்களின் கூட்டத்தை நடத்தினார். தான் தொழிலாளிகளின் நன்மைக்காகவே இருப்பதாகவும் அவரோடு ஒத்துழைத்தால் அனைத்து உதவிகளையும் செய்து தருவதாகவும் சொன்னார். மகிழ்ச்சியாக இருந்தது. தன்னோடு மோதினால் எங்கு போய் முறையிட்டாலும் கடைசியில் தன்னிடம்தான் வரவேண்டும் என்று சொல்லி கூட்டத்தை முடித்து வைத்தார்.

ஒரு முறை கல்வி நிதி விண்ணப்பம் கொடுப்பதற்காக 2 வேன் நிறைய தொழிலாளிகளை அழைத்துக்கொண்டு தூத்துக்குடி லேபர் அலுவலகம் சென்றோம். அன்று தோழர் கிருஷ்ணவேணியுடன் நானும் தூத்துக்குடி சென்றிருந்தேன். லேபர் ஆபீசுக்கு எதிர்ப்புறம் சிஐடியு சார்பில் நாம் ஒரு அலுவலகத்தை வாடகைக்கு எடுத்திருந்தோம். லேபர் ஆபீசுக்கு வரும் பெண்கள் சற்று இளைப்பாற, மதிய உணவு சாப்பிட அந்த அறை தேவையாக இருந்தது. தோழர் கிருஷ்ணவேணி அந்தப் பெண்களை லேபர் ஆபீசுக்கு கூட்டிக்கொண்டுபோய் கல்வி நிதி விண்ணப்பம் கொடுக்கும் கவுண்ட்டரில் வரிசையில் நிற்க வைத்துவிட்டு திரும்ப நமது சிஐடியு அறைக்கு வந்தார். நானும் தோழர் குமாரவேலும் அங்கு அமர்ந்து பேசிக்கொண்டிருந்தோம்.

கிருஷ்ணவேணி வந்து கொஞ்ச நேரம் கழித்து அனைத்துப் பெண்களும் திரும்ப வந்தார்கள். ‘*SC* பகுதித் தொழிலாளிகளின் விண்ணப்பங்களை வாங்க வேண்டாம்’ என்று அலுவலக ஊழியர்களுக்கு தொலைபேசி வாயிலாக உத்தரவு இட்டுவிட்டு

அந்த அதிகாரி ஆபீசுக்கு வரவில்லை. தோழர் கிருஷ்ணவேணயை அந்த அதிகாரியிடம் தொலைபேசியில் பேசச் சொன்னோம். *SC* மாணவர்களுக்கு கல்லூரியிலேயே ஸ்காலர்ஷிப் வருவதால் நலவாரியத்தில் தர முடியாது என்று அந்த ஆபீசர் சொல்ல... தோழர் கிருஷ்ணவேணி அந்த ஸ்காலர்ஷிப்புக்கும் தீப்பெட்டித் தொழிலாளியின் மகன்/மகள் என்ற முறையில் நலவாரியம் மூலம் கிடைக்கும் கல்வி நிதிக்கும் சம்பந்தம் இல்லை என்று விளக்கிச் சொல்லி வாதாடிய பிறகு பரிசீலனை செய்துவிட்டு பிறகு விண்ணப்பங்களை வாங்கிக்கொள்வதாகக் கூறினார். தானே ஒரு *SC* தான் என்றும் அவர்களுக்கு எதிராக தான் இருக்கமாட்டேன் என்றும் கூறியிருக்கிறார். அந்தத் தொழிலாளிகள் ஒரு முறை செலவு செய்து தூத்துக்குடி வந்துவிட்டார்கள். இன்னொரு முறை அவர்களை அலைய வைக்க வேண்டாம் என்றும் அவர்கள் வந்ததற்கு அடையாளமாக அவர்களது விண்ணப்பங்களில் அலுவலக சூபரின்டென்ட் கையெழுத்திட்டுக் கொடுத்தால் அந்த விண்ணப்பங்களை தானே கொண்டுவந்து கொடுப்பதாகவும் தோழர் கிருஷ்ணவேணி சொல்ல அதிகாரி, 'சரி' என்று ஏற்றுக் கொண்டார். முதலில் வந்த ஒரு பிரச்சனை இவ்வாறு சுமுகமாக முடிந்தது.

தீப்பெட்டி அரங்கம் - 2

படிப்புக்கு மட்டும் அல்லாமல் **10**வது தேர்ச்சிக்கும் **12**வது தேர்ச்சிக்கும் முறையே ரூ.*1,000*மும் ரூ.*1,200*மும் கல்வி நிதி நலவாரியம் மூலம் தரப்படுகிறது. இதை வாங்குவதற்கு மாணவரின் மார்க் சீட் நகலும் டி.சி. நகலும் வேண்டும். டி.சி. யில் மாணவர் பெயர், தந்தை பெயர், பிறந்த தேதி, ஜாதி இவை இடம் பெற்றிருக்கும். தீப்பெட்டித் தொழிலாளிகளாக இருக்கும் தாயார் பெயர் மாணவரின் டி.சி.யில் இடம் பெறுவதில்லை.

எனவே, தேர்ச்சியைப் பொறுத்தவரை தொழிலாளியின் பெயர் இடம் பெறாத மார்க் சீட் மற்றும் டி.சி.யை ஆதாரமாகக் கொண்டு அந்தத் தொழிலாளிக்கு கல்வி நிதி கொடுக்கிறார்கள். ஆனால், கல்லூரியில் படிப்பதற்கான கல்விச் சான்றிதழில் *(Bonafide Certificate)* மாணவர் பெயரும் இன்னார் மகன் அல்லது மகள் என்னுமிடத்தில் நலவாரிய அட்டையிலுள்ள தொழிலாளியின் பெயரும் இடம் பெற்றிருக்க வேண்டும் என்று நலவாரிய விதிகள் சொல்லுகின்றன.

ஆனால், அனைத்துக் கல்லூரிகளிலும் கல்விச் சான்றிதழில் தந்தை பெயரை மட்டுமே குறிப்பிடும் வழக்கம் பாரம்பரியமாக இருந்துவருகிறது. தாயார் பெயரை எந்தக் கல்லூரியும் குறிப்பிடுவது கிடையாது. எனவே, அனைத்து மாவட்ட லேபர் அலுவலகங்களிலும் தந்தை பெயர் இருக்கிறதா அல்லது தாயார் பெயர் இருக்கிறதா என்று கவனிப்பதில்லை. மற்ற விவரங்கள் சரியாக இருந்தால், கல்வி நிதி விண்ணப்பங்களை ஏற்றுக் கொள்வார்கள். தூத்துக்குடி மாவட்டத்திலும் இந்த நடைமுறைதான் கடைப்பிடிக்கப்பட்டு வந்தது.

எனவே, இந்த நடைமுறையையொட்டி ஒரு நாள் 3 வேன்களில் சுமார் 60 பெண் தொழிலாளிகளை கல்வி நிதி விண்ணப்பங்களோடு தோழர் கிருஷ்ணவேணி தூத்துக்குடி லேபர் அலுவலகத்துக்கு அழைத்துச் சென்றார். அதிகாரி தமிழ்ச்செல்வி அன்றைக்கும் அலுவலகம் வரவில்லை. பொதுவாக, அவர் அலுவலகத்துக்கு வருவதேயில்லை.

பைல்கள் வீட்டுக்ககுப் போய் கையெழுத்தாகி வரும். கல்வி நிதி விண்ணப்பங்களில் பெண் தொழிலாளியின் பெயர் இல்லாமல் இருந்தால், அந்த விண்ணப்பங்களை வாங்க வேண்டாம் என்று சூப்பரின்டென்டுக்கு தொலைபேசி மூலம் உத்தரவு போட்டு விட்டார். அழைத்துச்சென்ற அனைத்து 60 தொழிலாளிகளின் விண்ணப்பங்களும் இந்த வகையில் ஏற்க மறுக்கப்பட்டன.

தோழர் கிருஷ்ணவேணி எனக்கு போன் செய்து விஷயத்தைச் சொன்னார். காத்திருக்கும்படியும் நான் உடனே கோவில்பட்டியிலிருந்து கிளம்பி தூத்துக்குடி வருவதாகவும் சொல்லிவிட்டு தூத்துக்குடி கிளம்பிச் சென்றேன். இந்தப் பெண்கள் அனைவரும் ரூ.1,000 கல்வி நிதிக்காக ஏற்கெனவே ரூ.350 முதல் ரூ.400 வரை செலவு செய்திருந்தார்கள். எனவே எப்படியாவது அந்தக் கல்வி நிதியை வாங்கித்தர வேண்டும். எனவே, நான் தூத்துக்குடி போய்ச் சேர்ந்தவுடன் அதிகாரி தமிழ்ச்செல்வியோடு தோழர் கிருஷ்ணவேணி தொலைபேசியில் பேசினார்.

இதுவரை இருந்து வரும் நடைமுறைப்படி நாங்கள் செயல்பட்டிருக்கிறோம். அந்த நடைமுறையில் மாற்றம் வேண்டுமென்றால், அதுபற்றி தொழிற்சங்கங்களுக்கு முன்கூட்டியே தெரிவித்திருக்க வேண்டும். இந்தப் புது நடைமுறையைச் செயல்படுத்த சங்கங்களுக்கு 20 நாட்கள், 30 நாட்கள் அவகாசம்

கொடுக்க வேண்டும். தமிழ்நாடு முழுவதும் அனைத்து மாவட்டங்களிலும் நீங்கள் சொல்கிற விதி பின்பற்றப்படுவதில்லை. இந்த முறை அழைத்து வந்துவிட்டோம். தயவு செய்து ஏற்றுக்கொள்ளுங்கள். இனி வரும் காலங்களில் நீங்கள் சொல்லும் நடைமுறையைப் பின்பற்றுகிறோம் என்று எவ்வளவோ எடுத்துச் சொல்லியும் அவர்கள் கேட்பதாக இல்லை.

அலுவலகத்துக்கு நேரில் ஒரு முறை வாருங்கள். நேரிலும் பேச வேண்டும் என்று கேட்டுப் பார்த்தோம். அதற்கும் மறுத்து விட்டார்.

அந்தப் பெண்களிடம் நிலைமையை எடுத்துச்சொல்லி போராடுவதைத்தவிர வேறு வழியில்லை என்று சொன்னோம். போராட்டத்துக்குத் தயாராகவே இருந்தார்கள். எனவே, 60 பேரையும் அலுவலகத்துக்குள் நுழையச்செய்து தரையில் அமர்ந்து காத்திருக்கும் போராட்டம் நடத்தினோம். மாவட்டச் சங்கத்துக்கு தகவல் சொன்னோம். முதலில் மாவட்டச் செயலாளர் தோழர் வை. பாலசுப்பிரமணியமும் மாவட்ட இணைச் செயலாளர் தோழர் மா. முருகனும் வந்தார்கள்.

தோழர் மா. முருகன் எல்லா ஊடக நண்பர்களையும் தொடர்பு கொண்டு லேபர் அலுவலகம் வரச்சொன்னார். லேபர் அலுவலகத்துக்குள் தரையில் அமர்ந்து நாங்கள் நடத்திய மறியல் போராட்டம் அனைத்து எலெக்ட்ரானிக் ஊடகங்களிலும் பிரிண்ட் ஊடகங்களிலும் வெளியாகி எங்களது போராட்டம் மிகவும் பிரபலமாகிவிட்டது. கொண்டுவந்த மதிய உணவை லேபர் அலுவலகத்துக்குள்ளேயே அமர்ந்து அனைவரும் சாப்பிட்டோம்.

ஊடகச் செய்திகளைப் பார்த்துவிட்டு திருநெல்வேலியிலிருந்து DCL (Deputy Commissioner of Labour) எங்களுடன் தொடர்பு கொண்டார். கன்னியாகுமரி, தூத்துக்குடி, திருநெல்வேலி. மூன்று மாவட்ட லேபர் அதிகாரிகளுக்கும் பொறுப்பானவர். இந்த மூன்று மாவட்ட அதிகாரிகளும் அவரின் கட்டுப்பாட்டின்கீழ் இருந்தனர். தான் பிரச்சனைகளில் தலையிடுவதாகவும் எனவே, விஷயத்தைப் பெரிதுபடுத்த வேண்டாம் என்றும் அவர் கேட்டுக்கொண்டார். எனவே, சாயங்காலம் அலுவலகம் முடியும் நேரம் வரை தொடர்ந்து விட்டு போராட்டத்தை முடித்துக் கொண்டோம்.

சிஐடியு நிர்வாகி மூத்த தோழர் இசக்கிமுத்து மூலம் திருநெல்வேலி DCL அவர்களைத் தொடர்புகொண்டு அவரை

நேரில் சந்திப்பதற்கு ஒரு தேதியை நிர்ணயம் செய்துகொண்டோம். இதற்கிடையில் நமது உறுப்பினர்களிடம் கல்லூரியில் கல்விச் சான்றிதழ் வாங்கும்போது நலவாரிய அடையாள அட்டையை காண்பித்து அதில் இருக்கும் தொழிலாளியின் மகன் / மகள் என்று வாங்குமாறு அறிவுறுத்தினோம்.

அதன்பின் சிறிது காலம் பிரச்சனைகள் இல்லாமல் நலவாரியப் பணிகள் நடக்க ஆரம்பித்தன. திடீரென்று ஒரு நாள் ஒரு சொத்தையான காரணத்தைச் சொல்லி நமது தீப்பெட்டிச் சங்கத்துக்கு விளக்கம் கேட்டு ஒரு குற்றப் பத்திரிகை லேபர் ஆபீசர் தமிழ்ச் செல்வியிடமிருந்து வந்தது. அதற்குப் பொருத்தமான முறையில் விளக்கம் கொடுத்து பதில் கடிதம் எழுதினோம். நமது விளக்கத்தை ஏற்றுக்கொள்ளாமல் நமது தீப்பெட்டிச் சங்கம் நலவாரியப் பணிகளில் ஈடுபடுவதற்கு தடை விதித்து உத்தரவு பிறப்பித்தார். இந்த உத்தரவை வழக்கத்திற்கு மாறாக அனைவரின் கண்களிலும் படும்படி அலுவலகத்தில் ஒட்டி வைத்தார்.

நாம் சென்னை உடலுழைப்பு நலவாரியச் செயலாளரிடம் மேல் முறையீடு செய்யவேண்டும். அவர்கள் நமது மேல்முறையீட்டு மனுவை பரிசீலனை செய்து குறைந்தபட்சம் 3 வாய்தாக்கள் போட்டு தமிழ்ச்செல்வியின் தடை உத்தரவை ரத்து செய்வதற்கு எப்படியும் 9, 10 மாதங்கள் ஆகிவிடும். நலவாரியப் பணிகள் விறுவிறுப்பாக நடந்துகொண்டிருந்த நேரம். நமது சங்கம் முடங்கிப் போய்விடக்கூடாது.

எனவே, சட்ட நுணுக்கங்களில் வல்லுநரான சிஐடியு மாவட்ட நிர்வாகி தோழர் இசக்கிமுத்து மூலம் சென்னை உயர் நீதிமன்றத்தின் மதுரைக் கிளையில் ஒரு ரிட் மனு தாக்கல் செய்தோம். நமக்காக மதுரை நீதிமன்றத்தில் செல்வாக்குப் பெற்ற அட்வகேட் திருமதி கீதா அவர்கள் வழக்கு நடத்தினார்கள். விரைவிலேயே அதிகாரி தமிழ்சசெல்வி விதித்த உத்தரவுக்கு தடை விதித்து மதுரை நீதிமன்றம் தீர்ப்பு வழங்கியது. அந்தத் தீர்ப்பின் நகலை தமிழ்ச்செல்விக்கு தபால் மூலம் அனுப்பி எங்கள் சங்கம் வழக்கம் போல் நலவாரியப் பணிகளை மேற்கொள்ளும் என்றும் ஒத்துழைப்பு தரவேண்டும் என்றும் கேட்டுக்கொண்டோம்.

சில நாட்கள் கழித்து 2 வேன்களில் பெண்களை அழைத்துக்கொண்டு நாங்கள் தூத்துக்குடி நலவாரிய அலுவலகம் சென்றோம். தமிழ்ச்செல்வியின் குணநலன்கள் தெரியும் என்பதால், நானும் உடன் சென்றேன்.

தமிழ்ச்செல்வி வழக்கம்போல் அலுவலகம் வரவில்லை. அதிகாரிகளிடம் எங்கள் சங்கத்தை அனுமதிக்க வேண்டாம் என்று தொலைபேசி மூலம் உத்தரவு போட்டுவிட்டார். எங்களது கோபத்துக்கும் ஆத்திரத்துக்கும் அளவே இல்லை. கோர்ட் உத்தரவை சூப்பரின்டென்டிடம் காண்பித்தோம். லேபர் ஆபீசர் இல்லாதபட்சத்தில் அவர்தான் பொறுப்பு அதிகாரி.

'கோர்ட் தீர்ப்பை மதித்து எங்கள் விண்ணப்பங்களைப் பெற்றுக்கொள்ள வேண்டும்' என்று அவரிடம் வாதாடினோம். 'கோர்ட் தீர்ப்பு இருந்தாலும் எங்கள் அதிகாரியான மேடம் சொல்வதை மீற முடியாது' என்று சொன்னார். அலுவலக ஊழியர்கள் அனைவரையும் அடிமைகள் மாதிரி மேடம் வைத்திருந்தார் என்பது புரிந்தது. வேறு வழியில்லை. அலுவலகத்துக்குள் பெண்களை வரச்சொல்லி அலுவலகத்துக்கு உள்ளேயே மறியல் போராட்டம் நடத்தினோம்.

இந்த முறை அமைதியாக அமர்ந்திருக்காமல் ஆவேசமான கோஷங்களை எழுப்பிக்கொண்டே இருந்தோம். அங்கேயே மதிய உணவு சாப்பிட்டோம். தமிழ்ச்செல்வி காவல்துறைக்கு தகவல் சொல்லி மதியத்துக்குமேல் காவல்துறை வந்தது. சப் இன்ஸ்பெக்டரும் காவலர்களும் வந்தார்கள். அலுவலகத்துக்குள் உட்கார்ந்து கோஷம் போடக்கூடாது, வெளியேறிவிட வேண்டும் என்றார்கள். அவர்களிடமும் கோர்ட் தீர்ப்பைக் காண்பித்தோம்.

'லேபர் ஆபீசரை வரச் சொல்லுங்கள். அலுவலகத்தில் இவ்வளவு பிரச்சனைகள் நடந்துகொண்டிருக்கின்றன. அவர் நேரில் வர மாட்டேன் என்கிறார். இங்கே உள்ள இரண்டாம் நிலை அதிகாரிகள் எந்த முடிவும் எடுக்கமுடியவில்லை' என்று சொன்னோம். சப்.இன்ஸ்பெக்டர் அந்த அம்மாவோடு தொலைபேசியில் பேசினார். அந்த அம்மா காவல்துறை அதிகாரியிடமும் முரட்டுத்தனமாக நடந்துகொண்டார் போலும். 'என்னிடமே இப்படிப் பேசுகிறீர்களே... சாதாரண ஆட்களிடம் எப்படிப் பேசுவீர்கள்? என்று போனிலேயே காவல்துறை அதிகாரி சத்தம் போட்டார்.

'இப்போது என்னால் வரமுடியாது' என்று அவர் சொல்ல... 'அப்படியானால், நாளை வர முடியுமா?' என்று இவர் கேட்டார். ஒரு வழியாக மறுநாள் காலை **11.00** மணிக்கு பேச்சுவார்த்தை என்று முடிவானது. நாங்கள் அனைவரும் கோவில்பட்டி திரும்பினோம்

மறுநாள் காலை நானும் தோழர் கிருஷ்ணவேணியும், மாவட்டச் செயலாளர் மற்றும் சில நிர்வாகிகளும் பேச்சுவார்த்தைக்கு வந்தோம். காவல்துறையும் சரியான நேரத்திற்கு வந்து சேர்ந்தது. ஆனால், தமிழ்ச்செல்வி வரவில்லை. காவல்துறையினர் தொடர்பு கொண்டபோது, பேச்சுவார்த்தைக்கெல்லாம் வரவேண்டிய அவசியமில்லை என்று திமிராக பதில் சொல்லிவிட்டது

கோர்ட் உத்தரவை மீறியதற்காக அந்த அம்மா மீது நடவடிக்கை எடுக்கவேண்டுமென காவல்துறையை வலியுறுத்தினோம். காவல்துறை பின்வாங்கியது. 'அந்த அம்மா மீது கோர்ட் அவமதிப்பு வழக்கு போடுங்கள்' என்றது. கடைசியில் போலீஸ் ஸ்டேஷன் சென்று நாங்கள் அழைத்து வந்த பெண்களின் லிஸ்ட்டைக் கொடுத்தோம். அவர்களை நாங்கள் அழைத்து வந்ததாகவும் அவர்களது விண்ணப்பங்களை லேபர் ஆபீசில் வாங்க மறுத்ததாகவும் எழுதி அதில் கையெழுத்து வாங்கிக் கொண்டோம்.

இதற்கிடையில் நமது கட்டுமானத் தொழிலாளர் சங்கமும் உப்புத் தொழிலாளர் சங்கமும் நலவாரியப் பணிகளில் ஈடுபடுவதற்கு தடை விதித்து லேபர் ஆபீசர் தமிழ்ச்செல்வி உத்தரவுகளைப் பிறப்பித்தார். சிஐடியுவின் மீது தமிழ்ச்செல்வி தாக்குதல் தொடுத்துவிட்டார். சிஐடியு பதிலடி கொடுக்க வேண்டும்.

தீப்பெட்டி அரங்கம் - 3.

மாவட்டம் முழுவதும் தொழிலாளிகளைத் திரட்டி தமிழ்ச் செல்விக்கு எதிரான போராட்டங்களை நடத்துவதென்று சிஐடியு முடிவு செய்தது. இப்போது போராட்டத்துக்கான கோரிக்கை ஒன்றே ஒன்றுதான். தொழிலாளர் விரோத தமிழ்ச்செல்வியை ஊரைவிட்டு மாற்றவேண்டும்.

சுமார் 1,000த்துக்கும் மேற்பட்ட தொழிலாளிகளைத் திரட்டி தூத்துக்குடி லேபர் அலுவலகம் முன்பு தமிழ்ச்செல்வியை மாற்ற வேண்டும் என்ற ஒற்றைக் கோரிக்கையை முன்வைத்து கண்டன ஆர்ப்பாட்டம் நடத்த முடிவு செய்து அதற்கான தயாரிப்புப் பணிகள் நடைபெற்றன. வால்போஸ்டர் நோட்டீஸ் எல்லாம் வெளியிடப்பட்டன. இந்த விவரங்கள் தெரிய வந்து திருநெல்வேலி DCL, 'போராட்டம் நடத்த வேண்டாம். பேச்சுவார்த்தைக்கு வாருங்கள்' என்று அழைத்தார். போராட்டம் நடத்தி முடித்து விட்டு பேச்சுவார்த்தைக்குப் போவது என்று முடிவு செய்தோம்.

ஆர்ப்பாட்டத்தில் சுமார் 600 பேர் கலந்துகொண்டனர். தீப்பெட்டி சங்கத்திலிருந்து கிராமம் கிராமமாக பிரச்சாரம் செய்து போராட்டத்தில் 120 பெண் தொழிலாளிகளை கலந்துகொள்ள வைத்தோம். ஆவேசமான கண்டன முழக்கங்களும் தலைவர்களின் கண்டன உரைகளும் அந்தத் தெருவையே அதிர வைத்தன. மதியம் அனைவருக்கும் உணவு ஏற்பாடு செய்யப்பட்டது. உணவு முடிந்த பின் தலைவர்களின் ஒரு குழு DCLஐ சந்திக்க திருநெல்வேலி புறப்பட்டுச் சென்றது. நானும் தோழர் கிருஷ்ணவேணியும் 5 வேன்களில் வந்து கலந்துகொண்ட தீப்பெட்டித் தொழிலாளிகளை திருப்பி அனுப்பிவிட்டு மாவட்டத் தலைவர்களுடன் திருநெல்வேலி சென்றோம்.

DCLலுடன் பேச்சுவார்த்தை நடந்தது. ‘சம்பந்தப்பட்ட லேபர் ஆபீசர் தமிழ்ச்செல்வி பேச்சுவார்த்தைக்கு வரவில்லையே? என்று கேட்டோம். சிஐடியு என்றாலே பயமாக இருப்பதாகவும் எனவே, வரமாட்டேன் என்று சொல்லிவிட்டதாகவும் DCL பதில் சொன்னார். தான் தமிழ்ச்செல்விக்கு உத்தரவிட்டு நிலைமையைச் சரிசெய்வதாகவும் DCL கூறினார். DCL அவர்களால் தமிழ்ச்செல்வியை ஒன்றும் செய்யமுடியாது என்று தெரிந்து கொண்டோம்.

சென்னையில் உள்ள மேலதிகாரிகளுக்கு கடிதம் எழுதினோம். உடலுழைப்பு நலவாரியச் செயலாளருக்கும் கமிஷனருக்கும் எழுதினோம்.

நமது கடிதத்தை திருநெல்வேலி DCLக்கு அனுப்பி நடவடிக்கை எடுக்குமாறு சொல்லிவிட்டு தங்கள் கடமையை முடித்து கை கழுவி விட்டார்கள். மாவட்ட கலெக்டரை சந்தித்து தமிழ்ச் செல்வியை மாற்றுவதற்கு கடிதம் கொடுத்தோம். ஒரு முறை மதுரை மண்டல JCL (Joint Commissioner of Labour) திருநெல்வேலி வருவதாகவும் பேச்சுவார்த்தைக்கு வருமாறும் தகவல் கொடுத்தார்கள். மீண்டும் திருநெல்வேலி சென்றோம். அந்தக் கூட்டத்துக்கும தமிழ்ச்செல்வி வரவில்லை. வர மறுத்து விட்டார்.

JCL தான் எழுத்துமூலம் உத்தரவு போடுவதாகச் சொன்னார். யார் சொல்வதையும் தமிழ்ச்செல்வி கேட்பதாக இல்லை. உனக்கும் பெப்பே. உங்க அப்பனுக்கும் பெப்பே கதைதான். உயரதிகாரிகள் சொல்வதையும் கேட்பதில்லை. தொழிற்சங்கங்களையும் மதிப்பதில்லை. எனவே, அனைவருமே தமிழ்ச்செல்வியின் மீது கடும் கோபத்தில் இருந்தனர். தமிழ்ச்செல்வி தூத்துக்குடி வந்து

6, 7 மாதங்கள்தான் ஆகியிருந்தன. அதற்குள் இந்த ஆட்டம் ஆடிவிட்டார்.

ஓர் அதிகாரியை போஸ்டிங் போட்டு ஒரு வருடத்துக்குள் மாற்றுவதில் ஏதோ நிர்வாக ரீதியான பிரச்சனைகள் இருப்பதாகச் சொல்லப்பட்டது. அதிகாரிகள் செய்துமுடிக்க முடியாததை தொழிலாளிகள்தான் செய்து முடிக்க முடியும் என்பதுதானே நம்முடைய அனுபவம். எனவே, கலெக்டர் அலுவலகத்தை முற்றுகை இடுவது என்று சிஐடியு மாவட்டச் சங்கம் முடிவு செய்தது. தலைமை தாங்குவதற்கு சென்னையிலிருந்து தோழர்கள் ஆர்.சிங்காரவேலு, எங்கள் மாவட்டப் பொறுப்பாளரான S.S. ஆகியோர் வந்தனர்.

இடையில் வேறு சில பிரச்சனைகளும் முன்னுக்கு வந்தன. தமிழ்ச்செல்வி மண்டைக்கனம் பிடித்தவர். மற்றபடி நேர்மையான அதிகாரி என்று நாங்கள் நினைத்திருந்தோம். அது தவறு என்பது வெளிச்சத்துக்கு வந்தது. தனியார் தொழிற்சங்கங்களோடு தொடர்பு வைத்துக்கொண்டு அவர் முறைகேடான நடவடிக்கைகளில் ஈடுபட்டு வந்ததும் அதனால், சட்டவிரோத ஆதாயங்கள் அடைந்துகொண்டிருந்ததும் தெரிய வந்தது.

புதிதாக நலவாரியத்தில் பதிவு செய்துகொள்பவர்கள் தங்கள் விண்ணப்பத்தோடு சுயவிலாசமிட்ட கவர் வைத்து அதில் பதிவுத் தபாலுக்கான ரூ.25க்கான தபால் தலை ஒட்டிக் கொடுக்க வேண்டும். அவர்களுடைய நலவாரிய அட்டைகள் பதிவுத் தபாலில் அவர்களுக்கு அனுப்பி வைக்கப்படும். அந்த அடையாள அட்டையை தொழிலாளியோ அல்லது அவர் சார்ந்த தொழிற்சங்கமோ நேரில் பெறமுடியாது. இது ஒரு முக்கியமான நலவாரிய விதி.

இந்த விதியை மீறி ராஜாபுதுக்குடி என்ற கிராமத்தில் ஒரு தனியார் தொழிற்சங்கம் அந்த ஊரில் நலவாரியத்தில் பதிவு செய்த தீப்பெட்டித் தொழிலாளிகளின் நலவாரிய அட்டைகளை அட்டைக்கு இத்தனை ரூபாய் என்று கட்டணம் வைத்து வினியோகம் செய்ய முயற்சி செய்திருக்கிறது. அந்த தீப்பெட்டித் தொழிலாளிகள் விவரமானவர்கள். 'எங்களுக்கு பதிவுத் தபாலில் வரவேண்டிய அட்டைகள் உங்கள் கையில் எப்படி வந்தது?' என்று கேட்டு மடக்கி காவல் நிலையத்தில் ஒப்படைத்துவிட்டார்கள். லேபர் ஆபீசர் அனுமதியில்லாமல் அந்த நலவாரிய அட்டைகள் வெளியே வருவதற்கு வாய்ப்பே இல்லை.

எனவே, அதிகாரி தமிழ்ச்செல்வி முறைகேடான நடைமுறையில் ஈடுபட்டு வந்தது அம்பலமானது. அந்த நலவாரிய அட்டைகள் அனைத்தும் கைப்பற்றப்பட்டு விசாரணைக்கு வைக்கப் பட்டுள்ளன. நம்முடைய கலெக்டர் அலுவலக முற்றுகை தலைவர்கள் தலைமை தாங்க கம்பீரமாக துவங்கியது. ‘அலுவலக வளாகத்துக்குள் நுழையக்கூடாது’ என்று காவல்துறை தடுக்க முயற்சித்தது. அதையெல்லாம் மீறி உள்ளே நுழைந்து அலுவலக வாயில் வரை சென்று தரையில் அமர்ந்து மறியலை நடத்தினோம்.

‘கலெக்டர் எங்கோ வெளியே போயிருக்கிறார்’ மாலையில்தான் வருவார் என்றும் சொல்லப்பட்டது. ‘வரும்வரை முற்றுகை தொடரும்’ என்று சொன்னோம். மதிய உணவு தயார் செய்து அங்கேயே சாப்பிட்டோம். மாலையில் கலெக்டர் வந்தார். தலைவர்களின் சந்திப்பு நடந்தது.

தமிழ்ச்செல்வியை இடமாற்றம் செய்வதற்கான உத்தரவு இன்ன தேதியில் கிடைக்கும் என்ற உத்தரவாதம் கிடைத்தவுடன் போராட்டத்தை வெற்றிகரமாக முடித்துக்கொண்டோம். குறிப்பிட்ட தேதியில் தமிழ்ச்செல்வி தூக்கி எறியப்பட்டார். தமிழ்ச்செல்வி மீது துறைரீதியான நடவடிக்கைகளும் எடுக்கப்பட்டன. அவருடைய பதவி உயர்வு நிறுத்தி வைக்கப் பட்டது. அவருடைய பேட்ச் சகாக்கள் (Batch Mats) அனைவரும் ஜாயின்ட் கமிஷனராக பதவி உயர்வு பெற்றுவிட்டார்கள்.

தமிழ்ச்செல்வி பழைய பதவிலேயே நீடிக்கிறார். ஒரு முக்கியத்துவம் இல்லாத இடத்தில் அவரை போஸ்டிங் போட்டு வைத்திருக்கிறார்கள். வேறு எந்த தொழிற்சங்கமும் தமிழ்ச்செல்விக்கு எதிராக போராட முன்வரவில்லை. நம்முடைய போராட்டத்தில் நமக்கு ஆதரவளிக்கவும் இல்லை.

சிஐடியு முழுக்க முழுக்க தொழிலாளிகளின் துணையோடு தன்னந்தனியாக போராடி ஒரு தொழிலாளர் விரோத அதிகாரியை ஊரைவிட்டே தூக்கி எறிந்ததது என்பது முக்கியமான விஷயம். நமக்கு ஸ்தாபனரீதியான பலன்கள் கிடைத்துள்ளன. குறிப்பாக தீப்பெட்டி சங்கப் பெண் தொழிலாளிகளுக்கு வளமான போராட்ட அனுபவங்களும் படிப்பினைகளும் கிடைத்துள்ளன.

விபத்துக்களும் போராட்டங்களும்

பெரிய தீப்பெட்டிக் கம்பெனிகளில் எந்திரமயமாவதற்கு முந்தைய காலகட்டத்தில் பெரிய பெரிய கண்டெய்னர்கள் உபயோகத்தில் இருந்தன. சுமார் 20' நீளம், 12' அகலம், 8' உயரம் கொண்டவையாக அவை இருந்தன. கனத்த இரும்பினால் ஆன சுவர்கள் கொண்டவை. மேல்புறமும் அடிப்பபுறமும்கூட கனத்த இரும்புத்தகடுகளால் மூடப்பட்டிருக்கும். அவற்றுக்கு இரண்டு விதமான உபயோகங்கள் உண்டு. வெளியிலிருந்து வரும் மருந்து முக்கிய தீக்குச்சிகளை பத்திரமாகப் பாதுகாத்து வைக்கவேண்டும். அவற்றை ஸ்டோர் பண்ணி வைப்பதற்கு கண்டெய்னர் உபயோகப்படும். மருந்துக்குச்சிகள் ஈரப்பதமாகாமல் பாதுகாக்கப்படும்.

ஒருவேளை, கண்டெய்னருக்குள் இருக்கும் மருந்துக்குச்சிகள் தீப்பற்றிக் கொண்டால் தீயை கம்பெனி முழுவதும் பரவாமல் கண்டெய்னருக்கு உள்ளேயே தடுத்து நிறுத்திவிடலாம். பெரிய அளவுக்கான உயிர்ச் சேதமும் பொருட்சேதமும் தவிர்க்கப் படும். ஆனால், கண்டெய்னரைப் பயன்படுத்துதற்கும் உள்ள விதிமுறைகளைக் கண்டிப்பாகப் பின்பற்ற வேண்டும்.

அந்த துரதிர்ஷ்டம் பிடித்த ஒரு நாளில் கோவில்பட்டியில் ஒரு தீப்பெட்டிக் கம்பெனியில் நிர்வாகத்தின் மெத்தனப்போக்கின் காரணமாக அந்தக் கோரமான விபத்து ஏற்பட்டுவிட்டது. கண்டெய்னருக்குள்ளிருந்து மருந்துக்குச்சிகளை வெளியே கொண்டு செல்வதற்காக வேனில் ஏற்ற வேண்டும். வேனின் பின் கதவை திறந்து வைத்து அதை கண்டெய்னரின் வாசலையொட்டி கொண்டுவந்து நிறுத்தினார்கள்.

கண்டெய்னரின் வாசலுக்கு வெகு அருகில் வேனின் பின்புறம் இருந்தால், கண்டெய்னரிலிருந்து குச்சிகளை வேனில் ஏற்றுவது சுலபம். கண்டெய்னருக்குள் இருந்து ஆள்கள் சுலபமாக வெளியேறுவதற்கு போதிய இடைவெளிவிட்டு வேனை நிறுத்தியிருக்க வேண்டும். அன்றைக்கு அதில் கவனம் செலுத்தப்படவில்லை. இத்தகைய வேலைகளை ஆண்கள்தான் செய்ய வேண்டும். அன்றைக்குப் பெண்களிடம் ஒப்படைக்கப்பட்டது.

நான்கு பெண்கள் கண்டெய்னருக்குள்ளிருந்து குச்சிகளை வேனில் ஏற்றிக்கொண்டிருந்தார்கள். எப்படியோ திடீரென்று குச்சிகள் ஒன்றோடொன்று உரசி நெருப்பு பற்றிக்கொண்டது. அனைத்தும் மருந்துக்குச்சிகளானதால் தீ மளமளவென்று கண்டெய்னருக்குள் பற்றி எரிந்தது. மூச்சுத் திணறி மயக்கமடைய வைக்கும் புகை மண்டலம் ஏற்பட்டது. வாசலை அடைத்து நிற்கும் வேனைத் தாண்டி வெளியே வரமுடியவில்லை.

கண்டெய்னருக்குள் சிக்கிக்கொண்ட நான்கு பெண்களும் உடல் வெந்து கருகி இறந்துபோனார்கள். மூன்று பெண்கள் அவர்களுடைய 40களில் இருந்தார்கள். நான்காவது பெண் பிளஸ் 2 படித்த மாணவி. சில நாள் கழித்து பி.எஸ்சி. நர்சிங் படிப்புக்கு கல்லூரி செல்ல வேண்டும்.

விடுமுறையில் குடும்பத்துக்கு உதவியாக இருக்குமே என்று வேலைக்கு வந்தவள். நெஞ்சமெல்லாம் பதற வைக்கும் இந்தச் சம்பவம் எங்களுக்கும் கட்சிக்கும் தெரியவந்தவுடன் அரசு மருத்துவமனைக்கு விரைந்தோம். கம்பெனி முதலாளி கைது செய்யப்பட்டு சிறையில் வைக்கப்பட்டார். இறந்து போனவர்களின் குடும்பத்துக்கு தலா ரூ.35,000 தருவதாகவும், உடற்கூறாய்வு முடிந்தவுடன் உடல்களைப் பெற்றுச்செல்லுமாறும் நிர்வாகம் அந்த அப்பாவிகளை ஏமாற்றிக்கொண்டிருந்தது. இதற்கு உடந்தையாக சில தனியார் அமைப்புகள் அந்தக் குடும்பத்தாரோடு பேசிக்கொண்டிருந்தார்கள்.

எங்களைப் பார்த்ததும் நைசாக நழுவினார்கள். நாங்கள் சம்பந்தப்பட்ட குடும்பத்தாரை அணுகி அவர்களோடு பேசினோம். ரூ.35,000 பணத்தையோ, உடல்களையோ வாங்க வேண்டாம் என்றும் எங்களுடனேயே இருக்கும்படியும் சொன்னோம். நம்மைப் பற்றி ஏற்கெனவே தெரிந்துவைத்திருந்தார்கள் போலும். நம் மீது நம்பிக்கை வைத்து நம்முடனே இருந்தார்கள். உடல்களை வாங்க மறுத்துவிட்டார்கள்.

நாம் ‘ஒவ்வொரு குடும்பத்துக்கும் ரூ. 5 லட்சம் இழப்பீடு தரவேண்டும்’ என்று வலியுறுத்தினோம்.சிவகாசியில் பட்டாசு ஆலை விபத்துக்கு என்ன தருகிறார்கள் என்று விசாரித்துக் கொள்ளுமாறு சொன்னோம். சாலை மறியலில் ஈடுபட்டோம். காவல்துறை தலையிட்டது. RDO தலையிட்டார். இறுதியில் ரூ. 5 லட்சத்துக்கான காசோலை நான்கு குடும்பத்துக்கும் கிடைத்த பிறகுதான் போராட்டத்தை விலக்கிக்கொண்டோம்.

அந்தக் குடும்பத்தைச் சேர்ந்தவர்கள் 'உங்களுக்கு நாங்கள் என்ன செய்யவேண்டும்?' என்று கேட்டார்கள். பணத்தைப் பத்திரமாக வங்கியில் போட்டு வையுங்கள். இழந்து போன உயிரை எங்களால் மீட்டுத் தரமுடியாது. இழப்பீடுதான் வாங்கித் தர முடிந்தது. எங்கள் கட்சி வெகுஜன வசூலில் ஈடுபடும்போது நாங்கள் கொண்டு வரும் பிளாஸ்டிக் வாளி உண்டியலில் உங்களால் முடிந்த நன்கொடையைப் போட்டால் போதும். சிஐடியு சங்கத்தையும் எங்கள் கட்சியையும் எப்போதுமே ஆதரியுங்கள்' என்று சொல்லி விடைபெற்றுக் கொண்டோம். நம்முடைய கட்சியும் தீப்பெட்டி சங்கமும் வலுவாகத் தலையிட்டதன் விளைவாகத்தான் இதைச் சாதிக்க முடிந்தது.

தீப்பெட்டி அரங்கம் - 4

விபத்துக்களும் போராட்டங்களும்

கோவில்பட்டி-மதுரை பைபாஸ் ரோட்டில் எங்கள் வீட்டிலிருந்து சுமார் ஒன்றரை கி.மீ. தூரத்தில் பைபாஸ் ரோட்டிலிருந்து தென்புறமாக மூப்பன்பட்டி கிராமம் செல்லும் ரோடும் வலதுபுறமாக ஆவல்நத்தம் கிராமம் செல்லும் ரோடும் பிரிகின்றன. அந்த இடத்துக்குச் சற்று முன்பு ஒரு பாலம் இருக்கிறது. நான் காலை ஐந்தரை மணிக்கெல்லாம் வீட்டிலிருந்து கிளம்பி அந்தப் பாலம் வரை நடைப்பயிற்சி செய்வதுண்டு. (இப்போது இல்லை. சுமார் 5 வருடங்களுக்கு முன்பு). பாலத்தை நெருங்குகிற சமயம் ஒரு விறகு லாரி கடந்து செல்லும். சற்று நேரம் கழித்து ஒரு கருவாட்டு லாரி கடந்து செல்லும். அப்புறம் மூப்பன்பட்டி கிராமத்திலிருந்து ஒரு தீப்பெட்டிக் கம்பெனி வேன் பெண் தொழிலாளிகளையும் குழந்தைத் தொழிலாளிகளையும் ஏற்றிக்கொண்டு ஆவல்நத்தம் தீப்பெட்டிக் கம்பெனிக்குச் செல்லும்.

தினந்தோறும் நடைப்பயிற்சியின்போது குறித்த நேரத்தில் இந்த வாகனங்கள் கடந்து செல்லும் காட்சியை நான் பார்ப்பதுண்டு. ஒரு நாள் இரவில் அந்தப் பாலத்தின்கீழ் முன்விரோதம் காரணமாக ஒரு கும்பல் ஒருவரை வெட்டிப் படுகொலை செய்துவிட்டது. அன்றிலிருந்து அந்தப் பாலத்துக்கு நடைப்பயிற்சி செல்வதை நான் கைவிட்டு விட்டேன். பாதையை மாற்றி இளையரசனேந்தல் ரோடு பெட்ரோல் பங்க்வரை நடைப்பயிற்சி மேற்கொண்டேன். சரியாக 45 நிமிடங்கள்வரை நடைபயிற்சி. இப்போது 3 வருடங்களாக நடைபயிற்சி மேற்கொள்வதில்லை. மீண்டும் ஆரம்பிக்க வேண்டும்.

கோவில்பட்டியில் தீப்பெட்டிக் கம்பெனி நடத்தும் ஒரு உற்பத்தியாளர்தான் ஆவல்நத்தம் கிராமத்திலும் கம்பெனி நடத்திவருகிறார். பாதுகாப்பு விதிகளை சரியாகக் கடைப்பிடிப்பதில்லை. மருந்து முக்கிய தீக்குச்சிக் கழிவுகளை உடனுக்குடன் அகற்றி காலி செய்துவிட வேண்டும்.

ஆவல்நத்தம் கம்பெனியில் அப்படி நடைபெறவில்லை. கழிவுக் குச்சிகளை கம்பெனியின் கேட் அருகில் கொட்டி வைக்கும் பழக்கம் அவர்களுக்கு இருந்தது. கழிவுக் குச்சிகளை கொட்டிக் கொட்டி அதில் மண்ணும் குப்பையும் சேர்ந்து ஒரு மேடு உருவாகிவிட்டது. அங்கு வேலை பார்க்கும் ஒரு பெண் தொழிலாளியின் 6 வயதுப் பையன் அந்த மேட்டுக்கு அருகில் பந்து விளையாடிக்கொண்டிருந்தான். பந்து அந்தக் கழிவுக் குச்சி மண் மேட்டின் மீது போய் விழுந்தது. அந்தப் பையன் மேட்டில் கிடந்த பந்தை காலால் உதைக்க அந்தக் கழிவுக் குச்சி மேடு குபீரென்று தீப்பிடித்து அந்தப் பையனின் உடல் வெந்து கருகிவிட்டது.

உயிருக்குப் போராடிக்கொண்டிருந்த அந்தப் பையனை கோவில்பட்டி அரசு மருத்துவமனைக்கு கொண்டுவந்தனர். அந்தப் பையனின் அம்மாவுக்கு பூலித்தேவன் பேரவையின் தலைவர் செல்வம் என்பவரைத் தெரியும். எனவே, அவரைத் தொடர்புகொண்டு ஆஸ்பத்திரிக்கு வரச்சொல்லியிருக்கிறார். இதற்கிடையில் தீப்பெட்டிக் கம்பெனி முதலாளி அந்தத் தொழிலாளியைச் சந்தித்து ஆறுதல் சொல்லக்கூட மனமில்லாமல் சென்னைக்கு ஓடிவிட்டார். அந்தப் பையனும் சிகிச்சை பலனின்றி இறந்துபோனான். நிலைமை சிக்கலாகவே... அந்த செல்வம் என்பவர் ஏஐடியுசி மாவட்டத் தலைவர் தோழர் தமிழரசனையும், அவர் ஐஎன்டியுசி தலைவர் ராஜசேகரையும் வரச்சொல்லி தகவல் கொடுத்து அவர்கள் அரசு ஆஸ்பத்திரிக்கு வந்து சேர்ந்தார்கள்.

முதலில் ரூ.10,000 தருவதாக ஒப்புக்கொண்ட கம்பெனி முதலாளி பின்னர் அதையும் தரமுடியாது என்று கைவிரித்துவிட்டார். விஷயம் தெரிந்து நானும் தோழர் கிருஷ்ணவேணியும் ஆஸ்பத்திரிக்கு விரைந்தோம். அனைவரும் பேசி... இரண்டு லட்சம் ரூபாய் இழப்பீடு கேட்பதென்று முடிவுசெய்தோம். தாசில்தார் அலுவலகம் முன்பு காத்திருக்கும் போராட்டம் நடத்தினோம். வழக்கம்போல் காவல்துறை வந்தது. சென்னையில் இருக்கும் அந்தக் கம்பெனி முதலாளியைக் கைது செய்து

கோவில்பட்டி கொண்டுவரவேண்டும் என்று கோரினோம். காவல் துறை தொலைபேசியில் தொடர்புகொண்டு அவருடன் பேசியது. காலையில் வந்துவிடுவதாகக் கூறினார்.

அவர் வரும் வரை இரவு முழுவதும் காத்திருக்கும் போராட்டம் நடைபெற்றது. பையனின் குடும்பத்தாரும் எங்களுடனே இருந்தார்கள். ‘பேசி... உடன்பாடு வரும்வரை உடலை வாங்கக் கூடாது’ என்று சொல்லி வைத்திருந்தோம்.. இரவில் உப்புமா தயார் செய்து சாப்பிட்டோம். காலையில் அந்த முதலாளி வந்து சேர்ந்தார். விபத்து பணி செய்யும் இடத்தில் நடக்கவில்லை. வேலை செய்யும் தொழிலாளி யாரும் இறந்துபோகவில்லை. இது கம்பெனிக்கு வெளியே நடந்த ஒரு சம்பவம். எனவே, எந்த இழப்பீடும் தரவேண்டியதில்லை என்று அவர் வாதம் செய்தார். ஆகையால்தான் இழப்பீடாக இரண்டு லட்சம் மட்டும் கேட்கிறோம். இல்லையென்றால், நீங்கள் ஐந்து லட்சம் ரூபாய் தரவேண்டியதிருக்கும்’ என்றோம்.

நீங்கள் பாதுகாப்பு விதிகளை சரியாகக் கடைப்பிடிக்கவில்லை. ஆகையால்தான் விபத்து ஏற்பட்டுவிட்டது. எனவே, இழப்பீடு தராமல் தப்பிக்க நினைக்க வேண்டாம் என்று சொன்னோம். கடைசியில் ஒன்றரை லட்சம் ரூபாய் தருவதாகச் சொன்னார். ஏற்றுக்கொண்டோம். ஆவல்நத்தம் போய் ஒரு லட்சம் ரூபாய் கொண்டு வந்து தருவதாகவும் ஐம்பதாயிரம் ரூபாய் இரண்டு நாளில் தருவதாகவும் சொன்னார். ஐம்பதாயிரம் ரூபாய்க்கு அருகில் நின்றுகொண்டிருந்த ஒரு மரியாதைக்குரிய ஆசிரியர் ‘நான் வாங்கித் தந்துவிடுகிறேன்’ என்று உத்தரவாதம் கொடுக்க... சரியென்று ஏற்றுக் கொண்டோம்.

காவல்துறை வாகனத்தில் ஆவல்நத்தம் சென்று ஒரு லட்சம் ரூபாயுடன் திரும்பி வந்தார். அந்த ரூபாயை தோழர் கிருஷ்ணவேணி வாங்கித்தர அந்த அம்மா பெற்றுக்கொண்டார்கள். இரண்டு நாட்கள் கழித்து அவர்கள் அனுப்பி வைத்த காரில் தலைவர்கள் ஆவல்நத்தம் சென்று மீதி ஐம்பதாயிரம் ரூபாயையும் அந்த அம்மாவிடம் வழங்கினார்கள். சிஐடியு நிர்வாகிகள் கூட்டத்தில் கலந்துகொள்வதற்காக நானும் தோழர் கிருஷ்ணவேணியும் தூத்துக்குடி சென்றுகொண்டிருந்தோம்.

கோவில்பட்டியிலிருந்து தோழர்கள் தொடர்புகொண்டு கோவில்பட்டியில் ஒரு பட்டாசுக் கம்பெனியில் விபத்து ஏற்பட்டு

நாலு பேர் இறந்து போனதாகவும் உடனே கோவில்பட்டி திரும்பும்படியும் தகவல் சொன்னார்கள். சிஐடியு மாவட்டத் தலைமையைத் தொடர்பு கொண்டோம். உடல்கள் அரசு ஆஸ்பத்திரிக்கு வந்து உடற்கூறாய்வு முடிவதற்கு நீண்ட நேரம் ஆகுமென்றும் எனவே, நிர்வாகிகள் கூட்டத்தில் கலந்துகொண்டு முக்கியப் பிரச்சனைகளில் கருத்துச் சொல்லிவிட்டு திரும்பும் படியும் சொன்னார்கள்.

இதற்கிடையில் கட்சியின் மாவட்டச் செயலாளர் தோழர் K.P.ஆறுமுகமும் மற்றும் கோவில்பட்டி ஒன்றியச் செயலாளர் தோழர் தெய்வேந்திரனும் பிரச்சனையில் நேரடியாக தலையிடுவதற்காக சென்றிருப்பதாகவும் தகவல் கிடைத்தது. எனவே, நாங்கள் தூத்துக்குடி சென்று நிர்வாகிகள் கூட்டத்தில் கலந்துகொண்டு விட்டு பாதியிலேயே திரும்பினோம். எங்களுடன் சிஐடியு மாவட்டத் தலைவர் தோழர் பேச்சிமுத்துவும் கூடவந்தார்.

நாங்கள் நேரே தாசில்தார் அலுவலகம் சென்றோம். அங்கே கட்சியின் மாவட்டச் செயலாளரும் மற்ற தோழர்களும் நின்று கொண்டிருந்தார்கள். தாசில்தார் அறையில் பட்டாசு ஆலை நிர்வாகமும் பாதிக்கப்பட்ட குடும்பங்களிலிருந்து குடும்பத்துக்கு ஒருவர் வீதமும் அனுமதிக்கப்பட்டு பேச்சுவார்த்தை நடைபெறுவதாக தெரியவந்தது. ‘அந்த முறை சரியானதல்ல. நம்மில் சிலர் அதில் கலந்து கொள்ள வேண்டும்’ என்று நாம் வலியுறுத்தி... தாலுகா அலுவலகம் முன்பு போராட்டத்தில் ஈடுபட்டோம். கடைசியில் கட்சியின் மாவட்டச் செயலாளர் கலந்துகொள்வது என்று முடிவானது. அவர் கலந்துகொண்ட பிறகுதான் இழப்பீட்டுத் தொகை நியாயமான அளவுக்கு வந்தது. சிவகாசியில் பட்டாசு ஆலை விபத்து மரணத்துக்கு ரூ. 5 லட்சம் தருகிறார்கள். நாங்கள் கூடுதலாக ஐம்பதாயிரம் ரூபாய் சேர்த்துத் தருகிறோம்’ என்று பெருந்தன்மையாக சொன்னார்கள்.

நமது கட்சி மாவட்டச் செயலாளர்? கருமாதிச் செலவுக்கு ஐம்பதாயிரம் சேர்த்து 6 லட்சம் ரூபாய் தரலாமே?’ என்று சொன்ன ஆலோசனையை ஏற்றுக்கொண்டு ஒவ்வொரு குடும்பத்துக்கும் 6 லட்சம் ரூபாய் தர சம்மதித்தார்கள் அதோடு, அந்தக் குடும்பத்தைச் சேர்ந்த குழந்தைகள் 10ஆம் வகுப்புக்குமேல் படிப்பதற்கு ஆகும் செலவினங்களை பட்டாசு ஆலை நிர்வாகம் ஏற்றுக்கொள்ள வேண்டும் என்ற நமது மாவட்டச் செயலாளரின் ஆலோசனையும் ஏற்றுக்கொள்ளப்பட்டு உடன்பாடு ஏற்பட்டது.

தீப்பெட்டி அரங்கம் – 5

மக்கள் பிரச்சனைகளில் தலையீடு

இளையரசனேந்தல் கிராமத்திலிருந்து ஒரு நாள் அங்கு தீப்பெட்டிச் சங்கத்தின் முன்னணித் தோழரான சீனிவாசன் கோவில்பட்டியில் நமது அலுவலகத்துக்கு வந்தார். அந்தக் கிராம மக்களுக்கு திருநெல்வேலி மாவட்டம் மானூரிலிருந்து பைப் லைன் மூலம் குடிதண்ணீர் வந்துகொண்டிருந்தது. தண்ணீர் பற்றாக் குறை காரணமாக அந்த குடிதண்ணீர் வினியோகத்தை நிறுத்திவிட்டார்கள். எனவே 'அந்தக் கிராம மக்களுக்கு குடிநீருக்கான ஏற்பாடு செய்யவேண்டும்' என்று கோரிக்கை வைத்தார். அந்த கிராம மக்கள் அனைவரும் நமது சங்க உறுப்பினர்கள். அந்த ஊரில் நமது வேறு அமைப்புகள் எதுவும் இல்லை. எனவே, தீப்பெட்டி சங்க லெட்டர் பேடில் சம்பந்தப்பட்ட BDOவுக்கு கடிதம் எழுதினோம்.

இளையரசனேந்தல் கிராம மக்களுக்கு உடனடியாக குடிதண்ணீர் வசதி செய்து தரவேண்டும். இல்லாவிட்டால் தொழிலாளிகளையும் மக்களையும் திரட்டி முதலில் ஆர்ப்பாட்டமும் அப்புறம் தொடர்ச்சியான போராட்டங்களும் நடத்துவோம் என்றும் அறிவித்தோம். BDO ஏற்கெனவே அரசு ஊழியர் சங்கத்தில் இருந்தவர். சிஐடியுவினுடைய தீப்பெட்டிச் சங்கம் தலையிடுகிறது என்றவுடன் நம்மை நேரில் இளையரசனேந்தல் வரச் சொன்னார்.

அந்த ஊருக்கே குடிதண்ணீர் வினியோகத்துக்கான இரண்டு நல்ல தண்ணீர்க் கிணறுகள் இருந்தன. அவை பொதுக் கிணறுகள். மானூர் தண்ணீர் கிடைத்தவுடன் உள்ளூர்க் கிணறுகளை பயன்படுத்தாமல் விட்டுவிட்டார்கள். BDO தனது ஜீப்பில் என்னையும் தோழர் கிருஷ்ணவேணியையும் அழைத்துச்சென்று இரண்டு கிணறுகளையும் காண்பித்தார். தோழர் சீனியும் மற்ற உள்ளூர்த் தோழர்களும் இருசக்கர வாகனங்களில் எங்கள் பின்னால் வந்தார்கள்.

BDO அலுவலகத்தில் பயன்படுத்தப்படாமல் இரண்டு மூன்று மோட்டார் செட்டுகள் இருப்பதாகவும் அவற்றைக் கிணற்றில் பொருத்தி சற்று தள்ளி மையமான ஓர் இடத்தில் சின்டெக்ஸ் டேங்க் வைத்து தண்ணீரை வினியோகம் செய்யமுடியும் என்று தெரியவந்தது. கிணற்றை தூர் வாரி சுத்தம் செய்து மோட்டார் பொருத்தி பைப் லைன் போட்டு சின்டெக்ஸ் தொட்டியில்

தண்ணீர் ஏற்றுவதற்கு சிறிது காலம் பிடிக்கும். அதுவரை என்ன செய்வது என்ற பிரச்சனை எழுந்தது.

தோழர் சீனிவாசனும் உள்ளூர் மக்களும் 'அந்த ஊரில் உள்ள ஒரு புகழ் வாய்ந்த கோவிலில் பெரிய நல்ல தண்ணீர்க் கிணறு இருக்கிறது அவர்கள் சம்மதித்தால் தற்காலிகமாக அங்கே தண்ணீர் எடுத்துக்கொள்ளலாம் என்றும் சொன்னார்கள். பஞ்சாயத்து அலுவலகத்துக்குள்ளும் நல்ல தண்ணீர்க் குழாய் இருக்கிறது. அதையும் பயன்படுத்திக் கொள்ளலாம் என்றும் சொன்னார்கள். BDOவுடன் அந்த இரண்டு இடங்களுக்கும் சென்று சம்பந்தப்பட்டவர்களோடு பேசினோம். அவர்களும் சம்மதித்தார்கள். குடிநீர்ப் பிரச்சனைக்கு தீர்வு கண்ட நமது தீப்பெட்டிச் சங்கத்துக்கு அந்த ஊர் மக்கள் மத்தியில் நல்ல செல்வாக்கு ஏற்பட்டது.

ஆலம்பட்டி கிராமத்துக்கு அருகில் ஆலம்பட்டி-தோணுகால் மெயின்ரோட்டில் பள்ளிப் பிள்ளைகளும் கிராம மக்களும் சென்று வரும் பகுதியில் ஒரு மதுபானக்கடை திறக்க உத்தேசிக்கப்பட்டு அதற்கான முயற்சிகள் நடப்பதாகவும், அதை தமிழ்நாடு அமைச்சர் கடம்பூர் ராஜு திறந்து வைக்க வருகை தரப்போவதாகவும் ஆலம்பட்டியிலிருந்து தீப்பெட்டி சங்க நிர்வாகிகள் தகவல் சொல்லி அனுப்பினார்கள். நானும் தோழர் கிருஷ்ணவேணியும் ஆலம்பட்டி விரைந்தோம். ஏற்கெனவே அந்தக் கடை முன்பு ஏராளமான கிராம மக்கள் கூடி உட்கார்ந்து மறியல் செய்து கொண்டிருந்தார்கள். விடுதலைச் சிறுத்தைகள் கட்சியும் நம்முடைய கட்சித் தோழர்களும் இருந்தார்கள். நாங்கள் சென்று அந்த மக்களோடு கலந்துகொண்டோம். பெரும்பாலும் தீப்பெட்டி சங்க உறுப்பினர்கள். எங்களைக் கண்டதும் உற்சாகம் பீறிட ஆர்ப்பாட்டம் செய்தார்கள். அவர்களுக்கு மிகப்பெரிய நம்பிக்கை ஏற்பட்டுவிட்டது.

ஆவேசமான கண்டன முழக்கங்கள் எழுப்பப்பட்டன. 'ஒரு வேளை இந்த எதிர்ப்பையும் மீறி அமைச்சர் வருவதாக இருந்தால் ரோட்டின் மேலேயே அமர்ந்து சாலை மறியல் செய்யவேண்டும்' என்று சொல்லி மக்களைத் தயார் செய்தோம். இதற்கிடையில், அந்தக் கடை திறக்கப்படாது என்று அமைச்சர் உத்தரவாதம் கொடுத்து தகவல் சொல்லி அனுப்பினார். அந்த வழியாக வர இருந்தவர் வேறு வழியில் சென்றுவிட்டார். அமைச்சர் திறந்து வைக்க உத்தேசித்திருந்த ஒரு மதுபானக் கடையை திறக்க விடாமல் தடுத்து நிறுத்தியதில் தீப்பெட்டி சங்கத்தின் பங்கும் முக்கியமானதாக இருந்தது.

கோவில்பட்டியிலிருந்து இளையரசனேந்தல் செல்லும் வழியில் இளையரசனேந்தலுக்கு சற்று முன்பு வெங்கடாசலபுரம் கிராமம் இருக்கிறது. அந்தக் கிராமத்தில் தலித் மக்கள் அதிக எண்ணிக்கையில் வசிக்கின்றார்கள். கிழக்குத் தெருவில் மட்டும் பிற்படுத்தப்பட்டோர் (B.C) வசிக்கின்றனர். எண்ணிக்கை அடிப்படையில் அவர்கள் சிறுபான்மை மக்கள். அந்த ஊர் முழுவதும் தலித் மக்களும், B.C. மக்களும் நமது தீப்பெட்டி சங்க உறுப்பினர்கள். தலித் பகுதி மக்களோடு நமது உறவு மிகவும் நெருக்கமானதும் வலுவானதும் ஆகும்.

உண்மையில் தலித் பகுதி மக்கள்தான் B.C மக்கள் மத்தியில் நமக்கு உறுப்பினர் சேர்த்துக்கொடுத்தனர். இரண்டு பகுதி மக்களும் ஒற்றுமையாக இருந்து வருகிறார்கள். இரண்டு பகுதிப் பெண்களும் தீப்பெட்டிக் கம்பெனி வேலைக்கும் விவசாய வேலைகளுக்கும் ஒன்றாகச் செல்வதுண்டு. ஒன்றாக வேலை பார்ப்பதில் கிடைக்கும் நட்பும் நெருக்கமும் அவர்களிடம் இருந்து வருகிறது. பல வருடங்களுக்குமுன் தலித் பகுதி பெண் ஒருத்தியை ஒரு பி.சி. பையன் காதலித்து கல்யாணமும் செய்து கொண்டான். அவர்கள் தலித் பகுதியில் குடும்பம் நடத்தி வருகிறார்கள். ஊரில் ஒரு பிரச்சனையும் ஏற்படவில்லை. சில வருடங்களுக்கு முன்பு B.C பகுதியைச் சேர்ந்த ஓர் இளம் பெண்ணுக்கும் தலித் பகுதியைச் சேர்ந்த பையன் ஒருவனுக்கும் இடையில் காதல் மலர்ந்து அவர்கள் கல்யாணம் செய்து கொண்டார்கள்.

B.C. பகுதி மக்கள் மத்தியில் இது அதிருப்தியை ஏற்படுத்தியது. சில ஜாதிய சக்திகள் பிரச்சனையை ஊதிப் பெரிதுபடுத்தின. கீழத்தெருவில் நடந்த ஒரு திருவிழாவின்போது நிறைய வெளியூர் ஆட்கள் திட்டமிட்டே வந்து அன்று இரவு தலித் பகுதி மீது தாக்குதல்கள் தொடுத்தனர். தலித் பகுதியில் பெண் எடுத்துக் கொள்ளலாம். ஆனால், தலித் பகுதிக்குப் பெண் கொடுக்கக் கூடாது என்ற ஜாதீய மனோபாவம் தலைதூக்கி இருந்தது. தலித் பகுதி வீடுகள் தாக்குதலில் சேதமடைந்தன. பெண்களை கொச்சையாக இழிவான வார்த்தைகளால் திட்டித் தீர்த்தார்கள். ஒருவருக்கு கடுமையான காயம் ஏற்பட்டு பாளையங்கோட்டை ஹைகிரவுண்ட் ஆஸ்பத்திரியில் அனுமதிக்க வேண்டியதாயிற்று.

மறுநாள் காலையில் அங்கிருந்த நமது சங்க நிர்வாகிகள் நம்மிடம் தொடர்புகொண்டு தகவல் சொன்னார்கள். நானும் தோழர் கிருஷ்ணவேணியும் அந்த ஊருக்குச் சென்றோம். சேதாரமடைந்த வீடுகளைக் காண்பித்தார்கள். ரோட்டின்மேல் இருந்த வீடுகளின்

கண்ணாடிகளை உடைத்திருந்தார்கள். ஊருக்குள் நுழையவில்லை. ரோட்டின் மேலேயே அட்டூழியம் செய்துவிட்டு போயிருக்கிறார்கள். நாங்கள் அனைத்தையும் பார்வையிட்டுவிட்டு மறுநாள் கட்சித் தோழர்களுடன் வருவதாகவும் சமுதாயக் கூடத்துக்கு எதிரிலிருந்த பெரிய மரத்தடியில் வைத்து கூட்டம் நடத்த ஏற்பாடு செய்யும்படியும் சொல்லிவிட்டு வந்தோம்.

மறுநாள் திரளான மக்கள் பங்குகொண்ட கூட்டம் நடைபெற்றது. நான், தோழர் கிருஷ்ணவேணி, தோழர் ஜி. ராமசுப்பு ஆகியோர் கலந்துகொண்டோம். மறுநாள் கோவில்பட்டியில் ஒரு மிகப்பெரிய கண்டன ஆர்ப்பாட்டம் நடத்துவது என்றும் அந்த ஊரிலிருந்து வேன்களில் வந்து கலந்து கொள்ளவேண்டும் என்றும் சொல்லிவிட்டு வந்தோம். மாவட்டத் தலைவர்களுடன் பேசி தீண்டாமை ஒழிப்பு முன்னணி சார்பில் கண்டன ஆர்ப்பாட்டம் நடத்துவது என்று முடிவானது.

தீப்பெட்டி சங்கம் ஏற்பாடு செய்த கூட்டத்தில் கட்சியின் மாவட்டச் செயலாளர் தோழர் கே.எஸ்.அர்ஜுனன், தீண்டாமை ஒழிப்பு முன்னணியின் மாவட்டச் செயலாளர் தோழர் டி.சீனிவாசன், மாதர் சங்கம் சார்பில் தோழர் மல்லிகா, தோழர் கிருஷ்ணவேணி மற்றும் நான் கண்டன உரை நிகழ்த்தினோம். கூட்டம் முடிந்து நானும் தோழர் கிருஷ்ணவேணியும் திருநெல்வேலி ஹைகிரவுண்ட் ஆஸ்பத்திரியில் சிகிச்சை பெற்று வந்த அந்தத் தோழரைப் பார்த்துவிட்டு வந்தோம்.

சிறிது நாட்கள் கழித்து தலித் பகுதி மக்களும் கீழத்தெரு B.C. மக்களும் நடந்த சம்பவங்களை மறந்து ஒன்றுபட்டு விட்டார்கள். இப்போது எந்தப் பிரச்சனையும் இல்லாமல் நமது தலையீட்டின் அடிப்படையில் அந்த ஊர் அமைதியாகவும் ஒற்றுமையாகவும் இருக்கிறது. தீப்பெட்டி சங்க நடவடிக்கைகளில் இந்தப் பிரச்சனையில் தலையிட்டு தீர்வு கண்டது முக்கியமானது.

தீப்பெட்டி அரங்கம் - 6

தொழிலைப் பாதுகாக்கும் போராட்டம்

சுவர் இருந்தால்தானே சித்திரம் வரைய முடியும்? தீப்பெட்டி தொழிலாளிகளின் நலன்களுக்காகப் போராடுகிற அதேசமயத்தில் தீப்பெட்டித் தொழிலை பாதுகாக்கிற போராட்டத்தையும் சேர்த்தே நடத்தவேண்டிய நிலை ஏற்பட்டு வருகிறது. ஒன்றிய அரசாங்கத்தின் புதிய பொருளாதாரக் கொள்கை ஏனைய சிறு, குறு, நடுத்தரத் தொழில்களை கடுமையாகப் பாதித்து அவற்றுக்கு மூடுவிழா

நடத்திக்கொண்டிருப்பதைப்போலவே தீப்பெட்டித் தொழிலையும் மிகக் கடுமையாகப் பாதித்துக் கொண்டிருக்கிறது.

1991ல் புதிய பொருளாதாரக் கொள்கை அமலுக்கு வந்ததைத் தொடர்ந்து நமது பொருளாதாரத்தை உலகப் பொருளாதாரத்தோடு ஒன்றிய அரசாங்கம் இணைத்தது. இடதுசாரிகளும் தொழிலாளி வர்க்க இயக்கமும் இதை எதிர்த்தன. பல்வேறு நாடுகளோடு இருதரப்பு ஒப்பந்தங்களை ஏற்படுத்திக்கொள்ள முடியும். உலகப் பொருளாதாரத்தோடு இணைக்க வேண்டிய அவசியம் இல்லை என்று எடுத்துக்காட்டினோம். ஆனால், உலகப் பொருளாதாரத்தோடு இணைப்பதைத் தவிர வேறு வழியில்லை என்று சொன்னார்கள். அது ஒரு TINA (There Is No Alternative) கொள்கை என்று சொல்லப்பட்டது.

இதன் விளைவாக சர்வதேச நிதி மூலதனம் நமது நாட்டுக்குள் தங்குதடையின்றி நுழையவும் வெளியேறிச் செல்லவும் கதவுகள் திறந்து வைக்கப்பட்டன. ஒரு **780** பொருட்கள் மீது விதிக்கப்பட்டிருந்த இறக்குமதிக்கான தடையை நீக்கி அன்றைய தொழில்துறை அமைச்சர் முரசொலி மாறன் அவர்கள் உத்தரவிட்டார்.

இந்த **780** பொருட்களும் தங்குதடையின்றி இறக்குமதியாகி நமது உள்நாட்டுச் சந்தையில் வந்து குவிந்தன. உள்நாட்டு உற்பத்தியை இது கடுமையாகப் பாதித்தது. தீப்பெட்டி, கண்ணாடி வளையல், ஊறுகாய், ஊதுபத்தி போன்ற ஒரு **20** தொழில்கள் மட்டும் சிறுதொழில் பாதுகாப்புப் பட்டியலில் வைக்கப் பட்டருந்தன. மோடியின் ஆட்சியில் இந்த **20** பொருட்களையும் அந்தப் பட்டியலில் இருந்து நீக்கிவிட்டார்கள். எனவே, தீப்பெட்டித் தொழிலுக்கு இருந்த கடைசிப் பாதுகாப்பும் நீக்கப்பட்டுவிட்டது.

2016 நவம்பர் **8**ஆம் தேதி பிரதமர் மோடியால் கொண்டு வரப்பட்ட பணமதிப்பிழப்பு (Demonitisation) நடவடிக்கை தொழில் மற்றும் விவசாயத் துறைகளை முற்றிலுமாக சீரழித்து விட்டது. மோடியால் அறிவிக்கப்பட்ட உன்னத நோக்கங்கள் அனைத்தும் வெறும் ஜும்லாக்கள் (Jumlas) என்பது வெட்ட வெளிச்சமாகிவிட்டது. கறுப்புப் பணம் ஒழிக்கப்படவில்லை. பயங்கரவாதம் அழிக்கப்படவில்லை. தமிழ்நாட்டின் பொருளாதாரம் முழுக்க முழுக்க ரொக்கப் பணப்புழக்கத்தையே சார்ந்திருந்த நிலையில் **500** ரூபாய், **1,000** ரூபாய் நோட்டுகள் செல்லாது என்ற பணமதிப்பிழப்பு நடவடிக்கை எவ்வளவு முட்டாள்தனமானது என்பதை மக்கள் அனுபவத்தில் கண்டார்கள்.

இந்த ரூபாய் நோட்டுகளை மாற்றுவதற்காக ATMகளின் முன்னால் வரிசையில் நின்றவர்களில் நூற்றுக்கும் மேற்பட்டோர் மன உளைச்சல், மாரடைப்பு காரணமாக கியூவில் நின்றபோதே சாய்ந்து விழுந்து மாண்டு போனார்கள். ரொக்கப் பணப்புழக்கத்தையே சார்ந்திருந்த விருதுநகர், தூத்துக்குடி மாவட்டங்களின் பட்டாசுத் தொழிலும் தீப்பெட்டித் தொழிலும் மிகக் கடுமையான பாதிப்பை அடைந்தன. சிறு, குறு, நடுத்தரத் தொழில்கள்- *MSMEs-(Micro, Small and Medium Enterprises)* பேரழிவைச் சந்தித்தன. தமிழ்நாட்டின் **50,000** தொழிற்சாலைகள் மூடப் பட்டன. லட்சக்கணக்கான வேலையிழப்புகள் ஏற்பட்டன. ரொக்க பணப்புழக்கம் இல்லாததால் தீப்பெட்டித் தொழிலாளிகளுக்கு கூலி வழங்க முடியவில்லை. ஆலைகள் மூடப்பட்டன. மோடி அரசாங்கத்தின் இந்த அறிவுபூர்வமற்ற நடவடிக்கையை எதிர்த்து அனைத்து சங்கங்களையும் இணைத்து வலுவான கண்டன ஆர்ப்பாட்டங்களை நடத்தினோம்.

கிராமங்களில் தீப்பெட்டித் தொழிலாளிகளைத் திரட்டி நமது சங்கம் தனியான கண்டன இயக்கங்களை நடத்தியது. குதிரை கீழே தள்ளியதும் அல்லாமல் குழியும் பறித்த கதையாக பணமதிப்பிழப்பு நடவடிக்கை காரணமாக நமது தொழில்களை வேரோடு சாய்த்துத் தள்ளியதும் அல்லாமல் அவற்றுக்குக் குழிபறிக்கிற அடுத்த நடவடிக்கையையும் மோடி அரசாங்கம் எடுத்தது. ஒரே தேசம், ஒரே வரி, ஒரே சந்தை *(One Nation, one Tax and one Market)* என்ற முழக்கத்தோடு பொருட்கள் மற்றும் சேவைகளுக்கான வரியை - *GST - Goods and Services Tax*- அது கொண்டுவந்தது.

2017 ஜூன் **30** நடுராத்திரியில் பாராளுமன்றத்தின் நடு ஹாலில் ஒரு விழாவை நடத்தி **2017** ஜூலை **1** முதல் மோடி அரசாங்கம் அதை அமலுக்குக் கொண்டுவந்தது. சிறு தீப்பெட்டித் தொழிலுக்கும் நடுத்தர தீப்பெட்டி தொழிலுக்கும் ஒரேயடியாக **18%** என்று GST தீப்பெட்டித் தொழிலின் மீது பாய்ந்து குதறியது. தீப்பெட்டி உற்பத்தியாளர்கள் தீப்பெட்டி ஆலைகளைப் பூட்டி வேலைநிறுத்தத்தில் ஈடுபட்டார்கள்.

நம்முடைய தீப்பெட்டித் தொழிலாளர் சங்கம் உற்பத்தியாளர்களோடு இணைந்து நின்று தொழிலைப் பாதுகாக்கிற நிலைபாடு எடுத்தது. அவர்கள் நடத்திய ஊர்வலத்தில் நாமும் கலந்துகொண்டோம். ஒவ்வொரு கிராமமாகச் சென்று, ஒவ்வொரு ஆலையாகச் சென்று, வீடுவீடாகச் சென்று தீப்பெட்டித்

தொழிலாளிகளை ஒரு பிரமாண்டமான கண்டன ஆர்ப்பாட்டத்துக்குத் தயார் செய்தோம்.

7-7-2017ல் அந்த ஆர்ப்பாட்டத்தைக் கோவில்பட்டியில் நடத்துவதென்றும் தோழர் TKR அவர்களை கலந்துகொள்ள வைப்பதென்றும் முடிவு செய்தோம். 700க்கும் அதிகமான தீப்பெட்டி சங்க பெண் தொழிலாளிகள் கலந்துகொண்டனர். தோழர் TKR கலந்துகொள்ள இயலாத நிலையில் சிஐடியு மாநிலச் செயலாளர் தோழர் R. ரசல் கலந்துகொண்டு கண்டன உரை நிகழ்த்தினார். கோவில்பட்டி கண்டிராத மாபெரும் கண்டன ஆர்ப்பாட்டமாக அது அமைந்தது.

சிஐடியு தனது சொந்த முயற்சியில் தனது செங்கொடியின்கீழ் தொழிலாளிகளை அணி திரட்டி நடத்திய போராட்டமாக அது அமைந்தது. சிஐடியுவின் சென்னை அகில இந்திய மாநாட்டையொட்டி தீப்பெட்டித் தொழில் பாதுகாப்புக் கருத்தரங்கம் ஒன்றை கோவில்பட்டியில் நடத்தவேண்டும் என்று சிஐடியு மாவட்டச் சங்கம் பணித்தது. கருத்தரங்கை வெற்றிகரமாக நடத்துவதற்கான தீவிரமான தயாரிப்புப் பணிகளில் இறங்கினோம்.

2000 நோட்டீஸ் அச்சடித்து வினியோகம் செய்தோம். நாலாட்டின்புதூர், முடுக்கு மீண்டான்பட்டி, வீரவாஞ்சிநகர், கோமதிநகர், புதுக்கிராமம், கூசாலிபட்டி, பாண்டவர்மங்கலம் பகுதிகளில் பிரச்சாரக் கூட்டங்கள் நடத்தினோம். நிர்வாகிகள் கூட்டங்கள் நடைபெற்று தயாரிப்புப் பணிகளில் நிர்வாகிகள் இறக்கி விடப்பட்டனர்.

5-1-2017ல் கோவில்பட்டியில் எழுச்சிகரமான தீப்பெட்டி தொழில் பாதுகாப்புக் கருத்தரங்கம் நடைபெற்றது. 250 பெண் தொழிலாளிகள்கலந்து கொண்டனர். மாநிலச் செயலாளர் தோழர்

R. ரசல் கலந்துகொண்டார். தீப்பெட்டி உற்பத்தியாளர்களையும் அழைத்திருந்தோம். அவர்களது இரண்டு சங்கங்களிலிருந்து தலைவர்கள் கலந்துகொண்டு வாழ்த்திப் பேசினார்கள். தீப்பெட்டித் தொழில் பாதுகாப்பு சம்பந்தமான தீர்மானம் நிறைவேற்றி கருத்தரங்கிற்கு வந்திருந்த ஊடக நண்பர்களிடம் வினியோகம் செய்தோம்.

தொழில் பாதுகாப்பு அக்கறையோடு வேறு ஒரு சங்கமும் சிந்திக்கவுமில்லை. நடவடிக்கை எடுக்கவுமில்லை. சிஐடியுவின் தீப்பெட்டி சங்கம் மட்டுமே இதை ஒரு கடமையாகக் கருதி செய்து முடித்தது. உற்பத்தியாளர்கள் மத்தியில் நமது சங்கத்தின்

மீது ஒரு மரியாதையும் செல்வாக்கும் ஏற்பட்டன. தொழிலாளி நலனுக்காக சமரசம் இல்லாமல் போராட்டம் நடத்துவார்கள். தொழிலைப் பாதுகாப்பதிலும் அக்கறையுடன் செயல்படுவார்கள் என்ற சிஐடியுவின் நிலைபாடு அவர்களால் சரியான முறையில் புரிந்துகொள்ளப்பட்டது.

2022 செப்டம்பர் 3, 4 தேதிகளில் கோவில்பட்டியில் சிஐடியுவின் 11வது மாவட்ட மாநாடு சிறப்பாக நடைபெற்றது. வரவேற்புக் குழுத் தலைவர், பொதுச்செயலாளர், பொருளாளராக முறையே தோழர்கள் D.தேவப்பிரகாஷ், S. மோகன்தாஸ், சிஎஸ்ஆர் முருகன் ஆகியோரும் உதவிச் செயலாளர்களாக சிஐடியு மாநிலக் குழு உறுப்பினர் தோழர் R.கிருஷ்ணவேணி, A.சக்திவேல் முருகன் ஆகியோரும் துணைத் தலைவர்களாக தோழர்கள் ஜோதிபாசு, தெய்வேந்திரன் ஆகியோரும் செயல்பட்டனர். மாவட்ட மாநாட்டை சிறப்பாக நடத்தி முடித்ததில் தீப்பெட்டி சங்கத்தின் பங்களிப்பு முக்கியத்துவம் வாய்ந்தது.

தீப்பெட்டி சங்கத்திலிருந்து அவர்களுக்கு நிர்ணயிக்கப்பட்ட இருபது சார்பாளர்களும் கலந்துகொண்டது சிறப்பான அம்சம். தீப்பெட்டித் தொழிலைப் பாதுகாப்பதற்கும் தீப்பெட்டி தொழிலாளிகளின் நலன்களைப் பாதுகாப்பதற்குமான தீர்மானங்களை மாநாடு நிறைவேற்றியது. இந்தத் தீர்மானங்கள் ஊடக நண்பர்கள் மூலம் மக்கள் மத்தியில் விரிவான அளவில் கொண்டுசெல்லப்பட்டது. மாலையில் தோழர் சின்னத்துரை MLA கலந்துகொண்ட பொதுக்கூட்டத்திலும் இந்தப் பிரச்சனைகள் விரிவான அளவில் பேசப்பட்டன.

மாநாடு முடிந்த சில தினங்கள் கழித்து முதல்வர் திரு மு.க.ஸ்டாலின் அவர்கள் தீப்பெட்டி ஆலைகளைப் பார்வையிட கோவில்பட்டி வந்தார். கோவில்பட்டி நுழைவாசலான இனாம் மணியாச்சி பைபாஸ் ரோட்டில் திரளான மக்கள் கூடி நின்று அவரை வரவேற்க காத்திருந்தனர். முதல்வர் தனது காரை சில மணித்துளிகள் அங்கே நிறுத்தினார். காரைவிட்டு இறங்கவில்லை. காரின் ஜன்னல் கதவைத் திறந்து மக்களுக்கு வணக்கம் செலுத்தினார். அந்த சந்தர்ப்பத்தைப் பயன்படுத்தி தோழர் கிருஷ்ணவேணி முதல்வரின் காரை வேகமாக அணுகி... தன்னை அறிமுகம் செய்துகொண்டு சிஐடியு மாவட்ட மாநாட்டில் தீப்பெட்டித் தொழில் பாதுகாப்பு சம்பந்தமாக நிறைவேற்றப்பட்ட தீர்மானத்தை அவரிடம் கொடுத்து, தீப்பெட்டித் தொழிலைப் பாதுகாக்கவேண்டும் என்று வேண்டுகோள் விடுத்தார்.

முதல்வர் கிருஷ்ணவேணியிடம் மனுவைப் பெற்றுக்கொண்டு ஆவன செய்வதாகச் சொன்னார். கார் கிளம்பி விட்டது. முதல்வர் திலகரத்னா தீப்பெட்டி ஆலையைப் பார்வையிட்டார். அரசு ஆஸ்பத்திரிக்குச் சென்று பார்வையிட்டார். அவருடைய கோவில்பட்டி பயணம் முடிந்து திரும்பிவிட்டார். தீப்பெட்டித் தொழிலைப் பாதுகாக்கிற போராட்டத்தில் சிஐடியுவின் தீப்பெட்டி சங்கம் தனது தனி முத்திரையைப் பதித்தது.

தீப்பெட்டி அரங்கம் -7

கூலி உயர்வுக்கான போராட்டங்கள்

தீப்பெட்டித் தொழிலில் தமிழ்நாடு அரசாங்கம் குறைந்தபட்ச கூலியை நிர்ணயம் செய்து **2013ல்** அரசாணை வெளியிடப்பட்டது. அதன்பின் கூலியில் கிட்டத்தட்ட 10 வருடங்களாக எந்தவித உயர்வும் ஏற்படவில்லை. அந்தத் தொழிலாளிகளுக்கு 3 வருடங்களுக்கு ஒருமுறையாவது கூலி உயர்த்தப்பட்டிருக்க வேண்டும். எனவே, நலவாரியப் பிரச்சனைகளோடு கூலி உயர்வுப் பிரச்சனையை தீவிரமாக கையிலெடுக்க வேண்டி வந்தது. கூலி உயர்வுக்கான பேச்சுவார்த்தைகளை உடனடியாகத் துவங்க வேண்டும் என்று இங்கே உள்ள 3 தீப்பெட்டி உற்பத்தியாளர் சங்கங்களுக்கும் நேரில் கடிதம் கொடுத்தோம்.

அவர்களும் ‘கூலியைக் கூட்டவேண்டும். நீண்ட நாட்களாக கூட்டவில்லை என்று ஒப்புக்கொண்டார்கள். நமது சங்கம் இப்படி ஒரு கடிதம் கொடுத்ததைத் தெரிந்துகொண்டு பிற சங்கங்களும் கடிதம் கொடுத்தார்கள். ஆனால், உற்பத்தியாளர்கள் தொழிற்சங்கங்களோடு பேசாமல் நேரே தாசில்தாரிடம் பேசி ஒரு கூலியை அவர்களே நிர்ணயம் செய்துவிட்டுப் போய்விட்டார்கள். அதை ஒப்புக்கொள்ள முடியாது’ என்று நாம் சொன்னோம்.

தொழிற்சஙகங்களோடு பேச்சுவார்த்தை நடத்தக்கோரி போராட்ட இயக்கங்களுக்குப் போவது என்று முடிவு செய்து அறிவித்தோம். தூத்துக்குடியில் உள்ள சமூகப் பாதுகாப்பு லேபர் ஆபீசர் (கன்சிலியேசன்) உற்பத்தியாளர்களையும் நம்மையும் பேச்சுவார்த்தைக்கு அழைத்தார். தூத்துக்குடி 3 வது மைலில் உள்ள அவரது அலுவலகத்துக்கு நானும் தோழர் கிருஷ்ணவேணியும் சென்றோம். ஐஎன்டியுசி சங்கத்திலிருந்து தோழர் ராஜசேகர் வந்திருந்தார். உற்பத்தியாளர்கள் தரப்பிலிருந்தும் வந்தார்கள். ஆனால், ‘லேபர் ஆபீசர் வேறு முக்கிய அலுவல்கள் காரணமாக வரமுடியவில்லை’ என்று தகவல் சொன்னதால், அன்றைக்கு பேச்சுவார்த்தை எதுவும் நடைபெறவில்லை.

இன்னொரு தேதியில் வரச் சொன்னார்கள். அன்றைக்கும் நாம் சென்றோம். ஆனால், லேபர் ஆபீசர் வரவில்லை. இரண்டு தடவைகள் தூத்துக்குடிக்கு அலைந்ததுதான் மிச்சம். எனவே, தொழிலாளிகளைத் திரட்டி... கோவில்பட்டி AL அலுவலகம் முன்பு ஆர்ப்பாட்டம் நடத்தினோம். நமது சங்கம்தான் தொழிலாளிகளைத் திரட்டியிருந்தது. சுமார் 200 பெண்கள் கலந்துகொண்டனர். ஊடக நண்பர்கள் வந்திருந்தார்கள். தோழர் கிருஷ்ணவேணியிடம் பேட்டி எடுத்தார்கள்.

இதற்குள் பழைய லேபர் ஆபீசர் மாறி... புது ஆபீசர் பொறுப்பெடுத்திருந்தார். போராட்டத்தை முடித்துக் கொள்ளுமாறும் அவரும் மதுரை மண்டல அதிகாரியும் மறுநாளே கோவில்பட்டி வந்து அதே AL அலுவலகத்தில் பேச்சுவார்த்தைக்கு ஏற்பாடு செய்து பிரச்சனையைத் தீர்த்துவைப்பதாகவும் சொன்னார். அந்த வாக்குறுதியை ஏற்று, போராட்டத்தை அன்றைக்கு விலக்கிக் கொண்டோம். ‘மறுநாளும் அனைவரும் வரவேண்டும்’ என்று சொல்லி அனுப்பினோம்.

மறுநாளும் 200 பெண்கள் கலந்துகொண்ட ஆர்ப்பாட்டம் நடைபெற்றது. பேச்சுவார்த்தைக்கு அதிகாரிகளும் உற்பத்தியாளர்களும் வந்தவுடன் ஆர்ப்பாட்டத்தை நிறுத்தி... பேச்சு வார்த்தைக்கு அலுவலகத்தினுள் சென்றோம். முன்னணி பெண் தோழர்கள் ஐந்து பேரை உள்ளே அழைத்துச் சென்றோம். ஏற்கெனவே தாசில்தார் முன்னிலையில் உற்பத்தியாளர்கள் நடத்திய பேச்சுவார்த்தையில் தீப்பெட்டிக் குச்சி அடைப்பதற்கு ஒரு குரோசுக்கு 5 ரூபாய் என்று இருந்ததை 6 ரூபாயாக உயர்த்த ஒப்புக்கொண்டிருந்தார்கள்.

சில மாதங்கள் அந்த உயர்வு வழங்கப்பட்டது. பின்னர் அதையும் நிறுத்தி விட்டார்கள். பேச்சுவார்த்தையில், ‘ஒரு குரோசுக்கு 7 ரூபாய் தரவேண்டும்’ என்று வலியுறுத்தினோம். 5 ரூபாயிலிருந்து 7 ரூபாய் என்பது 40% உயர்வு. ‘தீப்பெட்டி விலை நீண்ட நாட்களாக ஒரு ரூபாயாக இருந்து வருகிறது, எனவே, 40% கூலி உயர்வு சாத்தியமே இல்லை’ என்றும் ஒரேயடியாக மறுத்தார்கள்.

தீப்பெட்டி விலையை 2 ரூபாயாக உயர்த்தலாமே என்று முன்வந்த ஓர் ஆலோசனையும் பரிசீலிக்கப்பட்டது. ‘இதற்கு விருதுநகர், திருநெல்வேலி மற்றும் தூத்துக்குடி ஆகிய மூன்று மாவட்ட உற்பத்தியாளர்களும் சம்மதிக்க வேண்டும்’ என்று நமது மாவட்ட உற்பத்தியாளர்கள் சொன்னார்கள். தூத்துக்குடி மாவட்ட

உற்பத்தியாளர்கள் தங்களது பண்ட்ரோல்களை அதிக விலைக்கும் விருதுநகர் மாவட்ட உற்பத்தியாளர்கள் குறைந்த விலைக்கும் சந்தைப்படுத்தினால் தங்களுக்கு மிகப்பெரிய பாதிப்பு ஏற்படும் என்று நமது உற்பத்தியாளர்கள் சொன்னதில் ஒரு நியாயம் இருந்தது.

இரண்டு மாவட்ட உற்பத்தியாளர்களுக்கும் இடையில் ஒற்றுமை இல்லாத ஒரு போட்டா போட்டி மனோபாவம் இருந்தது நமக்கும் தெரியும். எனவே, உற்பத்தியாளர்கள் மத்தியில் உற்பத்திப் பொருளை சந்தைப்படுத்துதில் ஓர் ஒற்றுமையை உருவாக்க வேண்டிய பொறுப்பும் நமக்கு ஏற்பட்டது. மதுரை மண்டல அதிகாரியிடம் மூன்று மாவட்ட உற்பத்தியாளர்களையும் தொழிற்சங்கப் பிரதிநிதிகளையும் ஒருங்கே கூட்டுமாறு கேட்டுக் கொண்டோம். அப்படி ஒரு கூட்டம் நடத்த அவரும் சம்மதித்தார். இதற்கிடையில் உற்பத்தியாளர்கள் முதலில் ஒப்புக்கொண்டு அப்புறம் நிறுத்தி வைத்திருக்கும் **6** ரூபாய் கூலியைத் தரவேண்டும் என்று வலியுறுத்தினோம். **5** ரூபாயிலிருந்து **6** ரூபாய் என்பது **20%** உயர்வு.

தங்கள் கம்பெனியில் வேலை பார்ப்பவர்களுக்கு மட்டுமே இந்த உயர்வை அமல்படுத்த அவர்கள் தயாராக இருந்தார்கள். அவுட்சோர்சிங் முறையில் பீஸ் ரேட் வேலை செய்பவர்களுக்குத் தர மறுத்தார்கள். 'பீஸ் ரேட் வேலை செய்பவர்களுக்கும் தங்களுக்கும் எந்த சம்பந்தமும் இல்லை' என்று வாதம் செய்தார்கள். அந்தத் தொழிலாளிகளுடைய Principal. Employers இவர்கள்தான். எனவே, அவுட் சோர்சிங் விட்ட. இவர்கள்தான் அந்தத் தொழிலாளிகளுக்கு பீஸ் ரேட் அடிப்படையில் ஒரு குரோசுக்கு **6** ரூபாய் தரவேண்டும்' என்று வலியுறுத்தினோம்.

இது ஓர் இடைக்கால ஏற்பாடுதான். தமிழ்நாடு அரசாங்கம் பின்னர் நிர்ணயிக்கும் கூலியை அனைவரும் ஏற்றுக்கொள்ள வேண்டும் என்ற உடன்பாட்டோடு கூட்டம் முடிவடைந்தது. அந்தக் கூலி தங்களுக்குக் கிடைக்கவில்லை என்று பல கிராமங்களில் இருந்து புகார்கள் வந்தன. நானும் தோழர் கிருஷ்ணவேணியும் நேரில் பல கிராமங்களுக்குச். சென்று அந்த சிறிய முதலாளிகளிடம் பேசிப் பார்த்தோம். அவர்கள் தருவது சாத்தியமில்லை என்றும் அவுட் சோர்சிங் விட்ட பெரிய முதலாளிகள் கூலி உயர்வுக்கான பணம் கொடுத்தால் மட்டுமே அதனை தங்களால் தொழிலாளிகளுக்குக் கொடுக்க முடியும் என்றும் அவர்கள் சொன்னார்கள்.

தொழிலாளர் ஆய்வாளரிடம் அனைத்து இடங்களிலும் இந்தக் கூலி உயர்வு அமல்படுத்தப்பட வேண்டும் என்றும் அமல்படுத்த மறுப்பவர்கள் மீது நடவடிக்கை எடுக்க வேண்டும் எனவும் வலியுறுத்தி கடிதம் கொடுத்தோம். *RDO*விடம் பேச்சுவார்த்தை நடத்தினோம். 'லேபர் அலுவலகம்தான் இந்தப் பிரச்சனையில் தலையிட வேண்டும்' என்று அவர் கூறி தனது கடமையை முடித்துக்கொண்டார்.

லேபர் அலுவலகத்துக்குப் பிரச்சனையில் தலையிட நிர்ப்பந்தம் கொடுத்தோம். மூன்று மாவட்ட உற்பத்தியாளர்களையும் தொழிற்சங்கப் பிரதிநிதிகளையும் வரவழைத்து கோவில்பட்டி Chamber of commerce அலுவலகத்தில் அந்தக் கூட்டத்தை நடத்தினார்கள். ஊடக நண்பர்களை அழைத்திருந்தோம். தோழர் கிருஷ்ணவேணியிடம் பேட்டி எடுத்தார்கள். 6 ரூபாய் கூலி ஒப்புக் கொள்ளப்பட்டது. குறைந்தபட்சக் கூலியை மறுநிர்ணயம் செய்ய மீண்டும் ஒரு புதிய கமிட்டியை அமைக்க சிஐடியு தரப்பிலிருந்து முயற்சிகள் மேற்கொண்டோம். பல கம்பெனிகளில் 6 ரூபாய் கூலி அமலுக்கு வந்ததுவிட்டது. ஆனாலும் சில இடங்களில் அமலுக்கு வரவில்லை. நான், தோழர் கிருஷ்ணவேணி, தோழர் ஐஎன்டியுசி ராஜசேகர் ஆகியோர் ஒவ்வொரு கம்பெனியாகச் சென்று, தாசில்தார் அலுவலகம் முன்பு காத்திருக்கும் போராட்டத்துக்கு வரவேண்டும்' என்று அழைப்பு விடுத்தோம்.

தாசில்தார் அலுவலகம் முன்பு மாபெரும் கண்டன ஆர்ப்பாட்டம் நடைபெற்றது. தாசில்தாருடன் பேச்சுவார்த்தை நடைபெற்றது. கூலி உயர்வை அமல்படுத்தாத கம்பெனிகளின் பட்டியலைக் கொடுத்தால், அவர் நேரில் சென்று அந்தத் தொழிலாளிகளிடம் விசாரணை நடத்தி பிரச்சனையைத் தீர்த்துவைப்பதாக எழுத்து மூலம் உத்தரவாதம் கொடுத்தார். ஆனால், அவர் சென்று விசாரித்தபோது தொழிலாளிகள் பயந்து கொண்டு உண்மையைச் சொல்ல மறுத்துவிட்டார்கள்.

இந்தக் கூலி உயர்வுக்கான போராட்டங்களின் பின்னணியில் தமிழ்நாடு அரசாங்கம் தீப்பெட்டித் தொழிலாளிகளின் கூலியை மறுநிர்ணயம் செய்வதற்கான ஒரு மாநில அளவிலான கமிட்டியை 2019ல் அமைத்து அரசு ஆணை வெளியிட்டது. அதில் அரசுத் தரப்பில் தொழிலாளர் துறையைச் சேர்ந்த மூன்று அதிகாரிகளும் உற்பத்தியாளர்கள் தரப்பில் மூன்று பிரதிநிதிகளும் தொழிற்சங்கங்களின் தரப்பில் மூன்று பிரதிநிதிகளும் இடம் பெற்றுள்ளார்கள். தொழிற்சங்கப் பிரதிநிதிகள் மூவரில் இருவர்

சிஐடியுவின் மாநில நிர்வாகி தோழர் மகாலட்சுமியும் மாநிலக் குழு உறுப்பினர் தோழர் கிருஷ்ணவேணி என்பதும் பெருமைக்கும் மகிழ்ச்சிக்கும் உரியது.

கமிட்டியின் முதல் கூட்டம் விருதுநகரில் நடந்தபோது தோழர் கிருஷ்ணவேணி ஓர் ஆலோசனையை முன்வைத்தார். கமிட்டி தீப்பெட்டிக் கம்பெனிகளுக்கு நேரில் சென்று பல்வேறு பணிகளில் ஈடுபட்டிருக்கும் தொழிலாளிகளின் பணிநிலைமைகளைக் கள ஆய்வு செய்ய வேண்டும் என்பதுதான் அது. இந்த ஆலோசனை ஏகமனதாக ஏற்றுக்கொள்ளப்பட்டது. அந்த அடிப்படையில் கமிட்டி உறுப்பினர்கள் பல்வேறு தீப்பெட்டிக் கம்பெனிகளுக்கும் நேரில் சென்று கள ஆய்வு நடத்தி பல்வேறு பணிகளில் ஈடுபட்டிருக்கும் தொழிலாளிகளின் வேலைத்தன்மை மற்றும் அவர்களுக்கு வழங்கப்படவேண்டிய கூலி சம்பந்தமான ஒரு ஆரம்பகட்ட புரிதலுக்கு வரமுடிந்தது.

கொரோனா தொற்றின் தீவிரத்தன்மை குறைந்து நிலைமைகள் சீரடைந்த பின்னணியில் அன்றைய அதிமுக அரசாங்கம் தீப்பெட்டி-பட்டாசுத் தொழிலுக்கு ஒரு தனி நலவாரியம் அமைத்தது. அதையொட்டி அப்போதைய முதல்வர் திரு.எடப்பாடி பழனிசாமி அவர்கள் கோவில்பட்டி வந்து தீப்பெட்டி ஆலைகளைப் பார்வையிட்டுவிட்டுச் சென்றார்.

சட்டமன்றத் தேர்தலுக்குப் பிறகு ஆட்சி மாற்றம் ஏற்பட்டது. திரு.மு.க.ஸ்டாலின் அவர்கள் முதல்வராகப் பொறுப்பேற்றுக் கொண்டார். இந்தப் பின்னணியில் கூலி நிர்ணயக் கமிட்டியின் சிபாரிசுகள் ஏற்றுக்கொள்ளப்பட்டு அரசாணை வெளியிடப்பட்டுள்ளது. கூலி நிர்ணயக் கமிட்டியில் கிராமப்புறப் பெண்களுக்கு வேலை வாய்ப்பு தந்துகொண்டிருக்கும் பீஸ் ரேட் முறை நீடிக்க வேண்டும் என்று நமது சங்கமும் உற்பத்தியாளர்களும் வலியுறுத்திய கருத்தை கமிட்டி ஏற்றுக்கொள்ளாமல் பீஸ் ரேட் முறையை அறவே ரத்து செய்து அரசாங்கத்துக்கு சிபாரிசு செய்துள்ளது.

எனவே, கூலி நிர்ணயக் கமிட்டியின் உறுப்பினர்களான தோழர் கிருஷ்ணவேணியும் மற்ற தோழர்களும் அரசாங்கம் இந்த சிபாரிசை ஏற்கக்கூடாது என்றும் மறுபரிசீலனை செய்ய வேண்டும் என்றும் வலியுறுத்தி அதற்கான ஒரு குழு அமைக்க கோரிக்கை வைத்திருக்கிறார்கள். புதிதாக தீப்பெட்டி-பட்டாசு தொழிலுக்கு நலவாரியம் அமைக்கப்பட்டுள்ளதைத் தொடர்ந்து அந்த நலவாரியத்துக்கான உறுப்பினர்களைத் தேர்வு செய்ய வேண்டும்.

எனவே, இதற்கான விண்ணப்பங்களை உற்பத்தியாளர்களிடமிருந்தும் தொழிற்சங்கங்களிடமிருந்தும் அரசாங்கம் கோரிப்பெற்றது.

சிஐடியுவின் மேல்மட்ட அமைப்புக்களின் வழிகாட்டுதலை ஏற்று தோழர் கிருஷ்ணவேணியும் இதற்கான விண்ணப்பத்தை சமர்ப்பித்தார். இப்போது நலவாரியத்துக்கான உறுப்பினர்களை நியமனம் செய்து அரசாங்கம் ஆணை வெளியிட்டுள்ளது. அரசுத் தரப்பில் நான்கு பேர் நலவாரியத்தில் இடம் பெற்றுள்ளார்கள்.

மாண்புமிகு தொழிலாளர் நலம் மற்றும் திறன் மேம்பாட்டுத்துறை அமைச்சர் (தலைவர்), தொழிலாளர் நலம் மற்றும் திறன் மேம்பாட்டுத்துறையின் கூடுதல் தலைமைச் செயலாளர் (உறுப்பினர்), முதன்மைச் செயலாளர்/தொழிலாளர் ஆணையாளர் (உறுப்பினர்) மற்றும் தொழில்துறை பாதுகாப்பு மற்றும் சுகாதார இயக்குனர் (உறுப்பினர்) ஆகியோர். உற்பத்தியாளர்கள் தரப்பில் 10 பேரும் தொழிற்சங்கங்கள் சார்பில் 10 பேரும் இடம் பெற்றுள்ளார்கள். தொழிற்சங்கப் பிரதிநிதிகள் 10 பேரில் சிஐடியு மாநிலச் செயலாளர் தோழர் P.N.தேவாவும் சிஐடியு மாநிலக் குழு உறுப்பினர் தோழர் R.கிருஷ்ணவேணியும் இடம் பெற்றிருப்பது பெருமைக்கும் மகிழ்ச்சிக்கும் உரியது. நலவாரியக் கமிட்டியின் கூட்டங்கள் முறையாகக் கூடுவதற்கும் தொழிலாளிகளின் நலன்களைப் பாதுகாப்பதற்குமான போராட்டக் களமாக நலவாரியத்தை ஓர் ஆயுதமாகப் பயன்படுத்தவும் இது உதவும்.

நிறைவாக

என்னுடைய இணையர் தோழர் சுந்தரி பற்றியும் எனது மருமகள் (மூத்த மகனின் இணையர்) தோழர் கிருஷ்ணவேணி பற்றியும் ஏற்கெனவே குறிப்பிட்டிருக்கிறேன். எனக்கு இரண்டு மகன்கள் பிறந்தார்கள். மூத்த மகன் **29-9-1974**-ல் பிறந்தான். தோழர் சுந்தரியை பிரசவத்திற்காக விளாத்திகுளத்தில் விட்டிருந்தேன். நான் அப்போது ஈரோடு *TRA* செக்ஷனில் பணியில் இருந்தேன். விளாத்திகுளம் சென்று மகனைப் பார்த்துவிட்டு வந்தேன். 'பையனுக்கு என்ன பெயர் வைக்கலாம்?' என்று என்னிடம் கேட்டுக் கொண்டே இருந்தார்கள். இதோ சொல்கிறேன், இதோ சொல்கிறேன் என்று சொல்லிக்கொண்டே இருந்தேன்.

என்னுடைய மூத்த அண்ணன் *V.S.* உலகநாதன் அவருடைய ஏற்பாட்டில் வ.உ.சி.யினால் புகழ் பெற்ற ஓட்டப்பிடாரத்தில் உள்ள உலகம்மன் கோயிலில் முடி எடுத்து காதுகுத்து வைபவத்தையும் நடத்திவைத்தார். எனவே, சில காலம் உலகநாதன் என்று அவனை அழைத்தார்கள். ஆனால், நான் பெயர் எதுவும் வைக்கவில்லை. அவர்களாகவே ரவி என்று கூப்பிட ஆரம்பித்தார்கள். அந்தப் பெயரே கடைசிவரை நிலைத்து விட்டது. பள்ளியிலும் மற்றும் அனைத்து சான்றுகளிலும் அவன் பெயர் ரவி என்றே ஆகிவிட்டது. பள்ளியில் சேர்க்கும்போது என்னுடைய பிறந்த தேதியான மே **5** தேதியையே அவனுக்கும் வைத்து **5-5-1974** என்று சேர்த்தோம். இதுதான் அவனுடைய அதிகாரபூர்வ பிறந்த தேதியாக ஆகிப்போனது.

பள்ளிப் படிப்பு முடிந்து அவனை பாலிடெக்னிக் கல்லூரியில் சேர்த்தோம். மெக்கானிக்கல் பிரிவில் டிப்ளமோதாரி ஆனான் *(DME)*. பாலிடெக்னிக் நடத்தியவர்களே அதனருகில் பொறியியல் கல்லூரியும் கலைக் கல்லூரியும் ஆரம்பித்தார்கள். அந்தப் பகுதி ஒரு மிகப்பெரிய கல்வி வளாகமாக மாறிப்போனது. அவர்களது பாலிடெக்னிக்கில் படித்திருந்ததால் அவர்களிடமே வேலைக்கு விண்ணப்பித்தான்.

அவர்களது பொறியியல் கல்லூரியில் கம்ப்யூட்டர் லேபரேட்டரி டெக்னீஷியனாக வேலை கிடைத்தது. ஆறு வருடங்கள் வேலை பார்த்திருப்பான். கம்ப்யூட்டரில் திறமைசாலியாகிவிட்டான். இந்த சந்தர்ப்பத்தில் முறைசாரா தொழிலாளிகளின் நலவாரியப் பணிகள்

அனைத்தும் கணினி மயமாக்கப்பட்டு விட்டன. எனவே தீப்பெட்டி சங்க அலுவலகத்துக்கு கம்ப்யூட்டர், பிரின்டர், மடிக் கணினி, ஸ்கேனர், கேமரா அனைத்தும் தேவைப்பட்டது. அனைத்தையும் வாங்கினோம். தோழர் கிருஷ்ணவேணி மிகவிரைவிலேயே மடிக்கணினியில் வேலை செய்வதில் தேர்ச்சி பெற்றுவிட்டார். ஆனால் கம்ப்யூட்டரை இயக்குவதற்கு பொருத்தமான ஒரு ஆள் வேண்டும்.

ரவி வேலை பார்த்த பொறியியல் கல்லூரியில் ஒரு நாள் விசிட் வந்த டைரக்டருக்கும் ரவிக்கும் ஒரு சிறு மனத்தாங்கல் ஏற்பட்டது. ரவி அந்த வேலையிலிருந்து நின்றுவிட்டான். எனவே, ரவியை தீப்பெட்டி சங்க அலுவலகத்தில் கம்ப்யூட்டர் வலைக்குப் பயன்படுத்தலாம் என்று தோன்றியது. சிஐடியு மாவட்டக் குழுவில் விவாதித்து ரவியை தீப்பெட்டி சங்க முழுநேர ஊழியராக நியமித்தோம். ஏற்கெனவே ரவி எங்கள் அத்தைகொண்டான் கட்சிக் கிளையில் உறுப்பினராக இருந்துகொண்டிருக்கிறான். எனவே, எனது குடும்பத்தில் இரண்டு பேர், எனது மகன் ரவியும் அவனது இணையர் தோழர் கிருஷ்ணவேணியும் தொழிற்சங்க முழு நேர ஊழியர்களாக இருப்பது மனதுக்கு மகிழ்ச்சியாக இருக்கிறது.

ரவிக்கு அடுத்து எனது இரண்டாவது மகன் பிறந்தான். பிறந்த புதிதில் துறுதுறுவென்று இருப்பான். அங்குமிங்கும் தவழ்ந்து கொண்டே இருப்பான். ஒரு நாள் தோழர் சுந்தரி இரும்புச் சட்டியில் எண்ணெய் ஊற்றி ஏதோ சமையல் வேலையில் இருந்தபோது சூடான எண்ணெயில் ஏதோ ஒரு பொருளை அவன் டொம் என்று போட்டு சுடுஎண்ணெய் நெற்றி முழுவதும் தெறித்து தோல் வெந்துபோய் விட்டது. நல்ல வேளை கண்ணை மூடிக்கொண்டான். எனவே, கண் பிழைத்தது. அந்தக் காயம் குணமடைவதற்கு நீண்ட நாட்கள் ஆகிவிட்டன.

அவனுக்கு ஸ்டாலின் என்று பெயர் வைத்தோம். அதன் பிறகு தோழர் சுந்தரி ஒரு கயிற்றின் ஒரு முனையை ஒரு தூணில் கட்டி, இன்னொரு முனையை ஸ்டாலினின் இடுப்பில் கட்டி வைத்திருப்பார். ஸ்டாலின் என் மீது மிகுந்த பாசத்தோடு இருந்தான்.

பத்தாவது வகுப்பில் அதிக மதிப்பெண்கள் எடுத்திருந்தான். முதல் குரூப் எடுக்கச் சொல்வோம் என்று பயந்து போய் அவனாகவே காமர்ஸ் குரூப்பில் சேர்ந்துவிட்டான். பி.காம்.படித்தான்.

பின்னர், எம்.காம். படித்தான். கம்ப்யூட்டரில் *PGDCA* சான்றிதழ் வாங்கினான். எங்கள் குடும்பத்தின் முதல் பட்டதாரி அவன். **2006**ஆம் வருடம். தமிழ்நாட்டைப் பாதித்த சிக்குன் குனியா எங்களையும் பாதித்தது. மிகுந்த சிரமங்களை அனுபவித்தோம். ஒரு நாள் ஸ்டாலினின் காலை தற்செயலாகப் பார்த்தேன். இரண்டு பாதங்களும் நன்றாக வீங்கி பளபளவென்று இருந்தன. சாயங்காலம் டாக்டரிடம் அழைத்துச்சென்று அவனைப் பரிசோதிக்குமாறு கேட்டுக்கொண்டேன்.

அன்றைக்கு கோவில்பட்டி ஒன்றியப் பகுதியில் வடக்கு திட்டங்குளம் கட்சிக் கிளைக்கூட்டம் நடத்த ஏற்பாடு செய்திருந்தேன். கட்டுமானத் தொழிலாளிகளின் கிளை அது. எனவே, சாயங்காலம் வேலை முடிந்து குளித்துவிட்டு கூட்டத்துக்கு வருவார்கள். அந்தக் கூட்டம் இரவு **8.00** மணிக்கு ஆரம்பித்து **10.30** மணிவரை நடைபெறும். நான் கூட்டத்தில் இருக்கும்போது வீட்டில் இருந்து போன் வந்தது. நான் ஸ்டாலினை உடனே திருநெல்வேலி ஷிபா ஆஸ்பத்திரிக்கு அழைத்துச்செல்ல வேண்டும் என்று டாக்டர் சொல்லி அனுப்பியிருந்தார். கடிதமும் கொடுத்து அனுப்பியிருந்தார்.

கூட்டம் முடிந்து வந்து டெஸ்ட் ரிசல்ட்டையும் டாக்டரின் கடிதத்தையும் பார்த்தேன். ரத்தத்தில் உப்புச் சத்து (Blood Urea) கன்னாபின்னாவென்று கூடியிருந்தது. சிறுநீரகத்தின் செயல்பாட்டைக் குறிக்கும் *Creatinine* அதுவும் மிகவும் கூடியிருந்தது. காலையில் அவனை அழைத்துக்கொண்டு திருநெல்வேலி ஷிபா கிளினிக் சென்றேன்.

கோவில்பட்டி டாக்டரின் கடிதத்தையும் கொடுத்தேன். அவர்களும் டெஸ்ட் எடுத்தார்கள். வாரம் இரண்டு முறை டயாலிசிஸ் செய்ய வேண்டும் என்றும் இரண்டு சிறுநீரகங்களும் பழுதடைந்துவிட்டதாகவும் சொன்னார்கள். மாற்று சிறுநீரகம் பொருத்த வேண்டும் என்றும் சொன்னார்கள். எனக்கு தலைமேல் இடி விழுந்ததுபோல் ஆகிவிட்டது.

எனது சிறிய அண்ணன் மகள் சரோஜாவின் சிறுநீரகம் ஸ்டாலினுக்குப் பொருந்தி வந்தது. தம்பியைப் காப்பாற்றுவதற்கு தன்னுடைய சிறுநீரகத்தைத் தர அவள் முன்வந்தாள். சிறுநீரக மாற்று அறுவை சிகிச்சை நடந்தது. நான்கைந்து மாதங்கள் நன்றாகவே இருந்தான். அவனுக்கு வேறு சில பிரச்சனைகளும் இருந்தன போலும். என்ன முயற்சி செய்தும் அவனைக் காப்பாற்ற முடியவில்லை. இளம் வயதில், திருமணமாக வேண்டிய வயதில் எங்கள் அருமை மகனைப் பறிகொடுத்துவிட்டோம்.

நமது கட்சியின் மீது அதிக ஈடுபாடு கொண்டவன். எங்கள் குடும்பத்தில் ஐந்தாவது கட்சி உறுப்பினராக வரவேண்டியவனை இழந்துவிட்டோம். அந்த சோகத்திலேயே சிறிது காலம் கழிந்தது. *Time is the best healer* என்று சொல்வார்கள். காலம் எங்கள் மனதில் ஏற்பட்டிருந்த காயத்தை சிறிது சிறிதாகக் குணப்படுத்தியது. மனதைக் தேற்றிக்கொண்டு மீண்டும் இயக்கப் பணிகளில் ஈடுபட ஆரம்பித்தோம். எங்களது பணிகள் தொடர்கின்றன. எங்களது குடும்பத்தில் நான், எனது இணையர் தோழர் சுந்தரி, எனது மகன் தோழர் ரவி, அவனது இணையர் தோழர் கிருஷ்ணவேணி ஆகிய நான்கு கட்சி உறுப்பினர்கள் இருக்கிறோம்.

இரண்டு மகன்களைப் பெற்றெடுத்த எனக்கும் தோழர் சுந்தரிக்கும் ஒரு பெண் குழந்தை இல்லையே என்ற ஏக்கம் மேலோங்கி நின்றது. வளைய வளைய வந்து வீட்டைக் கலகலப்பாக வைத்திருக்கும் பெண் குழந்தை இல்லாமல் எங்கள் வீடே வெறிச்சோடிப்போய்க் கிடந்தது. மகன்கள் பெரியவர்களாகி அவர்களுக்கு மணம் முடிந்து அவர்களுக்காவது பெண் குழந்தை பிறக்கும் என்ற நம்பிக்கையில் காத்திருந்தோம். இளைய மகன் மணமாகமலேயே இறந்து போனான். மூத்த மகன் ரவியும் அவனது இணையர் கிருஷ்ணவேணியும் இரண்டு மகன்களைப் பெற்றெடுத்தார்கள். மகளும் பிறக்கவில்லை. பேத்தியும் பிறக்கவில்லை. என்னதான் கட்சி உறுப்பினர்களாக இருந்தாலும் நாங்கள் வாங்கிவந்த வரம் அவ்வளவுதான் என்ற நினைப்பு வருவதைத் தவிர்க்கமுடியவில்லை.

இந்தத் தொடரை கிட்டத்தட்ட ஒன்றரை வருடமாக எழுதிக் கொண்டிருக்கிறேன். இதை எழுதுவதற்குத் தேவையான விவரங்களை பல தோழர்கள் தந்து உதவி செய்திருக்கிறார்கள். அவர்கள் அனைவரையும் இங்கே குறிப்பிட முடியுமா என்று தெரியவில்லை. இருந்தாலும் ஒருவர்கூட விட்டுப்போகாமல் அனைவரையும் குறிப்பிட முயற்சி செய்திருக்கிறேன். யாரையாவது நான் குறிப்பிடாமல் விட்டிருந்தால் என்னைப் பொறுத்துக் கொள்ள வேண்டும் என்று கேட்டுக்கொள்கிறேன்.

தோழர்கள் VAN நம்பூதிரி, J.ரங்கநாதன், K.ராகவேந்திரன், S.செல்லப்பா, N.குப்புசாமி, N.கோபாலகிருஷ்ணன் (NG), K.கோவிந்தராஜன் (KG), கோவை சுதாகரன் (அஞ்சல்), செந்தாமரை, அய்யாசாமி, V. வெங்கட்ராமன், சந்தானராஜ், NFTE தோழர்கள் K.முத்தியாலு, நடராஜன், தமிழ்மணி, AIBDPA தோழர்கள் CKN, நடராஜா, அன்புமணி, மாணிக்கமூர்த்தி,

சௌந்தரபாண்டியன், ஈரோடு தோழர்கள் சின்னையன், அய்யாசாமி, நாகர்கோவில் தோழர்கள் A.மீனாட்சிசுந்தரம், C.பழனிசாமி, நெல்லைத் தோழர்கள் V.S.வேம்பு ராஜா, சுந்தர்ராஜன், முத்துசாமி, மைக்கேல் செல்லத்துரை, தூத்துக்குடி மாவட்டத் தோழர்கள் T.K.சீனிவாசன், P.ராமர், அசாரியா சாமுவேல், தாசன் பெர்னாண்டோ, சிவகாசித் தோழர்கள் M. பெருமாள்சாமி, ஊர்க்காவலன் முத்துசாமி, கட்சித் தோழர்கள் சிவகாசி பால்ராஜா, விளாத்திகுளம் டெய்லர் தோழர் சுப்பையா, விளாத்திகுளம்-புதூர் பஞ்சகல்யாணி, AIBDPA தோழர்கள் தர்மபுரி அழகிரி, மாடக்குளம் செல்வராஜன், திருச்சி அனந்தராஜன், பாலக்காடு ராஜன், Vp உன்னிகண்ணன், மலப்புரம் பஷீர் சுங்கத்தாரா, கோவில்பட்டி அஞ்சல் தோழர் வீரணன், AIIEA தோழர் D.தேவப்பிரகாஷ், என்னுடைய தமக்கை சந்திரலேகா, தங்கை ஹேமலதா, என்னுடைய இணையர் தோழர் சுந்தரி ஆகியோர்.

என்னுடைய 76வது வயதில் நான் இருந்துகொண்டிருக்கிறேன். 2023 மே மாதம் 5ஆம் தேதி 76 வயதைப் பூர்த்தி செய்வேன். 50 ஆண்டுகளுக்கும் மேல் கட்சியிலும் தொழிற்சங்கத்திலும் பணிபுரிந்து கொண்டிருக்கிறேன். ஆயிரக் கணக்கான தோழர்களோடு பழகும் வாய்ப்பு எனக்குக் கிடைத்தது. 200க்கும் அதிகமான தோழர்களை கட்சித் தோழர்களாக மாற்ற முடிந்தது. அவர்கள் சிறந்த கேடர்களாக மிளிர்ந்துக் கொண்டிருக்கிறார்கள். இந்த 50 ஆண்டுகளுக்கும் அதிகமான பொது வாழ்க்கையில் பல மேடு, பள்ளங்களை நான் கடந்து வந்திருக்கிறேன். பல உயரங்களையும் பின்னடைவுகளையும் சந்தித்திருக்கிறேன். பொதுவாக ஒரு நிறைவான வாழ்க்கையை வாழ்ந்துகொண்டிருப்பதாகவே எனக்குத் தோன்றுகிறது.

இந்தத் தொடரை தொடர்ந்து எழுத வேண்டும் என்று என்னை உற்சாகப்படுத்தி எழுத வைத்த அருமைத் தோழர் தமுஎகசவின் மதிப்புறு மாநிலத் தலைவர் அருமைத் தோழர் தமிழ்ச்செல்வனுக்கு எனது மனமார்ந்த நன்றி.

என்னுடைய ஒவ்வொரு தொடரையும் படித்து, பின்னூட்டம் இட்ட தோழர்களுக்கும் மானசீகமாக வாழ்த்திய உள்ளங்களுக்கும் என்னுடைய நன்றிகள். அணிலும் மண் சுமந்தது என்பார்களே, அதைப்போல என்னால் முடிந்த இயக்கப் பணிகளை செய்து கொண்டே இருக்கிறேன். இந்தப் பயணம் தொடரும்.

□

புகைப்பட ஆல்பம்

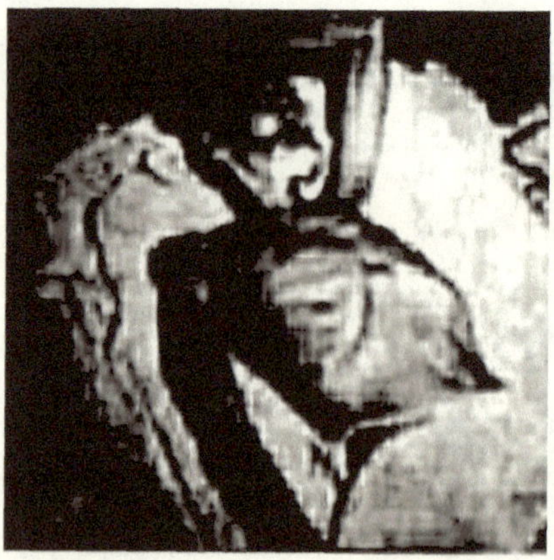

'தமிழ்நாடு' எனப் பெயர்
வைக்கக் கோரி 76 நாட்கள்
உண்ணாவிரதம் இருந்து உயிர்
நீத்த தியாகி
சங்கரலிங்கனாரின் நினைவு
நாள் இன்று

ஐயாவின் தியாகத்தை
நெஞ்சில் ஏந்துவோம்

மதுரை சூரியன்

02/12/2014 15:25

ALL INDIA BSNL - DOT
PENSIONERS ASSOCIATION
CIRCLE
20/11/2014 11:28

அகில இந்திய
ஓய்வூதியர் சங்கம்
Regd.
S68836

அகில இந்திய BSNL - DOT ஓய்வூதியர சங்கம
Regd No. S 68836
ALL INDIA BSNL-DOT PENSIONERS ASSOCIATION
AIBDPA

AITEU
ITEU
AITEU
AITCWEU
மத்திய அரசே தொலைபேசி துறையை தனியார் மயமாக்காதே!
பிரச்சார பேரணி
SAVE INDIA
SAVE TELECOM

லைப் இன்ஷ்யூரன்ஸ் கார்ப்பொரேசன் ஆப்

CITU
13

19/11/2014 16:04

DL1
19/11/2014 10:32

அகில
சங்கம்
BSNL-ஐ பாதுகாப்போம்
பென்ஷனை பாதுகாப்போம்
அகில இந்திய BSNL-DOT ஓய்வூதியர் சங்கம்
திருச்சி மாவட்டம்
4-வது மாவட்ட மாநாடு
AIBDPA

அகில இந்திய BSNL.DOT
ஓய்வூதியார் சங்கம்
மாவட்டம்
2017

அகில இந்திய
மாநில
AIBDPA

தமிழ் மாநிலம்
பதிவு எண் : S 68836/2010
நான்காவது மாநில மாநாடு
AIBDPA

ALL INDIA BSNL / DOT PENSIONERS ASSOCIATI
CHQ, T-18C Atul Grove Road, New Delhi-110001
Reg. No. S-68836
Central Executive
Committee Meeting
AIBDPA

ALL INDIA BSNL //DOT PENSIONE
CHQ. T-18C Atul Grove
Central
AIBDPA

ALL INDIA BSNL //DOT PENSIONERS A
CHQ. T-18C Atul Grove Road, New Delhi-1100
Reg. No. S-68836
Central Executi
Committee Me
AIBDPA

ALL INDIA BSNL //DOT PENSIONERS ASSOCIATIO
CHQ. T-18C Atul Grove Road, New Delhi-110001
Reg. No. S-68836
AIBDPA
entral Executive
mmittee Meet

ALL INDIA BSNL //DOT PENSIONERS ASSOCIATIO
CHQ. T-18C Atul Grove Road, New Delhi-110001
Reg. No. S-68836
AIBDPA
Central Executive
ommittee Meetin

CHQ, T-18C Atul Grove Road, New Delhi-110001
PENSIONERS ASSOCIATION
Reg. No. S-68836
Executive
Meeting

AIBDPA
Central
Committee
At: R.T.T.C Campus Mysuru on 23rd & 24 the

ALL INDIA BSNL / DOT PENSIONERS ASSOCIATI
Reg. No. S-68816
Central Executive
Committee Meeting
AIBDPA

India
பிரிவு உபச்சார விழா
நாள்: 31,05.07 இடம்: கோவில்பட்டி
தோழர்.S. மோகன்தாஸ் TTA BSNL
BSNL
BSNL
இடதுசாரி சிந்தனையோடு ஏற்றுக்கொண்ட கொள்கையில் . . .
சற்றும் பிறழாமல் செயல்பட்டு அன்பால் எல்லோருடைய . . .
இதயத்திலும் இடம் பிடித்த இனிய தலைவரே !
இனி வரும் நாட்களில் முழுமையாக சமுதாயத்தில் பாதிக்கப்பட்ட ஒடுக்கப்பட்ட . . .
மக்களுக்காக குரல் கொடுக்கப்போகும் . . .
உங்களை பணி ஒய்வு பெரும் இந்நாளில் . . .
உங்கள் சமுதாயப்பணி வெற்றி பெற வாழ்த்துகிறோம் . . .
K. செண்பகமுத்து TM
S. குணசேகர் TM
S. ராமர் TM

www.ingramcontent.com/pod-product-compliance
Lightning Source LLC
LaVergne TN
LVHW100426051026
849518LV00004B/1396
9788119176311